கடவுள் மதக் கட்டுக்கதைகளும்
காசு பறிக்கும் சாமியார்களும்
- டாக்டர் கோவூர்

கடவுள்
மதக் கட்டுக்கதைகளும்
காசு பறிக்கும் சாமியார்களும்

டாக்டர் **கோவூர்**

தமிழாக்கம்: த. அமலா

அலைகள்
வெளியீட்டகம்

சென்னை -600 089.

அலைகள் வெளியீட்டகம், முதல் பதிப்பு : 2017.

அலைகள் வெளியீட்டகம்
எண் : 5 / 1 ஏ, இரண்டாவது தெரு,
நடேசன் நகர், இராமாபுரம்,
சென்னை – 600 089.
கைபேசி: 9841775112.

கடவுள், மதக் கட்டுக்கதைகளும்
காசு பறிக்கும் சாமியார்களும்
- டாக்டர் கோவூர்
தமிழாக்கம் : த. அமலா

பக்கங்கள் : 432

அச்சு : பிரின்டெக் இந்தியா,
சென்னை – 600 005.

விலை : ரூ. 325-00

பதிப்புக் குறிப்பு

மனித சமத்துவம் என்பது அறிவியல் கல்வியோடு இணைந்தது. ஏற்றத்தாழ்வற்ற சமுதாயம் உருவாக உழைப்புப் பிரிவினை நீக்கப் பட்டு எல்லோரும் உழைப்பாளிகளாக மாற வேண்டும். ஆனால் பலர் உழைக்கச் சிலர் உழைக்காமல் வாழும் நிலையே உள்ளது. இந்த வாழ்க்கை முறை பல ஆயிரம் ஆண்டுகளாகவே மனிதர்களிடத்தில் நிலவி வருகிறது.

பெரும்பான்மை உழைக்கும் மக்கள் தங்கள் உழைப்பின் முழுப் பயனையும் அடையாதிருக்கவே கடவுள், மதம் போன்ற கருத்துகள் உழைக்காத சிலரால் உருவாக்கப்பட்டன என்பதை அறிஞர்கள் ஏற்றுக்கொண்டுள்ளனர். உழைக்காத இந்தச் சிலரின் கூட்டமானது மக்களைப் பயப்படுத்தி தங்கள் கட்டுப்பாட்டில் வைத்திருக்க தொடர்ந்து முயற்சித்து அதில் வெற்றி கண்டு வருகிறது. இவர்களுக்கு கடவுள், மதம் சார்ந்த கருத்துகளைப் பலப்படுத்திக் கொள்ள கூடுதலாகப் பேய், பிசாசு, ஆவி, பில்லிசூனியம், கைரேகை, ராசிபலன் போன்ற துணைக் கருத்துகளும் தேவைப்பட்டன.

இயற்கையின் செயல்பாட்டில் 'எதிர்வினைக் கோட்பாடு' உள்ளது போலவே மனித சமூகத்திலும் பழைய ஆதிக்கக் கருத்து களுக்கு எதிராக அறிவியல் கருத்துகள் முளைவிட்டு வளர்ந்து வந்துள்ளன. மாறிவரும் வாழ்க்கை முறைகளுக்கு ஏற்றவாறு சமூகத்தை வழி நடத்த அறிஞர்கள் பாடுபட்டு வந்துள்ளனர்.

தமிழ் நாட்டைப் பொறுத்தவரை சமீப காலம் வரை நம்மோடு வாழ்ந்து மறைந்த தந்தை பெரியார், பொதுவுடைமைச் சிந்தனையாளர் சிங்காரவேலர் போன்றோர் தம் வாழ்நாள் முழுதும் மறுமலர்ச்சிக் கருத்துகளைப் பரப்புவதற்கு அதிகம் உழைத்துள்ளனர். மேலும் எழுத்தாளர்கள், கவிஞர்கள், ஆய்வாளர்கள், கல்வியாளர்கள் பலரும் அறிவியல் கருத்துகளைப் பரப்பியுள்ளனர். இவர்களில் சிலரைத் தவிர பலரை நாம் அறியாமல் உள்ளோம். டாக்டர் கோவூர் என்ற பகுத்தறிவு செயற்பாட்டாளரும் இன்றையத் தமிழகம் மறந்த ஒருவராக உள்ளார்.

டாக்டர் கோவூர் அவர்கள் தந்தை பெரியார், சிந்தனையாளர் சிங்காரவேலர் காலத்தைச் சேர்ந்தவர் என்பதும் தமது வாழ்நாள் பணியாக மூடநம்பிக்கை கருத்துகளை எதிர்த்துப் போராடியவர் என்பதும் இன்றைய இளந்தலைமுறை வாசகர்கள் அறியவில்லை என்பது கவலைக்குரியது.

மதக் கருத்துகளின் ஆதிக்கமும் பக்திப் போதையும், மூடநம்பிக்கை முகமூடிகளும் பெருகிவரும் இன்றையத் தமிழகத்தில் மக்களை வழிநடத்துவதாகச் சொல்லிக் கொள்கின்ற அரசியல் அமைப்புகள், ஊடகங்கள் மக்கள் தலைவர்கள் பலரும் இந்தப் பேராபத்தை ஏன் உணரவில்லை என்றே வினாவிற்கு விடைதேட வேண்டியுள்ளது.

ஆளும் வர்க்கமான உடைமை வர்க்கத்திற்கு எதிரான செயல்பாடு என்பது அறிவியலை வாழ்க்கை முறையாக ஏற்றுக் கொண்ட சமுதாயத்தை கட்டமைப்பதாகும். இந்தப் பணியில் தமது வாழ்நாளைச் செலவிட்டதோடல்லாமல் சாய்பாபா, பன்றிமலைச் சாமிகள், பாலயோகிகள் போன்றோரின் முகமூடி களைக் கழற்றியும், ராசிபலன் கூறுவோர், கிளி சோதிடக்காரர்கள், பேய், பிசாசு விரட்டும் பொய்யர்கள். போன்றோரை நேரடிச் சோதனை மூலம் அம்பலப்படுத்தியும் மக்களுக்கு விழிப்புணர்ச்சி ஏற்படுத்திய அறிஞர் டாக்டர் கோவூர். இந்தியா, இலங்கை ஆகிய இரு நாடுகளிலும் தமது கருத்துக்கு ஆதரவானவர்களோடு இணைந்து செயல்பட்டு விழிப்புணர்ச்சியை ஏற்படுத்தியவர். எனவே அவரது கருத்துகள் அடங்கிய இரண்டு நூல்களை எமது அலைகள் வெளியீட்டகம் வெளியிட்டுள்ளது.

டாக்டர் கோவூர் அவர்களின் அனைத்துக் கட்டுரைகளும் (திரும்பக் கூறல் தவிர) இத்தொகுப்புகளில் சேர்க்கப்பட்டுள்ளன. தமிழ் வாசகர்களின் புரிதலுக்காக நூல்களின் தலைப்பு உள்ளடக்கத்திற்கேற்ப வைக்கப்பட்டுள்ளது.

இந்நூலை மலையாளத்திலிருந்து தமிழாக்கம் செய்துள்ள த. அமலா அவர்களும் இதுபோன்ற நல்ல நூல்களையே தமிழக வாசகர்களுக்கு வழங்கியுள்ளார் என்பது குறிப்பிடத்தக்கதாகும். அவரது பணி மேலும் தொடர வேண்டுமென்று விரும்புகிறோம். மேலும் இந்நூல் பணியில் பெரும்பங்காற்றிய முனைவர் சி. இளங்கோ மற்றும் நண்பர்களுக்கும் எமது நன்றிகள் உரியவையாகும்.

- புதிப்பகத்தார்

முன்னுரை

ஆசியாவில் பகுத்தறிவு வாதத்தின் தீச்சுடரை உயர்த்திப் பிடித்த சிந்தனையாளர் – புரட்சியாளர் – அறிவியலாளர்தான் பேராசிரியர் ஏ. டி. கோவூர். மூடநம்பிக்கைகளின் மீதும் சுழன்றடித்த சுறாவளியாக இருந்தார் அவர். பழமையின் பல கோபுரங்களும் அந்தக் காற்றில் இடிந்து விழுந்தன. மூட நம்பிக்கைகளின் பெருங்கோட்டைகள் நடுநடுங்கின. சாயிபாபாக்கள் அவரைக் கண்டு அஞ்சி ஓடி ஒளிந்தார்கள்.

இளைஞர்கள் பலரை சுதந்திரச் சிந்தனை என்னும் சீரிய பாதையில் செலுத்த அவரால் முடிந்தது. இன்றும் அவருடைய கட்டுரைகள் நமக்கு வெளிச்சத்தை தந்து கொண்டு இருக்கின்றன. பேராசிரியர் கோவூர் 1959 முதல் 1978 வரை பத்தொன்பது ஆண்டுகள் ஆசிய பகுத்தறிவு இயக்கத்துக்குத் தலைமை வகித்தார். சிந்தனைச் சுடர்களான கட்டுரைகளும் பரபரப்பூட்டிய சொற்பொழிவுகளும் தெய்வீக மறுப்பு நிகழ்ச்சிகளுமாக அவர் களத்தில் இறங்கிய பொழுது கடவுள் – மத மோசடி மன்னர்கள் திடுக்கிட்டார்கள். கோடிக்கணக்கான மக்களை மத மயக்கத்திலிருந்து தட்டியெழுப்பி கடமையை உணர வைத்தார் அவர். சுதந்திரச் சிந்தனையின் வரலாற்றில் மறக்க முடியாத ஓர் அத்தியாயம்தான் பேரா. ஏ.டி. கோவூரின் வாழ்க்கை வரலாறு.

பேராசிரியர் ஏ. டி. கோவூர் பிறந்த – வளர்ந்த சூழல்கள் பகுத்தறிவுக்கு அனுகூலமானவை அல்ல. மத்திய திருவிதாங் கூரிலுள்ள வைதீகக் குடும்பம்தான் அவருடையது. புனித தோமையரால் மத மாற்றம் செய்யப்பட்ட பிராமணக் குடும்பங்களில் ஒன்றுதான் கோவூர் தறவாடு என்று அந்த வீட்டுக்காரர்கள் பெருமை கொண்டிருந்தனர். அதுமட்டுமல்ல, மார்த்தோமா சபையை தோற்றுவிப்பதில் பெரும் பங்கு வகித்தவரும் அந்த சபையின் முதல் விகாரி ஜெனரலும் அந்த சபையின் குருக்களில் முதன்மையானவருமான கோவூர் அய்புதோம்மா கத்தனாருடைய மகனாகத்தான் பேரா. ஏ. டி. கோவூர் 1898 ஏப்ரல் 10 ஆம் நாள் திருவல்லாவில் பிறந்தார். கடுமையான மதச் சூழலில் வாழ்ந்த அவர் மெத்ராபோலித்தாவாக ஆவார் என்றே அன்று பலரும்

எண்ணினார்கள். ஆனால், மெத்ரான்களும் புரோகிதர்களும் இல்லாத சுதந்திர உலகத்தின் செய்தியாளராக அவர் மாறியது கேரளத்திலுள்ள பக்தர்கள் பலரையும் திடுக்கிட வைத்தது.

1919 இல் 21 ஆவது வயதில்தான் பேரா. ஏ. டி. கோவூர் பள்ளி இறுதி ஆண்டில் தேர்ச்சி பெற்றார். இந்தக் காலகட்டத்தில் அவரை கிறித்தவப் புரோகிதராக்க குடும்பத்தினர் விரும்பினார்கள். அன்று கடவுள் – மத நம்பிக்கையுடையவராக இருந்தபோதிலும் மேற்படிப்பில் நாட்டம் கொண்டிருந்ததால் அந்த விருப்பத்துக்கு அவர் உடன்படவில்லை.

பள்ளி இறுதியாண்டு தேர்ச்சி பெற்றபின் வங்காளத்தில் உள்ள செராம்பூர் கிறித்தவக் கல்லூரியில் இன்டர்மீடியட் படித்தார். கல்கத்தாவின் வட பகுதியில் ஹூக்ளி நதிக்கரையிலுள்ள ஊர்தான் செராம்பூர். சிறீராம்பூர் என்ற பெயரை பின்னர் மேலை நாட்டவர் கள் இவ்வாறு மாற்றிவிட்டனர். டென்மார்க் வியாபாரிகள் பிரெடரிக் நகர் என்ற ஒரு குடியேற்றத் தலத்தை இங்கே நிறுவி யிருந்தனர். 1847 இல் அந்த இடத்தை ஆங்கிலேயர்கள் விலைக்கு வாங்கினார்கள். இங்கே நிறுவப்பட்ட கல்லூரி அந்தக் கால கட்டத்தில் இந்தியாவிலுள்ள முதன்மையான கிறித்தவக் கல்லூரி களில் ஒன்றாக இருந்தது.

பல்வேறு கிறித்தவ மதப் பிரிவுகளிடையில் பைபிளின் விளக்கவுரை விசயத்தில் இருந்த கருத்து வேறுபாடுகள் கோவூரை ஈர்த்தது இந்தக் காலகட்டத்தில்தான். செராம்பூர் கல்லூரியில் கிறித்தவ மதம் சம்பந்தமான ஏராளமான நூல்கள் இருந்தன. அவற்றில் பலவற்றையும் அவர் படித்தார். கோவூரிடம் சந்தேக அலைகள் முளைவிட அது காரணமாக அமைந்தது.

இன்டர்மீடியட்டுக்குப் பிறகு தாவரவியல் படிக்க வேண்டும் என்ற ஆர்வத்தால் கல்கத்தாவிலுள்ள பங்கபாசி கல்லூரியில் சேர்ந்தார் கோவூர். செராம்பூரிலிருந்து கல்கத்தாவுக்கு வந்தது தன் வாழ்க்கையில் திருப்புமுனையாக அமைந்தது என்று பேரா. ஏ.டி. கோவூர் அடிக்கடி கூறுவார். அன்று கல்கத்தா நகரத்துக்கு இன்று இருப்பதைவிட அதிக முக்கியத்துவம் இருந்தது. கோவூர் அங்கே செல்வதற்கு ஒன்பது ஆண்டுகளுக்கு முன்புவரை (1912) இந்தியாவின் தலைநகரமாக இருந்தது அந்த நகரம். தலைநகரம் டில்லிக்கு மாற்றலான போதிலும் அரசு அலுவலகங்களுக்குத் தேவையான கட்டடங்கள் கட்டி முடிக்கப்படாததால் அன்றும் பல அலுவலகங்கள் கல்கத்தாவிலேயே இயங்கின. அன்று இந்தியாவி லுள்ள மிகப் பெரிய நகரமும் கல்கத்தாதான்.

கல்கத்தாவுக்கு இதைத் தவிர வேறு சில முக்கியத்துவங்களும் இருந்தன. நாகரிக உலகத்துடன் அதிக தொடர்புடைய அந்த நகரத்தில் பல புதிய சிந்தனைகளும் வளர்ந்து கொண்டிருந்தன. நாட்டு சுதந்திரத்துக்கான போராட்டங்கள் ஒருபுறம் வலிமையடைந்து கொண்டிருந்தன. இயற்கை வாதத்துக்கும் வேதாந்தத்துக்கும் இடையிலான மோதலும் அங்கே நடந்தது. வைதீக இந்துமதம் விழித்தெழ முயன்று கொண்டு இருந்தது. இவற்றையெல்லாம் இளைஞரான கோவூர் வியப்போடு பார்த்துக் கொண்டிருந்தார்.

கல்கத்தா பல்கலைக் கழகத்திலுள்ள நூலகத்தில் இருந்த பல பகுத்தறிவு நூல்களையும் அந்தக் காலகட்டத்தில் ஏ.டி. கோவூர் படித்து முடித்தார். பிரிட்டிஷ் இந்தியாவின் தலைநகரமாக இருந்த கல்கத்தாவில் பத்தொன்பதாம் நூற்றாண்டின் ஆரம்ப காலம் முதலே மேலை நாட்டு சிந்தனைகள் புகுந்துவிட்டன. தொழில் புரட்சியைத் தொடர்ந்து அங்கே உருவாகிவந்த பல புதிய கொள்கைகளும் கல்கத்தாவை அடைந்தன. இந்தியாவில் புத்துலக பகுத்தறிவு வாதத்தின் அலைகள் முதலில் எட்டிய இடமும் கல்கத்தாதான். ஸ்காட்லாந்தைச் சேர்ந்த மத மறுப்பு வாதிகளில் முதன்மையானவரான டேவிட் ஹாரேதான் 19 ஆம் நூற்றாண்டில் இந்தியாவில் மதச் சார்பற்ற ஆங்கிலப் பள்ளிக் கூடங்களை நிறுவ தலைமை வகித்தார். பாதிரியார்கள் நிறுவிய பள்ளிக் கூடங்களில் மதத்துக்குத்தான் முக்கியத்துவம் கொடுத்தனர். அய்ரோப்பிய மறுமலர்ச்சியின் விளைவால் உருவான புதிய சிந்தனையாளர்கள் மனிதத்துக்கு (Humanism) முக்கியத்துவம் அளிக்கின்ற பாடத் திட்டங்களை உண்டாக்கினார்கள். இவர்களின் மூலம்தான் பொது விசயங்களுக்கு 'ஹியூமானிட்டீஸ்' என்ற பெயர் உண்டானது. 'மதப் பள்ளிக் கூடங்களுக்கு இணையாக அரசுப் பள்ளிக் கூடங்கள்' என்ற கொள்கையைத் தோற்றுவித்து, அதற்காகவே பணியாற்றிய டேவிட் ஹாரே சுதந்திரச் சிந்தனை கொண்ட நூல்களை கல்லூரி – பள்ளிக்கூட நூலகங்களுக்கு ஏராளமாக வாங்கிக் கொடுத்தார்.

ஹாரேயின் தொண்டுகள் கல்கத்தாவில் நடைபெற்றுக் கொண்டிருந்த காலகட்டத்தில்தான் 1809 ஏப்ரல் 10 ஆம் நாள் ஹென்ட்ரி லூயிஸ் விவியன் டரோசியோ பிறந்தார். அவருடைய தாயார் இந்தியர்; தந்தை போர்ச்சுக்கீசியர். தத்துவ மேதையான டேவிட் ஹ்யூமின் சீடரும் நாத்திகருமான டேவிட் ட்ரம்மன் நடத்திய 'ட்ரம்மன்ஸ் அகாடமி'யில் டரோசியோ சேர்ந்தார். 'வீக்லி எக்சாமினர்' என்ற பத்திரிகையையும் ட்ரம்மன் வெளியிட்டார். 1823 இல் பதினான்காவது வயதில் டரோசியோ,

ட்ரம்மனின் பள்ளிக்கூடத்தில் சேர்ந்தார். அங்கே இருந்த பல நூல்களை அந்த இளைஞர் படித்தார். நாத்திகரான குருவுடன் உள்ள தொடர்பு அவரை பேரறிஞராக ஆக்கியது. 1826 இல் 17 ஆவது வயதில் டரோசியோ இந்துக் கல்லூரியில் ஆசிரியர் பணியில் சேர்ந்தார். 1831 இல் காலமாகும் வரை அங்கே பணியாற்றினர்ர். 1828 இல் 'வங்காள இளைஞர்கள் இயக்கம்' (Young Bengal Movement) என்ற பெயரில் அவர் ஓர் இயக்கத்தைத் தொடங்கினார். நாத்திகக் கொள்கையைப் பரப்புவதற்கான இந்த இயக்கம்தான் புதுயுக இந்தியாவின் முதல் பகுத்தறிவாளர் சங்கம். பின்னர் இதன் பெயரை 'சொசைட்டி ஃபார் தி அக்விசிஷன் ஆஃப் ஜெனரல் நாலட்ஜ்' என்று மாற்றினார்கள். இந்தச் சங்கத்தின் உறுப்பினர்தான் ஈசுவர சந்திர வித்யாசாகர். 19 ஆம் நூற்றாண்டில் வங்காளத்தில் முளைவிட்ட சிந்தனைப் புரட்சிக்கு ஹென்ட்ரி டரோசியோ அளித்த பங்கு மிகவும் மகத்தானது.

கல்கத்தாவில் காலரா நோய் பரவியபொழுது சேவை செய்ய களத்தில் இறங்கிய டரோசியோ, அந்த நோயால் தாக்குண்டு 1831 இல் காலமானார். ஆனால், அவர் துவங்கிய இயக்கம் இந்தியாவின் தலை நகரத்தில் நீண்டகாலம் ஒரு தீபம் போல ஒளிவீசிக் கொண்டிருந்தது. இந்தக் காலகட்டத்தில்தான் புகழ்பெற்ற சிந்தனையாளரான செயின்ட் சைமனின் சீடரும் பிரெஞ்சு தத்துவ சிந்தனையாளருமான அகஸ்டே கோம்டே வங்காளத்தில் குடியேறினார். புகழ்பெற்ற அந்தப் பிரெஞ்சு சிந்தனையாளரும் ஜெர்மனியைச் சேர்ந்த காரல் மார்க்சும் செயின்ட் சைமனின் சமகாலச் சீடர்களாவர். கோம்டே பிரெஞ்சு மொழியில் எழுதியதாலும் அவற்றை ஆங்கிலத்தில் மொழி பெயர்க்காததாலும் இந்தியாவில் அவருக்கு அதிகப் புகழ் கிட்டவில்லை. ஆனால், வங்காளத்தில் 'பாசிட்டிவிஸ்ட் மூவ் மென்ட்' தொடங்க அவருடைய வருகை காரணமானது. கிருஷ்ண கமல் பட்டாச்சார்யா, ராம்கமல் பட்டாச்சார்யா ஆகியோர் 'ஆதர வாளர்கள் இயக்கத்தின்' (Passitive movement) உறுப்பினர்களாவர். 1887 இல் 'மானுட இயக்கத்தின் கொடையாளர்கள்' (Bestowel of humanity) என்ற பெயரில் பாசிட்டிவிஸ்ட்டுகள் பெரிய மாநாடு ஒன்றை நடத்தினார்கள். கோம்டேயின் தலைமையில் உருவான பாசிட்டிவிஸ்ட் மூவ்மென்ட் வங்காளத்தில் மட்டுமல்ல, இந்தியாவில் உள்ள கல்வியாளர்கள் அனைவரையும் கவர்ந்தது. அறிஞர்களான இவர்கள் அனைவரும் சுதந்திரச் சிந்தனை கொண்ட பல நூல்களால் கல்கத்தா நூலகத்தை வளமடைய வைத்திருந்தார்கள். வளர்ந்து வந்த இந்த நாத்திக இயக்கங்கள்

வைதீகப் பார்ப்பனர்களை அச்சம் கொள்ள வைத்தன. அவர்கள் மதச் சீர்திருத்த இயக்கங்களைத் தொடங்கினார்கள். வேதாந்த பிரச்சாரத்துக்கு அவர்கள் முன்னுரிமைக் கொடுத்தனர். பிரிட்டீஷ் அரசு இந்துமதச் சீர்திருத்த முயற்சிகளுக்கு ஆதரவளித்தது. டரோசியோவும் கோம்டேயும் பரப்பிய ஜனநாயகக் கொள்கைகள் ஆபத்தானவை என்பதை அவர்கள் அறிந்திருந்தார்கள். மகரிஷி தேவேந்திர நாத் தாகூர் முற்போக்குச் சிந்தனைகளுக்கு எதிராகக் களத்தில் இறங்கினார். வேதாந்த பாடசாலைகளை நிறுவுவது அவருடைய திட்டங்களில் ஒன்று.

'முயற்சி = ஆதாயம், முயற்சியும் பிரார்த்தனையும் = ஆதாயம்... பிரார்த்தனை = பூஜ்யம்' என்ற கோஷத்தை உருவாக்கியவரான அட்சய குமார் 'பஜ்ய பஸ்தூர் சகித் மனுசேர் சம்பந்த விகார்' என்ற பெயரில் ஓர் இயக்கத்தைத் தொடங்கினார். சுதந்திரச் சிந்தனை யைப் பரப்புவதில் இந்த இயக்கமும் பெரும் பங்கு வகித்தது. 'தத்வ போதினி சபை' என்ற பெயரில் தேவேந்திரநாத் தாகூர் தொடங்கிய இயக்கம் இந்த இயக்கத்துக்கு எதிரானதாக இருந்தது. துவாரகநாத் மித்ரா, குருதாஸ் சாட்டர்ஜி ஆகியோர் அந்தக் காலகட்டத்தில் வங்காளத்தில் வாழ்ந்த பகுத்தறிவு வாதத் தலைவர்களாவர். இந்துமதச் சீர்திருத்தவாதிகள் அவர்களுக்கு எதிராக ஒன்றுதிரண்டார்கள். பார்ப்பனர்களான வேதாந்திகள் அவர்களுக்கு எதிரான போராட்டத்தை அறிவித்தனர். கலாச்சாரப் புரட்சி என்ற கொள்கையைவிட நாட்டு விடுதலையை லட்சிய மாகக் கொண்ட பகுத்தறிவாளர்கள் காலப்போக்கில் சுதந்திரப் போராட்டத்தை நோக்கித் திரும்பினார்கள். இந்தியன் நேஷனல் காங்கிரசின் ஆரம்பகால தலைவர்களில் பலரும் பகுத்தறிவுச் சிந்தனையிலிருந்து எழுச்சிப் பெற்றவர்கள்தான். இங்கிலாந்தைச் சேர்ந்த பகுத்தறிவாளர்கள் காங்கிரசுக்குத் தேவையான ஆதரவை அளித்தார்கள். பிரிட்டிஷ் நாடாளுமன்ற உறுப்பினரும் உலகப் புகழ்பெற்ற நாத்திகருமான சார்லஸ் பிராட்லாதான் காங்கிரசின் அய்ந்தாவது மாநாட்டின் முதன்மை விருந்தினர். இவ்வாறு தேசிய இயக்கத்தில் ஊடுருவி இணைந்த பகுத்தறிவு இயக்கம்தான் சுதந்திரச் சிந்தனைக்கு இந்தியாவில் ஒளி ஏற்றியது.

1921 இல் கோவூர் கல்கத்தாவுக்குச் சென்ற பொழுதும் அந்த மகத்தான பாரம்பரியத்தின் நினைவலைகள் அங்கே நிலைத் திருந்தன.

"கல்கத்தாவிலுள்ள நூலகங்களில் அன்று ஏராளமான பகுத்தறிவு நூல்கள் இருந்தன. ஆங்கிலத்தில் எழுதப்பட்டிருந்த

நூல்களில் பலவற்றையும் நான் படித்தேன். திருவல்லாவிலிருந் தும் செராம்பூரிலிருந்தும் எனக்குக் கிடைத்த மத தத்துவங்கள் உருகிப்போய்விட்டன. நான் பிறந்து வளர்ந்த சுரியானி கிறித்தவ சமூகமும் பிறபல கிறித்தவ மதப் பிரிவுகளும் நம்பவும் பரப்பவும் செய்கின்ற மதம் ஒரு போலிச் சரக்கு தான் என்பதை நான் புரிந்து கொண்டேன். இந்து மத நூல்களும் அன்று கல்கத்தாவில் எளிதாகக் கிடைத்தன. ஏசியாட்டிக் சொசைட்டியின் நூலகத்துக்குச் சென்று பழமையான இந்தியாவைப் பற்றிய பல நூல்களையும் நான் படித்தேன். இந்து மதத்திலுள்ள வேதாந்தம் அறிவு குறைபாடா கவே எனக்குத் தோன்றியது. பார்ப்பன மேதாவித்தனம்தான் தற்கால இந்து மதத்தின் உட்பொருள். அதை ஏற்றுக் கொள்ள என்னால் முடியவில்லை. ஆனால், இந்தியாவின் நாத்திகப் பாரம்பரியத்தில் நான் பெருமை கொண்டேன். தற்கால அறிவியல், தத்துவ இயல் ஆகியவற்றின் வெளிச்சத்தில் அவற்றைப் புதுப் பிக்கவும் புதிய அறிவின் உதவியுடன் அதை வளர்க்கவும் செய்ய வேண்டியது அவசியம் என்பதையும் நான் உணர்ந்து கொண்டேன். உண்மையில் கல்கத்தாவில் நான் தங்கியிருந்த நான்காண்டு காலம்தான் என்னுள் பகுத்தறிவாளனை உருவாக்கியது" என்று அந்தக் கால நினைவுகளில் மூழ்கியவாறு கூறுகின்றார் கோவூர்.

கல்கத்தாவில் ஆரம்பகால பகுத்தறிவுப் பணிகள் சுதந்திரப் போராட்டத்தில் லயித்துவிட்ட போதிலும், அந்த இயக்கத்தின் அலைகள் 20 ஆம் நூற்றாண்டில் இந்தியாவுக்கு அளித்த மிக உயர்ந்த கொடை தான் கோவூர் என்ற பகுத்தறிவாளர்.

1924 நவம்பர் 27 ஆம் நாள் ஏ.டி. கோவூருக்கும் குஞ்ஞம்மை என்பவருக்கும் திருமணம் நடந்தது. 'பிரிய விரும்பினால் எப்பொழுது வேண்டுமானாலும் பிரிந்துவிடலாம்' என்ற நிபந்தனையுடன் மணம் புரிந்த கோவூரின் வாழ்வில் கடைசிவரை பிரிக்க முடியாதவராக இணைந்து விட்டார் குஞ்ஞம்மை.

இதைப் பற்றி குஞ்ஞம்மை பிற்காலத்தில் கூறியதாவது:

"அந்த அரை மணிநேரம் நான் தாங்க முடியாத மனப் போராட்டத்தில் இருந்தேன். கல்லூரியில் படிக்கின்ற காலத்தி லேயே மத நம்பிக்கையை நான் இழந்து விட்டிருந்தேன். அதனால் அவர் குழந்தைகளுக்கு மதத்தைக் கற்றுக் கொடுக்கக் கூடாது என்று சொன்னபொழுதும் அதிகக் குழந்தைகள் வேண்டாம் என்று சொன்ன பொழுதும் மகிழ்ச்சியடைந்தேன். வாழ்க்கையில் திருமணம் ஒருமுறைதான் என்று எண்ணியிருந்த என்னிடம்,

விருப்பம் இல்லாத நிலைமை வந்தால் விவாகரத்து செய்து விடலாம் என்று சொன்னதும் நான் நடுங்கி விட்டேன். என்னுடைய எதிர்காலம் ஆபத்தாகி விடுமோ என்று அய்யம் கொண்டேன். ஆனால், மனம் அமைதியடைந்த பொழுது, அவர் சொல்வது சரிதான் என்று எனக்குத் தென்பட்டது. அப்பொழுது தான் நான் அதற்கு ஒப்புக் கொண்டேன்."

மகன் ஏரிஸ் பிறந்த பிறகு கோவூர் ஆசிரியர் பணியின் காரணமாக மனைவி – மகனுடன் இலங்கை சென்றார். யாழ்ப்பாணம், காள், கொழும்பு ஆகிய இடங்களில் பேராசிரியராகப் பணியாற்றினார் கோவூர். காளில் பணியாற்றிய காலகட்டத்தில் தான் மனோதத்துவத்தை நோக்கி அவரது கவனம் திரும்பியது. தென்னிலங்கையில் பேய்த் தொல்லை, பில்லி சூன்யம், மந்திரவாதம் ஆகியவை மிக அதிகமாக இருந்தன. மூட நம்பிக்கைகளின் நடுவிலுள்ள வாழ்க்கை அந்த விசயத்தில் அதிக ஆய்வு நடத்த அவரைத் தூண்டியது. ஹிப்னோட்டிசத்தில் அவர் ஈடுபாடு கொண்டதும் இந்தக் காலகட்டத்தில்தான். ஆவி, குட்டிச் சாத்தான், பூதம் முதலியவை எங்கே இருக்கின்றன என்று அறிந்தாலும் அங்கே சென்று விசாரித்து உண்மையை வெளிக் கொண்டு வருவதை இந்தக் காலகட்டத்தில் பொழுதுபோக்காகக் கொண்டிருந்தார் கோவூர்.

மாணவர்களை நேசித்த, அவர்களுக்கு உதவி செய்த சிறந்த ஒரு பேராசிரியராகத் திகழ்ந்தார் கோவூர். புதியதாக ஆரம்பிக்கப் பட்ட கொழும்பு தேழ்ஸ்ட்டன் கல்லூரியின் பல பொறுப்புகள் அவருக்கு வழங்கப்பட்ட போதிலும், கல்லூரி பணத்தை தன் சொந்த செலவுக்குப் பயன்படுத்தாத நேர்மையானவராக இருந்தார் அவர்.

கல்கத்தாவில் தங்கியிருந்த காலத்திலேயே பகுத்தறிவாளராக ஆனபோதிலும், பணியாற்றிய காலத்தில் பகுத்தறிவு கொள்கைகளைப் பரப்ப கோவூரால் இயலவில்லை. அவர் முழுமையான நாத்திகர் என்பதை கல்லூரி நிர்வாகம் நன்கு அறிந்துதான் இருந்தது. ஆனாலும், பணியின் பாதுகாப்புக்காக வெளிப்படையாகப் பிரச்சாரம் செய்யவில்லை கோவூர். ஆனால், மறைமுகமாக மாணவர்களிடமும் பகுத்தறிவுக் கொள்கைகளைப் பரவச் செய்தார் அவர்.

கோவூர் இலங்கைக்குச் சென்ற காலத்தில் அங்கே பகுத்தறிவாளர் சங்கங்கள் இல்லை. இங்கிலாந்திலுள்ள 'உலக

அய்க்கிய சுதந்திர சிந்தனையாளர்கள்' (World Union of Free Thinkers) என்ற இயக்கத்தில் அவர் உறுப்பினரானார்; அந்த இயக்கத்தின் ஏடுகளையும் நூல்களையும் வரவழைத்துப் படித்தார். கொழும்பு வைச் சேர்ந்த சில தமிழ் இளை ஞர்களும் சில ஆங்கிலேயர்களும் சில மலையாளிகளும் சேர்ந்து 'இலங்கை பகுத்தறிவாளர் சங்க'த்தை உருவாக்கிய பொழுது கோவூர் அதில் உறுப்பினராகச் சேர்ந்தார். 1959 இல் பணியிலிருந்து ஓய்வு பெற்ற பிறகு அந்தச் சங்கத்தின் தலைவராக ஆன கோவூர், இறுதிக் காலம் வரை அந்தச் சங்கத்தின் தலைவராகத் தொடர்ந்தார்.

பணியிலிருந்து ஓய்வு பெற்ற பிறகு இலங்கை பகுத்தறி வாளர் சங்கத்தின் தலைவர் என்ற நிலையில் உலக நாடுகள் பலவற்றுக்கும் தன் துணைவியாருடன் சென்று வந்தார் கோவூர். பல நாத்திக இயக்கங்களுடனும் நெருங்கிய தொடர்பை ஏற்படுத்திக் கொள்ள இந்தப் பயணம் அவருக்கு உதவியது.

இரண்டாவது வெளிநாட்டுப் பயணம் முடித்து 1967 இல் இந்தியா திரும்பியபொழுது கோவூர் தமிழ்நாட்டுக்கு வந்தார். அப் பொழுது மார்க்சிய – பெரியாரிய பொதுவுடைமை கட்சியின் அமைப்பாளர் அய்யா ஆனைமுத்து அவர்களும் வேறு சில தோழர்களும் இணைந்து பேராசிரியர் ஏ.டி. கோவூருக்கு திருச்சியில் வரவேற்பு அளித்தனர். அது எதற்காக – எந்தச் சூழ்நிலையில் அளிக்கப்பட்டது என்பது தெரியவில்லை. இதற்குப் பிறகுதான் பெரிய அளவில் அவருக்கு இந்தியாவில் வரவேற்புகள் அளிக்கப்பட்டன.

மானுட தெய்வங்கள், மந்திரவாதிகள், சோதிடர்கள் ஆகியோருடன் நடைபெற்ற கொள்கைப் போராட்டத்தின் ஒரு கட்டத்தில் கோவூர் ஒரு புதிய போராட்ட முறையை ஏற்றுக் கொண்டார் – தெய்வீக மாந்தர்களுக்கு எதிரான அறைகூவல்தான் அது. எதுவேனும் தெய்வீக ஆற்றல் உண்டு என்று நிரூபிக் கின்றவர்களுக்கு ரூபாய் ஒரு இலட்சம் வழங்கப்படும் என்று அவர் அறிவித்தார். போட்டியில் தோல்வியடைபவர் அதே அளவு தொகையை கோவூருக்கு வழங்க வேண்டும் என்றும் தெரிவித்தார். இது பல மத வெறியர்களையும் தெய்வீக மாந்தர்கள் என்று சொல்லி மக்களை ஏமாற்றுகின்றவர்களையும் சினம் கொள்ள வைத்தது. அவர்கள் களத்தில் இறங்கி கோவூரை வீழ்ச்சியடைய வைக்க முயன்றார்கள். அவற்றைப் பற்றிய செய்திகள் தொடர்ந்து வருகின்ற கோவூரின் கட்டுரைகளில் இருப்பதால் இங்கே எழுத வில்லை.

கோவூர் தலையிட்டு பல பிரச்சனைகளைத் தீர்த்து வைத்திருக்கின்றார். அவற்றில் ஒன்று 'புனர் ஜென்மம்' (தமிழில்: மறுபிறவி) என்ற பெயரில் தமிழ், மலையாளம், தெலுங்கு ஆகிய மொழிகளில் திரைப்படமாக வெளிவந்து வெற்றிவாகை சூடியது. மூன்று மொழிகளிலும் கோவூராக கோவூரே நடித்திருந்தார்.

1971, 1975, 1976 ஆகிய ஆண்டுகளில் தெய்வீக ஆற்றல் மறுப்புப் பிரச்சாரப் பயணத்தை கோவூர் மேற்கொண்டார். தமிழ்நாடு, கேரளா, ஆந்திரா, கர்நாடகம், மகாராஷ்டிரம், மத்திய பிரதேசம், ஒரிசா உள்பட பல மாநிலங்களில் பெரிய அளவில் மாநாடுகள் நடத்தப்பட்டன.

9-11-1975 அன்று திருச்சி தேவர் மன்றத்தில் அய்யா ஆனைமுத்து அவர்கள் நடத்திய அகில இந்திய நாத்திகர் மாநாட்டில், வியக்கத்தக்க தந்திரங்களை நடத்திக்காட்டி கோவூர் அனைவரையும் வியப்பில் ஆழ்த்தினார்.

எதுவேனும் தெய்வீக ஆற்றல் உண்டு என்று நிரூபிக் கின்றவர்களுக்கு ரூபாய் ஒரு இலட்சம் வழங்குவதான அறை கூவலுடன் இந்தப் பயணங்கள் தொடங்கின. மதுரை மடாதி பதிகள், பண்டாரிமலை சுவாமிகள், சாயிபாபா, என். எஸ். ராவ் முதலிய பிரமுகர்கள் அனைவரும் கோவூரின் பயணத்தால் வெலவெலத்துப் போனார்கள். இந்தப் பயணத்தினிடையில் சத்ய சாயிபாபாவின் புட்டபர்த்தியிலுள்ள ஆசிரமம் வரை கோவூரும் உடன் சென்றவர்களும் சென்றார்கள். புட்டபர்த்திக்கு அருகி லுள்ள அனந்தபூரில் நடைபெற்ற மாநாட்டில், மறுநாள் பிரசாந்தி நிலையத்துக்குச் சென்று சாயிபாபாவை சந்திப்பதாக கோவூர் அறிவித்தார். 1976 டிசம்பர் முதல் நாள் தான் கூறியது போலவே பிரசாந்தி நிலையத்துக்குச் சென்றார் கோவூர். ஆனால், கோவூர் வருவதை அறிந்த சாயிபாபா இரவிலேயே பெங்களூருக்குச் சென்றுவிட்டார். கோவூரும் அவருடன் சென்றவர்களும் பெங்களூர் சென்று ஒயிட் பீல்டிலுள்ள சாயிபாபாவின் வீட்டுக்குச் சென்றனர். கோவூர் வந்திருக்கின்றார் என்றும் சந்திக்க ஆவலாக இருக்கின்றார் என்றும் சொல்லி அனுப்பியதும், கோவூரைச் சந்திக்க விருப்பம் இல்லை என்றும் சாயிபாபாவின் முற்றத்துக் குள் நுழைந்தால் அத்து மீறி நுழைந்ததற்காக வழக்குத் தொடுப்போம் என்றும் சாயிபாபா சொல்லி அனுப்பினார். ஒயிட் பீல்டு ஆசிரமத்துக்கு முன்னால் சாலை யோரத்தில் குழுமிய பொதுமக்களிடம் சாயி பாபாவின் மோசடிகளைப் பற்றி உரையாற்றிய பிறகு அவரும் அவருடன் சென்றவர்களும்

திரும்பினார்கள். திருவனந்தபுரத்தில் நடைபெற்ற மாநாட்டில் பங்கு பெற்றுவிட்டு கோவூர் 1976 டிசம்பர் ஆரம்பத்தில் இலங்கைக்குச் சென்றார். பிறகு அவர் இந்தியாவுக்கு வரவே இல்லை.

கோவூரின் துணைவியார் குஞ்ஞும்மை வெறும் இல்லத்தரசியாக மட்டும் இருக்கவில்லை. துணைவருடன் அவர் பகுத்தறிவுப் பிரச்சாரத்தில் மூழ்கியிருந்தார். அனைத்து பயணங்களிலும் செயலாளர் என்ற நிலையில் அவர் கோவூரைப் பின்தொடர்ந்தார். மிக மகிழ்ச்சியாக இருந்தது அவர்களுடைய குடும்ப வாழ்க்கை. மெலிந்த உடலமைப்புக் கொண்டிருந்த போதிலும் நல்ல உடல் நலத்துடன் அவர் திகழ்ந்தார். 1973 இல் திடீரென்று அவர் நோய்வாய்ப்பட்டார். கொழும்பு பொது மருத்துவமனையில் பரிசோதனை செய்து பார்த்த பொழுதுதான் அவருடைய சுவாசக் குழாய் புற்று நோயால் பாதிக்கப்பட்டிருப்பது தெரிய வந்தது. அறுவை சிகிச்சையைத் தவிர வேறு வழியில்லை. அதனால் பயன் விளையுமா என்பதும் அய்யத்திற்கிடமாகவே இருந்தது. அறுவை சிகிச்சை நடைபெறுவதற்கு முன்பே அவர் உயில் எழுதினார். தான் மரணமடைந்தால் உடலை மருத்துவக் கல்லூரியில் ஒப்படைக்க வேண்டும் என்பது மட்டுமே அவரது வேண்டுகோளாக இருந்தது.

ஆனால், அறுவை சிகிச்சையின் போது குஞ்ஞும்மை மரணம் அடையவில்லை. ஓர் ஆண்டுகூட அவர் உயிர் வாழ்ந்தார். 1974 டிசம்பரில் இந்தியாவுக்கு வரவேண்டும் என்று கோவூரும் குஞ்ஞும்மையும் திட்டமிட்டிருந்தனர். ஆனால், அந்தத் திட்டம் நிறைவேறவில்லை. டிசம்பர் 14 ஆம் நாள் அவர் காலமானார். மறுநாள் அவரது உடலை கொழும்பு மருத்துவக் கல்லூரிக்கு வழங்கினார் கோவூர். மருத்துவக் கல்லூரியின் உடற்கூறு இயல் பேராசிரியர் டாக்டர் ஜெயவர்த்தனாவும் பிற பேராசிரியர்களும் ஏராளமான மாணவர்களும் உடலைப் பெற்றுக் கொள்வதற்காக வந்திருந்தனர். தன் விருப்பப்படி ஒருவர் மரணத்திற்குப் பின்பு தமது உடலை மருத்துவக் கல்லூரிக்கு வழங்க வேண்டும் என்று சொன்னது இலங்கை வரலாற்றில் இதுதான் முதல் சம்பவம் என பேராசிரியர் ஜெயவர்த்தனா, உடலை வாங்கும்பொழுது ஆற்றிய உரையின்போது குறிப்பிட்டார்.

குஞ்ஞும்மையின் மரணத்திற்குப் பின்பு சோர்வடைந்து உட்கார்ந்துவிட கோவூரால் முடியவில்லை. அவர் தன் பகுத்தறிவுப் பணிகளைத் தொடர்ந்தார். 1975 லும் 1976 லும்

தெய்வீக மறுப்பு பிரச்சார நிகழ்ச்சிகளுக்காக அவர் இந்தியாவுக்கு வந்ததை நாமறிவோம்.

நூற்றுக்கணக்கான மனநோயாளிகளின் நோய்களைக் குணமாக்கிய கோவூர் இதய நோயாலும் விரை வீக்கத்தாலும் அல்லல்பட்டார். இந்தச் சூழலில்தான் 1978 இல் சிறுநீரகப் புற்றுநோயால் பாதிக்கப்பட்டார். இந்த நேரத்தில் அவர் எழுதிய ஒரு கட்டுரை பகுத்தறிவாளர் ஒருவர் மரணத்தை எவ்வாறு அணுகுகின்றார் என்பதைத் தெளிவுபடுத்துகின்றது:

"மரணத்தைச் சுட்டிக்காட்டி மனிதர்களை அச்சுறுத்த மதப் பரப்புநர்கள் எல்லா காலங்களிலும் முயன்று வருகின்றனர். மரணத்திற்குப் பின்னருள்ள வாழ்க்கையில் ஏற்படக்கூடிய சுகபோகங்களையும் தண்டனைகளையும் எடுத்துக் காட்டித்தான் புரோகிதர்கள் சாமானிய மக்களை வஞ்சிக்கின்றனர். கோயில் களுக்கும் புரோகிதர்களுக்கும் பணம் கொடுத்தால் சொர்க்கத்துக் குச் செல்லலாம் என சாமானிய மக்கள் கருதுகின்றனர். மத மறுப்பாளர்களுக்கும் பகுத்தறிவாளர்களுக்கும் நித்திய நரகம் கிடைக்கும் என்பதுதான் அவர்களுடைய பிரச்சாரம்.

"மரணத்திற்குப் பின் நமது உடல் அழுகி இயற்கையோடு ஒன்றிவிடும் என்பது எல்லோருக்கும் தெரிந்ததுதான். அதை பக்தர்களாலும் மறுக்க முடியவில்லை. ஆனால், மரணத்திற்குப் பின்பும் வாழுகின்ற ஓர் ஆத்மா ஒவ்வொருவருக்கும் உண்டு என்று அவர்கள் கூறுகின்றனர். இந்த ஆத்மா உடலை விட்டுச் செல்வது தான் மரணம் என்பது அவர்களுடைய வாதம். உயிர், மனம் ஆகியவற்றைப் பற்றிய அறியாமை தான் இந்த நம்பிக்கைக்குக் காரணம்.

"உயிரியல் கொள்கைப்படி பார்த்தால் உயிருள்ள பொருள் களில் ஆக்சிஜன் நடத்துகின்ற உணர்வுபூர்வமல்லாத இயக்கத்தி லிருந்து உற்பத்தியாகின்ற ஆற்றல்தான் உயிர். அந்த உயிரின் ஆற்றல் மய்யம் உயிரணுக்களிலுள்ள திரவ தந்துகிகள் தான். இந்த உயிரணு திரவ தந்துகிகளும் உயிரணு திரவத்திலுள்ள பல என்சைம்களும் உணவிலிருந்து கிடைக்கின்ற குளுக்கோஸ், கொழுப்பு ஆகியவற்றிலிருந்து சுவாசம் மூலமாக தனிவகையான ஆற்றலைப் பிரித்தெடுக்கின்றன. தசை நார்களின் சலனம், நாடித்துடிப்பு போன்ற எல்லா பணிகளும் நடப்பதற்குத் தேவை யான ஆற்றலை அளிக்கின்ற அடெனோசில் ட்ரிபோஸ்பேட் இவ்வாறுதான் உற்பத்திச் செய்யப்படுகின்றது.

"சுவாசம் மூலமாக உயிர் நிரந்தரமாக உற்பத்திச் செய்யப் பட்டுக் கொண்டிருக்கின்றது. அதற்கு புரோட்டோ பிளாசம், சத்துணவு (எரி பொருள்), ஆக்சிஜன் ஆகிய மூன்றும் தேவை. ஓர் எரிபொருள் எரிவதிலிருந்து எந்த விதத்திலும் வேறுபட்டதல்ல சுவாசம். மெழுகுவர்த்தி ஓர் எரிபொருள் அல்லவா. அது எரியும் பொழுது கார்பன்டை ஆக்சைடும் எனர்ஜியும் ஒளி – வெப்பம் வடிவில் உற்பத்திச் செய்யப்படு கின்றது. அதைப்போலவே உயிருள்ள பொருளில் சுவாசம் மூலமாக மெதுவாக நடைபெறு கின்ற கிரியைகளின் விளைவாக கார்பன்டை ஆக்சைடும் எனர்ஜியும் உயிர் வடிவில் நிரந்தரமாக உற்பத்திச் செய்யப்பட்டுக் கொண்டு இருக்கின்றன. சுவாசம் மூலமாக இங்கே நடை பெறுகின்ற கிரியை மெதுவாக நடை பெறுவதால் புரோட்டோ பிளாசம் எரிந்து போகாமல் பாதுகாக்கப்படுகின்றது.

"ஒரு மெழுகுவர்த்தியின் மூலக்கூறு (ஹைட்ரோ கார்பன்) தனியாகப் பிரிந்து செல்வதற்கு முன்பென்றால் அணைந்துவிட்ட திரியை மீண்டும் ஏற்றலாம். அதைப்போலவே இறந்துவிட்ட ஓர் உயிரினத்தின் புரோட்டோ பிளாசத்துக்கு அழிவு நேருவதற்கு முன்பு என்றால் மீண்டும் அதை உயிருடையதாக ஆக்கலாம். மெழுகுவர்த்தியை அணைக்கும் பொழுது தீ நாக்குகள் திரியிடம் விடைபெற்று கண்களுக்குப் புலனாகாமல் சஞ்சரிக்கின்றன என்றும் மீண்டும் தீயைக் கொளுத்தும்பொழுது அந்தத் தீ நாக்குகள் திரும்பி வருகின்றன என்றும் சொன்னால் அது சரியாக இருக்காது. அதைப்போன்றதுதான் உயிரைப் பற்றிய விசயமும். உயிர் உடலிலிருந்து விலகிச் செல்லவும் மீண்டும் வந்து சேரவும் செய்யக் கூடியது அல்ல. ஒவ்வொரு நிமிடமும் புதிய புதிய உயிர் உடலில் உருவாகிக் கொண்டே இருக்கின்றது.

"உயிரினங்களைக் குளிர வைத்துப் பாதுகாக்கவும், பல ஆண்டுகளுக்குப் பிறகு அவற்றுக்குப் புத்துயிர் ஊட்டவும் இன்று விஞ்ஞானிகளால் முடியும். அவ்வாறு இறந்துவிட்ட உடலுக்கு மீண்டும் உயிரூட்டும் பொழுது அதை விட்டுச் சென்ற ஆத்மா மீண்டும் திரும்பி வருகின்றது என்று கருதலாமா? புத்தாக்கம் பெறும் பொழுது உடல் மீண்டும் சுவாசிக்கத் தொடங்கும். அதன் விளைவாக புதிய உயிர் நிமிடந்தோறும் உருவாகவும் செய்கின்றது.

"சந்திரனுக்குச் சென்ற பயணிகள் உயிரின் உற்பத்திக்குத் தேவையான மூன்று பொருள்களையும் – புரோட்டோ பிளாசம், உணவு, ஆக்சிஜன் – தங்களுடன் எடுத்துச் சென்றனர். அவற்றில்

எதுவேனும் ஒன்று இல்லையென்றால் அவர்கள் அனைவரும் இறந்திருப்பார்கள். உடலின் மரணத்திற்குப் பிறகு ஒருவருடைய உயிர் எஞ்சி நிற்கின்றது என்று சொல்வது அறிவியலுக்கு புறம்பானதாகும். எரிவதற்கான எரிபொருள் இல்லாமல் தீ உண்டாகாதது போல உயிரும் உண்டாவதில்லை. மரணத்திற்குப் பின்னருள்ள வாழ்க்கையும் உடலில்லாத உயிரும் (ஆத்மா) வெறும் பொய்யே."

1978 செப்டம்பர் *18* ஆம் நாள் ஆபிரகாம் தாமஸ் கோவூர் காலமானார். கோவூர் முதலிலேயே சொல்லியிருந்தபடி இலங்கை பகுத்தறிவாளர் சங்கத்தினரும் பிற நண்பர்களும் மருத்துவக் கல்லூரி அதிகாரிகளுக்கு விவரத்தை அறிவித்தனர். அவருடைய கண்களை கண் வங்கி அதிகாரிகள் உடனே தனியாகப் பிரித் தெடுத்தனர். சென்னையிலுள்ள இருவருக்கு (ஏழு வயது அனந்தகிருஷ்ணனும் இருபத்து இரண்டு வயது வெங்கட்ட ராமனும்தான் அவர்கள்) அவை பொருத்தப்பட்டன.

கண்கள் நீக்கப்பட்ட உடலை கொழும்பு மருத்துவக் கல்லூரி ஆய்வுக்காகப் பெற்றுக் கொண்டனர். மாணவர்களுடைய பயன்பாட்டுக்குப் பிறகு அவருடைய எலும்புக்கூடு கொழும்பு தேழ்ஸ்ட்டன் கல்லூரி ஆய்வகத்துக்கு வழங்கப்பட்டது.

தன்னுடைய இறந்த உடல்கூட மனிதனுக்குப் பயன்பட வேண்டும் என்ற விருப்பம் உடையவர்தான் கோவூர்.

அறிவியலாளரும் அறிஞரும் பகுத்தறிவாளருமான ஏ.டி. கோவூர் அதிகமாக எழுதவில்லை. எழுதியவையும் நூல் வடிவில் கொண்டு வர வேண்டும் என்ற நோக்கத்தில் எழுதப்பட்டவை அல்ல. பிற்காலத்தில் கோவூரின் கட்டுரைகள் நூல் வடிவில் தமிழ், ஆங்கிலம், மலையாளம் மொழிகளில் வெளிவந்தன. தமிழில் மிகக் குறைவாகவே கோவூரின் கட்டுரைகள் நூல் வடிவில் வெளிவந்திருக்கின்றன. அந்தக் குறையைப் போக்கும் வகையில் 'அலைகள் வெளியீட்டகம்' இன்று அனைத்துக் கட்டுரைகளையும் வெளியிட முன்வந்திருக்கின்றது.

என்னுடைய குழந்தைப் பருவத்தில் தந்தை பெரியாரால் 'கடவுள் இல்லை' என்பதைப் புரிந்து கொண்ட நான், 'ஆவி, பேய் பிசாசுகள் இல்லை, மந்திரவாதம் மோசடி வேலை' என்பதை பேராசிரியர் கோவூரின் கட்டுரைகள் மூலம்தான் அறிந்தேன்.

குழந்தைப் பருவத்தில் 'ராணி' வார இதழில் நான் படித்த கட்டுரைகள் அன்றே என் சிந்தனையைத் தூண்டிவிட்டன.

புகழ்பெற்ற பகுத்தறிவாளரான திரு. ஜோசப் இடமருகு, கோவூரின் கட்டுரைகள் மலையாள மொழியில் நூல் வடிவில் வெளிவர முழு முயற்சி எடுத்து வெற்றியும் கண்டார். கோவூருடைய சில கட்டுரைகளை மட்டும் திராவிடர் கழகம் நூல் வடிவில் வெளியிட்டது. என் படைப்பில் உருவான கோவூரின் வாழ்க்கை வரலாறை குறுநூலாக திருச்சியைச் சேர்ந்த திரு. பி. இரெ. அரசெழிலன் அவர்கள் 2008 ஆம் ஆண்டில் வெளி யிட்டார்.

இன்று கோவூரின் கட்டுரைகள் அனைத்தையும் நூல் வடிவில் வெளியிட முன்வந்திருக்கின்றார் அலைகள் வெளியீட்டக உரிமையாளரான திரு. பெ. நா. சிவம் அவர்கள். அவருக்கு என்னுடைய பாராட்டுகளையும் நன்றியையும் தெரிவித்துக் கொள்கின்றேன்.

— த. அமலா

பொருளடக்கம்

1. மதங்கள் அழிகின்றன! — 27
2. இழுத்தால் நீளுகின்ற சட்டங்கள்! — 31
3. கடவுள் ஒரு பழைய கற்பனையே! — 34
4. நரபலிகளின் கதை — 36
5. நேப்பாளத்தில் பெண் வழிபாடு — 40
6. கிறித்தவர்களும் நிர்வாணமும் — 43
7. கிறித்தவனுக்கு எப்படி நல்லவனாக ஆக முடியும்? — 45
8. நல்வழியின் தோற்றமும் மதங்களும் — 47
9. புனித மாரிஜுவானாவும் புதிய மதமும் — 49
10. காச நோய்க்குப் புதிய மருந்து — 51
11. அகிம்சையும் மரண தண்டனையும் — 53
12. மயக்கும் மதங்கள் — 55
13. சிலுவை அடையாளம் கொண்ட நண்டு — 57
14. இலங்கையும் புத்த மதமும் — 59
15. நாத்திகம் பேசும் வைதீகர்கள் — 68
16. மதங்களின் உயர்மட்ட மாநாடு — 71
17. பாதுகாப்புக் காலம் வரவழைத்த வினை — 74
18. பகவான்களும் பகவதிகளும் — 81
19. சத்ய சாயிபாபா — 82
20. பண்டரிமலை சுவாமிகள் — 102
21. ஓர் இலங்கை பகவான் — 108
22. யூரி கெல்லர் — 111
23. நீலகண்ட பாபா — 115

24. திருப்ரயார் யோகினி	119
25. ஒரு கடவுளின் மரணம்	121
26. பக்தர்களுக்கு லூர்து போப்பாண்டவருக்கு மருத்துவர்	123
27. ஸ்ரீ வள்ளியின் அவதாரம்	130
28. ஸ்ரீ சிவயோகி பாலமகாராஜ்	134
29. பாண்டவபுரம் அற்புதச் சிறுவன்	136
30. பிரத்யட்சரக்ஷா தெய்வ சபையின் புதிய தெய்வம்	140
31. புதிய மத நிறுவனர்	142
32. தாதாஜி	144
33. நபியின் புனித முடி	145
34. தெரீசா நியூமான்	148
35. மும்மூர்த்திகளின் அவதாரம்	152
36. உத்தரப்பிரதேச ஸ்ரீ கிருஷ்ணன்	153
37. மதுரை மடாதிபதிகள்	155
38. பகுத்தறிவு வாதம்	159
39. மதம், மது, மனநோய்கள்	166
40. மனதின் பரிணாமம்	172
41. யோகமும் ராஜயோகமும்	178
42. பகுத்தறிவாளர்களின் வாழ்க்கை இலட்சியம்	181
43. மதத்தின் சேவை	185
44. பைபிளின் ஆதியாகமக் கதை	187
45. நம்பிக்கைத் துரோகம் இழைக்கின்ற மனைவியர்	191
46. தேவதூதன் கபிரியேலுக்குப் புதிய வேலை	192
47. பிரபஞ்சமும் பைபிளும்	193
48. சொர்க்க ராஜ்ய இன்சூரன்ஸ்	197
49. மதமும் குடும்பக் கட்டுப்பாடும்	199
50. விகாரி ஜெனரலின் மகன்	202
51. மல்யுத்த வீரனின் கடவுள்	205

52. ஆபத்தான மத நூல்	206
53. அடிமை முறை	211
54. பைபிளும் சமூகச் சிந்தனையும்	215
55. கிறித்துவின் அன்னை கன்னிகையா?	223
56. பரிணாம வாதமும் புரோகிதர்களும்	224
57. கடவுளை வென்ற பெண்கள்	226
58. லும்பா மதம்	229
59. மூடநம்பிக்கையாளரின் வினாக்களுக்கு விடைகள்	231
60. மதம் - சன்மார்க்கத்தின் எதிரி	240
61. பைபிள் முரண்பாடுகள்	243
62. பைபிளில் நர மாமிச உணவு	246
63. தீமையின் உறைவிடமான தெய்வம்	247
64. மோசே வரலாற்று மாந்தரா?	250
65. சமாதானத்தின் தூதன்	257
66. தெய்வத்தின் அமைச்சர்கள்	258
67. புனிதப் பசு	262
68. மரணத்திற்குப் பின் தந்தை ஆனவர்!	265
69. மனசாட்சியும் மதமும்	269
70. குருவாயூரப்பனின் அவலநிலை	271
71. முதுமைக்கு எதிரான போராட்டம்	273
72. மத நாகரிகம்	275
73. கிறித்தவ மதத்தைப் புறக்கணித்தப் பேராயர்	278
74. நன்மை செய்ய கடவுள் உதவி எதற்காக?	283
75. முழுமையடையாத விஞ்ஞானம்	285
76. அனைத்தையும் ஆளுகின்ற தெய்வம்!	288
77. கிரகணமும் வெடிச்சத்தமும்	290
78. கடந்து சென்ற உலக அழிவு	291
79. புனித சில்வாவின் புனித சுவிசேஷம்	294

80. மதமும் பாலியல் உறவும்	298
81. கடவுள் கற்பனை	300
82. நடிகரின் அறைகூவல்	307
83. இரத்தக் கலப்பால் மனித இனத்தை இணைத்தல்	321
84. மரணத்தைத் தழுவிய - தழுவப் போகின்ற சில தெய்வங்கள்	328
85. ஈசுவரனும் அல்லாஹ்வும்	346
86. கடவுள் ஹக்கிம்ஜமால்	348
87. தேவி ஆகின்றார் ராணி விக்டோரியா!	350
88. நோஸ்ரதாமசின் தீர்க்கதரிசனங்கள்	351
89. பெண்ணாக அவதரித்த கிருஷ்ணன்	354
90. வட இந்தியக் கிறித்தவர்கள்	355
91. நாத்திகப் புரட்சி	360
92. அவதார வாதம்	362
93. தெய்வீகப் பிறப்புகள்	364
94. பகுத்தறிவாளர்களும் அரசியலும்	371
95. மதமும் அறிவியலும்	374
96. கண்டக சனி	381
97. பொய்யாகிப்போன தீர்க்கதரிசனங்கள் மீறப்பட்ட வாக்குறுதிகள்	384
98. இலங்கையில் கிறிஸ்துவின் தலையிலுள்ள முள்	391
99. உயிரும் மனமும்	401
100. யாக்கோபாயர்களின் தரிசனக் கதை	406
101. கருணைக் கொலை	407
102. அழுகின்ற புனிதன்	409
103. புனிதர்களும் இத்தாலியும்	411
104. கர்த்தரின் அவதாரம்	412
105. பகுத்தறிவாளர் ஜவகர்லால் நேரு	414
106. மனைவியை விற்கின்றவர்கள்	417
107. அறைகூவல்களின் கதை	420

கடவுள், மதம் பற்றிய கட்டுக் கதைகளும்
காசு பறிக்கும் சாமியார்களும்

1

மதங்கள் அழிகின்றன!

மதங்களையும் மூட நம்பிக்கைகளையும் எதிர்ப்பதால் பயன் இல்லை என்றும் நாள்கள் செல்லச் செல்ல அவற்றின் ஆதிக்கம் அதிகரித்துக் கொண்டே வருகின்றது என்றும் பலரும் கூறுகின்றனர். இலங்கையிலுள்ள கட்டாரகம்மன் கோயிலிலும் கேரளத்திலுள்ள சபரிமலையிலும் ஆந்திராவிலுள்ள திருப்பதியிலும் கூடுகின்ற மக்களை அதற்கு எடுத்துக்காட்டாக அவர்கள் சுட்டிக் காட்டுகின்றனர்.

இந்த வாதங்களைக் கேட்கும்பொழுது வெள்ளை மனம் கொண்டவர்கள் பல நேரங்களிலும் தவறாக எண்ணிவிடுகின்றனர். ஆனால், உண்மை நிலைமை என்ன? உண்மைகளின் அடிப்படையில் இந்த வாதம் சரியானதுதானா என்று நாம் ஆராய்வோம்.

1973 இல் 'டைம்' வாரிகையில் வெளிவந்த ஓர் அறிக்கையை இங்கே கொடுக்கின்றேன்:

"பிரான்சில் இப்பொழுது கத்தோலிக்கப் புரோகிதர்களைப் பொறுத்தவரை பஞ்சம் ஏற்பட்டிருக்கின்றது. அங்கே சில தேவாலயங்களில் ஞாயிற்றுக் கிழமையன்று திருப்பலி நடத்துவதற்குப் புரோகிதர்கள் கிடைக்காததனால், பங்கு மக்கள் ஒன்றிணைந்து பிரார்த்தனைகளை நடத்திவிட்டுப் பிரிந்து செல்ல வேண்டிய அவல நிலை ஏற்பட்டிருக்கின்றது. ரோடிங்காம் கத்தோலிக்க தேவாலயத்தில் பங்கு மக்கள் ஞாயிற்றுக் கிழமையன்று ஒன்றுகூடி, பாடகர் குழு பக்திப் பாடல்களை வழக்கம்போலப் பாடி, புரோகிதர் இல்லாததனால் அதன் முடிவில் பாடகர் குழுவின் தலைவரான 28 வயது இளைஞன் ஒரு சிறிய பிரசங்கத்தை நிகழ்த்தினார். பிறகும் பாடல்களைப் பாடினார். அதற்குப் பிறகு பைபிளிலிருந்து சில வசனங்களை அவர் படித்தார். கடைசியாக 66 வயதான ஒரு விவசாயி முன்னே வந்தார்.

கடந்த வாரம் புரோகிதர் தயாராக்கி வைத்திருந்த 'ஓஸ்தி'யை (திருப்பலி அப்பத் துண்டுகள்) எடுத்து, திருப்பலி நிகழ்ச்சிக்கு வந்து முழங்காலில் நின்றவர்களுக்குப் பக்தியுடன் வாயில் ஊட்டிவிட்டு திருப்பலி நிகழ்ச்சியை முடித்து வைத்தார். ரோடிங்காமில் நடைபெற்றதைப் போலவேதான் கிராமப் புறங்களிலுள்ள பல தேவாலயங்களிலும் ஞாயிற்றுக் கிழமை ஆராதனை நடைபெறுகின்றது. ஞாயிற்றுக் கிழமை திருப்பலி நடத்த பாதிரியார்கள் இல்லாத தேவாலயங்கள் ஏராளமாக உள்ளன."

முற்காலத்தில் தேவைக்கு அதிகமான புரோகிதர்கள் இருந்த பிரான்சின் இன்றைய நிலைதான் இங்கே விவரிக்கப்பட்டிருக் கின்றது. 1965 இல் 40,000 கத்தோலிக்கப் புரோகிதர்கள் இருந்த பிரான்சின் அவலநிலையைப் பற்றி ஆலோசனை நடத்துவதற்காக மெத்ரான் ஒரு கூட்டத்தைக் கூட்டினார். ஞாயிற்றுக் கிழமையன்று திருப்பலி நடத்த புரோகிதர்கள் இல்லாத தேவாலயங்களில், பங்கு மக்கள் சேர்ந்து பிரார்த்தனை நடத்தி கலைந்து சென்றாலும் போதும் என்ற ஒரு தீர்மானத்தை நிறைவேற்றி அந்தக் கூட்டம் கலைந்தது. ஹோக்யுஞ்சனிலுள்ள தேவாலயத்தை புரோகிதர்கள் இல்லாததால் தற்சமயம் பூட்டிவிடலாம் என்று பேராயர்கள் முடிவெடுத்தனர். "மதத்தில் ஈடுபாடுள்ள உண்மையான விசுவாசி கள் குறைந்து வருவதே இதற்குக் காரணம்" என்று அபேகோ பர்ட் என்ற பாதிரியார் கூறுகின்றார். இப்பொழுது பாதிரியார்கள் இல்லாததனால் ஞாயிற்றுக்கிழமை திருப்பலி நடத்தாமல், மக்கள் பிரார்த்தனையை மட்டும் நடத்திவிட்டுச் செல்கின்ற எட்டுப் பங்கு தேவாலயங்கள் உள்ளன. இதே முறையில் ஞாயிற்றுக் கிழமை திருப்பலி நடத்தாத கத்தோலிக்க தேவாலயங்கள் ஆப்ரிக்காவிலும் கிழக்கு ஜெர்மனியிலும் ஏராளமாக உள்ளன.

இந்தியாவிலுள்ள ரோமன் கத்தோலிக்கப் பாதிரியார்களில் ஒருவரான எஸ். காப்பன், 1970 ஆகஸ்ட் 30 ஆம் நாள் வெளிவந்த 'மாத்ரு பூமி' வாரிகையில் எழுதிய ஒரு கட்டுரையில் இந்த உண்மையை வெளிப்படையாகவே ஒப்புக் கொள்வதைப் பாருங்கள்:

"கத்தோலிக்க சபை இன்று ஓர் இக்கட்டான கட்டத்தை எதிர் கொண்டிருக்கின்றது. இன்றுவரை சத்தியமானது என்றும் நித்திய மானது என்றும் கற்றுக் கொடுக்கப்பட்ட பலவும் இன்று வினாக் கணைகளுக்கு உள்ளாகின்றன. நூற்றுக்கணக்கான வைதீகர்கள்

(பாதிரியார்கள்) வைதீகப் பணியைத் துறந்து மணம் புரிந்து கொள்கின்றனர். 1963 க்கும் 1968 க்கும் இடையில் 7137 பாதிரியார்கள் திருமணம் செய்து கொள்ள அனுமதி கோரியதாக அங்கீகாரம் பெற்ற ஓர் அறிக்கையில் காணப்படுகின்றது. அவர்களில் 5652 பேருக்கு அனுமதியும் கிடைத்தது. அனுமதி பெற காத்திருக்காமல் திருமணம் செய்து கொள்கின்றவர்கள் இந்த அளவோ இதைவிட அதிகமாகவோ இருப்பார்கள். கன்னிகா ஸ்திரீகளுடைய கதையும் இதுதான். தவிரவும் பாதிரியார்கள் இல்லாததால் மடங்களும், வைதீக மாணவர்கள் இல்லாததால் செமினாரிகளும் பல இடங்களில் பூட்டப்பட்டிருக்கின்றன. மதச் சடங்குகளில் கலந்து கொள்கின்றவர்களுடைய எண்ணிக்கையும் கணிசமான அளவில் குறைந்திருப்பதைக் காணலாம். அய்ரோப் பாவைப் பொறுத்தவரை நகரவாசிகளான விசுவாசிகளில் ஏறத்தாழ பத்து விழுக்காட்டினர்தான் ஞாயிற்றுக் கிழமை திருப்பலியில் பங்குபெறுகின்றனர். இவர்களில் பெரும்பான்மையினரும் குழந்தைகளும் முதியவர்களும்தான். சிந்திக்கின்ற இளைய தலைமுறை சபையுடன் தொடர்புடைய வாழ்க்கையிலிருந்து விலகிச் செல்கின்றது."

இதற்குக் காரணம் என்ன? அந்தப் பாதிரியாரே அவருடைய கருத்தைப் பின்வருமாறு தெரிவிக்கின்றார்:

"கிறித்தவக் கலாச்சாரம் இன்று அழிந்து வருகின்றது. அப்படியல்ல, அழிந்துவிட்டது என்றே சொல்லலாம். இதற்குக் காரணம் பிரெஞ்சுப் புரட்சியும் தொழிற் புரட்சியும் விஞ்ஞான வளர்ச்சியும்தான். முதலில் மத ஆதிக்கத்தின் பிடி தளர்ந்தது அரசியலில்தான்; பிறகு மானுட முயற்சியின் பிற மண்டலங்க ளிலும் அதன்பிடி தளர்ந்தது. இவ்வாறு சமூகம் மதத்தைப் புறக்கணித்தது.... கிறித்தவக் குடும்பத்தில் பிறந்ததனால் ஒருவன் கிறித்தவனாக வாழ்ந்தான்; இறந்தான். கூட்டத்தோடு சேர்ந்து அதன் மூலங்களை ஏற்று, பாரம்பரியத்தின் ஓட்டத்தில் சிக்கி வாழ்வைப் போக்கினான். மத பாரம்பரியத்தைத் தடுப்பவனை சமூகம் தள்ளி வைத்தது. இன்று இந்த நிலைமை முழுமையாக மாறிவிட்டது. தொழில் வளர்ச்சி, நாகரிக வளர்ச்சி, விஞ்ஞான வளர்ச்சி ஆகியவற்றின் பேரிடியை ஏற்று பழைய சமூக நிலைமை தகர்ந்து தரைமட்டமானது. இதனுடன் சமூகம் தனி மனிதர்களின் மதசம்பந்தமான வாழ்க்கையில் செலுத்திவந்த ஆதிக்கமும் தரைமட்டமானது. அவ்வாறு தனிமனிதன் மத பாரம்பரியத்தின் கட்டுப்பாட்டிலிருந்து விடுதலை பெற்றான்.

அதுமட்டுமல்ல, மதமற்றவனுக்கும் நாத்திகனுக்கும் சமூகத்தில் இடம் உண்டு என்ற நிலையும் ஏற்பட்டது. சமூகம் அளித்த நெருக்கடி குறைந்ததும் மதச் சடங்குகளில் கலந்து கொள்பவர்களுடைய எண்ணிக்கையும் குறைந்தது." (ஃபாதர் எஸ். காப்பன், 'மாத்ரு பூமி' வாரிகை, 1970 ஆகஸ்ட் 30).

இந்த நிலைமை உருவானது கத்தோலிக்க சபையின் விசயத்தில் மட்டுமல்ல. அய்ரோப்பாவிலும் அமெரிக்காவிலும் உள்ள புரோட்டஸ்டன்ட் சபைகளின் நிலைமையும் இதுதான். இஸ்லாம் மதம், இந்து மதம் ஆகியவற்றின் நிலைமையும் இதைவிட மாறுபட்டதல்ல. முஸ்லீம் நாடுகளில் முன்பு எந்தவிதமான சுதந்திர சிந்தனையும் அனுமதிக்கப்படவில்லை. ஆனால், இன்று மவுலவிகளையும் குர் ஆனையும் ஹதீசுகளையும் புறக்கணிக்கின்ற ஒரு புதிய தலைமுறை அங்கே வளர்ந்து வந்திருக்கின்றது. இலங்கையிலிருந்து வெளிவரும் 'டெய்லி மிரர்' பத்திரிகையில் 1970 இல் வெளிவந்த ஓர் இதழில் முஸ்லீம் அறிஞரான ஹமிமுத்தீன் எழுதிய ஒரு கட்டுரையின் சில பகுதிகளைப் பாருங்கள்:

"ஏறத்தாழ ஒரு மாதம் அரேபியா, ஈரான், ஈராக், பெர்சியன் கல்ப் ஆகிய நாடுகளில் நான் சுற்றுப் பயணம் செய்தேன். சிரியா, லெபனான், மொராக்கோ முதலிய முஸ்லீம் நாடுகளுக்குச் செல்லும் வாய்ப்பும் எனக்குக் கிடைத்தது. அங்கேயெல்லாம் இஸ்லாம் அரசு மதமாக இருந்த போதிலும் மத சம்பந்தமான காரியங்களில் பருவ வயதினர் உற்சாகம் இழந்தே காணப்பட்டனர். இளைஞர்களில் பலருக்கும் மத ஆச்சாரங்கள் தொல்லையாகவே தெரிகின்றது. மசூதிக்குச் செல்லாமல் இருக்கின்ற இளைஞர்கள் நகரங்களில் அதிகரித்து வருகின்றனர். நகரப் பகுதிகளில் கடவுள் மறுப்புக் கொள்கை பரவி வருகின்றது."

இந்து மதத்திற்கு கடந்த அய்ம்பது ஆண்டுகளில் ஏற்பட்ட வீழ்ச்சி முதியவர்களுடைய நினைவில் பதிந்திருக்கும். பிராமணர்கள் என்று அழைக்கப்படுகின்ற புரோகிதர்களல்லவா அந்த மதத்தைச் செலுத்திக் கொண்டிருந்தார்கள். என்னுடைய சிறுவயதில் அவர்களுக்கு சமூகத்தில் இருந்த இடம் இன்னும் என் நினைவில் இருக்கின்றது. அவர்கள் சமூகத்தின் மிக உயர்வான இடத்தில் இருந்தார்கள். அவர்களுக்கு அருகில் செல்வதற்குக்கூட சாமானிய மக்களுக்கு உரிமை இருக்கவில்லை. சாதி முறையில் கட்டப்பட்டிருந்த இந்து மதத்திற்கு கத்தோலிக்க மதத்தை விட

அதிகமான சோர்வு ஏற்பட்டு விட்டது. புத்த மதம், ஷின்டோ மதம் ஆகியவற்றின் கதையும் இதைவிட வித்தியாசமானதல்ல.

சபரிமலையிலும் கட்டாரகம்மன் கோயிலிலும் திருப்பதி யிலும் பெருங்கூட்டம் கூடுகின்ற பொழுது, கிராமப் புறங்களி லுள்ள கோயில்களில் தினசரி வருவோரின் எண்ணிக்கை குறைந்து கொண்டே வருவதைக் காணலாம். பயணம் செய்யும் வசதிகள் அதிகரித்ததாலும் பொழுதுபோக்கு மனநிலை அதிகரித்ததாலும் விரதமோ பக்தியோ எதுவும் இல்லாமல் வெறும் சுற்றுலா செல்லும் மனநிலையில்தான் இந்த இடங்களில் மக்கள் கூடுகின்றனர். அந்த இடங்களிலுள்ள மதுபானக் கடைகளில் விழாக் காலங்களில் அதிக வருமானம் கிடைக்கின்றது என்பதையும் நாம் கவனத்தில் கொள்ள வேண்டும்.

2
இழுத்தால் நீளுகின்ற சட்டங்கள்!

மதங்கள் பக்தர்களின் மீது பல தடைகளையும் திணிப்பது உண்டு. சில சட்டங்களைக் கடைபிடிக்கும்படி அது ஆதரவாளர் களைக் கட்டாயப்படுத்தும். அவற்றுக்கு எதிராகப் பேசுபவர்கள் மீது வன்முறைகளைக் கட்டவிழ்த்துவிட அவர்கள் தயங்கியது இல்லை. ஆனால், காலம் மாறுவதையும், மக்கள் பொதுவாக எதுவேனும் சட்டங்களை மீறி நடப்பதையும் பார்க்கும் பொழுது, மக்களின் வசதிக்கேற்ப சட்டத்தை உருவாக்கவும் மதங்கள் தயாராகின்றன. அதற்கான மிகச் சிறந்த எடுத்துக்காட்டுதான் கிறித்தவர்களுடைய நோன்பு - அதாவது விரதம்.

என்னுடைய சிறு வயதில் கேரளத்திலுள்ள சுரியானி கிறித்தவர்களில் பலரும் ஒவ்வோர் ஆண்டிலும் பல நோன்புகளை நோற்றனர். எட்டு நோன்பு, இருபத்தைந்து நோன்பு, அய்ம்பது நோன்பு, மூன்று நோன்பு ஆகியவற்றை கட்டாயமாகக் கடைபிடித்தனர். இந்த நோன்புகள் அனைத்தும் சேர்ந்து 86 நாள்கள் வரும். இந்த நாள்களில் இறைச்சி, மீன், மது ஆகியவற்றை உண்ணவோ, கணவன்-மனைவி தாம்பத்திய உறவு கொள்ளவோ செய்யக் கூடாது என்பது சட்டம். இது தவிர, வெள்ளிக் கிழமைகளிலும் இறைச்சியோ மீனோ உண்ணக் கூடாது என்ற சட்டமும் இருந்தது. ஞாயிற்றுக்கிழமைதோறும் தேவாலயத்

துக்குச் செல்ல வேண்டும் என்பதால் ஆண்டுக்கு 52 நாள்கள் அதற்காக தாம்பத்திய உறவைத் தவிர்க்க வேண்டும். அவ்வாறு 365 நாள்களில் 138 நாள்கள் தாம்பத்திய தடையையும் அத்தனை நாள்கள் உணவில் தடையையும் அன்று பலரும் கடுமையாகக் கடைபிடித்தனர். ஆனால், காலம் செல்லச் செல்ல மக்கள் அவற்றை மீறத் தொடங்கினர். அந்த நிலையில் சபைத்தலைவர் கள் சட்டங்களை ஒவ்வொன்றாக மாற்றினர்.

26-10-1966 இல் 'டைம்ஸ் ஆஃப் சிலோண்' பத்திரிகையில் வெளி வந்த ஒரு செய்தியை இங்கே கொடுக்கின்றேன்:

"இன்று முதல் நடைமுறைக்கு வருகின்ற சபை விதிமுறையின் படி இலங்கையிலுள்ள ரோமன் கத்தோலிக்கர் களுக்கு வெள்ளிக் கிழமையன்று இறைச்சி பயன்படுத்தக்கூடாது என்பது கட்டாயம் அல்ல என்ற நிலை ஏற்பட்டிருக்கின்றது."

நவீன விஞ்ஞானத்தினுடையவும் மாறி வருகின்ற நிலைமைகளுடையவும் வெளிச்சத்தில் ரோமன் கத்தோலிக்க சபை அதன் அழுகிய சட்டங்களில் சிலவற்றுக்கு மாற்றம் கொண்டுவர தயாராவது மகிழ்ச்சியான – உற்சாகப்படுத்த வேண்டிய விசயம்தான். விசுவாசிகளான குட்டி ஆடுகளை ரிதம் முறை (மாதவிடாய் சுழற்சி முறை)யில் அல்லாமல் வேறு குடும்பக் கட்டுப்பாட்டு முறைகளைப் பயன்படுத்த தாமத மில்லாமல் அனுமதிக்க வேண்டும் என்று நாங்கள் தைரியமாக வேண்டுகோள் விடுக்கின்றோம்.

கடந்த காலங்களில் சபையின் சட்டங்களை மீறி பாவம் செய்ததனால் நரகத்தில் வீழ்ந்த பல கத்தோலிக்கர்களை நினைந்து நாங்கள் இரக்கப்படுகின்றோம். அந்த பரிதாபத்துக் குரியவர் களுக்குப் பொது பாவமன்னிப்பு வழங்கி அவர்களை சொர்க்கத் துக்கு அனுப்புவீர்களா?

மடத்தனம் நிறைந்த இத்தகைய நம்பிக்கைகளும் சட்டங்களும் கிறித்தவர்களுக்கு மட்டுமே உரியதல்ல. இலங்கை யிலுள்ள புத்த மதத்தினர் 1976 இல் கொழும்பு நகராட்சியிடம் கொடுத்த ஒரு விண்ணப்பத்தைப் பற்றிய செய்தியைப் பாருங்கள்:

"நகராட்சி அங்காடிகளிலும் நகரத்தில் அனுமதி வழங்கப்பட் டுள்ள கோழி இறைச்சி விற்பனைக் கடைகளிலும் 'போய' நாள்களில் (இலங்கையில் கொண்டாடப்படும் விழா) கோழிகளைக் கொல்வதை தடை செய்ய வேண்டும் என்று பல புத்தமதச் சங்கங்கள் கொழும்பு நகராட்சி நிர்வாகத்திடம்

வேண்டுகோள் விடுத்திருக்கின்றன. 'போய' நாள்களில் நகரத்தில் மாடுகளையும் ஆடுகளையும் பன்றிகளையும் கொல்வதற்கு நகராட்சி நிர்வாகம் தடை விதித்திருந்த போதிலும், அந்த நாள்களில் பல கோழிகள் கொல்லப்படுவதனால் அகிம்சா லட்சியம் மீறப்படுகின்றது என்று புத்தமதச் சங்கங்கள் சுட்டிக் காட்டியிருக்கின்றன." ('டைம்ஸ் ஆஃப் சிலோன்', 26-10-1976).

அழிவற்ற பிரபஞ்சத்தில் சந்திரனைப் போன்ற துச்சமான ஒரு துணை கிரகத்தினுடைய சூரிய ஒளியால் ஒளி வீசுகின்ற பகுதி பார்வைக்குத் தெரிகின்ற அளவுக்கேற்ப இம்சை பாவத்தின் அளவு எவ்வாறு கூடவோ குறையவோ செய்கின்றது என்பதைப் புரிந்துகொள்ள எங்களால் முடியவில்லை. விலங்குகளைக் கொல்வது 'போய' நாள்களில் மட்டும்தான் பாவம் ஆகுமா?

இந்தியாவிலுள்ள மத வெறியர்கள் பசுவின் உயிரைப் பாது காக்கத் துடிக்கும்பொழுது, இலங்கையிலுள்ள மத வெறியர்கள் மனிதர்களுடைய உயிரையும் பாதுகாக்கத் துடிக்கின்றார்களோ என்று எண்ணத் தோன்றுகின்றது.

அகிம்சை அதன் முழு வடிவில் கடைபிடிக்கப்படுகின்ற உலகிலுள்ள ஒரே நாடாக இலங்கை மிளிரும் வகையில் எல்லாவகை உயிரையும் எந்த நாளிலும் வதைப்பதை தடை செய்யும்படி கட்டாயப்படுத்த வேண்டும் என்று நாங்கள் இந்த புத்தமதச் சங்கங்களிடம் வலிமையாக வேண்டுகின்றோம். உயிருள்ள விலங்குகளையோ தாவரங்களையோ எவரும் கொல்லவோ உண்ணவோ செய்யக் கூடாது. கிருமி நாசினிகள் போன்றவற்றை தடை செய்ய வேண்டும். குழாய் நீரில் குளோரின் கலப்பதையும், அறுவை சிகிச்சைக் கருவிகள், நோய்க் கிருமிகள் ஒழிப்பதையும், பாலை சூடாக்குவதையும் தடை செய்ய வேண்டும். தெகிவாலா உயிரியல் பூங்காவிலுள்ள மாமிசம் உண்ணும் விலங்குகளுக்கு வைக்கோலைக் கொடுக்க வேண்டும். கொல்லப்படாமல் தானாகவே மரணமடைந்த விலங்குகளின் இறைச்சியையும் தாவரங்களையும் மட்டுமே இலங்கை மக்கள் உண்ண வேண்டும்.

அகிம்சைக் கொள்கையை நூறு விழுக்காடு கடைபிடித்தால் இரண்டு வாரங்களுக்குள் உலகிலுள்ள மனிதர்கள் அனைவரும் அழிந்து விடுவார்கள். இவர்களுடைய மடத்தனமான பேச்சைப் பற்றி சிந்தித்தால் வியப்பே மேலிடும்.

3

கடவுள் ஒரு பழைய கற்பனையே!

கிறித்துவின் சிலுவை மரணம், கர்த்தரான தெய்வத்தின் முன் புள்ள ஒரு 'பலி'யே என்று கிறித்தவ மதம் கற்றுத் தருகின்றது. அந்தப் பலியினால்தான் மனித இனத்தின் பாவம் தீர்ந்ததாக சிறுவயதில் நான் உறுதியாக நம்பினேன். அறிவியலைப் படிக்கத் துவங்கியதும் என்னுடைய நம்பிக்கை ஆட்டம் கண்டது. ஆய்வு நோக்கோடு அதைப் படிக்கத் தொடங்கிய பொழுது பைபிளி லுள்ள கடவுள் கற்பிதம் வெறும் பழமையான கற்பனையே என்பதை நான் தெரிந்து கொண்டேன். கொடுங்கோலனாகவும் ரத்த தாகம் கொண்டவனாகவும்தான் பைபிளில் கடவுளைச் சித்திரித் துள்ளனர். நிரபராதிகளான உயிரினங்களையும் மனிதர்களையும் பலியிட வேண்டும் என்று கர்த்தரே கட்டளையிட்டிருக்கின்றார்! ஆபிரகாம் என்ற யூத குல தந்தையின் ஒரே மகனைப் பலியிடும் படி ஒருமுறை கர்த்தர் அவரிடம் சொன்னதாக பைபிள் பழைய ஏற்பாட்டில் காணப்படுகின்றது (ஆதியாகமம், 22 ஆவது அத்தியாயம்). மிஸ்ரயீமின் மக்களுடைய மூத்த மகன்கள் அனைவரையும் கர்த்தரின் தூதன் கொன்றதாக இன்னொரு பகுதியில் (யாத்திராகமம், அத்தியாயம் 12) குறிப்பிடப் பட்டுள்ளது. தீயில் இறக்கி பகைவர்களைக் கொல்லுதல், பிரளயத்தின் மூலம் மனிதர்களை அழித்தல் ஆகியவற்றையும் யூதர்களின் கடவுளான யகோவா (கர்த்தர்) செய்தார்! அன்பு வடிவான ஒரே கடவுளைப் பற்றித்தான் கிறிஸ்து பிரசங்கம் செய்தார். கிறித்தவர்களோ, கிறிஸ்து உள்படவுள்ள மூன்று கடவுள்களைப் படைத்தனர். மகனான தெய்வத்தைப் பலியாக ஏற்றுக் கொண்டுதான் பிதாவான கர்த்தர் மனிதர்களின் பாவத்தைப் போக்கினார் (எனினும் மனிதர்கள் அனைவரும் பாபிகளே என்றுதான் புரோகிதர்கள் கூறுகின்றனர்)! இந்தக் கதைகள் அனைத்தும் பண்டைய மனிதனின் எண்ண ஓட்டத்திலிருந்து உருவானவையே என்பதைப் புரிந்து கொண்ட நான், பிற மதங்களுடைய கடவுள் கற்பிதங்களைப் பற்றியும் ஆராய்ந்தேன். பிற கடவுள்களும் பலியிலும் பூசையிலும் மகிழ்ச்சியடைபவர்கள் தான். எல்லா இந்துக்களும் ஏற்றுக் கொள்ளக்கூடிய ஒரு கடவுள்

அவர்களுக்கு இல்லை. சில இந்துக்கள் சைவ வழிபாடு செய் பவர்கள் என்றால், வேறு சிலர் விஷ்ணு பக்தர்களாக இருக் கின்றனர். விஷ்ணுவின் தொப்புள் கொடியில் முளைத்த தாமரையில்தான் பிரம்மா தோன்றினார் என்றும் அந்த பிரம்மாதான் உலகத்தைப் படைத்தார் என்றும் சிலர் கூறுகின்றனர். வேத காலத்தில் இந்திரன்தான் ஆரியர்களுடைய முக்கியமான தெய்வமாக இருந்தார். அன்று வருணனுக்கும் இந்திரனுக்கும் கடவுள்களின் கூட்டத்தில் உயர்ந்த இடம் இருந்தது. பகவதி, சாஸ்தா, சிவலிங்கம், யோனி ஆகியவற்றை வழிபடுகின்ற இந்துக்கள் இன்று இருக்கின்றனர். இந்தக் கடவுள்களில் சில ருடைய செக்ஸ் வாழ்க்கையின் ரகசியங்கள் வரை புராணங்களில் வருணிக்கப்பட்டுள்ளன. இவற்றையெல்லாம் பார்த்தவர்கள் யார்?

இதிகாசங்களிலும் புராணங்களிலும் வர்ணிக்கப்படுகின்ற கதைகள் அனைத்தும் வெறும் கற்பனையே என்றும், பரமாத்மா வான கடவுள் இவற்றுக்கெல்லாம் அப்பாற்பட்டவர் என்றும் சில சீர்திருத்த வாதிகள் வாதிடுகின்றனர். உலகைப் படைக்கவும் காக்கவும் செய்கின்ற சைதன்யம்தான் கடவுள் என்று அவர்கள் கூறுகின்றனர். அத்தகைய ஒரு படைப்பாளி இந்தப் பிரபஞ்சத்தில் உண்டு என்று கருத இன்றுவரை எந்த ஆதாரமும் கிடைக்க வில்லை. நிலநடுக்கம், வெள்ளப் பெருக்கு, புயல், எரிமலை வெடித்தல் ஆகியவற்றால் நிரபராதிகளான எத்தனையோ மக்கள் மடிகின்றனர்! நீதிமானான ஒரு கடவுளின் ஆளுகை இப்படியா இருப்பது? சத்தியம்தான் கடவுள் என்று வேறு சிலர் கூறு கின்றனர். சத்தியம் என்றால் என்ன? உண்மை (Fact) க்கும் சத்தியத்துக்கும் (Truth) இடையில் வேறுபாடு உண்டு. சத்தியத் துக்கு எல்லா காலங்களிலும் ஒரே பொருளே கொடுக்கப்பட வில்லை. இன்றைய சத்தியம் நாளை பொய்யாகவும் மறுநாள் கட்டுக்கதையாகவும் ஆகலாம். கடவுளின் மறுபெயர்களாக சிலர் பயன்படுத்துகின்ற அன்பு, நன்மை, தர்மம் முதலிய சொற்களின் நிலைமையும் இதுதான். உயிரின் தோற்றத்துக்குக் காரணம் கடவுள்தான் என்பது அண்மைக்காலம் வரை நிலவிய புகழ்பெற்ற வாதம். உயிரை செயற்கையாக உருவாக்கி அறிவியல் அந்த வாதத்தையும் தகர்த்து விட்டிருக்கின்றது. எல்லா கடவுள்களும் பண்டைய மனிதனின் எண்ணத்தில் உருவானவைதான். அறிவியலின் ஒளியில் அந்தக் கற்பிதங்களெல்லாம் இறந்து விட்டன.

4
நரபலிகளின் கதை

யூதர்களுடைய தலைவரான ஆபிரகாமிடம் கடவுள் மகனான ஈசாக்கைப் பலியிடும்படி சொன்னதாக கதை ஒன்று உண்டு. மோளோக் என்ற கடவுளை மகிழ்விப்பதற்காக மத்திய கிழக்கு நாடுகளிலுள்ள மக்கள் மனிதர்களைப் பலியிட்டதாக வரலாறு கூறுகின்றது. இந்தியாவிலும் ஆசியாவின் பிற பகுதிகளிலும் பண்டைக் காலத்தில் நரபலி நடைபெற்றன. ஆனால், மனிதர்கள் நாகரிகமடைந்ததும் பலி நம்பிக்கை அழிந்து விட்டதாகக் கருதினார்கள். ஆனால், மூட நம்பிக்கையாளர்கள் ஆங்காங்கே இன்றும் தங்கள் வசதிக்கேற்ப நரபலிகளை நடத்தி வருகின்றனர். சில எடுத்துக்காட்டுகளை இங்கே கொடுக்கின்றேன்.

1972 ஏப்ரல் 3 ஆம் நாள் யு.என்.அய். வெளியிட்ட அறிக்கையே பின்வரும் செய்தி:

"ஜலந்தர் — மூன்று வயதான ஒரு குழந்தையை குழந்தையின் தந்தை உள்படவுள்ள உறவினர்கள் சேர்ந்து தேவிக்கு பலியிட்டிருக்கின்றனர். ஏராளமான பக்தர்கள் குழுமியிருந்த யாகச் சடங்கில் வைத்து குழந்தையின் தந்தை, குழந்தையை அதன் சம்மதமின்மையையும் அழுகையையும் பொருட்படுத்தாமல் பலவந்தமாகப் பிடித்துக் கொடுத்தார்; சடங்கைச் செய்தவன் அரிவாளால் குழந்தையின் தலையை வெட்டி யாக விதிகளின்படி செய்து முடித்தான். தலையை வெட்டிய பிறகு மந்திர விதி களின்படி உடலை மீண்டும் 27 துண்டுகளாக நறுக்கிக் கொண்டிருந்தபொழுது, உறவினர் ஒருவர் கொடுத்த புகாரின் பேரில் காவல்துறை அங்கே வந்தது. அப்பொழுது சடங்கை நடத்தியவனும் பக்தர்களும் தப்பியோடி விட்டார்கள். துண்டு துண்டாக்கிய உடலும், அந்த உடலின் தந்தையான மனிதனும், சில உறவினர்களும் காவல் துறையின் பிடியில் சிக்கினார்கள்.

"இந்தக் குழந்தையின் தந்தையான பக்தனின் பெயர் பிரகாஷ் சந்த் என்பதாகும். இந்த நரபலியில் பிரகாஷ் சந்துக்கு உறுதுணையாக இருந்தவர்கள் அவருடைய சகோதரனான

பரசுராமும் சகோதரிகளான கவுசல்யா, மாயா ஆகியோரும்தான். கொலைக்குற்றத்திற்காக காவல் துறையினர் அவர்களைக் கைது செய்தனர்.

"பஞ்சாப் மாநிலம் குருதாஸ்பூர் மாவட்டத்திலுள்ள தினநகர் என்ற கிராமத்தில்தான் இந்தப் புத்திர மேத(யாக)ம் நடைபெற்றது. பிரகாஷ் சந்தின் தந்தை 15 ஆண்டுகளுக்கு முன்பு இறந்துவிட்டார். தந்தையின் ஆத்மா சாந்தியடைவதற்காக தாந்திரிக விதிமுறைப் படி தன்னுடைய 3 குழந்தைகளைப் பலியிட இந்த பக்தன் முடிவெடுத்திருந்தார். ஆனால், மூன்று குழந்தைகளில் மூத்தவன் விசயத்தை அறிந்து அஞ்சி ஒளிந்தோடிவிட்டான். இந்தத் தகவலை ஓரளவு அறிந்த உறவினர் ஒருவர் இரண்டாவது 'பலி மிருக'த்தை தன்னுடைய வீட்டுக்கு அழைத்துக் கொண்டு சென்றார். அந்த உறவினரே காவல் துறைக்கும் தகவல் தெரிவித்தார்.

"கடந்த செவ்வாய்க்கிழமை இரவு முழுவதும் நடைபெற்ற ஹோமச் சடங்கின் இறுதியில்தான் தன் கைவசமிருந்த மகனை மட்டும் தேவிக்குப் பலியிட்டு பிரகாஷ் சந்த் நிறைவடைய வேண்டிய நிலை ஏற்பட்டது. இந்தப் 'புத்திர மேத' (யாக)த்துக் காகவும் தனிப்பந்தல்கள் போடப்பட்டிருந்தன. ப்ருதி என்ற மூன்று வயதான குழந்தைதான் பலியிடப்பட்டான்.

"யாகம் வெற்றிகரமாக நிறைவேறினால் 'தேவி' இறந்த வனை மீண்டும் உயிர்ப்பித்துத் தரும் என்று காவல் துறையிடம் சிக்கிய பொழுது பிரகாஷ் சந்த் கூறியதாக காவல் துறையினர் தெரிவித்தனர்."

"ஜுனாகட்டிலிருந்து 65 கி.மீ. தொலைவிலுள்ள 'தாவா' என்ற கிராமத்திலுள்ள தேவியின் பாதங்களில் பலியிடுவதற்காக இருந்த நான்கு வயது சிறுவனை வழிப்போக்கர் ஒருவர் காப்பாற்றினார்.

"புலபகத் என்ற தேவி பக்தன் கிராமத்திலுள்ள ஓர் ஏழைச் சிறுவனிடம் தன்னுடன் வரும்படிக் கூறினான். அவன் அந்தச் சிறுவனை கிராமத்துக்கு வெளியே ஆள்நடமாட்டமில்லாத இடத்துக்கு அழைத்துச் சென்று, கயிறால் அவனைக் கட்டி, ஒரு பெரிய கிணறின் மீது நின்று கொண்டு கயிறைப் பிடித்தபடி கிணறில் அந்தச் சிறுவனை மூழ்க வைத்து தூக்கி எடுப்பதை அந்த வழியாகச் சென்ற வழிப்போக்கர் ஒருவர் கண்டார். அவர் எந்த

உணர்ச்சியையும் வெளிப்படுத்தாமல் திரும்பி கிராமத்துக்குச் சென்று விட்டு உடனேயே அங்கே திரும்பி வந்தார்.

"அப்பொழுது கயிறால் கட்டப்பட்டிருந்த சிறுவனை பலியிடுவதற்காக அருகில் வைத்துக் கொண்டு புலபகத் முக்கிய சடங்கான மந்திரங்களைச் சொல்லிக் கொண்டிருப்பதை அவர் கண்டார். கிராம மக்கள் அவனைப் பிடித்ததோடு, அச்சத்தால் நடுங்கிக் கொண்டிருந்த குழந்தையைக் காப்பாற்றவும் செய்தனர்" (யு.என்.அய்.).

இந்திய மாநிலங்களில் கல்வியறிவு அதிகம் பெற்ற கேரளத்தில்கூட நரபலி நடைபெறுகின்றது. 1973 மே 29 ஆம் நாள் வெளிவந்த பத்திரிகைகளில் காணப்பட்ட செய்தி இது:

"கொல்லம் – இங்கே குண்டரை காவல் நிலைய எல்லைக்குட் பட்ட முளவனை என்ற இடத்தில் தேவதாசன் என்ற ஆறு வயது சிறுவனை அழகேசன் (வயது 32) என்பவர் கோடரியால் கழுத்தில் வெட்டிக் கொன்று பத்ரகாளிக்குப் பலியிட்டிருக்கின்றார்.

"இன்று காலை பத்து மணி அளவில்தான் அந்தக் கிராமம் முழு வதையும் திடுக்கிட வைத்த துயரச் சம்பவம் நடைபெற்றது. அழகேசனைக் காவல் துறையினர் கைது செய்திருக்கின்றனர். கொலை செய்யப்பட்ட குழந்தையின் மாமாதான் அழகேசன். குறிப்பிட்ட இடத்துக்குச் சென்று விசாரித்தபொழுது கிடைத்த தகவல் இதுதான்:

"காலையில் அழகேசன், தேவதாசனுடன் பேசியபடி குறிப் பிட்ட இடத்தில் நிற்பதை சிலர் பார்த்திருக்கின்றார்கள். அதற்குப் பிறகு தேவதாசனின் அண்ணன் தேவராஜனுடன் சேர்ந்து குடும்பத்துக்குச் சொந்தமான சிறிய கோயிலுக்குப் பின்னால் அழகேசன் ஒரு குழியை வெட்டினான். பிறகு தேவதாசனை அனுப்பி அழகேசன் பத்து பைசாவுக்கு பீடி வாங்கினான். இதனிடையில் தேவராஜனை அவனுடைய பெரியம்மா பழைய கஞ்சி குடிப்பதற்காக அழைத்ததால் அவன் சென்றுவிட்டான்.

"சிறிது நேரத்திற்குப் பிறகு தேவதாசனை பெரியம்மா அழைத்த பிறகும் அவனைக் காணவில்லை. அவர் பல இடங் களிலும் அவனைத் தேடினார்; ஆனால், அவனைக் காணவில்லை. அழகேசனிடமும் அவர் விசாரித்தார். நான் பார்க்கவில்லை என்று அவன் சொன்னான். தொடர்ந்து அவர் தேவதாசனின் வீட்டுக்கு அருகிலுள்ள கோயிலுக்குச் சென்ற பொழுது அது பூட்டியிருப்ப

தைப் பார்த்தார். அய்யம் கொண்ட அவர் அதைத் திறந்தார். அங்கே ரத்தம் தேங்கி நின்றது. முருகன், கணபதி, குருவாயூரப்பன் என அங்கேயிருந்த சிலைகளில் ரத்தம் பட்டிருப்பதையும் கண்டார்.

"பிறகு நடைபெற்ற விசாரணையில் தேவதாசனின் உடல், கோயிலுக்குப் பின்புறம் முதலில் தோண்டிய குழியில் ஒரு கூடையில் சாணம், குப்பை, மண் ஆகியவற்றால் மூடி சுருட்டி வைத்திருந்த நெஞ்சைப் பதற வைக்கின்ற காட்சியையே கண்டார். குப்பைகளுக் கிடையில் செத்துக் காய்ந்துபோன ஒரு தவளையும் இருந்தது. சிறுவனின் உடலை மூடியதற்கு மேலே ஒரு வாழையும் வைக்கப்பட்டிருந்தது.

"அந்தப் பாதையில் அழகேசன் வேறோர் ஓலைக் கூடையையும் கத்தியையும் எடுத்துக் கொண்டு வயலில் புல் அறுக்கச் சென்றபொழுது ஊர் மக்கள் அவனை விரட்டிப் பிடித்தனர். அழகேசன் 14 ஆண்டுகள் சுற்றுப் பயணம் செய்து விட்டு திரும்பி வந்து சில வாரங்களே ஆகியிருந்தன. தமிழ் மொழியில்தான் அவன் பேசினான். இடையிடையே சொந்த ஊருக்கு வரும்பொழுது காவியுடை அணிந்திருந்தான். முளவனை புத்தன் வீட்டில் அய்யப்பனானு என்பவரின் மகன்தான் அழகேசன். தேவதாசன் முளவனை எஸ்.எஸ்.எல்.பி.எஸ்.ஸில் முதல் வகுப்பில் படித்துக் கொண்டிருந்தான். அவனது தந்தை சதானந்தன் அருகிலுள்ள எஸ்.ஜி.என். தொழிற்சாலையில் எழுத்தராகப் பணியாற்றினார். தாய் முந்திரிப் பருப்பு தொழிற் சாலையில் வேலை செய்தார்.

"சிறிய கோயில் அழகேசனின் வீட்டுக்கு ஒரு பக்கத்தில் இருந்தது. அதன் கிழக்குப் பக்கத்தில் தேவதாசனின் வீடு இருந்தது.

தகவல் அறிந்து காவல் துறை கண்காணிப்பாளர், துணை கண்காணிப்பாளர், காவல் ஆய்வாளர், உதவி ஆய்வாளர், வட்டாட்சியர் ஆகியோர் சம்பவ இடத்துக்கு வந்தனர். ஊர் மக்கள் பிடித்து வைத்திருந்த குற்றவாளியைக் கைது செய்து குண்டறை காவல் நிலைய லாக்கப்பில் வைத்திருக்கின்றனர்."

பிறகு நீதிமன்றம் இவனுக்கு தூக்குத் தண்டனை விதித்தது.

கடந்த சில ஆண்டுகளுக்குள் நடைபெற்ற வேறு இரண்டு நர பலிகளைப் பற்றிய செய்தியையும் இங்கே கொடுக்கின்றேன்:

"ராஜ்கோட் — பதினைந்து வயதேயான மனைவி கஸ்தூரி தூங்கிக் கொண்டிருந்த பொழுது ஒரு மழுவால் அவளது கழுத்தை

வெட்டி, தலையைத் துண்டித்து எடுத்து, அந்தத் தலையை கிராமக் கோயிலிலுள்ள சிவலிங்கத்துக்கு முன்னாலிருக்கின்ற நந்தியின் மீது காணிக்கையாக வைத்த கணவனான 16 வயது சகன்பூரா என்ற வாலிபனுக்கு ஜாம்நகர் செசன்சு நீதிமன்றம் ஆயுள் தண்டனை விதித்திருக்கின்றது. ஜாம்நகர் நகரத்திலிருந்து பத்து மைல் தொலைவிலுள்ள பெராஜ் என்ற கிராமத்தில் கடந்த செப்டம்பர் மாதம் 18 ஆம் நாள் இந்தப் பலி நடை பெற்றது" (13-12-1955, பி.டி.அய்.).

"ஆக்ரா — ஜெய்ப்பூரைச் சேர்ந்த ஷாபஹாத் என்ற கிராமத்தில் ஆடு மேய்த்துக் கொண்டிருந்த 8 வயதான ஒரு சிறுமியை, பாக்கர் சாது என்றழைக்கப்படுகின்ற ஜவகர் திவாரி என்ற சன்னியாசி, கடந்த அக்டோபர் மாதத்தில் வசீகரித்து ஒரு கரும்புத் தோட்டத்துக்கு அழைத்துச் சென்று கழுத்தை அறுத்து ரத்தத்தை நிவேதனம் செய்தான். பிறகு சன்னியாசியைக் கைது செய்தனர்" (22-6-1956, பி.டி.அய்.).

லஞ்சம், பிரார்த்தனை, பலி ஆகியவற்றால் மகிழ்ச்சி அடை பவன்தான் கடவுள் என்று எல்லா மதங்களும் கற்றுத் தருகின்றன. நர பலியால் மகிழ்ச்சியடைந்த தேவி-தேவர்களுடைய கதைகளை விவரிப்பவைதான் மத நூல்கள். இவை உண்மையே என்று கருதி படிக்கவும் தியானம் செய்யவும் செய்வதால்தான் இத்தகைய ஈனச் செயல்களைச் செய்வதற்கு மனிதன் தூண்டப்படுகின்றான்.

5

நேப்பாளத்தில் பெண் வழிபாடு

நேப்பாளிகளிடையில் வழக்கத்திலிருக்கின்ற பெண் வழிபாட்டைப் பற்றி பலரும் அறிந்திருப்பீர்கள். இமய மலையி லுள்ள அந்தச் சிறிய நாடு பல சிறப்புகளைக் கொண்டதாகும். நேப்பாள் பள்ளத் தாக்கிலுள்ள ஸ்ரீ பவானி கோயிலில் விநோதமான ஒரு வழக்கம் உண்டு. உயிருடனுள்ள ஒரு பெண்ணைத்தான் அங்கே சிலைக்குப் பதிலாக வழிபடுகின்றனர். 17 ஆம் நூற்றாண்டில் வாழ்ந்த ராஜா மகேந்திர மல்லன்தான் இந்த வழிபாட்டை ஆரம்பித்து வைத்தவர். மன்னர் ஆசை கொள்ளும் அழகிகளை தேவியாக வழிபட்டனர். இதைப்பற்றி நேப்பாளத்தில் வாழ்ந்த ஒருவர் எழுதிய கட்டுரையில் பின்வருமாறு காணப்படுகின்றது:

"ஜெயப்ரகாஷ் ராஜாவின் காலத்தில் பேரழகு வாய்ந்த ஓர் இளம் பெண்ணே தேவியாக வழிபடப்பட்டாள்.

"ஒரு நாள் அவர் தேவியுடன் திரைச்சீலையின் இருபுறமும் அமர்ந்து தேவியுடன் சதுரங்கம் விளையாடிக் கொண்டிருந்த பொழுது, பரிசுத்தமாக – தூய்மையாக வழிபடப்படுகின்ற தேவியிடம் காதல் கொண்டு, இருவரும் திருமணம் செய்து கொள்ள முடிவெடுத்தனர். பக்தர்களான பொதுமக்களிடம் அதிருப்தியை ஏற்படுத்திய இந்த நிகழ்ச்சிக்குப் பிறகுதான் சிறுமிகளை தேவியராகத் தேர்ந்தெடுக்கின்ற முறை ஆரம்பித்தது. இன்றும் சிறுமியை தேவியாக தேர்ந்தெடுத்து வழிபடுகின்ற வழக்கம் அங்கே உள்ளது.

"பிரமுகர்களுடையவும் பூசாரிகளுடையவும் முன்னிலையில் தான் தேவியைத் தேர்ந்தெடுக்கின்றனர். காட்மண்டுவின் நாலா புறங்களிலிருந்தும் பெற்றோர் தங்களுடைய சிறிய பெண் குழந்தைகளை அழைத்துக் கொண்டு கோயிலை அடைவார்கள். கோயிலின் முற்றத்திலுள்ள பீடத்தையும் பலி கல்லையும் பார்த்தபடி தேர்ந்தெடுக்க வேண்டிய குழந்தைகளை நிறுத்திவிட்டு சடங்குகளைச் செய்வார்கள்.

"கடைசியாக, தயாராக நிறுத்தப்பட்டிருக்கின்ற எருமைகள், ஆடுகள், கோழிகள் முதலிய பலி விலங்குகளை குழந்தைகளின் முன்னால் பெரிய கத்தியால் வெட்டி வீழ்த்துகின்றனர். விலங்கு களின் மரண பீதியையும் ரத்த ஆறையும் கண்டு பெரும்பாலான குழந்தைகள் அச்சம் கொண்டு அழுதவண்ணம் பெற்றோர்களிடம் ஓடுவர். எஞ்சியவர்களில் தைரியமும் அச்சமின்மையும் கொண்ட சிறுமியை தலைமைப் புரோகிதன் தேவியாகத் தேர்ந்தெடுக் கின்றான்.

"இளமைப் பருவத்தின் ஆரம்பத்தில் மானுட உணர்வுகள் தூண்ட ஆரம்பிப்பதற்கு முன்பு தேவியை இந்திர விழாவின்போது ஓய்வுபெற வைத்து, புதிய தேவியைத் தேர்ந்தெடுக்கின்றனர். ஓய்வு பெற்று தன் வீட்டுக்குச் செல்கின்ற தேவியை எவரும் திருமணம் செய்ய விரும்புவது இல்லை. தெய்வீக ஆற்றல் நிரம்பியிருக்கின்ற பெண்ணை மனைவியாக ஏற்றுக் கொள்கின்ற கணவனின் வாழ்க்கை ஆபத்தில் சிக்கும் என்றும் கணவனின் குடும்ப உறுப்பினர்கள் தெய்வ சாபத்தை ஏற்க வேண்டியது வரும் என்றும் நேப்பாளிகள் நம்புகின்றனர். இந்தக் காரணங்களால் 90 விழுக்காடு ஓய்வுபெற்ற தேவியரும் திருமணமாகாமலேயே

வாழ்கின்றனர். இத்தகையவர்களை அவர்களது பெற்றோர்கள் ரகசியமாக பிற ஆண்களுடன் உறவில் ஈடுபட அனுமதிக்கின்றனர் என்று சொல்லப்படுகின்றது.

"ஓய்வு பெற்ற தேவியருக்கு நேப்பாள அரசு சொத்துக் களையும் பணத்தையும் தானமாக வழங்குகின்றது. தன் மகள் தேவியாகத் தேர்ந்தெடுக்கப்பட்டால் பெற்றோரும் சகோதரர் களும் வேறுபாடின்றி தேவியை வழிபட வேண்டும் என்பது சட்டம்."

கல்கத்தாவிலிருந்து வெளிவருகின்ற 'ஸ்டேட்ஸ் மேன்' பத்திரிகையில் வெளிவந்த ஒரு செய்தியையும் இங்கே கொடுக்கின்றேன்:

"காட்மண்டு — இங்கேயுள்ள பவானி கோயிலில் தேவி வழிபாட்டுக்கு சிலைகளுக்குப் பதிலாக இளம் பெண்களை ஏற்பாடு செய்கின்ற வழக்கத்தை நிறுத்த வேண்டுமென்று பக்தர்கள் குழு ஒன்று மன்னரிடம் வேண்டுகோள் விடுத்திருக் கின்றது. ஏமாற்றப்பட்ட கன்னிகைகள் இந்தத் தகுதியை ஏற்றுக்கொள்ள மறுப்பதே இதற்குக் காரணம்."

இதுபோன்ற எத்தனையோ ஆச்சாரங்கள் ஒவ்வோர் இடங்க ளிலும் நிலவுகின்றன. கால ஓட்டத்தில் அவற்றில் பலவும் அழிந்து விட்டன; பல அழிந்து கொண்டிருக்கின்றன.

கேரளத்திலும் தமிழ் நாட்டிலும் கோயில்களில் இருந்த வெளிச்சப்பாடுகளை (குறி சொல்பவர்கள்) நான் நினைவு கூருகின்றேன். 50 ஆண்டுகளுக்கு முன்பு அவர்களுக்கு சமூகத்தில் பெரிய இடம் இருந்தது. தேவர்களும் தேவியரும் அன்று வெளிச்சப்பாடுகளின் மூலமாகத்தான் பேசினார்கள். ஆனால், அவர்களுடைய இன்றைய நிலை என்ன? 'தினத்தந்தி' என்ற தமிழ்ப் பத்திரிகையில் வெளிவந்த ஒரு செய்தியை இங்கே கொடுக்கின்றேன்:

"திருநெல்வேலி — கோயில்களில் வெளிச்சப்பாடு பதவியை ஏற்க யாரும் கிடைக்காததால் இங்கே நடைபெற்ற இந்துமத மாநாடு வருத்தத்தைத் தெரிவித்திருக்கின்றது. இதே நிலைத் தொடர்ந்தால் சில ஆண்டுகளில் கோயில்களில் வெளிச்சப்பாடு கள் இல்லாத நிலை ஏற்படும்."

மத நம்பிக்கை அதிகரித்து வருவதையா இது காட்டு கின்றது? கேரளத்தில் வெளிச்சப்பாடுகளின் தலைமுறை ஏறத்தாழ முற்றுப் பெற்றுவிட்டது.

6

கிறித்தவர்களும் நிர்வாணமும்

சில இந்துமத சந்நியாசிகளும் ஜைன பிட்சுகளும் நிர்வாணமாக நடப்பதைப் பார்த்து கிறித்தவர்கள் வியப்பை வெளிப்படுத்தியதை நான் பார்த்திருக்கின்றேன். பிரயாகையிலும் பிற இடங்களிலும் கும்பமேளா விழாவின் போது பக்தைகளான தருணிகளின் அருகில் இளம் சன்னியாசிகள் நிர்வாணமாக நிற்பதை புகைப்படம் எடுத்து கிறித்தவ நாடுகளிலுள்ள பத்திரிகைகளில் வெளியிட்டிருந்தனர்.

இந்திய சந்நியாசிகளுடைய மதுபான சேவையைப் பற்றியும் அய்ரோப்பிய மிஷனரியினர் குறை கூறுவது உண்டு. மதத்தின் பெயரில் இந்தியாவில் நடைபெறுகின்ற சீர்கேடுகளை வெளிப் படுத்திக் காட்டுகின்ற பாவனையே அவர்களிடம் காணப்படு கின்றது. ஆனால், இந்துமதக் கடவுள்களைப் போலவே கிறித்தவக் கடவுள்களும் மனிதனின் நிர்வாணத்தையும் மது பானத்தையும் விரும்பினர் என்பதை பைபிளில் காணலாம்.

ஓரிரு எடுத்துக்காட்டுகளை மட்டும் இங்கே பார்ப்போம்:

கிறித்தவர்கள் தெய்வமாக வழிபடுகின்ற யேசு கிறிஸ்து, தாவீதின் வம்சத்தில் பிறந்ததாக அவர்கள் உரிமை கொண்டாடு கின்றனர். யூதர்கள் அபிமானமில்லாத தாவீதின் பெயரை நினைவு கூருவதில்லை. அந்தப் புனிதரைப் பற்றி பைபிள் பின்வருமாறு கூறுகின்றது:

"கர்த்தருடைய பெட்டி தாவீதின் நகரத்திற்குள் பிரவேசிக் கிற பொழுது, சவுலின் குமாரத்தியாகிய மீகாள் பலகணி வழி யாகப் பார்த்து, தாவீது ராஜா கர்த்தருக்கு முன்பாகக் குதித்து, நடனம் பண்ணுகிறதைக் கண்டு, தன் இருதயத்திலே அவனை அவமதித்தாள்.... தாவீது தன் வீட்டாரை ஆசிர்வதிக்கிறதற்குத் திரும்பும்போது, சவுலின் குமாரத்தியாகிய மீகாள் தாவீதுக்கு எதிர்கொண்டு வந்து, அற்ப மனுஷரில் ஒருவன் தன் வஸ்திரங் களைக் கழற்றிப் போடுகிறது போல இன்று தம்முடைய ஊழியக்காரருடைய பெண்களின் கண்களுக்கு முன்பாகத் தம்முடைய வஸ்திரங்களை உரித்துப் போட்டிருந்த இஸ்ரவேலின்

ராஜா இன்று எத்தனை மகிமைப்பட்டிருந்தார் என்றாள். அதற்குத் தாவீது மீகாளைப் பார்த்து, உன் தகப்பனைப் பார்க்கிலும், அவருடைய எல்லா வீட்டாரைப் பார்க்கிலும், என்னை இஸ்ரவேலாகிய கர்த்தருடைய ஜனத்தின் மேல் தலைவனாகக் கட்டளையிடும்படிக்குத் தெரிந்து கொண்ட கர்த்தருடைய சமூகத்திற்கு முன்பாக ஆடிப் பாடினேன். இதைப் பார்க்கிலும் இன்னும் நான் நீசனும் என் பார்வைக்கு அற்பனுமாவேன். அப்படியே நீ சொன்ன பெண்களுக்குக் கூட மகிமையாய் விளங்குவேன் என்றான்." (2 சாமுவேல், 6:16, 20-22).

கடவுளின் பெட்டியின் முன்னால் பக்த தாசிகளின் முன்னிலையில் நிர்வாணமாக நடப்பதைப் புண்ணியமான செயலாக தாவீது கருதினார் என்பது இதன்மூலம் தெரிகின்றது.

இந்தியாவிலுள்ள நிர்வாண சந்நியாசிகளைப் போலவே சில இஸ்ரவேல் தீர்க்கதரிசிகளும் நிர்வாணமாக நடந்தனர். ஏசய்யா என்ற சொல்லின் பொருள் 'யகோவாவிடமிருந்து கிடைக்கின்ற உதவி' அதாவது 'யகோவா உதவி செய்கின்றார்' என்பதாகும். இவரை யூதர்களும் கிறித்தவர்களும் ஒன்றுபோலவே கருதுகின்றனர். புனிதரான இந்தத் தீர்க்கதரிசியைப் பற்றி பைபிள் கூறுவதாவது:

"யகோவா ஆமோதின் மகனான ஏசாயாவிடம் சென்று, உன்னுடைய அரையிலுள்ள பட்டுத்துணியை அவிழ்த்து வை; காலிலுள்ள செருப்பையும் கழற்று என்று உத்தரவிட்டார். அவன் அப்படியே செய்தான். நிர்வாணமாகவும் செருப்பில்லாமலும் நடந்தான். பிறகு யகோவா கூறியதாவது: என்னுடைய தாசனான ஏசாயா, மிஸ்ரயீமுக்கும் கூசினுக்கும் அடையாளமாகவும் அற்புதமாகவும் ஆகி மூன்று சகாப்தங்கள் நிர்வாணமாகவும் செருப்பணியாமலும் நடந்ததுபோல...."

இங்கே ஏசாயாவை நிர்வாணமாக ஆக்கி நடக்க விட்டது யகோவா (கர்த்தர்) தான் என்று தெளிவாகவே கூறப்பட்டுள்ளது. மனிதனின் நிர்வாண கோலத்தைக் காண யகோவா ஆர்வமுள்ளவராக இருந்தார் என்பது இதன் மூலம் தெளிவாகத் தெரிகின்றதல்லவா.

இஸ்ரவேல்காரர்களின் முதல் மன்னர்தான் சவுல். அவருடைய கதையை பைபிள் பழைய ஏற்பாடு கூறுகின்றது. அதிலிருந்து ஒரு பகுதியை இங்கே பார்ப்போம்:

"அப்பொழுது (சவுல்) ராமாவுக்கடுத்த தயோதிற்குப் போனான். அவன் மேலும் தேவனுடைய ஆவி இறங்கினதினால் அவன் ராமாவுக் கடுத்த தாயோதிலே சேருமட்டும் தீர்க்கதரிசனம் சொல்லிக்கொண்டே நடந்துவந்து, தானும் தன் வஸ்திரங்களைக் கழற்றிப்போட்டு, சாமுவேலுக்கு முன்பாகத் தீர்க்கதரிசனம் சொல்லி, அன்று பகல் முழுவதும் வஸ்திரம் இல்லாமல் விழுந்து கிடந்தான்; ஆகையினாலே சவுலும் தீர்க்கதரிசிகளில் ஒருவனே என்பார்கள்." (1 சாமுவேல், 19:23-24)

இஸ்ரவேல் தீர்க்கதரிசிகள் பெரும்பாலும் நிர்வாணமாகவே நடந்தனர் என்பதையே இது சுட்டுகின்றது. பெரும்பாலான மதங்களும் நிர்வாணத்தை புனிதமானதாகவே கருதுகின்றன; விபச்சாரத்தை புனிதச் சடங்காகவே எண்ணுகின்றன. இந்த விசயத்தில் கிறித்தவர்களும் யூதர்களும் வித்தியாசமானவர்கள் அல்ல.

7
கிறித்தவனுக்கு எப்படி நல்லவனாக ஆக முடியும்?

நல்வழியில் நடப்பதற்கு – அது நிலைத்திருப்பதற்கு மதம் இன்றியமையாதது என்று கிறித்தவர்கள் கூறுவது உண்டு. மதம் இல்லாமல் ஆகிவிட்டால் நல்வழியில் செல்லும் உணர்வு அழிந்து விடும் என்றும் குடும்பங்கள் தகர்ந்துவிடும் என்றும் அவர்கள் பரப்புகின்றனர். குழந்தைகள் நல்வழியில் நடக்க வேண்டுமென்றால் பைபிளை தினமும் படிக்கவும் மனப்பாடம் செய்யவும் வேண்டும் என்பது அவர்கள் வாதம். ஆனால், பைபிள் படிக்கின்ற ஒரு குழந்தைக்கு நற்குண உணர்வுகள் உண்டாவது சிரமம்தான். தற்கால சட்டங்களும் சமூக உணர்வும் அவனுக்குக் கடிவாளம் இடுவதனால் மட்டும்தான் அவன் நல்லவனாக வாழ முயல்கின்றான். பைபிளிலுள்ள சில நல்வழிக்கான அறிவுரைகளை இங்கே கொடுக்கிறேன்.

குடும்ப வாழ்க்கை நிலைத்திருப்பதற்கு கிறித்தவ மதம் தான் சேவை செய்திருப்பதாகப் படிப்பவர்கள் கிறிஸ்துவின் இந்தக் கூற்றுக்கு என்ன விடை கூறுவார்கள்?

"பின்பு அநேக ஜனங்கள் அவரோடே கூடப் (யேசுவுடன்) பிரயாணமாய் போகையில், அவர்களிடமாய் அவர் திரும்பிப் பார்த்து: யாதொருவன் என்னிடத்தில் வந்து, தன் தகப்பனையும் தாயையும் மனைவியையும் பிள்ளைகளையும் சகோதரரையும் சகோதரிகளையும் தன் ஜீவனையும் வெறுக்கா விட்டால் எனக்கு சீஷனாயிருக்க மாட்டான்" *(லூக்கா, 14:25, 26).*

நாகரிகத்திலும் கல்வியிலும் மிகவும் பின்தங்கி இருக்கின்ற மக்கள் பிரிவினரிடையில் தன் மகள்களுடன் தந்தை உடலுறவு கொள்கின்ற வழக்கம் உண்டு. அந்த நாகரிகமற்றவர்களுடைய நம்பிக்கையை பைபிள் நியாயப்படுத்துவதைப் பாருங்கள்:

"ஆகிலும் ஒருவன் தன் புத்திரியின் கன்னிகைப் பருவம் கடந்து போனதினாலே, அவள் விவாகம் பண்ணாமலிருப்பது அவளுக்குத் தகுதியல்லவென்றும், அவள் விவாகம் பண்ணுவது அவசியமென்றும் நினைத்தால், அவன் தன் மனதின்படி செய்யக் கடவன்; அது பாவமல்ல, விவாகம் பண்ணட்டும்" *(1 கொரிந்தியர், 7:36).*

இந்த அறிவுரையை ஏற்றுக் கொள்கின்ற கிறித்தவன், தன் மகளுடைய கற்பைச் சூறையாட தயங்குவானா?

தன்னுடைய அன்னையும் மனைவியின் அன்னையும் குருவின் மனைவியும் அண்ணனின் மனைவியும் ஒன்றுபோல கருதப்பட வேண்டிய தாய்மார்கள்தான் என்று இந்துமதம் கூறுகின்றது. ஆனால், கிறித்தவ மதம், அண்ணனின் மனைவியுடன் உடலுறவு கொள்ளலாம் என்று கூறுகின்றது. ஒரு தந்தை, மகனுக்குக் கூறுகின்ற அறிவுரையைப் பாருங்கள்:

"அப்பொழுது யூதா ஓனானை நோக்கி : நீ உன் தமையன் மனைவியைச் சேர்ந்து, அவளை மைத்துனச் சுதந்தரமாய்ப் படைத்து, உன் தமையனுக்குச் சந்ததியை உண்டாக்கு என்றான். அந்தச் சந்ததி தன் சந்ததியாயிராதென்று ஓனான் அறிந்தபடியினாலே, அவன் தன் தமையனுடைய மனைவியைச் சேரும் போது, தன் தமையனுக்குச் சந்ததி உண்டாகாதபடிக்குத் தன் வித்தைத் தரையிலே விழவிட்டுக் கெடுத்தான். அவன் செய்தது கர்த்தரின் பார்வைக்குப் பொல்லாததாயிருந்ததினால், அவனையும் அவர் அழித்துப் போட்டார்" *(ஆதியாகமம், 38:8-10).*

அண்ணன் மனைவியிடம் வாரிசை உருவாக்காததுதான் யகோவாவுக்குப் பொல்லாததாகத் தெரிந்தது. பிறகு அந்தக் கடமையைச் செய்தது அவனுடைய தந்தைதான் என்பதை,

தொடர்ந்து பைபிள் தெளிவாகவே கூறுகின்றது. இந்தக் கலாச்சாரத்தை யேசு கிறிஸ்துவும் ஏற்றுக் கொண்டிருந்தார் என்பதை மாற்குவின் சுவிசேஷம் மூலம் தெரிந்து கொள்ளலாம்.

ஓர் உண்மையான கிறித்தவனுக்கு ஒருபோதும் நல்வழியில் நடக்கின்ற உணர்வு உண்டாக வாய்ப்பே இல்லை என்பதையே இவை காட்டுகின்றன.

8

நல்வழியின் தோற்றமும் மதங்களும்

மத பக்தர்களைப் பொறுத்தவரை அவர்களுடைய மதம் மட்டும் தான் நல்வழியின் ஒரே உண்மையான வழி. ஆனால், வரலாறைப் படிக்கின்ற ஒருவருக்கு இதனோடு ஒத்துப்போக முடியாது. தப்பு, சரி என்ற கொள்கைகள் மதங்களின் தோற்றத் திற்கு முன்பே, வரலாற்றின் ஆரம்ப காலம் முதலே வழக்கத்தி லிருந்ததை நாம் காணலாம். எந்தப் பழமையான மானுட சமூகத்திலும் எதுவேனும் வகையிலான சட்டங்களும் ஆச்சாரங் களும் இருந்தன. முதலில் குடும்பத்துக்காகவும் இரண்டாவதாக கோத்திரத்துக்காகவும் பிறகு இன்னும் சற்று விரிவான நிலையில் நாட்டுக்காகவும் அவை உருவெடுத்தன.

நாம் நல்வழி என்று இன்று அழைப்பதன் பழமையான உரு வத்தை விலங்குகளிடம் கூட காணலாம். விலங்குகளுடைய சமூக இயல்பை ஆராயும்பொழுது பரிணாமத்தின் ஆரம்பக்கட்டத்தில் கூட தப்பு, சரி ஆகியவற்றைப் பற்றிய உணர்வு நிலைநின்றிருந்த தைத் தெரிந்து கொள்ளலாம். குதிரை, நாய் முதலிய உயிரினங் களுக்குப் பொறாமை, பேராசை, ஆணவம், குட்டிகளிடம் அன்பு, துயரம், உதவி செய்யும் மனநிலை, வளர்ப்பவர்களிடமும் குழந்தைகளிடமும் கருணைக் காட்டுதல் ஆகிய உணர்வுகள் இருப்பதை நாம் பார்த்திருக்கின்றோம்.

நிலைத்து நிற்பதற்கான போராட்டத்துடனும் தகுதியானவை நிலைத்திருப்பதுடனும் தொடர்பு கொண்டுதான் சமூக வாசனை வளர்ச் சியடைந்தது. குழந்தைகளிடம் அன்பு, ஒருவருக்கொருவர் உதவி செய்தல், உணவையும் இருப்பிடத்தையும் பகிர்ந்தளித்தல், சமூகத்துக்காக மனிதர்கள் செய்கின்ற தியாகம் ஆகியவற்றின்

மூலமாக நல்வழியின் துவக்கத்தைக் குறித்த மானுட உயிரினம், பரிணாமம் மூலமாக பிற உயிரினங்களைவிட கொஞ்சம் அதிக மாக சமூக வாசனையை வெளிப்படுத்துகின்றது – அவ்வளவு தான்.

குகைகளிலும் மரங்களிலும் வாழ்ந்த மனிதனுக்கு சமூக வாசனை எறும்பு, தேனீ, குரங்கு, பறவைகள் ஆகியவற்றினி டையில் வளர்ச்சி அடைந்ததைப் போலவே, தப்பு, சரி, நன்மை, தீமை போன்ற பிற்கால கொள்கைகளும் விலங்குகளுடைய சமூக வாசனையிலிருந்து உருப்பெற்றவைதான். இந்தச் சமூக வாசனையும் சமூக உணர்வுகளும்தான் பொது நலத்துக்குத் தேவையான தியாகம், கருணை, அன்பு ஆகியவையாக நம்மிடம் வளர்ச்சிப் பெற்றன. மனிதனுடைய நல்வழியின் அடித்தளமும் அதுதான். மதங்கள் வழக்கத்துக்கு வருவதற்கும் நீண்ட காலத் திற்கு முன்பே மனிதனும் விலங்குகளும் சேர்ந்து நல்வழியை நிலைநாட்டி விட்டிருந்தன. விலங்கு உலக அனுபவங்களிலிருந்து தான் நல்வழி உருவானது என்பதே உண்மை. தெய்வீக வெளிப்பாடுகள் மூலம்தான் அவை உருவெடுத்தன என்று மத பக்தர்கள் கூறினாலும் உண்மை இதுதான்.

மனிதர்கள் பிணங்களிலிருந்தே கடவுள்களைப் படைத்தனர். துணையினிடமும் சக உயிரிடமும் உள்ள அன்பை வஞ்சித்து புரோகித வர்க்கம் தெய்வ அன்பைப் படைத்தது. யகோவா (கர்த்தர்) வைப் பொறுத்தவரை பெண்கள், ஆணின் காம வெறியைத் தணிப்பதற்கான தனியார் சொத்துக்கள்தான். மனித இனத்தின் மிகப் பெரிய தோல்வி அவன் கடவுளைப் படைத்தது தான். உலகில் இதுவரை நடைபெற்ற போர்களில் மூன்றில் இரண்டு பங்கு போர்கள் மதத்தின் பெயராலேயே நடை பெற்றுள்ளன.

யகோவா (கர்த்தா) வின் உத்தரவுப்படி 32,000 கன்னிப் பெண் களை இஸ்ரவேல்காரர்கள் பிடித்துக் கொண்டு வந்தனர். அவர்களில் 32 பேரை கர்த்தர் தேர்ந்தெடுத்தார். 32 கன்னிகைகளை கர்த்தர் எதற்காகப் பயன்படுத்தினார் என்று தெரியுமா? குளித்துக் கொண்டிருந்த . பெண்களின் உடைகளைத் திருடிவிட்டு, மரத்தின்மீது அமர்ந்து அவர்களுடைய நிர்வாணத்தைப் பார்த்து ஆனந்தம் அடைந்த கிருஷ்ணனிலிருந்து மாறுபட்டவராக இல்லை கர்த்தர்.

இஸ்லாமின் ஆதரவாளர்களும் போருக்குச் சென்றார்கள். முகமது வாழ்ந்த காலத்திலேயே அவர்கள் அட்டூழியங்களையும்

தாக்குதல்களையும் ஆரம்பித்துவிட்டனர். அவர்களுடைய தாக்குதல்களுக்கு இரையானவர்களுக்கு இறைத் தூதரை ஏற்றுக் கொள்ளவோ சாகவோ தவிர வேறு வழிகள் எதுவும் இல்லை. இன்றும் அரபிகளும் இஸ்ரவேல்காரர்களும் மதத்தின் பெயரில் அடித்துக் கொண்டு தலையை உடைத்துக் கொள்கின்றனர்.

கிறித்தவ மதத்தின் வரலாறு பிரபலமானது. அது ஒரு மதமாக உருவானது முதல் பிற மதங்களைத் தாக்கத் தொடங்கியது. இவர்க ளுடைய முதல் தாக்குதல் பண்டைய மதங்களின் மீது நிகழ்ந்தது. பிறகு மத நம்பிக்கையில்லாதவர்களையும் தாக்கத் தொடங்கினர். மதத்துக்காக கிறித்தவர்கள் செய்த கொடுமைகள் சாதாரணமானவை அல்ல. கிறிஸ்துவின் ஆதரவாளர்கள் செய்த கொடுமைகளும் கொஞ்சமல்ல. கிறிஸ்துவின் ஆதரவாளர்கள் நடத்திய மத விசாரணை நீதிமன்றங்களின் கொடிய உண்மைகள் நம்மை உற்றுப் பார்க்கின்றன. புரோகிதர்களுக்கு அடிபணியாத அறிவாளிகளை அவர்கள் கொன்றனர். அணுகுண்டு வீசி ஹிரோஷிமாவை அழிப்பதற்கு முன்பு ஒரு புரோகிதன் அங்கே சென்று நகரத்திற்கு ஆசி வழங்கினான். பதினாறாம் நூற்றாண்டில் இவர்களுடைய கொடுங்கோல் ஆட்சி உச்சக் கட்டத்தை எட்டியது. அப்பொழுதுதான் யூதர்கள், மெதடிஸ்டுகள், பாப்ட்டிஸ்டுகள் ஆகியோர் களத்தில் குதித்தனர். ஆனால், அவர்களில் ஒவ்வொரு வரும் உண்மை மதப் பரப்புநர்களாக ஆனார்கள். பிறகு அவர்களும் கொலையைத் தொடர்ந்தனர்.

9

புனித மாரிஜுவானாவும் புதிய மதமும்

“தான் ஒரு புதிய மதம் தொடங்கியிருப்பதாகவும் அதன் ஆதரவாளர்கள் ஞாயிற்றுக் கிழமைதோறும் முழுமையாக என்.எஸ்.டி. போதைப் பொருளையும் எல்லா நாள்களும் ஒரு மணி நேரம் மரிஜு வானாவையும் (ஒருவித போதைப் பொருள்) பயன்படுத்த வேண்டும் என்றும் ஹார்வேர்டு பல்கலைக்கழகத்தின் முன்னாள் விரிவுரையாளர் ஒருவர் கூறியிருக்கின்றார்.

“என்.எஸ்.டி. யின் விவாத மாந்தரான — ஆதரவாளர்களில் ஒருவரான டாக்டர் திமோத்திலீரி (45) கடந்த திங்கள்கிழமை அறிவித்தபடி தன்னுடைய ‘மதப் பிரி’வில் 411 பேருக்கு

இப்பொழுது அதிகாரபூர்வமான உறுப்பினர்கள் என்ற தகுதி கிடைத்திருக்கின்றது. ஓரிரு ஆண்டுகளுக்குள் உறுப்பினர்களின் எண்ணிக்கை பத்தோ இருபதோ இலட்சத்தையும் கடந்துவிடும் என்று டாக்டர் எதிர்பார்க்கின்றார்.

"இதயபூர்வமான தெய்வீகத் தன்மையைக் கண்டடையவும் அந்தத் தரிசனத்தை தெய்வத்தின் மகத்துவமாக வாழ்த்தவும் தெய்வத்தை வழிபடவும் செய்வதுதான் புதிய மதத்தின் குறிக்கோள் என்று டாக்டர் லீரி கூறினார். 'லீக் ஆஃப் ஸ்பிரிச்சுவல் டிசன்டேர்ஸ்' (ஆத்மீக ஒன்றிணைப்பு சங்கம்) என்பதே அதன் புதிய பெயர். புதிய ஆதரவாளர்கள் வாரத்துக்கு ஒருமுறை நியூயார்க் தியேட்டரில் கூடி வெளிப்படையான வழிபாடுகளை நிகழ்த்த வேண்டும்" (பி.ட்டி.சி. ராயிட்டர்).

டாக்டர் லீரிக்கு ஓரளவு மதிமயக்கமும் மானசீகக் கோளாறும் உள்ளதாக சிலருக்குத் தோன்றக் கூடும். ஆனால், அந்த மதி மயக்கம் புதிய மதங்களை உருவாக்குபவர்களிலிருந்து மாறுபட்ட தல்ல. மத அருள்வாக்குகள் மந்திர உச்சரிப்புகள் பிரார்த்தனைகள் சடங்குகளின் மூலமாக வலுகுன்றிய மனத்தினரான சபை உறுப்பினர்களிடம் தூண்டிவிட முடிகின்ற மனப்பிரமைகளை யெல்லாம் தன்னுடைய போதைப் பொருளின் மூலமாக உருவாக்கிவிடலாம் என்று லீரி கூறுகின்றார்.

டாக்டர் பில்லிக்ராம் தன்னுடைய ஹிப்னோட்டிக் உரைகளின் மூலம் சாதிக்கின்றவற்றையெல்லாம் எல்.எஸ்.டி. யுடையவும் மாரிஜவானாவுடையவும் சிறு மாத்திரையிலான 'சேவை'யினால் சாதித்து விடலாம் என்ற உறுதி டாக்டர் லீரியிடம் உண்டு. கோயில்கள், சர்ச்சுகள் போன்ற பல வகையான தேவால யங்களையும் சிலைகளையும் பொம்மைகளையும் நிறுவவும் பராமரிக்கவும் செய்வது போன்ற உழைப்பின் சிரமம் பெரிய அளவிலான வைதீகர்களையும் சன்னியாசிகளையும் சாதுக்களை யும் பேராயர்களையும் போப்பாண்டவர்களையும் பராமரிப்பதற் குத் தேவையான பணச் செலவு, ஆகியவற்றைப் பார்க்கும் பொழுது டாக்டர் லீரியுடையது உலகிலேயே மிகவும் செலவு குறைந்த மதம் என்பதைச் சொல்ல வேண்டியதிருக்கின்றது. இதற்குப் பிற மதங்கள் அளிக்கின்ற வலிமையையும் திறமையை யும் காட்டவும் முடியும்.

10
காச நோய்க்குப் புதிய மருந்து

'சிலோன் டெய்லி மிர்'ரில் 'நீண்ட ஆயுளுக்கு வழி' என்ற தலைப்பில் பேராசிரியர் பருக்கோஃப் பின்வருமாறு எழுதினார்: "நான் குளியலறையிலிருந்து வெளியே வரும் பொழுது காண்கின்ற எல்லா உயிரினங்களையும் – அது மனிதர்களாகவோ விலங்குகளாகவோ இருக்கட்டும் – அனிச்சமான (தானாகவே உருவான) வரவேற்புடன் வணங்குகின்றேன். 'அயுபொவான்' என்பது இலங்கையிலுள்ள பாரம்பரியமான ஒரு வரவேற்பு முறையாகும். தனிப்பட்ட முறையில் நான் அநேகமாக விரும்பு கின்ற சொல் 'நான் அயுபொவான் என்று கூறுகின்றேன்.' இதை மீண்டும் சொன்னால் அது நீண்ட ஆயுளுக்குரிய ஒரு பிரார்த் தனையாகும். அது மட்டுமல்ல, அந்த உச்சரிப்பு சுவாச மண்டலத்தைக் கட்டுப்படுத்தவும் செய்கின்றது. இது காசம் போன்ற நோய்களுக்குரிய முதல் தர தீர்வாகும் என்பதைப் பற்றி எனக்கு அய்யமே இல்லை."

என்னவொரு பெரும் பேறு! கடைசியாக காசநோய்க்கு நல்ல ஒரு தீர்வை இதோ கண்டுபிடித்திருக்கின்றார்கள்! இந்தக் கண்டுபிடிப்புக்காகப் பேராசிரியர் பருக்கோஃப் நோபல் பரிசுக்குத் தகுதியுடையவராக ஆகின்றார்!

அடுத்தமுறை நீங்கள் ஒரு காச நோயாளியைப் பார்க்கும் பொழுது இந்த சிகிச்சை முறையை தைரியமாகக் கூறலாம். நோயாளி பார்க்கின்ற எந்த உயிரினத்தையும் – நோயாளியின் ரத்தத்தைக் குடிக்க வருகின்ற மூட்டையாகவோ கொசுவாகவோ கூட இருந்தாலும் – அயுபொவான் என்ற சொல்லை அவரோ அவளோ வரவேற்கட்டும். அப்பொழுதே காச நோய் நிரந்தரமாக ஓடி ஒளிந்துவிடும். மருத்துவத்துறையில் இந்தச் சொல்லுக்கு கண்டிப்பாக ஓர் இடம் கொடுக்க வேண்டும்.

பேராசிரியர் என்றும் மதத்தினுடையவும் ஆரோக்கியத்தி னுடையவும் தூதர் என்றும் தானாக விளம்பரப்படுத்து கின்றவர்களை இந்த நாட்டின் பக்தர்களான சிறப்பான மக்கள் பிரிவினர் தீவிரமாக நம்புவதுதான், இந்தப் பேராசிரியர்களுடை யவும் பிறருடையவும் கையில் நீண்ட ஆயுளின் ரகசியம்

உண்டென்று சொல்வதற்குக் காரணம். இவர்களைப் பற்றிய செய்திகளையும் இவர்களுடைய கட்டுரைகளையும் வெளியிட பத்திரிகைகள் ஒன்றுக்கொன்று போட்டியிடுகின்றன. பேராசிரியர் பருக்கோஃப் இங்கே வருகை புரிந்திருப்பதற்குக் காரணம், இங்கேயுள்ள மதத் தலைவர்கள், மருத்துவர்கள், அமைச்சர்கள் ஆகியோருடைய ஒத்துழைப்புடன் மதத்தையும் ஆரோக்கியத்தையும் பற்றி ஆசிய மாநாடு ஒன்றைக் கூட்டுவதுதான்.

"பக்தி, பிரார்த்தனை ஆகியவற்றின் மூலமாக நோயைக் குணமாக்குகின்ற இந்தியனே நான் என்று உரிமை கொண்டாடிக் கொண்டு சாதாரண தவிட்டு நிறக்காரர்களைவிட அழகனான ஒரு பக்கீர் கோங்கோவுக்கு வந்த உடனேயே காவல்துறையினர் அவரை விசாரிக்கத் துவங்கினர். அதன் காரணமாக அந்தப் பக்கீர் தன்னுடைய தொழிலை நிறுத்திவிட்டு வேறு இடத்தைத் தேடிப் போக வேண்டிய நிலை ஏற்பட்டது.

"அந்தப் பக்கீர் இப்பொழுது இங்கே கொழும்புக்கு வந்திருப்பதாக சர்வதேச காவல்துறையினர் இங்கேயுள்ள காவல்துறையினரிடம் தெரிவித்திருக்கின்றனர்.

"கொள்ளைக்காரரான இந்தப் பக்கீர் பல்கேரியாவைச் சேர்ந்தவர். சிறுவயது முதலே இந்த மனிதர் ஒவ்வொரு வகையில் காவல்துறையினருடன் மோதிக் கொண்டதைப் பற்றிய விரிவான அறிக்கை சர்வதேச காவல் துறையினரிடம் இருக்கின்றது. இப்பொழுது சிகிச்சையின் பெயரில் சதிச் செயல்கள் செய்வதா அல்லது அதிகக் குழப்பங்கள் உண்டாக்குவதா – எது அவரது நோக்கம் என்பது பெரிய பிரச்சனையாக இருக்கின்றது" (சிலோன் டெய்லி நியூஸ், 20-2-1967).

வெள்ளைத் தோல் கொண்ட ஓர் ஏமாற்றுப் பேர்வழிதான் இந்த ஊர்க்காரன் என்று உரிமை கொண்டாடினால், அவன் பின்னால் பைத்தியக்காரத்தனமாக நடப்பது என்பது நம்முடைய தேசிய பலவீனமாகிவிட்டது. அவர்களுடைய பைத்தியக்காரத் தனத்தைப் பற்றி பரிதாபம் ஏற்படவோ அவர்களுடைய வஞ்சனைகளிலிருந்து விலகவோ செய்வதற்குப் பதிலாக, அவர்களுடைய பூர்வீக வரலாறைப்பற்றி ஆராயாமல் அவர்களை வழிபடுகின்ற இயல்புதான் நம்மிடம் இருக்கின்றது. பேராசிரியர் பருக்கோஃபினையும் மேடம் பிளாவெஸ்கியையும் போல நமக்கு வெள்ளைத் தோல் கொண்ட சில 'சுவாமி'களும் 'சாது'க்களும் உண்டு. பக்தர்கள் அவர்களைப் பக்தியோடு வழிபடுகின்றனர்.

11

அகிம்சையும் மரண தண்டனையும்

"உயர் கல்விக்கான நுழைவுத் தேர்வில் வெற்றியடையாத ஏழைக் குழந்தைகளுடைய கல்வியைப் பற்றிய புதிய விதி முறைப்படி மீன் பிடித்தல் போன்ற தொழில்களைக் கற்றுக் கொடுக்கின்ற கல்வி நிலையங்களில் அவர்கள் சேர்க்கப்படுவார்கள். இவ்வாறு இளம் வயதினரான குழந்தைகளை மீன் பிடித்தல் போன்ற பாபகரமான தொழில்களில் திருப்பி விட்டு விட்டு ஒரு தார்மீக சமுதாயத்தைக் கட்டியெழுப்ப என்றேனும் முடியுமா? இலங்கைப் பல்கலைக்கழக கல்வித் துறையின் தலைவரான பேராசிரியர் ஜே. ஈ. ஜெயசூர்யா ஒரு பொதுக்கூட்டத்தில் கூறியதுதான் மேலே கண்ட பிரச்சனை" (சிலோன் டெய்லி நியூஸ், 13-11-1966).

மீன் பிடிப்பதை பாபச் செயல் என்று நம்புகின்றவர்கள்தான் புத்த மதத்தினர். அவர்கள் பெரும்பான்மையினராக இருக்கின்ற இலங்கையில் நடைபெறுகின்ற சில விசயங்களை மற்றவர்கள் அறிந்திருக்க வேண்டியது அவசியம்.

"மரண தண்டனை விதிக்கப்பட்ட 38 கைதிகளின், மரண தண்டனையை ரத்து செய்வதற்குத் தேவையான முயற்சிகளை எடுக்க வேண்டுமென்று பூஜ்ய நாதரிடம்(இலங்கை புத்தமதப் பிரமுகர்) வேண்டுகோள் விடுத்திருக்கின்றனர். புத்த மதத்தின் பரிசுத்த தன்மையை 2000 ஆண்டுகளுக்கும் மேலாக கடைபிடிக்கின்ற ஒரு புத்த மத நாடு என்ற நிலையில் பிரிட்டிஷ்காரர்களுக்கும் முன்பே இலங்கை மரண தண்டனையை தடை செய்திருக்க வேண்டும்" (சிலோன் டெய்லி நியூஸ், 5-11-1966).

மரண தண்டனைக்காகக் காத்திருக்கின்ற இந்த 38 கைதிகளுடைய வேண்டுகோளில் எங்களுக்கு இரக்கம் உண்டு. ஆனால், கொலை பாதகச் செயல்களைச் செய்த இந்தக் கைதிகள் 2000 ஆண்டுகளுக்கும் மேலான புத்த மதத்தின் பரிசுத்த நிலையைப் பற்றி துடிப்பதன் பின்னணியிலுள்ள அறிவும் நியாயமும் எங்களுக்குப் புரியவில்லை. அவர்கள் கொலை செய்தவர்களுக்கு என்ன நிகழ்ந்தது என்பதைப் பற்றி எந்தவித சிந்தனையும் குற்ற

உணர்வும் இல்லாமல், இந்த 38 பேரும் தங்கள் உயிரைக் காப்பாற்றிக் கொள்வதற்கு புத்தரின் சமாதான கொள்கையின் உதவியை நாடுகின்றார்கள்!

கொலை பாதகங்கள்

“1966 துவக்கத்தில் 186 நாள்களுக்கிடையில் இலங்கையிலுள்ள நாம் 323 பேரைக் கொன்றோம். விட்டாக்கேர்ஸ் அல்மனாக்கிலுள்ள கணக்கின்படி 470 இலட்சம் மக்கள் தொகை கொண்ட இங்கிலாந்திலும் வேல்ஸ்சிலுமாக 1962 இல் மொத்தம் 148 கொலை பாதகச் செயல்களே நடைபெற்றன. அந்தக் கணக்கின்படி பார்த்தால் 110 லட்சம் மட்டும் மக்கள் தொகை கொண்ட இலங்கையில் இந்த ஆண்டு துவக்கத்தில் ஏறத்தாழ 18 கொலைகள்தான் நடைபெற்றிருக்க வேண்டும். அதற்குப் பதிலாக 231 கொலைகள் நடைபெற்றிருக்கின்றன” (டைம்ஸ் ஆஃப் சிலோன்).

புத்தரின் சமாதான கொள்கையை அதன் புனிதத் தன்மையோடு 2000 ஆண்டுகளாகக் கடைபிடிக்கின்ற இலங்கையில் இத்தனைக் கொலை பாதகச் செயல்கள் நடைபெற்றதைப் பற்றியும் நாம் பெருமை கொள்ள வேண்டாமா? பேராசிரியர் ஜெயசூர்யா கூறுவதைப்போல, இந்த நாட்டில் பாபகரமான எல்லா தொழில்களையும் — சக மனிதர்களைக் கொல்கின்ற சமாதான முறையிலான தொழிலைத் தவிர நாம் — தடை செய்யலாம்.

12

மயக்கும் மதங்கள்

“இருபத்தேழு நாடுகளிலிருந்து ஜப்பானில் கூடிய 500 மனோ தத்துவ நிபுணர்களும் பிற சிறந்த வல்லுநர்களும் சேர்ந்து மனரீதியாகவும் உடல் ரீதியாகவும் அனுபவிக்கின்ற தொல்லைகளுக்கு ஹிப்னோட்டிசத்தைப் பயன்படுத்தலாமா என்பதைப் பற்றி விவாதம் புரிந்தனர். கியோட்டோசென் புத்த மதத்தின் சர்வதேச தலைநகரம் என்பதால், புத்த மதத்திலுள்ள தியான முறைகளும் யோகாவும் பிற கீழைநாட்டு மதங்களும் ஹிப்னோட்டிக் இயல்புடையவையே என்ற கருத்துக்கு ஆதரவளிக்கின்ற ஆய்வுகளைப் பற்றி பிரதிநிதிகளிடம் கூறியது ஏற்புடையதாகவே இருந்தது” (டைம்ஸ் ஆஃப் சிலோன்).

லிவர்பூலிலுள்ள பீட்டில்ஸ் இமாலயத்திலுள்ள மகரிஷி மகேஷ் யோகியின் ஆதரவாளர்கள் ஆனார்கள். காரணம், எல்.எஸ்.டி. மாரிஜுவானா முதலிய போதைப் பொருள்களைப் பயன்படுத்தும் பொழுது உண்டாகின்ற மதி மயக்கம் ஆழ்நிலை தியானத்தின் மூலமாக பீட்டில்ஸ்களுக்குக் கிடைத்ததுதான்.

சிறையில் கிடைக்கின்ற மது

"வெலிக்கரா சிறையில் மரண தண்டனையை எதிர்பார்த்துக் காத்துக் கொண்டிருக்கும் பொழுதே டாக்டர் டேமன் குலரத்னம் தன்னை வழக்கமாகச் சந்திப்பதற்கு ஒரு கத்தோலிக்கப் பாதிரியாரை அனுமதிக்க வேண்டும் என்று சிறை கண்காணிப் பாளரிடம் வேண்டுகோள் விடுத்தார். அதற்கு அளிக்கப்பட்ட பதில் என்னவென்றால், சிறைக்கு வந்த அன்று தன்னுடைய மதம் புத்த மதம்தான் என்று டாக்டர் குறிப்பிட்டிருப்பதால் சட்டங் களின்படி வழக்கமாக புத்தமதப் புரோகிதரைத்தான் பார்க்க வேண்டும் என்பதுதான். ஆனால், இடையிடையே கிறித்தவ பாதிரியார்களும் டாக்டரைச் சந்திக்க அனுமதிக்கப்பட்டனர். டாக்டர் தன்னுடைய சிறையிலுள்ள அறையில் புத்தருடையவும் இந்துக் கடவுள்களுடையவும் கன்னிமரியாளுடையவும் படங் களைப் பாதுகாப்பாக வைத்திருந்தார். அவர் கிறிஸ்துவின் ஒரு படத்தையும் தனக்கு வழங்கும்வடி வேண்டுகோள் விடுத்திருந்தது சிறை குறிப்பேட்டிலிருந்து தெரிய வருகின்றது" (டைம்ஸ் ஆஃப் சிலோன், 16-11-1966).

டாக்டர் குலரத்னம் மரண தண்டனையை எதிர்பார்த்து சிறையில் இருந்தார். அவருக்கு மன அமைதியும் சமாதானமும் தேவைப்பட்டது. அதற்காகப் போதைப் பொருள்களைப் பயன்படுத்த சிறை சட்டங்கள் அனுமதிக்கவில்லை. மயக்கும் மதங்கள் மட்டுமே அவருக்கு இலவசமாகக் கிடைத்தன. ஆய்வு முறைகள் தெரிந்த ஒரு மருத்துவர் என்ற நிலையில் எந்த மதம் மயக்கும் மதம் என்ற நிலையில் தன்மீது அதிக தாக்கத்தை ஏற்படுத்தும் என்று ஆராய நினைத்தாரோ என்னவோ? மதம் மனிதனை மயக்குகின்ற கஞ்சாதான் என்று காரல் மார்க்ஸ் கூறி யது எவ்வளவு உண்மை!

எப்படியிருந்தாலும் சரி, மரண தண்டனையிலிருந்து விடுதலை பெற்ற டாக்டர் குலரத்னம் சிறையிலிருந்து வெளியில் வந்த உடனேயே அவர் புத்த மதக் கோயில்களுக்கும் இந்துமதக்

கோயில்களுக்கும் சென்று தரிசனம் செய்ததாக செய்திகள் வெளிவந்தன. தன்னைச் சிறையிலிருந்து விடுவிடுக்க எந்த மதம் உதவியது என்று அவருக்குத் தெரியாததால்தான், எல்லா கோயில் களுக்கும் சென்று வழிபாடு நடத்துவது என்ற பாதுகாப்பான வழியை அவர் ஏற்றுக் கொண்டிருக்க வேண்டும்! வழக்கு விசாரணை நடைபெற்றுக் கொண்டிருந்த காலத்தில் தனக்குப் பாதுகாப்பு அளிப்பதற்காக ஒரு தகடு வேண்டும் என்று டாக்டர் வேண்டுகோள் விடுத்ததாகவும் தெரிகின்றது. மதம் வழங்குகின்ற வேறொரு போதைப் பொருள்தான் தகடு.

மந்திரவாதமும் பில்லி சூனியமும் நாட்டிலுள்ள சில பிரிவி னரின் தனித்தன்மை என்று தெரிகின்றது. புத்த மதப் புரோகிதர் களும் ஆங்க்லிக்கன் வைதீகர்களும் மந்திரவாதிகளும் பில்லி சூனியம் செய்பவர்களாக ஆகும்பொழுது, பிரமுகர்களிடமிருந்து இதைவிட அதிகமாக எதை எதிர்பார்க்க முடியும்!

தேவாலயமும் மதுபானக் கடையும்

“தினமும் நூற்றுக்கணக்கான பக்தர்கள் வருகின்ற கோர்ட்டி –போமிலுள்ள புனித அந்தோணியார் ஆலயத்துக்கு அருகிலுள்ள மதுபானக் கடையை அங்கிருந்து அகற்ற வேண்டும் என்று ஆலய அதிகாரிகள் வேண்டுகோள் விடுத்தனர். ஆனால், இதற்கு எதிராக துறைமுகத் தொழிலாளர்கள் குரல் எழுப்புகின்றனர். மதுபானக் கடை தாங்கள் வேலை பார்க்கின்ற இடத்துக்கு அருகில் இருக் கின்றது என்பதும் அதனால் தினமும் செய்கின்ற கடினமான உழைப்புக்குப் பிறகு உற்சாகத்தை மீட்டெடுப்பதற்கு எளிய வழி அதுவே என்பதும் தான் தொழிலாளர்களுடைய வாதம்” (சிலோன் அப்சர்வர்).

மதமும் மதுவும் போதை தருகின்ற பொருள்கள்தான். புனித அந்தோணியாரின் ஆலயத்தில் பிரார்த்தனைகளை நடத்துவதன் மூலமாக பக்தர்களுக்குக் கிடைப்பது, துறைமுகத் தொழிலாளர் களுக்கு மதுவைக் குடிப்பதால் கிடைக்கும்.

பொதுவாக பெண்கள் கோயில்களில் தெய்வங்களை வழிபடுவதன் மூலமாகவும் ஆண்கள் மதுவை வழிபடுவதன் மூலமாகவும் அவர்களுடைய துக்கங்களை அடக்கிக் கொள் கின்றனர். மதுபானக் கடையை ஆலயத்திற்கு அருகிலிருந்து

மாற்றுவது புத்திசாலித்தனமல்ல என்ற நிலை வரலாம். துறைமுகத் தொழிலாளர்களுக்கு ஏற்படுகின்றது வசதிக் குறைவைத் தவிர, அந்தக் கடை மாற்றம் விலை குறைந்த ஓர் உற்சாக பானத்திற்காக தேவையில்லாத பயணச் செலவு ஏற்படவும் அது காரணம் ஆகும்.

13

சிலுவை அடையாளம் கொண்ட நண்டு

"சான்சிபாரிலுள்ள சில கிறித்தவர்கள் அங்கேயுள்ள இயற்கை வரலாற்றுக் காட்சி பங்களாவிலுள்ள அற்புதமான ஒரு நண்டைப் பரிசோதனை செய்த பிறகு இந்த வாரம் சிறப்புப் பிரார்த்தனை களை நடத்துவதாக செய்திகள் வெளிவந்திருக்கின்றன. இந்த வாரம் ஒரு மீனவர் பிடித்த இந்த நண்டின் புறந்தோட்டில் ஒரு சிலுவை அடையாளமும் மூன்று உருவங்களும் காணப்படு கின்றன. உருவங்களில் ஒன்று வணங்குவதைப் போன்றும் இரண்டு நிற்பதைப் போன்றும் காணப்படுகின்றனவாம். நண்டைப் பார்ப்பதற்காக முஸ்லீம்களும் கிறிஸ்தவர்களும் ஏராளமாக வருகின்றனர். கடந்த காலத்தில் ஒன்றுக்கும் மேற்பட்ட தடவைகள் இந்த நதியிலிருந்து குர்ஆனிலுள்ள அரபி எழுத்து களோடு ஒற்றுமையுடைய சின்னங்களைக் கொண்ட மீன்களைப் பிடித்திருக்கின்றனராம்." (பி.ட். டி.அய்., ராயிட்டர்).

முன்பு ஒருமுறை என்னுடைய மருமகள் அவளுடைய கணவர் வேலை செய்த இடமான வட இந்தியாவுக்குப் பயணம் மேற்கொண்ட பொழுது, தோசையும் இட்லியும் செய்வதற்காக அரிசியையும் உளுந் தையும் அரைக்கின்ற ஓர் ஆட்டுக் கல்லையும் குழவியையும் உடன் கொண்டு சென்றாள். சேர வேண்டிய இடத்தை அடைந்ததும் அவள் தொடர் வண்டியிலிருந்து இறங்கி, கருங்கல்லாலான அந்த ஆட்டுக் கல்லையும் குழவியையும் பெறுவதற்காக உரிய பிரிவுக்குச் சென்ற பொழுது, இரண்டு மூதாட்டிகள் அந்த ஆட்டுக்கல்லின் குழியில் குழவியை வைத்திருந்ததற்கு முன்னால் முழங்காலில் நின்று பிரார்த்தனை செய்வதைக் கண்டு அவள் வியந்துவிட்டாள். தோசையும் இட்லியும் வடஇந்தியர்களுக்கு அறிமுகம் இல்லாத உணவு என்பதால், அவற்றை செய்வதற்காக மாவை அரைக்கின்ற ஆட்டு உரலையும் குழவியையும் அவர்கள் பார்த்ததே இல்லை. கடவுள் பக்தி

கொண்ட அந்த மூதாட்டிகள் இருவரும் ஆட்டு உரலில் குழவியை நிறுத்தியிருப்பதைப் பார்த்து அவை சிவன்-பார்வதியின் புனித பிறப்புறுப்புகள் என்று தவறாக எண்ணிவிட்டனர். எதையும் நம்பி விடுகின்ற மனம் படைத்தவர்களுக்கு மேற்கூறிய செய்தியில் உள்ளதைப் போன்ற நண்டோ மீனோ அது வழிபாட்டுக்கு உரியவைதான். அசலோ நகலோ ஆகட்டும், அந்தப் பொருள்களை வழிபடுவதால் அவர்களுக்குக் கிடைக்கின்ற மதி மயக்கம் ஒன்றுபோல உள்ளதுதான்.

பூமண்டலத்திலுள்ள பெரும்பாலான குகைகளில் அவற்றின் மேல் பகுதியிலிருந்து விழுகின்ற சுண்ணாம்பு, கல், மண் ஒரே மாதிரியான தூணின் வடிவம் பெற்று நிற்பதைக் காணலாம். இமயமலையில் அமர்நாத் என்ற இடத்தில் இத்தகைய சில கூம்பு சுண்ணாம்புத் தூண்கள் உள்ள குகை உண்டு. இவற்றில் ஒன்று மற்றவற்றைவிட அதிக உயரம் கொண்டதாகும். இந்தத் தூண் சுயம்புவான புனித சிவலிங்கம் என்று நம்பி பக்தர்களான ஆயிரக்கணக்கான இந்துக்கள் எல்லா ஆண்டும் இந்த குகைக்கு வந்து அந்த சிவலிங்கத்தை வழிபடுகின்றனர்.

சிவலிங்கம் இந்தியாவிலுள்ள இந்துக்களுக்கும் கருங்கல்லாலான ஆட்டு உரலும் குழவியும் வட இந்தியாவிலுள்ள பக்தைகளான அந்த மூதாட்டிகளுக்கும் நண்டும் மீனும் சான்சி பாரிலுள்ள கிறித்தவர்களுக்கும் முஸ்லீம்களுக்கும் எதுவோ, அதுதான் — அதுபோன்றதுதான் புத்தருடையவும் கன்னி மரியா ளுடையவும் படங்கள் பக்தர்களான பவுத்தர்களுக்கும் கிறிஸ்த வர்களுக்கும்!

"இலங்கையின் வடமேற்குப் பகுதியிலுள்ள முன்னேசுவரம் மகா ஈசுவரன் கோயில் புகழ் பெற்ற இந்துக் கோயிலாகும். இந்துக்களும் முஸ்லீம்களும் கிறித்தவர்களும் புத்த மதத்தினரும் இந்தக் கோயிலை பக்தி கண்ணோட்டத்துடனேயே பார்க் கின்றனர். இங்கேயுள்ள 'பச்சகாஹா' என்றழைக்கப்படுகின்ற புளிய மரம், கிராமத்து மக்களையும் அங்கே வரும் மக்களையும் கவர்ந்திழுக்கின்றது. இலங்கையின் பல பகுதிகளிலும் இருந்து வருகின்ற வியாபாரிகள் இதன் நிழலில் அமர்ந்துதான் அவர்க ளுடைய மயிலெண்ணெய், கரடியெண்ணெய், பெரிய பாம்பின் நெய் ஆகியவற்றின் சிறப்புகளைப் பற்றி பேசுவார்கள். மாஜிக்காரர்களும் மந்திரவாதிகளும் அவர்களுடைய பொய் மூட்டைகள் மூலம் காசு சம்பாதிக்கவும் இங்கே கூடுகின்றனர்."
(சிலோன் அப்சர்வர், 18-11-1969).

கோயிலின் உள்ளேயும் சரி, அதன் சுற்றுப்புறத்திலும் சரி, கபட வேடதாரிகளான புரோகிதர்களும் மாஜிக்காரர்களும் மந்திரவாதிகளும் குறி சொல்பவர்களும் ஏழை பாமர பக்தர்களை வஞ்சிக்கின்ற வியாபாரத்தைத்தான் நடத்துகின்றனர்.

14

இலங்கையும் புத்த மதமும்

“இலங்கையில் ஒரு முஸ்லீம் பலகலைக்கழகத்தை நிறுவ வேண்டும் என்று அரசிடம் வேண்டுகோள் விடுக்கின்ற தீர்மானம் ஒன்றைத் தயாராக்குவதற்காக இலங்கை முஸ்லீம் பல்கலைக்கழக இயக்கம் சர் ரசிக் ஃபரீதின் தலைமையில் கடந்த புதன் கிழமை யன்று இரண்டாவது கூட்டத்தைக் கூட்டியது” (சிலோன் டெய்லி நியூஸ்).

அரசின் செலவில் இத்தகைய ஒரு மத சம்பந்தமான பல்கலைக் கழகத்தை நிறுவ வேண்டும் என்ற வாதம் எங்களைக் கொஞ்சம்கூட வியப்பில் ஆழ்த்தவே இல்லை. நாட்டின் வட பகுதியில் ஓர் இந்துப் பல்கலைக்கழகத்தை நிறுவ வேண்டும் என்று தமிழ் காங்கிரஸ் தலைவரான ஜி.ஜி. பொன்னம்பலம் ஏற்கெனவே வேண்டுகோள் விடுத்திருக்கின்றார். இதுபோன்று அரசின் செலவில் சொந்தமாக பல்கலைக்கழகம் வேண்டுமென்று ரோமன் கத்தோலிக்கர்கள், ஆங்க்லிக்கன், மெதோடிஸ்ட், டிவைன் லைஃப் சொசைட்டி, தியோசபிக்கல், பகாயிகள், சுபுத்தர் முதலிய மத ஆதரவாளர்களிடமிருந்து காலதாமதமின்றி வேண்டுகோள் விடுக்கப்படக் கூடும். அரசின் தொலைநோக்குச் சிந்தனை சரியாக இல்லாததுதான் இதற்குக் காரணம். நடைபெறப் போகின்ற தேர்தல்களை மட்டுமே கருத்தில் கொண்டு, சாதி மத மொழி வேறுபாடுகள் எதுவும் இன்றி எல்லா மக்களுக்கும் ஒன்றுபோல உரிமை கொண்டதுதான் இலங்கை என்ற உண்மையைப் புறக்கணித்து, ஆட்சியிலிருக்கின்ற கட்சி அரசின் செலவில் புத்தமத பல்கலைக் கழகத்தை நிறுவி பெரும்பான்மை மக்களை திருப்திப்படுத்த நினைத்தது.

பல மதங்களைச் சேர்ந்த மக்கள் வாழ்கின்ற ஒரு ஜனநாயக நாட்டில் அரசு மதச் சார்பற்றதாக இருக்க வேண்டியது இன்றியமையாதது. அனைத்து மதத்தினரிடமிருந்தும் மதநம்பிக்கை

இல்லாதவர்களிடமிருந்தும் வரி வசூலித்து ஒரு மதத்துக்காக மட்டும் செலவிடுவது பெரிய அநீதியாகும்.

அரசின் செலவில் மதசம்பந்தமான பல்கலைக் கழகங்கள் வேண்டும் என்ற இன்றைய உரிமைக் குரலின் வழிகாட்டுதலில் தாமதமின்றி, நாட்டிலுள்ள பல்வேறு மதத் தலைவர்களுக்கு அரசின் செலவில் அந்த நிறுவனங்களில் கட்டடங்களைக் கட்டிக் கொடுக்க வேண்டுமென்ற வாதமும் எழக்கூடும். காரணம், தங்களுக்கு விருப்பமான ஒரு மதத் தலைவருக்கு அரசு குடியிருப்பு வழங்கப்பட்டிருப்பதுதான். இங்கே ஜனநாயக சோசலிசமா, மதரீதியான சர்வாதிகாரமா, எது நிலவு கின்றது?

பின்வரும் சில தகவல்கள் இலங்கை அரசின் மத இயல்பை தெளிவுபடுத்துபவையாகும்:

“இலங்கையில் கலாச்சாரத் துறையின் கீழ் பெரதீனியாவிலுள்ள பல்கலைக்கழக வளாகத்தில் கடந்த பத்து ஆண்டுகளாக புத்தமதக் களஞ்சியம் ஒன்றை எழுதுவதற்காக பதிப்பாசிரியர்களும் ஊழியர்களும் பணியாற்றுகின்றனர். அவர்கள் அறுபது தொகுதிகளை எதிர்பார்க்கின்ற ஒரு பெரிய நூலின் அய்ந்து தொகுதிகளை இதற்குள் வெளியிட்டிருக்கின்றனர். கோட்பாடு, கலாச்சாரம், புத்த மதம் நடைமுறையிலுள்ள அனைத்து நாடுகளுடையவும் புத்தமதப் பிரிவுகளுடையவும் பாரம்பரியங்கள், நோக்கம், கருத்துகள் என புத்த மதத்தின் எல்லா பக்கங்களையும் உட்கொள்வதாக அந்தக் களஞ்சியம் இருக்கும்” (சிலோன் டெய்லி நியூஸ், 20-5-1966).

மத சம்பந்தமான பல்கலைக்கழகங்களை நிறுவ வேண்டும் என்ற உரிமைக் குரலைப் போலவே இந்துமதம், இஸ்லாம், கிறித்தவ மதம் முதலிய பல மதங்களைப் பற்றிய களஞ்சியங்களை அரசின் செலவில் எழுத வேண்டும் என்ற வாதத்தையும் நாம் எதிர்பார்க்கலாம்.

உணவு, உடை, இருப்பிடம் ஆகியவற்றுக்காக நாம் வெளி நாட்டு உதவியை நாடுகின்றோம். அதே வேளையில் நாட்டில் இருப்பதை மரணத்திற்குப் பிறகு உண்டா இல்லையா என்று தெரியாத மோட்சத்தைச் சம்பாதிப்பதற்காக மதங்களுக்காக நாம் செலவிடுகின்றோம்.

ஏறத்தாழ தரித்திர நிலையை எட்டியிருக்கின்ற ஒரு சிறிய நாட்டின் வரியை வசூலிப்பவர்கள், ஓர் உலக மதத்தைப் பற்றிய களஞ்சியத்தை எழுதுவதற்காக வரியை வழங்குகின்றார்கள்.

இலங்கையை விட எவ்வளவோ பெரிய, பணக்கார நாடுகள் வேறு இருக்கின்றன அல்லவா. புத்தமதக் களஞ்சியத்தைப் போன்ற பெரிய வேலைகளை ஏற்றெடுக்கின்ற திறமை அந்த நாடுகளுக்கு இல்லையா? ஒருவேளை அந்த நாடுகளிலுள்ள வரிவசூலிப்பவர் கள், நம்மைவிட வித்தியாசமாக, மரணத்திற்குப் பின்னருள்ள அய்யத்திற்கிடமான சுகங்களுக்குப் பதிலாக, இந்த உலகிலேயே சுகமான வாழ்க்கையை வாழ விரும்புகின்றார்கள் போலும்!

மிகப் பெரிய புத்தர் சிலை

"மதராய்காவிலிருந்து தொலைவிலுள்ள வேவுரு கண்டலாவில் உலகிலேயே மிகப் பெரிய புத்தர் சிலையை நிறுவுவதற்கான பணிகள் உடனே ஆரம்பிக்க இருக்கின்றன. அமர்ந்திருக்கின்ற வடிவிலான சிலை அய்ம்பது அடி உயரமும் இருநூறு அடி அகலமும் கொண்டதாக இருக்கும். இந்தத் திட்டத்தை நிறைவேற்ற ஒரு கோடி ரூபாய் ஆகும் என்று கணக்கிடப்பட்டிருக்கின்றது." (சிலோன் டெய்லி நியூஸ்).

ஒரு கற்சிலைக்காக ரூபாய் ஒரு கோடி! நம்முடைய மருத்துவ மனைகளில் வெறும் தரையில் கிடக்கின்ற நோயாளி களுக்கு மருந்துகளையும் படுக்கைகளையும் கொடுப்பதற்கும், நம்முடைய சிறுவர்- சிறுமியருக்குத் தேவையான வசதிகள் கொண்ட அரங்குகளை அமைப்பதற்கும், ஆயிரக்கணக்கான வேலையில்லாத மக்களுக்கு வேலை வாய்ப்புகளை உருவாக்கு வதற்கும், சேரிகளில் துன்பங்களை அனுபவிப்பவர்களுக்கு வீடு களைக் கட்டுவதற்காகவும், அதுபோன்று சாமானிய வசதிகளை யுடைய வாழ்க்கைக்கு இன்றியமையாத பிற வசதிகளைச் செய்வதற்கும் தேவையான பணம் இல்லாமல் சிரமங்களை அனுபவிப்பதற்கிடையில், ஒரு கற்சிலைக்காக கோடி ரூபாயை வீணாக்க இந்தத் தரித்திர நாட்டுக்கு தகுதி இருக்கின்றதா? ஒரு சிலையின் பெயரில் கோடி ரூபாயை வீணாக்கவும், அதே வேளையில் வெளிநாட்டு உதவியை நாடவும் செய்வதற்கு எதுவேனும் உள்நோக்கம் உண்டா? இத்தகைய சிலைகள் தேசிய செல்வத்தை அதிகரிப்பதற்காக உழைப்பில் ஈடுபடுவதற்குப் பதிலாக வேலை செய்ய வேண்டிய நேரத்தை வீணாக சிலையை வழிபடுவதில் பாழாக்குவதற்காகவே பயன்படும். அதன் மூலம் சோர்வடைந்த நம்முடைய கிராம மக்களுக்குத் தூண்டுதல் சக்தியும் உற்சாகமும் அளிக்கப்படும்.

அரசின் செலவில் கன்னி மாதாவின் ஒரு பெரிய சிலையை நிறுவி ஓரளவு 'ஜனநாயகம்' நடைமுறைப்படுத்தப்படுவதைப் பற்றி என்ன கூறுகின்றார்கள்?

இதனுடன் வெளிவந்த வேறொரு செய்தி பின்வருமாறு:

"அமெரிக்க அரசு 1966 ஆம் ஆண்டுக்கு இலங்கைக்கு 1,55,000 டன் தானிய மாவு அளிப்பதாக வாக்குறுதி அளித்திருக்கின்றது. பி.எல். 480 இதன் படி முதலில் வாக்குறுதி அளித்திருந்தது 1,00,000 டன்னாகும். அது இப்பொழுது 55,000 டன் அதிகமாக அதிகரித் திருக்கின்றது. அமெரிக்க உதவி விவாதங்களில் பிரதமருக்கு உதவுவதற்காக அங்கே செல்கின்ற திட்டச் செயலகத்தின் செயலாளரான டாக்டர் காமினி கோரியா 5000 டன் தானிய மாவு உடனே கிடைப்பதற்கான ஒப்பந்தத்தில் கையொப்பம் இடுவார். நடப்பு ஆண்டில் இலங்கைக்கு 2,50,000 டன் தான்ய மாவு தேவைப்படுகின்றது." (டைம்ஸ் ஆஃப் சிலோண்).

இது மட்டுமல்ல, வேறொரு பத்தியில், 'உலகத்திலேயே மிகப் பெரிய சிலை'யை நிறுவுவதற்கு இலங்கைக்கு ஒரு கோடி ரூபாயும் வேண்டும் என்று காணப்படுகின்றது.

விழா நடத்த உதவி

"எஸ்ஸெலா பெராஹராவிலுள்ள கோயில் நிர்வாகிகள், நீண்டகால பாரம்பரியத்தின்படி இருமுடி கட்டுவிழா நடத்து வதற்கு ரூ. 75,000 வேண்டும் என்று அரசிடம் வேண்டுகோள் விடுத்திருக்கின் றார்கள்" (டைம்ஸ் ஆஃப் சிலோன்).

அமெரிக்காவிடமிருந்து உதவியை நாடும்பொழுது பிரதமர் கோயில் நிர்வாகிகளின் இந்த வேண்டுகோளையும் நினைவில் கொள்ளுவார் என்று எதிர்பார்க்கின்றோம்! இந்தச் செய்தி பத்திரிகையில் வெளிவந்த அன்றே பின்வரும் செய்தியும் வெளிவந்தது:

"தொலைபேசி வளர்ச்சித் திட்டத்துக்காக ரூ. 1 கோடியே 20 இலட்சம் கடன் வழங்க வெளிநாட்டு அரசு (அமெரிக்கா) தயாராகுமா என்று தகவல் தொடர்புத்துறை அதிகாரிகள் தங்கள் அய்யத்தை வெளியிட்டிருக்கின்றனர்" (டைம்ஸ் ஆஃப் சிலோன்).

எதற்காக வருந்த வேண்டும்? பெரிய சிலையையும் எஸ்ஸெலா பெராஹராவையும் போன்ற முக்கியத்துவமும் இன்றியமையாததும் அல்லவே தகவல் தொடர்புத் துறை!

பிட்சுகளுக்குப் பல்கலைக்கழகம்

"பிட்சுகளுக்காகத் தனியாக ஒரு பல்கலைக் கழகத்தை நிறுவுவதற்கான திட்டத்தை புத்தமத சன்னியாசி பிரமுகர்கள் வரவேற்றிருக்கின்றனர். அத்தகைய ஒரு நிறுவனத்தை நிறுவு வதைப் பற்றி தான் பிரதமருடன் விவாதித்ததாகவும் பல்கலைக் கழகத்தின் தேவையை அவர் ஒப்புக் கொண்டதாகவும் வாஜிராரமாவைச் சேர்ந்த வென் நாரத தீரோ அறிவித்தார்" (சிலோன் டெய்லி நியூஸ்).

"நமது தேசிய பரிணாமத்தின் இந்தக் கட்டத்தில் தமிழர் களுக்காக ஒன்று, இந்துக்களுக்காக இன்னொன்று என தனித் தனியாக இரண்டு பல்கலைக்கழகங்கள் தமிழ்ப் பேசுகின்ற மக்களுக்கும் தமிழ்ப் பரவியிருக்கின்ற பிரதேசங்களுக்குமாக நிறுவியே ஆக வேண்டும் என்பதில்லை. இந்துப் புரோகிதர்களுக் குரிய பயிற்சி உள்பட இந்து கலாச்சார வளர்ச்சிக்குத் தேவையான இந்துமத - கலாச்சார நிறுவனம் (பல்கலைக் கழகம்) என்ற கருத்தும், தமிழ்ப் பேசுகின்ற பிரதேசங்களுக்குத் தேவையான பல்கலைக்கழகம் என்ற கருத்தும் ஒன்றுக்கொன்று பொருந்துவது கெட்ட வாய்ப்பு இல்லைதான்" (எஸ். எஸ். சிவசுப்ரமணியம், சிலோன் டெய்லி மிரர்).

மேலை நாடுகளோடு ஒப்பிடும் பொழுது உயர் கல்வி பயிலுகின்ற மாணவர்களின் எண்ணிக்கை ஆசிய — ஆப்பிரிக்க நாடுகளில் மிகவும் குறைவுதான். இந்த விசயத்தில் இலங்கையோ ஜப்பான், பிலிப்பைன்ஸ், சீனா, இந்தியா முதலிய ஆசிய நாடுகளின் பட்டியலில் மிகவும் பின்தங்கித்தான் இருக்கின்றது. இதன் பொருள், இலங்கையில் இன்றிருப்பதைவிட அதிகமாகக் கல்வி நிலையங்களும் தொழில் நுணுக்கம் மிக்க பல்கலைக் கழகங்களும் தேவை என்பதுதான். ஆனால், இன, மத சம்பந்த மான பல்கலைக் கழகங்களுக்கே இலங்கை அதிக முக்கியத்துவம் கொடுப்பதாகத் தெரிகின்றது.

மத வகுப்பு வேண்டும்!

"மொரம்பாவில் ரவத்தபட்டத்திலுள்ள ஸ்ரீ சுகத தர்மோதயம் பள்ளிக் கூடத்தில் ஒரு பரிசளிப்பு விழாவில் பேசிய பூஜ்யமிதிய கோடாகுண ரத்னதேரா தன் உரையில் குறிப்பிட்டதாவது: 'மதக் காரியங்களுடைய நிர்வாகத்துக்காக ஒரு புதிய துறையை உருவாக்கா விட்டால் பண்டைய சிங்கள மன்னர்களுடைய

காலத்தில் புத்த மதத்துக்கு இருந்த மகத்தான இடத்தையும் தகுதியையும் மீண்டும் நிலை நாட்டுவோம் என்ற அரசின் தேர்தல் கால வாக்குறுதி ஏளனமாகத் தோன்றிவிடும்." (சிலோன் டெய்லி நியூஸ், 18-6-1960).

சிங்கள மன்னர்களுடைய காலத்தில் புத்த மதம் மன்னர்களுடைய பாதுகாப்பு வளையத்துக்கு உட்பட்டதாக இருந்தது. வெளிநாட்டவர்கள் ஆண்டபோது அன்றைய ஆட்சியாளர்கள் அவர்களுடைய சொந்த மதங்களுக்குத் தனியான பாதுகாப்பையும் உற்சாகத்தையும் அளித்ததனால், புத்தமதம் அதற்குரிய உரிமையையும் தனித் தகுதியையும் இழந்தது. புத்த மதத்தின் வளர்ச்சிக்காக அரசின் வரிப் பணத்தைச் செலவழிக்க வேண்டும் என்பதற்காக சில அமைப்புகள் கூறுகின்ற அறிவுபூர்வமான நியாயம் இதுதான். அவர்களுடைய வாதம் பின்வருமாறு: 'இலங்கைக்கு அரசியல் சுதந்திரம் கிடைத்திருக்கின்ற நிலையில், பண்டைய மன்னராட்சியில் புத்த மதத்துக்கு இருந்த செல்வாக்கான நிலையை மீண்டும் கொண்டு வருவதற்காகச் செயலாற்றுவதுதான் இன்றைய அரசின் தர்மமும் கடமையும் ஆகும்.'

இந்த நாட்டு மக்களில் புத்த மதத்தினர் மட்டும் 1947 இல் சுதந்திரம் பெறவில்லை. இருபதாம் நூற்றாண்டில் ஜனநாயக சுதந்திரத்தைப் பெற்றபிறகு, மத்தியகால கட்டங்களில் நடைபெற்ற மன்னராட்சி நிலைமையை நோக்கி நாம் திரும்பிச் செல்ல வேண்டுமா? மன்னராட்சியில் குடிமக்களின் உயிர் உள்பட நாட்டிலுள்ள அனைத்தும் மன்னரின் சொத்தாகவே இருந்தது. அனைத்தும் மன்னருக்கே உரிமையுடையதாக இருந்தன. தனக்கு விருப்பமான எதையும் அனுபவிக்கவும் சிறப்பாகப் பாதுகாக்கவும் மன்னருக்கு அதிகாரம் இருந்தது. அந்த அதிகாரத்தைப் பற்றி வினா எழுப்ப குடிமக்களுக்கு உரிமை இருந்ததும் இல்லை. இன்று நாம் சர்வாதிகாரியான ஒரு மன்னருடைய குடிமக்கள் அல்ல. ஆட்சியாளர்களுடைய செயல்களைக் கூட தட்டிக் கேட்கின்ற உரிமை படைத்த ஒரு நாட்டின் குடிமகன்களாவோம்.

பண்டைய மன்னர்கள் அவர்களுடைய மதத்துக்கு மட்டுமல்ல, சோதிடர்களுக்கும் பிற குறிசொல்பவர்களுக்கும் ஆசை நாயகிகளுக்கும், ஏன் விபச்சாரிகளுக்கும் கூட உற்சாகம் அளித்து வந்தனர். பண்டைய அரசவை சோதிடர்களைப்போல இன்றைய கல்வி நிலையங்களான பல்கலைக்கழகங்களிலுள்ள பேராசிரியர்களை, உரிய காலங்களில் தம்முடைய அருள்வாக்கால் அரசுக்கு

உபதேசம் செய்வதற்காக அரசு சோதிடர்களாக நியமிக்க வேண்டும் என்பதா?

இலங்கையில் வாழ்வதும் வரி செலுத்துவதும் புத்தமத ஆதர வாளர்களான மக்கள் மட்டும் அல்ல. தங்களுக்கென்று சொந்தமாக பல்கலைக்கழகங்கள் வேண்டும் என்ற இந்துககளுடையவும் முஸ்லீம்களுடையவும் இன்றைய வாதம் ஜனநாயகக் கொள்கை களிலிருந்து தோன்றியவைதான். புத்த மதத்துக்கு அரசின் உதவி கிடைத்தால், இந்துக்களுக்கும் முஸ்லீம்களுக்கும் அதுபோன்ற உதவி கிடைக்கவும் உரிமை உண்டு.

உயர் கல்விக்கான நிறுவனங்களும் தொழில் நுணுக்க நிறுவனங் களும் இந்த நாட்டுக்கு அத்தியாவசியமானவையாகும். யாழ்ப்பாணத்துக்கென்று சொந்தமாக ஒரு பல்கலைக்கழகம் வேண்டும். அது ஒரு தமிழ் அல்லது இந்துப் பல்கலைக்கழகமாக இருக்க வேண்டுமா? பொதுச் சொத்தைச் செலவிட்டு இந்துப் புரோகிதர்களுக்கான பயிற்சி அளிக்க வேண்டும் என்று சிவசுப்பிரமணியம் கூறுகின்றார். இந்துக் களுடைய புரோகிதர்கள் குறிப்பிட்ட ஒரு சாதியில் பிறந்தவர்களாவர். பிற மதத்தினர் புரோகிதர்களை சில ஆச்சாரங்கள் — சம்பிரதாயங்களின் படி நியமிக்கின்றனர். பார்ப்பனர்களுக்கும் சன்னியாசிகளுக்கும் மவுலவி களுக்கும் தனித்தனியாக பல்கலைக்கழகங்கள் நிறுவப்பட்டால், பல்வேறு பிரிவுகளைச் சேர்ந்த புரோகிதர்களுக்காக தனித்தனியாக பல்கலைக்கழகங்களை நிறுவ வேண்டும் என்ற வாதமும் நிச்சயமாக எழும்.

ஒரு தானத்தின் கதை

“28,000 ஏக்கர் பரப்பளவுள்ள மதுவென் வாலாவிலுள்ள நினா கமம் பகுதி கண்டியின் கடைசி மன்னர், ஆர்.எம்.மின் முன்னோர் களுக்குத் தானமாக அளித்ததாகும். மன்னரிடம் வெள்ளை நிறமான ஒரு குரங்கைக் காட்டியதற்காக மகிழ்ச்சியடைந்துதான் மன்னர் அந்தத் தானத்தை வழங்கினார். மன்னர் ஒருவரின் கூடாரத்துக்கு முன்பாக காட்டு யானைக் கூட்டத்தைக் கொண்டு சென்றதற்குப் பரிசாக வழங்கப்பட்டதுதான் வேறு நிலம். இவ்வாறு மதுவென்வாலா ரதிமகாத்யயன் 82,000 ஏக்கர் நிலத்துக்கு உரிமையாளரானார். 30,000 விவசாயிகள் நில உரிமையை இழந்தார்கள். இந்த நாட்டின் பெரும்பாலான பகுதிகளும் அவருக்கு உரியதாக இருந்தது.” (சிலோன் அப்சர்வர்).

அந்த முப்பதாயிரம் விவசாயிகளோ....? மன்னர் அவர்களையும் அவர்களது நிலத்தையும் ஒரு தனி மனிதருக்கு தானம் செய்த அநியாயத்தைப் பற்றி தட்டிக் கேட்க அவர்களுக்கு உரிமையில்லாமல் இருந்தது. இத்தகைய சர்வாதிகாரிகளான மன்னர்களையா ஜனநாயக ரீதியிலானது என்று சொல்லப்படு கின்ற இன்றைய அரசு பின்பற்ற முயல்கின்றது?

அரிசியுடையவும் அதுபோன்ற பிற அத்தியாவசிய உணவுப் பொருள்களுடையவும் விசயத்தில் தன்னிறைவு அடைவதற்கு இன்று அங்கீகரித்திருக்கின்ற வழிகள் போதுமானவை அல்ல. நமக்கு வெளி நாட்டு உதவி வேண்டும். நம்பிக்கையோடு எதிர் பார்க்கக்கூடியதான குடிநீர் விநியோகத்துக்காகப் புறக்கணிக்கப் பட்டதும் மண் புகுந்து நிறைந்ததுமான பகுதிகளைச் செப்பனிடு வதற்கு நமக்கு வெளிநாட்டு உதவி தேவை. நெற்பயிர் விவசாயம் சம்பந்தமான நடுநிலையான ஆய்வுகளை நடத்துவதற்கு நமக்கு வெளிநாட்டு நிபுணர்கள் தேவை" (சிலோன் அப்சர்வர்).

நம்முடைய உள்நாட்டு உணவுச் செல்வங்களை 'ஆத்மீக உணவு'க்காகச் செலவழிக்கவும், உடலுக்குத் தேவையான உணவுகளுக்குப் பிற நாட்டு மக்களிடம் கையேந்துவதும்தான் நமது கொள்கை என்று தெரிகின்றது.

மோசடிகளின் கதை

"புத்தமதப் பணிகளுக்காக ஏராளமான சமாஜங்களையும் சங்கங்களையும் தோற்றுவிப்பதைப் பற்றிய பணச் செலவு கடைசியில் கலாச்சாரத்துறை அமைச்சகத்தின் தலையில்தான் விழுந்திருக்கின்றது என்று கலாச்சாரத் துறை அமைச்சர் தன் வருத்தத்தைத் தெரிவித்திருக்கின்றார். அமைச்சகத்துக்காக ஒதுக்கப்பட்டிருந்த ரூ. 16 இலட்சத்தில் ரூ.5 இலட்சம் மட்டுமே இப்பொழுது மீதியிருக்கின்றது. ரூ. 11 இலட்சத்துக்கு என்ன நேர்ந்தது என்பது அமைச்சருக்கோ வேறு எவருக்குமோ தெரிய வில்லை என்பது போலவே தோன்றுகின்றது." (சிலோன் டெய்லி நியூஸ்).

மத சம்பந்தமான பணிகளைச் செய்கின்ற சமாஜங்களுக்காக கலாச்சாரத்துறை எந்த அடிப்படையில் பொது முதலை விரயம் செய்தது? கலாச்சாரத் துறை மத சம்பந்தமான காரியங்களுக்கான துறையின் மறுபெயராக ஆகிவிட்டிருக்கின்றது. ரோமன் கத்தோலிக்கர், ஆங்க்லிக்கன்ஸ், மெதோடிஸ்ட்டுகள், முஸ்லீம்கள்

என பிற மத நிறுவனங்களுக்காகப் பொது முதலைச் செலவழிக்க இந்தத் துறை தயாராகுமா?

ரூபாய் பதிமூன்று இலட்சம், புதுமழையில் முளைத்த காளானைப் போன்ற சில அமைப்புகளுக்காக — அவை அமைச்சரின் அன்பையும் ஆதரவையும் பெற்ற ஒரு மதத்தோடு தொடர்புடையவை என்ற காரணத்தால் — வாரி இறைக்கப்பட்ட பிறகு, அந்தப் பணத்துக்கு என்ன நேர்ந்தது என்று தெரியவில்லை என மக்களிடம் சொல்கின்ற தைரியத்தை அமைச்சர் காட்டியிருக்கின்றார். இலங்கையை ஆண்ட பண்டைய மன்னர்களைப் போல தானும் பொறுப்பற்ற தன்மையுடன் நடந்து கொள்ளலாம் என்று அமைச்சர் கருதுகின்றாரா?

உதவி

"சமூக நலத்துறை அமைச்சர் அசோக கருணாரத்னத்தின் சிபாரிசின்படி வயது முதிர்ந்த பவுத்த சன்னியாசிகளுக்கு அரசு தனியாக தங்குவதற்கான வசதிகளை செய்து கொடுக்கப் போகின்றது. அத்தகைய முதல் நிறுவனம் தென்பகுதியில் கட்டப்படுவதற்கான வசதியான இடத்தை விசாரித்துக் கொண்டிருக்கின்றனர்" (வீக்கெண்ட், 21-9-1966).

மத வேறுபாடின்றி முதியவர்களுக்குத் தங்குவதற்கான வசதியை ஏற்படுத்திக் கொடுப்பது மக்கள் நலன் நாடும் ஓர் அரசின் கடமையாகும். ஆனால், அமைச்சர் அசோக கருணாரத்னத்தின் அன்பும் ஆதரவும் தன்னுடைய சொந்த மதத்திலுள்ள முதிய சன்னியாசிகளின் மீது மட்டும் பதிவதைப் புரிந்து கொள்ள முடியவில்லை. பிற மதங்களிலுள்ள முதிய சன்னியாசிகள் இலங்கை வாழ் மக்கள் இல்லையா? அனைத்து மதங்களிலும் உள்ள புரோகிதர்கள் வேலை செய்து வாழ்கின்றவர்களை நம்பி, பிச்சை எடுக்கின்ற உயிர்களாகப் பரிணாமம் அடைந்தவர்கள் தான் என்று மானுடவியல் கற்றுத் தருகின்றது. உழைத்து வேலை செய்து தேசிய சொத்துக்கு கொடைகளை அளிக்கின்ற தொழிலாளிகள்தான், பிச்சை எடுக்கும் உயிர்களான இந்தப் புரோகிதர்களைவிட முதுமை காலத்தில் அதிக பராமரிப்புக்கும் உதவிக்கும் தகுதியுடையவர்கள் ஆவர் என்ற உண்மையை சமூக நலத்துறை அமைச்சர் மறந்துவிடக் கூடாது.

15
நாத்திகம் பேசும் வைதீகர்கள்

"கடவுள் இறந்து விட்டார் என்ற ஹார்மி கோக்ஸ், வில்லியம் ஹாமில்டன் ஆகியோரின் உறுதியான அறிவிப்பு சரியானதுதான். தற்கால மனிதன் ஒரு நாத்திகன் ஆகாமல் எவ்வாறு வாழ்வான்? கிறித்தவ மதம் 'தெய்வ நம்பிக்கை' இல்லாமலும் மதம் இல்லாமலும் இருக்க வேண்டும். 'வெளியே, அங்கே' ஒரு தெய்வம் இல்லை என்பதால் ஏமாற்றமடைவதில் பலனில்லை. மனிதனுக்குச் சொந்தமான பொருளை (அர்த்தம்) உருவாக்க முடியும். நமக்கு கடவுளை அன்பிலும் கருணையிலும் சத்தியத்திலும் காணலாம்" (டாக்டர் ஜான் ராபின்சன், வுல்விச் பேராயர்).

"சொர்க்கத்திலிருக்கின்ற பிதா எண்ண ஓட்டத்தின் பிரமைதான். பாரம்பரியமான கிறித்தவ மதம் காட்டுகின்ற தெய்வம் ஒரு ராட்சசன் தான். பண்டையக்கால காட்டுமிராண்டி இனம் கடவுளை அவர்களைப் போன்ற கொடியவனாகப் படைத்தது. எப்படியிருந்தாலும் சரி, வானில் எந்த ஒரு கடவுளும் கிடையாது. ஆகாயத்தில் கடவுள் உண்டு என்பதற்கான எந்தச் சான்றும் இல்லை. யேசு கிறிஸ்து, கடவுள் அல்ல. அவர் கன்னிகையின் மகன் அல்ல. அவருடைய மரணம் தெய்வீகக் காதலுக்கு அடையாளம் அல்ல. அவர் உயிர்த்தெழவில்லை. அவர் உண்மையில் வானை நோக்கி உயர்ந்து செல்லவில்லை. அவர் வரலாற்று உண்மை என்பதை மிஞ்சி கற்பனைதான். மத அனுபவங்களும் ஆசையும் கற்பனையும்தான். பிசாசு என்பதும் மனப்பிரமைதான். பண்டைய கடவுள்களெல்லாம் இறந்து விட்டார்கள்" (ரெவ. டானியல் எஸ். ரத்ன திலகம், இலங்கை).

"யதார்த்த நிலையில் இந்த உலகத்தைப் பற்றிய ஆர்வம்தான் – அதற்குப் பதிலாக நமக்குத் தெரியாத வேறோர் உலகத்தைப் பற்றிய ஆர்வம் அல்ல – முக்கியத்துவம் பெறுகின்ற செய்தி என்று நான் நம்புகின்றேன். நான் விடுதலையை விரும்புவது மதத்திலிருந்துதான். மரணத்திற்குப் பின்னருள்ள ஒரு வாழ்க்கைக்காகத் தயாராவதுதான் இந்த வாழ்க்கை என்ற

நம்பிக்கையிலிருந்தும் விடுதலை தேவையானதாகும். நமக்கு ஒரேயொரு வாழ்க்கைதான் உண்டு. அதை முழுமையாகப் பயன்படுத்துவதுதான் நம்முடைய திறமை. கடவுளைப் பற்றிய எண்ணம் பொருளற்றது. நான் தலையிடுவதில் — நடுவராக இருப்பதில் — நம்பிக்கை கொள்வதில்லை. இந்த உலகத்தைப் பாதுகாக்கவும் அழிக்கவும் மனிதனுக்குத் திறமை உண்டு. அதற்கான பொறுப்பை நாம் ஏற்றுக் கொள்ள வேண்டும்" (ரெவ. டேவிட் போப், மெல்போண், ஆஸ்திரேலியா).

"கடவுளைப் பற்றிய இன்றைய சாதாரண எண்ணம் காலம் கடந்ததாகும். மக்கள் அழைத்தாலும் பேசினாலும் அதற்குக் கீழ்ப்படிபவனும், நேர்த்திக்கடன்களாலும் விரத முறைகளாலும் வசியப்படக் கூடியவனும் ஆக உயரத்தில் — ஆகாயத்தில் வாழ்கின்ற கடவுளை நம்ப அவர்களுக்கு (மக்களுக்கு) சிரமம் அதிகரித்து வருகின்றது. கடவுளைப் பற்றிய இந்தச் சாமானிய எண்ணத்தை தேவாலயங்களும் மதங்களும் ஒன்றிணைந்து பல நூற்றாண்டுகளாகக் கட்டி எழுப்பினார்கள்" (ரெவ. பரட் டி சில்வா, இலங்கை).

"சர்வவல்லமை படைத்தவனாக, அனைத்தையும் அறிந்தவனாக இந்தப் பிரபஞ்சத்தைப் படைத்து காத்து வருகின்ற அன்பு வடிவான மனிதனைப் போன்ற தோற்றத்தையுடைய தெய்வத்தைப் பற்றிய எண்ணத்தை என்னால் கற்பனை செய்து பார்க்கவோ புரிந்துகொள்ளவோ முடியவில்லை. 'கடவுள் இல்லையென்று சித்தாந்த வடிவில் நான் வாதிடவில்லை; அப்படி ஒன்று உள்ளதாக நமக்குத் தெரியாது என்பதுதான் என்னுடைய வாதம்" என்ற பெர்ட்ரண்ட்ரசலின் அறிவிப்பில் நான் நிறைவடைகின்றேன். காண்பதும் காணப்படாததுமான பரந்த உலகின் சட்டைக்குள் என்னுடைய கடவுள் மறுப்பு வாதத்தை இருக்கை செய்ய வேண்டியிருக்கின்றது. என் சிந்தனையின் நிலைமை முழுமையான பக்தியின்மைதான். சித்தாந்த ரீதியாக ஓர் இறுதி முடிவைக் கைக்கொள்ள போதுமான தகவல்கள் என்னிடம் இல்லை. இவ்வாறிருக்கையில் 'கடவுள் உண்டென்று எனக்குத் தெரியும்' என்ற கடவுள் பக்தர்களின் முழுமையான தன்னம்பிக்கை என்னை வியப்பில் ஆழ்த்துகின்றது. அதே வேளையில் நாத்திகனின் பார்வையைப் புரிந்து கொள்ள என்னால் முடியும். காரணம், நாத்திகனைப் போன்று எனக்கும் அறிவு உண்டு. எதற்கும் ஓர் ஆரம்ப காரணமும் சிற்பியும் (உருவாக்குபவனும்) தந்திரமும் இருந்தே தீரும் என்ற எளிய கொள்கையை ஏற்றுக் கொள்வது கடினமல்ல" (ரெவ. விக்டர் ஜேம்ஸ், மெல்போண், ஆஸ்திரேலியா).

மேற்கூறிய நாத்திகர்களான அய்ந்து வைதீகர்களில் ஒருவருக்கு மட்டுமே — ரெவ. டேனியல் எஸ். ரத்னதிலகம் — தன் நம்பிக்கையின்படி இயங்குகின்ற தைரியம் இருக்கின்றது. ஒரு வஞ்சகன் ஆக விருப்பம் இல்லாததனால் அவர் தன்னுடைய சபைச் சீருடையைத் துறந்து, வைதீகப் பதவியைக் கைவிட்டு வெறும் திரு. ரத்னதிலகம் ஆனார். வைதீகப் பணியின் ஆதாயங் களை அடைவதற்காகப் பிற நால்வரும் 'இல்லாத கடவுளின் பரிவாரங்'களாக தங்கள் வாழ்வைத் தொடருகின்றனர். பேராயர்களாகவோ பாஸ்டர்களாகவோ தொடர்ந்து இருப்பதை நியாயப்படுத்துவதற்காக அவர்கள் 'கடவுள்' என்ற சொல்லை அன்பினுடையவும் கருணையினுடையவும் சத்தியத்தினுடைய வும் மறு பெயராக விளக்கமளிக்கின்றனர். அது உண்மை யென்றால் கடவுள் அன்பும் வெறுப்பும் என்றும் கருணையும் கொடுமையும் என்றும் சத்தியமும் அசத்தியமும் என்றும் ஏன் சொல்லவில்லை? அவர்களுடைய தெய்வம் கூட சொன்னதே இல்லை. தீமையைப் படைத்தவனும் நானே என்று தேவாலயத் தின் முன்னால் தனியாக இருக்கின்ற இந்தத் துணுக்குகளைப் பற்றி பகுத்தறிவாளர்கள் மகிழ்ச்சி அடையலாம்.

கல்கத்தாவில் நடைபெற்ற ஆன்மீக மாநாட்டில் அமிர்தசரசிலுள்ள ஷீக்சிக் மிஷணரி கல்லூரியின் முதல்வர் சர்தார்ஷெர்சிங் உரையாற்று கையில் பின்வருமாறு கூறினார்: "அறிவியல் ரீதியாக இயற்கை என்று அழைக்கப்படுகின்ற கடவுளின் படைப்புகளையும் பணிகளையும் பற்றிய ஒழுங்கான படிப்புதான் சாஸ்திரம்" (தி சன், அக்டோபர் 1960).

ஒரு மதத்தலைவரான சிங்கின் இந்த அறிவிப்பு ஒரு செய்தியைத் தெளிவுபடுத்துகின்றது. மதத்தை நியாயப்படுத்த முயலுகின்ற சிலருக்கு இன்று அவர்களுடைய அறிவியல் பார்வைக்கு புதுமையின் கவசத்தைச் சார்த்த வேண்டும். அதே வேளையில் படங்களுடைய பொருள் விளக்கத்தின் மூலம் செப்படி வித்தைகளைக் காட்டி அவர்களுக்கு மக்களை வஞ்சிக்கவும் வேண்டும். நவீன அறிவியலின் வெளிச்சத்தில் சர்வ வல்லமை வாய்ந்தவனும் அனைத்தையும் அறிபவனும் கருணை வடிவானவனும் படைப்பின் நாயகனுமான ஒரு கடவுளுக்கு அங்கீ காரம் கிடைக்காது என்பதும் நிலைத்திருக்க முடியாது என்பதும் உறுதி. எனினும் இயற்கை, அன்பு, சத்தியம், ஆதி காரணம் என்ற சொற்களின் மறுபெயராக ஆக்கியேனும் 'கடவுள்' என்ற சொல்லை நிலைத்திருக்கச் செய்ய அவர்கள் விரும்புகின்றனர்.

வேறு சில 'நவீன' மாந்தர்கள் மறு அவதாரம் என்ற சொல்லின் மறுபெயராக 'மீண்டும் ஆகுதல்' என்ற சொல்லைப் பயன்படுத்துவதில் ஆர்வம் காட்டுகின்றனர். இந்தக் குணம் மக்களிடமிருந்து தனிமைப்படுத்தப்படாமலிருப்பதற்குக் காரணம் ஆழ்மனதிலுள்ள ஆசைதான். ஆனால், திரு. ரத்ன நாயகத்தைப் (முன்னாள் பாதிரியார்) போன்ற ஒரு பகுத்தறிவாளரின் தனித்தன்மை, நாத்திகர்களான பேராயர்களுடையவோ பாஸ்டர் களுடையவோ வஞ்சனையைவிட சிறப்பு வாய்ந்ததே என்று கிரகிக்கின்ற தன்மை மக்களிடம் உண்டு.

16

மதங்களின் உயர்மட்ட மாநாடு

"பவுத்தம், இஸ்லாம், இந்து, சீக்கியம், பகாயி, சவுராஷ்ட்ரிய மதத் தலைவர்கள், மேற்படி மதங்களுடைய மகத்தான தத்துவங்களைப் பற்றி மத நம்பிக்கையும் பக்தியும் கொண்டவர் கள் அதிகமாக அறிந்துகொள்ள வேண்டுமென்று அழைக் கின்றனர். கல்கத்தாவில் நடைபெற்ற உலக ஆன்மீக உயர்மட்ட மாநாட்டில்தான் இவ்வாறு அழைப்பு விடுத்தனர். இந்த மாநாடு முதலாவதாக இப்பொழுதுதான் நடத்தப்பட்டது. தங்களுக்குள் இவ்வளவு ஒற்றுமை இருந்தபோதிலும், பல்வேறு மதங்களு டைய உபதேசங்களின் சரியான பொருளைப் பற்றி இத்தனை தவறான எண்ணங்களும் அறியாமையும் அதன் விளைவாக மதங்களுக்கிடையில் பெரிய பிளவும் இருப்பது கெட்ட வாய்ப்புதான். பல்வேறு மத ஆதரவாளர்கள் அவர்களுடைய மதத்தின் பெருமையைப் பற்றி குறைவாகவும் பிற மதங்களின் நல்ல இயல்புகளைப் பற்றி அதிகமாகவும் சிந்தித்தால் உலக மக்களிடையில் ஒருவருக்கொருவர் கூடுதலான நல்லெண்ணம் உருவாகும்" *(தி சன், அக்டோபர் 1968).*

"மக்களிடையில் ஒற்றுமையை உண்டாக்க மதம் உதவியது. மதத்தைப் பற்றி விவாதம் புரிந்தபொழுது மக்களுக்குள் கருத்து வேறுபாடு உண்டானபோதிலும் ஒற்றுமையும் இருந்தது. இதற்குக் காரணம், எல்லா மதத் தலைவர்களும் அன்பு, ஒருவரையொருவர் புரிந்து கொள்ளுதல், சகிப்புத் தன்மை ஆகியவற்றைப் பற்றி உரையாற்றியதுதான். வாத-பிரதிவாதங்களுக்கு அப்பாற்பட்ட

எங்கும் பரவியிருக்கின்ற சத்தியங்களைப் பற்றி அவர்கள் உரையாற்றினர். இவ்வாறு மத மாநாட்டு மலரில் பூஜ்ய தீப சந்திர விமல மகானான தீரோ அறிவித்திருந்தார்" (சிலோன் டெய்லி நியூஸ், 20-11-1968).

மாநாட்டுக்கு ஏற்பாடு செய்தவர்களை நாங்கள் பாராட்டுகின்றோம். அவர்களுடைய முயற்சிகள் மனிதன் தன் அண்டை வீட்டுக்காரனை சகோதரனாகக் கருதுவதற்கு வழிவகுத்துக் கொடுக்கும் என்று எதிர்பார்க்கின்றோம். அதே வேளையில் இந்தப் பூமியில் இயற்கை விபத்துகள் உள்பட பிற எந்தக் காரணங்களினாலும் உண்டானதைவிட அதிகமாக மனிதர்கள் அழிவுக்குள்ளானது மதத்தின் பெயரில்தான் என்ற உண்மையும் எஞ்சி நிற்கின்றது.

எந்தச் சூழ்நிலையிலும் கூட்டுக் கொலைகளுக்குக் காரணமாகின்ற விதத்தில் இன்று இந்தியாவுக்கும் பாகிஸ்தானுக்கும் இடையிலும் இஸ்ரேலுக்கும் அரபு நாடுகளுக்கும் இடையிலும் உள்ள வெறுப்புக்கு முக்கிய காரணம் மத வேறுபாடுகள்தான். அதனால் தப்பான மதங்களுடைய ஆதரவாளர்கள் சரியான மதத்தில் சேரத்தக்க வண்ணம் எந்த மதம் சரியானது என்று கண்டு பிடிப்பதற்காக 'மத மாநாடு' ஒரு முழுமையான ஆய்வை நடத்தினால் அது மிகவும் நன்மை பயப்பதாக இருக்கும். ஆனால், இத்தகைய மத ஆய்வு எல்லா மதங்களும் தப்பான வையே என்ற கண்டுபிடிப்பில்தான் சென்று முடிவடையும். அந்தக் கண்டு பிடிப்பு மத மாநாட்டின் இறுதி லட்சியமான உலக சமாதானத்தையும் ஒற்றுமையையும் கைப்பற்ற உதவி செய்யும்.

இதற்குப் பதிலாக அவர்களுடைய குறிக்கோள் புகழ்ச்சியின் மூலமாக தப்பான மதங்களை நியாயப்படுத்துவதுதான் என்றால் சமாதானத்துக்கும் ஒற்றுமைக்கும் பதிலாக இறந்து கொண்டிருக்கின்ற மதங்களுக்கு புத்துயிரூட்டுவதுதான் பலனாக இருக்கும்.

உண்மையில் எதுவேனும் இரண்டு மதங்கள் ஒன்றுபோல சரியானதாகவும் சத்தியமானதாகவும் இருப்பது சாத்தியமல்ல. காரணம், அவற்றின் உபதேசங்களுக்கிடையே ஒற்றுமை இருக்காது. அவை வித்தியாசமானவைதான். பல்வேறு மதங்கள் அனைத்தும் ஒரே கடவுளால் ஆக்கம் பெறுவது சாத்தியம் அல்ல. காரணம், பல்வேறு சமுதாயங்களை ஒன்றுக்கொன்று முரணான மத உபதேசங்கள் மூலமாக பரிதாபகரமான குழப்பத்தில் ஆழ்த்தி, மனித இனத்துக்கிடையில் இரத்தம் சிந்த வைப்பதற்கு

கருணாநிதியான ஒரு கடவுள் தயாராக மாட்டார் என்பதுதான். எல்லா மதங்களுடைய செய்தியும் ஒன்றுதான் என்றும் எல்லா மதங்களும் எல்லா மக்களிடையிலும் சமாதானத்தையும் ஒற்றுமையையும் உண்டாக்க முயன்றன என்றும் சொல்வது உண்மைக்குப் புறம்பானதாகும். ஒவ்வொரு மதத்தினுடையவும் தனிப்பட்ட குணச் சிறப்பு ஒவ்வொன்றுக்கும் இடையேயுள்ள வேறுபாடுகளாகும். எல்லோருடையதும் பொதுவான உண்மையே என்றால் வெவ்வேறான பெயர்கள் எதற்காக?

மதமும் சன்மார்க்கமும்

"எந்தவொரு மதமும் மனிதனுக்குத் தீமை செய்ய கற்றுக் கொடுப்பதில்லை; எல்லா மதங்களும் மனிதனுக்கு ஆன்மீக ஊக்கமே அளிக்கின்றன; அவனுடைய மனதை உலகக் காரியங்களிலிருந்து உயர்த்த உதவுகின்றன என்று உயர்மட்ட மாநாட்டில் பிரியானந்த மகாதீரோ அறிவித்தார்" (தி சன், நவம்பர் 1968).

(அதே மாநாட்டில்) "பூஜ்ய தீப சோபசந்த்ரவிமல மகாநாயக தீரோ உரையாற்றும் போது பின்வருமாறு குறிப்பிட்டார்: எல்லா மதங்களும் மனிதனை நன்மை செய்யவும் மரியாதைக்குரியவனாக இருக்கவும் நாட்டுக்கொரு செல்வம் ஆகவும்தான் கற்றுக் கொடுக்கின்றன" (சிலோன் டெய்லி நியூஸ், 20-11-1968).

இந்த மகாதீரோக்களின் அறிவிப்புகளோடு நான் ஆற்றலுடன் கருத்துப்போருக்கு இணைகின்றேன். குளத்தில் குளிக்கின்ற பெண்களின் ஆடைகளைத் திருடவும், மரத்தின் மீது ஏறி நின்று அவர்களுடைய நிர்வாணமான உடலை ஒளிந்து நின்று பார்க்கவும் செய்த கடவுளின் (கிருஷ்ணன்) சன்மார்க்கத்துக்குப் புறம்பான செயல் மனிதனுக்கு ஆன்மீக ஊக்கம் அளிக்கவும் அவனை உலகக் காரியங்களிலிருந்து உயர்த்தவும் உதவுமா? இத்தகைய செயல்கள் மனிதனில் காம உணர்வை உண்டாக்கவும் அவனுடைய ஆன்மாவுக்குப் பதிலாக அவனது பிறப்புறுப்பை உயர்த்தவும்தான் செய்யும் என்பதை மகாதீரோக்கள் புரிந்து கொண்டால் நல்லது.

கடவுள்களுடைய மட்டரகமான – அநீதியான செயல்களுக்கு எத்தனை எடுத்துக்காட்டுகளை வேண்டுமானாலும் அடுக்கிக் கொண்டே போகலாம்.

17

‘பாதுகாப்புக் காலம்’ வரவழைத்த வினை

ஜான்புல் தம்பதியர் பத்தாண்டுகள் மகிழ்ச்சியான குடும்ப வாழ்க்கை நடத்தினர். எட்டு வயதான மகனும் அய்ந்து வயதான மகளும் அவர்களுக்கு உண்டு.

பாராடெனியா பல்கலைக்கழகத்தில் படிக்கின்ற காலத்தில் தான் சிரில் ஜான்புல்லும் டெய்சி பெர்னாண்டோவும் அறிமுக மானார்கள். அவர்கள் ஒருவரை ஒருவர் விரும்பினர். திருமணம் செய்து கொள்ளவும் முடிவெடுத்தனர். விவரம் அறிந்ததும் சிரிலின் குடும்பத்தினர் எதிர்த்தனர். ஆனால், அவர் பின்வாங்கத் தயாராக இல்லாததால் குடும்பத்தினர் சம்மதம் அளிக்க வேண்டிய கட்டாயத்துக்கு உள்ளானார்கள். டெய்சியின் தந்தையான வழக்கறிஞர் பெர்னாண்டோவுக்கு மகளின் விருப்பத்தை மீறிய பிரச்சனை எதுவும் இருக்கவில்லை.

பொருளியல் பட்டம் பெற்ற உடனேயே ஒரு புகழ்பெற்ற தொழில் நிறுவனத்தில் கூடுதல் அதிகாரியாக சிரிலுக்கு வேலை கிடைத்தது. கொழும்பு நகரத்திலுள்ள ஒரு பள்ளிக்கூடத்தில் டெய்சி ஆசிரியையாக பணியில் சேர்ந்தார். அலுவலகம் முடிந்ததும் சிரில், டெய்சி தங்கியிருந்த விடுதிக்குச் செல்வார். அவர்கள் ஒன்றாக திரைப்படம் பார்க்கச் சென்றார்கள்; ஒன்றாக ஓட்டலில் உணவு உண்டனர்.

திருமண நிச்சயதார்த்த வேளையில் ஒரு பெரிய பிரச்சனை உண்டானது. தீவிர கத்தோலிக்கர்கள் என்ற நிலையில் மகனின் திருமணத்தை பங்கு தேவாலயத்தில் வைத்து நடத்த வேண்டும் என்று பெற்றோர் பிடிவாதமாக இருந்தனர். அந்தத் தேவாலய பங்குத் தந்தை இரண்டு நிபந்தனைகளை விதித்தார். டெய்சி திருமணத்திற்கு முன்பே ஞானஸ்நானம் பெற்று ரோமன் கத்தோலிக்க சபையில் சேர வேண்டும்; அல்லது குழந்தைகளை ரோமன் கத்தோலிக்கர்களாக வளர்க்கலாம் என்று ஓர் ஒப்பந்தத்தில் கையொப்பமிட்டுத் தரவேண்டும். இது டெய்சியின் குடும்பத்தினரின் தன்மானத்தைப் புண்படுத்துகின்ற ஏற்பாடாக இருந்தது. பிறப்பதற்கு முன்பே ஒருவருடைய மதம் எதுவாக

இருக்க வேண்டும் என்று தீர்மானிப்பது அதர்மமான செயல் என்று வழக்கறிஞர் பெர்னாண்டோ பாதிரியாரிடம் சொல்லி புரிய வைக்க முயன்றார். அதில் பலன் கிடைக்காததும் இந்தத் திருமணம் வேண்டாம் என்று மகளுக்கு அறிவுரை கூறினார். ஆனால், அவள் சிரிலையே மணம் முடிப்பது என்ற முடிவை ஏற்கெனவே எட்டி விட்டாள். அப்படியானால், சட்டப்படி திருமணத்தைப் பதிவு செய்து விடலாம் என்று அவர் சொன்னார். அந்த நிலையில் தேவாலய பங்குத் தந்தை, தேவாலயத்தில் வைத்து திருமணத்தை நடத்தாவிட்டால் சிரிலை சபையிலிருந்து வெளியேற்றுவதாக மிரட்டல் விடுத்தார். கடைசியில் வழக்கறிஞர் பெர்னாண்டோ மகளின் எதிர்கால நலனை எண்ணி சமாதான மாகச் செல்லத் தயாரானார்.

திருமணம் மிக ஆடம்பரமாக நடத்தப்பட்டது. விருந்து உபச்சாரங்களுக்குப் பிறகு தம்பதிகள் கொழும்பில் தங்கினார்கள். டெய்சியின் தந்தை கொடுத்த வரதட்சணையில் அவர்கள் அங்கே ஒரு புதிய வீட்டை விலைக்கு வாங்கினார்கள். அய்ந்து ஆண்டு களுக்குள் அவர்களுக்கு இரண்டு குழந்தைகள் பிறந்தனர். சிரில், தான் பணியாற்றிய நிறுவனத்தில் ஆட்சித் தலைவராகப் பதவி உயர்வு பெற்றார். டெய்சி அருகிலுள்ள ஒரு ரோமன் கத்தோலிக் கப் பள்ளிக்கூடத்தின் துணை முதல்வராக ஆனார்.

1972 பிப்ரவரியில் இலங்கையின் தலைநகரமான கொழும்பு விலுள்ள 'மேரேஜ் கைடன்ஸ் ப்யூரோ' அலுவலகத்துக்குப் புகார் ஒன்றுடன் டெய்சி வந்தாள். இலங்கை பகுத்தறிவாளர் சங்கத்தின் தலைமையில் இயங்கிய இந்த அமைப்பின் அலுவலகம் என் வீட்டில்தான் அமைந்திருந்தது. டெய்சிக்கு மிகவும் இரங்கத்தக்க ஒரு கதை சொல்வதற்கு இருந்தது. சிரிலுக்கும் டெய்சிக்கும் இடையே உருவான காதலையும் திருமணத்தையும் இரண்டாவது குழந்தை பிறக்கும்வரை அவர்கள் வாழ்ந்த மகிழ்ச்சியான வாழ்க்கையையும் பற்றி அவள் விரிவாக என்னிடம் சொன்னாள். அதற்குப் பிறகு கணவருக்கு அவள் மீதும் குடும்பத்தின் மீதும் உள்ள ஆசை குறைந்தது. எப்பொழுதாவது ஒருமுறைதான் அவர் செக்ஸ் உறவுக்காக அவளை நெருங்கினார். அதுவும் அதிக ஆசையுடன் அல்ல. மிகவும் தாமதமாகத்தான் வேலை முடிந்து வீட்டுக்கு வந்தார். அலுவலக கலந்துரையாடல்களிலோ பிற நிகழ்ச்சிகளிலோ கலந்து கொண்டதாக விளக்கம் அளிப்பார். ஆனால், அவர் தன்னுடைய பெண் செயலாளருடன் வெளியே சென்று சில கிளப்புகளிலோ ஓட்டல்களிலோ நீண்ட நேரத்தைச்

செலவழிப்பது உண்டு என்று நம்பத் தகுந்த செய்தி அவளுக்குக் கிடைத்தது. சிரிலின் தாமதமான வருகையும் அவளிடமுள்ள ஆசைக் குறைவும் கண்ட பொழுது அவள் மனதில் சந்தேகங்கள் உதித்தன. அதைத் தொடர்ந்து ரகசியமாக விசாரித்த பொழுதுதான் இந்தச் செய்தி கிடைத்தது. புத்திசாலித்தனமும் திறமையும் கொண்ட பெண் டெய்சி. அதனால் அவள் அதைப் பற்றி பேசவோ சண்டையிடவோ செய்யவில்லை. மாறாக, திருமணப் பிரச்சனைகளுக்குத் தீர்வு காண்கின்ற ஒரு நபர் என்ற நிலையில் அவள் என்னை அணுகினாள்.

டெய்சியின் கதையைக் கேட்டபிறகு அடுத்த ஞாயிற்றுக் கிழமை கணவரையும் அழைத்துக் கொண்டு வரமுடியுமா என்று நான் வினவினேன். அவள் ஒப்புக் கொண்டாள். அதன்படி அவர்கள் இருவரும் குறிப்பிட்ட நேரத்தில் வந்து சேர்ந்தனர்.

டெய்சியை வரவேற்பறையில் அமர வைத்துவிட்டு, சிரிலுடன் நான் அலுவலக அறைக்குள் சென்றேன். அவர் கூறுகின்ற எந்த இரகசியத்தையும் டெய்சியிடம் சொல்லப் போவதில்லை என்று முதலிலேயே நான் வாக்குறுதி அளித்தேன். அப்பொழுது அவர் தன்னுடைய மன நிலையை வெளிப்படுத்தினார்.

இரண்டாவது குழந்தை பிறந்த பிறகு இனிமேல் குழந்தைகள் வேண்டாம் என்று இருவரும் சேர்ந்து முடிவெடுத்தோம். அதற்காக ரோமன் கத்தோலிக்க சபை அங்கீகரிக்கின்ற ஒரே குடும்பக் கட்டுப்பாடு மார்க்கமான 'பாதுகாப்புக் காலம் பார்த்' தலைத்தான் அவர்கள் தங்களுக்குரிய வழியாக ஏற்றுக் கொண்டனர். வாசக்டமி, ட்யூபெக்டமி முதலிய அறுவை சிகிச்சைகளோ கருத்தடை மருந்துகளோ பயன்படுத்தி குழந்தைப் பிறப்பைத் தடுக்கக் கூடாது என்றுதான் கத்தோலிக்க சபை கூறுகின்றது. பெண்ணின் கருமுட்டை வெளியேறுகின்ற நாள்களில் உடலுற வைத் தவிர்ப்பதே இந்த மார்க்கம். இவ்வாறு குடும்பக்கட்டுப் பாடு முறையைக் கடைப்பிடித்த பிறகு டெய்சிக்கு செக்ஸ் விசயங்களில் ஆர்வம் குறைந்துவிட்டதாக சிரில் கூறினார். அத்தகைய நிலை உருவானதும் தன்னுடைய உடல் தேவைகளை நிறைவேற்ற அவர் சில வழிகளை நாடினார். டெய்சிக்கோ வேறு எவருக்குமோ இது தெரியாது என்றும் சிரில் கூறினார்.

பாதுகாப்புக் காலத்தில் மட்டும் உடலுறவு கொள்கின்ற 'ரிதம் மெதட்' என்றழைக்கப்படுகின்ற குடும்பக் கட்டுப்பாடு முறையை ஏற்றுக் கொண்டதால் குடும்பப் பிரச்சனைகள்

உருவான வேறு சில ரோமன் கத்தோலிக்க தம்பதிகளும் என்னை அணுகியிருக்கின்றனர். அவர்களுக்கு வழங்கிய அதே அறிவுரையைத்தான் சிரில் தம்பதியினருக்கும் வழங்க முடிவு செய்தேன்.

கல்வியறிவு படைத்த அந்தத் தம்பதியர் இருவரையும் ஒன்றாக உட்கார வைத்து செக்ஸ் சம்பந்தமான அறிவியலைப் பற்றி ஒரு வகுப்பையே நான் நடத்தினேன். நான் அவர்களுக்குச் சொன்ன பாடத்தின் சுருக்கம் பின்வருமாறு:

"மனித உடலின் பிற இயக்கங்களைப் போலவே உடலுறவும் உடலியல் சம்பந்தப்பட்டதுதான். இதனுடைய குறிக்கோள் வாரிசு உருவாக்கம் என்பதால் தனிமனித தேவை என்பதை விட சமூகத் தேவையாகவும் இது இருக்கின்றது. தாகம் உண்டாகும்பொழுது தண்ணீரைக் குடித்து அதைத் தணிப்பதைப் போல, பசிக்கும்பொழுது உணவு உண்பதைப் போல, துணையுடன் சேர்ந்து செக்ஸ் திருப்தியை அடைய வேண்டும். சமூக வாழ்க்கையின் வசதிக்காக இந்த விசயத்தில் மனிதர்கள் சில கட்டுப்பாடுகளை ஏற்படுத்தியிருக்கின்றனர் – அவ்வளவுதான். சுவாசித்தல், ரத்த ஓட்டம், உணவு உண்ணுதல் ஆகியவை தனிமனிதனை மட்டுமே சார்ந்த விசயங்களாகும். ஆனால், இந்த உடல் தர்மங்கள் எல்லாம் கொண்ட இன்னொரு நபருடன் இணை சேர வேண்டும் என்றால் அந்த நபரின் வசதிகளையும் கருத்தில் கொள்ள வேண்டும். அதனால் இந்தக் காரியத்தில் சில கட்டுப் பாடுகள் தேவையாகின்றன. ஆனால், இந்தக் கட்டுப்பாடுகளோ சட்டங்களோ மாற்ற முடியாதவையோ புனிதமானவையோ அல்ல. மனிதர்களின் வசதிக்காக மனிதர்கள் உருவாக்கியவையே அவை. கடவுள் உண்டாக்கிய கட்டுப் பாடுகளே அவை என்றும் அவற்றை மீறினால் மரணத்திற்குப்பின் கடவுள் அவர்களைத் தண்டிப்பார் என்றும் புரோகிதர்கள் கூறுவதில் பொருளேதும் இல்லை. கடவுள்தான் இத்தகைய சட்டங்களை உருவாக்கி இருந்தாரென்றால் பல்வேறு மதத்தினருக்கும் சாதியினருக்கும் நாட்டினருக்கும் இடையில் வித்தியாசமான திருமணச் சட்டங்களும் உலகியல் தர்மங்களும் உருவாகி இருக்காது. ஆணும் பெண்ணும் பிறவியிலேயே ஏகபத்தினி விரதம் கொண்டவர்களோ ஒரே கணவன் விரதம் கொண்டவர்களோ அல்ல. எதிரிடையானவர்கள்தான். விலங்கிலிருந்து பரிணாமம் மூலம் உருவான மனிதனிடம் அந்த இயல்புதான் காணப்படும். மனிதர்களைப் போல விலங்குகளுக்கு அறிவில்லாததால் அவை தர்ம விதிமுறைகளை உருவாக்கவில்லை – அவ்வளவு தான்.

நாகரிகமடையாத சமூகங்கள்கூட பலதார உறவை கைவிட்டு வருகின்றனர். சமூக வாழ்க்கையின் வசதிக்காக ஒரே மனைவி விரதத்தையும் ஒரே கணவன் விரதத்தையும் மனிதர்கள் கண்டு பிடித்தனர். தெய்வ சித்தத்தாலோ புரோகிதர்களின் கட்டுப் பாடுகளாலோ அல்ல, சட்டங்கள் மூலமாகத்தான் அந்த சம்பிரதா யத்தை நிலைநிறுத்தியிருக்கின்றனர். பிற விசயங்களைப் போலவே செக்ஸ் விசயத்திலும் மாற்றத்தை மனிதர்கள் விரும்புகின்றனர். ஆனால், திருமணம் என்ற பந்தத்தை உடைக்காமல் இருக்க வேண்டுமென்றால் மாற்றத்தை விரும் புகின்ற ஆசையைக் கட்டுப்படுத்த வேண்டும் என்று புத்திசாலி களான மனிதர்கள் புரிந்து கொண்டனர். நம்முடைய வீட்டிலுள்ள விலங்குகள் வசதிக்கேற்ப இணைகளை மாற்றுவதைக் காணலாம். அது இயற்கை விதிமுறைகளுக்கு ஏற்புடையதுதான். பல விசயங்களிலும் மனிதர்கள் இயற்கை விதிமுறைகளை மீறியிருக் கின்றனர். இருப்பிட வசதி, உணவு, உடை, உடல்நலம், கல்வி முதலிய எல்லா விசயங்களிலும் இயற்கையை வென்று, அதிக வாழ்க்கை வசதிகளை மனிதர்கள் உண்டாக்கிக் கொண்டனர். செக்ஸ் விசயத்திலும் இதுதான் மனிதனின் நிலை. சமூகத்துக்கு நன்மை செய்வது என்பதை மீறி எந்தச் சிறப்பும் அந்தக் காரியத்தில் எந்தச் சட்டத்துக்கும் இல்லை. ஆண் - பெண்கள் அவர்களுடைய துணையைப் புறக்கணித்து புதிய துணைக்காக அலைவது இல்லை. அவ்வாறு செய்தால் சமூக வாழ்க்கை முழுமையாகக் குழப்பத்தில் சிக்கிவிடும்.

"செயற்கையான வழிமுறைகளைப் பயன்படுத்தி பிறப்பைக் கட்டுப்படுத்துவது கடவுளின் விருப்பத்துக்கு எதிரானது என்ற கத்தோலிக்க சபையின் வாதம் முழுமையாக அறிவியலுக்கு ஒவ்வாத தாகும். இவ்வாறு பிறப்பைக் கட்டுப்படுத்த முடிவது தவறு என்றால், செயற்கையாக உடைகளைத் தயாரித்து நிர்வாணத்தை மறைப்பதும் செயற்கை வாகனங்களைத் தயாரித்துப் பயணம் செய்வதும் செயற்கையாக இருப்பிடங்களைக் கட்டுவதும் எல்லாம் கடவுள் விருப்பத்துக்கு முரணானவை என்பதாகக் கொள்ள நேரிடும். நோயைத் தீர்க்க மருந்து உண்பதுகூட இந்த வகையில் தவறாகும். இந்த வகையில் பார்த்தால் கத்தோலிக்கர் கள் வெயிலிலும் மழையிலும் எப்படி குடை பிடிக்க முடியும்? அதுவும் செயற்கையான வழிகளல்லவா? அவையெல்லாம் போகட்டும், இந்தக் கோட்பாட்டின்படி பாதுகாப்புக் காலம் பார்த்து உடலுறவு கொள்வதுகூட கடவுளின் விருப்பத்துக்கு

எதிரானதாகும். கருமுட்டை வெளியேறும் காலத்தில் உடலுறவில் ஈடுபட்டால்தான் கருத்தரிப்பு நிகழும். அந்த நேரத்தில் மனமறிந்தே செக்ஸ் உறவிலிருந்து விலகி நிற்பது செயற்கையான ஒரு வழிதான். போப்பாண்டவர் ஜான் சுவிட்சர்லாந்தைச் சேர்ந்த டாக்டர் பால் நீகான் மூலம் இளமை சிகிச்சை செய்து கொண்டதும், அண்மையில் போப்பாண்டவர் பால் சிகிச்சை எடுத்துக் கொண்டதும் இந்தக் கோட்பாட்டின்படி கடவுள் விருப்பத்துக்கு எதிரான செயற்கை வழிகளைப் பயன்படுத்தித்தான்.

"மனிதர்கள் உள்பட எல்லா உயிரினங்களிலும் உள்ள பெண் இனத்துக்கு அளவுகடந்த செக்ஸ் வேகம் உண்டாவது கருமுட்டை வெளியேறுகின்ற காலகட்டத்தில்தான் என்பது அங்கீகரிக்கப்பட்ட ஓர் உண்மையாகும். இந்தக் கட்டங்களில் எல்லா விலங்குகளும் இணை சேர முயலும். சில சமூகக் கட்டுப்பாடுகளையும் நன்மதிப்பையும் கருத்தில் கொண்டு மானுடப் பெண்கள் இணை சேருகின்ற தீவிரமான ஆசையை வெளிப்படுத்துவதில்லை – அவ்வளவுதான். பெண் விலங்குகளில் பலவற்றுக்கும் ஆண்டுக்கு ஒன்றோ இரண்டோ முறை மட்டுமே இவ்வாறு கருமுட்டை வெளியேறும் நேரம் உருவாகும். ஆனால், மானுடப் பெண்ணுக்கு 28 நாள்களுக்கு ஒரு முறை இது உண்டாகின்றது. இது ஒவ்வொரு வருடையவும் மாதவிடாய் காலத்தைப் பொறுத்து இருக்கும். இந்த விஞ்ஞான உண்மையை அறியாத போப்பாண்டவரும் பிற புரோகிதர்களும் கத்தோலிக்கக் கணவர்களிடம், மனைவியரின் கருமுட்டை வெளியேறுகின்ற காலத்தில் உடலுறவு கொள்ளக் கூடாது என்கின்றனர். அதற்குப் பதிலாக பெண்ணுக்கு விருப்பமில்லாத பிற நாள்களில் உறவு கொள்ளும்படி அவர்கள் அறிவுறுத்தவும் செய்கின்றனர். கத்தோலிக்கப் பெண்களுக்கு தேவையான பொழுது செக்ஸ் உறவிலிருந்து அவர்களைத் தடுக்கவும், தேவையில்லாதபொழுது அதை அவர்கள் மீது திணிக்கவும் செய்வது அவர்களுடைய பெண்மையின் மீது நடத்துகின்ற தாக்குதலாகும். கணவரோடு ஒத்துப்போக வேண்டும் என்பதாலேயே பெண்கள் இதற்கு உடன்படுகின்றனர். விருப்பமில்லாத ஒருவருடன் பலவந்தமாக செக்ஸ் உறவு கொள்வது 'பலாத்காரம்' என்று அழைக்கப்படுகின்றது. இது குற்றமாகும். சட்டவிரோதமான பலாத்காரமாக கத்தோலிக்கத் திருமணங்கள் தரம் தாழ்த்தப்பட்டிருக்கின்றன – இந்தக் கட்டுப்பாட்டின் மூலமாக.

"இயற்கை விதிமுறைகளுக்கு முரண்பாடாக இவ்வாறு செக்ஸ் உறவில் ஈடுபடுவதன் மூலமாக ரோமன் கத்தோலிக்கப் பெண்களில் பலரும் விரைவிலேயே செக்ஸ் விசயங்களில் ஆர்வம் இல்லாதவர்களாக ஆகிவிடுவார்கள். தங்களுடைய மனைவியரின் மரத்துப்போன நடவடிக்கைகளில் புகார் தெரிவித் துக் கொண்டு பல கத்தோலிக்கக் கணவர்கள் என்னை அணுகி யிருக்கின்றனர். கருத்தடைக்கான மாத்திரைகளையோ பிற வழிகளையோ பயன்படுத்த அவர்களை அனுமதித்திருந்தால் கருமுட்டை வெளியேறுகின்ற நேரத்திலும் அவர்கள் செக்ஸ் உறவில் ஈடுபட்டிருப்பார்கள். அப்படியிருந்தால் பல குடும்பங்கள் உடைந்துபோகாமல் வாழும்."

டெய்சியை வரவேற்பறைக்கு அனுப்பிவிட்டு நான் சிரிலிடம் தொடர்ந்து பேசினேன். கல்வியறிவு படைத்த அவர், மனைவியின் விருப்பத்துக்கு எதிராக எதிர்கால வாரிசுகளை கத்தோலிக்கர்களாக வளர்க்கலாம் என எழுதி வைத்தது தப்பாகி விட்டது என்று நான் உறுதிபடச் சொன்னேன். சபையின் உத்தரவுக்கிணங்க பாதுகாப்புக் காலத்தில் மட்டும் மனைவியுடன் செக்ஸ் உறவுகொண்ட அவர், குற்ற உணர்வு எதுவும் இன்றி பிற பெண்ணுடன் உறவு வைத்திருந்ததிலுள்ள முரண்பாட்டை நான் சுட்டிக் காட்டினேன். அந்தத் தப்புக்காக அவர் பாவ மன்னிப்புப் பெற்றிருப்பதாகப் பதில் சொன்னார். எந்தத் தப்பையும் செய்து விட்டு பாவமன்னிப்பு மூலம் பரிகாரம் பெற்றுவிடலாம் என்ற நம்பிக்கை கத்தோலிக்கர்களை அதிக தப்பு செய்யும்படித் தூண்டுகிறது. பிற பெண்களிடமுள்ள ஆசையைத் துறந்துவிட்டு மனைவியுடன் அவர்களுக்குத் தேவையானபொழுது செக்ஸ் உறவு கொள்ளவும் விஞ்ஞான ரீதியிலான கருத்தடை வழிகளை ஏற்றுக் கொள்ளவும் நான் அறிவுறுத்தினேன்.

சிரில் என்னுடைய அறிவுரைகளை ஏற்றுக் கொண்டார். டெய்சிக்கும் பிரச்சனைகள் தெளிவாகப் புரிந்தது. இப்பொழுது டெய்சியும் சிரிலும் மிகவும் மகிழ்ச்சியான குடும்ப வாழ்க்கையை நடத்துகின்றனர்.

18

பகவான்களும் பகவதிகளும்

டில்லியைச் சேர்ந்த பாலயோகி ஒருவர் கள்ளக் கடத்தல் வழக்கில் சிக்கி அதிக நாள்கள் ஆகவில்லை. அது சம்பந்தமான செய்திகள் இன்னும் தணியவில்லை என்றாலும் அந்தப் பகவானின் விசயத்தில் இந்தியாவுக்கு உள்ளேயும் வெளியேயும் உள்ள பக்தர்கள் இப்பொழுதும் ஆர்வமாகவே உள்ளனர். ஆந்திராவைச் சேர்ந்த சத்ய சாயி பாபா, பெங்களூருவைச் சேர்ந்த சிவயோகி பால மகாராஜ், பண்டரிமலை சுவாமிகள் என இன்னும் பல 'கடவுள் அவதாரங்கள்' உள்ளனர். பகவதிகளுக்கும் இந்த விசயத்தில் பஞ்சம் இல்லை. இந்தியாவின் பல பாகங்களில் அரை டஜனுக்கும் மேற்பட்ட பகவதிகளும் வாழ்கின்றனர். மகேஷ் யோகி, பறக்கும் சுவாமி போன்ற சன்னியாசிகளுடைய கணக்கை எடுப்பதும் எளிதான காரியம் அல்ல.

பண்டைக்காலத்தைவிட பகவான்களும் பகவதிகளும் சன்னியாசிகளும் பக்தர்களும் இப்பொழுது அதிகரித்து வருகின்றனர். விஞ்ஞானம் இவ்வளவுதூரம் வளர்ச்சியடைந்த பிறகும் ஏன் இப்படி நிகழ்கின்றது என்று பலரும் அய்யம் கொள்ளலாம். சுதந்திரம் கிடைத்த பிறகு உள்ள இந்தியாவில் மத சம்பந்தமான ஏமாற்று வேலைகளுக்கு ஏற்ற சூழ்நிலை நிலவுகின்றது என்பதே இதற்குக் காரணம். மோசடி செய்வது கிரிமினல் குற்றம்தான் என்ற போதிலும், அது மதத்தின் பேரில் நிகழ்ந்தால் சட்டத்துக்கு உட்பட்ட புனிதச் செயலாக மாறுகின்ற காட்சிதான் இங்கே காணப்படுகின்றது. மதச் சார்பற்ற இந்தியாவின் அரசியல் சட்டம் மத சுதந்திரத்தை அனுமதிக் கின்றது. அதனுடைய திரைச் சீலையைப் பிடித்துக் கொண்டுதான் புரோகித வேடதாரிகளான ஆண்களும் பெண்களும் மிக மோசமான மோசடிகளை அரங்கேற்றுகின்றனர். மத உணர்வு களைப் புண்படுத்தினார்கள் என்ற குற்றச்சாட்டு உண்டாகாமல் இருப்பதற்காக முற்போக்குச் சிந்தனையாளர்கள்கூட இதற்கு நேராக கண்களை மூடிக்கொள்கின்றனர். மூடநம்பிக்கை கொண்ட சில அரசியல் தலைவர்களின் உதவி இருப்பதால் நீதி

நியாய பரிபாலனத்துக்குப் பொறுப்பானவர்கள்கூட இந்த மோசடிப் பேர்வழிகளுக்கு எதிராக எதுவேனும் நடவடிக்கை எடுக்க அஞ்சுகின்றனர். மத சம்பந்தமான விசயங்களில் அய்யம் கொள்ளவோ ஆய்வு நடத்தவோ நேரத்தைச் செலவிடாதவர்களும் அவ்வாறு செய்வது தப்பு என்று கருதுகின்றவர்களும்தான் சாமானிய மக்கள். இந்தச் சூழ்நிலைகளில் மத சம்பந்தமான மோசடி வேலைகள் வளருவதற்கு ஏற்ற வளம் மிக்க பிரதேசமாக சுதந்திர இந்தியா மாறியிருக்கின்றது.

மதத்தின் பெயரில் மோசடி செய்கின்ற இத்தகையவர்களில் சிலர் நவீன செய்தி வினியோக வசதிகளையும் பிரச்சார வித்தைகளையும் நன்றாகவே பயன்படுத்திக் கொள்கின்றனர். அத்தகையவர்களில் சிலர் இந்தியாவுக்கு வெளியிலிருந்துகூட ஆயிரக்கணக்கான பக்தர்களைக் கவர்ந்திழுக்கின்றனர். தவத்தாலோ தியானத்தாலோ பெற்றதென்று உரிமை கொண்டாடு கின்ற 'சித்தி'தான் அவர்களுடைய முதலீடு. இந்தக் கூட்டத்தைச் சேர்ந்த சிலர் தாம் கடவுள் என்றோ கடவுள் அவதாரம் என்றோ உரிமை கொண்டாடுவது உண்டு. இத்தகைய சில இந்தியக் கடவுள்கள் இப்பொழுது அடிக்கடி இலங்கைக்கும் வருகின்றனர்.

19
சத்ய சாயிபாபா

'புனர்ஜென்மம்' (தமிழில் 'மறுபிறவி') என்ற என்னுடைய திரைப்படம் வெளிவந்ததைத் தொடர்ந்து சென்னை, பெங்களூர், கோழிக்கோடு, திருச்சூர், எர்ணாகுளம், கொல்லம், திருவனந்த புரம் ஆகிய இடங்களுக்குச் சென்றபொழுது நான் பத்திரிகையாளர் களிடம் பின்வரும் அறிக்கையை அளித்தேன்:

"உலகில் எவருக்கும் இயற்கைக்கு அப்பாற்பட்டதோ தெய்வீகமோ ஆன எந்தவித ஆற்றலும் கிடையாது. வெட்டவெளியி லிருந்து வெறும் கை அசைவினால் கைகடிகாரமோ சிவலிங்கமோ திருநீறோ எடுத்துக் காட்டலாம் என சிலர் கூறுவது உண்டு. அவை வெறும் மோசடி வேலைகள்தான். இந்த வகையான காரியங்களில் விஞ்ஞான ரீதியான ஆய்வு நடத்துகின்ற திறமையோ மனமோ இல்லாத பக்தர்களை ஏமாற்றுவதற்காக இந்தியாவில் உள்ள 'மனித தெய்வங்கள்' இவ்வாறு பலவற்றையும் செய்வதாக உரிமை

கொண்டாடவும் அதை பெரிய அளவில் பரப்பவும் செய்கின்றனர். என்னுடைய பரிசோதனைக்கு உட்பட்டு எவரேனும் மனித தெய்வமோ பகவானோ தெய்வீக மாந்தரோ இத்தகைய ஓர் அதிசயச் செயலை செய்து காட்டினால், நான் அந்த மனிதருக்கு ரூபாய் ஒரு இலட்சம் கொடுக்கின்றேன். நான் சாகும்வரை இந்த அறைகூவல் நிலைத்து நிற்கும்."

கடவுள் என்றும் கடவுள் அவதாரங்கள் என்றும் தெய்வீக மாந்தர் என்றும் உரிமை கொண்டாடுகின்ற அனைவருடைய கவனத்தையும் ஈர்க்கும் வகையில் இந்தியப் பத்திரிகைகள் இந்த அறிக்கையை வெளியிட்டன. பல பகவான்களுக்கும் இதைத் தாங்கிக்கொள்ள முடியவில்லை. என்னுடைய அறைகூவலை ஏற்று தெய்வீக ஆற்றலை நிரூபிக்கலாம் என அவர்களில் பலர் எனக்கு எழுதினார்கள். வேறு சிலர் என்னுடைய அறைகூவலை ஏற்றுக் கொண்டதாக பத்திரிகைகளில் அறிக்கைகளை வெளியிட்டனர். டாக்டர் வட்லாமுடி (டெக்கான் ஹெரால்டு), சி.எஸ். தீர்த்தங்கர் (இந்து), பதஞ்சலி சேத்தி (பிளீட்ஸ் பத்திரிகை), ஆர்.பி. திவாரி (இந்தியன் எக்ஸ்பிரஸ், பாரத் ஜோதி) ஆகியோரும் பெயர் வெளியிடாத பர்துவானைச் சேர்ந்தவரும் (அம்ருதபசார் பத்திரிகை) தான் பத்திரிகைகள் மூலமாக அறைகூவலை ஏற்றுக் கொண்டவர்கள்.

பத்திரிகைகளில் அறிக்கைகளை வெளியிட்டவர்கள், கடிதங்களை அனுப்பியவர்கள் ஆகிய ஒவ்வொருவரின் அருகிலும் சென்று ஆய்வு நடத்துவது ஒரு தனி மனிதனால் இயலாத காரியமல்லவா. அதனால் இவர்களில் உண்மையான தெய்வீக ஆற்றல் கொண்டவர்களைக் கண்டுபிடிப்பதற்காக முதல் கட்ட ஆய்வு ஒன்றை நடத்த நான் முடிவு செய்தேன். அறைகூவலை ஏற்க விரும்புகின்றவர்கள் ரூ. 100 முன்பணமாகச் செலுத்த வேண்டும் என்றும் அதற்குத் தயாராக இருப்பவர்களை இந்தியாவிலுள்ள என்னுடைய நண்பர்கள் முதற்கட்ட பரிசோதனைக்கு உட்படுத்துவார்கள் என்றும் அதில் வெற்றி பெறுகின்றவர்களை நான் நேரில் சந்திப்பேன் என்றும் பத்திரிகைகள் மூலமாகப் பதில் அளித்தேன். என்னுடைய இந்திய நண்பர்கள் நடத்துகின்ற ஆய்வையும் நான் விவரமாகத் தெரிவித்திருந்தேன். ஒரு ரூபாய் கரன்சி தாள் ஒன்றைக் காட்டுவார்கள்; அதே வரிசை எண்ணில் அத்தகைய ஒரு ரூபாயை தெய்வீக ஆற்றலால் உருவாக்க வேண்டும். இதைச் செய்ய முடியாவிட்டால் ஓர் உறையினுள் ஒரு ரூபாய் தாளை அடைத்து வைப்பார்கள்;

உறையைத் திறக்காமலேயே ரூபாயின் வரிசை எண்ணை வாசிக்கவேண்டும். இவற்றில் எதுவேனும் ஒரு சோதனையில் வெற்றி பெறுகின்றவருக்கு அவர் செலுத்தியிருந்த முன்பணத்தை உடனே திருப்பிக் கொடுப்பார்கள். அந்தத் தெய்வீக மாந்தரின் ஆற்றலை நேரில் பரிசோதித்து அறிவதற்காக நான் உடனே அங்கே வருவேன். என்னுடைய பரிசோதனையிலும் இது உண்மையென்று நிரூபிக்கப் பட்டால், அப்பொழுதே நான் அவருக்கு ரூபாய் ஒரு இலட்சம் கொடுப்பேன்.

என்னுடைய இந்த இரண்டாவது அறிக்கை வெளிவந்து இப் பொழுது மாதங்கள் பலவாகி விட்டன. ஆனால், எந்த மனித தெய்வமும் அந்த அறைகூவலை ஏற்கவில்லை. ரூ. 100 செலுத்தி முதற் கட்ட பரிசோதனைக்கு இந்த பகவான்கள் தயாராகாதது ஏன்? அந்த நூறு ரூபாயை இழந்து விடுவோம் என்பது அவர்கள் எல்லோருக்கும் தெரியும்.

பிரபஞ்சத்தில் இயற்கைக்கு அப்பாற்பட்ட எந்த ஒன்றும் நிகழ்வதில்லை. இங்கே என்னவெல்லாம் நிகழ்கின்றனவோ அவையெல்லாம் இயற்கை விதிமுறைகளுக்கு உட்பட்டவை தான். ஆனால், மனிதனின் துச்சமான அறிவின் மூலம் இயற்கையின் பல பிரதிபலிப்புகளையும் தெரிந்து கொள்ள முடிய வில்லை. பண்டைய மனிதனுக்கு அதிசயமானதாகத் தென்பட்ட பலவும் தற்கால மனிதனுக்கு அதிசயங்களே அல்ல. இன்று நமக்கு அதிசயமானதாகத் தோன்றுகின்ற பலவும் நாளை அதிசயமானது அல்ல என்று ஆகிவிடும்.

அணு ஆற்றல், விண்வெளிப் பயணம், சந்திரனில் ஆய்வு, இதய மாற்று சிகிச்சை, செயற்கை உயிர், சோதனைக் குழாய் குழந்தை, ரேடியோ டெலஸ்கோப் ஆகியவையெல்லாம் விஞ்ஞானம் தந்தவைதான். மத நூல்களின் மூலமோ தெய்வீக மாந்தர்களின் மூலமோ இத்தகைய எதுவேனும் ஆதாயங்கள் உலகத்துக்குக் கிடைத்திருக்கின்றனவா?

சாயிபாபா செய்ததாகச் சொல்லப்படுகின்ற அற்புதங்களை டாக்டர் பகவந்தம் என்ற ஓர் இந்திய அறிவியலாளர் ஒப்புக் கொண்டார் என்று பக்தர்கள் உரிமைக் கொண்டாடுவது உண்டு. பகவந்தம் சொன்னார் என்பதற்காக எல்லோரும் அதை ஏற்றுக் கொள்ள முடியாது. அறிவியல் ஆய்வு மூலமாக அதை நிரூபித்துக் காட்ட பகவந்தம் தயாராக இருக்கின்றாரா? தயாராக இல்லை என்றால் அது அவருடைய ஒரு மூடநம்பிக்கையே என்பது உறுதி.

ஒரு விஞ்ஞானி சொன்னார் என்பதால் அஞ்ஞானம் விஞ்ஞானம் ஆகாது. ஒரு மனிதனையோ பொருளையோ தெய்வீகம் என்று கருதி ஆய்வுக்கு உட்படுத்தாமல் இருப்பது விஞ்ஞான மனோ பாவம் அல்ல.

வெட்டவெளியிலிருந்து நீறோ சிவலிங்கமோ சாயிபாபா எடுத்து பக்தர்களுக்குக் கொடுத்தார் என்று சொல்லப்படுகின்றது. இது ஓர் அற்புதச் செயலா? ஆயிரக்கணக்கான மக்கள் கலந்து கொண்டிருக்கின்ற பொதுக் கூட்டங்களில் வைத்து வெட்ட வெளியை நோக்கிகையை உயர்த்தியபின் நீறை எடுத்து நான் சபையினருக்கு அளித்திருக்கின்றேன். பாராசைக்காலஜி, மனோதத்துவம் சம்பந்தமாக நான் நடத்திய ஆய்வுகளுக்காக அமெரிக்கப் பல்கலைக்கழகம் ஒன்று எனக்கு டாக்டரேட் பட்டம் அளித்ததற்காகப் பாராட்டு விழாவை அண்மையில் சென்னையில் நடத்தினர். அங்கே ஒரு பக்தன் என்னிடம், சாயிபாபா செய்வதுபோல வெட்ட வெளியிலிருந்து நீறை எடுத்துக் காட்ட முடியுமா என்று வினவினார். இந்த வினா நான் முதலிலேயே எதிர் பார்த்ததுதான். நான் நாடக பாணியில் வெட்ட வெளியில் கையை உயர்த்திய பிறகு சிறிது நீறை அவர் கையில் கொடுத் தேன். தொடர்ந்து பலரும் என்னிடம் நீறு தரும்படி வேண்டினார் கள். நூற்றுக்கணக்கான மக்களுக்கு நான் அங்கே வைத்தே நீறு கொடுத்தேன். சிலர் அதை புனிதப் பொருளாக எண்ணி தாளில் பொதிந்து சட்டைப் பையில் வைப்பதை நான் பார்த்தேன். சில பெண்கள் அந்தப் புனிதப் பொருளை நெற்றியில் பூசினர். எதையும் ஆராயாமல் நம்பி விடுகின்ற அவர்கள், தெய்வீக ஆற்றலால்தான் நான் வெட்டவெளியிலிருந்து அந்த நீறை வரவழைத்தேன் என்று எண்ணினார்கள். நான் அவர்களிடம் உண்மை என்னவென்று வெளிப்படையாகக் கூறினேன். இந்த வினாவை எதிர் பார்த்திருந்த நான் கொழும்புவிலிருந்து கொண்டு வந்ததுதான் அது. இந்த விசயத்தில் ஓர் ஆய்வு நடத்துகின்ற தகுதியோ சாமானிய அறிவோ அங்கே குழுமியிருந்தவர்களில் எவருக்கேனும் இருந் திருந்தால், அவர் இந்த வினாவை வினவுவதற்கு முன்பே என்னை சோதனைக்கு உட்படுத்தியிருப்பார்கள். அப்படிச் செய்திருந்தால் என்னுடைய உடையிலுள்ள பையில் பாதுகாப்பாக நான் வைத்திருந்த நீறைக் கண்டுபிடித்திருப்பார்கள். சாதாரண நீறை உண்டாக்குவதுபோலவே சாணத்தை எரித்து என்னுடைய மனைவி உண்டாக்கிய நீறைத்தான் நான் சென்னையில் பார்வையாளர்களுக்குக் கொடுத்தேன். சிலுவையையோ

சிவலிங்கத்தையோ கைகடிகாரத்தையோ மோதிரத்தையோ எதை வேண்டுமானாலும் இவ்வாறு வெட்டவெளியிலிருந்து எடுத்துக் காட்டலாம். சிறிது பயிற்சி பெற வேண்டும் – அவ்வளவுதான்.

சாயிபாபாவைப் பற்றி பொய்க் கதைகளைப் பரப்புவதில் அவருடைய சீடர்கள் அனைவருமே கவனம் செலுத்துகின்றனர். டாக்டர் டி. நல்லைநாதன் என்பவர் 'டைம்ஸ் ஆஃப் சிலோன்' பத்திரிகையில் எழுதிய ஒரு கட்டுரையிலிருந்து சில பகுதிகளை இங்கே கொடுக்கின்றேன்:

"பணம், பழம் ஆகியவை மட்டுமல்ல, பூக்கள்கூட கொண்டு வரக்கூடாது என்று பகவான் சத்ய சாயிபாபா பக்தர்களிடம் கூறுவதுண்டு. சாயிபாபா உள்பட எல்லா மதங்களையும் சேர்ந்த புனிதர்களைப் பற்றி ஆபாசமான கட்டுரைகள் எழுதுவதையே வழக்கமாகக் கொண்டிருந்த ஓர் இந்திய தமிழ்ப் பத்திரிகையாசிரியருக்கு இரண்டாண்டு சிறைத் தண்டனை விதிக்கப்பட்டது. கடிதம் மூலமோ பிரார்த்தனை மூலமோ பக்தியோடு தன்னுடைய உதவியை வேண்டுகின்ற எந்த பக்தருக்கும் சாயிபாபா உதவி செய்வார். எடுத்துக்காட்டாக ஒன்றைச் சொல்கின்றேன். கலிபோர்னியாவிலுள்ள லாஸ் ஏஞ்சல்ஸ் என்ற இடத்தைச் சேர்ந்த சாரத்ஸ் பென் என்ற விமானி ஒருமுறை விமானத்தில் பணியில் இருந்தபொழுது வானில் வைத்து விமானத்தில் தீ பிடித்தது. திடுக்கிட்டு அவர் பார்த்தபொழுது மிக அருகில் சாயிபாபா இருக்கின்றார்! எந்தவிதக் குழப்பமும் இன்றி விமானம் கீழே இறங்குவதற்கு பாபா அவருக்கு உதவி செய்தார். உண்மையில் உடல்ரீதியாக சாயிபாபா அன்று இந்தியாவில்தான் இருந்தார். எனினும், ஆயிரக் கணக்கான மைல்களுக்கு அப்பால் நடுவானில் விமானத்தில் பணியாற்றிய அந்த விமானிக்கும் அவருடைய உதவி கிடைத்தது. இதைச் செய்ய எவ்வாறு முடிந்தது என்பது தெளிவான விசயம்தான் என்றாலும், கோவூரைப் போன்ற பகுத்தறிவாளர்கள் நம்ப வேண்டுமென்றால் ஆதாரங்கள் வேண்டும் என்று கூறுவார்கள். அவதாரம், அதிசய செயல் முதலிய மகத்தான உண்மைகள் புரிய வேண்டும் என்றால் சாரத்ஸ் பென்னைப் போன்ற ஒரு பக்தனாக ஆகட்டும். ஸ்ரீ சத்ய சாயி பாபாவின் படத்திலிருந்து குங்குமம், திருநீறு முதலியவை விழுகின்ற இடங்களின் பெயரையும் முகவரியையும் வேண்டுமென்றால் நான் அவருக்குக் கொடுக்கலாம். சென்னைக்குச் சென்றிருந்தபொழுது நாங்கள் – ஒரு டஜனுக்கும் அதிகமான

இலங்கை மக்கள் – இந்த அற்புதக் காட்சியைக் கண்டோம். குணமாகாது என்று சொல்லி சுவிட்சர்லாந்திலுள்ள மருத்துவர்கள் புறக்கணித்த இதயத்தில் புற்றுநோய் பாதித்த ஒரு நோயாளியை சாயிபாபா குணப்படுத்தினார். இளம்பிள்ளை வாதத்தால் பாதிக்கப்பட்ட ஒரு குழந்தையைக் கண்டதும் அவர் சிறிது திருநீறை வரவழைத்து தாயிடமோ பாதுகாவலரிடமோ கொடுத்து அதை குணமாக்கினார். ஒரே பார்வையிலேயே ஒருவருடைய முன்பின் பிறவிகளைப் பற்றி அறிய பகவானால் முடியும்."

நம்பத் தகுந்த மக்களுடைய சாட்சியமும் தெளிவான ஆதாரமும் இல்லாமல் இத்தகைய கதைகளை நம்ப முடியாது. பக்தர்களுடைய இத்தகைய மனப்பிரமையான அனுபவங்களை விஞ்ஞான ரீதியாகப் பரிசோதிக்கும்பொழுது வெற்று வேட்டு களே என்பது தெரியவரும். சாயிபாபாவின் படத்திலிருந்து நீறும் குங்குமமும் விழுகின்ற இடங்களின் முகவரி கிடைப்பதால் பலன் இல்லை. என்னுடைய பரிசோதனைக்குப் பிறகு எதுவேனும் இடத்தில் சாயிபாபாவின் படத்திலிருந்து நீறு விழுவதைக் காட்டும்படி நான் நல்லைநாதன் உள்படவுள்ள சாயி பக்தர்களுக்கு அறைகூவல் விடுக்கின்றேன்.

சாயிபாபாவையும் பிற சன்னியாசிகளையும் பற்றி ஆபாசமான கட்டுரையை வெளியிட்டதற்காக ஒரு தமிழ்ப் பத்திரிகையின் ஆசிரியரை இரண்டு ஆண்டுகள் தண்டித்தார்கள் என்று டாக்டர் நல்லை நாதன் கூறுவது முழுப் பொய்யாகும். இதைப் பற்றிய உண்மையை அறிவதற்காக தென்னிந்தியா விலுள்ள முக்கியமான இரண்டு பத்திரிகை அலுவலகங்கள் மூலமாகவும் பி.ட்டி.அய்.யின் இலங்கை கிளை மூலமாகவும் நான் விசாரித்தேன். அத்தகைய ஒரு சம்பவம் நிகழவில்லை என்பது தான் எனக்குக் கிடைத்த தகவல். விமானத்தில் பக்கத்து இருக் கையில் சாயிபாபாவைப் பார்த்த சாரத்ஸ் பென்னின் முகவரி வேண்டுமென்று நான் கேட்டும் நல்லைநாதனோ பிறரோ அதை அளிக்கத் தயாராக இல்லை. பத்திரிகை ஆசிரியரைத் தண்டித் தார்கள் என்று சொன்னதைப் போன்ற பொய்க் கதை என்பதா லேயே விமானியின் முகவரியைத் தர பக்தர்கள் முன்வரவில்லை.

விமானங்களைக் கட்டுப்படுத்த சாயிபாபாவுக்குத் திறமை உண்டென்றால், அண்மைக் காலங்களில் இந்தியாவில் நிகழ்ந்த சில விமான விபத்துகளைத் தவிர்க்க அவர் முயன்றிருக்கலாமே! இல்லாவிட்டால், பாகிஸ்தானுக்கும் இந்தியாவுக்குமிடையே

போர் நடைபெற்ற பொழுது இந்தியாவுக்குச் சொந்தமான விமானங்கள் சேதமடையாமல் இருக்க அவர் முயன்றிருக்க லாமே! பக்தர்களை மட்டும்தான் பாபா பாதுகாப்பார் என்றால் இனிமேல் சாயிபக்தர்களை விமானிகளாக நியமிக்க இந்திய அரசு கவனம் செலுத்த வேண்டும். மோகன் குமாரமங்கலம், டாக்டர் பாபா போன்ற அறிவாளிகளின் உயிர் விபத்தில் சிக்காமல் இருந்திருக்குமல்லவா! சாயி பக்தர்களுக்கு தெய்வீக ஆற்றல் இருப்பதால் பயிற்சியும் தேவையில்லை!

நீறு பயன்படுத்தி சாயிபாபா புற்றுநோயைக் குணப்படுத்தி னார் என்று டாக்டர் நல்லைநாதன் கூறியபோதிலும் அவ்வாறு நோய் குணமானவருடைய விவரங்களைக் கொடுக்கவில்லை. அதனாலேயே அது பொய்க் கதை என்பது உறுதியாகின்றது. ஆலப்புழையைச் சேர்ந்த மருத்துவர் கே.கே. நாயர், பி.ஏ., எம்.பி.பி.எஸ். அவர்களின் மனைவிக்குப் புற்றுநோய் உருவான பொழுது சாயிபாபா அளித்த நீறால்தான் குணமானது என்று ஒரு செய்தி இலங்கையில் பரப்பப்பட்டது. அதன் உண்மையை அறிவதற்காக 2.2.1969 இல் மருத்துவர் கே.கே. நாயருக்கு பின்வருமாறு ஒரு கடிதம் எழுதினேன்:

"அன்புக்குரிய திரு. நாயர்,

உங்களுடைய மனைவிக்கு உண்டான புற்றுநோய் சாயிபாபா அளித்த புனித திருநீறால் குணமானது என்று என்னுடைய நண்பர்களில் ஒருவரான வி.வி. நாயர் கூறினார். தாங்கள் ஒரு மருத்துவர் என்பதால்தான் இதன் உண்மையை அறிவதற்காக தங்களுக்குக் கடிதம் எழுதுகின்றேன். சாதாரணமாக மூட நம்பிக்கையாளர்களும் எதையும் அறியாமல் நம்புகின்றவர் களும் இத்தகைய கதைகளைக் கற்பனையாக உருவாக்கிக் கூறுவதுண்டு. தாங்கள் அந்தக் கூட்டத்தைச் சேர்ந்தவர் இல்லை யல்லவா. இந்த நோய் குணமான கதையில் எதுவேனும் உண்மை உண்டென்றால், இந்த விசயத்தில் அறிவியல் பூர்வமான ஓர் ஆய்வு நடத்த நான் விரும்புகின்றேன். நீறு சிகிச்சைக்கு முன்பு அவருடைய ரத்தத்தைப் பரிசோதனை செய்ததற்கான சான்றுகள் உள்ளனவா? முன்பு புற்றுநோய்க்கு தாங்களோ வேறு எவரேனுமோ அவருக்கு சிகிச்சை அளித்தது உண்டா? உண்டென்றால் அதற்கான ஆதாரங்களைக் காட்ட முடியுமா?

புற்றுநோயைக் குணப்படுத்துகின்ற எதுவேனும் இந்த விபூதியில் உண்டென்றால் இந்தச் செய்தி எதிர்காலத்தில் புற்று நோயாளிகளுக்கு எவ்வளவோ ஆறுதலாக இருக்கும்! இது

உண்மையென்றால் அற்புத ஆற்றல் கொண்ட இந்த நீறை உலகம் முழுவதும் உள்ள புற்று நோய் மருத்துவமனைகளில் சேகரித்து வைப்பதற்கான ஏற்பாடுகளைச் செய்ய வேண்டும். அதற்காக இந்த விபூதியின் ஆற்றலை நிரூபிக்கின்ற ஒரு விஞ்ஞானக் கட்டுரையைத் தயார் செய்து முக்கியமான மருத்துவ இதழ்களில் வெளியிட வேண்டும். தேவை ஏற்பட்டால் இந்த ஆய்வை நடத்த நான் ஆலப்புழைக்கு வருகின்றேன்.

பதில் அனுப்பவும்.

தங்கள் உண்மையுள்ள,

ஆபிரகாம் டி. கோவூர்."

1969 பிப்ரவரி இரண்டாம் நாள் அனுப்பிய இந்தக் கடிதத்துக்கு 1969 ஜூலை வரை பதில் வரவில்லை. ஜூலை 27 ஆம் நாள் ஆலப் புழையில் நடைபெற்ற பொதுக்கூட்டத்தில் நான் இந்தக் கடிதத்தைப் பகிரங்கமாக வாசிக்கவும் இந்தக் கடிதத்தை நிரூபிக்கும்படி டாக்டர் நாயருக்கு வேண்டுகோள் விடுக்கவும் செய்தேன். டாக்டர் நாயரையோ ஆதரவாளர்களையோ சந்திப் பதற்காக இரண்டு நாள்கள் ஆலப்புழை யில் தங்கியிருப்பதாகவும் நான் அன்று அறிவித்தேன். ஆனால், எவரும் இந்தக் கதையை நிரூபிக்க முன்வரவில்லை.

சாயிபாபா வாழ்கின்ற புட்டபர்த்தியில், அவருடைய தலைமையில் இலவச மருத்துவமனை ஒன்றை நடத்துவதாக பாபா பக்தர்களே ஒப்புக் கொள்கின்றனர். அற்புதகரமாக நோயைத் தீர்க்க சாயிபாபா வுக்குத் திறமை உண்டென்றால், நல்லவர்களான மருத்துவர்களுக்கு சம்பளம் கொடுத்து எதற்காக மருத்துவ மனையை நடத்த வேண்டும்? அங்கே நோயாளிகளுக்கு புனித நீறா மருந்தா எது வழங்கப்படுகின்றது என்பதை அறியும் ஆர்வமும் உண்டு.

சாயிபாபா இந்தியாவில் இருக்கும்பொழுதே அமெரிக்கா வில் சாரத்ஸ் பெண்ணுக்குக் காட்சியளித்தார் என்ற கதையை எழுதிய டாக்டர் நல்லைநாதனே விநோதமான இன்னொரு கதையையும் எழுதி இலங்கையிலுள்ள பத்திரிகை ஒன்றில் வெளியிட்டிருந்தார்.

"1965 ஏப்ரல் மாதத்தில் நாற்பது வயதான பகவான் சத்ய சாயி பாபா கொழும்புவில் காட்சியளித்து எனக்கு அருளாசி வழங்கி னார். அதே நேரத்தில் பகவான் ஆந்திரப் பிரதேச நகரங்களில்

பக்தர்களுக்கு ஆசி வழங்கியவண்ணம் பயணம் செய்து கொண்டிருந்தார். நானும் பாபாவும் கொழும்புவிலுள்ள அலுவலகம் ஒன்றில் 45 நிமிடங்கள் ஒன்றாக இருந்தோம். அவர் சிங்கள மொழியில் அங்கேயிருந்த அலுவலர்களிடம் பேசினார். அவர் தன் வாழ்நாளில் ஒருபோதும் சிங்கள மொழியைப் படித்ததில்லை."

இந்தக் கதையைப் பற்றி உடனே நான் விசாரிக்கத் தொடங்கினேன். டாக்டர் நல்லைநாதனுடன் அன்று சாயிபாபா வைப் பார்த்த ஒரேயொரு மனிதர்கூட அவருக்காக சாட்சி சொல்வதற்கு இல்லை. அவ்வாறு அது முழுப்பொய் என்பது நிரூபணமானது. இந்தத் தகவலை சுட்டிக்காட்டியவண்ணம் நான் முக்கியமான பத்திரிகைகளிலெல்லாம் அறிக்கை வெளி யிட்டேன். நல்லைநாதன் அதைப் பற்றி பிறகு பேசவே இல்லை.

பக்தர்களிடமிருந்து பணமாகவோ பொருளாகவோ சாயிபாபா எதுவும் வாங்குவதில்லை என்று டாக்டர் நல்லை நாதனும் அவரைச் சார்ந்தவர்களும் கூறுகின்றனர். அது உண்மை யென்றால் புட்டபர்த்தியில் சாயிபாபா நடத்துகின்ற இலவச மருத்துவமனையின் செலவுக்குத் தேவையான பணம் எங்கிருந்து கிடைக்கின்றது என்பதைத் தெளிவுபடுத்த வேண்டும். சாயி பாபாவுக்கு பெங்களூரில் அரண்மனைக்கு நிகரான ஒரு பங்களா உண்டு. அது எப்படிக் கிடைத்தது? பக்தர்கள் கூட்டத்தைச் சேர்ந்த செல்வந்தர்களுக்குப் பரிசாக அளிக்கின்ற விலை உயர்ந்த நகைகளை வாங்குவதற்கான பணம் எங்கிருந்து கிடைக்கின்றது? பாபா அய்ந்தும் பத்துமாக வாங்காமல் இருக்கலாம்; ஆயிரக் கணக்கிலும் பல ஆயிரம் கணக்கிலும்தான் வழிபாடை ஏற்றுக் கொள்கின்றார் — அவ்வளவுதான். சாயிபாபாவுக்கோ புட்ட பர்த்தியிலுள்ள அவருடைய துணை கிரகங்களுக்கோ பணத்தில் ஆசை இல்லையென் றால், இந்துக்கள் ஏராளமாக உள்ள இடங்களில் சம்பளம் கொடுத்து பிரச்சாரகர்களை நியமிக்கின்ற 'சாய் சமாஜ'ங்கள் எதற்காக?

பாபா தன்னுடைய தேவைக்கான தங்கத்தையும் ரூபாயையும் பிறவற்றையும் தானே உருவாக்கிக் கொள்கின்றார் என்று சில பக்தர்கள் கூறுகின்றனர். இந்திய அரசின் அனுமதி இல்லாமல் கரன்சியை உண்டாக்குகின்ற வேலையை சாயிபாபா செய்வது உண்டென்றால், அது தெய்வீக ஆற்றலால் இருந்தால் கூட தண்டனைக்குரிய கிரிமினல் குற்றமாகும். தங்கத்தின் கதையும் வித்தியாசமானது அல்ல. அரசின் அனுமதியின்றி தங்கத்தை வெட்டி எடுக்கவோ இறக்குமதி செய்யவோ எவருக்கும்

உரிமை இல்லை. அவ்வாறெல்லாம் பாபா செய்கின்றாரென்றால் அவர் கள்ள நோட்டு அச்சடிப்பவரும் கள்ளக் கடத்தல் செய்பவரும் ஆகின்றார். இது பக்தர்களால் சகித்துக் கொள்ளக்கூடிய விமர்சனம் இல்லையென்றாலும் கூட அத்தகைய குற்றச்சாட்டுகள் பாபாவைப் பற்றி நிலவுகின்றன என்பதை மறைத்து வைப்பதில் பயன் இல்லை.

இனி, ஒரு வாதத்துக்காக சாயிபாபாவுக்கு தெய்வீக சக்தியின் மூலம் தங்கமோ கரன்சிதாளோ வேறு எதையேனுமோ உருவாக்க முடியும் என்றே ஒப்புக் கொள்வோம். அப்படியானால் இந்தியா போன்ற ஓர் ஏழை நாட்டுக்கு என்னவெல்லாம் நல்ல காரியங்கள் செய்ய முடிந்திருக்கும்! ராஜஸ்தான் பாலைவனத்திலுள்ள சிறிதளவு மணலை நெல்லாகவோ அரிசியாகவோ மாற்றி இருந்திருந்தால் இந்தியாவிலுள்ள பட்டினி தீர்ந்திருக்கும். இல்லாத விலை கொடுத்து வெளிநாடுகளிலிருந்து உணவுப் பொருள்களை இறக்குமதி செய்கின்ற இடத்தில் கருணாநிதியான இந்தப் பகவானுக்கு தனிப்பட்ட முயற்சியோ பணமுதலீடோ இல்லாமல் அதைச் செய்ய முடிந்திருந்தும் அவர் அதைச் செய்யாதது ஏன்?

வெட்டவெளியிலிருந்து தங்கத்தையும் பணத்தையும் உண்டாக்க முடிகின்ற இந்தப் பகவானை நிதியமைச்சராக ஆக்குகின்ற விசயத்தைப் பற்றி திருமதி இந்திராகாந்தி இன்று வரை ஆலோசிக்காமல் இருப்பது ஏன் என்பதுதான் என்னுடைய அய்யம். பாபா எண்ணியிருந்தால் இந்தியாவை பணக்கார நாடுகளில் ஒன்றாக மாற்றியிருக்கலாம் அல்லவா.

கிறித்தவர்களுடைய கடவுளான யேசு கிறிஸ்து பிறந்தது ஆணின் உறவால் அல்ல என்றும் வானிலிருந்து இறங்கி வந்த பரிசுத்த ஆவியினால்தான் என்றும் அந்த மதத்தினர் நம்புகின்றனர். திருமணத்திற்கு முன்பு கர்ப்பிணி ஆன மரியாளின் 'பரிசுத்த ஆவி கதை'யை நாகரிகமடையாத அன்றைய மக்கள் நம்பினார்கள். புத்திர காமேஷ்டி (யாகம்) நடத்தியபொழுது பொங்கி வந்த பாயாசத்தை உண்டு மன்னர் தசரதனின் மனைவியர் கர்ப்பிணிகள் ஆனார்கள் என்று இந்துக்கள் நம்புகின்றனர். மூதாட்டியான சாராவுக்கு யகோவாவான கடவுள் அருள் செய்து ஒரு மகனைக் கொடுத்தார் என்று யூதர்களுக்கும் பாரம்பரியக் கதை ஒன்று உண்டு. எல்லா மதங்களுக்கும் இத்தகைய தெய்வீக கர்ப்பங்களுடைய கதைகள் சொல்வதற்காக உண்டு. தெய்வ

அவதாரமான பாபாவுக்கும் இத்தகைய கதைகள் இல்லாவிட்டால் மோசமாகிவிடும் அல்லவா. ஆனால், பாபா பிறந்ததைப் பற்றி தெய்வீகக் கதைகள் எதுவும் இல்லை. ஆனால், சாயிபாபா பல பெண்களுக்கு தெய்வீக கர்ப்பம் அளித்ததைப் பற்றிய கதைகளைக் கேட்டிருக்கின்றேன். அய்ந்து ஆண்டுகளுக்கு முன்பு 'நாத்திகம்' என்ற தமிழ்ப் பத்திரிகையில் வெளிவந்த ஒரு செய்தியின் சுருக்கம் பின்வருமாறு:

"கடவுளின் அவதாரம் என்று நம்பப்படுகின்ற புனிதனான சத்ய சாயிபாபாவின் மோசடிக்கு ஆளான பல பெண்களில் ஒருவர்தான் திருவாரூரைச் சேர்ந்த திருமதி ஜானகி. 35 வயதான ஜானகி ஒரு செல்வந்தரின் மனைவியாவார். பதினைந்து ஆண்டுகால தாம்பத்திய வாழ்க்கையில் ஒரு குழந்தைகூட அவர்களுக்குப் பிறக்கவில்லை. பல மருத்துவர்களையும் அவர்கள் அணுகினர். பல இடங்களுக்குப் புனிதப் பயணம் மேற் கொண்டனர். பலன் எதுவும் கிடைக்கவில்லை. அவர் கருவுறுவதற்கான சாத்தியக் கூறுகள் இன்னும் உண்டு என்றும் கரு தரிக்காமல் இருப்பதற்கான குறைபாடுகள் எதுவும் இல்லை என்றும் மருத்துவர்கள் கூறியிருந்தார்கள். அவ்வாறிருக்கையில் தான் சாயிபாபா பக்தர்களான சிலர் சொன்னதற்கிணங்க புட்டபர்த்திக்குச் சென்று அவர் 'புனித' மனிதனைச் சந்தித்தார். குழந்தை வரம் கிடைப்பதற்காக மூன்று நாள்கள் 'ஏகாந்த பூசை' செய்ய வேண்டும் என்று சாயிபாபா சொன்னார். புனிதனான பாபாவைப் பற்றிய நம்பிக்கையும் ஒரு குழந்தை வேண்டுமென்ற அளவுகடந்த ஆசையும் இருந்ததால் சாயி பாபாவின் இருப்பிடத்தில் ஓர் அறையினுள் 'ஏகாந்த பூசை' செய்ய அவர் சென்றார். தாமதம் செய்யாமல் பகவான் குழந்தைவரம் அளிப்பதற்காக அவரது அறைக்குள் சென்றார். அஞ்சி நடுங்கிய ஜானகி அறையை விட்டு வெளியே ஓடினார். 'நமக்கு இத்தகைய ரகசிய பூசை வேண்டாம். கண்டவனின் குழந்தைகள் உருவாவதைவிட குழந்தைகள் இல்லாமலிருப்பதே மேல்' என்று ஜானகி கணவரிடம் சொன்னார்."

சாயிபாபாவுக்கு அளவுகடந்த மான இழப்பை உண்டாக்குகின்ற ஒரு செய்தியே இது. நாத்திகம், தேராளி, ஜனயுகம், யுக்திவாதி, சிலோண் ராஷணலிஸ்ட் அம்பாசடர் முதலிய பத்திரிகைகளில் எல்லாம் இந்தச் செய்தி வெளிவந்தது. இன்றுவரை அவற்றில் எந்த ஒரு பத்திரிகையின் மீதும் சாயிபாபா வழக்குத் தொடுக்கவில்லை என்பதே இந்தச் செய்தி உண்மை என்பதை நிரூபிக்கின்றது. இது போன்று பல பெண்களுக்கும்

சாயிபாபா 'ஏகாந்த பூசை' நடத்துவார் என்று அறிந்திருக்கின்றேன். இந்த பகவானின் பக்தர்களில் பெரும்பாலானவர்கள் பெண்கள் தான்.

பிரபஞ்சம் முழுவதையும் படைத்துக் காப்பது கடவுள்கள் தான் என்று சொல்லப்படுகின்றது. அத்தகைய கடவுள்கள் சில வேளை களில் பூமியில் அவதரிப்பார்களாம். கிறிஸ்து, ஸ்ரீ ராமன், ஸ்ரீ கிருஷ்ணன், சாயிபாபா ஆகியோரெல்லாம் அவ்வாறு அவதரித்த கடவுள்கள்தான் என்று பக்தர்கள் கூறுகின்றனர். அதைக் கேட்கும் பொழுதெல்லாம் எனக்கு வியப்பாக இருக்கும். காரணம், வேறெதுவும் அல்ல. அளவற்ற விரிந்த இந்தப் பிரபஞ்சத்தில் எவ்வளவோ துச்சமான ஒரு கிரகம்தான் நமது பூமி. புகழ்பெற்ற விண்வெளி விஞ்ஞானியான ஹார்லோ ஷாப்லி, நம்முடைய பூமியைப் போன்ற பல இலட்சக் கணக்கான கிரகங்கள் இந்தப் பிரபஞ்சத்தில் உண்டு என்று கூறுகின்றார். அந்த இடங்களில் உயிரினங்களும் உண்டு என்பதே அவருடைய கருத்து. அந்தக் கிரகங்களையெல்லாம் புறக்கணித்துவிட்டு இந்தப் பூமிக்கு வந்து மானுட பெண்ணிடமிருந்து பிறந்து இந்த பகவான்கள் எதற்காகத் துன்பப்படுகின்றார்கள் என்பதுதான் புரியவில்லை.

அறிவியல் ரீதியாகப் பரிசோதனைக்கு உட்படுத்தும் பொழுது எவருக்கும் தெய்வீக சக்தி கிடையாது என்பது புலனாகும். மத நூல்களிலும் சில வாராந்திர பதிப்புகளிலும் எதையும் ஆராயாமல் நம்பிவிடுகின்ற சிலருடைய மனதிலும் மட்டுமே அற்புதங்கள் நடைபெறுகின்றன. நமது கிரகத்தில் வாழ்கின்ற எவரேனும் ஒரு மனிதருக்கு இயற்கைக்கு அப்பாற் பட்ட ஆற்றல்கள் இருந்திருந்தால் முன்பே நான் வறுமையின் பிடியில் சிக்கியிருப்பேன். 1964 முதலே இத்தகையவர்களுக்கு அறைகூவல் விடுத்தவண்ணம் கட்டுரைகளை நான் உலகின் எல்லா பகுதிகளிலுமுள்ள பத்திரிகைகளில் வெளியிட்டிருக் கின்றேன். சாயிபாபாவுக்கே நான் இந்த விவரத்தை எழுதி அனுப்பினேன். அந்தக் கடிதம் பின்வருமாறு:

கொழும்பு,
26, செப்டம்பர், 1965.

திரு. சத்யசாயிபாபா
பிரசாந்தி நிலையம்
புட்டபர்த்தி
ஆந்திரப் பிரதேசம்.

அன்புக்குரிய திரு. பாபா,

தங்களுடைய உடலையும் உடைகளையும் நான் சோதனையிட்ட பிறகு, அற்புதமோ தெய்வீகமோ ஆன சக்தியால் நீறு, தங்க நகைகள், சிலைகள், பழங்கள் ஆகியவற்றில் எதையேனும் உருவாக்கிக் காட்டினால் அந்த விசயத்துக்காக ரூ. 75,000 வரை எந்தத் தொகையையும் பந்தயம் வைக்க நான் தயாராக இருக்கின்றேன் என்பதை அறிவிப்பதற்காகவே இந்தக் கடிதத்தை எழுதுகின்றேன். இந்த விசயத்தில் ஒரேயொரு நிபந்தனைதான் என்னிடம் உள்ளது. பரிசோதனை நேரத்தில் தங்களுடைய மேலாளரும் செயலாளருமான பேராசிரியர் கஸ்தூரியோ பிற உதவியாளர்களோ தங்களிடமிருந்து அய்ந்தடி தொலைவில்தான் நிற்க வேண்டும். இந்த அறைகூவலை ஏற்று, அறிவுபூர்வமான எங்களுடைய அய்யங்களுக்கு அப்பாற்பட்டு தங்களுடைய தெய்வீக ஆற்றலை நிரூபிக்கத் தாங்கள் கடமைப்பட்டவராவீர். புனித மாந்தர்க்கு அறிவுக்கோ அறிவியலுக்கோ ஒவ்வாத அற்புத ஆற்றல்கள் உண்டு என்று என்னைப் போன்ற சந்தேகவாதிகளான பகுத்தறிவாளர்களுக்கு தாங்கள் நிரூபிக்க வேண்டும். எதுவேனும் முடமான நியாயங்களைச் சொல்லி இந்த அறைகூவலை ஏற்காமல் தாங்கள் பின்வாங்கினால், தாங்களும் தங்கள் கூட்டத்தினரும் சேர்ந்து அப்பாவி மக்களை ஏமாற்றுகின்றீர்கள் என்று நாங்கள் நியாயமாகக் கருத வேண்டிய நிலை ஏற்படும்.

தங்கள் உண்மையுள்ள,

ஆபிரகாம் டி. கோவூர்.

1965 செப்டம்பரில் அனுப்பிய கடிதத்துக்கு இன்றுவரை பதில் கிடைக்கவே இல்லை. பிறகு இந்தியாவிலும் இலங்கையிலும் உள்ள பல பத்திரிகைகளில் நான் இந்தக் கடிதத்தை வெளியிட்டேன். பகவான் சாயிபாபா மவுனம் பூண்டிருக்கின்றார். அவருடைய மோசடி வேலைகள் தவிடு பொடியாகிவிடும் என்ற அச்சத்தின் விளைவே இந்த மவுனம்.

சத்ய சாயிபாபாவுக்கு மட்டுமல்ல, எவருக்குமே வெட்ட வெளியிலிருந்து எதையும் தருவிக்க முடியாது. அவ்வாறு எவருக்கேனும் முடிந்தால், அறிவியல் இன்றுவரை கட்டிக் காத்துக் கொண்டு வந்த கோட்பாடுகளெல்லாம் தகர்ந்துபோகும்.

சாயிபாபாவின் அற்புத ஆற்றல்களில் நம்பிக்கை கொண்ட ஒருவர் எனக்கு எழுதி அனுப்பியிருந்த சில வினாக்களுக்கு விடை எழுத இந்த வாய்ப்பை நான் பயன்படுத்திக் கொள்கின்றேன்.

வினா: *அறிவியலாளர்களை வியப்பில் ஆழ்த்துகின்ற தெய்வீக அற்புதங்களைப் பழமையும் பெருமையும் வாய்ந்த யோகிகள் நிகழ்த்தி யிருக்கின்றனர். அசாதாரணமான அந்த மானசீக படைப்புகளை விளக்க அறிவியலாளர்களுக்கு முடியாததால் அத்தகைய தெய்வீக ஆற்றல்கள் கொண்டவர்களை புறக்கணிக்க லாமா? அவர்களுடைய தெய்வீக ஆற்றல்கள், பொருளற்றவை என்று சொல்லலாமா?*

விடை: யோகியோ திவ்யனோ சாமானிய மனிதனோ யாராக இருந்தாலும் ஒரு மனிதன் செய்கின்ற எதையும் கண்டு வியப்படைய வேண்டியதில்லை. இன்றுவரை அறிவியலுக்கு விளக்கம் அளிக்க முடியாத எதையேனும் அவர் செய்கின்றா ரென்றால் அதன் பொருள் இன்னும் அதற்கு விளக்கம் கண்டுபிடிக்க வேண்டியதிருக்கின்றது என்பதுதான். நேற்று வியப்பாகத் தோன்றிய பலவற்றுக்கும் விஞ்ஞானிகள் இன்று விளக்கம் அளித்திருக்கின்றனர். இன்றைய எதுவேனும் நிகழ்ச்சிகளுக்கு விளக்கம் கிடைக்கவில்லையென்றால், அதற்கு நாளை விடையைக் கண்டடைய முடியும். புரிந்து கொள்ள முடியாதவற்றுக்கெல்லாம் தெய்வீகத் தன்மையை அளிப்பது மடமையாகும். மழை, இடி, மின்னல் ஆகியவை எவ்வாறு உண்டாகின்றது என்பது பண்டைய மனிதர்களுக்குத் தெரிந்திருக்க வில்லை. மழையைப் பொழிய வைப்பது வருணதேவன்தான் என்று இந்தியர்களும் தோர் தேவன்தான் என்று மேலை நாட்டவர்களும் நம்பினார்கள். உலகில் நிகழ்பவை எல்லாம் இயற்கை விதிமுறைகளின் படியே நிகழ்கின்றன என்று எண்ணுகின்ற அறிவு அவர்களிடம் இருக்கவில்லை.

வினா: *ஒரு பகுத்தறிவாளரின் அறைகூவலை ஏற்றுக் கொள்ள தயங்குகின்ற யோகி மருத்துவர்கள், நீதிபதிகள், சட்ட நிபுணர்கள் (இவர்களெல்லாம் திடீரென்று ஏமாறக் கூடியவர்கள் இல்லையல்லவா) ஆகியோருடைய முன்னிலையில் அற்புதங் களை நிகழ்த்தவும் விஞ்ஞானத்துக்கு அப்பாற்பட்டதே அந்த அற்புதங்கள் என்று அவர்கள் ஒப்புக் கொள்ளவும் செய்தால் அதை ஏற்றுக் கொள்ள பகுத்தறிவாளர் தயாராக வேண்டாமா?*

விடை: ஆன்மீக சக்தி என்ற சொல்லால் நீங்கள் எண்ணுவது மன ஆற்றல் அல்லாமல் வேறு எதுவேனும் என்றால் அத்தகைய குருட்டுத்தனமான எண்ணங்களை நான் நம்புவது இல்லை. மனிதனுக்கோ வேறு எதுவேனும் உயிரினத்துக்கோ 'ஆன்மீகம்' என்று சொல்லப்படுகின்ற உடலுக்கு அப்பாற்பட்ட எந்தவித ஆற்றலும் கிடையாது. மனிதனுடைய மன ஆற்றலை சிலர் ஆன்மீக ஆற்றலாக தவறாகக் கருதுகின்றனர். ஒரு யோகி தனக்கு தெய்வீக ஆற்றல் உண்டென்று உரிமைக் கொண்டாடவும் அதை ஆராய்ந்து உண்மையை அறிவதற்கு மறுக்கவும் செய்தால், அவர் மோசடிக்காரன் என்று எண்ண வேண்டியிருக்கின்றது. அசாதாரணமான எதுவேனும் நிகழ்ந்தால் ஆய்வின் மூலமாக அதற்கான காரணம் என்னவென்று தெரிந்து கொள்கின்ற பொறுப்பு எல்லா மனிதர்களுக்கும் இருக்கின்றது. மருத்துவரோ விஞ்ஞானியோ நீதிபதியோ வேறு எவராகவுமோ இருந்தாலும், ஆய்வு நடத்தாமல் அதை ஏற்றுக் கொள்கின்றார்கள் என்றால், அந்த விசயத்தில் அவர் மூடநம்பிக்கையாளர் என்பது உறுதி. சட்ட விசயங்களில் அறிஞரா இருக்கின்ற ஒருவர் சில நேரங்களில் மனோதத்துவத்தில் அறியாமை மிக்கவராக இருப்பார். வேதியிய லில் புலமை பெற்றவர் உயிரியலிலும் அறிஞராக இருப்பார் என்பதில்லை. ஆய்வு நடத்தாமல் ஒருவர் எதையேனும் நம்பத் தயாரானால் அவர் எவ்வளவுதான் படித்திருந்தாலும் மூட நம்பிக்கையாளர்தான்.

வினா: ராஜ யோகிகளுக்குத் தெய்வீக ஞானம், தெய்வீக தரிசனம் போன்ற சித்திகள் கிடைக்கும் என்று சொல்வது உண்மைதானா? அல்லது தாங்கள் சென்னையிலும் கொழும்பு விலும் பிற இடங்களிலும் நடத்தியதைப் போன்ற மேடை தந்திரங்கள் மட்டும்தானா அவை?

விடை: தெய்வீக ஞானம், தெய்வீக தரிசனம், தெய்வீக ஆற்றல், கருங்கண், கருநாக்கு போன்ற புலன்களுக்கு அப்பாற் பட்ட பல சித்திகளையும் அதன்மூலம் நடைபெறுகின்ற சில சம்பவங்களையும் பற்றி பல நூல்களும் கதைகளும் விவரிக் கின்றன. ஆனால், அவையனைத்தும் இன்றுவரை விஞ்ஞான ரீதியாக நிரூபிக்கப்பட்டதில்லை. அதனால் தான் அத்தகைய எதுவேனும் ஒரு பிரதிபலிப்பு உண்டென்று நிரூபிக் கின்றவர் களுக்கு ரூபாய் ஒரு லட்சம் கொடுப்பதாக நான் அறிவித்திருக் கின்றேன். என்னுடைய அறிக்கை வெளிவந்து ஆண்டுகள் பலவாகிவிட்டன. இன்றுவரை அந்த அறைகூவலை ஏற்றுக்

கொள்ள ஒருவரும் முன்வரவில்லை. அதனால் அவை கள்ளத் தனமானவை என்று நான் கருதுகின்றேன். எவரேனும் ராஜ யோகியோ பாபாவோ என்னுடைய பரிசோதனைக்குப் பிறகு அற்புதச் செயல் ஒன்றை நிகழ்த்திக் காட்டட்டும். அதற்கு அவர்களால் முடியவில்லையென்றால் அவர்கள் வெறும் தந்திரம் செய்பவர்கள்தான்.

வினா: ஒரு யோகி வெட்டவெளியிலிருந்து எதையேனும் தருவித்தார் என்று சொன்னால், கண்ணுக்குப் புலனாகாத பொருள்கள் வெட்டவெளியில் இருக்கின்றன என்று புரிந்து கொள்ளக் கூடாதா?

விடை: காண முடிந்ததோ காண முடியாததோ ஆன எதுவுமே இல்லாத இடம்தான் வெட்டவெளி. இல்லாமையி லிருந்து எவருக்கும் எதையும் உருவாக்க முடியாது. அவ்வாறு உருவாக்க எவருக்கேனும் முடிந்தால் பொருளையும் இயக்கத்தை யும் பற்றிய எல்லா விதிமுறைகளும் பொருளற்றதாகிவிடும்.

வினா: ஒரு யோகி விபூதியையோ சிவலிங்கத்தையோ காற்றிலிருந்து எடுத்தார் என்று சொன்னால், அவற்றையெல்லாம் அவர் உடைகளினிடையில் மறைத்து வைத்திருந்தார் என்றா தாங்கள் கருதுகின்றீர்கள்?

விடை: உடைகளுக்கிடையிலோ முடியிலோ வேறு எங்கே யுமோ மறைத்து வைக்காமல் சாயிபாபாவுக்கோ வேறு எவரேனும் யோகிக்கோ எதையும் தருவிக்க முடியாது.

வினா: ஒரு துண்டு பனிக்கட்டியை நாம் எளிதில் தண்ணீராக மாற்றலாம். அதைப் பிறகு ஹைட்ரஜனாகவும் ஆக்சிஜனாகவும் பிரிக்கலாம். அவற்றைப் பிறகு மின்சாரமாக மாற்றலாம். அப்படியானால் தண்ணீர் அங்கே வெட்டவெளியில் இருக்கின்றதல்லவா? யோகி தன்னுடைய புலன்களுக்கு மிஞ்சிய ஆற்றலால், மின்சாரம் ஆகின்ற தண்ணீரின் கண்ணுக்குப் புலனாகாத தன்மையிலிருந்து வெளிப்படையான தன்மையி லுள்ள தண்ணீரை உருவாக்கினார் என்று எண்ணக் கூடாதா? அவ்வாறு செய்தாலும் அதை 'ட்ரிக்' (தந்திரம்) என்றுதான் தாங்கள் கூறுவீர்களா?

விடை: ஹைட்ரஜன் அணுவும் ஆக்சிஜன் அணுவும் கண்ணுக்குப் புலனாகாத தண்ணீரின் தன்மைகள் என்று சொல்வது சரியல்ல. சாயி பாபாவின் உடலில் ஹைட்ரஜன் அணு

இருப்பதால் ஹைட்ரஜன் அணுவில் சாயிபாபா கண்ணுக்குப் புலனாகாத உருவத்தில் இருக்கின்றார் என்று சொல்வது கேலிக் கூத்தல்லவா? கரப்பான் புண் பிடித்த வேசியிலும் ஹைட்ரஜன் அணு உண்டு. அப்படியானால், சாயிபாபா அந்த வேசியிடம் கண்ணுக்குப் புலனாகாத தன்மையில் இருக்கின்றார் என்று தாங்கள் கூறுவீர்களா? இவையெல்லாம் விஞ்ஞான ரீதியான பார்வை அல்ல. சில கபட பட்டியல்களுக்கும் கற்பனை வளம் கொண்ட ரசிகர்களுக்கும் ஏற்ற மன பாவனைகள்தான் இவையனைத்தும். யோகி களுக்கு தெய்வீக ஆற்றலால் அணுவை மின்சாரம் ஆக்கவும் மின்சாரத்தைப் பொருளாக ஆக்கவும் முடியும் என்றால், இந்தியா பிற அனைத்து உலக நாடுகளையும்விட பொருளாதார நிலையில் முன்னேற்றத்தை அடைந்திருக்கும். பணச் செலவு இல்லாமல் அணு ஆற்றலை உண்டாக்க சாயிபாபாவால் முடியுமென்றால் அவரை அணு ஆற்றல் கமிசனின் தலைவராக நியமிக்க வேண்டும். கோடிக்கணக்கான ரூபாய் செலவிட்டு அணுமின்நிலையத் திட்டங்களை உருவாக்கு வதற்குப் பதிலாக சாயிபாபாவைப் போன்ற சில யோகிகளை ஒவ் வொரு மின் நிலையத்திற்கும் நியமித்தால் போதாதா?

வினா: சாயிபாபா ஒரு மணல் துகளை எடுத்து அதை ஒரு பகவத் கீதை நூலாக மாற்றினார். அதை இந்திய அரசின் பாதுகாப்புத் துறை அதிகாரியான டாக்டர் பகவந்தத்திடம் கொடுத்தார். உடுப்பின் அடியில் மறைத்து வைத்திருந்த பகவத் கீதை நூலை எடுத்துக் கொடுத்ததைப் பார்க்க டாக்டர் பகவந்தத்துக்கு திறமை இருக்கவில்லை என்றா தாங்கள் கூறுகின்றீர்கள்?

விடை: சாயிபாபாவுக்கு மணல் துகளை பகவத் கீதையாக மாற்ற முடியாது என்பது உறுதி. டாக்டர் பகவந்தம் அதை நம்புகிறாரென்றால், அதை நிரூபிக்கின்ற வகையில் கட்டுரை ஒன்றை எழுதட்டும். விஞ்ஞானத் துறையில் பணியாற்றுகின்ற நாங்களும் அதை பரிசோதித்துப் பார்க்கலாம் அல்லவா. எந்த ஓர் ஆதாரத்தையும் காட்டாமல் டாக்டர் பகவந்தம் இதைச் சொன்னால் அவர் அறிவியலாளர் என்ற பெயருக்கு அருகதை இல்லாதவராக ஆகிவிடுவார். இந்தியாவின் பாதுகாப்புத் துறையில் இத்தகைய ஒரு மூட நம்பிக்கையாளரை வைத்திருப்பது வியப்பான செய்தியாகும். டாக்டர் பகவந்தம் குருவான சாயிபாபாவை வைத்து கடந்த போர்க் காலத்தில் பாகிஸ்தான் இராணுவத்தினரின் வெடிகுண்டுகளை பகவத்கீதை நூல்

களாகவோ பூக்களாகவோ கோதுமையாகவோ மாற்றியிருக்கக் கூடாதா? இந்திய இராணுவம் முழுவதையும் கலைத்துவிட்டு பாதுகாப்புப் பொறுப்பை சாயிபாபாவிடம் ஒப்படைக்க டாக்டர் பகவந்தம் சிபாரிசு செய்யாதது ஏன்? சாயிபாபா தெய்வீக ஆற்றலால் சீன இராணுவத்தையும் பாகிஸ்தான் இராணுவத் தையும் பின்வாங்க வைத்திருந்தால், பலகோடி ரூபாயையும் இலட்சக்கணக்கான மதிப்புமிக்க உயிர்களையும் இழக்காமல் இருந்திருக்கலாம் அல்லவா.

வினா: டாக்டர் பகவந்தத்தின் குழந்தை நோயால் பாதிக்கப் பட்ட பொழுது, அறுவை சிகிச்சைக்கான உபகரணங்களைக் காற்றிலிருந்து எடுத்துக் கொடுப்பதை டாக்டர் பகவந்தம் நேரிலேயே பார்த்திருக்கின்றார். டாக்டர் பகவந்தத்தின் குழந்தைக்கு நோய் உண்டாகவில்லை என்றும் நோயும் அறுவை சிகிச்சையும் அந்தக் குழந்தையின் மாயத் தோற்றங்கள்தான் என்றும் தாங்கள் கருதுகின்றீர்களா?

விடை: இத்தகைய யட்சிக் கதைகள் எதையும் நான் நம்புவது இல்லை. ஓர் அய்யம் மட்டும் இங்கே எஞ்சி நிற்கின்றது. விபூதியால் நோயைக் குணமாக்கும் திறமை பெற்ற பாபா எதற்காக அறுவை சிகிச்சைக்கான உபகரணங்களை நாடினார்? அறுவை சிகிச்சை செய்தது பாபாவா, அல்லது மருத்துவர்களா? காற்றிலிருந்து உருவாக்கிய உபகரணங்களைச் சுத்தப்படுத்திதான் பயன்படுத்தினார்களா? பகவந்தத்தினுடைய குழந்தையின் நோய் என்ன என்பதைப் பற்றியும் எத்தகைய அறுவை சிகிச்சையை நடத்தினார்கள் என்பதைப் பற்றியும் என்னிடம் வினாவை எழுப்பியவர் குறிப்பிடவில்லை. வெறும் வீக்கத்தைக் கீறுவதும் இதய வால்வை மாற்றுவதும் அறுவை சிகிச்சைதான். எப்படியிருந்தாலும் சரி, ஒன்று மட்டும் உறுதி. புட்டபர்த்தியில் சொந்தமாக ஒரு மருத்துவமனையை நடத்து கின்ற சாயிபாபாவுக்கு அறுவை சிகிச்சைக்கான கருவிகள் காற்றிலிருந்து உருவாக்காமலேயே எளிதில் கிடைக்கும்.

வினா: ஒரு யோகி தந்திரங்களைப் பயன்படுத்தி மக்களை ஏமாற்றுகின்றார் என்று தெரிந்தால், அதைத் தப்பு என்று நிரூபிப்பது பகுத்தறிவாளரின் கடமை இல்லையா? யோகி, பகுத்தறிவாளரின் அறைகூவலை ஏற்க மறுக்கின்ற நிலையில், பகுத்தறிவாளர் யோகியிடம் சென்று அந்த அற்புதங்களைப் பற்றி படிக்க வேண்டாமா?

விடை: இந்தியாவில் இத்தகைய நூற்றுக்கணக்கான மோசடிப் பேர்வழிகள் இருக்கின்றனர். அவர்கள் ஒவ்வொருவரு

டைய அருகிலும் சென்று படிக்கத் தொடங்கினால் பகுத்தறிவாளர்களுக்கு அதற்கு மட்டும்தான் நேரம் இருக்கும். ஒரு ஜனநாயக நாடு இத்தகைய மோசடிப் பேர்வழிக்ளை சிறையில் அடைக்க வேண்டும். புலன்களை மிஞ்சிய ஆற்றலினால் அவர்கள் வெளியே வந்தால் நாம் அவர்களை அங்கீகரிக்கலாம்.

வினா: சாயிபாபாவுடனோ அவருடைய சீடர்களான டாக்டர் பகவந்தம், சாரல்ஸ் பென் (லாஸ் ஏஞ்சல்ஸ்), கேப்டன் ட்டி. பால கிருஷ்ணன், டாக்டர் மோடி, டாக்டர் பாஸ்கரன் நாயர், மேஜர் பி.எஸ். மேனன், பி.கே. சனாத் (மராட்டிய அமைச்சர்), டாக்டர் எம்.எஸ். பால கிருஷ்ணராவ், நீதிபதி வி. பாலகிருஷ்ணா ஆகியோருடனோ தாங்கள் பேசியிருக்கின்றீர்களா?

விடை: தங்களுடைய பட்டியலில் காணப்படுகின்ற பிரமுகர்களில் எவரேனுமோ சாயிபாபாவோ என்னுடைய பரிசோதனைக்கு உட்படத் தயாராக இருந்தால் அவர்களில் யாரை வேண்டுமானாலும் நான் சந்திக்கின்றேன். கடந்த அய்ம்பது ஆண்டுகளாகப் புலன்களை மிஞ்சிய ஆற்றலையும் மனித மனதையும் பற்றி ஆய்வு நடத்திக் கொண்டிருக்கின்ற எனக்கு இத்தகைய பல படித்த மடையர்களையும் மோசடி மன்னர்களையும் மனநோயாளிகளையும் பார்க்க முடிந்திருக் கின்றது — சன்னியாசிகள், ஹடயோகிகள், புனித மாந்தர்கள், புரோகிதர்கள், மந்திரவாதிகள் என பலரும் அவர்களில் அடங்குவர். கை கடிகாரத்தை உருவாக்கியவரின் முகவரியை அனுப்பித்தர வேண்டுமென்று கோரி நான் டாக்டர் பகவந்தத்துக்கு அனுப்பிய கடிதம் 'ஜன யுக'த்தில் வெளிவந்திருந்தது அல்லவா. இரண்டு மாதங்கள் கடந்த பிறகும் பகவந்தம் பதில் அனுப்பாததால் இலங்கையிலுள்ள ஜப்பான் தூதரகம் மூலம் நான் விசாரணையைத் தொடங்கினேன். சீக்கோ கை கடிகார நிறுவனத்தின் நிர்வாக பங்குதாரர்தான் சாயிபாபாவைச் சந்தித் தார் என்று குறிப்பிட்டிருந்ததால் தூதரக அதிகாரிகளுக்கு அவரது முகவரியை எளிதாகப் பெற முடிந்தது. புகழ்பெற்ற சீக்கோ கை கடிகாரங்களைத் தயாரிப்பது கே. ஹட்டோரி அண்ட் கம்பெனிதான். ஷாஜி ஹட்டோரிதான் அதன் தலைவர். டாக்டர் பகவந்தத்தின் கட்டுரையில் சீக்கோ கைகடிகார நிறுவனத்தின் நிர்வாக பங்குதாரருக்கு ஏற்பட்ட அனுபவங்களைப் பற்றி கூறுகின்ற பகுதியை எடுத்துக் காட்டி, பின்வரும் நான்கு வினாக்களுக்கு விடையளிக்க வேண்டும் என்று வேண்டுகோள் விடுத்து ஷாஜி ஹட்டோரிக்கு நான் கடிதம் அனுப்பினேன்.

1. தாங்களோ தங்களுடைய நிறுவனத்தின் பங்குதாரர்களில் எவரேனுமோ இந்தியாவிலுள்ள சாயிபாபாவை என்றேனும் சந்தித்தது உண்டா?

2. சாயிபாபா காற்றிலிருந்து ஒரு கைகடிகாரத்தை வரவழைத்து தங்களுக்கோ பங்குதாரர்களில் எவரேனுக்குமோ அளித்தது உண்டா?

3. தங்களுடைய பாதுகாப்புப் பெட்டகத்தைத் திறந்து அன்னியன் ஒருவன் கைகடிகாரத்தை எடுத்துக் கொண்டு வெளியே சென்றுவிட்டான் என்று தனிச் செயலாளர் தங்களிடமோ வேறு பங்குதாரரிடமோ கூறியது உண்டா?

4. தாங்களோ தங்களுடைய பங்குதாரர்களில் எவரேனுமோ சாயி பாபா பக்தர்களா?

இந்தக் கடிதத்துக்கு ஹட்டோரி அனுப்பிய பதிலை நான் இங்கே கொடுத்திருக்கின்றேன். சாயிபாபா, டாக்டர் பகவந்தம் போன்ற அவருடைய பக்தர்கள் ஆகியோரின் புனைக் கதைகளில் எந்த அளவுக்கு உண்மை இருக்கின்றது என்பதைப் புரிந்து கொள்ள இது உதவும்.

SEIKO

K. HATTORI & Co. Ltd.,
5, Kyobashi 2-Chome
Chuo-ku, Tokyo 104
Established 1881
Cable : Hattori, Tokyo
Phone : Tokyo 563-2111.

DR. A.T. KOVOOR
Pamankada Lane
Colombo-6, Sri Lanka.

அன்புக்குரிய டாக்டர் கோவூர்,

அக்டோபர் 30 ஆம் நாள் தாங்கள் அனுப்பிய கடிதத்துக்கு நன்றி. இயற்கைக்கு அப்பாற்பட்ட ஆற்றல்கள் உண்டு என்ற உரிமைக் குரலைப் பற்றி தாங்கள் நடத்துகின்ற அறிவியல் ஆய்வுக்கு என்னுடைய வாழ்த்துகளைத் தெரிவித்துக் கொள் கின்றேன். ஆனால், தங்களுடைய கடிதத்தில் குறிப்பிட்டுள்ள திரு. சாயிபாபா என்ற மனிதரைப் பற்றி எதுவேனும் தகவல் தந்து உதவ முடியவில்லை. எனக்கோ வேறு எவரேனும் அலுவலர்களுக்கோ

இங்கே சொல்லப்பட்டுள்ள மனிதரைப் பற்றி எப்போதும் எதுவுமே தெரியாது. இந்த அறிக்கைகள் அடிப்படையற்றவை என்று நான் உறுதியாகக் கூறுகின்றேன். அந்த சம்பவத்தைப் பற்றி தாங்கள் எழுப்பிய நான்கு வினாக்களுக்கும் என்னால் மறுப்பையே விடையாகச் சொல்ல முடியும்.

Sincerely yours,
K. Hattoris Co. Ltd.,
(Sd.)
Shoji Hottori, President.

ஷாஜி ஹட்டோரியின் இந்தக் கடிதம் கிடைத்த உடனேயே நான் அதன் படியை எடுத்து ஒரு கடிதத்துடன் டாக்டர் பகவந்தத்துக்கு அனுப்பினேன். அதற்கும் டாக்டர் பகவந்தத்திடம் இருந்து பதில் வரவில்லை. இவர் அறிவியலாளரா, சாயிபாபாவின் முகவரா என்பதை வாசகர்களே தீர்மானியுங்கள்.

20
பண்டரிமலை சுவாமிகள்

தென்னிந்தியாவிலுள்ள புகழ்பெற்ற இன்னொரு பகவான்தான் ஸ்ரீலஸ்ரீ பண்டரிமலை சுவாமிகள். மும்பையிலிருந்து வெளிவருகின்ற 'பாரத் ஜோதி' என்ற பத்திரிகையில் அவரைப் பற்றி வெளிவந்த சில கட்டுரைகளைப் பகுத்தறிவாளரான வி.ஏ. மேனன் எனக்கு அனுப்பி வைத்தார். அந்தப் பத்திரிகையின் ஆசிரியர் குழுவைச் சேர்ந்தவர்களில் ஒருவரான ஏ.பி. நாயர்தான் ஒரு கட்டுரையை எழுதியவர். 'மறக்க முடியாத சில அனுபவங்கள்' என்பதே அந்தக் கட்டுரையின் தலைப்பு. 'ஆன்மீக சக்தியின் அனுபவங்கள்' என்ற பெயரில் சி.கே. நாராயணசாமி எழுதியதே இன்னொரு கட்டுரை. மூன்றாவது கட்டுரையை எழுதியவர் வாமனராவ்; 'விஞ்ஞானம் எங்கே தோல்வியைத் தழுவுகின்றது?' என்பதே அந்தக் கட்டுரையின் தலைப்பு. நம்பத்தகாதவையும் நிகழ முடியாதவையுமான பல கதைகள் அந்தக் கட்டுரைகளில் காணப்பட்டதால் நான் பின்வரும் வெளிப்படையான கடிதத்தை பத்திரிகை ஆசிரியரான ஏ.பி. நாயருக்கு அனுப்பினேன்.

"அன்புக்குரிய அய்யா,

ஸ்ரீலஸ்ரீ பண்டரிமலை சுவாமிகளைப் பற்றி தாங்கள் 'பாரத் ஜோதி'யில் எழுதியிருந்த கட்டுரையை நான் கவனமாகப் படித்தேன். தங்களுடையவும் வாசகர்களுடையவும் பரிசோதனைக்காகவும் சிந்தனைக்காகவும் நான் அனுப்புகின்ற இந்த விமர்சனத்தை பத்திரிகையில் தாங்கள் வெளியிட வேண்டும் என்று விரும்புகின்றேன். கட்டுரைகளிலுள்ள சில அறிவிப்புகளையும் அவற்றுக்கான என்னுடைய விமர்சனக் குறிப்பையும் வரிசைப்படி கொடுக்கின்றேன்.

1. 'பெயரும் பணமும் சம்பாதிப்பதற்கான மக்களுடைய ஆசையை ஊதிப் பெருக்குகின்ற மாந்திரிக வித்தைகளையும், மனிதர்களை செல்வந்தர்கள் ஆக்குவதற்காகவோ ஆன்மீகப் பாதையில் செலுத்துவதற்காகவோ தெய்வீக ஆற்றல் உள்ளவர்கள் நடத்துகின்ற அற்புதங்களையும் பாகுபடுத்தித்தான் பார்க்க வேண்டும்.'

நான் இந்த விசயத்தில் தங்களோடு ஒத்துப் போகின்றேன். அற்புதங்களையும் மாஜிக்குகளையும் பாகுபடுத்துவதற்குப் பரிசோதனையைத்தவிர வேறு வழி இல்லை என்பதைத் தாங்கள் ஒப்புக் கொள்வீர்களா?

2. 'நம்பிக்கை அறிவியல் ரீதியான ஆதாரங்களில் அல்ல, நம்பிக்கையில்தான் அடித்தளம் அமைத்திருக்கின்றது; அது பகுத்தறிவு எண்ணத்தை வெல்கின்றது.'

நம்பிக்கை பகுத்தறிவு எண்ணத்தை வெல்கின்றது என்றால் அது உண்மையையும் மீற வேண்டும் அல்லவா. ஒன்றுமில்லாததில் உள்ள நம்பிக்கை மூட நம்பிக்கையல்லவா?

3. 'நம்முடைய புண்ணிய பூமி சன்னியாசிகளுடையவும் யோகிகளுடையவும் தொடர்ந்த வருகையினால் அனுக்கிரகம் பெற்றதாகும். இந்துஸ்தானத்திலுள்ள இந்தத் தெய்வீக மாந்தர்களும் யோகிகளும் சேர்ந்து இந்த நாட்டை அங்கும் இங்கும் புனிதப்படுத்தியிருக்கின்றனர். இந்தத் தெய்வீக மாந்தர்கள் எதுவேனும் ஒரு குறிப்பிட்ட கால கட்டத்தில் மட்டும் ஆர்ப்பாட்டமாக நிற்பதில்லை. அவர்களுடைய தொடர்ச்சியான பரம்பரை ஒன்று இருப்பதையே நாம் காணலாம். இப்பொழுதுகூட அந்த வகையைச் சேர்ந்த இலட்சக்கணக்கான தெய்வ மாந்தர்கள் நமது புனித பூமியில் வாழ்கின்றனர். பக்தியில்லாதவர்களையும் அபத்தமான எண்ணம் கொண்டவர்களையும் கடவுள் மார்க்கத்தில் திருப்பி விடுவதற்காக அவர்களில் சிலர் அடிக்கடி தெய்வீக சித்திகளை நமக்குக் காட்டுகின்றனர்.'

அற்புதங்கள் நிகழ்த்தும் ஆற்றல் கொண்டவர்கள் இந்து மதத்தில் மட்டுமே இருந்தார்கள் என்றோ இப்பொழுதும் இருக்கின்றார்கள் என்றோ கருதுவது அறியாமையாகும். ஒரு கிறித்தவக் குடும்பத்தில் பிறந்து வளர்ந்ததால் பைபிளில் காணப்படுகின்ற அற்புதக் கதைகள் உண்மையானவையே என்று சிறு வயதில் நான் நம்பினேன். கிறிஸ்துமஸ் இரவுகளில் பரிசுப் பொருள்களுடன் சாந்தாக்ளாஸ் என் படுக்கையறைக்கு வருவார் என்று குழந்தைப் பருவத்தில் நான் உறுதியாக நம்பினேன். அந்த நம்பிக்கையை இன்றும் நான் கொண்டிருந்தால் ஒரு முட்டாளாகத் தாங்கள் என்னைக் கருதியிருப்பீர்கள்.

உண்மையில் உலகில் எதுவேனும் அற்புதங்கள் நடப்பது உண்டா? பிரபஞ்சத்தில் நடந்தவையெல்லாம் இயற்கையானவை தான்; இயற்கைக்கு அப்பாற்பட்டவை அல்ல. மனிதனால் இன்றுவரை விளக்கம் அளிக்க முடியாத சம்பவங்கள் காணப்படு கின்றன; அவற்றை அற்புதங்கள் என்று கூறுவதுதான் நமது வழக்கம். நேற்றைய அற்புதங்கள் பலவும் இன்று அற்புதங்கள் இல்லை என்று ஆகிவிட்டன. இன்றைய அற்புதங்கள் எல்லாம் நாளை அற்புதங்கள் இல்லை என்று ஆகிவிடும். நம்மால் விஞ்ஞான ரீதியான விளக்கம் அளிக்க முடியாத காரியங்களுக்கு அஞ்ஞானம் நிறைந்த விளக்கம் அளிப்பது சரியல்ல. எல்லா மத நூல்களும் கடவுளோ தெய்வீக ஆற்றல் கொண்டவர்கள் என்று கருதப்படுகின்றவர்களோ செய்த அற்புதச் செயல்களால் நிறைந் தவைதான். கடந்துபோன காலத்தைச் சேர்ந்த கதைகள் என்பதால் அவற்றின் உண்மைத் தன்மையைப் பரிசோதித்து அறிய நமக்கு வழி யில்லை. ஆனால், இன்று அற்புதச் செயல்கள் செய்கின்றவர் கள் உண்டென்றால், அதன் உண்மைத் தன்மையைப் பரிசோதித்து அறிய வேண்டும்.

4. 'நம்மால் புரிய முடியாதவற்றை மறுக்கக் கூடாது; வணங்கத் தான் வேண்டும். தங்களுடைய உள் ஆற்றல் அதாவது சித்தியால் செய்ய முடியாதவற்றைச் செய்கின்ற திறமை கொண்ட தெய்வீக மாந்தர்கள் நம்மிடையே உண்டு.'

நம்மால் செய்ய முடியாத காரியங்களையெல்லாம் செய்கின்றவர்களை நாம் வணங்க வேண்டுமா? இந்தியாவைச் சேர்ந்த புகழ்பெற்ற மேஜிக்காரரான பேராசிரியர் பாக்யநாத் நம்மில் பலருக்கும் செய்ய முடியாத அற்புதமான வித்தைகளைச் செய்துகாட்டுவார். அந்தக் கலையில் நமக்கு அரிச்சுவடிகூட

தெரியாததால் அவரை வணங்க வேண்டும் என்று சொல்வது சரியாகுமா? தெய்வீக மாந்தர்கள் என்று அழைக்கப் படுகின்றவர் களில் எவரேனும் செய்வதாகச் சொல்லப்படுகின்ற அற்புதம் எல்லா அறிவியல் உண்மைகளுக்கும் எதிரானது என்று நிரூ பிக்கப்பட்டால் அத்தகைய ஒருவரை வழிபடுவதில் தவறில்லை. அத் தகைய கட்டங்கள் உண்டானால் பகுத்தறிவு, நம்பிக்கைக்கு வழிவிட்டுக் கொடுத்தது எனலாம். மாறாக, அற்புதம் என்ற பெயரில் ஒருவர் செய்கின்ற செயல், ஆய்வின் போது வெறும் போலித்தனமே என்று நிரூபிக்கப்பட்டால் அத்தகையவர்களைப் போற்றக் கூடாது; அவர்களுடைய போலித்தனத்தை வெளிப் படுத்த வேண்டும்.

5. 'எனக்கும் என்னுடைய நண்பர் எஸ். ராமகிருஷ்ணனுக்கும் அண்மையில் சென்னையில் நிகழ்ந்த அசாதாரணமான சில அனுபவங் களை எங்களுடைய அன்புக்குரிய வாசகர்களிடம் கூறுவதில் எனக்கு ஆர்வம் உண்டு.'

ஸ்ரீலஸ்ரீ பண்டரிமலை சுவாமிகள் தங்களுடையவும் நண்ப ருடையவும் முன்பு நிகழ்த்திய பல அற்புதங்களுடைய பட்டியலை கட்டுரையில் கொடுத்திருக்கின்றீர்களல்லவா. ஆனால், அவற்றில் ஒன்றின் உண்மைத் தன்மையைக்கூட தாங்களோ நண்பரோ ஆராய்ந்து அறிந்ததாக அதில் சொல்லப்படவில்லை. ஆராய்ந்து அறியாமலேயே நீங்கள் அந்தக் கதைகளை வெகு மக்கள் படிப்பதற்காகவும் நம்புவதற் காகவும் வெளியிட்டிருக்கின்றீர்கள். இது பொறுப்புணர்வு கொண்ட ஒரு பத்திரிகையாளருக்கு ஏற்றதல்ல.

ஒரு பொருளை அதன் தனிவடிவில் பார்க்க இயலாதவர்கள் மன நோயாளிகள்தான். இத்தகைய நோயால் பாதிக்கப்பட்ட ஒருவர் ஒரு நாட்டை ஆளுமைச் செய்தால் அந்த நாடும் மனநோய்க்கு அடிமையாகிவிடும். நமக்கு இருப்பதைப் போன்ற நோய் பிறருக்கும் இருக்கின்றது என்று சொல்லி மகிழ்ச்சி யடைவதில் லாபம் இல்லை.

ஆராயாமல் கண்மூடித்தனமாக எதையும் நம்புவது மடமை யானது என்ற விசயத்தில் தாங்கள் என்னோடு ஒத்துப்போவீர்கள் என்று கருதுகின்றேன். அப்படியென்றால் சித்தர்கள் என்றோ சன்னியாசிகள் என்றோ உரிமை கொண்டாடுகின்ற மனிதர்கள் செய்கின்ற அற்புதச் செயல்களையும் ஆய்வுக்கு உட்படுத்த வேண்டும் அல்லவா? பண்டரிமலை சுவாமிகள் செய்ததாகத்

தாங்கள் சொல்கின்ற எல்லா அற்புதங்களையும் மூன்றாம் தர மேஜிக்காரர்களால்கூட செய்ய முடியும். சுவாமிகள் அவற்றைச் செய்தது தெய்வீக ஆற்றலினாலா அல்லது மேஜிக் சூத்திரங் களாலா என்பதை நாம் அறிய வேண்டும். அதற்கு ஏமாற்ற முடியாத பரிசோதனையை நிகழ்த்தியே ஆக வேண்டும். இயற்கைக்கு அப்பாற்பட்டது என்று சொல்கின்ற எல்லா பிரதிபலிப்புகளையும் கடந்த அரை நூற்றாண்டு காலமாக நான் ஆய்வு செய்திருக்கின்றேன். எனினும் இன்றுவரை இயற்கைக்கு அப்பாற்பட்ட ஓர் ஆற்றலையோ இயற்கையை மிஞ்சிய செயல்களைச் செய்கின்ற மனிதரையோ கண்டுபிடிக்க முடிய வில்லை. இத்தகைய ஒவ் வொரு சம்பவத்துக்கும் பின்னணியி லிருந்து இயங்கியவர்கள் வெறும் மனநோயாளிகளாகவோ மோசடிப் பேர்வழிகளாகவோதான் இருந்தார்கள்.

அதனால் ஓர் ஆய்வுக்கு உட்படும்படி பண்டாரிமலை சுவாமி களுக்கு நான் அறைகூவல் விடுக்கின்றேன். அவருடைய உடலையும் உடைகளையும் நான் முழுமையாகப் பரிசோதித்த பிறகு விபூதியையோ சர்க்கரை உருண்டையையோ வேறு எதுவேனும் பொருள்களையோ வெட்ட வெளியிலிருந்து உருவாக்கித் தருவாரா? நம்பிக்கை இல்லாதவர்களைப் பாதுகாக்கவும் நம்பவைப்பதற்கும் ஆகத்தான் அவர் அற்புதங் களை நிகழ்த்துகின்றார் என்றால் கண்டிப்பாக என்னுடைய ஆய்வுக்கு அவர் உடன்பட வேண்டும். நான் அவருடைய உடலை சோதனையிடுவது அவருக்கு விருப்பமில்லை என்றால் வேறோர் ஆய்வுக்கு அவர் தயாரானால் போதும். நான் ஓர் இரண்டு ரூபாய் தாளையோ அய்ந்து ரூபாய் தாளையோ காட்டுகின்றேன். அதே எண் கொண்ட அத்தகைய ரூபாய் ஒன்றை தெய்வீக ஆற்றலால் அவர் உருவாக்கிக் காட்டினால் போதும். அதை அவர் செய்தால் நான் பகுத்தறிவுவாதத்தைத் துறந்து சுவாமியின் சீடனாக ஆகலாம். சுவாமிகள் இந்த ஆய்வுக்குத் தயாராக இருந்தால், அதற்காக நான் அவருடைய இருப்பிடத்துக்குச் செல்லவும் தயார். எதுவேனும் சாக்குப்போக்குச் சொல்லி இந்த ஆய்வுக்கு அவர் தயாராகாமல் இருக்கவோ மவுனம் பூண்டு புறக்கணிக்கவோ செய்தால், அவர் ஓர் ஏமாற்றுப் பேர்வழிதான் என்று நாங்கள் எண்ணினால் தப்பில்லையல்லவா.

இப்படிக்கு,
உண்மையை ஆராயும்
ஆபிரகாம் டி. கோவூர்.

'பாரத் ஜோதி' பத்திரிகை ஆசிரியருக்கு கடிதம் அனுப்பிய அதே நாள் நான் பண்டரிமலை சுவாமிகளுக்கும் கடிதம் ஒன்றை அனுப்பினேன். அந்தக் கடிதம் இதுதான்:

"அன்புக்குரிய சுவாமிகள் அறிவது,

சித்திகள் மூலம் அற்புதகரமாகப் பலவற்றையும் வெட்ட வெளியிலிருந்து தருவிக்கும் திறமை கொண்ட ஒரு மனிதர்தான் தாங்கள் என்று 'பாரத் ஜோதி'யில் வெளிவந்த சில கட்டுரைகளில் நான் படித்தேன்.

இயற்கைக்கு அப்பாற்பட்ட ஆற்றல்களைப் பற்றி ஆய்வு நடத்துகின்ற ஒருவன் என்ற நிலையில் தங்களுடைய திறமை களைப் பற்றி ஆராய்வதற்கு எனக்கு ஒரு வாய்ப்பை அளிக்க வேண்டும் என்று வேண்டுகின்றேன்.

தங்களுடைய உடைகளையும் உடலையும் நான் முழுமை யாகப் பரிசோதித்த பிறகு எதுவேனும் பொருளை அற்புத ஆற்றலைப் பயன்படுத்தி உண்டாக்க முடிந்தால், ஒரு தெய்வீக மாந்தர் என்ற நிலையில் தங்களை வழிபட நான் தயாராக இருக்கின்றேன். அதைத் தவிர ரூ. 25,000 காணிக்கையாகவும் அர்ப்பணிக்கின்றேன்.

தெய்வீக மாந்தர்களுடைய வேடமணிந்து திரிகின்ற பல மோசடிப் பேர்வழிகளும் சமூகத்தில் உண்டு என்பதையும் அவர் களுடைய தந்திரங்களில் அப்பாவி மக்களும் கல்வியாளர்களும் சிக்கி யிருக்கின்றார்கள் என்பதையும் ஒருவேளை தாங்களும் ஒப்புக் கொள்வீர்கள் என்று நம்புகின்றேன். அதனால் இத்தகைய கதைகள் யார் செய்வதாகக் கேட்டாலும் அவற்றை ஆராய்ந்து உண்மையைத் தெரிந்துகொள்ள நான் முயலுவது உண்டு. பிறருக்குப் பயன்படுவதற்காகவும் உண்மையை வெளியே கொண்டு வருவதற்காகவும் நான் செய்கின்ற இந்த முயற்சிக்குத் தாங்கள் ஒத்துழைப்புத் தருவீர்கள் என்று நம்புகின்றேன்.

தங்களுடைய உடலை நான் பரிசோதிப்பதற்கு மறுப்பு உண் டென்றால், அதை வேண்டாம் என்று வைப்போம்; அதற்குப் பதிலாக வேறோர் ஆய்வை நடத்த நான் தயார். நான் காட்டுகின்ற ஒரு சிறிய கரன்சி தாளைப் போன்ற இன்னொன்றை உருவாக்கித் தந்தாலும் தங்களுடைய சித்தியை நான் நம்புகின்றேன்.

எதுவேனும் நொண்டிச் சாக்குச் சொல்லி தாங்கள் இந்த ஆய்விலிருந்து பின்வாங்கவோ மவுனம் கடைபிடிக்கவோ

செய்தால், புட்ட பர்த்தியிலுள்ள சாயிபாபாவைப் போன்ற ஓர் ஏமாற்றுப் பேர்வழி தான் தாங்கள் என்ற முடிவை நான் எடுக்க வேண்டியிருக்கும்.

பதிலை எதிர்பார்க்கும்,
ஆபிரகாம் டி. கோவூர்."

இத்தகைய கடிதம் ஒன்றை வாமனராவ் ராணேவுக்கும் நான் அனுப்பினேன். எதற்கும் இன்றுவரை பதில் வரவில்லை.

1976 கடைசியில் பண்டரிமலை சுவாமிகள் தென்னாப் பிரிக்கா உள்படவுள்ள வெளிநாடுகளுக்குச் சென்றுவிட்டு திரும்பி வந்தார். இதனிடையில் வருமானவரி அதிகாரிகள் அவருடைய இருப்பிடத்தை சோதனையிட்டனர். கணக்கில் காட்டாத இலட்சக்கணக்கான ரூபாயையும் நகைகளையும் வைரங்களையும் பிற பொருள்களையும் அவர்கள் கைப்பற்றினர். திண்டுக்கல்லைச் சேர்ந்த இந்த சுவாமிகளுக்கு மனைவியும் குழந்தைகளும் உண்டு என்பது பிறகு தெரிய வந்தது.

21

ஓர் இலங்கை பகவான்

மத பக்தர்கள் பகவான்களையும் பகவதிகளையும் உருவாக்கு கின்ற முறை விநோதமானது. அதன் பரிகாச நிலைமையை வெளிப்படுத்துகின்ற சில பத்திரிகைச் செய்திகள் இங்கே கொடுக்கப்பட்டுள்ளன.

"ராமசாமி நாயக்கரைப் போல ஆபிரகாம் ட்டி. கோவூரும் கடவுளின் ஓர் அவதாரம்தான் — செப்டம்பர் 14 ஆம் நாள் செவ்வாய்க் கிழமை கொல்லப்பிடியாவிலுள்ள சிந்தி மய்யத்தில் நடைபெற்ற ஜைன கூட்டத்தில் சுவாமி சாந்தானந்தர் பகுத்தறிவு வாதத்தைப் பற்றிய சில வினாக்களுக்கு விடையளித்ததனிடையில் தெளிவுபடுத்தியதே இது. அவர் தொடர்ந்து கூறியதாவது: நான் கோவூரை இன்றுவரை பார்த்ததே இல்லை. எனினும் அவர் உண்மையை ஆராய்பவர் என்பதால் அவர் திடமாக மதத்தை நம்புகின்றவர்தான். நமது சாதாரண பார்வைக்கு அவர் மத நம்பிக்கையாளர் அல்ல என்று தோன்றலாம். ஆனால்,

மூடநம்பிக்கைகளை வேரோடு ஒழிப்பதற்காக அவர் ஆற்றுகின்ற சேவை மகத்தானது." (*'சிலோண் அப்சர்வர்', 22-9-1971*).

"பிறவியிலேயே ஒரு பகுத்தறிவுவாதி என்று நீங்கள் சொல்கின்ற கோவூர் ஓர் அவதாரம்தான் என்று ஒருமுறைகூட நான் தெளிவுபடுத்து கின்றேன். அடிப்படையில்லாத ஏராளமான மூட நம்பிக்கைகளுடைய பனிப் போர்வையிலிருந்து மக்களை வெளியே கொண்டுவந்து உண்மையின் ஒளிச்சுடரை நோக்கி அழைத்துச் சென்றது உறுதியான பக்தியினால்தான். இந்தப் பொருளில்தான் சுவாமிகள், கோவூரை அவதாரம் என்று கூறினார். கோவூர் அவருக்கேயுரிய சில வழிகளைப் பயன்படுத்தி மூட நம்பிக்கைகளை ஒழிக்க முயன்று வருகின்றார். அதனால்தான் அவர் மதத்துக்குப் பெரிய சேவையை ஆற்றுகின்றார்" (ஒரு கட்டாரகமா பக்தன், *'சிலோண் அப்சர்வர்'*).

"மத சம்பந்தமான மூடநம்பிக்கைகளைப் பற்றி பேசிக் கொண்டிருந்த பொழுதுதான் சுவாமி சாந்தானந்தர், திரு. கோவூரைப் பற்றிப் பேசினார். கடவுள், மரணத்திற்குப் பின் வாழ்வு ஆகியவற்றை எல்லாம் மறுக்கின்றவர்தான் கோவூர் என்று அவர் அறிந்திருக்கின்றார். சந்தேகம் ஞானத்தின் ஆரம்பம் என்ற அவருடைய கோட்பாட்டின் அடிப்படையில் சிந்திப்பதால்தான் அவர் இவற்றையெல்லாம் மறுக்கின்றார் என்று சுவாமிகள் கூறினார். அவர் தொடர்ந்து கூறியதாவது: தினமும் திரு. கோவூரின் பிரச்சனை என்னிடம் வருவதுண்டு. அதனாலேயே அந்த விசயத்தை விவாதிக்க நான் தயாராக இருப்பவனல்ல. நான் அவரிடம் பேசியதில்லை என்றாலும் அவர் ஒரு நல்ல மனிதர் என்றே நான் கருதுகின்றேன். ஒரு காரியத்தில் எனக்கு உறுதி உண்டு. நீங்கள் கருதுகின்ற விதத்தில் இல்லாவிட்டாலும் அவர் ஒரு நல்ல மதபக்தர் தான். அவருடைய ஆத்மாவில் ஒரு சிறப்பை நம்மால் காண முடியும். அத்தகைய சிறப்பு மதத்தினுடையதுதான். மதத்தின் பெயரில் பரவுகின்ற மடமைத்தனங்களை முடிவுக்குக் கொண்டுவர இத்தகைய பணிகள் தேவையானவைதான். கோவூரின் இந்த அடி உங்கள் மீதும் படுகின்றது. அது நீங்கள் ஏற்றுக் கொள்வதுதான். ஆய்வில் நாட்டம் அவருக்கு உண்டு. அதனால்தான் அவர் வினாக்களை எழுப்புகின்றார். தப்பு என்று தெரிந்ததை அந்த மனிதர் வெளிப்படையாகச் சொல்கின்றார். இந்த நிலையில் பார்க்கும்பொழுது இலங்கையிலுள்ள மக்களுக்கு அவர் பெரிய சேவையையே செய்கின்றார். பகுத்தறிவு உணர்வு

கொண்ட உயிர்கள் என்ற நிலையில் அபத்தங்களை எங்கே கண்டாலும் நாம் அவற்றை சுட்டிக் காட்டலாம். மதத்திலுள்ள மூடநம்பிக்கைகளை வெளிப்படுத்துகின்ற அந்த ஆத்மா முழுமையான சிறப்பைப் பெறும்." (எல். ரத்னானந்தம் 'சிலோண் அப்சர்வரி'ல் எழுதிய கட்டுரையிலிருந்து.)

"ஈ.வெ.ரா. பெரியார் கடவுளின் ஓர் அவதாரம்தான். அது போன்றே மக்களின் அறியாமையை அகற்றி அவர்களை மேன்மையடையச் செய்வதற்காக தெய்வீக ஒளியுடன் கடவுள் அனுப்பிய நபர்தான் ஆபிரகாம் டி. கோவூர். பகவான் சாயிபாபா ஒருவரைக்கூட சித்த மார்க்கத்திற்கு அழைத்துச் சென்றதில்லை. 'தினகரன்' நாளிதழுக்கு அளித்த ஒரு சிறப்பு நேர்க்காணலில்தான் சுவாமி சாந்தானந்தர் இவ்வாறு கருத்து தெரிவித்தார்" ('தினகரன்' வார மஞ்சரி).

"ராமசாமி நாயக்கரையும் சத்ய சாயிபாபாவையும் போல ஆபிர காம் டி. கோவூரும் கடவுளின் ஓர் அவதாரம்தான் என்று ரிஷிகேசைச் சேர்ந்த சுவாமி சாந்தானந்தர் பத்திரிகைகளுக்கு அளித்த ஒரு நேர்க்காணலில் தெளிவுபடுத்தி இருக்கின்றார். பகுத்தறிவாளரான கோவூர் இதைப்பற்றி என்ன சொல்லப் போகின்றார் என்பதை அறிய விரும்பு கின்றேன்" (ஏ. ராமநாதன், 'சிலோண் அப்சர்வர்' பத்திரிகையில் எழுதிய கட்டுரையிலிருந்து).

சுவாமி சாந்தானந்தரின் முற்றிலும் அபத்தமான இந்த உரை களும் பத்திரிகை அறிவிப்புகளும் எனக்குப் பல சிரமங்களை உண் டாக்கின. இனவாதிகளும் மதவெறியர்களும் பொதுவாக என்னிலிருந்து அகன்றுதான் நின்றனர். இதைத் தொடர்ந்து அவர்கள் என்னைச் சுற்றி குழுமத் தொடங்கினர். சிலர் இந்தப் புதிய பகவானை 'தரிசனம்' செய்வதற்காக வந்தனர். ரிஷிகேசி லிருந்து வந்த இந்த சன்னியாசியின் அறிவிப்புகளைக் கண்டித்து, உடனேயே பத்திரிகைகளுக்கு பின்வரும் அறிக்கையை நான் அனுப்பி வைத்தேன்:

"இந்தியத் துறவிகளின் புண்ணிய பூமி என்றழைக்கப் படுகின்ற ரிஷிகேசிலிருந்து வந்த சாந்தானந்த சுவாமிகள், கோவூர் ஓர் அவதாரம் என்றும் திடமான மத நம்பிக்கை உடையவர் என்றும் அறிவித்திருப்பதைப் பார்த்தேன்.

"பகுத்தறிவாளர்களுடைய வினாக்களுக்கு விடையளிக்க முடியாததால்தான் சுவாமி இவ்வாறு கர்ணம் அடிக்கின்றார். நான் ஒரு சந்தர்ப்பவாதியாக இருந்திருந்தால், சுவாமியின் இந்த

அறிவிப்பினுடைய திரை மறைவில் எனக்கும் ஓர் அவதாரமாக மாற முடிந்திருக்கும். அதற்கு நான் தயாரானால் ஆயிரக்கணக்கான மக்கள் என்னை வழிபட முன்வந்திருப்பார்கள். ஆனால், ஓர் அவதார வேடம் பூண்டு 'சர்வ பட்சி'ணியாக வாழ ஒரு பகுத்தறிவாளனுக்கு — சுதந்திர சிந்தனையாளனுக்கு — முடியாது.

"அந்தப் பஜனைக் கூட்டத்திலோ — பத்திரிகையாளர்கள் கூட்டத்திலோ கலந்து கொண்டவர்களில் ஒருவருக்குக்கூட, 'எந்த அடிப்படையில் கோவூர் அவதாரம் என்று கூறுகின்றீர்கள்?' என்று வினவத் தோன்றவில்லை.

"சுவாமி கூறியதை உண்மையிலேயே அவர் நம்புகின்றாரென்றால், அது முழுமையான மூடத்தனமாகும் என்று சொல்லாமலிருக்க வழியில்லை. அவதாரம், கடவுள், அற்புதங்கள் ஆகியவையெல்லாம் அஞ்ஞானம் மிக்க கற்பனைகளே என்று நான் எண்ணுகின்றேன். அவ்வாறு நினைக்கின்ற ஒருவரை அவதாரமாகச் சித்திரிப்பது அறிவீனமாகும். மதத்திலிருந்து ஏராளமானோர் விலகிச் செல்வதையும் பகுத்தறிவுச் சிந்தனை வளர்ந்து வருவதையும் கண்ட சுவாமி ஒரு தந்திரத்தைப் பயன்படுத்தினார் — அவ்வளவுதான். இந்திய சன்னியாசிகள் இத்தகைய தந்திரங்களைப் பயன்படுத்தித்தான் பல சுதந்திர சிந்தனை அமைப்புகளையும் தகர்த்தனர்.

"சுவாமியின் கபடம் மிக்க இந்த அறிவிப்பைத் தொடர்ந்து சில ஏழைகள் இந்தப் புதிய பகவானைத் தரிசிப்பதற்காக அர்ச்சனைப் பொருள்களுடன் வந்தனர். கடவுளிலோ மதத்திலோ சுவாமிமாரிலோ அர்ச்சனையிலோ பிரார்த்தனையிலோ எதிலும் கொஞ்சமும் நம்பிக்கையில்லாத ஒரு கடவுள் மறுப்பாளர்தான் நான் என்ற தகவலை தெளிவாகவே அறிவித்துக் கொள்கின்றேன்."

22

யூரி கெல்லர்

இந்தியாவைச் சேர்ந்த சாயிபாபாவைப் போலவோ அதைவிட அதிகமாகவோ உலகுக்கு அறிமுகமான ஒரு மேஜிக்காரன்தான் இஸ்ரேல் நாட்டைச் சேர்ந்த யூரி கெல்லர். மேலை நாடுகளில் பலரையும் அற்புதங்களில் நம்பிக்கை கொள்ள

அவர் வைத்திருக்கின்றார். தெய்வீக ஆற்றல் கொண்ட கண்களால் பார்த்து கெல்லர் உலோகத் தகடுகளை வளைப்பார் என்றும் ஒடிந்த உலோகத் துண்டுகளை ஒட்ட வைப்பார் என்றும் பலரும் நம்புகின்றனர். ஒருமுறை பிரிட்டனில் அவர் தொலைக்காட்சிப் பெட்டியில் தோன்றியபொழுது பார்வையாளர்களிடையில் அற்புதங்கள் நிகழ்ந்தன என்பது செய்தி. சிலருடைய பழுதான கைகடிகாரங்கள் தானாகவே இயங்கத் தொடங்கின என்றும் எஃகு கம்பிகள் வளைந்தன என்றும் பலர் பி.பி.சி.க்கு தொலைபேசி மூலம் தெரிவித்தனராம். திறக்கப்படாத உறைகளில் இருந்த பிலிம்களில் கெல்லரின் படங்கள் தெளிவாகப் பதிந்திருந்தன என்றும் சொல்லப்படுகின்றது.

இந்தப் பிரச்சார கோலாகலங்களை அறிந்து பகுத்தறிவாளர்கள் மலைத்துவிட்டனர். கிங்ஸ் கல்லூரியில் பணியாற்றும் பேராசிரியர் ஜாண் டெயிலர் கூறியதாவது: "யூரி கெல்லரின் திறமைகள் அற்புதகரமானவை. அவருடன் ஒத்துழைத்தால் மனித மனதைப் பற்றிய பல ஆழ்ந்த ரகசியங்களையும் வெளியே கொண்டுவர நம்மால் முடியும்."

தெய்வீக ஆற்றல்கள் உண்டென்று உரிமை கொண்டாடுகின்ற கெல்லரைப் பற்றி பிரச்சாரம் செய்பவர் நியூயார்க்கைச் சேர்ந்த ஆன்ட்ரிஜா புகாரிதான். அவர் கடவுளின் அவதாரங்களைப் பற்றி அதிகமாக அறிந்திருக்க வாய்ப்பில்லை. அறிந்திருந்தால், 'தர்ம சம்ஸ்தாபனார்த்தம்' அவதரித்த ஒரு பகவான்தான் கெல்லர் என்று கூறியிருப்பார். இந்தியாவைச் சேர்ந்த சாயி பாபாவின் செயலாளரான பேராசிரியர் கஸ்தூரி என்ற திறமைசாலியான மலையாளிக்கு அந்த இந்துமத மரபு தெரிந்திருந்ததனால், மேஜிக்காரனான பாபாவை அவர் அவதாரமாகச் சித்திரித்தார். புகாரியோ புலன்களுக்கு அப்பாற்பட்ட ஆற்றல் கொண்ட ஓர் அற்புத மனிதராகவே கெல்லரைச் சித்திரித்தார். கஸ்தூரிக்கும் புகாரிக்கும் ஒரு விசயத்தில் ஒற்றுமை உண்டு. பாபாவையும் கெல்லரையும் போன்றவர்களைப் பயன்படுத்திப் பணம் சம்பாதிக்கின்ற விசயம்தான் அது.

சாயிபாபாவைப் பற்றி கஸ்தூரியும் டாக்டர் பகவந்தமும் பரப்புகின்ற கதைகளைக் கெல்லரைப் பற்றி புகாரியும் பரப்புவது உண்டு. சான்பிரான்சிஸ்கோவிலிருந்து வெளிவரும் 'சைக்கிக்' மாதிகைக்கு அளித்த பேட்டியில் புகாரி கூறிய ஒரு கதை சுவையானது. ஒரு முறை கெல்லரும் புகாரியும் ஒரு பாலை

வனத்துக்குச் சென்றார்கள். அங்கே தாம்பாளத்தின் வடிவத்தில் ஓர் உலோகப் பொருள் கிடப்பதைப் பார்த்தார்கள். அதன் மேலே நீல நிறத்தில் ஒளிச்சுடர் பிரகாசித்துக் கொண்டிருந்தது. உடனே கெல்லர் அந்த ஒளியில் ஒன்றிப் போனார். பத்து நிமிடங்களுக்குப் பின் பழைய நிலையை அடைந்தார். இந்த அற்புத பிரதிபலிப்பை புகைப்படமாக எடுத்தார் புகாரி. ஆனால், எப்படியோ அந்த நெகட்டிவ் தவறிவிட்டதாம்! இன்னொரு சமயத்தில் கேமராவின் முகமூடியைத் திறக்காமலேயே புகாரி, கெல்லரின் புகைப்படத்தை எடுத்தபொழுது அது தெளிவாக இருந்தது என்றும் அவர் தொடர்ந்து கூறுகின்றார். கெல்லரின் மனதிலிருந்து பொங்கி வழிந்த ஆற்றலால் தான் உருவம் கேமராவின் உள்ளேயிருந்த பிலிமில் பதிந்தது என்கின்றார் அவர்.

அப்பாவி மக்களைத் தடுமாற வைக்க இத்தகைய கதைகளால் முடியும். ஆனால், சிந்திக்கின்ற மனிதனுக்கு இதில் எந்தச் சிறப்பையும் காண்பதற்கு வழியில்லை. பாலைவனத்தில் ஒளியாக மாறிய கெல்லரைப் புகாரியைத் தவிர வேறு எவரும் பார்க்கவில்லை. அதனுடைய புகைப்படமும் தவறிப்போய் விட்டது. இப்பொழுது அதைப் போன்று நிகழ்த்திக்காட்ட கெல்லர் தயாராகவும் இல்லை! இது மட்டும் போதுமா? உறையின் உள்ளேயோ கேமராவின் உள்ளேயோ இருக்கின்ற பிலிமில் கெல்லரின் சாயல் பதியும் என்றால் அந்த மனிதன் உயிருடன் இருக்கின்ற காலம் முழுவதும் புகைப்படக் கலை ஆபத்தில் சிக்கிவிடும் அல்லவா. அவருடைய உருவமும் சிந்தனையும் பதிந்து பிலிம் முழுவதும் பயன்படுத்த முடியாமல் ஆகிவிடும்.

பிற மனிதர்களுடைய சிந்தனைகளையும் உணர்வுகளையும் அறிந்து கொள்கின்ற ஆற்றல் பெற்ற யூரி கெல்லர் உயிருடன் இருக்கும் பொழுது, அவற்றில் எதற்கும் திறமையில்லாத மோஷேதயானை இஸ்ரேல் மக்கள் பாதுகாப்புத் துறை அமைச்சராக ஆக்கியது ஏன் என்பதுதான் என்னுடைய அய்யம்! கடந்த எகிப்து — இஸ்ரேல் போரில் அரபிகளுக்கு ஓர் எல்லைவரை வெற்றிபெற முடிந்ததல்லவா? கெல்லர் நினைத்திருந்தால், சதாத்தினுடையவோ சிரியன் இராணுவத்தினுடையவோ போக்கை முன்னரே கண்டுபிடித்து அதன்படி படையைச் செலுத்தியிருக்கலாம்; அல்லது அரபிப் படைகளின் மனதில் ஆதிக்கம் செலுத்திப் போரிலிருந்து அவர்களைப் பின்வாங்கச்

செய்திருக்கலாம். கோல்டாமேயருக்கு இந்த எண்ணம் வராததால் சிரமமாகி விட்டதல்லவா!

தெய்வீக ஆற்றல் உண்டென்று உரிமை கொண்டாடுகின்றவர்களில் பலரும் சாமானிய மக்களை ஏமாற்றுவதற்காக இத்தகைய பல பொய்க் கதைகளையும் கூறுவது உண்டு. கைவிரல் மூலம் தன்னால் பார்க்க முடியும் என்று ஒரு ரசிய விவசாயி ஒருமுறை உரிமைக் கொண்டாடினார். சில காலத்திற்குப் பின் அவருடைய குட்டு உடைந்தது. சில ஆண்டுகளுக்கு முன்பு ஓர் இந்தோனேசிய இளம் பெண், அவரது கருப்பையில் இருக்கின்ற குழந்தை அங்கே இருந்தே குர்ஆன் ஓதுவதாகச் சொன்னார். அய்ந்தாறு மாதங்களாக உலக நாடுகளிலுள்ள பல பக்தர்களும் அந்தச் செய்தியைப் பேசிக் கொண்டே திரிந்தனர். பிறகுதான் அது ஒரு மனநோயாளி உருவாக்கிய கதை என்பது தெளிவானது. வெட்டவெளியிலிருந்து சாயிபாபா பலவற்றையும் படைத்தார் என்று கூறுவதும் இதுபோன்றதுதான். யோவான் ஸ்நானன் கருவிலிருந்த பொழுது வேறொரு பெண்ணின் வயிற்றில் கிடந்த குழந்தையை அடையாளம் கண்டதாக பைபிளில் கதை ஒன்று உண்டு. பிறந்த பிறகு யோவான் அந்த ஆற்றலை இழந்துவிட்டார் என்றே பைபிளில் காணப்படுகின்றது. இத்தகைய கதைகள் சில காலம் பரப்பப்படவும் வெகுவிரைவிலேயே கட்டுக்குள் அடங்கவும் செய்வது தான் வழக்கம்.

சாயிபாபாவின் தெய்வீக ஆற்றலை டாக்டர் பகவந்தத்தைப் போன்ற சில அறிவியலாளர்கள் ஏற்றுக் கொள்ளவில்லையா என்று சிலர் வினவுவது உண்டு. இந்த பகவந்தம் அறிவியலில் பட்டம் பெற்றிருந்தாலும் சாயிபாபாவின் வெறும் ‘ஏஜண்ட்’ மட்டும்தான் என்றும் பாபாவின் தெய்வீக ஆற்றலை நிரூபிக்க பல பொய்களையும் எழுதி இருக்கின்றார் என்றும் நான் தெளிவுபடுத்தி இருக்கின்றேன். பகவந்தத்தைப் போன்ற சில பிரச்சாரகர்கள் யூரி கெல்லருக்கும் உண்டு. அவர்களில் ஒருவர்தான் அமெரிக்காவிலுள்ள விண்வெளி வீரர்களில் ஒருவரான எட்கார் மிச்சல். கெல்லரின் அற்புத ஆற்றல்களைக் கண்டு வியப்படைந்த மிச்சல், அசாதாரணமான ஆற்றல் கொண்ட ஒரு மனிதர்தான் அவர் என்று கூறியிருக்கின்றாராம். கெல்லரின் தெய்வீக ஆற்றல்களை நிரூபிக்க முயலுகின்றவர்கள் எடுத்துக் காட்டுகின்ற விசயமே இது. மிச்சலின் சாட்சியத்துக்குப் பெரும் மதிப்பளிப்பது சிரமமான காரியமாகும். விண்வெளி வீரர்களில் எவருமே

விஞ்ஞானிகள் அல்ல. எவரெஸ்டில் ஏற எட்மண்டு ஹிலாரியுடன் சென்ற டென்சிங் உலகப் புகழ் பெற்றவர். மலை ஏறுவதில் அவருக்குத் திறமை இருந்தது என்பதனால் அவருக்குப் பொருளாதாரப் பிரச்சனைகளைப் பற்றியோ அறிவியல் விசயங்களைப் பற்றியோ என்ன தெரியும்? எட்கார் மிச்சலுக்கு விண்வெளிப் பயணம் செய்வதற்கான தகுதிகள் இருந்ததனால் அந்த விசயத்திற்காக அவர் தேர்ந்தெடுக்கப்பட்டார் - அவ்வளவுதான். அதனால் அவர் மனோதத்துவத்திலோ வேதியியலிலோ புவியியலிலோ அவர் திறமை பெற்றவராக ஆகமாட்டார். அறிவியலின் எதுவேனும் ஒரு துறையில் அறிவு பெற்ற ஒருவர் பிற பல விசயங்களிலும் அறியாமை மிக்கவராக இருக்கக் கூடும். யார் சொன்னார்கள் என்பதன் அடிப்படையில் அல்லாமல், பேசுகின்ற காரியம் எந்த அளவுக்கு அறிவியல் ரீதியானது என்று பார்த்துத்தான் தீர்ப்பைச் சொல்ல வேண்டும்.

பார்வையாலேயே உலோகக் கம்பிகளை வளைக்கவும் இணைக்கவும் செய்யவும், மூடிய கேமராவிலுள்ள பிலிமில் வியத்தகு முறையில் தன்னுடைய உருவத்தைப் பதிய வைக்கவும் கெல்லருக்கு முடியும் என்று உரிமைக் கொண்டாடுகின்றவர்களின் முன்னால் சில நாள்களுக்கு முன்பு நான் ஒரு பிரச்சனையை எழுப்பினேன். மூடி முத்திரையிடப்பட்ட ஓர் உறையினுள் இருக்கின்ற ஒரு கரன்சி தாளின் வரிசை எண்களைச் சொல்ல கெல்லரால் முடியுமா? முடியும் என்றால் நான் 16,000 டாலர் கொடுப்பதாக கெல்லருக்குக் கடிதம் அனுப்பினேன். அதற்கு இன்றுவரை அவர் பதில் தரவில்லை. இந்த அறைகூவலை அமெரிக்காவிலும் அய்ரோப்பாவிலுமிருந்து வெளிவருகின்ற பல பத்திரிகைகளும் வெளியிட்டன. கெல்லர் இன்று வரை அந்த அறைகூவலை ஏற்றுக் கொள்ளத் தயாராக இல்லை.

23

நீலகண்ட பாபா

இலங்கையில் ஏராளமான பக்தர்களைக் கொண்ட இந்திய சன்னியாசிகளில் ஒருவர்தான் நீலகண்ட பாபா. 'தினகரன்' வார மஞ்சரியில் யாழ்ப்பாணத்தைச் சேர்ந்தவரான பஞ்சாட்சர குருக்கள், அவருடைய சித்திகளைப் பற்றி கட்டுரை ஒன்றை எழுதியிருந்தார். இலங்கையிலிருந்து ஏராளமான மக்கள் நீலகண்ட பாபாவைத்

'தரிசிப்பதற்காகச் செல்வதுண்டு. குருக்களும் அவ்வாறு சென்று அவரைச் சந்தித்தவர்தான். சாயிபாபாவைவிட பலவகையிலும் உயர்ந்த சித்திகளைப் பெற்றவர்தான் நீலகண்ட பாபா என்று சென்னையில் வைத்து நண்பர் ஒருவர் சொன்னதைக் கேட்டுத் தான் குருக்கள் முதன்முதலாக அங்கே சென்றார்.

குருக்கள் அவருடைய நீண்ட கட்டுரையில் நீலகண்ட பாபாவின் பல அற்புதச் செயல்களை விவரிக்கின்றார். அவற்றில் முக்கியமானவை பின்வருமாறு:

1. ஒருமுறை நீலகண்ட பாபா அழுதபொழுது எதிர்ப்பக்கம் சுவரில் தொங்க விட்டிருந்த சிவனின் படமும் கண்ணீர் வடித்தது.

2. வெற்றிடத்திலிருந்து பாபா தருவித்த விபூதியைப் பார்வையற்ற சிறுவனின் கண்களில் பூசி அவர் அவனுக்குப் பார்வையைக் கொடுத்தார்.

3. தமிழ்நாட்டிலுள்ள ஒரு நதியின் தண்ணீரை இரண்டாகப் பகுத்து, நடுவில் கார் ஓட்டிச் சென்றார்.

4. ஒரே நேரத்தில் நாட்டின் வெவ்வேறு பாகங்களில் – தொலை தூர இடங்களில் அவர் காட்சியளித்தார்.

5. பகவான் பயணம் செய்த கார் காட்டுப்பாதையில் சென்ற பொழுது பெட்ரோல் தீர்ந்து விட்டது. உடனே அவர் ஓட்டுநரின் இருக் கையில் அமர்ந்து, பெட்ரோல் இல்லாமல் 23 மைல் தூரம் வண்டி ஓட்டினார்.

6. பாபாஜி தன் வயிற்றிலிருந்து ஒரு சிவலிங்கத்தை எடுத்து ஆந்திரப் பிரதேச ஆளுநர் நாகேசுக்குப் பரிசாக அளித்தார்.

7. ஆளுநர் நாகேசுக்கு இலண்டனிலுள்ள ஒரு மருத்துவ மனையில் அறுவை சிகிச்சை நடந்தபொழுது இந்தியாவிலிருந்த பகவான் அற்புதகரமாக அந்த அறுவை சிகிச்சை அரங்கில் காட்சியளித்தார்.

8. முன்னாள் குடியரசுத் தலைவர் டாக்டர் ராதாகிருஷ்ணனும் பிரதமர் திருமதி இந்திரா காந்தியும் அவரைச் சந்தித்து ஆசியை வேண்டிய பொழுது, வெற்றிடத்திலிருந்து அவர் சிவலிங்கங் களைத் தருவித்து அவர்களுக்குப் பரிசாக அளித்தார்.

இந்த அற்புதக் கதைகளின் உண்மையை அறிவதற்காக நான் பிரதமர் இந்திராகாந்திக்கு பின்வரும் கடிதத்தை அனுப்பினேன்.

"பெருமதிப்பிற்குரிய அம்மா,

தமிழ்நாட்டைச் சேர்ந்த நீலகண்ட பாபாவைப் பற்றி இந்த நாட்டிலிருந்து வெளிவருகின்ற பத்திரிகை ஒன்றில் வெளிவந்த ஒரு கட்டுரையின் குறிப்பிட்ட பகுதியை இங்கே கொடுக்கின்றேன்:

'முன்னாள் குடியரசுத் தலைவர் டாக்டர் ராதாகிருஷ்ணனும் பிரதமர் திருமதி இந்திராகாந்தியும் அவரை (நீலகண்ட பாபாவை)ச் சந்தித்து ஆசியை வேண்டியபொழுது, வெற்றிடத்திலிருந்து அவர் சிவலிங்கங்களைத் தருவித்து அவர்களுக்குப் பரிசாக அளித்தார்.'

இந்த அறிவிப்பில் எதுவேனும் உண்மை உள்ளதா என்று தாங்கள் அறிவித்தால் நான் நன்றி உள்ளவனாக இருப்பேன். இந்த நெருக்கடியான கட்டத்தில் உங்களுடைய நேரம் எவ்வளவோ மதிப்பு மிக்கது என்பதை நானறிவேன். எனினும் இலங்கையிலும் இந்தியாவிலும் உள்ள பல இலட்சக்கணக்கான மக்களுடைய வாழ்க்கையில் ஆதிக்கம் செலுத்துகின்ற காரணத்தால், அதன் உண்மை நிலையை அறிய வேண்டிய கட்டாயத்தில் நான் இருக்கின்றேன்.

18-11-1971,   தங்களன்புள்ள,
கொழும்பு.   ஆபிரகாம் ட்டி. கோவூர்."

பாகிஸ்தானுக்கும் இந்தியாவுக்குமிடையே போர் நடை பெற்றுக் கொண்டிருந்த நேரத்தில்தான் நான் இந்தக் கடிதத்தை எழுதினேன். போர் நடவடிக்கைகளில் ஆயத்த நிலையில் கவனமாக இருந்தபோதிலும், அந்தக் கடிதம் புதுடில்லியில் கிடைத்த உடனேயே அவர் அனுப்பிய பதிலை இங்கே கொடுக்கின்றேன்.

"புதுடில்லி,
நவம்பர் 22, 1971.

அன்புக்குரிய அய்யா,

1971 நம்பவர் 18 ஆம் நாள் அனுப்பிய கடிதம் கிடைத்தது. பிரதமர் அத்தகைய ஒரு நீலகண்ட பாபாவைப் பார்க்கவோ அவர் வெற்றிடத்திலிருந்து அவருக்கு 'லிங்கம்' எடுத்துக் கொடுக்கவோ

செய்ததில்லை என்று தங்களுக்கு அறிவிக்கும் பொறுப்பை என்னிடம் ஒப்படைத்திருக்கின்றார்.

உண்மையுள்ள,
என்.கே. சேஷன்.
(பிரதமரின் தனிச் செயலாளர்)."

தந்தை ஜவகர்லால் நேருவைப் போலவே பிரதமர் திருமதி இந்திரா காந்தியும் ஒரு பகுத்தறிவாளர் என்பதால்தான் அவருடைய பெயரில் நடைபெறுகின்ற மோசடி வேலையின் கதையை வெளியே கொண்டுவர தயாராகி உடனே பதில் எழுத வைத்தார். இத்தகைய பொய்க் கதைகள் தடுக்கப்படாவிட்டால் அப்பாவி மக்கள் எந்த அளவுக்கு வஞ்சிக்கப்படுவார்கள் என்பதும் அவருக்குத் தெரியும்.

சாமானிய மக்கள் அச்சடித்து வெளியே வருபவற்றை யெல்லாம் உண்மையென்று நம்புகின்றவர்கள்தான். பக்தி விசயங்களைப் பொறுத்தவரையில் அவர்கள் ஒருபோதும் அய்யம் கொள்வதே இல்லை. அந்தப் பலவீனத்தை அறிந்த பத்திரிகை யாளர்களும் பக்தர்களும் எந்தவிதத் தயக்கமும் இன்றி பொய்க் கதைகளை எழுதி பரப்புகின்றனர். அவ்வாறுதான் அண்மைக் காலத்தில் முன் எப்போதையும்விட அதிகமான பகவான்களும் பகவதிகளும் சித்தர்களும் உருவானார்கள்.

இந்தக் கதைகளில் வரும் நீலகண்ட பாபாவுக்கு பெட்ரோல் இல்லாமல் 23 மைல்கள் காரை ஓட்ட முடிந்ததென்றால், பெட்ரோல் இல்லாமலேயே அந்த வண்டியை நிரந்தரமாக ஓட்டாதது ஏன்? இவருக்கு இந்தத் தெய்வீக ஆற்றல் உண்டென்றால், போர் நடை பெற்ற காலத்தில் பெட்ரோலுக்குத் தட்டுப்பாடு ஏற்பட்டபொழுது பெட்ரோல் இல்லாமல் கார் ஓட்டுகின்ற வித்தையை நிச்சயமாக அரசுக்குத் தெரிவித்திருக்க வேண்டும். விமானங்கள், கப்பல்கள், டிராக்டர்கள் ஆகியவற்றை எரிபொருள் இல்லாமல் ஓட்ட முடிந்தால் எத்தனைக் கோடி அன்னியச் செலாவணி இலாபமாகி இருக்கும்! நதியிலுள்ள தண்ணீரை அகற்றி நிறுத்தி காரை ஓட்ட பாபாவுக்கு முடியும் என்றால், வங்காள தேசப் போரின்போது இவரை அங்கே அனுப்பியிருக்க வேண்டும். பாகிஸ்தான் இராணுவம் பாலங் களைத் தகர்த்ததால் நதிகளைக் கடக்க இந்திய இராணுவம் பெருந் துன்பத்தை அடைந்தது. பகவான், கங்கை – பிரம்மபுத்ரா நதிப் பிரதேசங்களில் சென்று நின்று கொண்டு தண்ணீரைத் தடுத்து நிறுத்தியிருந்தால் போரின் வெற்றி இன்னும் எளிதாகக் கிடைத்

திருக்கும். அப்படி இருந்திருந்தால் எத்தனையோ உயிர்களும் பணமும் லாபமாகி இருக்கும்!

நீலகண்ட பாபாவுக்கு தண்ணீரை இவ்வாறு அனுசரித்துச் செல்ல முடியுமென்றால், இந்தியாவிலிருந்து கடல் வழியாக நடந்து அவர் இலங்கைக்கு வருவாரா? அல்லது தமிழ் நாட்டி லேயே ஆழம் உள்ள எதுவேனும் நதியில் இந்த ஆய்வை நடத்திக் காட்டுவாரா?

ஒரே நேரத்தில் பல இடங்களில் காட்சியளிக்க முடியும் என்று கூறுகின்ற பாபாவை ஓர் அறையில் வைத்து பூட்டி விடுகின்றேன். கதவை உடைக்காமல் அவர் வெளியே வருவாரா?

24

திருப்ரயார் யோகினி

"விஞ்ஞான அறிவுக்கும் மருத்துவ விதிகளுக்கும் அறைகூவல் விடுத்த வண்ணம் ஏழாண்டுகளாக உணவு எதுவும் உண்ணாமல், குளிக்காமல், உடையைக் கூட மாற்றாமல், மலம் - சிறுநீர் கழிக்காமல், பார்வையை அசைக்காமல் இயற்கை விதிமுறைகளுக்கு அப்பாற்பட்டு, எடுத்துச் சொல்ல முடியாத ஒரு பரமானந்த நிலையில் அந்த மகா தபஸ்வினி (திருப்ரயாரைச் சேர்ந்த யோகினி ஜானகி தேவி) தானாகவே ஒன்றிப்போய் இருக்கின்றார்."

இது 'மாத்ரு பூமி' வாரப் பதிப்பில் என். டி. சங்கரன் குட்டி மேனன் 1968 இல் எழுதிய கட்டுரையிலுள்ள ஒரு பகுதியாகும்.

ஜானகி தேவிக்கு சுவாசமும் இதயத் துடிப்பும் கூட இல்லை என்று மேனன் எழுதியிருந்தால் அதையும் நம்ப பல இலட்சம் அப்பாவி மக்கள் இந்தியாவில் இருப்பார்கள். மேனனைப் போன்றவர்களுக்கு அறிவியல் ஆய்வின் தேவையைப் பற்றி எதுவுமே தோன்றுவதில்லை.

ஆறுமாதக் காலமாக எந்தவித உணவும் உண்ணாமல் உயிருடன் இருக்கின்றார் என்று பத்திரிகைகள் மூலமாகப் புகழ்பெற்ற தனலட்சுமியினுடையவும் அவருடைய தந்தையிடனு டையவும் கள்ளத்தனங்களை நேருவின் மதச் சார்பற்ற அரசு வெளிப்படுத்தும்வரை அந்த மோசடிப் பெண்ணை வழிபடவும்

வணங்கவும் இலட்சக்கணக்கான அப்பாவி மக்கள் கூடினார்கள். நேருவின் அரசு செய்ததைப் போல ஜானகியையும் சாயிபாபா வையும் இந்திராகாந்தியின் அரசு ஓர் அறிவியல் ஆய்வுக்கு உட்படுத்தினால் இரண்டு பேருடைய திருட்டுத் தனங்களும் வெளியே வரும்.

மூடர்களையும் அப்பாவி மக்களையும் வஞ்சிக்கின்ற இத்தகையவர்களை ஆய்வுக்கு உட்படுத்துவதும், அந்த ஆய்வின் மூலம் வெளிப்படுகின்ற உண்மையை மக்களுக்கு அறிவிக்க வேண்டியதும் அரசுகளின் பொறுப்பும் கடமையும் ஆகும்.

விறகு, எண்ணெய், மெழுகு ஆகியவை எரிகின்ற பொழுது நடைபெறுகின்ற ஆக்சிகரணத்தின் விளைவாக அந்தப் பொருள் கள் நீராவியாகவும் கார்பன்டை ஆக்சைடாகவும் சூடாகவும் வெளிச்சமாகவும் மாறுகின்றன. இந்த மாற்றமடைகின்ற பொருளின் தன்மையால் எரிகின்ற பொருள் கனம் குறைந்து கொண்டே வந்து இல்லாமலாகின்றது. அதுபோலவேதான் ஜானகி சுவாசிக்கும்பொழுது நடைபெறுகின்ற ஆக்சிகரணத்தின் விளைவாக அந்தப் பெண்ணின் உடலிலிருந்து நீராவியும் கார்பன்டை ஆக்சைடும் உயிராகின்ற ஆற்றலும் சூடும் உருவா கின்றன. உயிரினங்களுடைய உணவில் பெரும்பாலான பகுதியும் சுவாச வேளையில் நடைபெறுகின்ற ஆக்சிகரணத்துக்கே பயன்படுகின்றது. உணவின் பலனாய் சுவாச வேளையில் எரிகின்ற பொருள்கள் உடலிலிருந்து எடுக்கப்படவும் அது தீரும்பொழுது உயிரை உருவாக்க முடியாமல் உடல் இறந்து போகவும் செய்யும்.

உயிரியல் விஞ்ஞானத்துக்கு எதிராக ஏழாண்டுகள் உணவு உண்ணாமல் நலமாக சுவாசித்து உயிருடன் இருக்கின்றாரா என்று விஞ்ஞான ரீதியான ஓர் ஆய்வை நடத்த வேண்டிய பொறுப்பு இந்திய பல்கலைக் கழகங்களிலுள்ள உயிரியல் அறிஞர்களைச் சேர்ந்ததாகும். கேரளப் பல்கலைக்கழகத்திலுள்ள உயிரியல் துறை ஜானகியின் உணவு உண்ணாத தவத்தைப் பற்றி ஆய்வு நடத்தி ஓர் அறிக்கையை வெளியிடுவார்களா?

கவுதம புத்தர் தன் சீடர்களுக்கு அளித்த உபதேசம் இங்கே கவனிக்கத்தக்கது:

"சீடர்களே, உங்களுடைய மனதில் அய்யம் எழுவது நல்லது தான். நம்புவதற்குச் சிரமமான விசயங்களில்தான் அய்யம் பிறக் கின்றது. அறிக்கைகளையோ செவிவழிச் செய்திகளையோ

பாரம்பரியத்தையோ வேத வாக்கியங்களையோ மதச் சடங்குகளையோ மத உபதேசங்களையோ, உபதேசம் செய்ப வனின் புகழையோ நம்பி உங்களில் மூட நம்பிக்கைப் பிறக்க இடங் கொடுத்துவிடக் கூடாது. பகுத்தறிவுபூர்வமாக ஆராயவும் சிந்திக்கவும் செய்யுங்கள்."

25

ஒரு கடவுளின் மரணம்

1969 ஜூலை 21ஆம் நாள் மனிதன் சந்திரனில் இறங்கினான். அவ்வாறு ஒரு கடவுள் மரணமடைந்து விட்டது. இந்தியர்களுக்கு சந்திரன் தேவனாக இருந்தது. நம்முடைய பாட்டிகள் சந்திர தேவனை மகிழ்ச்சியடைய வைப்பதற்காக அண்மைக் காலம் வரை திங்கள் கிழமை விரதம் இருந்து வந்தனர். அந்தத் தேவன் பலரைத் திருமணம் செய்த கதையும் புராணங்களில் உண்டு. ஆனால், மேலை நாட்டவர்களுக்கு சந்திரன் ஒரு பெண் தேவதையாகும். மத்திய கிழக்கு நாட்டவர்கள் சந்திரனை தீய தேவதையாகக் கருதினர். அந்தத் தேவதை பாதிப்பதனால்தான் பைத்தியம் உண்டாகின்றது என்று கிறிஸ்துவும் பிறரும் கருதினார் கள். சந்திர ரோகத்தை (பைத்தியம்) கிறிஸ்து போக்கியதாக பைபிளில் காணப்படுகின்றது. அவ்வாறு தெய்வத் தன்மை சுமத்தப்பட்ட சந்திரனில் மனிதர்கள் நடந்ததும் அங்கிருந்து பாறையையும் பிற பொருள்களையும் கொண்டு வந்ததும் மதங்களுக்குக் கிடைத்த கனமான அடியாகும். அதை மறைப்பதற் காக பக்தர்கள் மேற்கொள்கின்ற கடினமான முயற்சிகளைப் பார்க்கும் பொழுது நமக்குப் பரிதாபம் உண்டாகின்றது. சில பத்திரிகைச் செய்திகளை நான் இங்கே கொடுக்கின்றேன்.

"அப்பல்லோ 12இன் சந்திரப் பயணம் வெற்றி பெறுவதற் காக மலிக கண்டாவிலுள்ள அக்ரஸ்தாபக மகாவிகாரத்தில் நவம்பர் 14ஆம் நாள் காலையில் 6.30 முதல் இலங்கையிலுள்ள மகாபோதி சொசைட்டி ஒரு 'சேத் பிரித்' சடங்கை ஆரம்பிக் கின்றது. வெனாபிள் ஹெடி கெள்ளே பன்னதிச மகாநாயக தோரோவின் தலைமையில் பன்னிரண்டு பிக்குகள் இதை நடத்துகின்றனர்."

- 'சண்', 13-11-1969.

"அப்பல்லோ 8 இல் சந்திரனுக்குச் செல்ல புறப்பட்டிருக்கின்ற மூன்று அமெரிக்க சந்திரப் பயணிகளுக்காகப் போப்பாண்டவர் பால் பிரார்த்தனை நடத்தியிருக்கின்றார். வேற்று கிரகத்திற்குப் பயணம் செல்கின்ற தீரம்மிக்க விண்வெளிப் பயணிகளை நாம் பிரார்த்தனையில் நினைவுகூரவும் அவர்களுக்கு வெற்றி கிடைக்க வாழ்த்தவும் வேண்டுமென்று போப்பாண்டவர் கூறினார்.

- 'ஸ்டார்', *23-12-1969.*

"தன்னுடையவும் முழு ரோமன் கத்தோலிக்கர்களுடையவும் பிரார்த்தனை நீல் ஆம்ஸ்ட்ராங், எடின் ஆல்ட்ரின், மைக்கேல் காலின்ஸ் ஆகியோருடன் சேர்ந்து அவர்களுடைய முழு பயண நாளும் இருக்கும் என்று போப்பாண்டவர் அறிவித்திருக்கின்றார்."

- பி.ட்டி.சி. ராயிட்டர்.

நாசா அதிகாரிகள் போப்பாண்டவருக்கும் மகா போதி சங்கத்துக்கும் நன்றி சொல்ல வேண்டும். இல்லாவிட்டால் ஆம்ஸ்ட்ராங்கும் அவருடன் சென்றவர்களும் சந்திரனில் இறங்கியிருக்க மாட்டார்கள்! பிரார்த்தனையினாலும் 'பிரித்' சடங்கினாலும் சந்திரனில் இறங்க முடியுமென்றால் இந்தப் புரோகிதர்கள் அதை இதற்குமுன்பு ஏன் செய்யவில்லை என்பதுதான் என்னுடைய அய்யம். அறிவியலும் தகவல் தொடர்பு வசதிகளும் தொழில் நுணுக்கமும் இந்த அளவுக்கு வளர்ச்சியடைவதற்கு முன்பே அவர்கள் அதைச் செய்திருக்கலாம். அதற்கு முன் வராமல் அன்று சந்திரனைக் கடவுளாக வணங்கிவிட்டு, இப்பொழுது மக்களை ஏமாற்றுவதற்காகப் பிரார்த்தனை நடத்துகின்றவர்களுடைய தோல் தடிமன் அசாதாரணமானது.

"ஹாங்காங்கிலுள்ள கோடீசுவரர் ஒருவர் ராமன், கிருஷ்ணன், பரமேசுவரன் ஆகியோருடைய உருவங்கள் அடங்கிய ஒரு பதக்கத்தை சந்திரனில் வைப்பதற்காக விண்வெளிப் பயணிகளுக்கு அனுப்பிக் கொடுத்திருக்கின்றார்."

- பி.ட்டி.சி. ராயிட்டர்.

எதிர்காலத்தில் இந்துமத வரலாற்றாசிரியர்களுக்கும் விண்வெளிப் பயணிகளுக்கும், சனாதன இந்துமதம் தேவருலகிலும் பரவி யிருந்தது என்று நிலைநாட்ட இது ஓர் ஆதாரமாகி விட்டது!

"பிற பொருள்களுடன் போப்பாண்டவர் ஆறாம் பாலின் ஒரு செய்தியை ஸ்படிக பலகையில் செதுக்கி சந்திரனில் வைத்தனர். இதில் எட்டாவது சங்கீதமும் அடங்கும்."

- பி.ட்டி.சி. ராயிட்டர்.

ராமன், கிருஷ்ணன், பரமேசுவரன் ஆகியோருடைய படங்களை இந்து அனுப்பிய நிலையில் கிறித்தவன் மோசமானவனாக இருப்பானா? புத்த மதத்தினர் நினைவுச் சின்னத்தை நிறுவ ஏன் முயலவில்லை என்பதே என்னுடைய அய்யம்.

"தெரியாத விசயங்களில் மனிதனுக்கு உள்ள பீதியை நீக்க சந்திரனுக்குப் பயணம் சென்றதன் மூலமாக மனிதனுக்கு உதவி செய்திருக்கின்றீர்கள் என்று அமெரிக்காவில் அப்பல்லோ 11 இல் பயணம் செய்தவர்களிடம் போப்பாண்டவர் பால் கூறினார்."

- பி.ட்டி.சி. ராயிட்டர்.

போப்பாண்டவர் பால் அடங்கிய கத்தோலிக்க மதமும் பிற மதங்களும் தெரியாத விசயங்களில் மனிதனுக்கு பீதியை வளர்க்கவும் அதன்மூலம் ஆதாயம் அடையவும்தான் செய்கின்றன.

"இது மனித இனத்தின், மகத்தான வெற்றியாகும். இது அனைத்து மனிதர்களுக்காகவும் ஆனதுதான். அமெரிக்காவிலுள்ள விண்வெளி ஆய்வுத் துறையின் உயர் அதிகாரி ஒருவரின் கருத்து."

- பி.ட்டி.சி. ராயிட்டர்.

உண்மைதான். சந்திரனில் மனிதன் கால் வைத்ததுமே ஒரு கடவுள் இறந்துவிட்டார். கடவுள்களின் வம்ச அழிவுக்கு இது களம் அமைத்துக் கொடுக்கும். மானுட வர்க்கத்தின் வெற்றி தொடங்கியிருக்கின்றது.

26

பக்தர்களுக்கு லூர்து போப்பாண்டவருக்கு மருத்துவர்

கத்தோலிக்கர்களுக்கு ஏராளமான புனிதப் பயண ஊர்கள் உண்டு. அவற்றில் அதிக முக்கியத்துவம் வாய்ந்த இடம் லூர்து. அங்கேயுள்ள புனித மாதாவின் ஆலயத்தைச் சேர்ந்தாற்போல் அமைக்கப்பட்டுள்ள செயற்கை நீரூற்றிலுள்ள (அற்புதகரமாக உருவானதே இது என்று பக்தர்கள் கூறுகின்றனர்) தண்ணீருக்கு எல்லா நோய்களையும் குணப் படுத்துகின்ற ஆற்றல் உண்டு என்று சொல்லப்படுகின்றது. இதை உண்மையென்று கருதி ஆண்டு

தோறும் பல இலட்சக்கணக்கான முட்டாள்கள் அந்த இடத்துக்கு வருகின்றனர். ஆனால், நூறாண்டுகளுக்கு மேலாகியும் 63 பேருடைய நோய்களே குணமாகி உள்ளன என்று சபையின் அதிகாரபூர்வ அறிக்கைக் கூறுகின்றது. நோய் குணமடைய வேண்டும் என்று விரும்பி அங்கே சென்று எந்தவித பலனும் கிடைக்காமல் திரும்பிச் சென்றவர்களும் அங்கேயேகிடந்து இறந்தவர்களும் இதைவிட எத்தனையோ ஆயிரம் மடங்கு இரட்டிப்பாகும். ஆனால், இன்றும் நிரந்தரமாக லூர்து மகத்துவத் தைப் புகழ்ந்து பாடிக் கொண்டிருக்கின்றனர் ரோமன் கத்தோலிக் கப் பாதிரியார்கள். ஆனால், நோய்வரும்பொழுது ஒரு போப் பாண்டவரோ கர்தினாலோ ஏன், பேராயர்கூட லூர்துக்குச் சென்று நோய் குணமடைந்ததாகத் தெரியவில்லை.

1954 இல் உலகத்திலுள்ள நாளிதழ்களெல்லாம் ஒரு செய்தியை வெளியிட்டன. அன்றைய போப்பாண்டவருக்கு (பன்னிரண்டாம் பயஸ்) சுவிட்சர்லாந்தைச் சேர்ந்த டாக்டர் பால்நீகான் விலங்கின் செல்லிலிருந்து தயாராக்கிய ஒரு மருந்தை ஊசிமூலம் செலுத்தினார் என்பதே அந்தச் செய்தி. அது போப் பாண்டவரின் உயிரைக் காப்பாற்றுவதற்காக அளிக்கப்பட்ட சிகிச்சை அல்ல என்றும் அந்தச் செய்தி கூறியது. அவர் இழந்து விட்ட இளமையை மீட்டெடுப்பதே அதன் நோக்கம். நான்காண்டு களுக்குப் பிறகு போப்பாண்டவர் இந்த சுவிஸ் பேராசிரியரை மீண்டும் வாடிகனுக்கு வரவழைத்தார். அவரது காபினெட் உறுப்பினர்களுக்கு சிகிச்சை அளிப்பதற்காகவே அந்த ஏற்பாடு. நிர்வாக விசயங்களில் போப்பாண்டவருக்கு உதவி செய்கின்ற இந்த காபினெட் (அமைச்சக) உறுப்பினர்கள் அனைவரும் அறுபதும் எழுபதும் கடந்த முதியவர்களாவர். எண்பத்தொன்று வயதான போப்பாண்டவருக்கு இளமை சிகிச்சையை அளித்த பிறகு அவருடன் பணியாற்ற அவர்களால் முடியவில்லை. இளமை சிகிச்சைக்குப்பின், *1953* இல் போப்பாண்டவர் ஆகின்ற காலத்தில் அவருக்கு இருந்த சுறுசுறுப்பு மீண்டும் திரும்பக் கிடைத்தது என்பதே செய்தி. எனினும் அவரால் மரணத்தை வெல்ல முடியவில்லை! *1958* இல் பன்னிரண்டாம் பயஸ் காலமானார்.

லூர்தில் தெய்வீக ஆற்றல் மிக்க நீரூற்று இருந்தும், இளமை கிடைப்பதற்கு அந்தத் தண்ணீரைக் குடிக்காமல் போப்பாண்டவர் எதற்காக சிகிச்சை பெற்றுக் கொண்டார் என்பதே என்னுடைய ஐயம். போப்பாண்டவர் பயசைத் தொடர்ந்து அந்தப் பதவிக்கு

வந்த இருபத்து மூன்றாம் ஜான், ஆறாம் பால் ஆகியோர் நோயாளிகளானதையும் சிகிச்சைப் பெற்றதையும் பற்றிய செய்திகளைப் பத்திரிகைகளில் படித்தேன். அவர்களில் எவரும் லூர்துக்குச் செல்லவில்லை! அந்தத் தெய்வீக ஆற்றல் கொண்ட தண்ணீரை மருந்துக்குப் பதிலாகக் குடிக்கவும் இல்லை! இவையெல்லாம் சபைக்குப் பணம் உண்டாக்குவதற்கான தந்திரங்கள்தான் என்பது அவர்களுக்குத் தெரியும்! அதனால் நோய் வரும் பொழுது போப்பாண்டவர்களும் பேராயர்களும் மருத்துவர்கள் மூலம் சிகிச்சைப் பெற்றுக் கொள்வார்கள். பக்தர்களிடம் லூர்து தண்ணீரைப் பற்றி பேசுவார்கள்; அல்லது பாதிரியாரிடம் சென்று பிரார்த்தனை செய்யும்படிக் கூறுவார்கள். பக்தர்கள் இறந்தாலும் வாழ்ந்தாலும் புரோகிதனுக்கு லாபம்தான் — அவருக்குப் பணம் கிடைக்கும். இனி லூர்தில் நிகழ்ந்ததாகச் சொல்லப்படுகின்ற அற்புதங்களின் கதைகளைப் பார்ப்போம்:

'லூர்திலுள்ள ஒன்பது அற்புதங்கள்' என்ற பெயரில் டாக்டர் டி.ஜே. வெஸ்ட், எம்.பி.சிச்., பி.டி.பி.எம். (டக்வர்த், 1957) எழுதிய நூல் கத்தோலிக்கர்களைப் போலவே பகுத்தறிவாளர்களும் படிக்க ஏற்றதுதான். 1937-52 காலகட்டத்தில் இயங்கிய கானோணிக்கல் கமிசன், 'அற்புதங்கள்தான்' என்று தீர்ப்புக் கூறிய ஒன்பது அற்புதங்களை டாக்டர் வெஸ்ட் ஆய்வு ரீதியாக இதில் ஆராய் கின்றார். ஒவ்வொரு நிகழ்ச்சியும் மூன்றுகட்ட ஆய்வுக்குப் பிறகுதான் அற்புதமாக ஏற்றுக் கொள்ளப்படுகின்றது. லூர்து மெடிக்கல் மிஷன் அதை முதல்கட்ட ஆய்வுக்கு உட்படுத்து வார்கள். அதற்குப் பிறகு பாரிசிலுள்ள சர்வதேச மெடிக்கல் கமிசனின் ஆய்வுக்கு உட்படுத்தப்படும். கடைசியாக எக்லிசி-யாஸ்ட் டிக்கல் கமிசனும் ஆய்வு நடத்தும். இவற்றில் எதுவேனும் ஓர் ஆய்வுக் குழு தள்ளுபடி செய்கின்ற நிகழ்வுகளுக்கு அற்புதங் களின் பட்டியலில் இடம் கிடைக்காது. இவ்வாறு எத்தனை நிகழ்வுகள் தள்ளுபடி செய்யப்பட்டன என்பதை அறிவது சுவையாக இருக்கும். 1946-48 கால அளவில் லூர்து மெடிக்கல் மிஷன் 194 நிகழ்வுகள் ஆய்வுக்குத் தகுதியானவை என்று தீர்ப்புக் கூறியது. அவற்றில் 19 நிகழ்வுகள் மட்டுமே சர்வதேச மெடிக்கல் கமிசனால் தேர்ந்தெடுக்கப்பட்டன. அவற்றில் ஒன்றே ஒன்றை மட்டும்தான் எக்லிசியாஸ்ட்டிக்கல் கமிசன் அங்கீகரித்தது.

அற்புதமாக நோய் குணமடையும் விவரங்களை சபை உடனே அறிவிப்பதில்லை என்பது இதன்மூலம் தெரிகின்ற தல்லவா. 1946 வரை சபை அங்கீகரித்த ஒன்பது அற்புதங்களைப்

பற்றித்தான் டாக்டர் வெஸ்ட் சர்ச்சை செய்கின்றார். அற்புதங்களின் எல்லையை அவர் முதலிலேயே தெளிவுபடுத்துகின்றார். “வெளியே உள்ள ஒருவருக்கு அற்புதகரமானது என்று தோன்றக் கூடிய வகையில் உள்ளவை அல்ல அவை” என்று அவர் கூறுகின்றார். இழந்த பார்வை மீண்டும் கிடைக்கவோ துண்டிக்கப் பட்ட கால்கள் மீண்டும் வளரவோ ஆன சம்பவங்கள் நடை பெற்றதில்லை; தீராத நோயால் பாதிக்கப்பட்டவர்கள் நலம் பெற்ற அனுபவமும் நிகழ்ந்ததில்லை. அதே வேளையில் நோயி லிருந்து விடுதலைபெற வாய்ப்புடைய காசம் போன்றவை நாடக ரீதியாக குணமடைந்தது. அவர் தொடர்ந்து கூறுவதாவது: “பெரும் பாலான நிகழ்வுகளிலும் நோயிலிருந்து விடுதலைப் பெறுவதற்கு முன்பும் பின்பும் சரியான பரிசோதனை நடைபெற்றதற்கான ஆதாரங்களும் இல்லை. அவ்வாறு எதுவும் நடைபெறாதது கெட்ட வாய்ப்புதான் என்றே சொல்ல வேண்டும்.”

பதினொன்று நிகழ்வுகளில் ஒன்றுமட்டும் விரிவாக அதில் சர்ச்சை செய்யப்பட்டுள்ளது. 1943 ஆகஸ்ட் 15 ஆம் நாள் திருப்பலியின் போது செல்வி ஜி. கிளாவுசெல் என்ற பெண்ணின் வாத நோய் குணமானதுதான் அது. இந்த நோயாளியின் குடும்ப மருத்துவரான டாக்டர் மவுரினின் 1944 மே 21 ஆம் நாளைய மருத்துவ அறிக்கை முழுவதும் இதில் சேர்க்கப்பட்டுள்ளது.

“ஒரு மருத்துவச் சான்று என்ற நிலையில் டாக்டர் மவுரினின் அறிக்கை — லூர்து வெளியீடுகளிலும் கோப்புகளிலும் உள்ள பிற சான்றுகளைப் போலவே — அதிருப்தியானதும் மதிப்பற்றதும் ஆகும்” என்று டாக்டர் வெஸ்ட் கூறுகின்றார். கிளாவுசெல்லின் நோய் நீண்ட காலமாக இருந்ததாகும். அத்தகைய கடுமையான நோய்களுக்கு நவீன மருத்துவமனைகளில் நடத்துகின்ற வழக்க மான முழுமையான ஒரு பரிசோதனை அதனுடைய எந்தக் கட்டத்திலும் நடத்தப்படவில்லை. அவர்கள் பரிசோதனை செய்ததோ ஒரு மனநோய் நிபுணரை வைத்துத்தான்!

நரம்பியல் நிபுணரான டாக்டர் மவுரினின் விளக்கத்துக்கான அங்கீகாரம் மிகவும் குறைவுதான்.

1945 ஆகஸ்ட் 20 ஆம் நாளைய எக்ஸ்ரே அறிக்கையில்தான் கிளாவுசெல்லின் நோயின் அறிகுறிகள் தெளிவாகக் காணப்படு கின்றன. டாக்டர் வெஸ்ட் இது மனநோயாக இருக்குமோ என்று அய்யம் கொள்கின்றார்.

ஒருவகையான மனநோய்தான் கிளாவுசெல்லுடையது என்றால் நாடக ரீதியாக அதைக் குணப்படுத்த முடியும். பிறகு அது விவாதத்துக்கு உரியதும் ஆகும். லூர்து மெடிக்கல் பியூரோ வின் (லூர்து மருத்துவக் கழகம்) அறிக்கையிலும் இந்த நோயைப் பற்றி அதிக விவரங்கள் எதுவும் காணப்படவில்லை. ஆனால், தெளிவான ஒரு விளக்கம் அளிக்காமல் விலகிச் செல்கின்ற மருத்துவரின் முயற்சியை இதில் தெளிவாகக் காணலாம்.

கானோணிக்கல் கமிசனின் அறிக்கையும் நூலில் உள்ளது. அதில் ஆதாரத்தைப் பற்றி அவர்களுடைய சிறப்பு விளக்கத்தை மீண்டும் சேர்க்கவும் செய்திருக்கின்றனர். ஆனால், பிற சாத்தியக் கூறுகளை அவர்கள் கவனிக்கவே இல்லை. கிளாவுசெல்லின் நோய்க்கு உடல் நியதியின் அடிப்படையில் தெளிவான எந்தச் சான்றுகளும் இல்லாத விசயத்தை அவர்கள் மூடி மறைக்கவும் செய்கின்றனர். டாக்டர் வெஸ்ட் பின்வருமாறு முடிவுரை எழுதுகின்றார்:

"போதுமான பரிசோதனை நடத்தாததும் நியாயமான விளக்கம் அளிக்க முயலாததும் அற்புதம் என்று சொல்ல தகுதியற்றதுமான நிகழ்வுகளுக்கு லூர்து பியூரோ (மருத்துவக் கழகம்) ஆதரவு அளிப்பதாகவே இதிலிருந்தும் பிற பல நிகழ்வுகளிலிருந்தும் தெரிகின்றது."

பிற நிகழ்வுகள், அற்புதங்களை ஆராய்பவனுக்கு இதைவிட மதிப்பு மிக்கதாக இல்லை. சாதாரண விளக்கத்துக்குக்கூட தெளிவான சாத்தியக் கூறுகள் உள்ளதுதான் கெஸ்ட்டாவின் *(1947)* நோய் தீர்ந்த கதை. *1938*இல் பிரான்சிஸ் பாஸ்கலின் கண்களுக்குப் பார்வை கிடைத்தது என்று சொல்லப்படுகின்றது. அதன் மருத்துவச் சான்றுகளும் தரமில்லாதவையாகவும் நம்ப முடியாத வையாகவும் இருக்கின்றன. கேணல் செல்லாக்ரினின் நுரையீரல் புண்ணும் (liver abscess) நாளப் புண்ணும் (fistula) *(1950)* நோய் குணமடைந்ததற்கு எடுத்துக்காட்டுகளாக எடுக்கக் கூடியவை அல்ல. காயம் ஆறியதும் லூர்துக்கு வருகை தந்ததும் ஒரே சமயத்தில் நிகழ்ந்தன – அவ்வளவு தான். சிகிச் சையினால் கேணலின் காய்ச்சல் குணமாகவும் பொதுவான உடல்நலம் அதிகரிக்கவும் எடை கூடவும் செய்தது லூர்துக்கு வருவதற்கு முன்பு தான். நோயிலிருந்து விடுதலைப் பெற்றதன் இறுதிக் கட்டத்தில்தான் காயம் ஆறியது.

சகோதரி மேரி மார்கரெட் ஒருபோதும் லூர்துக்குச் சென்ற தில்லை. பிரார்த்தனை செய்யவும் லூர்து நீரைக் குடிக்கவும்

செய்ததால் தான் அவருடைய நோய் விலகியது. இத்தகைய ஒரு நிகழ்வு மருத்துவ இயல் ரீதியாக நிரூபிக்கப்படாவிட்டால் சந்தேகவாதிகள் திருப்தியடைய மாட்டார்கள் என்று டாக்டர் வெஸ்ட் கூறுகின்றார். அதன் முதல் பிரமாணச் சான்று கோப்பி லிருந்து காணாமல் போய்விட்டது. *1946* ஜூலையில் *69* ஆம் எண் லூர்து அறிக்கைத் தாளில் கன்னிகாஸ்திரீகளின் மருத்துவ ஆலோசகரான டாக்டர் பிலாஸ் பின்வருமாறு எழுதினார்:

"நாங்கள் உண்மையில் எதுவும் சொல்லவில்லை. தேவையான விவரங்களிலுள்ள அற்புதகரமான குறைபாடு, அந்த மருத்துவ முடிவில் போதுமான நம்பிக்கையைக் கொள்ள ஒருவரை சாத்தியமல்லாததாக ஆக்கியிருக்கின்றது."

நுரையீரலில் காசம் பாதித்த செல்வி கான் *1947* இல் நோய் தீர்ந்ததாகக் கூறுவதை டாக்டர் வெஸ்ட் எதிர்க்கின்றார். தீவிரமான பரிசோதனை இல்லாமல் இந்த நோய் பிடிபடுவதில்லை. நோயாளிக்கு சில காலமாக நுரையீரல் நோய் இருக்கின்றது என்று வேண்டுமென்றால் ஒருவர் சொல்லலாம். அந்த உறுப்பின் ஒரு பகுதி இயங்கிக் கொண்டுதான் இருந்திருக்க வேண்டும். அது படிப்படியாகக் குணம் அடைந்து கொண்டிருந்தது என்றும் லூர்துக்கு வந்த பிறகு அது முழுமையாகக் குணமாகியது என்றும் கருதலாம். அவர் தொடர்ந்து கூறுவதாவது: "இத்தகைய ஒரு நிகழ்ச்சிக்கு தனியான விளக்கம் தேவையில்லை. ஜின் பிரெட்டலினின் *(1948)* நிகழ்வுதான் இதைவிட முக்கியத்துவம் வாய்ந்தது. ஆனால், அதைப்பற்றிய விவரங்களும் அதிகமாக இல்லை. போதுமான ஆதாரங்களோ விவரங்களோ இல்லாத அந்த நிகழ்வைப் பற்றி அறிவியல் ரீதியாக எதுவும் சொல்வது சாத்தியமில்லை. டாவுட்டே புல்டாவின் விசயத்திலும் ஆதாரங்கள் இல்லை."

திருமதி கோட்டியால்ட்டின் *(1952)* விசயத்திலும் நோயை நிர்ணயிப்பது அறிவியல்ரீதியாக நடைபெறவில்லை. ஒருவித 'தெய்வீக தரிசன' இயல்புடன்தான் அது விவரிக்கப்பட்டுள்ளது. செல்வி லூயிசி ஜமயின் *(1937)* என்ற பெண்ணின் நோய் தீர்ந்த கதையை விவரித்துவிட்டு டாக்டர் வெஸ்ட் கூறுவதாவது: "பாக்டீரியா ரேடியோலஜி ஆய்வுகளிலும் முரண்பாடு இருப்பதால் இந்த நிகழ்வுக்கு விளக்கம் அளிப்பது கடினம்."

புற்று நோய் குணமானது என்று கூறுகின்ற திருமதி ரோஸ் மார்ட்டினின் *(1947)* கதையை அதிக கவனத்துடன் படிக்க

வேண்டியது அவசியம். அவரது குடலில் காணப்பட்ட ஒரு கட்டிதான் புற்றுநோயாக இருந்தது என்று சொல்லப்படுகின்றது. இது வியப்பாக இருக்கின்றது என்கின்றார் டாக்டர் வெஸ்ட். அந்தப் பெண்ணின் மருத்துவரான டாக்டர் ஃபே, அது புற்று நோய்தான் என்று உறுதியாகச் சொல்ல வில்லை. சிறந்த பரிசோதனையும் இந்த விசயத்தில் செய்யப்படவில்லை. லூர்திலுள்ள மருத்துவர் ஸ்ரோபினோ இந்த நிகழ்வை நியாயப் படுத்த முயன்றபோதிலும், அவருக்கு செரிமான உறுப்புகள் சம்பந்தமான துச்சமான குழப்பங்கள் மட்டுமே இருந்தது என்கின்றார் டாக்டர் வெஸ்ட். தொடர்ந்தாற்போல் செரிமானக் கோளாறு ஏற்படு கின்றவர்கள் உண்கின்ற மோர்பின் என்ற மருந்தை அவர் அளவுக்கு அதிகமாக உண்டதற்கான ஆதாரம் உள்ளது. அற்புதகரமாக நோய் குணமடைவதற்கு முன்பு அசாதாரணமான கட்டி எதுவும் அவருக்கு இருந்ததில்லை என்று லூர்திலுள்ள மருத்துவர்களும் கூறுகின்றனர்.

இந்த நூலில் கூறப்படுகின்ற பதினொன்று நிகழ்வுகளுக்கும் ஆதாரங்கள் குறைவாகவே உள்ளன. முழுமையற்ற சான்றுகள், அறிவியல் அடிப்படையில் அல்லாத நோய் நிர்ணயம், பல நேரங் களிலும் உண்மை நிலை இல்லாமை ஆகியவைதான் லூர்தைப் பற்றிய பிரமையை உருவாக்கிக் கொண்டிருக்கின்றது. லூர்தி லுள்ள மருத்துவர்களின் திறமையின்மையைப் பற்றி டாக்டர் வெஸ்ட் கூறுவதாவது:

“முதலிலேயே நிச்சயித்திருக்கின்ற ஒரு இலட்சியத்தை அடைவதைத் தவிர உண்மைகளுடன் உலவ அவர்கள் தயாராக இல்லை. ஒரு தீவிரமான கத்தோலிக்கனை திருப்திப்படுத்த முடியாத நிலை டாக்டர் வெஸ்ட்டுக்கு நேரலாம். ஆனால், ஆய்வு மனப்பான்மை கொண்ட வாசகர் ஒருவருக்கு இது மனநிறைவை அளிக்கும். கானோணிக்கல் கமிசன் கூறுகின்ற பதினொன்று அற்புதகரமான நோய் குணமாதலைத் தவிர, அற்புதமோ அல்லாததோ ஆன ஏராளமான மரணங்கள் லூர்தில் நிகழ்ந்திருக் கின்றன. அவற்றைப் பற்றி கத்தோலிக்கர்கள் பேசுவதே இல்லை.”

27
ஸ்ரீ வள்ளியின் அவதாரம்

தர்மம் வீழ்ச்சியடையவும் அதர்மம் அதிகரிக்கவும் செய்கின்றபொழுது தர்மத்தை நிலைநாட்டுவதற்காக யுகம் தோறும் விஷ்ணு அவதரிப்பார் என்பது இந்துமத நம்பிக்கை. சிவனோ பிரம்மாவோ சுப்பிரமணியனோ பார்வதியோ இவ்வாறு அவதரிப்பதாகக் கேட்டதில்லை. ஆனால், சில காலத்திற்கு முன்பு ஸ்ரீ வள்ளி என்ற தேவியின் அவதாரமே தான் என்று இலங்கையில் ஒரு பெண் உரிமைக் கொண்டாடினார். அனுராதபுரம் மாவட்டத்தைச் சேர்ந்த அலங்கமே என்ற இடத்தில் ஒரு கோயிலைக் கட்டி அவர் அமர்ந்தார். அவருடைய ஆசியைப் பெறுவதற்காக உயர் அலுவலர்களும் நீதிபதிகளும் அவரை சந்திப்பதை வழக்கமாகக் கொண்டனர். ஆராதகர்களும் பக்தர்களும் அதிகரித்ததும் அவர் திடீரென்று இலட்சாதிபதியாக மாறினார். ஆனால், 1964 மார்ச் மாதத்தில் திடீரென்று அவர் இந்தத் தொழிலை நிறுத்திவிட்டார். இது இலங்கையில் ஒரு பெரிய செய்தியாக ஆனது.

கமலா குணபாலி என்ற அந்த இளம்பெண்ணுக்கு அப்பொழுது 29 வயதாகி இருந்தது. சிங்களப் பத்திரிகைகளில் மனித தெய்வங்களுக்கு அறைகூவல் விடுத்தவண்ணம் நான் வெளியிட்ட கட்டுரைகளில் சிலவற்றைப் படித்ததுதான் அவருக்கு மனமாற்றம் உண்டாகக் காரணம். ஆனால், அதைத் தொடர்ந்து அவர் நோய்வாய்ப்பட்டார். அடிக்கடி அவருக்கு மயக்கம் வரத் தொடங்கியது. பவுர்ணமி, அமாவாசை நாள்களில்தான் இத்தகைய நிலை அதிகமாக இருந்தது. 1964 செப்டம்பர் மாதத்தில் பகுத்தறிவாளர் சங்கச் செயலாளர் ஏ.சி.எஸ். பெர்னாண்டோ, டபிள்யூ. பி. சோமதிலகன், பள்ளிக்கூட ஆசிரியையான திருமதி சோமதிலகன் ஆகியோர் என்னைச் சந்தித்தனர். கமலா குணபாலியின் கதைகளை என்னிடம் விரிவாகச் சொன்னார்கள். அந்தப் பெண்ணுக்கு உதவி செய்ய வேண்டுமென்று அவர்கள் வேண்டுகோள் விடுத்தனர். 27ஆம் தேதி கமலா குணபாலி வரும்பொழுது அவருடன் பேசுவதாக நான் சொன்னேன்.

தந்தை ஹெட்டி, தாய், பாட்டி ஆகியோருடன் குறிப்பிட்ட நேரத்தில் கமலா வந்தார். அவர்கள் ஒவ்வொருவருடனும் கமலாவின் கதையைப் பற்றி விரிவாகப் பேசினேன். அவர்களிடமிருந்து என்னால் புரிந்துகொள்ள முடிந்த கதை மிகவும் இரங்கத்தக்கதாக இருந்தது. அதன் சுருக்கம் பின்வருமாறு:

அனுராதபுரம் மாவட்டத்தைச் சேர்ந்த அலங்கமே கிராம நிர்வாக அலுவலர்தான் எம். ஹெட்டி. அவரது மனைவி அருகிலுள்ள துவக்கப் பள்ளிக்கூடம் ஒன்றின் ஆசிரியை. இந்தத் தம்பதியரின் ஒரே வாரிசு தான் கமலா குணபாலி. தாய் பணிபுரிந்த பள்ளிக்கூடத்தில்தான் மகளும் படித்தாள். ஒரு நாள் வகுப்பிலிருந்த பொழுது கமலாவுக்கு திடீரென மயக்கம் உண்டானது. அவளை உடனே மருத்துவமனையில் சேர்த்தனர். மருத்துவப் பரிசோதனையில் அவளுக்கு எதுவேனும் நோய் இருப்பதாகத் தெரியவில்லை. வீட்டுக்குத் திரும்பி வந்தார்கள். பழையது போலவே அவளுடைய நாட்கள் கடந்தன. அவ்வாறிருக்கையில் ஒருநாள் வயல் வழியாக நடந்து வரும்பொழுது அவள் மயங்கி விழுந்தாள். அதற்குப் பிறகு அவளைத் தனியாக எங்கும் அனுப்புவதில்லை. எனினும், பள்ளிக்கூடத்தில் வைத்து மீண்டும் அவள் உணர் விழந்தாள். அதனால் ஏழாவது வகுப்புடன் கமலாவின் படிப்பை பெற்றோர் நிறுத்தினார்கள்.

சாமானிய கிராம மக்களைப் போலவே ஹெட்டி தம்பதியரும் மகளை சில ஆயுர்வேத வைத்தியர்களிடம் காட்டினார்கள். அவர்கள் அளித்த சிகிச்சைகள் தோல்வியைத் தழுவியதும் மந்திரவாதம் செய்து பார்த்தனர். அவர்கள் 'தொவில்' சடங்கையும் நடத்தினார்கள். அவற்றால் பலன் கிடைக்காததால் அவளை புகழ்பெற்ற மனநோய் நிபுணரான சிரில்மேயரிடம் அழைத்துச் சென்றார்கள். அவருடைய முயற்சியும் விழலுக் கிறைத்த நீரானது.

புத்தளத்திலுள்ள முருகன் கோயில்தான் ஹெட்டி தம்பதியரின் அடுத்த குறிக்கோளாக இருந்தது. கேரளத்திலுள்ள சோட்டாணிக் கரையையும் மணற்காட்டுப் பள்ளியையும் போல பக்தர்கள் வருகை புரிகின்ற ஒரு கோயிலே இது. மூன்று நாள்கள் பூசை நடத்தினால் நோய் குணமாகும் என்று சோதிடர் சொன்னார். மேற்கொண்டு நோய் பாதிக் காமல் இருப்பதற்காக அவளுடைய உயரத்தில் ஒரு தங்கச் சங்கிலியைச் செய்து கோயிலுக்கு வழங்க வேண்டும் என்றும் அவர் கூறினார். மகளுடைய நோய்

நீங்குவதற்காக எதைச் செய்யவும் ஹெட்டி தம்பதிகள் தயாராக இருந்தனர். தங்கச் சங்கிலியைச் செய்ய ஆயிரக்கணக்கான ரூபாயைச் செலவழிக்க வேண்டிய நிலை ஏற்பட்டது. அதைத் தவிர மூன்று நாளைய பூசைக்காக முறையே 137, 147, 167 ரூபாய் வீதம் கொடுக்கவும் செய்தனர்.

இரண்டாம் நாள் பூசையின் போது கமலா எழுந்து ஆடவும் பாடவும் தொடங்கினாள். சிறிது நேரத்திற்குப் பின் ஒரு தனிக்குரலில் அவள் கூறினாள்:

"நான் யார் என்று தெரியுமா? ஸ்ரீ முருகனின் மனைவி வள்ளி. நான் இனிமேல் இங்கே இருக்க மாட்டேன். கமலாவுடன் நான் அனுராதபுரத்துக்குச் செல்கின்றேன்."

ஸ்ரீ வள்ளி, மகளிடம் குடிபுகுந்தார் என்பதை அறிந்ததும் ஹெட்டி மகிழ்ச்சியடைந்தார். பூசைகள் முடிந்து அவர்கள் சொந்த ஊருக்குத் திரும்பிச் சென்றார்கள். அங்கு சென்ற சில நாள்களி லேயே கமலாவின் பாட்டி அவளை குறி சொல்பவரிடத்தில் அழைத்துக் கொண்டு சென்றார். தட்சிணை வைத்ததும் குறி சொல்பவர் துள்ளினார். ஒரு பெண் குரலில் அவர் சொன்னார்: "இந்த ஆள் (கமலாவைச் சுட்டிக்காட்டி) ஸ்ரீ வள்ளியின் அவதாரம். அவளுக்குத் தொல்லை கொடுத்தால் நான் சினம் கொள்வேன்."

குறி சொல்பவன் துள்ளிக் கொண்டே சொன்னபொழுது கமலா அமைதியாக இருந்தாள். ஆனால், வீட்டுக்கு வந்ததும் அவளுடைய பாவனை மாறியது. அவள் எழுந்து ஆடத் தொடங்கினாள். சிறிது நேரத்திற்குப்பின் அதுவரை அவர்களுக்கு அறிமுகம் இல்லாத குரலில் அவள் பேசினாள்:

"நான்தான் ஸ்ரீ வள்ளி; முருகனின் மனைவி. நான் இனிமேல் இங்கேதான் இருப்பேன். இந்த வளாகத்திலேயே எனக்கு ஒரு கோயில் கட்ட வேண்டும்."

மறுநாளே ஹெட்டி கோயில் கட்டத் தொடங்கினார். கருவறையும் வராந்தாவும் மட்டுமே உள்ள சிறிய கோயில் ஒன்று சில நாள்களிலேயே தயாராகி விட்டது. கருவறையில் முருகன்— வள்ளியின் படங்களை வைத்தனர். அதற்கு முன்பு அணையா விளக்கும் ஏற்றி வைக்கப்பட்டிருந்தது. வள்ளியின் உத்தரவுக் கிணங்க புதன், சனி ஆகிய நாள்களில் அங்கே சிறப்புப் பூசைகள் ஆரம்பித்தன. அந்த நாள்களில் மேள வாத்தியக்காரர்கள் வரவும் ஏற்பாடு செய்யப்பட்டது. இரவு எட்டு மணி முதல் காலை ஆறு மணிவரை பூசை நடைபெற்றது. இதனிடையில் இரண்டு

இடைவேளைகளும் இருந்தன. புத்தளம் கோயிலிலிருந்து கமலா கொண்டு வந்த ஒரு நாகச் சிலையும் அங்கே இருக்கை செய்யப் பட்டிருந்தது. புதன், சனிக்கிழமைகளில் கமலா நல்ல ஆடை – ஆபரணங்களை அணிந்து கோயிலுக்குச் செல்வாள். மேளங்கள் ஒலிக்க ஆரம்பிக்கும். சிறிது நேரத்திற்குப் பின்பு கமலா ஆட்டத்தைத் தொடங்குவாள். அந்த வேளையில் மக்கள் எழுப்புகின்ற அய்யங்களுக்கு அவள் விடையளிப்பாள். அவள் சாட்சாத் ஸ்ரீவள்ளிதான் என்று மக்கள் நம்பினார்கள். நோயாளிகள் அங்கே குழுமினர். அற்புதமாக நோய் தீர்த்த கதைகள் பரவின. நாளுக்கு நாள் மக்கள் கூட்டம் அதிகரித்துக் கொண்டே வந்தது.

நோயாளிகளுக்கு குத்து விளக்கிலிருந்து சிறிது எண்ணெயை எடுத்துக் கொடுப்பதை மட்டுமே அவள் செய்தாள். அந்த எண்ணெய்க்கு அனைத்து நோய்களையும் தீர்க்கும் ஆற்றல் உண்டு என்று இலங்கை முழுவதும் செய்தி பரவியது. மக்களின் வருகை அதிகரித்தபொழுது ஹெட்டிக்கு ஒரு தந்திரம் செய்யத் தோன்றியது. ஸ்ரீ வள்ளி தேவியைப் பார்க்க வேண்டும் என்றால் இரண்டு ரூபாயும் பதினைந்து வெற்றிலையும் தட்சிணையாக வைக்க வேண்டும் என்று அவர் சொன்னார். மக்களுக்கு அதைப் பற்றி புகார் எதுவும் இல்லை. மாதங்கள் பல கடந்த நிலையில் ஹெட்டி இலட்சாதிபதியானார். அவர் நிலங்களையும் வீட்டு மனைகளையும் வாங்கிக் குவித்தார். அவ்வாறிருக்கும் பொழுது தான் என்னுடைய சில கட்டுரைகளை கமலா படித்தாள். தான் ஏதோ மன நோய்க்கு அடிமையாக இருக்கின்றோம் என்ற எண்ணம் அவளுக்கு உண்டானது. ஆட்டத்தையும் பாட்டையும் மருந்து கொடுப்பதையும் அவள் கட்டுப்படுத்திக் கொண்டாள். அப்பொழுது பழைய மயக்க நிலை மீண்டும் வந்தது. இந்தச் சூழ்நிலையில்தான் அவள் என்னைப் பார்க்க வந்தாள்.

நான் கமலாவை ஹிப்னோட்டைஸ் (மனம் தூங்கா நிலையில் ஆழ்ந்த தூக்கத்துக்குக் கொண்டு செல்லும்) செய்தேன். முதலில் அவள் அதற்கு ஆட்படத் தயங்கினாள். பிறகு அவள் நன்றாக உறங்கினாள். என்னுடைய வினாக்களுக்கு சரியான விடைகளே கிடைத்தன. ஹெட்டி அடிக்கடி பேய்த் தொல்லை யைப் பற்றி வீட்டில் பேசினார். அது கமலாவின் பிஞ்சு மனதில் பதிந்துவிட்டது. அவளுடைய மாயப் பிரமைகளுக்கும் மன நோய்களுக்கும் ஆரம்பம் அதுதான்! புத்தளம் கோயிலில் கேட்ட கதைகள் அவளுடைய மனதில் புதிய மண்டலங்களை

உண்டாக்கின. அவ்வாறுதான் ஸ்ரீ வள்ளியின் அவதாரமே தான் என்று நினைக்கும் நிலை உருவானது. இது 'க்ரிப்ட்டஸ்தீசியா' (Cryptaesthesia) என்ற மனநோயின் அறிகுறிகளே என்பதை நான் புரிந்து கொண்டேன். மன பாவனைகளையெல்லாம் உண்மை யென்று இத்தகைய நோயாளிகள் நம்புவார்கள்.

என்னுடைய அறிவுரையின்படி நடந்து கொண்டதும் கமலாவின் நோய் விலகியது. இதைப் போன்ற எத்தனையோ பரிதாபத்துக்குரிய கமலாக்கள் தேவியராக ஆங்காங்கே வணங்கப் படுகின்றனர்! அவர்களுடைய நோயின்மூலம் ஆதாயம் அடைந்து பணம் சம்பாதிக்கின்ற ஹெட்டிமாருக்கும் பஞ்சம் இல்லை.

28
ஸ்ரீ சிவயோகி பாலமகாராஜ்

அண்மையில் இங்கே (இலங்கை) வந்த இந்திய பகவான் களில் முதன்மையானவர் பெங்களூரைச் சேர்ந்த ஸ்ரீ சிவயோகி பால மகாராஜ் ஆவார். தொந்தி வயிறும் பெண்களின் மார்பகங் களை நினைவூட்டுகின்ற ரீதியிலான தடித்த மார்பும் குண்டான உடலும் கொண்ட இந்த பகவான் முழுமையான நிர்வாணக் கோலத்தில்தான் பண்டார நாயகா சர்வதேச விமான நிலையத்தில் வந்து இறங்கினார். வேறு எவரேனும் இவ்வாறு நடந்திருந்தால் மரியாதை குறைவான நடவடிக்கைக்காக உடனேயே கைது செய்திருப்பார்கள். ஆனால், சித்தர் பதவி பெற்ற இந்த மனிதனை பல்வேறு வயதினரான ஆண்களும் பெண்களும் சேர்ந்து பக்தியோடு வரவேற்று வழிபட்டனர். பத்திரிகைகளில் இந்தத் 'தெய்வீக மனிதனைப் பற்றி ஏராளமான கட்டுரைகளும் செய்திகளும் வெளிவந்தன. மரியாதைக்குரிய பத்திரிகைகள்கூட அவருடைய நிர்வாணப் படங்களை வெளியிடத் தயங்கவில்லை.

'சிலோண் டெய்லி மிரர்' என்ற பத்திரிகையில் இந்த பகவானுக்கு சித்தர் பதவி எப்படிக் கிடைத்தது என்பதைப் பற்றி ஒரு கட்டுரை வெளியிடப்பட்டிருந்தது. அதன் சுருக்கம் இதுதான்:

சத்யராஜ் என்பதே அவருடைய பெயர். பன்னிரண்டாவது வயதில்தான் அவருடைய வாழ்க்கையில் மாற்றம் ஏற்பட்டது. அந்தக் காலகட்டத்தில் அவர் குளித்துவிட்டு பனந்தோப்பு வழியாக வரும்பொழுது இரண்டு பனங்காய்கள் விழுவதைப்

பார்த்தார். அவற்றை உண்பதற்காக அவர் கையில் எடுத்தார். திடீரென்று ஒரு பனங்காய் வெடித்து அதனுள்ளே இருந்து ஒரு லிங்கம் (பகவான் சிவனின் பிறப்புறுப்பு) வெளிப்பட்டது. சில விநாடிகளில் அது ஆறடி உயரம் கொண்ட ஒரு மனிதனாக மாறியது. அந்த மனிதர் சத்யராஜிடம் இருக்கும்படிச் சொன்னார். சிறுவன் அப்படியே செய்தான். அவர் அவனுக்குத் தேவையான உபதேசங்களை வழங்கவும் தவம் செய்யும்படி உத்தரவிடவும் செய்தார். தொடர்ந்து பன்னிரண்டு ஆண்டுகள் அந்தச் சிறுவன் தவமும் தியானமுமாக நாட்களை நகர்த்தினான். அதற்குப் பிறகுதான் ஸ்ரீ சிவயோகி பால மகாராஜ் சக உயிர்களைக் காப்பதற்காக உலகத்துக்குத் திரும்பி வந்தார்.

எந்தவித விசாரணையும் பரிசோதனையும் இல்லாமல் முட்டாள்தனம் நிறைந்த இத்தகைய ஒரு கற்பனைக் கதையை வெளியிட ஒரு முக்கியமான பத்திரிகை தயாரானது வியப்பாகவே இருக்கின்றது. முன்பே எந்தக் கட்டுக்கதைகளையும் நம்பத் தயாராக இருக்கின்ற பக்தனுக்கு ஒரு பெரிய பத்திரிகையிலும் அதைக் கண்டால் பக்தி போதை அதிகரிக்குமல்லவா. அந்தப் பொது மனோதத்துவம் தெரிந்ததனால்தான் பக்தர்களைக் கவர தத்துவ தீட்சை இல்லாத பத்திரிகையாளர்கள் இத்தகைய கதை களை வெளியிடுகின்றனர். சமூகத்தின் அடி மட்டத்தில் இருக்கின்றவர்களைக் கவருகின்ற 'கிளுகிளு செய்தி'களை வெளியிட்டு பணம் சம்பாதிப்பவர்களைவிட இந்தப் பொய்க் கதை களை வெளியிடுகின்ற பத்திரிகையாளர்கள் கொஞ்சமும் மேன்மையானவர்கள் அல்ல; அவர்கள் எவ்வளவுதான் சிறப்பை யும் கலாச்சாரத்தையும் உரிமைக் கொண்டாடினாலும் அவர்கள் மேன்மையானவர்கள் அல்ல.

இனி நாம் பகவானை பின்தொடர்வோம். அவருடைய தெய்வீக சித்திகளையும் இலங்கையிலுள்ள மக்களுக்கு ஆசி வழங்குவதற்காகச் செய்த தியாகங்களையும் பற்றி பத்திரிகை யாளர்கள் வெளியிட்ட செய்திகளில் சுவையான ஓர் உண்மைக் காணப்பட்டது. பக்தர்களின் ஆதிக்கத்தால் தரிசனத்துக்காக பத்மாசனத்தில் அமர்ந்த பகவானுக்கு நீண்ட நேரம் அப்படியே இருக்க வேண்டிய நிலைமை ஏற்பட்டது. அதனால் அவருடைய கால் மரத்துப் போய்விட்டது. எழ முடியாத அளவுக்கு மரத்துப் போன பகவானின் காலை பக்தர்களான ஆண்களும் பெண்களும் திருகி தேய்த்து சூடேற்றிய பிறகுதான் அவர் எழுந்தார்.

இந்த பகவானின் சித்தி எந்த அளவுக்குப் போலியானது என்பதைத் தெரிந்துகொள்ள இந்த ஒரே ஒரு சம்பவம் மட்டும் போதும். சில மணிநேரங்கள் உடலின் ஒரு பகுதியை அசைக் காமல் வைத்தால் யாருடைய உடலிலும் இத்தகைய மரத்துப் போன தன்மை உண்டாகும். அதைப் போக்குவதற்காக சாதாரண மாகச் செய்கின்ற ஒரு சிகிச்சைதான் தேய்த்துவிடுதல். ஸ்ரீ சிவயோகிக்கு எதுவேனும் சித்திகள் இருந்திருந்தால் குறைந்த பட்சம் அந்த சிகிச்சையையாவது தவிர்த்திருக்கலாம். ஆனால், பக்தர்கள் பகவானின் இந்த இயலாமையை தியாகமாகவே காண்கின்றனர்.

அறிவுடைய மனிதன் முழுமையான ஆய்வு நடத்தாமல் எந்தக் காரியத்திலும் முடிவு எடுப்பதில்லை. மடையர்களும் பக்தர்களும் சோம்பேறிகளும் கேட்பதையெல்லாம் அப்படியே நம்புவார்கள்.

29
பாண்டவபுரம் அற்புதச் சிறுவன்

சாயிபாபாவுடன் தொடர்புடைய ஒரு கதைதான் பாண்டவ புரத்திலுள்ள கீற்றி என்ற சிறுவனுடையது. கீற்றி பிறந்து எட்டு மாதங்கள் ஆனபொழுது அவனுடைய தொட்டிலில் புனித விபூதி காணப்பட்டது என்பதே முதலில் கேட்ட கதை. பெற்றோர்தான் இந்த அற்புதக் கதையைப் பரப்பினார்கள். சில காலத்திற்குப் பின்பு வெற்றிடத்திலிருந்து விபூதி, பழங்கள் ஆகியவற்றை அவன் வரவழைக்கத் தொடங்கினானாம். பிறகு அவன் சாயிபாபாவின் படத்தையும் விபூதியையும் உருவாக்கி எல்லோருக்கும் கொடுத் தான்.

சாயிபாபாவைப் போலவே கீற்றிக்கும் ஏராளமான பக்தர்கள் உருவானார்கள். அவர்களில் ஒருவரான டாக்டர் ஜி. வெங்கிட்ட ராவ் என்னுடைய இந்தியச் சுற்றுப் பயணத்தின்போது எனக்கு அறைகூவல் விடுத்தார். தெய்வீக சித்திகளை நிரூபிக்கலாம் என்றார் அவர். நிரூபித்தால் ஒரு லட்சம் ரூபாய் வழங்கலாம் என்று நான் ஒப்புக் கொண்டேன். ரூ. ஆயிரம் முன்பணம் செலுத்தி முதல் கட்ட ஆய்வுக்குத் தயாராகும்படி நான் வேண்டினேன். மூடி முத்திரையிட்ட உறையினுள் இருக்கின்ற கரன்சி தாளின்

எண்களை தப்பாமல் சொல்ல வேண்டும் என்பதே என்னுடைய நிபந்தனை.

டாக்டர் ராவ் 1975 செப்டம்பர் 24ஆம் நாள் அனுப்பிய கடிதத்தில் சாயி கிருஷ்ணாவின் அற்புதங்களைப் பற்றி விரிவாக எழுதினார்: "என்னுடைய அற்புதச் சிறுவன் புனித திருநீறும் குங்குமமும் தேனும் தன்னுடைய உடலிலிருந்தே வரவழைப்பான். அது மட்டுமல்ல, மூடி முத்திரையிட்ட கரன்சி தாளின் வரிசை எண்களை வாசிக்கவும் செய்தான். அது அவனுக்கு சாதாரணமான விசயம்தான். நீங்கள் அந்த அற்புதத்தைப் பார்க்கும் பொழுது மனநிறைவு அடைவீர்கள்; உங்களுடைய ரூபாய் ஒரு லட்சத்தினுடைய 'வெடி தீரவும்' செய்யும். நீங்கள் சர்வதேச பாராட்டுக்காக முயல்கின்றீர்கள் என்று நான் சிறுவனிடம் கூறினேன். அதைப் பற்றி சிறுவன் அருள்வாக்காகச் சொன்னது என்னவென்றால், உங்களுக்கு இன்றுவரை மக்களிடம் கிடைத்திருக்கின்ற பாராட்டுகளை இழந்து விடுவீர்கள் என்பதுதான்! நீங்கள் 'விளைச்சலை வேகமாக அறுவடை செய்வீர்கள்.'"

அறைகூவலை ஏற்றுக் கொள்கின்ற அறிவிப்பின் மூலம் டாக்டர் ராவுக்குக் கிடைத்த ஆதாயம் பெரிய விளம்பரம்தான். இலட்சக்கணக்கான மூடநம்பிக்கையாளர்கள் புதிய அவதாரத்தின் அருளாசியைப் பெறுவதற்காகப் பாண்டவபுரத்துக்குப் புதிய பயணம் சென்றார்கள். ஆனால், இந்தியப் பத்திரிகையாளர்கள் அவதாரத்திடம் அய்யம் கொண்டவர்களாகவே இருந்தார்கள். ஒரு பெரிய கபட நாடகத்தின் அழுக்குப் பிரகடனமாக சில பத்திரிகையாளர்கள் இதைப் பார்த்தனர்.

முதற்கட்ட ஆய்வை நடத்துவதற்காக என்னுடைய பிரதிநிதியான கர்நாடகா பகுத்தறிவாளர் சங்கத்தின் தலைவரான பேராசிரியர் ஏ.எம். தர்மரத்தினம் சில பத்திரிகையாளர்களுடன் டாக்டர் ராவுவை அணுகினார். ஒப்படைத்திருந்த ரூபாய் ஆயிரத்தை சிறுவனிடம் கொடுக்கும்படி அனுமதியளித்து விட்டு டாக்டர் ராவ் அந்தச் சந்திப்பைத் தவிர்த்து விலகி விட்டார். 'டாக்டர் ராவ் யார் என்றே தெரியாது' என்று சொல்லி மகனின் தெய்வீக ஆற்றலைப் பரிசோதிக்க அவனுடைய தந்தை சேட்டப்பாவும் அனுமதிக்கவில்லை. சேட்டப்பா கூறினார்: "டாக்டர் கோவூரின் ரூபாய் ஒரு இலட்சம் தனக்கு வேண்டாம் என்று சொல்லும்படி என் மகன் என்னிடம் கூறியிருக்கின்றான். டாக்டர் கோவூருக்குப் பணம் எதுவும் தேவையென்றால், அவரிடமிருந்தே அதை உருவாக்கத் தன்னால் முடியும் என்றும் கூறியிருக்கின்றான்."

அவ்வாறு ரூபாய் ஆயிரம் அதிகரித்த பணக்காரனாக நான் இந்தியாவிலிருந்து திரும்பினேன். பன்னிரண்டு ஆண்டுகால பழமையான என்னுடைய அறைகூவல் மூலம் ஒரு பைசாவைக் கூட நான் இழந்ததில்லை.

அற்புதங்களையும் மானுட இயல்பை மிஞ்சிய ஆற்றல்களையும் பற்றி ஆராய பெங்களூர் பல்கலைக்கழகம் நியமித்த குழு, விபூதிச் சிறுவனை அவனுடைய விபூதிப் பெட்டியுடன் பிறகு பிடித்தது.

குழுவினர் பத்திரிகையாளர்கள் கூட்டத்தில் பேசும்பொழுது, சிறுவன் வெற்றிடத்திலிருந்து வரவழைப்பதற்காகப் பாதுகாத்து வைத்திருந்த விபூதியை அவனது அரையில் மறைத்து வைத்திருந்த நிலையில் கண்டெடுத்ததாக அறிவித்தனர்.

மனோதத்துவ நிபுணர்களான டாக்டர் பி. குப்புசாமி, டாக்டர் திருமதி வினோத் என். மூர்த்தி, எழுத்தாளரும் மருத்துவருமான திருமதி அனுபமா நிரஞ்சனா ஆகியோர் சித்திகள் நிகழ்த்துவதைப் பார்ப்பதற் காக விபூதிச் சிறுவனின் பஜனைக் குழுவில் ஒரு நாள் தந்திரமாக இணைந்து கொண்டனர். பஜனை நடைபெற்றுக் கொண்டிருந்தது. அற்புதங்கள் நிகழவில்லை. விபூதிச் சிறுவனின் வயிற்றுப் பகுதியில் ஏதோ ஓர் அவலநிலை. இதைக்கண்ட திருமதி மூர்த்தி திடீரென்று சிறுவனின் பனியனைப் பிடித்திழுத்தார். அங்கே விபூதிப் பிரளயம்!

பாண்டவபுரத்திலுள்ள சத்யசாயிசைத்தியின் தலைவர் திரு. சி. திம்மய்யா (பி.டி.ஓ.) துணைவேந்தர் டாக்டர் நரசிம்மத்துக்கு, பல்கலைக் கழகக் குழு பாண்டவபுரத்துக்கு வந்த வியாழக் கிழமையன்று அற்பு தங்கள் எதுவும் நிகழவில்லை என்று எழுதியது விபூதிச் சிறுவனின் காரியங்களைக் கூடுதல் சிரமத்தில் ஆழ்த்தி விட்டது.

"நாங்கள் அறைக்குள் சென்றோம்." — அந்த மூன்று ஆய்வாளர்களும் கூறினார்கள்: "அவரவருக்குரிய இருக்கைகளில் மூவரும் அமர்ந்தோம். உதவிப் பதிவாளர் திரு. ஜி.ஜி. சிவபுர் அருகில் அம்மாவும் சிறுவனும் இரு பக்கங்களிலுமாக அமர்ந்தனர். சிவபுர் அவர்களுக்கு அறிமுகமானவர்; மராட்டிய மொழி பேசுபவர். சிறுவன் தூங்கத் தொடங்கினான். அம்மா சொன்னார்: 'மகன் சிவபுரினின் மடியில் படுத்துக் கொள்வான்.' எங்களைத் தவிர வார பஜனைக் குழுவினர் உள்பட பத்துப் பதிமூன்று பேர்

உள்ளேயிருந்தனர். பஜனை ஒரு மணி நேரம் நடைபெற்றது. சிறுவன் ஆழ்ந்த தூக்கத்தில் இல்லை. சிறிது நேரம் எதுவுமே நிகழவில்லை. எப்பொழுது அற்புதம் நிகழும் என்று அம்மாவிடம் வினவிய பொழுது தினமும் ஒன்று கட்டாயமாக நிகழும் என்று அவர் சொன்னார்.

"அம்மா கூறினார்: 'நான்தான் மகனின் உடலில் திருநீறை இடு கின்றேன் என்ற ஒரு தீய பிரச்சாரம் நடைபெறுவது உண்டு. அதனால் மகன் என்னருகில் இருக்கக் கூடாது என்ற விசயத்தில் நான் கண்டிப்பைக் காட்டுகின்றேன்.' மகனை அம்மாவின் அருகிலிருந்து நீக்கினாலும் அற்புதம் நிகழும் என்ற நம்பிக்கை அந்த அளவுக்கு அவருக்கு இருந்தது.

"அம்மா சொன்னதற்கிணங்க சிறுவன், 'சிறிதுநேரம் கழியட்டும்' என்று சொல்லத் தொடங்கினான். மகன் அருள் வாக்குகளும் கூறுவான் என்று அம்மா கூறினார்.

"ஸ்ரீ புண்டாலிகன் 'எனக்கு எப்பொழுது திருமணம் நடைபெறும்?' என்று வினவிய பொழுது, '20 நாள்களுக்குப் பிறகு' என்று விடையளித்தான் சிறுவன். இதே போன்ற ஒரு விடையை அங்கே யிருந்த இன்னொருவரிடமும் சொன்னான். ஆனால், அவர்கள் இருவருமே திருமணமானவர்கள். பஜனைக்குப் பிறகு அற்புதங்கள் எதுவும் நிகழாமலேயே நிகழ்ச்சி முடிவுற்றது.

"சிவபுர், சிறுவனை மடியிலிருந்து கீழே படுக்க வைத்து விட்டு வாசலின் அருகில் சென்று நின்றார். டாக்டர் திருமதி வினோத் மூர்த்தி தாயைக் கவனித்துக் கொண்டே அவரைப் பின்தொடர்ந்தார். அந்தப் பெண் மகனின் அரைஞாண் சரடை அவிழ்த்துக் கொடுக்க முயன்று கொண்டிருந்தார். சிறுவனும் அதே முயற்சியுடன் கையை பனியனுக்குள் விட்டிருந்தான். முயன்று கொண்டிருக்கும் பொழுதே விபூதி தரையில் விழுந்தது. அரைஞான் சரடைத் தவிர வேறொரு சரடும் தொங்கிக் கொண்டிருப்பது தெரிந்தது. அந்தச் சரடால்தான் விபூதி வெளியில் சிந்தாமல் கட்டியிருந்தார்கள் என்பதைத் தெரிந்துகொள்ள முடிந்தது.

"இதுவரை வெளியான செய்திகள் விபூதி தலையில் தோன்று வதாகத் தெரிவித்தன. ஆனால், நிகழ்ந்ததோ அரையி லிருந்துதான். இந்த நுணுக்கமான தந்திரம் கண்டுபிடிக்கப் பட்டதும் இயல்பாகவே பரபரப்பும் சூடான விவாதங்களும் நடைபெற்றன. நாங்கள் பல்கலைக்கழக ஆய்வுக் குழுவின்

உறுப்பினர்கள் என்று சொன்னதும் அவர்கள் மலைத்துவிட்டனர். எப்படியிருந்தாலும் சரி, அதனுடன் பாண்டவபுரம் சிறுவனின் அற்புதங்களில் திரைச்சீலை விழுந்தது."

30

'பிரத்யட்சரக்ஷா தெய்வ சபை'யின் புதிய தெய்வம்

தர்மத்துக்கு இடையூறு ஏற்படும்பொழுது அதை நிலை நாட்டு வதற்காக மகாவிஷ்ணு யுகம்தோறும் அவதரிப்பார் என்று பகவத் கீதையில் கூறப்பட்டுள்ளது. ராமனும் கிருஷ்ணனும் பரசுராமனும் இவ்வாறு 'தர்ம சம்ஸ்தாபனார்த்தம்' (அறத்தை நிலைநாட்டுவதற்காக) அவதரித்தவர்களே என்று நம்பப்படு கின்றது. நாராயண குரு, காந்தியடிகள் போன்ற மகான்களையும் அவதாரங்கள்தான் என்று நிலைநாட்ட அண்மைக் காலமாக சிலர் முயன்று வருகின்றனர். அதுபோல 1969 இல் காலமான ஒரு மனிதனும் அவதாரமாக மாறியிருக்கின்றார். பொய்கையில் பி.ஜே. பேபிதான் அவ்வாறு அவதாரமாக உயர்த்தப்பட்ட நபர்.

சவர்ண (உயர் சாதி) ஆதிக்கத்தின் கீழ் ஒடுக்கப்பட்டுக் கிடந்த கேரளத்திலுள்ள பிற்படுத்தப்பட்ட மக்களை ஒன்றி ணைத்து, தங்களுடைய உரிமைகளுக்காகப் போராட கற்றுக் கொடுத்த ஒரு புரட்சியாளர்தான் பொய்கையில் யோகனான். பறையர் சமுதாயத்தில் பிறந்த அந்த மனிதர் மதப் பரப்புநர்களின் ஆசை வார்த்தைகளால் கவரப்பட்டு முதலில் கிறித்தவ மதத்தில் சேர்ந்தார். ஒரு நல்ல சுவிசேஷப் பிரசங்கி (பேச்சாளர்) என்று பெயர் பெற்ற யோகனான், மதப் பரப்புநர்கள் அளித்த சம்பளத்தை வாங்கிக் கொண்டு எவ்வாறேனும் வாழ்ந்தால் போதும் என்று நினைக்கவில்லை. கிறித்தவ மதத்தில் சேர்ந்தாலும் பறையர் களுக்கும் புலையர்களுக்கும் எந்தவிதச் சிறப்பும் கிடையாது என்பதை அவர் கண்டார். கிறித்தவ மதத்தில் சேருகின்ற புலையன் 'மத்தேயு புலையன்' என்றும் பறையன் 'சாக்கோ பறையன்' என்றும் தான் ஆவான் என்பதைப் புரிந்து கொண்டதும், அந்த அநீதிக்கு எதிராகவும் அவர் குரல் கொடுத்தார். கண்ணுக்குப் புலனாகாத தெய்வத்தை வழிபடுவதைவிட வெளிப்படையாகப் பாதுகாப்பு அளிப்பவர்களை (பிரத்யட்சமாக ரட்சை அளிப்பவர்

களை) வழிபடுவதுதான் நல்லது என்று அவர் வாதிட்டார். 'பிரத்யட்ச ரக்ஷா தெய்வ சபை' என்ற ஒரு புதிய மதத்தையே அவர் உருவாக்கினார். பறையர், புலையர், கம்மாளர், கிறித்தவர் கள் என பலரும் அந்த மதத்தில் சேர்ந்தனர். திருவல்லாவுக்கு அருகிலுள்ள இரவிபேரூரிலும் சங்கனாசேரிக்குக் கிழக்கேயுள்ள அமராவிலும் வேறு சில இடங்களிலும் அவர் அரசிடமிருந்து இடங்களைப் பதிவு செய்து வாங்கி ஒடுக்கப்பட்ட மக்களுக்கான குடியிருப்புகளை உருவாக்கினார். பட்டியல் சாதியினருடைய உயர்வுக்காக சோர்வு பாராமல் உழைத்த பொய்கையில் யோகனா னின் (குமாரன்) மதத்தில் ஏறத்தாழ ஐந்து இலட்சத்துக்கும் மேற்பட்ட மக்கள் இருந்தனர். அவருடைய மரணத்திற்குப் பிறகு இந்தச் சபை இரண்டாகப் பிரிந்தது. குமாரனின் மூன்றாவது மனைவியான ஜானம்மாவின் தலைமையில் ஒரு பிரிவினர் இரவி பேரூரைத் தலைமையிடமாகக் கொண்டு இன்றும் இயங்கு கின்றனர்.

பொய்கையில் குமாரனின் உடலை ஒரு மரப் பெட்டியில் பாதுகாப்பாக வைத்திருப்பதைக் காணலாம். அதை ஒரு தெய்வீகப் பொருளாக அவர்கள் கருதுகின்றனர்.

பொய்கையில் யோகனானின் மகனான பேபி 1969 ஜனவரி 22 ஆம் நாள் காலமானார். அந்த விவரத்தைத் தெரிவித்து அஞ்சலட்டையில் எழுதியிருந்ததை அப்படியே இங்கே கொடுக் கின்றேன்:

"பிரத்யட்ச ரட்ச தெய்வ சபையின் (பி.ஆர்.டி.எஸ்.) நிறுவனர் ஸ்ரீலஸ்ரீ குமார குருதேவன் பொய்கையில் யோகனான், தலைவர் திருமதி வி. ஜானம்மா ஆகியோரின் மூத்த மகன் **ஆச்சார்ய குரு ஸ்ரீலஸ்ரீ** *பி.ஜே. பேபி* **திருமேனி** *(முத்துசுவாமி) 1969 ஜனவரி 22 ஆம் நாள் புதன்கிழமை மாலை 6.30க்கு 43 ஆவது* **திருவயதில்** *திவங்கதனான விவரத்தை அறிந்திருப்பீர்களல்லவா.*

திருவுடல் புனித மண்டபத்துக்கு அருகில் சிறப்பு சாட்சியாக இருக்கின்ற இடத்தில் கண்ணாடிப் பெட்டகத்தில் பாதுகாத்து வைக்கின்ற சடங்கு *1969 ஜனவரி 31 ஆம் நாள் வெள்ளிக்கிழமை பகல் 3.30க்கு நிர்வகிக்கப்படுகின்றது. மேற்படி சடங்கில் தங்களுடைய சான்னித்தியத்தை வரவேற்கின்றோம்.*

இப்படிக்கு,

திருமதி வி. ஜானம்மா (தலைவர், பி.ஆர்.டி.எஸ்.), திரு.பி. தேவராஜ், திரு. பி.ஜே. தங்கப்பன் (தலைமை ஆசிரியர், 'ஆதியர்

தீபம்'), திரு. பி. ஆர். எம். குமார் (பொதுச் செயலாளர் (பி.ஆர்.டி.எஸ்.)."

இங்கே அடிக்கோடு* இட்டிருப்பது நான்தான். சாமானிய மனிதனான பேபியை 'திருமேனி' ஆக்கியதும் அவருடைய 'திருவுடல் புனித மண்டபத்துக்கு அருகில் சிறப்பு சாட்சியாக இருக்கின்ற இடத்தில் கண்ணாடிப் பெட்டகத்தில் பாதுகாத்து' வைப்பதும் எதற்காகவோ? ஒரு சாமானிய மனிதனான பேபிக்கு இப்படியும் வேண்டுமா? அதுவும் இந்த விஞ்ஞான யுகத்தில்!

உலகிலுள்ள பல்லாயிரம் மதங்களுடைய கூட்டத்தில் ஒரு தாழ்த்தப்பட்ட மதமும் உண்டாகி இருக்கின்றது. முன்பு தாழ்த்தப் பட்டவர்களை எந்த மதம் அடிமைகளாக மாற்றியதோ, அதே மதத்தின் புதுப்பிக்கப்பட்ட பதிப்புதான் பிரத்யட்ச ரட்சா தெய்வ சபை. கேரளத்திலுள்ள தாழ்த்தப்பட்ட மக்களை சிக்கலில் மாட்டவைப்பதற்காக உண்டாக்கிய இன்னொரு சிலந்தி வலை என்று தான் இந்த மதத்தையும் கருத முடியும்.

31
புதிய மத நிறுவனர்

இந்த நூற்றாண்டில் ஒரு புதிய மதம் உருவாவதா? அய்யம் கொள்ள வேண்டாம். அமெரிக்க அய்க்கிய நாடுகளில் ஒரு புதிய மதம் நிறுவப்பட்டிருக்கின்றது. அதன் தூதர்கள் உலகம் முழுவதும் பயணம் செய்து மதப் பிரச்சாரத்தையும் தொடங்கி விட்டனர். கம்யூனிஸ்டு சீனாவில் கூட இந்தப் புதிய மதத்துக்கு ஆதரவாளர் கள் இருக்கின்றனராம்!

வழக்கத்திலுள்ள மதங்களையோ மத பரப்புநர்களையோ இந்த மதம் மறுப்பதில்லை. அவற்றுக்கெல்லாம் புதிய விளக்கங் களைத் தருகின்றனர் — அவ்வளவு தான். 41 வயதான எரிக் வோண்டானிக்கென் என்பவர்தான் மத நிறுவனர். சுவிட்சர்லாந்தி லிருந்து அமெரிக்காவில் குடியேறிய முன்னாள் ஓட்டல் அதிபர் தான் அவர்.

பைபிள், குர் ஆன் முதலிய மத நூல்களிலுள்ள செய்தி களுக்கு டானிக்கென் விநோதமான, அதே வேளையில் சுவையான

---

*அடிக்கோடு தடித்த எழுத்தகளாக மாற்றப்பட்டுள்ளது. - பதிப்பாளர்.

விளக்கங்களையே அளிக்கின்றார். இஸ்ரேலியர்களை எகிப்தி லிருந்து விடுவித்து அழைத்துச் சென்ற மோசேவிடம், பகைவர் களை அழிப்பதற்கு ஏற்ற லேசர் துப்பாக்கி இருந்தது என்றும் 'கடவுளு'டன் பேசுவதற்கு ஏற்ற ஒரு ரேடியோ டிரான்ஸ்மீட்டர் அவரிடம் இருந்தது என்றும் இவர் கூறுகின்றார். 'தெய்வம்' என்று பழைய ஏற்பாட்டில் கூறுவது ஆகாயத்திலிருந்து வந்த ஒரு 'சூப்பர் மேன்'தானாம். பூமியில் குடியேறிய அந்த 'சூப்பர் மேனி'ன் படைவீரர்கள்தான் தேவதூதர்கள் என்று அழைக்கப்பட்டனர்! ஆகாயத்தில் நடைபெற்ற ஏதோ கலவரத்தைத் தொடர்ந்துதான் அவர்கள் பூமியில் குடியேறினார்கள். அவ்வாறு குடியேறியவர்கள் இஸ்ரேலியர்களுடன் தொடர்பு கொண்டனர். பிரமிடுகள் என்று அழைக்கப்படுபவை கல்லறைகள் அல்ல என்றும் விண்வெளிக் கலங்கள் இறங்குவதற்கான தனி அமைப்புகள்தான் என்றும் டானிக்கென் கூறுகின்றார். கடவுளின் புதல்வர்கள் மானுட குமாரிகளுடன் திருமண பந்தத்தில் ஈடுபட்டனர் என்றும் அதன் பலனாக மல்லர்கள் பிறந்தார்கள் என்றும் பழைய ஏற்பாடு கூறுவது உண்மைதான் என்பது அவருடைய கருத்து. பெருவுக்கும் ஈக்வடாருக்கும் அடியிலுள்ள குகைகளில் இது சம்பந்தமான ஆதாரங்கள் விண்வெளி மனிதர்களால் பாதுகாத்து வைக்கப் பட்டிருக்கின்றனவாம்!

டானிக்கெனின் விநோதமான இந்தக் கோட்பாடுகளையெல் லாம் தொகுத்து நூல் வடிவில் வெளியிட்டிருக்கின்றனர். 'வானிலிருந்து வந்த தெய்வங்கள்' என்பதுதான் அவற்றில் ஒரு நூல். பட்னாம் கம்பெனி வெளியிட்ட இந்த நூல் 1973இல் அதிகமாக விற்பனையானது. 'தெய்வத்தின் தங்கம்' என்பதுதான் இன்னொரு நூல். இந்த இரண்டு நூல் களிலும் இலட்சக்கணக்கான படிகள் விற்பனை ஆயின. இந்த நூல்கள் 32 மொழிகளில் மொழி பெயர்க்கப்பட்டன.

'டானிக்கென் மதம்' நிறுவிய எரிக்டோண் டானிக்கெனைப் பற்றி இப்பொழுது அதிகமான விவரங்கள் வெளியே வந்துள்ளன. ஒரு ஜஸ்யூட் பாடசாலையில்தான் இவர் படித்தார். 19ஆவது வயதில் புலன்களுக்கு அப்பாற்பட்ட சக்தி தனக்கு உண்டு என்று டானிக்கென் உரிமை கொண்டாடினர். படிப்பை முடித்தபின் ஓட்டல் தொழிலில் ஈடுபட்ட இவர், மோசடி வழக்கு ஒன்றில் மூன்றாண்டுகள் தண்டனை அனுபவித்திருக்கின்றார். இப்படி யெல்லாம் இருந்த போதிலும் பல்லாயிரக்கணக்கான ஆதரவாளர் கள் இன்று அவருக்கு உண்டு.

32

தாதாஜி

வங்காளம் முழுவதும் புகழ்பெற்ற ஒரு சித்தர்தான் தாதாஜி. அமியாராய் சவுத்ரி என்பதுதான் அவருடைய இயற்பெயர். வெற்றிடத் திலிருந்து விபூதியும் சிவலிங்கமும் லாக்கெட்டுகளும் பிற பொருள் களும் தருவித்து பக்தர்களுக்குக் கொடுக்க அவருக்கு முடிந்தது. அதனால் அவரை ஒரு தெய்வீக அவதாரமாக எண்ணி மக்கள் போற் றினர்.

வழக்கறிஞர்கள், நீதிபதிகள், விஞ்ஞானிகள், அமைச்சர்கள் என பல துறையைச் சேர்ந்தவர்களும் அவருடைய ஆதரவாளர் களாக இருந்தனர். சவுத்ரியை மிகவும் மரியாதையோடு தாதாஜி (தாத்தா) என்று அவர்கள் அழைத்தனர். ஆனால், 1974 அக்டோபர் மாதம் திடீரென்று தாதாஜி கைது செய்யப்பட்டார். தொடர்ந்து அவருடைய நெருங்கிய சீடர்களில் ஒருவரான திருமதி அஞ்சலி பானர்ஜியையும் காவல் துறையினர் தங்கள் கட்டுப்பாட்டின் கீழ் கொண்டு வந்தனர். ஒரு போலி உயிலைத் தயாரித்து நீதிமன்றத் தில் தாக்கல் செய்து பணத்தை மோசடி செய்ய முயன்றார்கள் என்பதே அவர்கள் பெயரிலுள்ள வழக்கு.

கைது செய்யப்பட்ட உடனேயே தாதாஜி காவல் துறையினரிடம் வேண்டுகோள் ஒன்றை விடுத்தார். தன்னுடைய காவி உடையை மாற்றிவிட்டு வெள்ளை உடையை அணிய அனுமதிக்க வேண்டும் என்பதே அந்த வேண்டுகோள். காவல்துறையினர் அதற்கு அனுமதி அளித்தனர். காவல்துறை வாகனத்தில் அவரைக் கொண்டு செல்லக் கூடாது என்று பக்தர்கள் வேண்டுகோள் விடுத்தனர். அதற்காக அவர்கள் ஒரு காரையும் கொண்டு வந்தனர். ஆனால், தாதாஜி அதில் ஏற காவல்துறையினர் அனுமதிக்கவில்லை. ஆறுமாதகால தொடர் முயற்சியினால்தான் அவரைக் கைது செய்ய முடிந்தது என்ற விவரத்தை காவல் துறையினர் வெளியிட்டார்கள்.

காவல் துறையினரின் தீவிர விசாரணையின் மூலம் தாதாஜி என்ற இந்த மனிதனைப் பற்றிய பல விவரங்களும் அவர்களுக்குக் கிடைத்தன. கிரிமினல் குற்றத்துக்காக அய்ந்தாண்டுகள் தண்டனை

பெற்ற ஒருவர் தான் அமியாராய் சவுத்ரி. அதை மறைப்பதற் காகத்தான் அவர் தாதாஜி என்ற பெயரில் தெய்வீக மாந்தரானார். இது தாதாஜியின் சீடர்களுக்குக் கிடைத்த பேரிடியாகும்.

33

நபியின் புனித முடி

டில்லியிலிருந்து வெளிவருகின்ற 'ஆர்கனைசர்' என்ற பத்திரிகையின் *6-1-1964* இதழில் வெளிவந்த ஒரு செய்தி பின்வருமாறு:

"ஸ்ரீநகர், *30-12-63* — இங்கேயுள்ள அனைத்து பொது அலுவலகங்களும் நீதிமன்றங்களும் கல்வி நிலையங்களும் வங்கிகளும் மருத்துவ மனைகளும் கடைகளும் அடைக்கப்பட்டு இன்று நான்கு நாள்கள் ஆகின்றன. சாலைகளில் எந்தவித வாகனங்களும் செல்லவில்லை. கடைசி இறைதூதரான முகம்மது நபியின் எஞ்சிய புனிதப் பொருளாக இங்கேயுள்ள 'ஹஸ்ரத்துபல்' பள்ளியில் பத்திரமாகப் பாதுகாத்து வைக்கப்பட்டிருந்த ஒரு தலைமுடி திருடப்பட்டது சம்பந்தமான துக்கம் கடைபிடித்தல் இங்கே நடைபெறுகின்றது. இந்தப் பேரிழப்பால் காஷ்மீரிகள் மட்டுமல்ல, இந்திய மக்கள் அனைவருமே பதற்ற மடைந்து காணப்படுகின்றனர். காஷ்மீரிகள் துக்கம் மட்டும் அடைய வில்லை; சினம் கொண்டவர்களாகவும் இருக்கின்றனர். இங்கேயுள்ள முக்கிய தெருவான ரெசிடென்சி சாலையின் இருபக்கமும் உள்ள பல கட்டடங்களை பொதுமக்கள் கற்களை எறிந்தும் தீ வைத்தும் சேதப் படுத்தியிருக்கின்றனர். கற்களை எறிந்ததில் காவல் கண்காணிப் பாளரும் பிற அதிகாரிகளும் காயம் அடைந்தனர். ஒரு கட்டடத்தில் தற்பாதுகாப்புக்காக காவல் துறையினர் கூட்டத்தினரை நோக்கி துப்பாக்கியால் சுட்டனர். துப்பாக்கிச் சூட்டில் ஓர் இந்துவும் ஒரு முஸ்லீமும் இறந்தனர். திருடு போன புனித முடியைக் கண்டுபிடித்துத் தருகின்ற வர்களுக்கு ரூபாய் ஒரு இலட்சம் சன்மானமாக வழங்கப்படும் என்றும், அல்லது அது எங்கே இருக்கின்றது என்பதைத் தெரிவிப்பவருக்கு மாதந் தோறும் ரூ. 500 மானியமாக வழங்கப்படும் என்றும் காஷ்மீர் முதலமைச்சர் சம்சுதீன் அறிவித்திருக்கின்றார். திருடப்பட்ட புனித முடியைக் கண்டு

பிடிப்பதற்காக மாநில காவல்துறையும் மத்திய புலனாய்வுத் துறையும் தீவிரமான விசாரணையில் ஈடுபட்டிருக்கின்றன. புனித முடியைக் கண்டுபிடித்து மசூதியில் மீண்டும் ஒப்படைக்க வேண்டும் என்று வேண்டுகோள்விடுத்து ஆண்களும் பெண்களும் அடங்கிய பிரமாண்டமான பேரணி ஸ்ரீநகரில் நடைபெற்றது. முஸ்லீம்களும் இந்துக்களும் சீக்கியர்களும் கலந்து கொண்ட பேரணியில் பலரும் நெஞ்சில் அறைந்து கொண்டு உரத்த குரலில் அழுதனர். முழுஅடைப்பு தொடர்ந்து கொண்டுதான் இருக்கின்றது. பல கட்டடங்களின் மீது கறுப்புக் கொடியெற்றப் பட்டிருக்கின்றது. முழு அடைப்பின் காரணமாக இங்கேயுள்ள நாளிதழ்கள் வெளிவரவில்லை.

"இந்தப் புனித முடியின் பரம்பரை பாதுகாவலர், காவல்காரர் என இரண்டு பேர் காவல் புரிவதற்காக உண்டு. அவர்கள் வெவ்வேறு நேரங்களில் தனித்தனியாக காவல் புரிவார்கள். திருட்டு சம்பவம் நடந்தது 27ஆம் தேதி பொழுது புலருவதற்கு முன்பு இரவு 2 மணிக்கும் 3 மணிக்கும் இடையில்தான். அந்த நேரத்தில் காவல்காரர்களில் எவரும் அங்கே இல்லை என்பது வியப்பாகவே இருக்கின்றது. திருடுப்போன தகவலை அப்பொழுதே மக்கள் அறிந்து விட்டார்கள். 4 மணிக்கே மக்கள் அனைவரும் துக்கத்தை கடைபிடிக்க ஆரம்பித்தனர்.

"முடியைப் பாதுகாத்து வைத்திருந்த அறையினுடையவும் இரட்டைப் பூட்டு கொண்ட அலமாரியினுடையவும் கதவுகளை அறுத்துதான் புனிதப் பொருளை திருடியிருக்கின்றனர். அலமாரியின் உள்ளேயிருந்த பிற விலை மதிப்புமிக்க பொருள்களில் எதையும் திருடன் தொடவில்லை. இந்தத் திருட்டு விசயத்தில் பாகிஸ்தான் சம்பந்தப்பட்டிருக்கும் என்று நம்பப்படுகின்றது. புனித நபியின் இன்னொரு தலைமுடி டில்லியிலுள்ள ஜும்மா மசூதியில் உண்டு. பாகிஸ்தானிலோ வேறு எங்குமோ இதுபோன்ற தலைமுடி கிடையாது.

"பட்சி குடும்பத்தினருடைய இரண்டு திரைப்பட அரங்குகளையும், ஓர் ஓட்டலையும் வாகன போக்குவரத்து நிறுவனத்தையும் துக்கம் கடைபிடித்தவர்கள் சேதப்படுத்தி இருக்கின்றனர். மத்திய அரசுக்குச் சொந்தமான எந்த நிறுவனங்களையும் சேதப்படுத்தவில்லை.

"இரண்டு புறமும் வெள்ளியால் கட்டப்பட்ட ஒரு கண்ணாடிக் குழலில்தான் புனித முடி பாதுகாப்பாக வைக்கப் பட்டிருந்தது."

ஹஸ்ரத்துபல் மசூதியிலிருந்து திருடுபோன புனித தலைமுடியைப் பற்றி பெயர் வெளியிட விரும்பாத பேராசிரியர் ஒருவர் அதே இதழிலேயே சில சிந்தனைகளை சுட்டிக்காட்டி இருந்ததை இங்கே பார்ப்போம்:

"1. புனித நபி காலமாகி 1300 ஆண்டுகள் கடந்து விட்டன (சுமார் கி.பி. 632 இல்தான் நபி காலமானார்). தலைமுடி மக்கி அழுகிப் போகாமல் இவ்வளவு காலம் இருப்பது என்பது இயல்பானதல்ல. குறிப்பாக, அது மக்கிப் போகாமலிருக்க எந்தவித விஞ்ஞான ரீதியிலான முறையையும் மேற்கொள்ளாமல் இருக்கையில் இது இயல்பானதல்ல.

2. எப்பொழுது, எவ்வாறு அந்தப் புனிதமுடி இந்தியாவுக்கு வந்தது என்பதற்கு வரலாற்று ரீதியான எந்தவித ஆதாரமும் இல்லை. நபியின் முடி இந்தியாவுக்கு வந்திருந்தால் அந்த நாள் இந்தியாவிலுள்ள முஸ்லீம்கள் ஆர்ப்பாட்டமாகக் கொண்டாடு கின்ற நாளாக இருந்திருக்கும். ஆனால், அத்தகைய ஒரு நாளை இந்தியாவில் என்றல்ல, ஸ்ரீநகரிலோ டில்லியிலோகூட முஸ்லீம்கள் கொண்டாடுவதில்லை.

3. இஸ்லாம் மத நம்பிக்கையின்படி எந்த ஒரு புனிதரின் உடலிலுள்ள அம்சத்தையும் புனிதப் பொருளாகப் பாதுகாப்பது என்பது தெய்வ நிந்தனையாகும். இறந்த உடலை கடைசியாகக் குளிப்பாட்டுவது சவக்குழியின் அருகில் வைத்துதான் செய்ய வேண்டும் என்பதுதான் அரேபியாவிலுள்ள வழக்கம். பிணத்தைக் குளிப்பாட்டிய தண்ணீரால் நனைந்த மண்ணை சவக்குழியில் இட்டு அவர்கள் மூடிவிடுவார்கள். அவ்வாறிருக்கும்பொழுது நபியின் தலைமுடி புனிதப் பொருளாகப் பாதுகாக்கப்படுகின்றது என்பது முற்றிலும் நடைபெற முடியாததாகும்.

4. டில்லி ஜுமா மசூதியில் உண்டென்று சொல்லப்படுகின்ற இன்னொரு தலைமுடியைத் தவிர நபியின் தலைமுடி உலகில் வேறு எங்கும் இல்லை. அவ்வாறு ஒரு புனிதப் பொருள் இருந்திருந்தால் மெக்காவும் மதீனாவும் அதை கைவிட்டிருக்காது. குறிப்பாக, முஸ்லீம்கள் அதிகம் இல்லாத இந்தியாவில் அதைப் பாதுகாப்பாக வைக்கின்ற எண்ணம் உருவாகாது.

5. இத்தகைய ஒரு புனிதப் பொருள் உண்டென்று இந்தியாவிலுள்ள முஸ்லீம் சமுதாயத்துக்குப் பொதுவாகவே தெரியாது. அப்படி தெரிந்திருந்தால் அதைப் பற்றிய ஒரு பெருநாள் கொண்டாட்டம் நடந்து கொண்டு இருந்திருக்கும்.

6. பல் என்ற பெயருடைய அறிஞரான ஒரு முஸ்லீம் சித்தர் 15ஆம் நூற்றாண்டில் இந்தியாவுக்கு வந்தார் என்றும் காஷ்மீரில் ஸ்ரீநகருக்கு அருகில் நிரந்தரமாகத் தங்கியிருந்து இறந்தார் என்றும் வரலாறு கூறுகின்றது. 'ஹஸ்ரத்துபல்' என்று அழைக்கப்படுவது அவருடைய மசூதிதான். 'பால்' என்ற சொல்லுக்கு முடி என்பது பொருள். நபியின் முடி இருந்ததால்தான் அதற்கு 'ஹஸ்ரத்துபல்' என்ற பெயர் வந்தது என்று கருதுவது உண்மையல்ல.

7. உருவ வழிபாட்டைக் கடைபிடித்த இந்துக்களை இஸ்லாம் மார்க்கத்தில் சேர்த்தபிறகு அவர்களுடைய மனநிறைவுக் காக 'ஹஸ்ரத்து பல்' மசூதியை 'ஹஸ்ரத்துபால்' பள்ளியாக்கி நபியின் முடி புனிதப் பொருளாக அங்கே உண்டு என்ற நிலையில் இந்தப் புனிதப் பொருள் வழிபாடு துவங்கியது என்ற ஊகத்துக்கு இடம் உண்டு."

இந்தச் சிந்தனையும் வரலாறும் எல்லாம் பக்தர்களுக்கு அறிய வேண்டிய அவசியம் இல்லையல்லவா! அவர்கள் கலவரத்தைத் தொடங்கினர். அப்பொழுது மத்திய அமைச்சர் லால் பகதூர் சாஸ்திரி உடனே காஷ்மீருக்குச் சென்றார். காவல் துறையினர் விசாரணையை தீவிரப்படுத்தினர். தொடர்ந்து திருடுபோன முடி கிடைத்தது என்ற செய்தி வந்தது. முதலில் அங்கே வைத்திருந்த முடி நபியுடையதுதான் என்பதற்கு ஆதாரங்கள் இல்லாததுபோல, இதுவும் அங்கே இருந்தது தான் என்பதற்கு ஆதாரங்கள் இல்லை. ஆனால், பக்தர்களுக்கு எது வாக இருந்தாலும் போதும் அல்லவா!

34

தெரீசா நியூமான்

1962 இல் 64 ஆவது வயதில் காலமான கோணோஸ் - ரோத்தைச் சேர்ந்த தெரீசா நியூமான் நீண்டகாலமாக பக்தர்களுக்கு பரபரப்பூட்டி வந்தார். அவர் தானே கடவுள் என்று உரிமை கொண்டாடவில்லை. கடவுளான கிறிஸ்துவின் பக்தனாகவே தெரீசா காட்சியளித்தார். 36 ஆண்டுகாலம் அவருடைய உடலில் அய்ந்து காயங்கள் இருந்தன.

கிறித்துவை சிலுவையில் அறைந்து கொன்றபொழுது அவருடைய உடலில் சில காயங்கள் உண்டாயின அல்லவா.

எல்லா ஆண்டும் புனித (துக்க) வெள்ளிக்கிழமையன்று தெரீசாவின் உடலிலுள்ள காயங்களிலிருந்து இரத்தம் வடிவது உண்டு. ஆயிரக்கணக்கான மக்கள் இந்த அற்புதத்தைப் பார்க்க அங்கே வருவது வழக்கம்.

1918 இல் முதுகெலும்பில் நோய் பாதித்ததைத் தொடர்ந்து தான் தெரீசாவுக்கு பக்கவாதம் உண்டானதாம். ஏறத்தாழ ஏழாண்டுகள் அவர் இவ்வாறு நோயாளியாகவே வாழ்ந்தார். 1926 இல் அவர் உபவாசம் மேற்கொண்டிருந்தபொழுது உடலில் சில அடையாளங்கள் காணப்பட்டன. பிறகு இந்த இடங்களிலிருந்து இரத்தம் ஒழுக ஆரம்பித்தது. பக்தர்கள் ஒரு புனிதராக அவரைக் கருதினர்.

1950 இல் பாதிரியார் ஒக்கோணர், தெரீசா நியூமானைச் சந்தித்தார். அந்தச் சந்திப்பை பற்றி பின்வருமாறு எழுதியிருக்கின்றார்:

"நான் தெரீசாவைப் பார்க்கும்பொழுது அவர் கட்டிலில் தலையணைகளின் மீது சாய்ந்து அமர்ந்திருந்தார். வலியைத் தாங்கிக் கொண்டு இருந்த அவருடைய கண்களிலிருந்து இரண்டு இரத்தத் துளிகள் முகத்தின் மீது ஒழுகியதை தெளிவாகக் காண முடிந்தது. அது காய்ந்து கெட்டியாகி இருந்தது. கைகளை அவர் உயர்த்தி அகற்றிப் பிடித்திருந்தார். உள்ளங்கையிலும் அரை அங்குல சதுர வடிவிலான காயங்களைக் காண முடிந்தது. கையின் பின்பக்கத்திலும் அதுபோன்ற தழும்பு இருந்தது. அவருடைய உதடுகள் அசைந்து கொண்டிருந்தன. கிறித்துவின் துன்ப அனுபவத்தை அப்பொழுது அவர் தரிசித்துக் கொண்டிருந்தாராம். சிறிது நேரத்திற்குப்பின் அவருடைய முகத்தில் அமைதி தவழ்ந்தது. ஒரு மதபோதகராக ஆகி ஆப்ரிக்காவுக்குச் செல்ல அவர் விரும்பினார். ஆனால், ஒரு விபத்தில் காயங்கள் ஏற்பட்டு ஆறரை ஆண்டுகள் படுத்த படுக்கையாகவே இருக்க வேண்டிய நிலை ஏற்பட்டதைத் தொடர்ந்துதான் அவருடைய உடலில் அய்ந்து வடுக்கள் காணப்பட்டன. கடந்த 26 ஆண்டுகளாக திருப்பலியை அனுபவிப்பதல்லாமல் வேறு எதையும் அவர் உண்பதில்லை."

பாதிரியார் ஒக்கோணர், தெரீசாவைச் சந்தித்த சில நாள்களிலேயே அவருக்கு மீண்டும் விபத்து ஏற்பட்டது. 1950 ஆகஸ்ட் மாதத்தில் தேவாலயத்திலிருந்து திரும்பும் வழியில் கால் இடறி விழுந்து அவருடைய ஒருபக்க இடுப்பெலும்பு உடைந்தது. அது முழுமையாகக் குணமடைவதற்கு முன்பே பவேரியாவிலுள்ள

புனிதத் தலமான அல்ட்டோற்றிங்குக்கு அவர் பயணம் செல்லவும், அதைத் தொடர்ந்து மீண்டும் படுக்கையில் விழவும் செய்தார். அப்பொழுதும் மருத்துவரைப் பார்க்க அவர் மறுத்தார்; திருப்பலியே போதும் என்று பிடிவாதமாக இருந்தார்.

கிறித்துவை சிலுவையில் அறைந்தபொழுது இரண்டு கைகளிலும் இரண்டு கால்களிலும் தழும்புகள் ஏற்பட்டன. இடுப்பில் ஈட்டியால் குத்தியதில் அய்ந்தாவதாக ஒரு தழும்பும் இருந்தது. ஆனால், தெரீசா நியூமானுக்கு வேறு சில காயங்களும் ஏற்பட்டிருந்தன. தலையைச் சுற்றிலும் தழும்பு, இரு கண்களில் வடியும் இரத்தம், இரத்த வியர்வை ஆகியவை கிறித்துவுக்கு இல்லை. ஆனால், முள்முடியைத் தலையில் ஏற்றியபொழுது காயம் ஏற்பட்டதைப் போன்ற சில படங்கள் உண்டு. கண்களி லிருந்து இரத்தம் வழிவதாகவும் சில படங்களில் காணலாம். இவையெல்லாம் ஓவியர்களின் கற்பனையே என்பது தெரீசா நியூமானுக்குத் தெரியாமல் இருக்காது. (இரண்டாயிரம் ஆண்டு களுக்கு முன்பு உலகில் புகைப்படக் கலை உருவாகவில்லை. கிறித்துவின் படம் என்ற பெயரில் இப்பொழுது கடைகளில் கிடைப்பவை எல்லாம் கற்பனைப் படங்கள்தான்.)

1962 செப்டம்பர் 23 ஆம் நாள் தெரீசா நியூமான் காலமானார்.

உடலில் காயங்கள் தென்பட்ட முதல் நபர் தெரீசா அல்ல. கிறித்து இறந்தபின் பன்னிரண்டு நூற்றாண்டுகள் வரை இத்தகைய 'அற்புதங்கள்' நிகழ்ந்ததாக காணப்படவில்லை. அசீசியாவைச் சேர்ந்த பிரான்சிசுக்குத் தான் முதலாவதாக இது உண்டானது. கிறித்துவ அப்தம் 1224 ஆகஸ்டில் அவர் 40 நாள் தனிமை தியானமும் உபவாசமும் தொடங்கினார். சிலுவையில் கிடந்த கிறித்துவையும் அவருடைய அய்ந்து காயங்களையும் பற்றித்தான் அவர் அந்தக் காலகட்டத்தில் தியானம் செய்தார். செப்டம்பர் 14 ஆம் நாள் அவருடைய உடலில் அய்ந்து காயங்கள் தென்பட்டன. தியானம் செய்து கொண்டிருந்த பொழுது அவருக்குத் தரிசனம் கிடைத்தது என்றும், இந்த வேளையில் ஒரு தேவ்தூதன் வந்து உடலில் அய்ந்து காயங்களை உண்டாக்கினான் என்றும் பிரான்சிஸ் இதைப் பற்றி விளக்கம் அளித்தார். பின்னர் பிரான்சிஸ் புனிதர் ஆனார். அவருக்கு அய்ந்து காயங்கள் ஏற்பட்டதை நினைவுகூரும் வகையில் ரோமன் கத்தோலிக்க சபை ஒரு திருநாள் கொண்டாடுகின்றது. செப்டம்பர் 17 ஆம் நாள் அதை இன்றும் கொண்டாடி வருகின்றனர்.

பிரான்சிசுக்குப் பிறகு பலர் அய்ந்து காயங்கள் கொண்டவர்களாக களத்துக்கு வந்தனர். செயின்ட் லுட்கார்ட் *(1182 - 1246)* அவர்களில் ஒருவர். கோட்டோணாவைச் சேர்ந்த செயின்ட் மார்க்ரெட்டுக்கு *(1247 - 1297)* பிறகு இத்தகைய காயங்கள் காணப்பட்டன. செயின்ட் கெர்ட்ரூட் *(1256 - 1302)*, செயின்ட் கிளாரா *(1268 - 1308)*, செயின்ட் ஏஞ்சலா, செயின்ட் காதரைன் என பெண்களிலும் பல அய்ந்து காயம் கொண்டவர்கள் ஒவ்வொரு காலகட்டத்திலும் காட்சியளித்தார்கள். 19 ஆம் நூற்றாண்டுவரை இந்த வகையைச் சேர்ந்த 32 அய்ந்து காயங்களைக் கொண்டவர்கள் இருந்ததாகக் கணக்கிடப்பட்டுள்ளது. சில ஆண்டுகளுக்கு முன்பு என்னுடைய ஊரான திருவல்லாவுக்கு அருகிலேயே அய்ந்து காயங்களைக் கொண்ட பெண் இருந்தார். அவர் அந்தப் பெயரில் கொஞ்சம் பணம் சம்பாதித்தபோதிலும் மக்கள் அவரை அங்கீகரிக்கவில்லை. பிறகு அவர் கேரளத்தை விட்டே வெளியேறி விட்டார் என்ற தகவல் கிடைத்தது.

மனோதத்துவ அறிவியல் வளர்ச்சியடைவதற்கு முன்பு மனிதனால் புரிந்துகொள்ள முடியாத பிரதிபலிப்புகளாக இருந்தன இத்தகைய தழும்புகள். ஆனால், முயற்சியினால் இத்தகைய தழும்புகளை இன்று செயற்கையாக உருவாக்க முடியும். நிரந்தர ஆழ்ந்த தியானத்தின் பலனாகவே இத்தகைய காயங்கள் தோன்றுகின்றன. கற்பித நம்பிக்கைகளின் விளைவாக உண்டாகின்ற ஒருவகை மனநோயே இது. பக்தி போதை பாதித்தவர்களுக்கு உண்டாகின்ற ஒருவகை உன்மத்த நிலை இது.

ஒருவரை ஹிப்னோட்டிக் தூக்கத்தில் ஆழ்த்தியபிறகு தீக்கனல் என்று சொல்லி ஒரு பென்சிலால் அவரது உடலைத் தொட்டால் உடலில் கொப்பளம் உண்டாகும். உண்மையில் தீ அல்ல என்றாலும், அவர் அதை தீ என்று நம்புவதுதான் இதற்குக் காரணம். இதுபோல கிறித்துவின் அய்ந்து காயங்களைத் தியானித்து தியானித்து வாழ்கின்றவர்களுக்கு அத்தகைய காயங்கள் உண்டாகும். அய்ந்து காயங்களுக்குப் பதிலாக தலையைச் சுற்றி காயங்களும் கண்களில் இரத்தப் பெருக்கும் உண்டாக்கியது அவருடைய மனதில் பதிந்த ஏதோ ஓர் ஓவியத்தின் பலன்தான்.

35

மும்மூர்த்திகளின் அவதாரம்

தர்மத்துக்கு ஊறு நிகழும்பொழுது அதை மீண்டும் நிலைநாட்டுவதற்காக யுகம்தோறும் விஷ்ணு அவதரிப்பார் என்று பகவத் கீதைக் கூறுகின்றது. ஆனால், சிவன், பிரம்மா முதலிய கடவுள்கள் அவதரித்ததாக் சாதாரணமாக கேள்விப்பட்டது இல்லை. 1961இல் இந்த மூன்று தெய்வங்களும் சேர்ந்து கிருஷ்ண கிரியில் அவதரித்தன.

1961 ஜூலை 17 ஆம் நாள் பி.ட்டி.அய். பின்வருமாறு அறிக்கை வெளியிட்டது:

இங்கே ஒரு பெண் அற்புதகரமாக ஒரு பிரசவம் நிகழ்த்தி யிருக்கின்றார். மூன்று தலைகொண்ட ஒரு குழந்தையை உயிருடன் அவர் பெற்றெடுத்திருக்கின்றார்.

இந்தக் குழந்தை பிரம்மா, விஷ்ணு, சிவன் ஆகிய மும் மூர்த்திகளின் ஒன்றிணைந்த அவதாரம் என்று அந்த ஊர் மக்கள் கருதுகின்றனர்.

கிருஷ்ணகிரியைச் சேர்ந்த பழையபேட்டை வன்னியூர் தெருவில் வாழ்ந்து வருகின்ற ஓர் இளம் பெண்ணின் தலைப் பிரசவம் இது.

சாதாரண தலையின் மீது இரண்டு தலைகள் இணைந்திருந்த நிலையில் இருந்தன. மொத்தம் மூன்று தலைகள். இந்தக் குழந்தை மும்மூர்த்திகளின் அவதாரம்தான் என்று உறுதியாக நம்பி அந்த ஊர் மக்கள் குழந்தையின் முன்னால் கற்பூரம் கொளுத்தி, ஓம்கார நாதம் முழக்கினர். பக்தர்கள் நடனமாடவும் தேங்காய் உடைக்க வும் பூக்களால் குழந்தையை அபிசேகம் செய்யவும் செய்தனர்.

இந்தச் செய்தி நாடு முழுவதும் பரவியதும், இந்த மும்மூர்த்தியைத் தரிசித்து மோட்சம் அடைவதற்காக தொலை தூரத்திலிருந்து பக்தர்கள் கூட்டம் கூட்டமாக வன்னியூர் தெருவில் கூடத் தொடங்கினர்.

அவர்கள் குழந்தையைப் பார்த்து தெண்டனிடவும் குனிந்து வணங்கவும் செய்ததனர். ஆனால் மறுநாள் காலையில் மும்மூர்த்திகள் மரணமடைந்து விட்டனர்!

அசாதாரணமாக இத்தகைய விநோத பிரசவங்கள் நடைபெறுவது உண்டு. அவற்றையெல்லாம் கடவுளாக ஆக்கு கின்ற மனநிலை வியப்பாக இருக்கின்றதல்லவா?

36
உத்தரப்பிரதேச ஸ்ரீ கிருஷ்ணன்

மகாபாரதத்தின் கதை மாந்தர்களில் ஒருவர்தான் கிருஷ்ணன். அவர் விஷ்ணுவின் பத்து அவதாரங்களில் ஒருவர் என்று கூறப்படு கின்றது. உத்தரப் பிரதேசத்தைச் சேர்ந்த மதுராவில்தான் அவர் பிறந்தார் என்று நம்பப்படுகின்றது. 1960 இல் இந்தக் கிருஷ்ண னின் அவதாரம் தான்தான் என்று உரிமை கொண்டாடிய வண்ணம் ஒருவர் வந்தார். பழைய கிருஷ்ணனைப் போலவே புதிய கிருஷ்ணனும் கோபிகைகளுடன் உலவினார். ஏராளமான ஆண்களும் பெண்களும் இவருடைய பக்தர்கள் ஆனார்கள்.

33 வயதான ராம கிருபாலு திரிபாதி என்பவன்தான் இவ்வாறுதான் கிருஷ்ணனின் அவதாரம் என்று உரிமை கொண்டாடினான். இந்தப் புதிய கிருஷ்ணன் கோவர்த்தனில் உள்ள கசும்சரோவர் குளக்கரையிலுள்ள மரத்தில் புல்லாங்குழல் வாசித்துக் கொண்டிருக்கும்பொழுது அரை அளவு தண்ணீரில் நிற்கின்ற அழகிய பெண்கள் தங்களுடைய ஆடைகளைத் தரும்படி வேண்டு வார்கள். ஒரு நாடகம் போல இது தினமும் நடைபெற்றுக் கொண்டிருந்தது. இதைப் பார்த்த ஒரு சன்னியாசி சினம் கொண்டார். மரத்திலிருந்து இறங்கிச் செல்லும்படி அவர் இந்தப் புதிய கிருஷ்ணனிடம் சொன்னார். அவன் அதற்கு உடன்படா ததும் அவர் தொரட்டியால் அவனை இழுத்துக் கீழே தள்ளினார்.

அன்று இரவு திரிபாதி தன்னுடைய ஆதரவாளர்களுடனும் கோபிகைகளுடனும் அருகிலுள்ள காட்டுக்குள் சென்றுவிட்டான். சில நாள்களுக்குப் பிறகுதான் அங்கிருந்து வெளியேவந்து ஒவ்வோர் இடங்களுக்கும் செல்லத் தொடங்கினான். இந்த மனிதன் இந்த வாழ்க்கை முறையை ஆரம்பித்து பத்து ஆண்டுகள் ஆகின்றதாம்.

அரசு உயர் அதிகாரிகள் உள்பட ஆயிரக்கணக்கான பக்தர்கள் திரிபாதிக்கு உண்டு. ஆக்ரா, பெனாரஸ், அலகாபாத், ரெய்ப்பூர், பிலாஸ்பூர், குவாலியர் ஆகிய மாவட்டங்களிலும் திரிபாதியை

மக்கள் வழிபட்டு வருகின்றனர். சீடர்கள் — கோபிகைகளுடன் சேர்ந்து பஜனைகளையும் மாநாடுகளையும் கூட்டங்களையும் திரிபாதி நடத்துவது உண்டு. அழுவதிலும் கண்ணீர் வடிப்பதிலும் அசாதாரணமான திறமையை அவன் வெளிப்படுத்தினான். பெரிய கூட்டங்கள் பஜனையில் மூழ்கியிருக்கும்பொழுது அவன் நீண்ட நேரம் உணர்வில்லாமல் கிடப்பான்.

தினமும் இரண்டு முறை தன்னுடைய வெள்ளி அரியணையில் அமர்ந்து கொண்டு பக்தர்களுக்கு உபதேசங்கள் வழங்குவதும் அவர்களிடம் கடவுள் மகத்துவத்தைக் கூறுவதும் வழக்கமான நடைமுறைகளாகிவிட்டன.

நறுமணப் பொருள்கள் சேர்த்த பீடா'க்களில் நூற்றுக்கும் மேற்பட்டவற்றை தினமும் மெல்லுவான். நறுமணப் பொருள்கள் கலந்த தண்ணீரில்தான் அவன் குளிப்பான். ஒவ்வொரு நாளும் காலையில் விலை உயர்ந்த ஆடைகளை அணிந்து கொண்டுதான் பக்தர்களைச் சந்திக்க வருவான்.

ஒவ்வோர் ஊர்களுக்கும் செல்லும்பொழுது தன்னுடைய முழு நம்பிக்கைக்குரிய சீடர்களின் வீடுகளில்தான் தங்குவான். 12 மணி முதல் 3 மணிவரை உள்ள பார்வையாளர்களுடைய நேரம் தவிர வேறு எப்பொழுதும் எவரும் அங்கே நிற்க முடியாது. சில நேரங்களில் உச்சகட்ட குரலில் ஒவ்வொரு வார்த்தைகளை அவன் கூறுவான். கடவுளுடனான உரையாடல் என்று அதற்கு சீடர்கள் விளக்கம் கூறுவார்கள்.

திரிபாதியை பணக்கார பக்தர்கள் தங்கள் வீடுகளில் உணவு உண்ண வருமாறு அழைப்பார்கள். அழைப்பை ஏற்க வேண்டு மென்றால் அதற்கான கட்டணம் ரூ. 200. அதனால் தங்களுடைய ஆத்மா சுத்திகரிக்கப்பட்டதாக அவர்கள் நம்பினார்கள். எல்லா நாள்களும் மாலையில் ஒரு வாகனத்தில் ஏறி இந்தக் கிருஷ்ணன் கோபிகைகளுடன் நகருக்கு வெளியே பயணம் செய்வார். இரவில் திரும்பி வந்ததும் பஜனையும் கீர்த்தனைகளும் துவங்கும். நள்ளிரவில் தன்னைச் சுற்றி வட்டமாக அமர்ந்து பாடல்களைப் பாடிக் கொண்டிருக்கின்ற கோபிகைகளில் எவரேனும் ஒரு பெண்ணின் மடியில் அவன் விழுவான். அந்தப் பேறு கிடைப்பதைப் பெரும் பரிசாகக் கருதினர் அந்தப் பெண்கள். தினமும் கோபிகைகளுடைய எண்ணிக்கை அதிகரித்துக் கொண்டே வந்தது.

திரிபாதிக்கு ஆயிரக்கணக்கான பக்தர்கள் இருந்தபோதிலும் பனாரசிலும் அலகாபாத்திலும் உள்ள சில இந்துமத அமைப்பு களும் அறிஞர்களும் திரிபாதியின் தெய்வீக தன்மையைப் பற்றி வினா எழுப்பினர். பனாரசிலுள்ள வித்யாபத் பரிஷத்தின் தலைவரான மகா மகோ பாத்யாய பண்டிட் நாராயண சாஸ்திரி காஷித் இந்தக் கிருஷ்ணனின் தெய்வீகத் தன்மையைப் பற்றி வினா எழுப்பிய வண்ணம் அறிக்கை ஒன்றை வெளியிட்டார். திரிபாதியின் சீடர்கள் அவர் 'ஜகத் குரு' என்று நிலைநாட்டிய ஆதாரம் போலியாக உருவாக்கியது என்று அவர் குற்றஞ் சாட்டினார்.

அலகாபாத், குவாலியர், நாக்பூர், ஆக்ரா ஆகிய இடங்களி லுள்ள பல மத நிறுவனங்களும் இந்தக் கிருஷ்ணனின் தெய்வீகத் தன்மையையும் மகிமையையும் பற்றி வினா எழுப்பின. அவனுடைய மோசமான நடவடிக்கைகளையும் இயல்பையும் அவர்கள் குறை கூறினர்.

இந்த மனிதனைக் கைது செய்து உண்மையான கிருஷ்ண பகவானின் மதிப்பையும் மகத்துவத்தையும் பாதுகாக்கும்படி பலரும் வேண்டுகோள் விடுத்தனர்.

1960 ஜூலை 30 ஆம் நாள் இந்தக் கிருஷ்ண பகவான் கைது செய்யப்பட்டார்.

37

மதுரை மடாதிபதிகள்

தெய்வீக ஆற்றல் மறுப்பு நிகழ்ச்சிகள் சம்பந்தமாக இந்தியாவில் நான் நடத்திய நான்கு சுற்றுப் பயணங்களும் பெரிய அளவில் வெற்றி பெற்றன. தெய்வீக ஆற்றல் தங்களுக்கு உண்டென்று உரிமை கொண் டாடிய பலருடைய மேல்பூச்சுகளை அகற்றிக் காட்ட இந்தப் பயணத்தால் எனக்கு முடிந்தது. பல மோசடிப் பேர்வழிகளும் சுங்க – வருமான வரித்துறை அதிகாரி களின் பிடியில் அகப்பட்டனர். சிலரை மக்களே ஒதுக்கிவிட்டனர்.

1975 ஜூன் – ஜூலை மாதங்களில்தான் என்னுடைய மூன்றாவது சுற்றுப் பயணம் நடைபெற்றது. அதனிடையில் நிகழ்ந்த சுவையான அனுபவங்களில் ஒன்று மதுரை மடாதிபதி

கள் என்னுடைய அறைகூவலை ஏற்றதுதான். மே 18 ஆம் நாள் சென்னையிலிருந்து நான் நிகழ்ச்சியை ஆரம்பிப்பதாக துண்டுச் சீட்டுகளை வெளியிட்டதும் மதுரையிலுள்ள 'அபிவந்த்ய திருவருள் தவயோக ஸ்ரீலஸ்ரீ சோமசுந்தர ஸ்ரீஞான சம்பந்த தேசிக பரமாச்சார்ய சுவாமிகள்' அதற்குப் பதிலளிக்கும் வகையில் அறிக்கை ஒன்றை வெளியிட்டார். இந்த மனிதர் சென்னையில் என்னை எதிர்கொள்வார் என்றும் கைரேகைப் பார்த்தல் அறிவியல் ரீதியானதுதான் என்பதை நிரூபிப்பார் என்றும் அதில் காணப் பட்டது. சுவாமிகளே பின்வருமாறு எனக்கு எழுதினார்:

"கடவுளின் தனித்தன்மையை நிரூபிக்கின்றவர்களுக்கு ரூபாய் ஒரு இலட்சம் பந்தயத் தொகை வழங்குவதாக நீங்கள் வெளியிட்டிருந்த அறிக்கையை நான் பார்த்தேன். அந்த அறிக்கை வெளிவந்த 'ராணி' வார இதழிலேயே நாம் உங்களுடைய அறைகூவலை ஏற்ற விவரம் வெளியிடப்பட்டிருந்தது. தெய்வத் தன்மையை மறுத்த பல ஆயிரங்கள் இதற்குள் மரணமடைந்து விட்டிருக்கின்றார்கள். அவர்களில் ஒருவர் தான் தமிழ்நாடு முதலமைச்சராக இருந்த அண்ணாத்துரை. ஆனால், மரணத்திற்குப் பிறகு அவர் ஒரு தீவிர கடவுள் நம்பிக்கையுடையவராக மாறி விட்டார். தேவலோகத்திலிருந்து அவருடைய இரண்டு உரைகள் நமக்குக் கிடைத்திருக்கின்றன. தாங்கள் தெரிந்து கொள்வதற்காக அவற்றை இதனுடன் அனுப்பியிருக்கின்றேன். கடவுள் தன்மை யைப் பற்றி உங்களைத் திருப்திப்படுத்துவது மட்டும்தான் நம்முடைய குறிக்கோள்..... 1921 இல் நாம் கொழும்புக்கு வந்ததும் அங்கே 'சுந்தரம் லிமிடெட்' என்ற பெயரில் ஒரு நிறுவனம் தொடங்கியதும் ஒருவேளை தங்களுக்குத் தெரிந்திருக்கும். 1945க்கு முன்பே கோடிக்கணக்கான ரூபாய் சம்பாதிக்க கடவுள் அருளால் நமக்கு முடிந்தது. இலங்கையிலிருந்த காலத்தில் அங்கேயுள்ள சுப்பிரமணிய சுவாமி கோயிலின் நிர்வாகக் குழு தலைவராகவும் இருந்தேன்."

இதற்கு நான் பின்வருமாறு பதில் கடிதம் எழுதி அனுப்பி னேன்:

"தாங்கள் என்னுடைய அறைகூவலை ஏற்றுக் கொண்டீர்கள் என்பதை உறுதிப்படுத்துவதற்காக ரூ. 1000 அய் இந்திய பகுத்தறிவாளர் சங்கத்தின் செயலாளர் பெயரில் உடனே அனுப்பி வையுங்கள்..... சி. என். அண்ணாத்துரை மரணத்துக்குப் பின் கடவுள் நம்பிக்கையாளர் என்றும், தேவலோகத்தில் அவர் ஆற்றிய

இரண்டு உரைகளை மாந்திரீக வித்தையைப் பயன்படுத்தி கைப்பற்றியிருக்கின்றீர்கள் என்றும் கூறுவது தங்களுடைய அறிவின் நிலைத்த தன்மையில் எனக்கு அய்யத்தை உண்டாக்கு கின்றது. இல்லாத ஆவிகளிலிருந்து செய்திகளைப் பெறுதல், ஆவிகளை எழுத வைத்தல், 'மறுபாஷை'யில் பேசுதல் ஆகிய வற்றின் இரகசியங்களை மனோதத்துவ நிபுணர்கள் அனைவரும் நன்றாகவே அறிவார்கள். இத்தகைய செய்திகள் எதுவும் ஆவிகளிடமிருந்து வருபவை அல்ல. உள்முகமாகவோ வெளி முகமாகவோ ஆன மோக தூக்கத்துக்கு உட்பட்டு சித்தப்பிரமைப் பிடித்த ஒருவரின் மூளையில் உண்டாகின்ற தனிவகை சலனங்கள் தான் இத்தகைய தோன்றல்களை உண்டாக்குகின்றன. மனநோய் மருத்துவர்களில் எவரும் இத்தகைய கட்டுக்கதைகளை அங்கீகரிப்பதில்லை."

இப்பொழுது மதுரை மடாதிபதியாக இருக்கின்ற சோமசுந்தரம் இலங்கையில் மளிகை வியாபாரம் நடத்தி ஏராளமான பணம் சம்பாதித்தவர்தான். பிறகு இந்தக் கடையை சகோதரனிடம் ஒப்படைத்துவிட்டு அவர் இந்தியாவுக்குத் திரும்பினார். அங்கே சென்ற பிறகு தென்னிந்தியாவிலுள்ள நான்கு கோயில்களின் மீது அவருடைய குடும்பத்துக்கு இருந்த உரிமையை மீட்டெடுத்தார். சோமசுந்தரம் என்ற பழைய பெயரை மாற்றி 'அபிவந்த்ய திருவருள் தவயோக ஸ்ரீலஸ்ரீ சோமசுந்தர ஸ்ரீஞானசம்பந்த தேசிக பரமாச்சார்ய சுவாமிகள்' என்ற புதிய பெயரை ஏற்றுக் கொண்டார். தொடர்ந்து மதுரைக் கோயிலின் மகாகுருவாக அவர் பொறுப்பேற்றார். திறமைசாலியான இந்த வியாபாரிக்கு, மளிகைக் கடையில் கிடைக்கின்ற லாபத்தைவிட அதிகமாக அப்பாவி மக்களான பக்தர்களிடமிருந்து கிடைக்கும் என்பது தெரியும். அப்படியானால், பதவிக்கேற்ற பெயரையும் ஏற்றுக்கொள்ள வேண்டியது அவசியமல்லவா.

'ராணி' வார இதழில் இந்த மடாதிபதி வெளியிட்ட கட்டுரையில், கைரேகை பலனைப் படிப்பதற்காக அவர் ரூ. ஒரு இலட்சம் வரை செலவிட்டார் என்றும் எந்த மனிதனின் கடந்த காலத்தையும் நிகழ்காலத்தையும் எதிர்காலத்தையும் பற்றி துல்லியமாகச் சொல்ல தன்னால் முடியும் என்றும் கூறியிருந்தார். ஆனால், நொண்டிச் சாக்கு ஒன்றைச் சொல்லி தப்பவும் அவர் முயன்றார். நான் தோற்றால் கொடுப்பதாகச் சொல்லி யிருந்தது ரூபாய் ஒரு இலட்சம் இலங்கை கரன்சியே என்றும், இந்திய

கரன்சியில் ரூபாய் இருந்தால் மட்டுமே பந்தயத் தொகையைச் செலுத்து வோம் என்றும் அவர் சொன்னார்.

இதை அறிந்ததும் இந்திய பகுத்தறிவாளர் சங்கத்தினுடைய பொதுச் செயலாளர் பின்வரும் அறிக்கையை வெளியிட்டார்:

"கைரேகை பார்ப்பதன் விஞ்ஞான தன்மையை நிரூபிக்க மதுரை மடாதிபதிகள் முன்வந்திருப்பதில் எங்களுக்கு அளவற்ற மகிழ்ச்சி உண்டு. பந்தயத் தொகை இந்திய கரன்சியாக இருக்க வேண்டும் என்ற நிபந்தனைக்கு உட்பட்டு, எங்கள் நிபந்தனை களில் ஒரு மாற்றத்தைக் கொண்டுவர நாங்கள் தயாராக இருக்கின்றோம். 18-5-1976 இல் கோவூர் சென்னைக்கு வரும் பொழுது அவரை எதிர்கொள்ள மதுரை மடாதிபதிகள் தயார் என்றால் ரூ. 1000 செலுத்த வேண்டும் என்ற உத்தரவிலிருந்து அவரை விடுவிக்கின்றோம். பயணச் செலவுகளை அவரே ஏற்றுக் கொள்ள வேண்டும். ஆனால், சோதனையில் வென்றால் அவருடைய பயணச் செலவுகளையும் நாங்களே கொடுப்போம். ஒரு சக மனிதர் என்ற நிலையில் முழுமையான ஆதரவையும் மதிப்பையும் மடாதிபதிகளிடம் காட்ட நாங்களும் டாக்டர் கோவூரும் தயாராகவே இருக்கின்றோம். ஆனால், எதுவேனும் சாக்குப்போக்குச் சொல்லி பின்வாங்க முயன்றால் அத்தகைய ஒரு வரவேற்பை அளிக்க நாங்கள் தயாராக மாட்டோம். டாக்டர் கோவூரின் அறைகூவலை ஏற்கத் தயார் என்ற அறிவிப்பின் மூலமாக மடாதிபதிகள் பெரும்புகழைப் பெற்றிருக்கின்றீர்கள். இது சம்பந்தமாக பத்திரிகைகளில் தாங்கள் வெளியிட்ட கட்டுரைகளில் கூறியிருப்பதைப் போல தெய்வீக ஆற்றல் உண்டென்று நிரூபிப்பதற்கான பாத்தியதை மடாதிபதிகளுக்கு உண்டு. ஆனால், விசயங்கள் இந்த அளவுக்கு வந்த பிறகும் தந்திரமாகப் பின்வாங்கும் எண்ணம் ஏற்பட்டால், மோசடிப் பேர்வழிகளான கபட சித்தர்களில் ஒருவர்தான் மதுரை மடாதிபதிகள் என்ற முடிவை நாங்கள் எட்ட வேண்டியிருக்கும்."

பிற எல்லா சித்தர்களுடைய விசயத்திலும் நிகழ்ந்ததைப் போலவே இங்கேயும் அதுதான் நிகழ்ந்தது. கடைசியில் மதுரை மடாதிபதிகள் பின்வாங்கினார்.

38
பகுத்தறிவு வாதம்

பகுத்தறிவு வாதம் என்று கேட்கும்பொழுதே அது ஒரு மத மறுப்பு இயக்கம் என்றுதான் மக்கள் கருதுகின்றனர். பகுத்தறி வாளர்கள் மதத்தை எதிர்க்கின்றார்கள் என்பது உண்மைதான். ஆனால், பகுத்தறிவுவாதம் அந்த இடத்துடன் முடிவடைந்து விடுவதில்லை. எல்லா வகையான மூடநம்பிக்கைகளையும் தேவையற்ற ஆச்சாரங்களையும் எதிர்க்கின்றவர்கள்தான் பகுத்தறிவாளர்கள். சமூக சமத்துவமின்மைக்கும் வஞ்சக சம்பிரதாயங்களுக்கும் எதிராக குரல் கொடுக்க வேண்டியதும் அவர்களுடைய கடமையாகும். அதே வேளையில் நன்மை தருவனவற்றை எங்கே கண்டாலும் அதை ஏற்றுக் கொள்ளவும் அவர்கள் தயாராக இருக்க வேண்டும். இன்னொரு வகையில் சொல்வதானால் நன்மையையும் தீமையையும் பாகுபடுத்தி மனிதனை நேர் வழியில் செலுத்துவது என்ற மிக மகத்தான கடமையும் பகுத்தறிவாளர்களுக்கு இருக்கின்றது.

மனிதர்களையும் விலங்குகளையும் மட்டுமல்ல, பிரபஞ்சத் தையே கட்டுப்படுத்துவது கடவுளோ தேவர்களோதான் என்று மக்கள் நம்பினர். பூமி, சந்திரன், சூரியன் ஆகியவற்றைக் கூட கடவுள்களாகக் கருதி ஒரு காலத்தில் வழிபட்டு வந்தனர். மேலை நாடுகளில் தேவியாகவும் இந்தியாவில் தேவனாகவும் கருதப்பட்டிருந்த சந்திரன், கற்களும் பாறைகளும் நிறைந்த ஒரு கோளம்தான் என்று நிரூபிக்கப்பட்டுவிட்டது. இரண்டு முறை மனிதர்கள் சந்திர கோளத்திற்குச் சென்று அவற்றிலிருந்து சில பாகங்களை எடுத்துக் கொண்டு வந்தனர். அவ்வாறு ஒரு கடவுள் தன் தகுதியிலிருந்து நீக்கப்பட்டிருக்கின்றார். இதுபோன்று பண்டைய மனிதனின் கற்பனையில் உருவெடுத்த பல கடவுள்கள் தகர்ந்து போயிருக்கின்றனர். அவற்றில் ஒன்றுதான் வருணன். மழை பொழிய வைக்கவும் பெருங்கடல்களையும் கடல்களையும் கட்டுப்படுத்தவும் செய்கின்ற மிகுந்த வலிமை பெற்ற ஒரு தேவனாக ரிக்வேத காலத்தில் வருணன் திகழ்ந்தது. இன்று செயற்கை மழையைப் பொழிய வைக்க மனிதனுக்கு முடியும்.

கடலின் அடியில் செல்கின்ற நீர் மூழ்கிக் கப்பல்களும் மேலே செல்கின்ற ஏராளமான கப்பல்களும் இன்று மனிதனிடம் உண்டு. வருணனை வழிபடுகின்றவர்களும் இன்று இல்லை. அக்னிதான் இன்னொரு தேவன். தொழிலாளிகளுடைய உதடுகளிலிருந்து எரிகின்ற பீடியைப் பற்றவைப்பதற்காக அவர்கள் அந்தத் தேவனை இன்று சட்டைப்பையில் வைத்துக் கொண்டு நடக்கின்றனர். இத்தகைய ஒரு தாழ்ந்த நிலை அந்தத் தெய்வத்துக்கு வர வேண்டுமா? மேலை நாடுகளிலுள்ள அருங்காட்சியகங்களுக்குச் சென்றால் காலாவதியான இத்தகைய பல கடவுள்களைக் காணலாம். இன்று நாகரிக மக்கள் என்று கருதப்படுகின்றவர்கள் வழிபடுகின்ற சர்வவல்லமை வாய்ந்த ஸ்ரஷ்டாவும் இந்த வகையைச் சேர்ந்ததுதான். எதிர்காலத்தில் அந்தக் கடவுளையும் மக்கள் புறக்கணித்து விடுவார்கள். இந்தத் தெய்வங்களையும் தேவதைகளையும் பற்றிய எண்ணங்கள் நமக்கு எவ்வாறு கிடைக்கின்றன? குழந்தைகளாக இருந்த காலத்தில் அறிவில்லாத பெற்றோர்கள் சொல்லிச் சொல்லி நம்முடைய மனதில் புகுத்தியவைதான் அவை அனைத்தும். பெற்றோர்கள் நம்புகின்ற மதத்தை நம்மில் பலரும் ஏன் என்ற வினா எழுப்பாமலேயே ஏற்றுக் கொள்கின்றோம். இந்த இயல்பை நம்முடைய முன்னோர்களெல்லாம் அங்கீகரித்திருந்தால் பண்டைக்கால பழமையான மதங்களிலேயே நாம் இன்றும் இருக்க வேண்டியது இருந்திருக்கும்.

இயற்கையின் ஒரு சிறப்பான படைப்புதான் மனிதன். உயிர் பரிணாமம் எதேச்சையான ஒரு நிகழ்வுதான். பரிணாமத்தின் கதி தப்பான சோதனை முறைதான். சர்வ வல்லமையுடைய – அனைத்தையும் அறிந்த ஒரு தெய்வத்தின் ஆதிக்கத்தை அங்கே காண முடிவதில்லை. பரிணாமத்தின் விளைவாக உருவான உயிரினங்களில் மனிதன்தான் கூர்மையானவன். வளர்ச்சியடைந்த மூளையும் அதனோடு தொடர்புடைய நரம்பு மண்டலமும்தான் அவனுடைய அறிவாற்றலுக்கு அடிப்படையாகும். இயற்கையில் நிரந்தரமாக நடைபெறுகின்ற வாழ்க்கைப் போராட்டத்தில் வலிமை உள்ளவை மட்டுமே எஞ்சி நிற்கும். இந்தக் கட்டத்தில் மனிதனின் மிகப்பெரிய சம்பாத்தியம் அவனுடைய அறிவாற்றல் தான். பரிணாமத்தின் போக்கையே கட்டுப்படுத்துகின்ற திறமையை அவன் பெற்றுவிட்டான். இயற்கையையே அவனுடைய தேவைக்கு ஏற்ற வகையில் கட்டுப்படுத்த அவனால் ஓரளவு முடிந்திருக்கின்றது. இன்றிருப்பதைவிட மிக அதிகமான

இயற்கை ரகசியங்களை அவன் கண்டடைவான் என்ற விசயத்திலும் அய்யம் எதுவும் இல்லை.

அளவில் மனித மூளை அவ்வளவு பெரியது அல்ல. ஆனால், இயல்பில் அது பூமியிலுள்ள பிற உயிரினங்களைவிட உயர்ந்ததாகும். மனித மூளையின் வேலைகளில் ஒன்றுதான் பகுத்தறிவுச் சிந்தனை. மூளையை வெளி உலகத்துடன் இணைப்பது அய்ம்புலன்கள்தான். அவைதான் அறிவின் நுழைவாயில்கள். புலன்களின் மூலம் மூளையை அடைகின்ற செய்திகளை முந்தைய அனுபவங்களுடன் ஒப்பிட்டு சரியானதை ஏற்றுக் கொள்வதுதான் அறிவின் நியதி. இந்தத் திறமை பொதுவாக எல்லா மனிதர்களிடமும் உண்டு. அதனால் பகுத்தறிவுச் சிந்தனை எல்லோருக்கும் பிறப்பிலேயே அமைவதுதான் என்பது உறுதி.

இரண்டு வகை சிந்தனைகள் உண்டு. உண்மையையும் மெய்ம்மைகளையும் ஆதாரமாகக் கொண்டதே அவற்றில் முதன்மையானது. இதைப் பொருளார்ந்த சிந்தனை என்று சொல்லலாம். கற்பனை, மாயத் தோற்றங்கள் ஆகியவற்றை ஆதாரமாகக் கொண்ட சிந்தனை முறைதான் இன்னொன்று. அதை ஆத்மா சார்ந்த சிந்தனை என்று கூறுகின்றனர். இந்த இரண்டு முறைகளிலும் சிந்திப்பதற்கான திறமை அதிகரித்தும் குறைந்தும் எல்லோரிடமும் உண்டு. அசாதாரணமான திறமை சாலிகள் இவற்றில் ஏதாவது ஒன்றில் சிறந்து விளங்குபவர்களாக இருப்பார்கள். விஞ்ஞானிகள் உண்மையில் திளைத்த பொருளார்ந்த சிந்தனையில் உலவுவார்கள். கவிஞர்கள், தீர்க்கதரிசிகள், துறவிகள் ஆகியோர் ஆத்மா சார்ந்த சிந்தனையில் இருப்பார்கள். இவற்றில் முதலில் காணப்படுவதுதான் உண்மையான பகுத்தறிவுச் சிந்தனை. ஆத்மா சார்ந்த சிந்தனைக்கு உண்மைகளுடன் தொடர்பு இல்லாததனால் அது அறிவியல் அல்லாததாகி விடுகின்றது.

பொருளார்ந்த சிந்தனையாளர்களும் ஆத்மா சார்ந்த சிந்தனையாளர்களும் அவர்களுடைய கொள்கைகளுக்கு வடிவம் கொடுப்பது உண்டு. இலக்கியம், ஓவியக் கலை, பிரதிபலிப்பு ஆகிய பிரிவுகளையே இரண்டு பிரிவினரும் ஏற்றிருக்கின்றனர். எந்த நூலகத்தில் சென்று பார்த்தாலும் பொருளார்ந்த சிந்தனையின் விளைவுகளை நூல் வடிவில் காணலாம். இயற்பியல், வேதியியல், வரலாறு, புவியியல், மானுட வர்க்க விஞ்ஞானம், புவியியல்

விஞ்ஞானம், பொருளியல், வானியல், பொறியியல் என அறிவியல் பிரிவுகளைச் சேர்ந்த நூல்கள் அனைத்தும் பொருளார்ந்த சிந்தனையின் பலன்கள்தான். ஆத்ம தத்துவவாதம், டெலிபதி, சோதிடம், கற்பனைக் கதைகள், அய்தீகங்கள், பைபிள், குர் ஆன், கலிவரின் பயணக் கதைகள் ஆகியவை யெல்லாம் ஆன்மா சார்ந்த சிந்தனையின் வாரிசுகளாகும். பிற கதைகளிலும் உண்மைக் கதை மாந்தர்களும் கற்பனைக் கதை மாந்தர்களும் உண்டு. மிக உயர்ந்த கலைஞர்கள் என்றழைக்கப் பட்டவர்களில் பலரும் மாயப்பிரமைப் பிடித்த அசாதாரணமான திறமை யுடையவர்களாகவே இருந்தனர்.

பகுத்தறிவு உணர்வுக்கு இடம் கொடுக்காமல் உள்மனதின் தூண்டுதலுக்கு இணங்க நிகழ்த்துகின்ற கலைப்படைப்புகளை சர்ரியலிஸ்ட் பிரிவில் சேர்க்கின்றனர். இத்தகைய கலைப் படைப்புகளை நிகழ்த்துகின்றவர்களில் பலரும் ஸ்கிசோப்ரீனியா என்ற மனநோயால் பாதிக்கப்பட்டவர்கள்தான் என்று நிரூபணமாகியுள்ளது. ஒரு பெரிய கோடு, ஒரு சிறிய கோடு இரண்டையும் அடுத்தடுத்து வரைவார்கள். அது தாயும் குழந்தையும் என்று இந்த வகையைச் சேர்ந்த கலைஞன் கூறுவான். இத்தகைய பைத்தியக்காரத்தனமான கலை படைப்புகளைப் புகழவும் அதற்குப் பெரிய விலை கொடுத்து வாங்கவும் ஆள்கள் இருப்பார்கள். பாரீசிலுள்ள யுனெஸ்கோவின் தலைமைக் குடியிருப்புக்கு முன்னால் ஆங்கிலேயரான ஹென்றி மூர் நிறுவிய மிகப் பெரிய சிலை ஒன்று உண்டு. சாய்ந்தபடி ஓய்வெடுக்கின்ற ஒரு பெண்ணின் உருவம் அது. சர்ரியலிஸ்ட் பிரிவைச் சேர்ந்த அந்தச் சிலையைப் பார்த்து நான் வியந்து மலைத்து நின்று விட்டேன். அதைப் பார்க்கின்ற பல்வேறு மனிதர்களுக்குப் பல்வேறு விதமான உணர்வுகளைத்தான் அது உருவாக்கும். ஒரு சர்ரியலிஸ்ட் அதைப் பார்த்தால் ஹென்றி மூர் நினைத்த விளக்கத்தையே அதற்கு அளிக்கக்கூடும்.

அண்மைக் காலத்தில் பிக்காசோ என்ற புகழ்பெற்ற சர்ரியலிஸ்ட் ஓவியர் உலகைப் பரபரப்பாக்கிய ஓர் அறிவிப்பை வெளியிட்டார்: "என்னுடைய மனதில் புகுந்துவந்த விநோதமான கற்பனைகளின் மூலம் நாகரிக மாந்தர்களையும் செல்வந்தர்களை யும் சோம்பேறிகளை யும் நான் எதிர்கொண்டேன். அவர்களுக்கு எவ்வளவு குறைவாகப் புரிந்ததோ அவ்வளவுக்கு அதிகமாக அவர்கள் என்னைப் புகழ்ந்தார்கள். என்னையே இரசிக்க வைக்கின்ற பொருளற்ற இந்த விநோதங்களுடன் பிரச்சனைக்

குரிய இந்த ஓவியங்கள் எனக்குப் பணத்தையும் சம்பாதித்து தந்தன. டிஷ்யனுடையவும் பிறருடையவும் கால கலை படைப்பு களுடன் ஒப்பிடும்பொழுது, ஒரு கலைஞன் என்று என்னைச் சிறப்பிக்க நான் எந்தவித அடிப்படையையும் காணவில்லை. என்னுடைய காலகட்டத்தை சரியாகப் புரிந்துகொண்ட ஒரு கோமாளி என்ற இடம் தான் எனக்கு மிகவும் பொருத்தமானது."

நம்மில் பெரும்பாலானவர்களுக்கும் மனநிறைவை இந்தக் கலை படைப்புகள் அளிக்கின்றன என்ற விசயத்தில் எனக்கு அய்யம் எதுவும் இல்லை. ஆனால், மனித சமூகத்தின் முன்னேற்றத்தில் இவை என்ன பங்கை வகிக்கின்றன என்று சிந்திக்க வேண்டும். கதகளி ஆட்டக்காரனுக்காகப் பொய் முகத்தை உருவாக்குகின்ற கலைஞனும் இந்தப் பிரிவில்தான் அடங்குவான். சர்ரியலிஸ்ட் கலைஞர்கள் ஒவ் வொரு காலத்திலும் படைத்த மாய கலை படைப்புகள் இன்று மனித முன்னேற்றத் திற்கான வழியில் உருவாக்கி வைத்திருக்கின்ற தடைகள் கொஞ்சமல்ல. தொந்தி வயிறும் துதிக்கையும் கொண்ட கணபதி, நரசிம்மம், அனந்த சயனம் கொள்ளும் விஷ்ணு, குரங்கு மனிதனான அனுமான், பத்து தலைகொண்ட ராவணன், பல் நீண்ட பத்திரகாளி, சிறகு முளைத்த தேவதூதர்கள், கொம்பும் இறக்கையும் கொண்ட சாத்தான், தண்ணீரின் மீது நடக்கின்ற கிறிஸ்து, அழியாத ஆத்மா, நித்திய நரகம், சொர்க்கம், குட்டிச் சாத்தான், யட்சி, சாந்தாக்ளாஸ், கர்த்தர், தேவேந்திரன், நடராஜனான சிவன், அரிகர புதல்வனான சாஸ்தா ஆகியவை யெல்லாம் சர்ரியலிஸ்ட் கலைஞர்களின் படைப்புகள்தான்.

சிலர் இவ்வாறு கற்பனையில் உலவுவது எதனால்? கடவுள் அவர்களைக் கற்பனை வளம் கொண்டவர்களாகப் படைத்தார் என்பதே சாமானிய மக்களின் நம்பிக்கை. ஆனால், உயிரியல் விஞ்ஞானம் அதனோடு ஒத்துப் போவதில்லை. மூளையின் பல்வேறு மய்யங்களில் மின் அதிர்வைக் கொடுத்தாலும் இத்தகைய பாவனைகள் உண்டாகும். வெறுப்பு, வருத்தம், அச்சம், தூக்கம், மலைப்பு, உல்லாசம், மகிழ்ச்சி, துன்பம், காதல், காம பரவசம் ஆகியவற்றையும் இவ்வாறு செயற்கையாக உண்டாக் கலாம். கள், சாராயம், கறுப்பு, கஞ்சா ஆகியவற்றைப் பயன் படுத்தி கற்பனையைத் தூண்ட பண்டைக்காலம் முதலே மனிதன் பயின்றான். லைசர் ஜிக் ஆசிட் டைஜவ்தைலாமைட் (எல்.எஸ்.டி), வானா, மெஸ்காலின் ஆகியவற்றைப் பயன்படுத்தி தற்காலத்திலும் சிலர் மன எழுச்சியைப் பெறுகின்றனர். ஒரு

தானியத்தில் பத்து இலட்சத்தில் ஒரு பகுதி எல்.எஸ்.டி.யை உண்டால் ஆன்மீக அனுபூதியாக விளக்கம் அளிக்கக்கூடிய மாயப் பிரமையும் உற்சாகமும் உண்டாகும். செயற்கையான பொருள் களைப் பயன்படுத்துவதால் மூளையில் உண்டாகின்ற இதே செயல்கள் பிற குழப்பங்களாலும் உண்டாகும். சன்னியாசிகள், துறவிகள் ஆகியோருக்கு உண்டாகிய 'இந்திரியாதீத' (புலன்களுக்கு அப்பாற்பட்ட) காட்சிகள் உடலியல் சம்பந்தமான குழப்பங்களின் பலன்தான்.

மின் அதிர்வு, போதைப் பொருள்கள் ஆகியவற்றால் மூளையில் உண்டாகின்ற இரசாயன மாற்றங்களை உண்டாக்க தாளம் நிறைந்த ஓசைகளாலும் முடியும். 'அல்லேலுயா, ஸ்தோத்ரம், ஸ்தோத்ரம்' என்று மீண்டும் மீண்டும் சொல்லும் பொழுது பெந்தேகோஸ்த்காரர்களுக்கு உண்டாகின்ற 'மறு பாஷை' இதற்கு எடுத்துக்காட்டாகும். 'சரணம் அய்யப்பா', 'அரகரா அரகரா' முதலிய ஓசைகளும் இதே பலனை உண்டாக்கக் கூடியவைதான். வாத்திய ஒலி, கைதட்டுதல், பாடல்கள், மந்திர உச்சரிப்பு, கொள்கை முழக்கம், நடனம், கதகளி, காவடியாட்டம் ஆகியவையும் மூளையில் இரசாயன மாற்றங்கள் உண்டாகக் காரணம் ஆகும். இதுவும் ஒருவகை ஹிப்னோட்டிசம்தான். ஹிப்னோட்டிக் மயக்கத்தில் ஆழ்ந்து விடுவதால் இவர்களுக்கு சுற்றுப் புற உணர்வு இருப்பதில்லை. தீயில் நடப்பதும் ராத்திப் (இஸ்லாம் மதச்) சடங்கு நடத்துவதும் இத்தகைய நிலைமையில் தான். உடலின் இந்த இயக்கங்களைப் பற்றி தெரியாதவர்கள் இத்தகைய மாயப் பிரமைகளை, இல்லாத கடவுளின் ஆற்றல் என விளக்கம் அளிக்கின்றனர் – அவ்வளவுதான்.

பல நூற்றாண்டுகளாக இந்தியாவில் மறுபிறவி நம்பிக்கை நிலவுகின்றது. மனிதர்களுக்கு மரணத்திற்குப் பிறகு நிலை நிற்கின்ற ஆன்மா உண்டென்ற பொய்யான எண்ணத்திலிருந்து தான் இந்த நம்பிக்கை உருவானது. அபூர்வமாக சிலர் தாங்கள் மறுபிறவி எடுத்திருப்பதாக உரிமை கொண்டாடவும் செய்திருக் கின்றனர். அவ்வாறு உரிமை கொண்டாடியவர்களில் பலரும் ஸ்கிசோப்ரீனியா என்ற மனநோயால் பாதிக்கப்பட்டவர்கள்தான் என்பதை அறிவியல் நிரூபித்திருக்கின்றது. எனினும் மறுபிறவி பற்றிய நம்பிக்கையைப் பரப்ப கூட்டுச் சேர்ந்த முயற்சி நடைபெறுவதுண்டு. அதனுடைய குறிக்கோள் பொருளாதாரம் தான் என்பது உறுதி. கடந்த பிறவியில் செய்த பாவத்தின் பலன்தான் இந்தப் பிறவியில் உண்டாகின்ற துன்பங்கள் என்று

வறுமையில் உழலும் மக்களிடம் சொல்லி நம்ப வைத்தால் அவர்கள் துன்பச் சுமையான இந்தப் பொருளாதார நிலைமையை மாற்ற போராட மாட்டார்கள். சமூகத்தின் தலைத் தட்டிலிருந்து கொண்டு பெரும்பான்மையான மக்களை வஞ்சிக்கின்றவர்களுக்கு இது நன்றாகவே தெரியும். அதனால் தான் அத்தகையவர்கள் இந்த அறிவியலுக்குப் புறம்பான கற்பனையைத் தாலாட்டுகின்றனர். பூமியில் துன்பப்படுகின்றவர்களுக்கு சுகமான சொர்க்கத்தை வாக்குறுதியாக அளிக்கின்ற புரோகிதனும் இந்த வர்க்கத்தைச் சேர்ந்த சதிகாரன்தான். அவர்களுடைய கள்ளத்தனங்களைத் திறந்து காட்டுவதன் மூலம் பகுத்தறிவாளர்கள் அவர்கள் தஞ்சம் புகுந்திருக்கின்ற கோபுரங்களின் அடிப்பகுதியைத் தோண்டுகின்றார்கள் என்பது தெரிந்ததனால்தான் புரோகிதர்களும் வைதீகர்களும் பகுத்தறிவு இயக்கங்களை எதிர்க்கின்றனர்.

பூமியில் துன்பப்படுகின்றவர்களுக்கு சொர்க்கத்திற்குச் செல்ல 'பாஸ்போர்ட்' வழங்குகின்ற மதப்பரப்புக் குழுவினர் இந்தியா, இலங்கை போன்ற பின்தங்கிய நாடுகளில் இன்றும் இயங்குகின்றனர். இவர்கள் தங்களுடைய முன்னோர்களைப் பற்றி பரப்புகின்ற பொய்க் கதைகளில் ஒன்றுதான் 'பாஷா வரம்' (மொழி வரம்). பெந்தகோஸ்து நாள் அன்று கிறித்துவின் சீடர்கள் அவர்களுக்குத் தெரியாத பல்வேறு மொழிகளில் பேசினார்களாம்! எனினும் இன்றைய மதப் பரப்புநர்களுக்கு அந்தத் திறமை கிடைக்கவில்லை. ஆனால், எந்த மொழியை யும் படிக்காமலேயே பேச முடியும் என்று கருதுகின்ற சிலர் நமது நாட்டில் உண்டு. அத்தகைய ஒருவரைப் பற்றி இந்தக் கட்டுரைத் தொகுப்பில் முன்பே நான் கூறியிருக்கின்றேன். இதய அறுவை சிகிச்சையில் பயிற்சிப் பெறுவதற்காக இலங்கையிலிருந்து பெங்களூருக்குச் சென்று சிலகாலம் தங்கியிருந்த ஒரு மருத்துவர்தான் அவர். அங்கே தங்கியிருந்த காலகட்டத்தில் ஏதோ ஒரு யோகியின் மூலம் ஆழ்நிலை தியானத்தில் பயிற்சிப் பெற்றார் அவர். அவ்வாறுதான் எல்லா மொழிகளிலும் பேசுகின்ற வியத்தகு திறமையை அவர் பெற்றாராம்! அந்தத் திறமையை என்னிடம் தெரிவிப்பதற்காக அவர் ஒருமுறை என்னைச் சந்திக்க வந்தார். எந்த மொழியில் பேச வேண்டும் என்று சொன்னால் அந்த மொழியில் பேசலாம் என்றும் அதை ஆங்கிலத்தில் மொழி பெயர்த்துத் தரலாம் என்றும் அவர் சொன்னார். மலையாளத்தில் பேசும்படி நான் சொன்ன பொழுது கொஞ்சமும் தயங்காமல் அவர் மலையாளத்தில் பேசினார். ஆனால், அதில் ஒரு மலையாளச் சொல் கூட இருக்க

வில்லை. ஏதோ சில ஓசைகளை உச்சரித்துவிட்டு அது மலையாளம் என்று சொன்னதும், அது ஒரு மனநோய் என்றும் எங்கேயாவது சென்று உடனே சிகிச்சைப் பெற வேண்டும் என்றும் நான் சொன்னேன். நான் மலையாளி என்பது தெரிந்திருந்தால் ஒரு வேளை அவருக்கு மலையாளம் பேச தைரியம் வந்திருக்காது. இந்த வகையைச் சேர்ந்த நோயாளிகளுக்கு சாமானிய மக்களை திடீரென்று பிரமிக்க வைக்க முடியும். மத நிறுவனர்களில் பலரும் சமநிலை தப்பிய இத்தகைய திறமைசாலிகள்தான். அவர்களுடைய மாயப் பிரமைகளை உண்மை என்று பரப்பி புரோகிதர்களும் அவர்களுடைய உதவியாளர்களும் சாதாரண மக்களை வஞ்சிக்கவும் செய்கின்றனர்.

39
மதம், மது, மனநோய்கள்

மனித மூளையில் நியூரோன் என்றழைக்கப்படுகின்ற செல்கள் 10 பில்லியனுக்கும் அதிகமாக உள்ளன. அவற்றுக்கு உதவுகின்ற க்ளியா செல்கள்தான் மூளையின் இன்னொரு கட்டம். இவையெல்லாம் அடங்கிய மூளையை இயக்குவது மின் ஆற்றல்தான். உரிய வயதை அடைந்த ஒருவர் தூங்கும்பொழுதும் விழித்திருக்கும் பொழுதும் 20 வாட் மின்சக்தி அவரில் இயங்குவ துண்டு. சிறிய டைனமோவினுடைய பலனை உருவாக்குகின்ற சுதந்திர செல்கள் குளுக்கோஸ், ஆக்சிஜன் ஆகிய எரிபொருள்களைப் பயன்படுத்தித்தான் தாமாகவே மின் ஆற் றலை உற்பத்திச் செய்கின்றன. பசி, ஆபத்து, அச்சம், செக்ஸ் சிந்தனை, வலி ஆகியவை இந்த மின் ஆற்றலை அதிகரிக்கவும் குறைக்கவும் செய்கின்ற தூண்டுதல்களாகும். வேறு எதுவேனும் காரணத்தால் நியூரோன்கள் மின் ஆற்றலை வெளியேற்றினால் வலியோ மகிழ்ச்சியோ அச்சமோ உணர்வோ உருவாகாமல் இருப்பதில்லை.

சுவை நிரம்பிய உணவுப் பொருள்கள் நிறைந்த பாண்டத்தை ஒருவருடைய முன்னால் வைக்கும்பொழுது மூளையிலுள்ள பார்வை மண்டலத்திலும் சுவை மண்டலத்திலும் ஓர் உந்துதலை ஏற்படுத்துகின்றது. இது பசி மண்டலத்தையும் செரிமான உறுப்புகளில் உள்ள பல்வேறு சுரப்பிகளையும் தூண்டுகின்றது. அத்தகைய உணவை முன்பு உண்டபொழுது அனுபவப்பட்ட சுவையையும் சுகத்தையும் பற்றிய நினைவுகள் ஆழ்மனதிலிருந்து

இதனுடன் வெளியே வரும். இது மூளையிலுள்ள ஆசை மண்டலத்தைத் தூண்டும். அவ்வாறுதான் உணவு உண்பதற்கான ஆர்வம் உண்டாகின்றது. அனுகூலமான சூழ்நிலையில் சந்திக்கின்ற ஆண் – பெண்களுக்கு செக்ஸ் ஆர்வம் உண்டாவதும் ஏறத்தாழ இதேபோன்ற இன்னொரு செயலின் விளைவுதான்.

மூளையில் மின் ஆற்றல் ஏற்படுத்திய அதன் விளைவு களைப் படிப்பதற்கான நுணுக்கமான கல்வி ஈ.எஸ்.பி. (Electrical Stimulation of Brain) என்றழைக்கப்படுகின்றது. அண்மைக் காலமாகத்தான் இது வளர்ச்சி அடைந்திருக்கின்றது. மூளையின் எதுவேனும் மண்டலத் திலுள்ள மின் உற்பத்தியைப் பற்றி அறிவதற்கு, அந்த மண்டலத்தில் ஒரு சிறிய மின் கம்பியை இணைத்து ஆய்வு நடத்துகின்ற முறையே ஈ.எஸ்.பி.க்கு உரியது. நோபல் பரிசு பெற்ற டாக்டர் வால்டர் ஹெஸ் தான் இந்த ஆய்வு முறையை வளர்த்தெடுத்தவர். மிகவும் துல்லியமான ஒரு தமரூசியால் (micro drill) மண்டை ஓட்டில் துளைபோட்டு, அதன் வழியாக ஓர் அங்குலத்தில் பத்து இலட்சத்தில் ஒரு பங்கு தடிமனான ஒரு துல்லியமான மின்கம்பியைப் புகுத்தி, ஓர் அங்குலத்தின் இரண் டாயிரத்தில் ஒரு பங்கு விட்டம் கொண்ட செல்லைத் தொட வைக்கின்றனர். இந்த ஆய்வின் மூலம் மூளையின் முழு இடத்திலும் வலி ஏற்படுவதில்லை. ஒரே துளையின் வழியாகவே இத்தகைய பல மின் கம்பிகளைச் செலுத்தலாம். ஆய்வுக்கு உட்படுகின்ற மனிதனின் தோளில் வைத்திருக்கின்ற மினியேச்சர் டிரான்சிஸ்டரோடு இந்த மின் கம்பிகளை இணைத்தால், அதன் வழியாக வானொலி நிகழ்ச்சிகளைக் கூட மூளையின் சில மண்டலங்களுக்கு அனுப்ப முடியும்.

யேல் பல்கலைக்கழகத்தில் உடலியல் – மனோதத்துவத் துறைகளின் பேராசிரியரான டாக்டர் ஜே. டெல்காடோ மூளை யின் உள் மண்டலத்திலுள்ள குணம், இயல்பு ஆகியவற்றின் மண்டலங்களில் கூட ஈ.எஸ்.பி. ஆய்வை நடத்தியிருக்கின்றார். மூளையின் சில மண்டலங்களில் மின்கம்பியைச் செருகி செயற்கையாகப் பகை, அச்சம், அட்டூழியம், பணிவு, மகிழ்ச்சி, கனவு, மாயத் தோற்றம், பரவசம், பசி, துக்கம், தூக்கம், காதல், ஆனந்தம், ஆசை ஆகியவற்றை உருவாக்க அவரால் முடிந்தது. மூளையின் செல்களில் மின்சார தொடு உணர்வால் உண்டாக்கக் கூடிய இந்த உணர்வுகள் அனைத்தும், இரத்தக் குழாய்களில் சில இரசாயனப் பொருள்களைப் புகுத்தினாலும் உண்டாகும்.

வைட்டமின்களுடைய பற்றாக்குறையால் உண்டாகின்ற நோய்களைப் பற்றிய ஆய்வு, எதிர்பாராத விதமாக மன நோய்களின் ஆரம்ப பக்கங்களைப் பற்றிய பல விவரங்களையும் வெளியே கொண்டு வந்தது. வைட்டமின் குறைவால் உண்டாகின்ற நோய்களில் ஒன்று தான் பெலாக்ரா இந்த நோயால் பாதிக்கப்பட்டவர்களுக்கு உடல் ரீதியான நோய் அறிகுறிகளுடன் மானசீகக் குழப்பங்களும் உண்டாகும். இத்தகைய நோயாளிகள் தயக்கம் கொண்டவர்களாகவும் பிடிவாதம் கொண்டவர்களாகவும் திடீரென்று அஞ்சுகின்றவர்களாகவும் இருப் பார்கள். நிக்கோட்டினிக் ஆசிட் பருகினாலும் இத்தகைய அறிகுறிகள் ஏற்படும். வைட்டமின் பி1 இன் பற்றாக்குறையால் ஏற்படுகின்ற பெரிபெரி என்ற நோயும் பலவகையான மானசீகக் குழப்பங்களை உண்டாக்கும். வைட்டமின் பி யின் குறைபாட்டை செயற்கையாக உருவாக்குவது இன்று கடினமான செயல் அல்ல. மனநோய் மருத்துவ மனைக்குச் செல்கின்ற கட்டத்தை அவ்வாறு செயற்கையாக ஒருவரிடம் உருவாக்கலாம்.

ஹீடல்பார்க்கிலுள்ள மாக்ஸ்ப்ளாங்க் இன்ஸ்டிட்யூட்டிலும் சார்ப் ரக்கன் பல்கலைக்கழகத்தின் நரம்பியல் மருத்துவமனையிலும் நடத்திய ஆய்வுகள் வைட்டமின் பி 6 க்கு (Pyridioxin) வயது முதிர்வால் தளர்ந்த மூளைக்கும் காயம் அடைந்த இளம் மூளைக்கும் புத்தாற்றலை அளிக்கின்ற திறன் உண்டு என்பதை நிரூபித்துள்ளன. மூளைக்கும் வைட்டமின்களுக்கும் இடையே உள்ள உறவு என்ன? மூளையிலுள்ள சுரப்பிகளில் நடைபெறுகின்ற பலவகையான இரசாயன மாற்றங்களுக்கு என்சைம்களாகவும் இரசாயனக் கூறுகளாகவும் அவை இயங்குகின்றன. அவற்றுக்குப் பற்றாக்குறை ஏற்படும்பொழுது மூளையிலுள்ள மின் உற்பத்திக் குறையும். பலவித மனநோய்களுக்கு அது காரணமாகும்.

உயிரியல் துறையில் வியத்தகு மாற்றத்தை ஏற்படுத்திய ஒரு நிகழ்வுதான் எல்.எஸ்.டி. என்று சுருக்கமாக அழைக்கப்படுகின்ற லைசர்ஜிக் ஆசிட் டை ஈதைலாமைடின் கண்டுபிடிப்பு. டாக்டர் ஆல்பர்ட் ஹோப்மான் என்ற சுவிட்சர்லாந்து நாட்டைச் சேர்ந்த வேதியியல் நிபுணர் 1943 இல் ரை (Rye) செடிகளில் உருவாகின்ற எர்கோட் (Ergot) என்ற ஒட்டுண்ணிகளைப் பற்றி ஆய்வு நடத்திக் கொண்டிருந்த பொழுதுதான் எதிர்பாராத விதமாக அதைக் கண்டுபிடித்தார். பசை வடிவிலான எல்.எஸ்.டி.யை அவர்

தன்னையறியாமலேயே சிறிது இழுத்தார். உடனேயே டாக்டர் ஹோப்மானுக்கு தலைச்சுற்றல் உண்டானது. கனவுலகில் சஞ்சரிப்பதைப் போல அவர் வீட்டை நோக்கி நடந்தார். பலவகையான மாயத்தோற்றங்கள் அவருக்கு ஏற்பட்டன. அந்த அனுபவத்தைப் பற்றி பின்னர் ஹோப்மான் எழுதியதாவது: "என்னுடைய உயிர் உடலிலிருந்து வெளியே வந்ததை நான் பார்த்தேன். அது ஆரவாரமில்லாமல் வானில் நின்றது. சோபாவில் கிடந்த என்னுடைய உயிரற்ற உடலையும் நான் கண்டேன்."

ஒரு விதையின் பத்து இலட்சத்தில் ஒரு பங்கு எல்.எஸ்.டி யைக் கொண்டு ஸ்கிசோப்ரீனியாவோ உன்மத்தமோ உண்டாவதும் பல நேரங்களிலும் அருள்வாக்காக தவறாக எண்ணப்படுவதுமான மாயப் பிரமைகளை ஒருவருக்கு உண்டாக்கலாம். எல்.எஸ்.டி.யின் வகையைச் சேர்ந்த இரசாயனப் பொருள்கள் ஸ்கிசோப்ரீனியா நோயாளிகளின் இரத்தத்தில் உண்டு என்று டாக்டர் வீட்லியும் டாக்டர் குவாஸ்ட்லும் பிறகு கண்டுபிடித்தனர். புனிதர்கள் என்றும் யோகிகள் என்றும் கூறுகின்றவர்களெல்லாம் இந்த நோயால் பாதிக்கப்பட்டவர்கள்தான் என்று இந்த மருத்துவர்கள் நிரூபித்திருக்கின்றனர்.

ஸ்கிசோப்ரீனியா நோயாளிகளுடைய உடலின் ரசாயன நியதிகளில் பல குழப்பங்களும் உண்டு என்று அறிவியல் நிரூபித்து விட்டது. சாதாரண மனிதர்களுக்குக்கூட உணர்ச்சிகள் முற்றிய நிலையை அடையும்பொழுது உடலில் மாற்றங்கள் உண்டாகும். சுரப்பிகளிலிருந்து என்சைம்களும் ஹார்மோன்களும் வெளியே வந்து இரத்தத்தில் கலக்கும். ஸ்கிசோப்ரீனியா நோயாளிகளின் இரத்தத்தில் செம்பின் அம்சம் அடங்கிய ஒரு தனிவகை என்சை மைக் காணலாம். அவர்களுடைய அசாதாரண மான மனநிலையும் இதுவும் தொடர்புடையதாக இருக்கின்றது.

அமெரிக்காவிலுள்ள செவ்விந்தியர்கள் இனத்தைச் சேர்ந்த யோகிகள் பயன்படுத்திய மெஸ்காலின் என்ற மருந்தை உண்ட பிறகு ஏற்பட்ட அனுபவங்களை ஆல்டஸ் ஹக்லி, ஹாவ்லோக் ஏலிஸ் ஆகியோர் எழுதி வைத்திருக்கின்றனர். மெஸ்காலினை உண்டால் ஏற்படுகின்ற அனுபவங்களைப் பற்றி டாக்டர் ஹோப்மான் கூறுவதாவது: "மருந்தின் ஆற்றல் அதிகரித்தபொழுது அதை உண்ட மனிதனுக்கு அசாதாரணமான காட்சிகளைப் பார்க்க முடிந்தது. ஸ்படிக வடிவிலான இயற்கை காட்சிகள், ரத்தினங்கள் பதித்த தங்க சிகரங்கள், முக்கோண வடிவத்திலும் சதுர

வடிவத்திலும் உள்ள பூக்கள், பறவைகள், வண் ணத்துப் பூச்சிகள், விலங்குகள், பலவித நிறங்களைக் கொண்ட நிரூற்றுகள், உயிரினங்கள், மனிதர்கள் என பலவித நிறங்களிலும் உருவத் திலுமான காட்சிகளை அவர் கண்டார். கடந்தகால ஓசைகள் கேட்ப தாகவும் தெரியாத மொழிகளில் பேசுவதாகவும் அவருக்கு அனுபவம் உண்டானது. ஆவி பாதித்த ஒருவரைப்போல அவர் நடந்து கொண்டார். ஓர் எல்லைவரை இத்தகையவர்களுக்கு வலியை சகித்துக் கொள்ளவும் முடியும்."

நமது நாட்டில் பூசை, மந்திரவாதம் ஆகியவற்றால் உண்டாகின்ற மானசிக அவலநிலை இதுதான்.

சில இரசாயனப் பொருள்களைப் பயன்படுத்தினால் அது உடலில் ஏற்படுத்துகின்ற மாற்றங்களின் பலனாக மன நிலைமையிலும் மாற்றம் உண்டாகும் என்பது ஏற்றுக் கொள்ளப்பட்ட ஓர் உண்மைதான். உன்மத்தமான ஓர் உணர்வை உருவாக்க ஓர் எல்லைவரை மதுவால் முடியும். செயற்கையான உன்மத்தத்தை உருவாக்குவதற்கு ஏற்ற மருந்துகளைப் பற்றி பண்டைக்காலம் முதலே மனிதர்களுக்குத் தெரிந்திருந்தது. மதச் சடங்குகளுக்கான புனிதப் பொருள்களாக அவற்றில் பலவும் கருதப்பட்டன. வடஇந்தியாவிலுள்ள இந்துக்கள் மதச் சடங்குகளுக்கு சோம பானத்தையும் கிறித்தவர்கள் திருப்பலிக்கு திராட்சை இரசத்தையும் கேரளத்திலுள்ள பழங்குடி மக்கள் பூசைக்கு கள்ளையும் பயன்படுத்தியது இதற்குச் சான்றாகும்.

மெக்சிக்கோவைச் சேர்ந்த அஸ்தெக்கா இனத்தவர்கள் பெயோட்டி என்ற மதுவைப் பயன்படுத்தித்தான் யோக அனுபூதிகளை உருவாக்கினர். இந்தியர்களும் இலங்கை மக்களும் அரபிகளும் கஞ்சாவையோ மாரிஹ்வானாவையோ பயன்படுத்தி னர். இன்கா இனத்தவர்கள் கொக்கோவையும் சீனர்கள் கறுப்பையும் இதே காரியத்துக்காகவே பயன்படுத்தினர். கறுப்பு மனித மனதில் செலுத்தக்கூடிய ஆதிக்கத்தைப் பற்றி தியோஹ் ராஸ்ட்டஸ், தியோஸ்கோரிடஸ், பிளினி முதலிய கிரேக்க அறிஞர்களுக்குத் தெரிந்திருந்தது என்பதை அவர்களின் நூல்களே காட்டுகின்றன.

சென்னையில் முத்துமுதலி தெருவிலுள்ள பாலாஜி கோயில் ஒரு புனிதத் தலம் என்ற நிலையில் ஒரு காலத்தில் தென்னிந்தியா முழுவதும் பிரபலமாகி இருந்தது. அங்கே சென்று வழிபடுகின்ற பக்தர்களுக்கு உண்டாகின்ற தெய்வீக அனுபூதிகள்தான் அந்தக்

கோயிலின் புகழுக்குக் காரணமாக அமைந்தன. அந்தக் கோயிலின் தலைமை பூசாரி பூசைக்குப் பிறகு வழங்குகின்ற பிரசாதத்தை உண்டவர்கள் அனைவருக்கும் இந்தத் தெய்வீக அனுபூதிகள் உண்டாயின. திடீரென்று சென்னைப் பகுதியிலுள்ள மிகவும் பணக்காரக் கோயில்களில் ஒன்றாக அது மாறியது.

1963 மே 7ஆம் நாள் பாலாஜி கோயிலின் தலைமைப் பூசாரியை காவல் துறையினர் கைது செய்தனர். மூன்றாயிரம் கிராம் கஞ்சாவை கோயிலின் கருவறையில் மறைத்து வைத்திருந்தார் என்பதே அவர் மீதான குற்றம். காவல் துறையினரின் விசாரணை யின்போது, பிரசாதத்தில் கஞ்சா சேர்த்து வழங்கியதை பூசாரி ஒப்புக் கொண்டார். நீதிமன்றம் அவருக்கு அபராதமும் சிறைத் தண்டனையும் விதித்து தீர்ப்பு வழங் கியது.

'மதுவும் மனமும்' என்ற நூலில் ராபர்ட் எஸ்.டி. ரோப் பின்வருமாறு கூறுகின்றார்: "மூளையின் இரசாயன நியதியை எல்லா உற்சாகமூட்டும் மருந்துகளும் பிடிக்கின்றன. இந்த இரசாயன நியதியில்தான் மனம் என்று நாம் அழைக்கின்ற மூளையின் வேலை நடைபெறுகின்றது. அந்த இரசாயன நியதியிலிருந்து தனித்து நிற்கின்ற ஒன்று அல்ல மனம். சிறிய ஓர் எண்ணமோ உணர்வோ மனதில் உருவாகும்பொழுது மூளையில் ஒரு இரசாயன இயக்கம் நடந்தே தீரும்.

உற்சாகமூட்டும் மருந்துகளிலுள்ள ரசாயனப் பொருள் களுக்கு நிகரான சில பொருள்கள், நாளமில்லா சுரப்பிகள் இரத்த நாளங்களுக்குள் செலுத்தி விடுகின்ற ஹார்மோன்களில் உண்டு. பிட்யூட்டரின், தைராக்சின், பாராதைராக்சின், அட்ரினாலின், இன்சுலின், டெஸ்ட்டா டெக்ஸ் – ட்ரின், ஓஸ்மின் என இத்தகைய ஹார்மோன்கள் உடல்நலத்தையும் தனித்தன்மையையும் எந்த அளவுக்குப் பாதிக்கின்றன என்பது நவீன மருத்துவத்துக்கு நன்றாகவே தெரியும். அச்சம், சினம், காதல், ஆசை, வெறுப்பு, மதவெறி, ஆர்வம் ஆகியவற்றுக்குக் காரணமாகின்ற ஹார் மோன்கள் இரத்த ஓட்டத்தில் கலக்கும்பொழுது அதனோடு தொடர்புடைய உணர்வோ உன்மத்தமோ மாயத் தோற்றமோ உண்டாகும். ஆவியின் பாதிப்பு என்றோ பரிசுத்த ஆவி வசமானது என்றோ இதைப் பல நேரங்களிலும் தவறாகக் கருதவும் விளக்கவும் செய்யப்படுகின்றது. அசாதாரணமான இத்தகைய அனுபவங்கள் உண்டாகும்பொழுது அதை நோயின் அறிகுறி என்று புரிந்து கொண்டு சிகிச்சை அளிப்பதற்குப் பதிலாக அத்தகைய நோயாளிகளை நாம் வழிபடுவது வழக்கம்.

தாளம் கொண்ட ஓசைகளையோ சலனங்களையோ பயன் படுத்தித்தான் மனோதத்துவ நிபுணர்கள் மக்களை ஹிப்னோட் டைஸ் செய்கின்றனர். தொடையில் தாளம் தட்டிக் கொண்டே குழந்தைகளைத் தூங்க வைக்கின்ற வித்தையை எல்லா தாய்மார்களும் அறிவார்கள். பெரும் பறை அடித்து மக்கள் கூட்டத்தை உணர்ச்சிப் பொங்க வைப்பதும், அரசியல் கூட்டங் களில் கைத்தட்டி மக்களை ஆவேசம் கொள்ள வைப்பதும் இதற்குப் பிற எடுத்துக்காட்டுகளாகும். தாலாட்டு, நடனம், தாளம், கோஷமிடுதல், செக்ஸ் திருப்தி ஆகியவை மூளையைத் தூண்ட ஏற்றவையே என்பதை நிரூபிக்கின்றன.

டெனிசன், அவருடைய புகழ்பெற்ற பல கவிதைகளையும் எழுதுவதற்கு முன்பு தன்னுடைய பெயரையே பலமுறை சொல்லி யோகநிலையை எட்டுவார் என்று அவருடைய வரலாற்றாசிரியர் கள் கூறியிருக்கின்றனர். சர்ரியலிஸ்ட் கவிஞர்கள், சர்ரியலிஸ்ட் ஓவியர்களைப் போலவே மனநோயாளிகள்தான். அருள்வாக்கு, தெய்வ தரிசனம், மறுபாஷை ஆகியவையும் இதே கணத்தைச் சேர்ந்த நோய்கள்தான். முற்பிறவி நினைவுகளும் இதில் அடங்கும்.

40

மனதின் பரிணாமம்

பனிக் காலத்தை மனிதனால் வெல்ல முடிந்ததற்குக் காரணம், அன்று அந்தக் கால நிலைமையுடன் போட்டியிட்டுத் தோற்ற பிற உயிர்களைவிட சிறப்பான மூளை அவனுக்கு இருந்ததுதான். மகத்தான இந்தக் கருவி (மனம்) அவனுக்குக் கிடைத்தது எவ்வாறு? மனிதனின் பரிணாம வரலாறை நோக்கித்தான் இந்த வினா நம்மைச் செலுத்துகின்றது. இங்கே (mind) என்று நான் சொல்வது முழுமையாக விஞ்ஞான ரீதியிலான விளக்கங்கள்தான் என்பதைத் தெளிவுபடுத்திக் கொள்கின்றேன். 'மூளையின் ஒரு வியாபாரம்தான் மனம்' — என்று புகழ்பெற்ற மனோதத்துவ நிபுணரான பேராசிரியர் கில்போர்டு கூறுகின்றார். மூளைக்குச் சுதந்திரமாக இவ்வாறு இயங்க முடியாது. அதற்குத் தலை வியூகத்தின் உதவியும் வேண்டும். அதனால் மூளையினுடையவும் தலை வியூகத்தினு டையவும் இணைந்த ஓர் இயக்கம்தான் மனம் என்று சொல்வதே சரியானது.

மூளையில் முன்மூளை (fore brain), நடுமூளை (mid brain), பின்மூளை (hind brain) என மூன்று பாகங்கள் உண்டு. இவற்றில் முன் மூளை இரண்டாகப் பிரிக்கப்பட்டிருக்கின்றது. ஒரு கூட்டம் நரம்புகளால் அது இணைக்கப்பட்டிருக்கின்றது. மூளையின் இந்தப் பகுதியை உணர்வு மண்டலம் என்று சொல்லலாம். இதுதான் 'மன சாட்சி'யின் இருப்பிடம். சிந்திக்கின்ற பணிகள் நடைபெறுவதும் இங்கேதான். இந்தப் பகுதி இல்லாமல் இருந்திருந்தால் அதிகத் திறமையையும் முயற்சியையும் வெளிப் படுத்துகின்ற வேலைகளைச் செய்ய மனிதனால் முடிந்திருக்காது. முன் மூளையை விட நடு-பின் மூளை பாகங்கள் அளவில் சிறியவையாகும். நரம்பு மண்டலத்தின் தன்னிச்சை – அனிச்சை செயல்களை அவை கட்டுப்படுத்துகின்றன.

வெளியுலகச் செய்திகளை உணர்வு மண்டலத்தில் சேர்ப்பது தகவல் தொடர்பு நரம்புகள் (afferent nerves) தான். மய்ய உணர்வு மண்டலத்திலிருந்து அந்தச் செய்திகளை உடலின் பல பாகங்களுக்கும் உள் தகவல் தொடர்பு நரம்புகள் (efferent nerves) கொண்டு சேர்க்கவும் பல்வேறு தசைகளில் அசைவை உண்டாக்க வும் செய்யும். உடலின் ஒவ்வொரு பாகமும் மூளையின் ஒரு குறிப்பிட்ட பாகத்துடன் இணைக்கப்பட்டிருக்கின்றது. பார்வை, பேச்சு, கேள்வி, மணம் ஆகியவற்றை ஆளுகின்ற குறிப்பிட்ட மண்டலங்களும் பல்வேறு பாகங்களிலுள்ள தசைகளை ஆளுகின்ற சலன மய்யங்களும் மூளையில் உண்டு. உணர்வு மண்டலத்தில் சங்கமப் பகுதிகள் (association area) என்றழைக்கப் படுகின்ற சில மய்யங்களும் உண்டு. இங்கேதான் மானசீக எண்ணங்கள் உருப்பெறுகின்றன; நினைவுகள் பாதுகாக்கப் படுகின்றன.

முன் மூளையின் பின்பாகம்தான் மூளையின் மிகவும் வலிமை வாய்ந்த அம்சம். மூளையின் முக்கியமான கட்டுப்பாட்டு மய்யமும் இதுதான். இதுதான் அறிவாற்றலின் தலைமை இடம். வானர மனிதனின் காலத்துக்குப் பிறகு மூளையின் இந்தப் பகுதி வடிவத்திலும் வலிமை யிலும் அதிகமாக வளர்ச்சிப் பெற்றிருக் கின்றது என்று தொல்லுயிர் ஆய்வு நிரூபித்திருக்கின்றது. சங்கமப் பகுதிகளும் முன் மண்டலமும் அடங்கிய அதிசயிக்கத்தக்க மூளைதான் மனித பரிணாமத்தின் முக்கியமான கட்டம்.

மதுபானம், நஞ்சின் பாதிப்பு, வலி நிவாரணி மருந்து, பாக்டீரியாக்களுடையவோ வைரஸ்களுடையவோ தாக்குதல்,

நுரையீரல் புற்று நோய் ஆகியவற்றால் மூளையின் மய்ய நரம்பு மண்டலத்துக்குத் தீங்கு நேரிட்டால் மனதின் பணிகள் குழப்பமாகி விடும். புலன் உணர்வு, சிந்தனை ஆற்றல், நினைவு ஆகியவை அப்பொழுது நின்று விடும். மரணம் நிகழும்பொழுது நரம்பு மண்டலம் முழுவதும் அழிந்து விடுவதால் ஒரு மனிதனின் மனமும் அதனுடன் முற்றுப் பெற்று விடும். மரணத்திற்குப் பிறகு நரம்பு மண்டலம் நிலைத்து நிற்கின்றது என்று கருதுகின்ற ஒரு முட்டாளைத் தவிர வேறு எவரும் மரணத்திற்குப்பின் நிலைத்து நிற்கின்ற ஓர் ஆத்மா உண்டென்று கருத முடியாது.

அடிமட்டத்திலுள்ள உயிரிகளுக்கு இத்தகைய மூளை இல்லை. தலை முதல் வால்வரை நீண்ட ஒரு நரம்பும் கிளைகளும் அவற்றுக்கு உண்டு. இந்த நரம்பின் தலைப்பகுதி பெரியதாக இருக்கும். அங்கே மூன்று தடிமனான பகுதிகளைத் தெளிவாகக் காணலாம். இதுதான் மூளையின் முன்மாதிரி. நுகர்வு நரம்பு முன்மூளையுடனும் சுவை நரம்பு பின்மூளையுடனும் இணைக்கப்பட்டிருக்கின்றது. ஊர்வன உயிரிகளுக்கு நுகர்வு நரம்புதான் முதன்மையானது. வானர மனித னுக்கும் மனிதனுக்கும் அது அவ்வளவு முக்கியமானது அல்ல; பார்வைத் திறன்தான் இந்த உயிரினங்களுக்கு அதிகமாக உள்ளது.

ஆரம்பகால விலங்கினங்களுக்கு நீண்ட மூக்கு இருந்தது. மணத்தால் அவை வழியைக் கண்டறிந்தன. கூடுதல் அறிவுடைய விலங்கினங்கள் மரங்களில் ஏறின. அவற்றுக்குத் தொடு உணர்வும் பார்வை யும் முக்கியமான வழிகள் ஆயின. அவ்வாறு சில காலம் சென்ற பிறகு நீண்ட மூக்கு பயனற்றதாகிவிட்டது. காலப் போக்கில் அது பெரிதாகியது. ஆனால், அவற்றின் மூளை அதிக வளர்ச்சிப் பெற்றது. அதற்கிணங்க தலையின் வடிவத்திலும் மாற்றங்கள் உண்டாயின. தலையின் பக்கவாட்டிலிருந்து கண்கள் படிப்படியாக முன்பக்கமாக வந்தது இந்தக் காலகட்டத்தில்தான். ஒரே காட்சியையே மீண்டும் பார்க்க முடிந்ததால் பார்வை கூடுதல் திடமாக ஆனது. இவ்வாறு மரத்திலுள்ள வாழ்க்கை அறிவு வளர்ச்சிக்கும் பார்வைத்திறன் அதிகரிப்பதற்கும் காரணமாக ஆனது. முன்னங் கால்களை கைகளாகப் பயன்படுத்தக் கற்றுக் கொண்டதும் இந்தக் காலத்தில்தான். படிப்படியாக எழுந்து இரண்டு கால்களால் நடக்கவும் அவை கற்றுக் கொண்டன. மூளை, கண்கள், கைகள், நிமிர்ந்து நிற்றல் ஆகியவை குளிர்கால கூட்டு அழிவிலிருந்து தப்ப மனிதனுடைய முன்னோர்களுக்கு உதவின.

குழந்தையின் மய்ய நரம்பு மண்டலம் பிரசவத்துக்குப் பிறகு தான் இயங்க ஆரம்பிக்கின்றது. இன்னொரு வகையில் சொல்வதாயின் மனதின் இயக்கம் ஆரம்பிப்பது இந்த உலகில் பிறந்த பிறகுதான். பிரசவக் கட்டத்தில் குழந்தையின் மனம் புதிதாக வாங்கிய பர்ஸ்போல வெற்றிடமாகத்தான் இருக்கும். பணத்தை பர்சில் வைத்தால் மட்டுமே தேவை ஏற்படும்பொழுது எடுக்க முடியும். அதுபோல அனுபவ அறிவு குழந்தையின் மூளையில் புகுந்து சென்று குவியும் பொழுதுதான் அறிவு உண்டாகின்றது. பர்சிலுள்ள பணத்தை வெளியே எடுக்கும் பொழுது காலியாகிவிடும் என்றாலும், மனப்பையிலிருந்து எவ்வளவு தான் வெளியே எடுத்தாலும் குறையாது. கள்ள ரூபாயை பர்சில் இட்டால் பிறகு எடுக்கும்பொழுது அதுதான் கிடைக்கும். அதுபோல தவறான செய்திகளை மனதில் போட்டால் அது தப்பான செய்தியையே தரும். பெற்றோர்களும் ஆசிரியர்களும் பெரியவர்களும் மூடநம்பிக்கை நிறைந்த செய்திகளைக் கொண்டு குழந்தைகளின் மனதை நிறைத்து விட்டு, அவர்களும் மூடநம்பிக்கை கொண்டவர்களாக ஆகி விடுகின்றனர். அனுபவத்தின் மூலம் படிக்கின்ற திறமைதான் அறி வாற்றல். இது மனிதர்களுடைய சுற்றுச் சூழல்களுக்கும் பாரம்பரியத் துக்கும் ஏற்ப மாறும். தொடு உணர்ச்சி, பார்வை, கேள்வி, நுகர்வு, சுவை ஆகிய அய்ந்து வழிகளில்தான் அனுபவ ஞானம் உண்டாகின்றது. இந்த வழிகள் எதுவும் பிறந்தது முதலே ஒருவருக்கு அனுபவப்பட வில்லை என்றால் அவருக்கு மனம் உண்டாகாது. மூளை செல்களும் போதுமான அளவு அவருக்கு இருக்காது. எதைப் பற்றியும் அவருக்கு அறிவு ஏற்படாது.

பிற உயிர்களைப் போலவே குழந்தைகளுக்கும் கீழே விழுதல், பேராசை ஆகியவற்றைப் பற்றி பிறவி குணமான அச்சம் இருக்கும். ஆனால், விலங்குகளுக்குக்கூட இல்லாத இயற்கைக்கு முரண்னானதும் கற்பனை படைப்புமான அச்சங்களை, மூட நம்பிக்கை கொண்டவர்களும் அறிவற்றவர்களுமான பெற்றோர் கள் குழந்தைகளின் மனதில் திணிக்கின்றனர். பிற்காலத்தில் பலவகையான மனநோய்களும் பைத்தியமும் உருவாக இது காரணமாகும் என்பதை அவர்கள் அறிவதில்லை. இறந்த விலங்குகள் – மனிதர்களுடைய ஆவிகள், பிசாசுகள், சாத்தான், யமன், பூதங்கள், தேவதூதர்கள், தேவதைகள், யட்சிகள், குல தெய்வங்கள், ரட்சசு, பாபம், நரகம், மந்திரம், செய்வினை, சாபம் ஆகியவற்றைப் பற்றிய அச்சம்தான் இவ்வாறு செயற்கையாக

மனித மனதில் குழப்பங்களை உண்டாக்குகின்றன. மானுட கற்பனையின் படைப்புகளான இந்த அச்சுறுத்தல்களைப் பற்றி விலங்குகளிடமோ பறவைகளிடமோ சொல்ல அவனுக்கு வழியில்லாததால் அவற்றுக்கு இத்தகைய அச்சங்கள் எதுவும் இல்லை.

சூழ்நிலைகளுடன் ஒத்துப் போவதற்கும் தனித்தன்மையை வளர்த்தெடுப்பதற்குமான வழிதான் கல்வி. காரிய காரணத் தொடர்புகளை சீர்தூக்கிப் பார்த்தும் மதிப்பிட்டும் உண்மையைக் கண்டடைவதற்கான அறிவாற்றலை உருவாக்கிக் கொடுப்பது தான் கல்வியின் இலட்சியம். உடல் சக்கரத்தின் சலனத்துக்கான வெளிப்படையான ஆற்றல்தான் புலன்களில் உண்டாகும் உணர்வுகள். அனுபவத்தில் நிகழ்ந்த விசயங்களை கணிதவியல் முறையில் கூட்டவும் குறைக்கவும் செய்கின்ற முறையைத்தான் பகுத்தறிவு உணர்வு என்று கூறுகின்றனர். வலியோ மகிழ்ச்சியோ எதுவானாலும் புலன்கள் உள்ளே அனுப்பும். அவற்றில் இச்சா சக்தி ஏற்றுக் கொள்வது மட்டுமே வெளியே விடப்படும். அங்கே ஒரு நியாயத் தீர்ப்பு நடைபெறுகின்றது. நவீன மனோ தத்துவம் மனிதனுக்கு சுதந்திரமான ஓர் இச்சா சக்தி உண்டு என்பதை ஏற்றுக் கொள்ளவில்லை. தனக்கு விருப்பமான காரியங்களை மட்டுமே செய்வேன் என்று ஒருவர் சொல்லக்கூடும். ஆனால், அவருடைய விருப்பத்துக்கும் விருப்பமின்மைக்கும் உருவம் கொடுப்பதும் அவற்றைக் கட்டுப்படுத்துவதும் சூழ்நிலைகள்தான்.

வெளியிலிருந்து ஏற்றுக் கொண்ட செய்திகளின் மொத்தத் தொகை தான் நம் மனதில் இருக்கின்றது. முதலிலேயே மனதில் சேர்த்து வைத்திருக்கின்ற கருத்துகள் கலப்பதன் விளைவாகத்தான் புதிய கருத்துகள் மனதில் தோன்றுகின்றன. இவ்வாறு புதிய கருத்துகளை உருவாக்க முடிவது அறிவாற்றலின் அளவுக்கு ஏற்ப இருக்கும். பிற உயிர்களைப் போலவே பிறவி வாசனைக்கேற்ப இயங்குகின்ற உடலியல் சம்பந்த மான ஓர் இயந்திரம்தான் மனித உடல். சில பிறவி வாசனைகளுடன் அவன் பணியை ஆரம்பிக் கின்றான். ஒவ்வொரு நிமிடமும் அதிகமான குண மாதிரிகளை அவன் பின்னிச் சேர்த்துக் கொண்டே இருக்கின்றான். பிறவி வாசனைகளின்மீது பல ஆண்டுகளாக முழுமையான அனுபவங் களைப் பின்னிச் சேர்த்து உருவாக்கியதுதான் வயது வந்த ஒருவருடைய அனுபவம்.

நாடி மண்டலம் சம்பாதித்த ஓர் இயல்புதான் நினைவு. அது வெளிஉணர்வு மண்டலத்தில் தெளிவான நிலையிலோ

உள்ளுணர்வு மண்டலத்தில் தெளிவற்ற நிலையிலோ இருக்கும். பிறவி வாசனை என்று இன்று சொல்லப்படுகின்றவற்றில் பலவும் முன் அனுபவங்களை அடிப்படையாகக் கொண்டவை தான். பிறவி வாசனையில் மனிதன் முழுமையாக ஆட்பட்டு இருந்திருந்தால் அவன் விலங்குகளைவிட உயர்வை அடைந் திருக்கமாட்டான். விலங்குகள்கூட இன்றைய நிலையை எட்டியிருக்காது. பிறவி வாசனையின் உடல் அமைப்புக்கு நான்கு பாகங்கள் உண்டு: *(1)* உணர்வு உறுப்பையும் மூளையையும் இணைக்கின்ற நரம்புகள்; *(2)* மூளை; *(3)* மூளை, உள் உறுப்புகள், சுரப்பிகள் ஆகியவற்றை இணைக்கின்ற நரம்புகள்; *(4)* தசைகளைக் கட்டுப்படுத்துவதும் அவற்றை மூளையுடன் இணைப்பதுமான நரம்புகள். இந்த உடல் இயக்கங்களுக்கு இணையானமான சீக இயக்கங்களும் உண்டு. மேற்கூறிய நான்கு அமைப்புகளில் முதலாவது இயங்காமல் இருக்கும்பொழுதும் வெறும் பாவனையால் பிற மூன்றும் இயங்கும். ஆத்மா உணர்வோ கடவுள் உணர்வோ மூலம் உண்டாகின்ற ஆத்மா சார்ந்த மாய அனுபவங்கள் இந்தக் கணத்தில் சேரும். அப்பாவி மக்களுக்கு உண்டாகின்ற அத்தகைய மாய அனுபூதிகள்தான் ஆத்மா, பிசாசு, அருள்வாக்கு, தெய்வீக தரிசனம் ஆகியவை.

அறிவாற்றல் மனிதர்கள் ஒவ்வொருவரிடமும் அதிகரித்தும் குறைந்தும் காணப்படும். மிகவும் அறிவு குறைந்தவர்கள் அசேதன உயிரியைவிட சிறிதளவு உயர்ந்தவர்கள் என்று சொல்லலாம். ஆனால், மனதில் பதிந்த கருத்துகளைச் சேர்த்து சிந்தித்தும் ஆய்வு செய்தும் தொடர்புபடுத்தியும் புதிய கருத்துகளுக்கு வடிவம் கொடுக்கக் கூடியவர்கள் பலர் இருக்கின்றனர். வெளி உலகம் நம்முன் நிற்கின்றது. அது ஒரு முதன்மையான பொருள். அந்த வெளி உலகத்திலிருந்து கிடைக்கின்ற சோதனைகள்தான் கருத்துகளைப் படைக்கின்றன. உண்மையான பொருள்களுக்குப் பதிலாக, கற்பனையான பொருள்களைப் பயன்படுத்திச் சிந்திக் கும் பொழுது தப்பான கருத்துகள் உருவெடுக்கின்றன. ஆத்மீக தரிசனம் பெறுகின்றவர்களுடைய அனுபவங்கள் இந்த வகை யைச் சேர்ந்தவைதான். உணவுப் பொருளையோ செக்ஸ் செயல் பாடுகளையோ பார்க்கும்பொழுது அவற்றோடு தொடர்புடைய சுரப்பிகள் ஊற்றெடுக்கும் என்பதை சாமானிய மக்கள் கூட அறி வார்கள். உணவையோ செக்ஸ் துணையையோ பற்றிய நினைவும் இந்த நிலைமையை உண்டாக்குவது உண்டு. அந்த வேளையில் உண்மையில் உணவு உண்பதில்லை; செக்ஸ் செயல்பாடும்

நடப்பதில்லை. மனபாவனைதான் இங்கே காரணமாக ஆகின்றது. அதற்குப் பலனும் கிடைக்கின்றது. இதுபோன்ற தப்பான கருத்துகள் அவற்றுக்குரிய பலன்களை உண்டாக்கும். எந்த நிகழ்வும் இயற்கைக்கு அப்பாற்பட்டதல்ல. அறிவியல் எதிரிகள்தான் அற்புதங்களைப் பற்றிய கதைக்ளைப் பரப்பு கின்றனர்.

41

யோகமும் ராஜயோகமும்

உலகின் எல்லா பகுதிகளிலும் பரவியிருப்பதே யோக நிலை. நிரந்தர சமாதி நிலையிலோ உள்முக ஆற்றலாலோ கடவுள் ஞானத்தையும் உறவையும் பெற முடியும் என்றே யோகிகள் கூறுகின்றனர். கடவுளுடன் நெருங்கிய உறவை வைத்துக் கொள்ள முடியும் என்பதே அவர்களுடைய உரிமைக் குரல். இவர்களிலேயே பல உள் பிரிவுகள் உண்டு. உலகிலேயே முதன் முதலாக இந்த முறை வழக்கத்துக்கு வந்தது இந்தியாவில்தான் என்று சொல்லப்படுகின்றது. எப்படியிருந்தாலும் சரி, இந்து மதமும் யோக நிலையும் நெருங்கிய தொடர்பு கொண்டிருக் கின்றன. கிறித்தவர்களிடையிலும் யோக நிலை பரவியிருக் கின்றது. புராட்டஸ்டன்ட்காரர்களில் குவாக்கர் பிரிவினர் இதற்கு முக்கியத்துவம் அளிக்கின்றனர். யூதர்களில் கபாலாக்களும் ஹசிகளும் இஸ்லாமில் சூபிகளும் யோக நிலையை அங்கீகரிக் கின்றவர்கள்தான். கபீர், தாகூர் போன்ற இந்தியக் கவிஞர்களும் யோகிகள்தான். தற்கால மலையாளக் கவிதைகளிலும் யோக நிலை புகுந்திருப்பதாகவே எனக்குத் தென்படுகின்றது. பெரும்பாலான மொழிகளிலும் யோக நிலை சார்ந்த இலக் கியங்களைக் காணலாம்.

யோக நிலையின் அறிவியல் பக்கம் என்ன என்பதை ஆராய் வதே என்னுடைய குறிக்கோள். மானுட ஆத்மா கடவுளோடு இணைகின்ற ஆசையின் பலனாகவே யோக நிலையிலான அனுபவங்கள் உண்டாகின்றன என்று ரோமன் கத்தோலிக்கர்கள் கூறுகின்றனர். மறைந்து கிடக்கின்ற நினைவுகளைக் கைப்பற்ற வும் வெளியுலக சோதனைகளுக்கு வயமாகவும் திறமையை உண்டாக்குகின்ற ஓர் அரை மயக்க நிலையில்தான் யோகிகள் கடவுளுடன் அய்க்கியமாவதாக எண்ணுகின்றனர். இந்த

நிலைமையை 'ஹிப்னோசிஸ்' என்று கூறுவார்கள். அது பல வகைகளில் நிகழலாம். மிதமிஞ்சிய மதுபானத்தாலோ தவத்தாலோ பலருக்கும் இத்தகைய நிலைமை உண்டாவதைப் பார்த்திருக்கின்றேன். மூளையில் மின் அதிர்வைக் கொடுத்தாலும் இந்த நிலைமையை உருவாக்கலாம். நரம்பு நோய்கள், மூளையில் உண்டாகின்ற காயம், மனம் உடைகின்ற நிலை ஆகியவையும் அதற்குக் காரணமாகக் கூடும். தன்வயப்படுதலாலோ இன்னொருவரின் அறிவுரையாலோ இந்த நிலைமையை அடையவும் மனிதனால் முடியும்.

கவிஞர்களுக்கும் கலைஞர்களுக்கும் எழுச்சி உண்டாவதும் ஏறத்தாழ இதே நிலைமையில்தான். சிறிது நேரத்திற்கு ஆழ்மனதை திரைச்சீலைக்குப் பின்னால் நின்று இயங்க அவர்கள் அனுமதிக்கின்றனர். மெஸ்காலின், கறுப்பு, கஞ்சா, ஹஷீஷ் ஆகியவற்றை அருந்துவதன்மூலம் இந்த நிலைமையைச் செயற்கையாக உண்டாக்கலாம். யோக அனுபூதிகளை வரவழைப்பதற்கு மட்டுமல்லாமல், குற்றச் செயல் புரிவதற்குக்கூட சூபி முஸ்லீம்கள் ஹஷீஷ் பயன்படுத்துகின்றனர். சாகசக்காரர்களான குற்றவாளிகள் முன்னரே திட்டமிட்டு கொலை பாதகங்களையும் பிற குற்றங்களையும் செய்வதும் ஏராளமான மதுவைக் குடித்துவிட்டுத்தான்.

'ஓம்' போன்ற மந்திரங்களை மீண்டும் மீண்டும் சொல்வதனால் தானாகவே ஹிப்னோசிஸ் ஆக முடியும். யோக நிலையை அடைவதற்கு ஆங்கிலக் கவிஞரான டெனிசன் அவருடைய பெயரையே பல முறை சொல்வது வழக்கம். 'அரகரா அரகரா', 'சாத்! சாத்! சாத்!' 'அல்லேலுயா!' 'ஆண்டவருக்கு ஸ்தோத்திரம்', 'ஹரி கோவிந்த மகாமதே!' முதலிய பல்லவிகளாலும் இதைவிடக் கூடுதலாக எதையும் சாதிப்பதற்கில்லை. கிரேக்க ஆர்த்தடோக்ஸ் சபையைச் சேர்ந்த யோகிகள் பரிசுத்த ஆவியை அவர்கள் மீது வரவழைத்தது கர்த்ரு பிரார்த்தனை ('பரலோகத்தில் இருக்கின்ற எங்களுடைய பிதாவே!' என்று துவங்குகின்ற பிரார்த்தனை)யை பலமுறை சொல்லித்தான். மூச்சு விடுவதில் மாற்றத்தை வரவழைத்து அத்தகைய நிலைமையில் மாறுவதற்கான உடற்பயிற்சியையும் அவர்கள் இதனுடன் செய்வார்கள். ராஜயோகத்திலும் இது போன்ற பயிற்சிகளே உள்ளன.

ஹிப்னோட்டிசத்தைச் சேர்ந்த பிராய்டு முறையில் இதனோடு ஒற்றுமையுடைய பயிற்சி முறை ஒன்று உள்ளது. பளபளப்பான ஒரு படிகத்தைப் பார்த்துக் கொண்டிருக்கின்ற

ஒருவருடைய கண் இமைகள் சிறிது நேரத்திற்குப்பின் சோர் வடையும். அவ்வாறு அவர் ஹிப்னோட்டிக் தூக்கத்தில் ஆழ்ந்து விடுவார். மூக்கின் நுனியையோ நடுப் பகுதியையோ பார்த்துக் கொண்டு தியானிக்க வேண்டும் என்று 'யோக வித்தை'யில் கூறுவதற்கும் இதற்கும் இடையில் வேறுபாடு எதுவும் இல்லை.

உணவு – வைட்டமின் குறைபாடு, கடின உழைப்பு, தூக்க மின்மை, கவலை, அச்சம், சினம் ஆகியவை மூலம் உண்டா கின்ற உணர்வுகளும் மனதின் சமநிலையைப் பாதிப்பதுண்டு.

ஹிப்னோசிஸ் நிலைமையில் மனிதனின் உணர்வு முழுமையாக மறைவதில்லை. ஆனால், அப்போதைய உணர்வு சாதாரண நிலையில் உள்ளதல்ல. மனதின் இயக்க நிலையில் உண்டாகின்ற ஒரு முரண்பட்ட நிலைமையே இது. இன்னொரு வகையில் சொன்னால் சுயமாகச் சிந்திக்கின்ற திறன் இல்லாம லாகின்றது. மானுட ஆத்மா கடவுளுடன் இணைகின்ற அருளார்ந்த நிலைமையே இது என்பது யோகிகளின் நம்பிக்கை. புத்த மதத்தினர் இந்த நிலைமையே 'சடோரி' என்று கூறு கின்றனர். நிர்வாணத்தில் இது முழுமையாக அய்க்கியமாகின்றது என்று அவர்கள் கருதுகின்றார்கள்.

இவ்வாறு எதுவேனும் வகையில் கடவுளுடன் அய்க்கிய மடையலாம் என்று யோகிகள் நம்புகின்றனர். அரை உணர்வு நிலையில் அவர்கள் வெளியிடுகின்ற ஓசைகளின் பொருள் அவர்களுக்குப் புரிகின்றதாம்! 'பரம சத்தியத்'துடன் அய்க்கியம் அடைய முடியும் என்று உரிமை கொண்டாடியபோதிலும் ஒவ்வொரு யோகியும் அவரவருடைய மத மரபுகளின் அடிப் படையிலுள்ள தரிசனங்களையே பார்க்கின்றனர். மதங்களுக்கு ஒன்றுக்கொன்று முரண்பாடான கொள்கைகளும் மரபுகளும் இருப்பதனால் யோக தரிசனங்களும் ஒன்றுக்கொன்று முரண் பாடானதாகவே இருக்கும். 'பரம சத்தியம்' என்ற ஒன்று இருக் கவும் யோகநிலை மூலம் அதனுடன் அய்க்கியம் அடையவும் முடியும் என்றால் ஒரே ரீதியிலேயே எல்லா யோகிகளும் அந்த பரமசத்தியத்தைப் பற்றி விவரித்திருப்பார்கள்.

புனித தெரசாவுக்கு யோக நிலைமையில் முத்தத்துவத்தின் (பிதா, சுதன், பரிசுத்த ஆவி) இரகசியத்தைப் புரிந்து கொண்டார் என்று சொல்லப்படுகின்றது. எக்யூமெனிக்கல் கவுன்சிலின் விளக்கத்திற்கு முன்பு அவருக்கு இதைப் புரிந்துகொள்ள முடியாதது ஏன் என்று வினவினால் அவர்களுக்கு விடைகாண முடியவில்லை.

மதுவோ கறுப்போ கஞ்சாவோ உண்டால் ஏற்படுகின்ற உணர்வற்ற நிலைமைக்கும் மத நம்பிக்கை என்ற மதுவை உண்டால் ஏற்படுகின்ற உணர்வற்ற நிலைமைக்கும் இடையில் சிறிது வேறுபாடு உண்டு. அவற்றில் முதலாவது தற்காலிகமானது. ஆனால், மத சம்பந்தமான யோக நிலையோ வாழ்வின் உண்மை களை மறந்து கற்பனை உலகில் காலம் முழுவதும் செலவிட அவனைக் கட்டாயப்படுத்துகின்றது. மிதமிஞ்சிய கற்பனையும் இரங்கத்தக்க நிலைமையும்தான் இந்த மத போதையின் பலன்.

யோக நிலையைப் பற்றிச் சொல்லும்பொழுது இன்னொரு செய்தியையும் தெளிவுபடுத்த வேண்டியதிருக்கின்றது. நான் சுட்டுவது அதன் பொருள் சார்ந்த பக்கத்தைத்தான். உடற் பயிற்சிக்கு ஏற்ற வழி என்ற நிலையில் ஹடயோகத்தைப் பயிலலாம். யோகப் பயிற்சியால் யோக அனுபூதிகள் உண்டாக வேண்டும் என்ற கட்டாயம் இல்லை. யோக நிலையை அடைவதற்கு அது உண்மையில் சூழலை ஒதுக்குகின்றது - அவ்வளவுதான். அதனோடு மூடநம்பிக்கையும் இணையும் பொழுதுதான் அற்புதத் தரிசனங்கள் உண்டாகின்றன. மூட நம்பிக் கைகள் இல்லாதவர்கள் உடல்நலத்தை சீராக வைக்கின்ற கருவி என்ற நிலையில் யோகப் பயிற்சியைப் பெறுவது நல்லதுதான். கிறித்தவர்கள், முஸ்லீம்கள் ஆகியோருடைய யோக நிலைக்கு இதைப்போன்ற பயன் தரக்கூடிய ஒரு பக்கமும் இல்லை என்பதும் கவனிக்கத்தக்கது.

ஹிப்னோட்டிக் நிலைமையின் அறிகுறிகளை பலவகை யான யோக அனுபூதிகளுடன் ஒப்புமைப்படுத்திப் படிக்கும் பொழுது யோக தரிசனங்கள் அனைத்தும் மனப்பிரமையின் பலனே என்பது தெளிவாகும்.

42
பகுத்தறிவாளர்களின் வாழ்க்கை இலட்சியம்

கடவுள் நம்பிக்கையைப் பற்றி வினா எழுப்பி எழுதுவது சரியல்ல என்றும் மூடநம்பிக்கைகளை எதிர்த்தால் போதாதா என்றும் சிலர் வினவுவது உண்டு. கருப்பய்யா என்ற சிங்கள எழுத்தாளர் 'சிலோண் டெய்லி நியூசி'ல் எழுதிய ஒரு குறிப்பிலும்

சில வாசகர்கள் 'ஜன யுக'த்தில் எழுதிய கடிதங்களிலும் அத்தகைய ஒரு கருத்து வெளியிடப்பட்டிருப்பதைக் கண்டேன். கடவுள் நம்பிக்கை தேர்ந்த அறிவியல் என்ற எண்ணத்துடன் இவர்கள் எழுதுவதாக நினைக்கின்றேன். ஒவ்வொரு மதத்தினருடையவும் வழிபாட்டுக் கடவுள்கள் வெவ்வேறானவர்கள்தான். வாயு, அக்னி, மரம், மழை, ஆகாயம் ஆகியவற்றை சிலர் கடவுள்களாகக் கருதுகின்றனர். பகவதி, சுப்பிரமணியன், சிவன், விஷ்ணு, யகோவா (கர்த்தர்), அல்லாஹ் ஆகிய கடவுள்களுக்கும் ஒற்றுமை இல்லை. கர்த்தரை வழிபடுகின்றவர்களுக்கு பிற கடவுள்கள் அனைத்தும் மூடநம்பிக்கையானவையே. அல்லாஹ் மட்டுமே கடவுள் என்று கருதுகின்ற முஸ்லீமுக்கு பிற கடவுள்கள் எதையும் ஏற்றுக் கொள்ள முடிவதில்லை. பலரும் 99 சதவீத கடவுள்களை மறுத்துவிட்டு, தங்களுடைய வழிபாட்டுக் கடவுளை மட்டுமே உண்மையென்று நம்புகின்றனர். ஒரு விழுக்காடு மூடநம்பிக்கையை அவர்கள் ஏற்றுக் கொண்டு மீதியைப் புறக்கணிக்கின்றனர். பகுத்தறிவாளர்களைப் பொறுத்தவரை எல்லா கடவுள்களும் மூடநம்பிக்கையின் வாரிசுகள் தான். மூடநம்பிக்கைகளில் மிகவும் முதன்மையானது கடவுள் நம்பிக்கைதான் என்பதாலேயே பகுத்தறிவாளர்கள் அந்த நம்பிக்கையை அதிகமாக எதிர்க்கின்றனர்.

கடவுளை எதிர்ப்பதைத் தவிர பகுத்தறிவாளர்களுக்குப் பிற வாழ்க்கை இலட்சியங்கள் இல்லை என்று சொல்லி சிலர் பகுத்தறிவாளர்களை தரம்தாழ்த்த முயல்கின்றனர். கடவுள் நம்பிக்கையை எதிர்க்காமல் இருப்பதற்காக அவர்கள் பயன்படுத்துகின்ற தந்திரம்தான் இது. கடவுள், மதம், பிரார்த்தனை, வழிபாடு, மந்திரம், பில்லி சூனியம், சோதிடம் முதலிய அனைத்து மூடநம்பிக்கைகளையும் நாங்கள் எதிர்ப்பது, மானுட சமூகத்தின் பொதுவான முன்னேற்றத்தையும் மகிழ்ச்சியையும் குறிக்கோளாகக் கொண்டுதான். இங்கே துளியளவும் தன்னலம் இல்லை. பகுத்தறிவாளரான ஒரு மனிதர் செய்கின்ற சமூகத் தொண்டுக்காக அவர் பிரதிபலனை விரும்புவதில்லை. மாறாக, மத நம்பிக்கையாளர்கள் இங்கே தானம் செய்வது சொர்க்கத்தில் இடம் கிடைப்பதற்காகத்தான். மரணத்திற்குப் பின்னர் உள்ள வாழ்க்கைக்காக அவன் செய்கின்ற காப்பீடுதான் நல்ல செயல்கள். சிரமப்பட்டு வேலை செய்கின்றவர்களை இல்லாத கடவுளுடையவும் வெறும் கற்பனைப் படைப்பான சொர்க்கத்தினுடையவும் பெயரைச் சொல்லி புரோகிதர்களும் சித்தர்களும் ஏமாற்று

கின்றனர். எல்லா வஞ்சனைகளைவிடவும் மிகப் பெரிய வஞ்சனை இது. அதனால்தான் பகுத்தறிவாளர்கள் மத நம்பிக்கையை எதிர்க்கின்றனர்.

கடவுள் நம்பிக்கையை நிலைநாட்டுவதற்காக மிகவும் முட்டாள்தனமான வாதங்களை புரோகிதர்கள் முன்வைப்பது உண்டு. அவற்றில் ஒன்று, உலகத்தைப் படைத்தவர் கடவுள் என்பது. எல்லா பொருள்களுக்கும் படைத்தவர் ஒருவர் வேண்டும் என்றும் பிரபஞ்சத்தின் அந்தச் சிற்பிதான் கடவுள் என்றும் அவர்கள் கூறுகின்றனர். எல்லாவற்றுக்கும் படைத்தவர் வேண்டும் என்றால் கடவுளுக்கும் படைத்தவர் ஒருவர் இருந்தே ஆக வேண்டும். வேறு சிலர் முன்வைக்கின்ற வாதம் வேறொன்றாகும். எதுவேனும் காரணம் ஒவ்வொன்றுக்கும் உண்டு என்றும் பிரபஞ்சத்தின் காரணம்தான் கடவுள் என்றும் அவர்கள் கூறுகின்றனர். அப்படியென்றால் கடவுளின் தோற்றத்துக்கும் காரணம் வேண்டுமல்லவா. நமது மதங்களில் ஒன்று பூமி ஒரு யானையின் மீது இருக்கின்றது என்று கற்றுத் தருகின்றது. அந்த யானையோ பெரிய ஆமையின் மீது நிற்கின்றதாம்! இந்தக் கதையை எழுதியவர் ஆமை நிற்க ஓர் இடத்தை ஏனோ கண்டுபிடிக்கவில்லை. கடவுள்தான் பிரபஞ்சத்தைப் படைத்தார் என்று கூறுகின்றவர்களிடம், 'வானம், பூமி, காலம், நேரம் ஆகியவற்றின் தொடக்கத்துக்கு முன்பு இந்தப் படைப்பாளி எங்கே இருந்தார்?' என்று வினவுங்கள்.

பொருள், ஆற்றல், இடம், காலம் ஆகியவற்றுக்கெல்லாம் துவக்கமோ முடிவோ இல்லை என்பதை பகுத்தறிவாளர்கள் அறிவார்கள். படைக்கப்படாததைப் படைப்பதற்கு ஒரு படைப்பாளியைத் தேடி நடக்க வேண்டிய தேவை அவர்களுக்கு இல்லாதது அதனால் தான். உயிரின் இரசாயன மாற்றத்தைப் பற்றியோ தாவரங்கள் – உயிரி னங்கள் ஆகியவற்றின் பரிணாமத்தைப் பற்றியோ முழுமையாகப் புரிந்து கொள்கின்றவர்கள் படைப்பாளியைத் தேடி அலைய மாட்டார்கள்.

கடவுள் நம்பிக்கை இல்லாதவர்களைவிட கடவுள் நம்பிக்கை உள்ளவர்களுக்கு அதிக சன்மார்க்க உணர்வு உண்டு என்பது பக்தர் களுடைய இன்னொரு பிரச்சாரம் ஆகும். வரலாற்று உண்மைகள் இதற்கு எதிராகவே உள்ளன. இயற்கைச் சீற்றங்களாலோ கொள்ளை நோய்களாலோ நாடுகளுக்கிடையே நிகழ்ந்த போர்களாலோ இறந்தவர்களைவிட அதிகமான மக்கள் மதத்தினுடையவும் கடவுளுடையவும் பெயராலேயே கொலை

செய்யப்பட்டிருக்கின்றனர். ஆரோக்கியமான பொதுச் சிந்தனைகளும் சட்டங்களும் சமூக உணர்வும்தான் மக்களிடையில் சன்மார்க்கத்தை நிலைநிறுத்துகின்றன. உலகின் பல நாடுகளிலுள்ள குற்றவாளிகளின் நிலையை ஆராய்ந்தால், அவர்களில் பெரும்பாலோரும் மத பக்தர்களே என்பதைக் காணலாம். புகழ்பெற்ற விஞ்ஞானியான ஜே.பி.எஸ். ஹால்டே சேகரித்த குறிப்புகளின்படி அய்ரோப்பாவிலுள்ள கிரிமினல் குற்றவாளிகளில் பெரும்பான்மையினர் ரோமன் கத்தோலிக்கர்கள்தான். இதற்கு தனிப்பட்ட காரணம் உண்டு. எந்தக் குற்றத்தை இழைத்தாலும் பாவ மன்னிப்பு வேண்டினால் அதற்கான பரிகாரம் ஆகிவிடும் என்பது அவர்களுடைய நம்பிக்கை. பிரார்த்தனை, வழிபாடு, நேர்த்திக்கடன் ஆகியவற்றால் எவருக்கும் கடவுளை இன்பமடைய வைக்கலாம் என்றும் அவர்கள் கருதுகின்றனர். பகுத்தறிவாளர்கள், அய்யவாதிகள் ஆகியோரை சபையிலிருந்து வெளியேற தீவிரம் காட்டுகின்ற மதம், ஒருமுறையேனும் பலாத்காரம் செய்தவனையோ கொலை பாதகியையோ கொள்ளைக்காரனையோ திருடனையோ வெளியேற்றியதாக அறிந்திருக்கின்றீர்களா? மதத் தலைவர்கள் ஒருபோதும் அதைச் செய்யமாட்டார்கள். காரணம், இத்தகையவர்கள்தான் புரோகிதர்களுக்கும் தேவாலயங்களுக்கும் கோயில்களுக்கும் அதிக அளவில் பணம் கொடுக்கின்றனர்.

பெர்ட்ரண்ட் ரசல், ஜூலியன் ஹக்ஸ்லி, பெர்னாட் ஷா, எச். ஜி. வெல்ஸ், லாங் பால்சார்த், சார்லஸ் பிராட்லா, ராபர்ட் இங்கர்சால், சிக்மண்ட் பிராய்டு, ஜே.பி.எஸ். ஹால்டெயின், சார்லஸ் டார்வின், ஜவகர்லால் நேரு முதலிய பகுத்தறிவாளர்கள் வெளிப்படுத்திய மனித நேயமும் மானுட சமூகத்துக்காக அவர்கள் ஆற்றிய தொண்டுகளும் சொர்க்கத்தில் கிடைக்கின்ற பிரதிபலனுக்கானது அல்ல. இந்த மாமனிதர்களனைவரும் சன்மார்க்கம் உடையவர்களல்ல என்று பக்தர்கள் கூட கூற மாட்டார்கள்.

கடவுள் நம்பிக்கையுடன் வளர்க்கப்பட்டவர்களைவிட உயர்வான சன்மார்க்க உணர்வும் தர்ம சிந்தனையும் மானுட நேயமும் கடவுள் மறுப்பாளர்களின் குழந்தைகளுக்கு உண்டு என்பதற்கு எடுத்துக்காட்டான அனுபவம் எனக்கே நிகழ்ந்திருக்கின்றது. ஓர் ‘உத்தம கிறித்தவ பாரம்பரிய’த்தில் வளர்க்கப்பட்டவன் நான். ஆனால், என் மகன் ஏரீசோ தனி கடவுள் மறுப்பு பாரம்பரியத்தில்தான் வளர்ந்தான். இன்று பிரான்சிலும் கியூபாவிலும் அறிவியல் ஆராய்ச்சியில் மாணவர்களுக்கு வழிகாட்டுகின்ற அவனிடமுள்ள

தர்ம சிந்தனை என்னைக்கூட வியப்பில் ஆழ்த்தி இருக்கின்றது. பல கடவுள் மறுப்பாளர்களுடையவும் கதை இதுதான்.

வியட்நாமிலுள்ள அப்பாவி மக்கள் மீது கருணை இன்றி குண்டு மழை பொழிய உத்தரவிட்ட அமெரிக்க ஆட்சியாளர்கள் 'கிறித்தவ நேய'த்தின் பிரச்சாரகர்கள் அல்லவா? அதே வேளையில் அந்தப் போருக்கு எதிராக உலக மக்களின் ஆதரவை உருவாக்குவதற்காக அதிகமாக முயன்றவர்கள் பெர்டரண்ட் ரசல், சார்த் போன்ற பகுத்தறிவாளர்கள்தான்.

மதத்துக்கு மனித நன்மையல்ல முக்கியமானது; சூழ்ச்சியை நிலைநிறுத்துவதுதான் முக்கியமானது. அவர்கள் எதுவேனும் நன்மை செய்வது சொர்க்கத்தில் கிடைக்கின்ற பிரதிபலனுக்காகத் தான். பகுத்தறிவாளர்களோ எந்த எதிர்பார்ப்பும் இன்றி மனிதர் களுக்கு தொண்டு செய்கின்றனர்.

43
மதத்தின் சேவை

சமூக நன்மைக்காக மதக்காரர்கள் செய்கின்ற சேவைகளின் கதை அதிகமாகப் பரப்பப்படுவது உண்டு. ஃபாதர் டாமியன், ஹாவாய் தீவுகளிலுள்ள தொழுநோயாளிகளுக்கு சேவை செய்வதற்காகவே வாழ்க்கையை அர்ப்பணித்தார்; மதர் தெரசா அனாதைகளுக்கு தஞ்சம் அளிக்கின்றார். இவையெல்லாம் மதிப்புமிக்க கொடைகள்தான் என்பது உண்மையே. கத்தோலிக் கர்கள் நடத்துகின்ற மருத்துவமனைகள், தர்ம நிறுவனங்கள் ஆகியவற்றின் பட்டியல்களை வெளியிடவும் அவர்கள் மறப்ப தில்லை. இவற்றையெல்லாம் கேட்கும் பொழுது, மதம் என்ன வெல்லாம் நல்ல காரியங்களைச் செய்கின்றது என்று நினைக்கத் தோன்றும். அண்மைக் காலத்தில் சாயிபாபாவும் சில மருத்துவ மனைகளையும் கல்லூரிகளையும் துவக்கினார். சாயி சமாஜம் செய்கின்ற மானுடத் தொண்டாகவே சிலர் இதைச் சித்திரிக் கின்றனர்.

மதக்காரர்கள் சிகிச்சை அளிப்பதும் கல்வி நிலையங்கள் நடத் துவதும் மனிதர்களுக்கு நன்மை கிடைக்கட்டும் என்பதற்காக மட்டும் தானா? இவற்றின் பெயரில் மதத்துக்கு ஆள் சேர்க்க அவர்கள் முயல்கின்றனர் என்பதே உண்மை. பின்தங்கிய

நாடுகளைப் பொறுத்தவரையில் கல்வி நிலையங்கள் நல்ல வியாபார நிறுவனங்களாகும். அவற்றின் மூலம் மதங்கள் பணம் சம்பாதிக்க முயலுகின்றன. பிற நிறுவனங்களுடைய காரியத்திலும் இந்த மனநிலையே மதக்காரர்களுக்கு இருக்கின்றது என்பதை நிரூபிக்கின்றது பின்வரும் செய்தி:

"ரோம் நகரில் ஊனமுற்ற குழந்தைகளுக்காக தான் நடத்தி வந்த நிறுவனத்திலுள்ள குழந்தைகளுக்கு சிகிச்சை அளிக்காமல் மரணமடைய வைத்த குற்றத்திற்காக ஒரு கன்னியாஸ்திரீக்கு கீழ் நீதிமன்றம் அளித்த தண்டனையை அதிகரித்து 12 ஆண்டுகால சிறைத் தண்டனையை ரோமிலுள்ள அப்பீல் நீதிமன்றம் ஒன்று வழங்கியிருக்கின்றது.

"மரியா டிலேரா பக்லியு என்பதுதான் 64 வயதான இந்தக் கன்னியாஸ்திரீயின் பெயர். நிறுவனத்தில் தங்கியிருக்கும் பொழுதே இறந்த 13 குழந்தைகளின் பிணத்தைத் தோண்டி யெடுத்து பரிசோதனை நடத்திய பிறகு இரண்டாண்டுகளுக்கு முன்பு இந்தக் கன்னியாஸ்திரீக்கு கீழ்நீதிமன்றம் ஒன்று நான்கு ஆண்டுகள் — எட்டு மாதங்கள் சிறைத் தண்டனை வழங்கியது.

"நீதிமன்றம் மரியாவிடம் அதிக கருணைக்காட்டி விட்டது என்று குற்றஞ்சாட்டி, மரணமடைந்த குழந்தைகளின் தந்தையரும் அரசு வழக்கறிஞரும் அப்பீல் நீதிமன்றத்தில் புகார் கொடுத்தனர். இதைத் தொடர்ந்து தான் கன்னியாஸ்திரீக்கு நீதிமன்றம் தண்டனையை அதிகரித்தது.

"இத்தாலியிலுள்ள மிக உயர்ந்த அப்பீல் நீதிமன்றத்தில் கன்னியாஸ்திரீ மேல்முறையீடு செய்யலாம் என்றும் தீர்ப்பில் கூறுப்பட்டுள்ளது." - ராயிட்டர்

இந்தச் செய்தி 1974 நவம்பரில் வெளிவந்தது. ஜீவகாருண்ய பணிகளின் மறைவில் இத்தகைய கொலைகள் பல இடங்களிலும் நடை பெறுகின்றன. சில கபட சன்னியாசிகளும் போலி சமூக சேவையாளர்களும் அவர்களுடைய குற்றங்களை மறைப்பதற்காக மருத்துவமனை களையும் கல்வி நிலையங்களையும் நடத்துவதை நாம் காணலாம். பல கள்ளக் கடத்தல்காரர்கள் இலவச மருத்துவமனைகளையும் கல்வி நிலையங்களையும் நடத்துகின்ற செய்திகள் பத்திரிகைகளில் வெளிவந்திருக்கின்றன.

மதங்கள் மருத்துவமனைகளை நடத்துவதைப் பற்றி புகழ்ந்து பேசுகின்றவர்கள் பல நேரங்களிலும் ஒரு விசயத்தை மறந்து விடுகின்றனர். எந்த நாட்டிலும் அரசுகள் இந்தத் துறையில்

செய்கின்ற சேவைகள் மதிப்புமிக்கவையாகும். அதைப் பற்றி எவரும் ஒரு வார்த்தைகூடப் பேசி கேட்டதில்லை. சிகிச்சை முழுவதையும் அரசே ஏற்றெடுத்து நடத்துகின்ற சோசலிச நாடுகளின் தொண்டையும் எவரும் சொல்வதில்லை. காரணம், அந்த அரசுகளுக்கு அதனால் ஆதாயம் பெற விருப்பமில்லாதது தான்.

மதர் தெரசா, ஃபாதர் டாமியன் ஆகியோர் சிகிச்சை அளித்தது மதத்தின் பெயரில்தான் என்று சொல்வதும் சரியல்ல. மத நம்பிக்கை இல்லாத பலரும் இதுபோன்றோ இதைவிட அதிகமாகவோ சேவை செய்திருக்கின்றனர். மத நம்பிக்கையினால் தான் இவர்கள் சேவை செய்கின்றார்களென்றால், எல்லா மத பக்தர்களும் இவர்களைப் போல சேவை செய்ய முன்வராதது ஏன்? இத்தாலியைச் சேர்ந்த மரியா டிலோராவைப் போன்றவர்கள் மத நம்பிக்கையுடன்தானே பணத்தை அபகரிக்கவும் நோயாளிகளுக்கு சிகிச்சை அளிக்காமல் கொல்லவும் செய்தார்கள்?

44

பைபிளின் ஆதியாகமக் கதை

ஆதியில் ஆறு நாள்களில் வானத்தையும் பூமியையும் சர்வ சராச்சரங்களையும் கர்த்தராகிய கடவுள் படைத்தார் என்றே பைபிள் கூறுகின்றது. முதல் மனிதனான ஆதாம் 930 வயதுவரை வாழ்ந்திருந்தான். தொடர்ந்து இந்தப் பக்கமாக யேசு கிறிஸ்து வரையுள்ள வம்சாவளிப் பட்டியல் பைபிளில் கொடுக்கப் பட்டுள்ளது. அதை வைத்துக் கணக்கிட்டு பேராயர் ஜேம்ஸ் அஷர் (அயர்லாந்து) கி.மு. 4004 இல் மனித இனம் படைக்கப்பட்டதாகக் கண்டுபிடித்தார். பேராயர் லைட் புட் வேறோர் இடத்திலிருந்து கணக்கிட்ட பொழுதும் அந்த நாள் தான் கிடைத்தது. ஆனால், மிக துல்லியமாக கி.மு. 4004 அக்டோபர் 23 ஆம் நாள் காலை 9 மணிக்குத்தான் மனிதன் படைக்கப்பட்டான் என்றும்கூட அவர் சொன்னார். பின்னர் பலரும் இதை ஆய்வு செய்து உண்மை என்று கண்டுகொண்டதனால் இந்த நாளை பைபிளில் சேர்க்கவும் செய்தனர். மானுட இன ஆய்வாளரான பேராசிரியர் மேரி லிக்கி ஆப்பிரிக்காவிலுள்ள தான்சானியாவிலிருந்து 40 இலட்சம் ஆண்டுகள் பழமையான மனிதனின் நாடி எலும்புகளையும் பல்லையும் அண்மையில்தான் கண்டெடுத்தார். பொட்டாசியம்

ஆர்கன் டோரிங் முறையைப் பயன்படுத்தி ஆய்வு செய்துதான் இந்தக் கால நிர்ணயத்தைக் கணக்கிட்டனர். அய்ரோப்பாவிலுள்ள பல மானுடவியல் விஞ்ஞானிகளும் இந்த நாடி எலும்புகளையும் பல்லையும் ஆய்வு செய்து, மனித இனத்தின் தோற்றம் ஆப்பிரிக்காதான் என்று முடிவை ஏற்றுக் கொள்ளவும் செய்திருக்கின்றனர். பைபிளிலுள்ள ஆதியாகமக் கதைக்கு அறிவியல் பார்வையில் எந்த மதிப்பும் இல்லை. அவையனைத்தும் ஒன்றுக்கொன்று முரணான கட்டுக்கதைகளும் ஆபாசம் நிறைந்த பழங்கால கதைகளும்தான். பைபிளின்படி பூமியில் முதல் குடும்பம் ஆதாமினுடையது அல்லவா. கடவுள் நிலத்தின் மண்ணை எடுத்து தன்னுடைய உருவத்தை செய்தபின் உயிர் சுவாசத்தை ஊதிதான் ஆதாமைப் படைத்தார். அவன் தனியாக இருப்பது நல்லதல்ல என்று பிறகு கடவுள் நினைத்தார். அப்பொழுது அவனை உறங்க வைத்து விட்டு அவனுடைய விலா எலும்பை உருவி எடுத்து சதை உண்டாக்கி பெண்ணையும் உருவாக்கினார். ஆதாமும் ஏவாளும் சேர்ந்து ஏதேன் தோட்டத்தில் வசிக்கும்பொழுது, கடவுள் உண்ணக்கூடாது என்று சொன்ன ஜீவ (உயிர்) பழத்தை அவர்கள் பறித்து உண்டனர். கோபம் கொண்ட கடவுள் அவர்களை ஏதேன் தோட்டத்திலிருந்து வெளியேற்றினார்.

விரைவிலேயே காயீன், ஆபேல் என்ற இரண்டு குழந்தைகளை ஏவாள் பெற்றெடுத்தாள். ஆபேல் ஆட்டிடையனாகவும் காயீன் விவசாயியாகவும் வளர்ந்தனர். சில காலத்திற்குப்பின் காயீன் தன்னுடைய விளைப்பொருள்களினால் ஒரு வழிபாட்டை கடவுளுக்குச் செய்தான். ஆபேல் ஆடுகளைக் கொண்டு நடத்துகின்ற வழிபாட்டைத் தேர்ந்தெடுத்தான். கடவுள், ஆபேலின் வழிபாட்டில் மட்டும்தான் மகிழ்ச்சியடைந்தார். அதற்கான காரணம் என்ன என்பது பைபிளில் இல்லை. ஒன்று இறைச்சி, இன்னொன்று தாவரம் அல்லவா. இறைச்சியின் சுவைதான் கர்த்தருக்கு விருப்பமானதாக இருந்திருக்கும்! எப்படியிருந்தாலும் சரி காயீன் ஏமாற்றம் அடைந்தான். அவன் தன்னுடைய தம்பியான ஆபேலைக் கொன்றான். பைபிளில் காணப்படுகின்ற குறிப்புகளின்படி ஆதாம், ஏவாள், காயீன் என்ற மூன்று மனிதர்கள் மட்டுமே அன்று உலகத்தில் இருந்தார்கள். ஆனாலும், காயீன் ஒரு கோழை. அவன் கடவுளிடம் கூறுகின்றான்:

"நான் உமது சமூகத்துக்கு விலகி மறைந்து, பூமியில் நிலையற்று அலைகிறவனாயிருப்பேன்; என்னைக் கண்டு பிடிக்கிறவன் எவனும் என்னைக் கொன்று போடுவானே..."
(ஆதியாகமம், 4:14).

காயீனை எவரும் கொல்லாமல் இருப்பதற்காக கர்த்தர் அவனுக்கு ஓர் அடையாளத்தைக் கொடுத்து அனுப்பினார். பின்னர் நடைபெற்ற நிகழ்ச்சிகளை பைபிள் பின்வருமாறு விவரிக்கின்றது:

"அப்படியே காயீன் கர்த்தருடைய சந்நிதியை விட்டுப் புறப்பட்டு, ஏதேனுக்குக் கிழக்கான நோத் என்னும் தேசத்தில் குடியிருந்தான். காயீன் தன் மனைவியை அறிந்தான்; அவள் கர்ப்பவதியாகி, ஏனோக்கைப் பெற்றாள்; அப்பொழுது அவன் ஒரு பட்டணத்தைக் கட்டி, அந்தப் பட்டணத்துக்குத் தன் குமாரனாகிய ஏனோக்குடைய பேரை இட்டான்" (ஆதியாகமம், 4:16, 17).

காயீனுக்கு மனைவி எங்கிருந்து கிடைத்தாள்? அவனுடைய தாயான ஏவாளைத் தவிர வேறு எந்தப் பெண்ணும் அன்று உலகில் இருந்ததாக பைபிளில் காணப்படவில்லை. தாயான ஏவாளைத்தான் அவன் தன் மனைவியாக ஆக்கியிருக்க வேண்டும். அப்பொழுது பரிதாபத்துக்குரிய ஆதாமின் விசயம் சிக்கலாக இருந்திருக்க வேண்டும். அவ்வாறு உலகின் முதல் பெண் கணவனைப் புறக்கணித்துவிட்டு மூத்த மகனைக் கணவனாக ஏற்றுக் கொண்டது மட்டுமல்லாமல், அந்த இரண்டாவது கணவனுடன் வீட்டை விட்டு வெளியேறி நோத் நாட்டுக்குச் சென்று தங்கவும் செய்தாள்! அவனை பிற மனிதர்கள் கொல்லாமல் இருப்பதற்காக கர்த்தர் அடையாளம் கொடுத்தனுப்பினார் என்றல்லவா சொல்லப்படுகின்றது. அப்பொழுது காயீனையும் ஏவாளையும் தவிர பூமியில் ஆதாம் மட்டுமே உண்டு. அவனுடைய மனைவியான ஏவாளைத்தான் சொந்த மகன் கடத்திக் கொண்டு செல்கின்றான்! ஆதாமின் கோபத்திலிருந்து காயீனுக்கு அடையாளம் அளித்துக் காப்பாற்றியது கர்த்தர்தான். தாயும் மகனும் சேர்ந்து ஒளிந் தோடியதற்கு கர்த்தர் துணை நின்றார் என்பதல்லவா இதன்மூலம் தெரிய வருகின்றது. இது உண்மையென்றால் பைபிளை நம்புகின்றவர்கள் இதை பின்பற்றலாம்.

கர்த்தராகிய கடவுளின் இயல்பைப் பற்றி பைபிளில் விவரிக்கப் பட்டிருப்பது உண்மையென்றால், அவருக்கு நன்னடத்தைப் பற்றி 'பிரசங்கம்' செய்ய மட்டுமே தெரியும். மோசேவுக்கு பத்துக் கட்டளைகளைக் கொடுப்பது புகழ்பெற்றதல்லவா. அவற்றில் ஒன்று இதுதான்:

"பிறனுடைய வீட்டை இச்சியாதிருப்பாயாக; பிறனுடைய மனைவியையும், அவனுடையவும் வேலைக்காரனையும், அவனு

டைய வேலைக்காரியையும், அவனுடைய எருதையும், அவனுடைய கழுதையையும், பின்னும் பிறனுக்குள்ள யாதொன்றையும் இச்சியாதிருப்பாயாக" (யாத்திராகமம், 20:17).

ஆனால், இந்தக் கட்டளையைப் பிறப்பித்த கர்த்தரே அவருடைய வேலைக்காரனான மோசேயின் மனைவியை கவர்ந்தெடுக்க முயன்ற தாகவும் பைபிளில் காணப்படுகின்றது. அந்தக் காலகட்டத்தில் மோசே தன்னுடைய தாத்தாவான யித்ரோவின் ஆடுகளை மேய்த்துக் கொண்டிருந்தான். மிஸ்ரயீமுக்குச் சென்று இஸ்ரவேல்காரர்களை விடுவிக்க கர்த்தர் அவரிடம் சொன்னார். அதன்படி மோசே மனைவியையும் குழந்தைகளையும் அழைத்துக் கொண்டு மிஸ்ரயீமுக்குப் புறப்பட்டார். அப்பொழுது நிகழ்ந்ததை பைபிள் பின்வருமாறு கூறுகின்றது:

"வழியில் சத்திரத்தில் வைத்து கர்த்தர் அவனை (மோசேயை) எதிர் கொண்டு கொல்ல எண்ணினார். அப்பொழுது சிப்போரா (மோசேயின் மனைவி) ஒரு கத்தியை எடுத்து தன் மகனின் அக்ர சருமத்தை (ஆண் குறியின் நுனித்தோல்) வெட்டியெடுத்து அவனது காலடியில் போட்டாள். நீ எனக்கு ரத்த மணவாளன் என்று சொன்னாள். இவ்வாறு அவன் அவளை விட்டு விட்டான். அந்த வேளையில் தான் அவள் காப்பாற்றும் பொருட்டு ரத்த மணவாளன் என்று சொன்னாள்."

கர்த்தரின் உத்தரவுப்படி மனைவி – குழந்தைகளுடன் சென்ற மோசேயை சத்திரத்தில் வைத்துக் கொன்று அவரது மனைவியைக் கைப்பற்ற கர்த்தர் தயங்கவில்லை என்பதையே இது காட்டுகின்றது. மோசேயின் மனைவியான சிப்போரா, கர்த்தரின் ஆசைக்கு இணங்க தயாரானதால்தான் மோசே தப்பினார் என்றே காணப்படுகின்றது.

கர்த்தரின் குணமே இதுதான் என்றால் அவருடைய ஆதரவாளர்களின் குணமும் இதிலிருந்து வித்தியாசமானதாக இருக்க வழியில்லையல்லவா. லோத்தின் கதையைப் பற்றி பைபிள் விவரிப்பதைப் பார்ப்போம்:

"பின்பு லோத்து சோவாரிலே குடியிருக்கப் பயந்து, சோவாரை விட்டுப்போய், அவனும் அவனோடே கூட அவனுடைய இரண்டு குமாரத்திகளும் மலையிலே வாசம் பண்ணினார்கள்... அப்பொழுது மூத்தவள் இளையவளைப் பார்த்து நம்முடைய தகப்பன் முதிர் வயதானார். பூமியெங்கும் நடக்கிற முறைமையின்படியே நம்மோடே சேரப் பூமியிலே ஒரு

புருஷனும் இல்லை. நம்முடைய தகப்பனால் சந்ததி உண்டாகும் படிக்கு, அவருக்கு மதுவைக் குடிக்கக் கொடுத்து, அவரோடே சயனிப்போம் வா என்றாள். அப்படியே அன்று இரவிலே, தங்கள் தகப்பனுக்கு மதுவைக் குடிக்கக் கொடுத்தார்கள். மூத்தவள் போய் தன் தகப்பனோடே சயனித்தாள்..... மறுநாளிலே மூத்தவள் இளையவளைப் பார்த்து: நேற்று ராத்திரி நான் தகப்பனோடே சயனித்தேன்; இன்று ராத்திரியும் மதுவைக் குடிக்கக் கொடுப்போம். நம்முடைய தகப்பனால் சந்ததி உண்டாகும்படி நீ போய் அவரோடே சயனி என்றாள். அப்படியே அன்று ராத்திரியிலும் தங்கள் தகப்பனுக்கு மதுவைக் குடிக்கக் கொடுத்தார்கள். அப்பொழுது இளையவள் எழுந்துபோய், அவனோடே சயனித்தாள்... இவ்விதமாய் லோத்தின் குமாரத்திகள் இருவரும் தங்கள் தகப்பனாலே கர்ப்பவதியானார்கள்" *(ஆதி யாகமம் 19:30 - 36).*

போதுமான அளவு கல்வியறிவோ நாகரிகமோ இல்லாம லிருந்த பண்டைய காலகட்டத்தில் வழக்கத்திலிருந்த நம்பிக்கை களும் வாழ்க்கை முறைகளும்தான் இவை. அந்த நிலையில்தான் இவற்றைப் பார்க்கவும் வேண்டும்.

45

நம்பிக்கைத் துரோகம் இழைக்கின்ற மனைவியர்

விந்து தானம் மூலமாக ஒரு குழந்தைக்கு அம்மாவாக ஆன ஒரு பெண்ணுக்கு எதிராக அவரது கணவன் தொடுத்த விவாகரத்து வழக்கை போலந்து நாட்டைச் சேர்ந்த குடும்பநல நீதிமன்றம் தள்ளுபடிச் செய்திருக்கின்றது. விந்து தானம் பெற்றது தனக்கு இழைத்த நம்பிக்கைத் துரோகம்தான் என்பது கணவருடைய வாதம். செயற்கை கருத்தரிப்பு மூலமாகப் பத்தாயிரத்துக்கும் மேற்பட்ட குழந்தைகள் பிறந்த போலந்தில் இத்தகைய ஒரு வழக்கு தொடுக்கப்பட்டது இது தான் முதல் முறையாகும். வாதியான கணவர் குழந்தையின் தந்தை என்ற தகுதியை ஏற்க மறுத்ததுடன், தனக்கு தந்தையாவதற்கான உடல் தகுதி இல்லை என்பதற்கான மருத்துவச் சான்றிதழ்களை ஆஜராக்கவும் செய்தார். போலந்து நாட்டின் ரோமன் கத்தோலிக்க சபைத் தலைவரான கர்தினால் ஸ்டீபன் விஷன்ஸ்கி செயற்கை கருத்தரிப்பு முறையை எதிர்க்கின்றவராவார்.

ராயிட்டரும் பிரஸ் ட்ரஸ்ட் ஆஃப் சிலோனும் வெளியிட்டிருக்கின்ற செய்தியே இது. உண்மையில் பைபிளிலுள்ள புனித யோசேப்பும் ராமாயணத்திலுள்ள தசரதனும் அவர்களுடைய மனைவியரான புனித மரியாள், கோசலை, கைகேயி, சுமித்திரை ஆகியோரைப் புறக்கணிப்பதற்கு இதைவிட வலுவான காரணங்கள் உள்ளன. யேசு கிறிஸ்துவை புனித மரியாள் ஈன்றெடுத்ததும், ராமனையும் சகோதரர்களையும் தசரதனின் மனைவியர் பெற்றெடுத்ததும் தங்களது கணவருடனான உறவின் மூலம் அல்ல என்று தெளிவாகவே கூறப்பட்டுள்ளது. பரிசுத்த ஆவியினால் கருவுறுவதும் யாகத்தீயிலிருந்து பொங்கி உயர்ந்து வந்த பாயசத்தை உண்டு கருவுறுவதும் செயற்கை கருத்தரிப்பு முறையைவிட இயற்கைக்கு முரணானவை அல்லவா.

46
தேவதூதன் கபிரியேலுக்குப் புதிய வேலை

"அயர்லாந்து நாட்டு அஞ்சல் துறை புதிய கொடியை ஏற்றுக் கொண்டிருக்கின்றது. துறையின் ஆண்டு விழாவின்போது போப்பாண்டவர் முதல் செய்தி வாகனனான தேவ தூதன் கபிரியேலை தகவல் பரிமாற்றத் துறை பணியாளர்களுடைய பாதுகாப்பு அதிகாரி யாக அறிமுகப்படுத்தியதைத் தொடர்ந்துதான் இது நடைபெற்றது. தேவ தூதன் கபிரியேல் உருவமும் "வசனத்தை ஏற்கவும்" என்ற சொல்லும்தான் கொடியில் இருக்கின்றது."

1966 இல் வெளிவந்த பத்திரிகைச் செய்தி இது. கிறித்தவர்களல்லாதவர்களுக்கு இந்த தேவ தூதன் கபிரியேலின் அறிமுகம் இருக்காதல்லவா. சொர்க்கத்தில் கடவுள் சேவை செய்வதற்காக நியமிக்கப்பட்டிருக்கின்ற ஏழு சொர்க்க லோகப் படைகளில் ஒன்றினுடைய தலைவர்தான் அவர்! பக்தர்களிடம் கடவுளின் செய்திகளுடன் பெரும்பாலும் செல்பவர் தேவதூதன் கபிரியேல் தான்! போப்பாண்டவர் அளித்த புதிய வேலையை தேவதூதன் கபிரியேல் ஏற்றுக் கொண்டிருப்பார் என்று நாம் நம்பலாம். அவருக்குப் பதிலாக சொர்க்கத்திற்கு இங்கிருந்து எவரையேனும் நியமித்து அனுப்பியதாக செய்தியில் சொல்லப்படவில்லை.

சொர்க்கத்தில் வாழ்கின்றவர்களில் இன்னொரு நபருக்கும் போப்பாண்டவர் வேலை நியமனம் அளித்ததாக 1966 இல் பி.ட்டி. சி. (பிரஸ் ட்ரஸ்ட் ஆஃப் சிலோண்) யும் ராயிட்டரும் செய்திகள் வெளியிட்டிருந்தன. புனித கிளாராவை (1193-1253) தொலைக் காட்சியின் பாதுகாப்பு அதிகாரியாக நியமித்து வெளியிட்ட உத்தரவில் போப்பாண்டவர் பின்வருமாறு குறிப்பிட்டிருக் கின்றார்:

"1252 இல் கிறிஸ்துமஸ் காலத்தில் அசீசிக்கு அருகிலுள்ள சாந்தமினோ மடத்தில் இருந்து கொண்டு அசீசியிலுள்ள புனித பிரான்சிஸ் தேவாலயத்தில் நடைபெற்ற திருப்பலியைப் பார்க்கவும் சன்னியாசிகளுடைய துதிப்பாடல்களைக் கேட்வும் செய்தார். அந்தப் புனித இரவில் நடைபெற்ற பராமரிப்பில் அசாதாரணமான விதத்தில் அவ்வாறு அவர் பங்கு கொண்டார்."

அணுகுண்டு, செயற்கை கருத்தரிப்பு, கருத்தடை, விண் வெளிப் பயணம் முதலிய புதிய கண்டுபிடிப்புகளில் பலவற்றிலும் பாதுகாப்பு அதிகாரிகள் ஆகுவதற்கு ஏற்ற பல கிளாராக்களை உலகிலுள்ள பல மனநோய் மருத்துவமனைகளுக்குச் சென்று விசாரித்தால் போப்பாண்டவருக்குக் கண்டுபிடிக்க முடியும்.

47

பிரபஞ்சமும் பைபிளும்

'இறுதி நாள்களில்' வானிலிருந்து நட்சத்திரங்கள் கீழே விழும் என்றும் வானம் சுருண்டு போகும் என்றும் பைபிளில் கூறப்பட்டுள்ளது. கோப்பர் நிக்கசுக்கு முன்புள்ள காலகட்டத்தில் பூமிதான் கிரகங்களுடைய மய்யம் என்று கருதியிருந்தனர். அன்று பைபிளில் காணப்பட்ட இந்த அறிவிப்பைப் பற்றி எவரும் வினா எழுப்புவதில்லை. வானம் கூரை போன்று நிற்கின்றது என்பதே அந்தக் காலகட்ட எண்ணம்.

பைபிளிலுள்ள கதை மாந்தர்களின் வயதைக் கணக்கிட்ட பிறகு மனிதனைக் கடவுள் படைத்தது கி.மு. 4004 அக்டோபர் 23ஆம் நாள் காலை 9 மணி என்று பேராயர் அஷர் சொன்ன காலகட்டத்தில் தான் வானியல் அறிஞரான சர் அய்சக் நியூட்டன் தன்னுடைய புகழ்பெற்ற நூலான 'பிலோசபியா நாச்வரலிஸ் பிரின்சிபியா மாத்தமட்டிக்'கை வெளியிட்டார். இன்றைய

வானியல் அறிஞர்கள் அனைவரும் அதை அங்கீகரிக்கின்றனர். அதன் ஒளியில் பைபிளின் அறிவிப்புகளை ஆராய்வோம்.

".... சூரியன் அந்தகாரப்படும், சந்திரன் ஒளியைக் கொடாதிருக்கும், நட்சத்திரங்கள் வானத்திலிருந்து விழும், வானத்தின் சத்துவங்கள் அசைக்கப்படும்" (மத்தேயு, 24:29).

"கர்த்தாவே, நீர் ஆதியிலே பூமியை அஸ்திபாரப்படுத்தினீர்; வானங்கள் உம்முடைய கரத்தின் கிரியைகளாய் இருக்கின்றது; அவைகள் அழிந்துபோம்; நீரோ நிலைத்திருப்பீர்; அவைகளெல்லாம் வஸ்திரம்போலப் பழமையாய்ப்போம்; ஒரு சால்வையைப் போல அவைகளைச் சுருட்டுவீர், அப்பொழுது மாறிப்போம்" (எபிரேயர், 1:10-12).

"வானத்தின் சர்வ சேனையும் கரைந்து, வானங்கள் புஸ்தகச் சுருளைப் போல் சுருட்டப்பட்டு, அவைகளின் சர்வ சேனையும் திராட்சைச் செடியின் இலைகள் உதிருகிறது போலவும், அத்திமரத்தின் காய்கள் உதிருகிறது போலவும் உதிர்ந்து விழும்" (ஏசாயா, 34:4).

"அவர் ஆறாம் முத்திரையை உடைக்கக் கண்டேன்; இதோ, பூமி மிகவும் அதிர்ந்தது; சூரியன் கறுப்புக் கம்பளியைப் போலக் கறுத்தது; சந்திரன் இரத்தம் போலாயிற்று. அத்தி மரமானது பெருங் காற்றினால் அசைக்கப்படும்போது, அதன் காய்கள் உதிருகிறதுபோல, வானத்தின் நட்சத்திரங்களும் பூமியிலே விழுந்தது. வானமும் சுருட்டப்பட்ட புஸ்தகம் போலாகி விலகிப் போயிற்று" (வெளிப்படுத்தின சுவிசேஷம், 6:12-14).

கடவுள் கூறியபடி எழுதப்பட்டது என்று உண்மை கிறித்தவர்கள் உரிமை கொண்டாடுகின்ற பைபிளில்தான் இந்த அறிவிப்புகள் உள்ளன. 'நட்சத்திரங்கள் கீழே விழும்' போலும்! நட்சத்திரங்கள் பூமியை விட மிகப் பெரியவை என்பதும் அதை ஈர்க்க பூமியால் முடியாது என்பதும் இன்று ஒரு துவக்கப் பள்ளிக் கூட மாணவனுக்குக் கூட தெரியும். எதுவேனும் காரணத்தால் ஒரு நட்சத்திரம் தன் பாதையிலிருந்து விலகி பூமியின் அருகில் வந்தால் பூமியை அது ஈர்த்து நெருங்க வைத்தது என்ற நிலை வரலாம். மாறாக, பூமியில் நட்சத்திரம் விழாது.

150 கோடி நட்சத்திரங்கள் அடங்கிய ஒரு நட்சத்திர சமூகத்திலுள்ள மிகச் சிறிய நட்சத்திரமான சூரியனைச் சுற்றி வருகின்ற ஒரு சிறிய கிரகம்தான் பூமி என்ற விவரம் கடவுளுக்கோ பைபிளிலுள்ள பல்வேறு நூல்களுடைய ஆசிரியர்களுக்கோ தெரிந்திருக்கவில்லை என்பது உறுதி. பொருளுக்கும் நாட்டுக்கும்

இடையேயுள்ள உறவைப் பற்றிய அய்ன்ஸ்டீனின் கோட்பாடுகளை யும் பாலோமரிலுள்ள மிகப் பெரிய தொலைநோக்கிகளையும் வைத்து 200 கோடி ஒளி ஆண்டுகளுக்கு அப்பாலுள்ள நட்சத்திரங் களைப் பற்றிய செய்திகள் நமக்குக் கிடைத்திருக்கின்றன. 700 கோடி முதல் 800 கோடி வரையிலான ஒளி ஆண்டுகள்தான் பிரபஞ்சத்தின் விட்டம் என்றும் கணக்கிடப்பட்டுள்ளது. ஒளி ஒரு விநாடியில் 1,86,000 மைல் செல்லும். அந்த வேகத்தில் ஓர் ஆண்டு ஒளி சஞ்சரிக்கின்ற தூரம் (1,86,000 X 60 X 60 X 24 X 365) தான் ஓர் ஒளி ஆண்டு என்பதையும் நினைவில் கொள்ளுங்கள். இந்த வகையைச் சேர்ந்த 100 கோடி நட்சத்திர சமூகங்கள் (பிரபஞ் சங்கள்) உண்டு என்று கணக்கிடப்பட்டிருக்கின்றது. ஒவ்வொன்றி லும் 200 முதல் 500 பில்லியன் வரை நட்சத்திரங்கள் உள்ளன. இந்த ஒவ்வொரு நட்சத்திரமும் ஒவ்வொரு சூரியன் தான். பூமியைவிட பத்து இலட்சமோ அதைவிட அதிகமோ பெரியவை ஒவ்வொரு நட்சத்திரங்களும்! 3×10^{23} நட்சத்திரங்கள் கவனிக்கப்பட்டிருக் கின்றன. 10^{23} என்றால் பொருள் என்ன? ஒரு நிமிடத்தில் 2000 நட்சத்திரங்கள் வீதம் எண்ணுகின்ற ஆற்றல் மிக்க கணினியைப் பயன்படுத்தி 10 லட்சம் ஆண்டுகள் எண்ணினாலும் 10^{15} நட்சத் திரங்களை மட்டுமே எண்ண முடியும். 3×10^{23} எண்ணும்வரை நம் பிரபஞ்சம் நிலைத்திருக்கும் என்றும் சொல்ல முடியாது.

ஆகாயகங்கைக்கு (சூரியக் குடும்பம் உள்படவுள்ள நட்சத்திர சமூகம்) ஏறத்தாழ ஒரு இலட்சம் ஒளி ஆண்டு விட்டம் உண்டு. இதில் 150 கோடி நட்சத்திரங்கள் உள்ளன. அதன் மய்யத்திலிருந்து 35,000 ஒளி ஆண்டுகள் ஒரு பக்கமாக விலகித்தான் பூமி அமைந்திருக்கின்றது. இந்த 150 கோடி நட்சத்திரங்களில் பொதுவாக சிறிய நட்சத்திரம்தான் நம்முடைய சூரியன். பிற சூரியன்களுக்கும் இதுபோன்ற கிரகங்கள் உள்ளன. அவற்றில் சில கிரகங்களில் உயிரினங்கள் வாழ்கின்றன என்பதற்கான சான்று களும் கிடைத்திருக்கின்றன. சூரியனும் பிற நட்சத்திரங்களும் ஆகாய கங்கையின் மய்யத்தைச் சுற்றி வருகின்றன. 2500 இலட்சம் ஆண்டுகளாக அவை ஆகாய கங்கையின் மய்யத்தைச் சுற்று கின்றன. நம்முடைய சூரியன்கூட இத்தகைய ஒரு நட்சத்திரம் தான். சில நட்சத்திரங்களோ முழு சூரியக் குடும்பத்தையும் உட்கொள்ளக் கூடிய அளவுக்குப் பெரியதாக இருக்கின்றன. எனினும் தெய்வ ஆவியால் எழுதியிருக்கின்ற பைபிளில், 'நட்சத்திரங்கள் வானிலிருந்து விழும்' என்று கூறப்பட்டிருக் கின்றது.

சூரியனுக்குப் பிறகு பூமிக்கு நெருக்கமாக இருக்கின்ற நட்சத்திரம் அல்பா சென்டாரிதான். இந்தியாவிலிருந்து பார்க்கும் பொழுது தென் பகுதியில் இந்த நட்சத்திரத்தைக் காணலாம். இந்த நட்சத்திரம் 'விழ வேண்டும்' என்று நினைத்தது என வைத்துக் கொள்வோம். ஒளி வேகத்தில் அது பூமியை நெருங்கினால்கூட நான்கரை ஆண்டுகளுக்கு பின்பே அதை அறிந்துகொள்ள நம்மால் முடியும்.

ஆற்றல் பொருளுக்கு (matter) ஒப்பானது. நாம் ஓர் உடலுக்கு ஆற்றலை அளிக்கும்பொழுது உண்மையில் பொருளைத்தான் வழங்குகின்றோம். ஓர் உடல் ஓய்வெடுக்கும் நேரத்தைவிட இயங்குகின்ற நேரத்தில்தான் பாரம் அதிகமாக இருக்கும். அது வேகத்தின் அளவுக்கேற்ப அதிகரிக்கும். ஒளியின் பாதி வேகத்தில் இயங்கினால் ஓர் உடலுக்கு 15 விழுக்காடு பாரம் அதிகரிக்கும். ஒளி வேகத்தினுடைய 85 விழுக்காடு வேகத்தில் இயங்கினால் உடலின் பாரம் இரு மடங்காகும். அங்கே பொருளின் வளர்ச்சி கணிதவியல் ரீதியிலான அதிகரிப்பை எட்டும். அதிகமான எடை கொண்ட ஓர் உடலுக்கு அதிகமான எதிர்ப்பாற்றல் இருப்பதனால் இயங்க முடியாது. அதனால் அல்பாசென்டாருக்கோ வேறு எதுவேனும் நட்சத்திரத்துக்கோ ஒளி வேகத்தில் விழுவது சாத்தியம் அல்ல.

ஒளியின் வேகத்தில் ஒரு நட்சத்திரத்துக்கு இயங்க முடியாது. பொருள்களுடைய மிகவும் அதிகமான இயக்க வேகம் 25,000 மைல்கள் தான். அந்தக் கணக்குப்படி பார்த்தால் அல்பாசென்டாரி பூமியை நெருங்கினால் 30 ஆண்டுகளில்தான் பூமியை எட்டும். இவ்வாறு எதுவேனும் நட்சத்திரம் பூமியை நோக்கிப் புறப் பட்டால் அது எந்த நாள், எத்தனை மணிக்கு, எத்தனை நிமிடத்திற்குப் பூமியை எட்டும் என்று விண்வெளி ஆய்வாளர்கள் கணக்கிடுவார்கள். எனினும் பைபிள் கூறுவதோ, "அந்த நாளையும் நாழிகையையும் பற்றி என்னுடைய பிதா மட்டுமே அறிவார்; சொர்க்கத்திலுள்ள தூதர்களும் சுதனும்கூட அறிய மாட்டார்கள்" என்றுதான். இத்தகைய பாட்டிக் கதைகளுக்கு இந்த அறிவியல் யுகத்தில் இடம் இல்லை.

48
சொர்க்க ராஜ்ய இன்சூரன்ஸ்

'சர்ச் ஆஃப் இங்கிலாந்து' என்றழைக்கப்படுகின்ற கிறித்தவ மதப் பிரிவைச் சேர்ந்த புரோகிதர் ஒருவர் அவருடைய குழந்தைகளுக்கு ஞானஸ்நானம் எடுக்க மறுத்திருக்கின்றார். 'கிறித்தவ மதத்தை நிராகரிக்க எவருக்கும் உரிமை இருக்க வேண்டும்' என்று அவர் தன் சபையிடம் கூறினார்.

இரண்டு குழந்தைகளின் தந்தையும் 26 வயது இளைஞருமான ஒய். டேவிட் கோலியர்தான் அந்தப் புரோகிதர். அவர் தொடர்ந்து கூறுவதாவது:

"எவருக்கும் அவர்களுடைய நம்பிக்கையை பிறருடைய தலையில் திணிக்க உரிமை கிடையாது. குழந்தைகளை ஞானஸ்நானத்துக்காக மூழ்கச் செய்யும்பொழுது அவர்களுடைய சம்மதம் இல்லாமலேயே ஒரு மதத்தை நாம் அவர்களுடைய தலையில் சுமத்துகின்றோம். என்னுடைய குழந்தைகள் பருவ வயதை எட்டும் பொழுது கிறித்தவ மதத்தை ஏற்றுக் கொள்ளவோ ஏற்றுக் கொள்ளாமலிருக்கவோ செய்யட்டும். நான் என்னுடைய மதத்தை அவர்களுடைய தொண்டையில் குத்தித் திணிக்க விரும்பவில்லை."

'டைம்ஸ் ஆஃப் சிலோண்' என்ற பத்திரிகையில் வெளிவந்த செய்திதான் இது. கற்றாடியாக்கள், குறி சொல்பவர்கள், சோதிடர்கள், புரோகிதர்கள் ஆகியோர் சாதாரணமாக அவர்களுடைய தொழிலின் கள்ளத்தனத்தை ஒப்புக்கொள்ளமாட்டார்கள். மூட நம்பிக்கையாளர்களான பெற்றோரும் ஆசிரியர்களும் புரோகிதர்களும் சேர்ந்து தலையில் சுமத்திய மூட நம்பிக்கைகளிலிருந்து நீக்கி நிறுத்தி குழந்தைகளை வளர்க்க வேண்டும் என்று அறிவும் அன்பும் கொண்ட ஒரு தந்தை என்ற நிலையில் ரெவ. கோலியர் முடிவெடுத்தது மிகவும் நல்லதுதான். ஆனால், தன்னுடைய குழந்தைகளின் தலையில் மதத்தைத் திணிக்க விரும்பாத அவருக்கு பிறருடைய குழந்தைகளுக்கு ஞானஸ்நானம் வழங்கமாட்டேன் என்று பிடிவாதம் பிடித்து வாழ்க்கைக்கான வழியை இழப்பது என்பது சிரமமானதுதான். மந்திரவாதிகள், சோதிடர்கள் ஆகியோருடையதைப் போலவே புரோகிதமும்

எளிதில் பணம் சம்பாதிப்பதற்கான மார்க்கம்தான் என்பது அவருக்குத் தெரிந்ததுதான்.

கமிஷன் தொகை அடிப்படையில் கடவுளுக்காக 'சொர்க்க ராஜ்ய இன்சூரன்ஸ் கார்ப்பரேச'னில் பணியாற்றுகின்ற ஒரு முகவர்தான் இந்தப் புரோகிதர். மரணத்திற்குப் பின் 'நித்திய மோட்சம் கிடைப்பதற்கான வழிபாடு - பூசை என்கிற 'ப்ரீமிய'த்தைச் செலுத்த தயாராக இருக்கின்றவர்களை கடவுளுக் காக 'கான்வாஸ்' செய்வதுதான் அவருடைய வேலை. பாலிசி உடைமையாளர்களுடைய உரிமையை நிலைநாட்டும் 'கார்ப்ப ரேசன்' மேலாளருக்கு இருக்கின்ற திறமையில் இந்த முகவருக்கு நம்பிக்கை இல்லாததால் தன்னுடைய குழந்தைகளின் பெயரில் பாலிசி எடுக்கவில்லை — அவ்வளவுதான்.

உடன்படிக்கையின்படி பாலிசி உடைமையாளர்களுக்கு உரிய உரிமையை கார்ப்பரேசன் வழங்கவில்லையென்றால் சட்டப்படி இன்சூரன்ஸ் முகவர் குற்றவாளி ஆவது இல்லை. இறந்தவர்களுக்கு மீண்டு வந்து ஒப்பந்தப்படி நித்திய சொர்க்கம் கிடைக்கவில்லை என்று புகார் தெரிவிக்க வழி இல்லாததனால் இந்த முகவர் தைரியமாக வேலையைத் தொடரலாம்.

"உலகிலுள்ள பல்வேறு கிறித்தவப் பிரிவினரிடையே ஒற்றுமை இல்லாததால் இந்தியாவிலுள்ள 6 கோடி தாழ்த்தப்பட்ட மக்களை கிறித்தவ மதம் இழக்க வேண்டியது நேரிட்டு விட்டது" என்று கொழும்பு பேராயர் ஆரோல்டு டிசுசா கூறியிருக்கின்றார். ரோமன் கத்தோலிக்கர், ஆங்க்லிக்கன் சபையினர், மெதடிஸ்டுகள் என பல்வேறு கிறித்தவப் பிரிவினர் சேர்ந்து பண்டாரவேலாவி லுள்ள அசன்கன் தேவாலயத்தில் நடத்திய ஒரு மாநாட்டில் தான் அவர் இந்தக் கருத்தைக் கூறினார்.

'சிலோண் டெய்லி மெயில்' பத்திரிகையில் வெளிவந்தது தான் இந்தச் செய்தி.

கிறித்தவ மதத்திற்கு ஏற்பட்ட இந்த ஆறுகோடி இழப்பு புத்த மதத்துக்கு லாபகரமாக ஆகிவிட்டது. டாக்டர் அம்பேத்கரும் அவருடைய ஆதரவாளர்களும் சேர்ந்து புத்த மதத்தைத் தழுவிய செய்தியைத்தான் பேராயர் இவ்வாறு சுட்டிக் காட்டினார். கிறித்தவ மதம் என்றழைக்கப்படுகின்ற 'சொர்க்க ராஜ்ய இன்சூரன்ஸ் கார்ப்ப ரேச'னுக்கு சரியாக பிரீமியம் செலுத்துகின்ற ஆறுகோடி மக்கள் கிடைக்க இருந்த வாய்ப்புதான் இழக்கப் பட்டிருக்கின்றது. பெரிய அளவில் வியாபாரத்திற்குப் பணம்

வசூல் செய்யக் கூடிய சிரமமான வாய்ப்பை இழந்ததை கார்ப்பரேசனின் கொழும்பு மேலாளர் எவ்வாறு தாங்கிக் கொள்வார்? ஆறு கோடி புதிய பாலிசி உடமையாளர்கள் (புதிய கிறித்தவர்கள்) கிடைத்தார்கள் என்று சொன்னால், ஆயிரக் கணக்கான புரோகிதர்களுக்கும் அவர்களுடைய குடும்ப உறுப்பினர் களுக்கும் கூடுதலாக 'அப்பமும் வெண்ணெய்'யும் கிடைக்கும் என்பதுதான் பொருள்.

49

மதமும் குடும்பக் கட்டுப்பாடும்

மக்கள் தொகை பெருக்கத்தைத் தடுப்பதற்கான மார்க்கங் களைப் பற்றி 'சிலோண் பிராட்காஸ்டிங் கார்ப்பரேசன்' அண்மையில் ஒரு விவாத அரங்கத்தை நடத்தியது. அறிஞர் ஜார்ஜ் சி. ஒண்டாட்ஜியின் தலைமையில் நடைபெற்ற அந்த விவாத அரங்கத்தில் பல்வேறு எண்ணங்களைக் கொண்டவர்கள் பங்கு பெற்றனர். குடும்பக் கட்டுப்பாடு அமைப்பின் சார்பாக டாக்டர் சிவ சின்னத் தம்பியும் பகுத்தறிவாளர் சங்கத்தின் சார்பாக நானும் பங்கு கொண்டோம். ரோமன் கத்தோலிக்கப் புரோகிதரான ரெவ. ஃபாதர் மெர்வின் பெர்ணான்டோ, புத்தமதத்தைச் சேர்ந்த ஜினதாஸ் சங்கரக்கொடி ஆகியோர் அதில் பங்கு பெற்ற வேறு இருவர்.

ஒலிபரப்பு செய்வதற்கு சில நாள்களுக்கு முன்பே விவாத அரங்கத்தின் விவாதங்களை வானொலி நிலையத்தில் வைத்துப் பதிவு செய்தனர். ஆனால், ஒலிபரப்பிய பொழுது பின்வரும் பகுதி அதில் இல்லை. 'பதிவு செய்தபொழுது அந்தப் பகுதி விடுபட்டு விட்டது' என்பதே விசாரித்தபொழுது கிடைத்த பதில். சாக்குப்போக்குச் சொல்லி அந்தப் பகுதியை நீக்கி விட்டார்கள் என்பதை நான் புரிந்து கொண் டேன். சிலோண் பிராட்காஸ்டிங் கார்ப்பரேசன் ஒலிபரப்ப அஞ்சிய அந்த விவாதத்தின் பகுதி இதுதான்:

கோவூர்: 'ரிதம் பீரியடை' (கருவுறுதல் நடைபெறாத வேளையில் உடலுறவு கொள்கின்ற முறை) மட்டும் ரோமன் கத்தோலிக்க சபை அங்கீகரிக்கவும் பிற அனைத்து குடும்பக் கட்டுப்பாடு முறைகளை எதிர்க்கவும் செய்வது ஏன் என்பதற்கு ஃபாதர் பெர்ணான்டோ விளக்கம் அளித்தால் நல்லது.

ஃபாதர் பெர்ணான்டோ: லட்சியம் மார்க்கத்தை நியாயப்படுத்துவதில்லை என்பதுதான் எங்களுடைய புகழ்பெற்ற தத்துவம். இது அதனுடன் தொடர்பு கொண்டிருக்கின்றது.

ஒண்டாட்ஜி: கருத்தடை மாத்திரைகளையும் அய்.யு.டி.யையும் நீங்கள் எதிர்ப்பது ஏன்?

ஃபாதர் பெர்ணான்டோ: இயற்கை விதிகளை எதிர்ப்பவையே அவை. இயற்கை விதிகளுக்கு எதிராக இயங்குவது சரியல்ல.

ஒண்டாட்ஜி: இயற்கை விதிகளுக்கு அளிக்கின்ற விளக்கத்தின் குழப்பம்தான் இது என்று நினைக்கின்றேன். பிற மதத்தினருக்கு ரோமன் கத்தோலிக்கர்களுடைய இந்தக் கருத்தை ஏற்றுக் கொள்ள முடியவில்லை. மரணம் ஓர் இயற்கை விதிதான். அதனைத் தடுக்கவும் தள்ளி வைக்கவும் எல்லோரும் முயலுகின்றனர். அதுபோல ஓர் இயற்கை விதியான பிறப்பின் விசயத்திலும் ஈடுபடுவதில் என்ன தவறு இருக்கின்றது?

கோவூர்: 'ரிதம் பீரியட்' தான் சபை ஏற்றுக் கொள்கின்ற குடும்பக் கட்டுப்பாடு மார்க்கம் என்றும் அது இயற்கை விதிக்கு முரணானது அல்ல என்றும் அல்லவா ஃபாதர் பெர்ணான்டோ கூறுகின்றார். இந்த வாதம் எந்த அளவுக்கு சரியானது என்று ஆராய வேண்டியதிருக்கின்றது. வாரிசுகளை உருவாக்குவதற்காக அல்லாமல் தம்பதியர்கூட உடலுறவு கொள்வது இயற்கை விதிகளுக்கு முரணானது என்றும் காம திருப்தி அடைகின்ற மோசமான செயல் என்றும்தான் சபை கற்றுக் கொடுக்கின்றது. பெண்ணின் கரு முட்டை வெளியேறாத 'பாதுகாப்புக் காலத்தில் உடலுறவு கொள்ள இன்று ரோமன் கத்தோலிக்கப் புரோகிதர்கள் 'குட்டி ஆடுகளு'க்கு உபதேசம் செய்வது இயற்கை விதிகளுக்கு எதிரானதல்லவா?

மனிதர்கள் உள்பட எல்லா உயிரினங்களிலுமுள்ள பெண் பிரிவுக்கு அவற்றின் கருமுட்டை வெளியேறுகின்ற சமயத்தில் தான் அதிகமாக செக்ஸ் உணர்வு உண்டாகும். இது உயிரியல் வல்லுநர்கள் அங்கீகரித்திருக்கின்ற ஓர் உண்மையாகும். காம உணர்வு உண்டாகும்பொழுது அதைத் தணிப்பதற்காக பிற உயிரினங்கள் சத்தமிடுவதை நாம் பார்த்திருக்கின்றோம். சமூக – கலாச்சார ரீதியிலான சட்டங்கள் நடைமுறையில் இருப்பதால் மானுடப் பெண்கள் இந்த வேளையிலும் சில கட்டுப்பாடுகளைக் கடைபிடிக்கின்றனர் – அவ்வளவுதான். பெண்கள் மிக அதிகமான

காம உணர்வுடன் இருக்கின்ற அந்தக் கட்டத்தில் கணவன் அவர்களுடன் உடலுறவு கொள்ளக்கூடாது என்று போப்பாண்டவரும் பிற கத்தோலிக்கப் புரோகிதர்களும் கூறுகின்றனர். கருமுட்டை வெளியேறுகின்ற காலம் கடந்ததும் பெண்களுக்குப் பொதுவாக காம விகாரம் குறைவாக இருக்கும். அந்த வேளையில் கணவனுடைய மனநிறைவுக்காக அவர்கள் உடன்பட வேண்டும் என்று சபை கற்றுக் கொடுக்கின்றது. கணவனை அனுசரித்துச் செல்ல வேண்டியது மனைவியின் கடமை என்பதனால் விருப்பமில்லாத நேரத்திலும் பெண்கள் அதற்கு இணங்குவார்கள். மனைவியை சட்ட ரீதியாக பலாத்காரம் செய்கின்ற முறையே இது. இதை செய்யத்தான் கத்தோலிக்கக் கணவர்களிடம் போப்பாண்டவரும் புரோகிதர்களும் உபதேசம் செய்கின்றனர். இது இயற்கைக்கு முரணானதாகும்.

இந்த வகையான, இயற்கைக்கு முரணான செக்ஸ் செயல்கள் காலப்போக்கில் கத்தோலிக்கப் பெண்களுடைய காம உணர்வையே மரத்துப் போகச் செய்துவிடும். ஒரு குடும்ப நல ஆலோசகர் என்ற நிலையில் என்னை அணுகிய பல கத்தோலிக்க மதக் கணவர்கள் அவர்களுடைய மனைவியரின் இயலாமையைப் பற்றி புகார் கூறியிருக்கின்றனர். அந்தக் காரணத்தினாலேயே பிற பெண்களை நாடிச் சென்ற பல கத்தோலிக்கக் கணவர்களையும் நானறிவேன். செக்ஸ் விரக்திதான் பல குடும்பங்கள் தகர்ந்து போனதற்குக் காரணம். குடும்பக் கட்டுப்பாட்டுக்குரிய அறிவியல் மார்க்கங்களைப் பயன்படுத்த அனுமதி அளித்திருந்தால் பல கத்தோலிக்கப் பெண்கள் மகிழ்ச்சியான செக்ஸ் வாழ்க்கை வாழவும் அதன்மூலம் அமைதியான குடும்ப வாழ்க்கையை நடத்தவும் செய்திருப்பார்கள்.

இனி, இயற்கை விதிகளுக்கு எதிராகச் செயல்படுவது தவறானதா என்று பாருங்கள். தாழ்ந்த உயிரினங்களுக்கு இல்லாத பல திறமை களும் மனிதனுக்கு உண்டு. மழை பொழியும்பொழுது எதுவேனும் குகையில் ஒதுங்கி நிற்பதோ மரத்தின் அடியில் தஞ்சம் புகுவதோதான் அவை செய்வது. ஆனால், மனிதன் இயற்கை இயல்புக்கு மாறான முறையில் கட்டடங்களைக் கட்டி அவற்றில் பாதுகாப்பாக வாழ்கின்றான். அவனுடைய வசதிக்காகவும் சுகத்துக்காகவும் இயற்கைக்கு எதிராக அவன் கண்டு பிடித்த மார்க்கம்தான் கட்டடம் கட்டுதல். நாம் ஒவ்வொரு முறையும் மருத்துவரிடம் செல்வது 'கடவுளின் திட்டத்தை' தகர்ப்பதற்காகவும் அல்லவா? மருந்து கொடுப்பதும் இரத்தம்

வழங்குவதும் இயற்கையின் சாதாரண பணிகளை மீறுவதல்லவா? இவை அனைத்தும் இயற்கை விதிகளுக்கு எதிரானது என்றால் மட்டுமே லூப்பும் நிரோத்தும் கருத்தடை மாத்திரைகளும் இயற்கை விதிகளுக்கு எதிரானதாக ஆகும்.

(பகுத்தறிவாளரின் சற்றுக் காட்டமான இந்த விமசர்னத்தைப் பதிவு செய்தபொழுது பதிவாகாமல் போனது ஏன் என்பது தெளிவாகத் தெரிகின்றதல்லவா.)

50
விகாரி ஜெனரலின் மகன்

கேரளத்தைச் சேர்ந்த யூராட்டஸ்டன்ட்காரர்களுடைய மாதிகைதான் 'ப்ரவசன ப்ரதீபிகை'. அதன் ஓர் இதழில் 'பேராசிரியர் ஏ.டி. கோவூரும் தீமையின் உறைவிடமான தெய்வமும்' என்ற ஒரு கட்டுரை வெளியிடப்பட்டிருந்ததை இடமருகு எனக்கு அனுப்பி வைத்தார். சி. மாத்யூ தெங்கும்மடம் என்பவர்தான் கட்டுரை ஆசிரியர். மார்த்தோமா சபையின் விகாரி ஜெனரலாக இருந்த கோவூரச்சனின் மகன் நாத்திகன் ஆனதில் மாத்யூவுக்கு எல்லையற்ற கவலை உண்டுபோலும்! அவர் எழுதியிருப்பதாவது:

"திரு. கோவூரின் குறிப்பேட்டிலிருந்த குறிப்பைப் படித்ததும் என்னுடைய மனதில் தோன்றியவை திரு. கோவூரின் தந்தையும் என்னுடைய ஆன்மீகக் குருவாக விளங்கிய விகாரி ஜெனரல் அய்பு தோம்மா கத்தனாரைப் பற்றிய நினைவுகள் தான்! மார்த்தோமா சபையின் உயிர் நாடியாகவும் பரமாத்மாவாகவும் விளங்கிய அவர் எங்களுடைய பங்கின் விகாரி (பங்கு தந்தை) யாகவும் இருந்தார். புனித ஸ்நானம் செய்து என்னை சபையில் சேர்த்ததும் அவர்தான். நானுள் பட பலருக்கு ஆத்மீக அனுக்கிரகங்களுக்கு முகாந்திரம் ஆகத்தக்க வண்ணம் வழியமைத்துத் தந்த அவர், தெய்வத்தின் அன்பையும் கிறித்துவின் பரமயாகத்தையும்பற்றி உரையாற்றும் பொழுது கண்ணீர் வடிப்பதை இன்று நடந்ததுபோல் நான் நினைவுகூருகின்றேன். கிறித்துவின் ஓர் உத்தம படைவீரராகவும் திகழ்ந்த விகாரி ஜெனரல் கோவூரச்சனின் குடும்பத்திலிருந்து கடவுளில் தீமையைத் தரிசிக்கவும் புனித வேத நூலில் களங்கம் சுமத்தவும் செய்கின்ற ஒரு மகன் எவ்வாறு தோன்றினார்? இந்த

வினா பலருக்கும் எழலாம். ஆனால், அதில் வியப்படைய எதுவும் இல்லை. அனைத்து குணங்களும் நிறைந்த கடவுளின் படைப்பான பிரபஞ்சத்தில் எவ்வாறு தீமை புகும்? இதுவல்லவா கோவூரின் பிரச்சனை. கடவுளின் புனிதத்திலும் திருவசனத்தின் தெய்வத் தன்மையிலும் முழுநம்பிக்கை வைத்திருந்த கோவூரச்சனின் வீட்டில் கடவுளில் நம்பிக்கை இல்லாத நிலை எவ்வாறு புகுந்தது? தந்தை தன் மகன் கோவூரின் சுதந்திரத்தைத் தடுக்கவில்லை."

கண்மூடித்தனமாக மதத்தில் தீவிர நம்பிக்கையுடையவராக இருந்தபோதிலும் நன்றியுணர்வு கொண்ட ஒரு நல்ல மனிதர் என்ற நிலையில் நான் மாத்யூவிடம் மரியாதையும் அன்பும் கொண்டிருக்கின்றேன். அவருடையவும் அவருடைய ஆத்மீக குருவான என் தந்தையினுடையவும் கொள்கைகளுடன் இணங்காததால் என்னை வெறுக்கின்ற அளவுக்கு மத வெறியன் அல்ல மாத்யூ என்று நான் கருதுகின்றேன். என்னுடைய தந்தையின் மதரீதியான கொள்கைக ளோடு ஒத்துப் போகவில்லை என்பதுதான் மாத்யூ என் பெயரில் காண்கின்ற குற்றம். கடந்த நூற்றாண்டில் வாழ்ந்திருந்த என் தந்தை ஒரு சமூக சீர்திருத்தக் காரராகவும் விளங்கினார் என்பது எல்லோரும் ஏற்றுக் கொள்கின்ற உண்மையாகும். அவருடைய தந்தையும் பிரபலமான பலரும் யாக் கோபாய சுரியானி சபையின் உறுப்பினர்களாக இருந்தனர். மூடநம்பிக்கைகள் நிறைந்த அந்த சபையிலிருந்து வெளியேறி, திருவல்லாவை தலைமையிடமாகக் கொண்டு இன்றைய மார்த்தோமா சபையை நிறுவுவதற்கு அவர் தலைமை தாங்கினார். அன்று சீர்திருத்தவாதிகள் என்றழைக்கப் பட்ட மார்த்தோமா சபையினருக்கு இன்றைய அளவுக்கு ஆதர வாளர்களோ சொத்துக்களோ கிடையாது. மாத்யூவின் தந்தையும் யாக்கோபாய சபையிலிருந்து விலகி அன்று மார்த்தோமா சபையில் இணைந்தார். மார்த்தோமா சபையின் நம்பிக்கைகள் அறிவுக்குப் பொருந்தாதவை, காலத்திற்கு ஒவ்வாதவை என்று உணர்ந்ததனால் நான் அந்த சபையை விட்டு வெளியேறினேன். ஆனால், மாத்யூவோ கடந்த நூற்றாண்டில் என் தந்தையும் அவரது தந்தையும் நின்ற இடத்திலேயே நின்று கொண்டிருக்கின்றார்.

தந்தையின் நம்பிக்கையைப் புறக்கணித்து புதிய மதத்தை உருவாக்குவதற்கு தலைமை தாங்கியதனால் என்னுடைய தந்தையை அவரது தந்தை வீட்டிலிருந்து வெளியேற்றினார். ஆனால், சில காலத்திற்குப்பின் பெற்றோரும் அவருடைய சகோதர – சகோதரிகளும் அந்தப் புதிய சபையில் சேர்ந்தனர்.

கடந்த நூற்றாண்டில் வாழ்ந்த என்னுடைய தந்தை அவருக்குக் கிடைத்த அறிவின் உதவியோடு யாக்கோபாய சபையிலுள்ள மூடநம்பிக்கைகளுக்கு எதிராகப் போராடினார். அசாதாரணமான திறமையும் அறிவாற்றலும் அவருக்கு இருந்த தால்தான் அவ்வாறு செய்தார். இந்த நூற்றாண்டில் வாழ அவருக்கு முடிந்திருந்தால் ஒருவேளை கேரள பகுத்தறிவாளர் சங்கத்தின் நிறுவனராகவோ தலைவராகவோ ஆகியிருப்பார் என்பதில் எனக்கு அய்யம் இல்லை. அவரது சீடர்களும் சுதந்திர சிந்தனை யில்லாத மாத்யூவைப் போன்றவர்களும்கூட பகுத் தறிவாளர் சங்கத்தில் இணைந்திருப்பார்கள்.

தந்தை தன்னுடைய மகன் கோவூரின் சுதந்திரத்தைத் தடுக்க வில்லை என்று மாத்யூ கூறுகூது உண்மைதான். தன் குழந்தை களுடைய சிந்தனை சுதந்திரத்தைத் தடுக்கவோ மூடநம்பிக்கை யாளர்கள் ஆக்கி வளர்க்க முயலவோ அவர் செய்யவில்லை. மாத்யூவின் தந்தையும் இந்தச் சுதந்திரத்தை அவருக்கு அளித்திருந் தால்.... என்று நான் எண்ணிப் பார்க்கின்றேன்.

நாம் நம்முடைய பெற்றோருடையவும் அவர்கள் அவர்களு டைய பெற்றோருடையவும் மதத்தையும் கருத்துகளையும் பின்பற்றுகின்றார்கள் என்று வைத்துக் கொள்வோம். அப்படி யிருந்தால் உலகத்தில் எந்த முன்னேற்றமும் ஏற்படப் போவ தில்லை. முதல் மதம்தான் கடைசி மதமாகவும் இருந்திருக்கும். பண்டைய மனிதனின் பரிகாசத் துக்குரிய அதே எண்ணங்கள்தான் இன்றும் தொடர்ந்து கொண்டிருக்கும். பல நூற்றாண்டுகளுக்கு முன்பிருந்தே தப்பானதிலிருந்து சரியானதை நோக்கிச் செல்கின்ற ஆர்வத்தை அறிவாளிகள் வெளிப்படுத்தி வந்தனர். அதனால்தான் மானுட நாகரிகம் இந்த நிலையை எட்டியது. நேற்று நம்முடைய தந்தையர் அவர்களுடைய தந்தையரின் தவறுகளைத் திருத்தினர். இன்று நம்முடைய தந்தையரின் தப்புகளைத் திருத்த வேண்டிய கடமை நமக்கு உண்டு. நாளை நம்முடைய குழந்தைகள் இதை விட சரியான பாதையை நோக்கிச் செல்வார்கள். அதுதான் முன்னேற்றத்தின் மார்க்கம்.

51

மல்யுத்த வீரனின் கடவுள்

"என்னுடைய உடல் வலிமைக்குப் பின்னணியிலிருக்கின்ற இரகசியம் சர்வ வல்லமையுடைய தெய்வம் அல்லாதான்." (சிலோண் டெய்லி மிரர், 31-5-1965).

நியூயார்க்கிலுள்ள நீக்ரோ பகுதியான ஹார்லெம் என்ற இடத்தில் அமைந்துள்ள கறுப்பு முஸ்லீம்களின் உணவு விடுதி யில் வைத்து கையொப்பம் (ஆட்டோ கிராப்) வாங்குவதற்காகக் குழுமியவர்களிடம் புகழ்பெற்ற மல்யுத்த வீரரான காஷியஸ் க்லே இவ்வாறு கூறினார்.

"தமிழ் காங்கிரஸ் நாடாளுமன்ற உறுப்பினர்கள் சீஸ்ட்ரீடிட் டிலுள்ள கதிரை வேலாயுத சுவாமி கோயிலை இன்று தரிசிக்கச் செல்கின்றனர். இந்தக் கோயிலின் பக்தர்கள், இந்த நாடாளுமன்ற உறுப்பினர்களை இந்தக் கடவுள் நாடாளுமன்றத்துக்கு அனுப்பு வார் என்று உறுதி கூறியிருந்தனர். இன்றைய மதச் சடங்குகளில் கலந்து கொள்ள பக்தர்கள் அழைத்ததால் நன்றியறிதலின் பொருட்டு அவர்கள் இன்று கோயிலுக்குச் செல்கின்றனர்." (சிலோண் டெய்லி மிரர், 1-6-1965).

இந்தச் செய்திகளைப் படிக்கின்ற ஒருவர் காஷியஸ் க்லே சோணி லிஸ்ட்டணேயையும் சர்வ வல்லமை உடையவனையும் கீழே தள்ளிவிட்டதாகக் கருதுவார். சர்வ வல்லமையுடைய அல்லா குறிப்பிட்ட சில மக்களுக்காக பண்டைக் காலத்தில் பல இலட்சக் கணக்கான மக்களைக் கொன்றதாக புனித நூலில் காணப் படுகின்றது. அந்த வகையில் புதிதாக தன்னுடைய பக்தனாக ஆன ஒருவனுக்காக அல்லாவை நம்பாத லிஸ்ட்டனை வீழ்த்தினார் என்று சொன்னால் அதில் நம்பத் தகாத எதுவும் இல்லை!

இஸ்லாம் மதத்தில் சேருவதற்கு முன்பு மல்யுத்தத்தில் க்லே வுக்குக் கிடைத்த வெற்றிகளும் அல்லாவின் உதவியால்தான் கிடைத்திருக்கக்கூடும். க்லே ஓர் உண்மை பக்தனாக ஆவான் என்றும் இஸ்லாம் மதத்தைச் சேர்ந்த மற்போர் வீரர்களில் முதல்வனாக ஆவான் என்றும் அனைத்தையும் அறிந்த தெய்வம் முன்கூட்டியே அறிந்திருக்க வேண்டும்.

க்லேவுக்கு மற்போர் களத்தில் கடவுள் உதவி செய்தார்; தமிழ் நாடாளுமன்ற உறுப்பினர்களுக்கு தேர்தலின் போது கதிரை வேலாயுத சாமி அருள்புரிந்தார். உடற்பயிற்சி வல்லுநரான க்லேயை அறிவாளியாக எவரும் கணக்கிடுவதில்லை. ஆனால், நாடாளுமன்ற உறுப்பினர்கள் அறிவுடையவர்களாக இருக்க வேண்டும். ஆனால், இங்கே இரு பிரிவினரும் ஒன்று போலவே மூட நம்பிக்கையாளர்களாகக் காணப்படுகின்றனர். பக்தியாலோ பூசையாலோ உடல் வலிமை உண்டாகும் என்றால் க்லேயை விட உடல் வலிமை வேறு சிலருக்குத் தான் உண்டாக வேண்டும். அதைப்போல தேர்தலில் கதிரை வேலாயுத சுவாமி உதவுவார் என்றால் அந்தக் கடவுளின் உத்தம பக்தர்களில் எவரேனும் தேர்தலில் போட்டியிட்டிருப்பார்கள்.

52

ஆபத்தான மத நூல்

'மதம் நல்வழியின் எதிரி' என்ற பெயரில் நான் எழுதிய கட்டுரையை விமர்சனம் செய்து மலங்கரை சுரியானி சபையைச் சேர்ந்த புரோகிதரான ஏ.வி. ஜார்ஜ் 'ஜனயுகம்' வாரிகையில் குறிப்பு ஒன்றை எழுதியிருந்தார். பங்கு தந்தை ஜார்ஜோ அவரைப் போன்ற வயதுடையவர்களோ சுதந்திரமான பார்வையோடு பைபிளைப் படிப் பதில் தப்பில்லை. ஆனால், தெய்வம் சொன்ன புனித நூல் இது என்று சொல்லி குழந்தைகளுக்கு அதைக் கற்றுக் கொடுப்பதும் தினமும் வீடுகளில் வாசிப்பதும் ஆபத்தானது. ஒரு 'விசுவாசி' கூட பைபிள் கூறுகின்ற நல்வழி விதிமுறைகளுக்கு ஏற்ப குழந்தைகளை வளர்ப்பாரா என்பது அய்யம்தான்.

மனிதனை வழிநடத்துவதற்காக தெய்வ ஆவியால் எழுதப்பட்டது தான் பைபிள் என்றே கிறித்தவர்கள் நம்புகின்றனர். அந்த நிலையில் ஃபாதர் ஜார்ஜுக்கோ வேறு எவருக்கேனுமோ அதில் எதுவேனும் பகுதியை நீக்குவதோ அவற்றுக்குப் புதிய விளக்கங்கள் அளிப்பதோ சாத்தியம் அல்ல. மரணம் அடைந்தவர் களுக்கும் உயிருடன் இருக் கின்றவர்களுக்கும் பிறக்க இருக்கின்ற வர்களுக்கும் பொருந்தக்கூடிய தெய்வீகச் சட்டங்கள்தான் பைபிள் என்றால் அதில் தவறுகள் வரக்கூடாது. சாமானிய அறிவினால் கூட ஏற்றுக் கொள்ள முடியாத மடமைகள், தரம் தாழ்ந்த கதைகள், ஆபாச செய்திகள், காதல் பாடல்கள், பழமொழிகள், வீர

காதைகள், பிரார்த்தனைகள், செவிவழிச் செய்திகள், பண்டைய கோத்திரங்களுடைய சன்மார்க்க விதிமுறைகள், போர் வரலாறு கள் ஆகியவை அடங்கிய ஒரு தொகுப்பு நூல் என்பதை மிஞ்சிய முக்கியத்துவம் எதுவும் அதற்கு இல்லை. ஆனால், அது தெய்வம் சொன்ன சத்தியங்கள்தான் என்று யூதர்களும் கிறித்தவ மதப் பரப்புநர்களும் பரப்பி வருகின்றனர். 'பைபிள் சொசைட்டி'கள் கோடிக்கணக்கான படிகள் அச்சடித்து மலிவு விலையில் அதை விற்பதால்தான் இவ்வளவு பெரிய பிரச்சாரம் அதற்குக் கிடைத்தது. அல்லாமல் மகத்துவத்தால் அல்ல. ரிக் வேதம், ராமாயணம், மகாபாரதம், கிரேக்க நாடகங்கள் முதலிய பண்டைய இலக்கிய நூல்களுடன் ஒப்பிட்டுப் பார்த்தால் அவற்றின் அருகில் நெருங்கக் கூடிய கலையழகும் பைபிளில் இல்லை. ஆனால், அதை ஆங்கில மொழியில் மொழி பெயர்த்தவர்கள் அந்தக் காலகட்டத்தைச் சேர்ந்த மிகச்சிறந்த புலமை உடையவர்களாகவும் இலக்கிய வாசனை உடையவர்களாகவும் இருந்ததனால் அந்த மொழியி லுள்ள பைபிளுக்கு இலக்கிய ரீதியாக ஒரு சிறப்பு ஏற்பட்டது என்பது உண்மைதான். ஆனால், மலையாளம் உள்பட உள்ள பல மொழிகளிலும் வெளிவந்த மொழிபெயர்ப்புகளும் மூல நூல் களும் சிறப்புக்குரிய இலக்கிய நூல்கள் அல்ல. 'முதலில் அச்சான நூல்' என்று பைபிளை உயர்த்திக்காட்டுவதற்காகப் பல நேரங்களிலும் சொல்லப்படுவதுண்டு. மக்கள் மத்தியில் பரவி யிருந்த ஒரு நூல் அச்சானதில் கிறித்தவ மதத்துக்கு எந்தப் பெருமையும் இல்லை. அதற்கு முன்பே சீனாவில் கன்பூசியசின் நூல்களும் புத்தரின் சூக்தங்களும் அச்சடிக்கப்பட்டிருந்தன என்பது இன்று தெரியவந்திருக்கின்றது. இந்தியாவைச் சேர்ந்த ஓர் இந்துவோ இலங்கையைச் சேர்ந்த புத்தமதத்தினரோ தான் முதலில் அச்சடிக்கும் பணியைத் துவங்கியிருந்தால் அவர்களு டைய எதுவேனும் ஒரு மத நூலைத்தான் முதலில் அச்சடித்திருப் பார்கள்.

உலகம் நாகரிகம் அடையாத கட்டத்தில் வாழ்ந்த பண்டைய மனிதனின் சட்டத் தொகுப்புகளும் சன்மார்க்க ஆச்சாரங்களும் மரபுகளும் அடங்கிய பைபிள், தற்கால மனிதன் பின்பற்றக் கூடிய செய்திகளைக் கொண்டது அல்ல. பத்து கட்டளைகளையோ சில பல மொழிகளையோ ஆங்காங்கே இருந்து எடுத்துக் காட்டு கின்றவர்கள்கூட வேண்டுமென்றே தன்னலம் கருதி வேறு பலவற்றையும் மறைத்து விடுகின்றனர். பைபிளை நடுநிலை யோடு படித்தால் பக்குவமற்ற மனங்களை வழிதவற வைக்கின்ற

மதநூல்தான் அது என்பது புலனாகும். சில எடுத்துக்காட்டுகளை இங்கே சுட்டிக்காட்டுகின்றேன்.

உண்மை பேசுவதை மதிப்புமிக்க குணமாகவே நாம் கருது கின்றோம். ஆனால், பைபிள் பொய் பேசுவதை நியாயப்படுத்து கின்றது. கர்த்தரே பல நேரங்களிலும் பொய் பேசியதாக பைபிளில் காணப்படுகின்றது. இறைதூதர் எரேமியா கூறுவதாவது:

"....ஆ! கர்த்தராகிய ஆண்டவரே, உங்களுக்குச் சமாதானமாயிருக்கும் என்று சொன்னதினால், மெய்யாகவே இந்த ஜனத்துக்கும் எருசலேமுக்கும் மிகுதியான மோசத்தை வரப் பண்ணினீர்..." *(எரேமியா, 4:10).*

விருப்பம் இல்லாதவர்களை, பொய்பேசி சதி செய்து கொல் வதற்கோ ஆபத்தில் சிக்க வைப்பதற்கோ கர்த்தர் தயங்குவதில்லை என்பதை நிரூபிப்பதுதான் பின்வரும் பகுதி:

"அப்பொழுது அவன் சொன்னது: கர்த்தருடைய வார்த்தையைக் கேளும்... அப்பொழுது கர்த்தர் ஆகாப் போய், நீலேயாத்திலுள்ள ராமோத்தில் விழும்படிக்கு, அவனுக்குப் போதனை செய்கிறவன் யார் என்று கேட்டதற்கு, ஒருவன் இப்படியும் ஒருவன் அப்படியும் சொன்னார்கள். அப்பொழுது ஒரு ஆவி புறப்பட்டு வந்து, கர்த்தருக்கு முன்பாக நின்று: நான் அவனுக்குப் போதனை செய்வேன் என்றது. எதினால் என்று கர்த்தர் அதைக் கேட்டார். அப்பொழுது அது: நான் போய், அவனுடைய தீர்க்கதரிசிகள் எல்லாரின் வாயிலும் பொய்யின் ஆவியாய் இருப்பேன் என்றது. அதற்கு அவர்: நீ அவனுக்குப் போதனை செய்து அப்படி நடக்கப் பண்ணுவாய்; போய் அப்படிச் செய் என்றார். ஆதலால் கர்த்தர் பொய்யின் ஆவியை இந்த உம்முடைய தீர்க்கதரிசிகளாகிய இவர்கள் எல்லாருடைய வாயிலும் கட்டளையிட்டார்; கர்த்தர் உம்மைக் குறித்துத் தீமையாகச் சொன்னார் என்றான்" *(1 இராஜாக்கள் 22:19-23).*

இங்கே சதியாலோசனை நடத்துபவராகவும் சதிகாரரு மாகவே கர்த்தர் காட்சியளிக்கின்றார். அந்தக் கடவுளின் உத்தம சீடராக விளங்கிய தாவீது, உரியாவின் மனைவியைத் தட்டிப் பறிப்பதற்காக இதுபோன்ற சதி செய்வதாக இன்னொரு பகுதியில் காணப்படுகின்றது.

பொய் பேசவும் சதிச் செயல் செய்யவும் செய்கின்ற ஒரு தெய்வத்தைப் படைத்தவர்கள் அவற்றைத் தப்பு என்று கருதாதவர் களாக இருக்க வேண்டும். மதப் பிரச்சாரம் செய்வதற்காகப் பொய்

பேசுவதிலோ போர் புரிவதிலோ கொலை பாதகம் செய்வதிலோ கிறித்தவர்கள் கொஞ்சமும் பின்வாங்கவில்லை என்பதை வரலாறு நிரூபிக்கின்றது. கிறித்தவ மதத்தின் முதன்மை இறைதூதரான (அப்போஸ்தலர்) பவுல் மதப் பிரச்சாரத்துக்காகப் பொய் பேசிய தாக பைபிளில் காணப்படுகின்றது:

"என் பொய்யினாலே தேவனுடைய சத்தியம் அவருக்கு மகிமை உண்டாக விளங்கினதுண்டானால், இனி நான் பாவி என்று தீர்க்கப்படுவானேன்? நன்மை வரும்படிக்குத் தீமை செய்வோமாக என்றும் சொல்லலாமல்லவா?" *(ரோமர், 3:7-8).*

கடவுளின் சிறப்பைப் பரப்ப பொய் சொல்வதும் நன்மை உண்டாவதற்காகத் தீமை செய்வதும் தப்பு அல்ல என்று சொன்ன பவுல், கொரிந்தியருக்குரிய கட்டுரையில் மீண்டும் அதை உறுதிப்படக் கூறுகின்றார்.

காரியத்தைச் சொல்வதற்காகப் பொய் சொல்ல வேண்டும் என்று தான் பைபிள் கூறுகின்றது. பல நேரங்களிலும் கர்த்தர் ஆதரவாளர்களிடம் பொய் பேசியதாகவும் பொய் பேசுமாறு அவர்களுக்கு உத்தரவிட்டதாகவும் பைபிளில் காணலாம். இஸ்ரவேல் மக்கள் மிஸ்ரயீமில் (எகிப்து) அடிமைகளாக இருந்தனர் என்றும் மோசேயின் தலைமையில் அங்கிருந்து தப்பினர் என்றும் கதை காணலாம். அவர்கள் செல்வதற்கு முன்பு நிகழ்ந்த சம்பவம் யாத்திராகமம் நூலில் பின்வருமாறு காணப் படுகின்றது:

"நான் உங்களை எகிப்தின் சிறுமையிலிருந்து நீக்கி, பாலும் தேனும் ஓடுகிற தேசமாகிய... தேசத்துக்குக் கொண்டு போவேன் என்றும் சொன்னேன் என்றார் என்று சொல்லு... நீயும் இஸ்ரவேலின் மூப்பரும் எகிப்தின் ராஜாவினிடத்தில் போய்: எபிரேயருடைய தேவனாகிய கர்த்தர் எங்களைச் சந்தித்தார்; இப்பொழுது நாங்கள் வனாந்தரத்தில் மூன்று நாள் பிரயாணம் போய், எங்கள் தேவனாகிய கர்த்தருக்குப் பலியிடும்படி எங்க ளைப் போகவிட வேண்டுமென்று சொல்லுங்கள்" *(யாத்திராகமம், 3:17, 18).*

கானான் நாட்டுக்கு ஒளிந்தோடுவதற்கான வாய்ப்பை உண்டாக்குவதற்காகத்தான் இந்தப் பொய்யைச் சொல்லுமாறு கர்த்தர் அவர்களைத் தூண்டினார். கானான் நாட்டுக்குச் செல்லும்பொழுது எகிப்தியர்களை எவ்வாறு ஏமாற்ற வேண்டும் என்றும் கர்த்தர் கூறுகின்றார்:

"ஒவ்வொரு ஸ்திரீயும், தன்தன் அயலகத்தானிடத்திலும் தன்தன் வீட்டில் தங்குகிறவனிடத்திலும் வெள்ளியுடைமை களையும் பொன்னுடைமைகளையும் வஸ்திரங்களையும் கேட்டு வாங்குவாள்; அவைகளை உங்கள் குமாரருக்கும் உங்கள் குமாரத்திகளுக்கும் தரிப்பித்து, எகிப்தியரைக் கொள்ளையிடு வீர்கள் என்றான்" *(யாத்திராகமம், 3:22).*

தன் மக்களை அடிமைத் தளையிலிருந்து விடுவிப்பதற்காக பொய் பேசச் சொல்லுகின்ற 'சர்வ வல்லமை' உள்ளவனிடம் நமக்கு இரக்கம் ஏற்பட்டாலும், பொய் சொல்லி மக்களைக் கொள்ளையடிக்கும்படி உத்தரவிடுகின்ற சதிகாரனான அந்தக் கடவுளைப் பின்பற்றுகின்றவர்களிடம் நமக்குப் பரிதாபப்பட வழியில்லை. எத்தகைய சதிச் செயல்களைச் செய்வதற்கும் கிறித்தவ பாதிரியார்கள் தயங்காததற்குக் காரணம், இவையெல் லாம் சன்மார்க்கம் என்று நம்புவதால் இருக்கலாம். போப் பாண்டவர்களுடையவும் பாதிரியார்க்கீசுகளுடையவும் வரலா றைப் புரட்டினால் இது புலனாகும். எதற்காக அதிகமாகச் சொல்லிக் கொண்டு செல்ல வேண்டும்? ஃபாதர் ஜார்ஜ் உறுப்பின ராக இருக்கின்ற மலங்கரை சுரியானி சபையைச் சேர்ந்த புரோகித மேதாவிகள் வட்டிப் பணவழக்கு, சமூக வழக்கு ஆகியவை நடை பெற்ற காலத்தில் நீதிமன்றத்தில் சொன்ன பொய் சாட்சிகளுடைய கதை கேரள மக்களுக்கு மறந்திருக்காதல்லவா! இன்றும் கேரளத்தில் உள்ள சுரியானி தேவாலயங்களிலும் செமினாரிகளி லும் நடைபெறுகின்ற பிரச்சனைகளில் ஒவ்வொரு தரப்பும் பேசுகின்ற பொய்கள் புகழ் பெற்றவை அல்லவா! இவை யெல்லாம் தப்பு என்று ஃபாதர் ஜார்ஜுக்கோ வேறு புரோகி தருக்கோ தோன்றுவதில்லை. அவர்கள் அவற்றுக்கு எதிராகப் பேசுவது இல்லை என்பதே அதற்குச் சான்றாகும். உண்மையான கிறித்தவப் பாரம்பரியமும் கலாச்சாரமும் இவற்றுக்கு எதிராக இல்லை.

பொய் பேசவும் சதிச் செயல் செய்யவும் தயங்காத ஒருவன் கொடுத்த வாக்கைக் காப்பாற்றுவது இல்லை. கிறித்தவர்களின் கடவுளான கர்த்தரும் இந்த விசயத்தில் வித்தியாசமானவர் அல்ல என்பதை பைபிள் நிரூபிக்கின்றது. இஸ்ரவேல் மக்களின் குலப் பிதாவான யாக்கோபுவிடம் கர்த்தர் கூறுவதாவது:

"... நான் தேவன், நான் உன் தகப்பனுடைய தேவன்; நீ எகிப்து தேசத்துக்குப் போகப் பயப்பட வேண்டாம்; அங்கே உன்னைப் பெரிய ஜாதியாக்குவேன்" *(ஆதியாகமம், 46:3).*

இந்த வாக்குறுதிக்கிணங்க யாக்கோபு தன் குழந்தைகளுடன் எகிப்துக்குச் சென்றதாக ஆதியாகமம் கூறுகின்றது. அப்படிச் சென்றதால் அவர்கள் 'பெரிய ஜாதி' ஆனார்களா? எகிப்தியர்களுடைய அடிமைகள் ஆனார்கள் என்றே பைபிள் கூறுகின்றது. அதிலிருந்து தப்ப முயன்றபோது தட்டிப் பறிக்க முயன்றதைத்தான் நாம் முன்பு பார்த்தோம்.

53
அடிமை முறை

வரலாற்றில் மிகவும் வீழ்ச்சியடைந்த கட்டம் அடிமை முறை நடைமுறையிலிருந்த காலம்தான். ஆடுமாடுகளைப்போல மனிதர்களை வாங்கவும் விற்கவும் செய்த அந்தக் காலகட்டத்தைப் பற்றி நாகரிக மனிதனுக்கு கற்பனை செய்து பார்ப்பதுகூட கடினமான காரியமாகும். பைபிள் எழுதப்படுகின்ற காலத்திற்கு முன்பே உலகின் எல்லா பகுதிகளிலும் அடிமைமுறை பரவியிருந்தது. அதற்கு எதிராக ஒரு சொல்கூட பைபிளில் இல்லை. அதே வேளையில் அடிமை முறையை நியாயப்படுத்தவும் அங்கீகரிக்கவும் செய்கின்ற பாகங்கள் 'தெய்வ ஆவியால் எழுதப்பட்ட' அந்த நூலில் தாராளமாகவே காணப்படுகின்றன. ஒருமுறை கர்த்தர், மோசேவுக்கு அளித்த உத்தரவைப் பாருங்கள்:

"எபிரேயரில் ஓர் அடிமையைக் கொண்டாயானால், அவன் ஆறு வருஷம் சேவித்து, ஏழாம் வருஷத்தில் ஒன்றும் கொடாமல் விடுதலை பெற்றுப் போகக் கடவன். ஒன்றிக்காரனாய் வந்திருந்தானானால், ஒன்றிக்காரனாய்ப் போகக்கடவன்; விவாகம் பண்ணினவனாய் வந்திருந்தானானால், அவன் பெண்ஜாதி அவனோடே கூடப் போகக் கடவள். அவன் எஜமான் அவனுக்கு ஒரு பெண்ணை விவாகஞ் செய்து கொடுத்தும், அவள் அவனுக்கு ஆண்பிள்ளைகளையாவது பெண் பிள்ளைகளை யாவது பெற்றும் இருந்தால், அந்தப் பெண்ணும் அவள் பிள்ளைகளும் அவள் எஜமானனைச் சேரக் கடவர்கள்; அவன் மாத்திரம் ஒன்றியாய்ப் போகக் கடவன். அந்த வேலைக்காரன்: என் எஜமானையும் என் பெண் ஜாதியையும் என் பிள்ளைகளையும் நேசிக்கின்றேன்; நான் விடுதலை பெற்றுப்போக மனதில்லை என்று மனப் பூர்வமாய்ச் சொல்வானானால், அவன் எஜமான் அவனை நியாயாதிபதிகளிடத்தில் அழைத்துக் கொண்டுபோய், அவனைக் கதவின் அருகேயாவது கதவு நிலையின் அருகேயாவது

சேரப் பண்ணி, அங்கே அவன் எஜமான் அவன் காதைக் கம்பியினாலே குத்தக் கடவன்; பின்பு அவன் என்றைக்கும் அவனிடத்திலே சேவித்துக் கொண்டிருக்கக் கடவன்" (யாத்திராகமம், 21:2-6).

ஓர் அடிமைக்கு அவனுடைய மனைவியுடனும் குழந்தை களுடனும் வாழ வேண்டும் என்ற எண்ணம் வந்தால் வாழ்நாள் முழுவதும் அவன் அடிமையாக இருக்க வேண்டும் என்பதுதான் கர்த்தரின் சட்டம்! அடிமைகளைக் கொல்வதற்கான அனுமதியை யும் கர்த்தர் எஜமானர்களுக்கு அளித்திருக்கின்றார். அந்த விசயத்தில் அவன் குற்றவாளி அல்ல. கர்த்தர் கூறுகின்றார்:

"ஒருவன் தனக்கு அடிமையானவனையாவது தனக்கு அடிமையானவளையாவது, கோலால் அடித்ததினாலே, அவன் கையால் இறந்துபோனால், பழிக்குப்பழி வாங்கப்பட வேண்டும். ஒரு நாளாவது இரண்டு நாளாவது உயிரோடிருந்தால் அவர்கள் அவனுடைய உடைமையாகையால், பழிவாங்க வேண்டியதில்லை" (யாத்திராகமம், 21:20-21).

ஒரு மனிதன் இன்னொரு மனிதனுடைய மூலதனமே என்பதுதான் கர்த்தரின் கருத்து. புதிய ஏற்பாடு காலத்திலும் இதே பார்வையைத்தான் கடவுள் கொண்டிருந்தார். அப்போஸ்தலர் பவுல் அடிமைகளிடம் கூறிய அறிவுரை கவனிக்கத்தக்கது:

"வேலைக்காரரே, நீங்கள் கிறிஸ்துவுக்குக் கீழ்ப்படிகிறது போல, சரீரத்தின்படி உங்கள் எஜமான்களாயிருக்கிறவர்களுக்கும் பயத்தோடும் நடுக்கத்தோடும் கபடமற்ற மனதோடும் கீழ்ப் படிந்து....." (எபேசியர், 6:5).

உடைமையாளர்களை எதிர்க்கக் கூடாது என்றும் அவர்களை அச்சத்தோடும் நடுக்கத்தோடும் கபடமற்ற மனதோடும் அனுசரித்துச் செல்ல வேண்டும் என்றும் அறிவுரை வழங்குவது உடைமைகளின் சன்மார்க்க உபதேசமாகும்; மனிதர்களுடையது அல்ல.

"உங்கள் கருத்துகளுடன் எனக்கு இணங்க முடியவில்லை. ஆனால், அந்தக் கருத்தைச் சொல்வதற்கான உங்களுடைய சுதந்திரத்துக்காக இறப்பதற்குக்கூட நான் தயாராக இருக்கின்றேன்" என்று பகுத்தறிவாளரான வால்டயர் கூறினார். மத நம்பிக்கையும் கடவுள் நம்பிக்கையும் தப்புதான் என்பது தெரிந்திருந்தபோதிலும், அவற்றை நம்புகின்றவர்களுக்கு வழிபாட்டுச் சுதந்திரத்தை

வழங்க வேண்டும் என்ற கருத்துக் கொண்டவர்கள்தான் பகுத்தறி வாளர்கள். இதுவும் சுதந்திரத்தின் அடிப்படைப் பிரமாணங்களில் ஒன்றுதான். ஆனால், பைபிளில் கூறப்பட்டுள்ள மரபு இதற்கு எதிராகவே இருக்கின்றது. நம்பிக்கையில் எதுவேனும் மாற்றம் ஏற்படுகின்றவர்களுக்கு மரண தண்டனையைத்தான் கர்த்தர் வழங்குகின்றார்.

"நான் விலக்கியிருக்கிற வேறே தேவர்களையாவது சந்திர சூரியர் முதலானவான சேனைகளையாவது சேவித்து, அவை களை நமஸ்கரிக்கிறதாகக் காணப்பட்டால், அது உன் செவி கேட்க உனக்கு அறிவிக்கப்படும்போது, நீ அதை நன்றாய் விசாரிக்கக் கடவாய்; அது மெய் என்றும், அப்படிப்பட்ட அருவருப்பு இஸ்ரவேலில் நடந்தது நிச்சயம் என்றும் கண்டாயானால், அந்த அக்கிரமத்தைச் செய்த புருஷனையாவது ஸ்திரீயையாவது உள் வாசல்களுக்கு வெளியே கொண்டுபோய், அப்படிப்பட்டவர்கள் சாகும்படி கல்லெறியக் கடவாய்" (உபாகமம், 17:3-5).

இந்தச் சட்டத்தை இந்தியாவிலுள்ள இந்துக்கள் நடை முறைப்படுத்தியிருந்தால் இங்கே ஒரேயொரு கிறித்தவர்கூட உருவாகியிருக்கமாட்டார். இது பழைய ஏற்பாடு கால செய்தி என்றும் புதிய ஏற்பாடு காலத்தில் அந்த நிலைமையில் மாற்றம் ஏற்பட்டுவிட்டது என்றும் சிலர் வாதிடக் கூடும். ஆனால், மத சம்பந்தமான சகிப்புத்தன்மை இன்மை புதிய ஏற்பாடு காலத்தி லும் நிலவியது. அப்போஸ்தலர் பவுல் கூறுவதுதான் இது:

"... நீங்கள் ஏற்றுக் கொண்ட சுவிசேஷத்தையல்லாமல் வேறொரு சுவிசேஷத்தை ஒருவன் உங்களுக்குப் பிரசங்கித்தால் அவன் சபிக்கப்பட்டவனாயிருக்கக் கடவன்" (கலாத்தியர், 1:9).

கிறித்துவும் இதுபோன்ற சகிப்புத் தன்மையற்ற சொற்களைச் சொன்னதாக சுவிசேஷகன் குறிப்பிட்டிருக்கின்றார்:

"அன்றியும் தங்கள்மேல் நான் ராஜாவாகிறதற்கு மனதில்லா திருந்தவர்களாகிய என்னுடைய சத்துருக்களை இங்கே கொண்டு வந்து, எனக்கு முன்பாக வெட்டிப்போடுங்கள்" (லூக்கா, 19:27).

மாற்குவின் சுவிசேஷத்தில் கிறிஸ்து கூறியதாக குறிப்பிடப் பட்டுள்ள இன்னொரு வசனத்தையும் கவனியுங்கள்:

"விசுவாசமுள்ளவனாகி ஞானஸ்நானம் பெற்றவன் இரட்சிக்கப் படுவான்; விசுவாசியாதவனோ ஆக்கினைக்குள் ளாகத் தீர்க்கப்படுவான்" (மாற்கு, 16:16).

இவற்றையும் இவை போன்ற பைபிள் வசனங்களையும் ஆதாரமாகக் கொண்டுதான் பல நூற்றாண்டுகளாக அறிஞர் பெருமக்களுக்கும் சுதந்திர சிந்தனையாளர்களுக்கும் எதிராக கிறித்தவ மதம் நடந்து கொண்டு வருகின்றது. புருணோயை நெருப்புக்கு இரையாக்கியதும் கலிலியோவைச் சிறையில் அடைத்ததும் அவற்றிற்கான சில எடுத்துக்காட்டுகள். லஞ்சம் கொடுத்து ஆள்களை வளைக்கவும் அதற்கு இணங்காதவர்களைக் கொல்லுவோம் என்று அச்சுறுத்தவும் மதக்காரர்கள் தயங்கிய தில்லை. கிறித்தவ மதத்தை நம்பாதவர்களை வாழுங் காலத்தில் கொல்ல முடியாத கட்டங்களில், இறந்தபின் அடக்கம் செய்யப் பட்ட அவரது உடலைத் தோண்டியெடுத்துத் துன்புறுத்த வும் கிறித்தவ மதத் தலைவர்கள் முன்வந்தனர். பல இலட்சக் கணக் கான மக்களின் மரணத்துக்கும் கணக்கிலடங்காத அழிவுகளுக்கும் காரணமான சிலுவைப் போர்களுக்குத் தலைமைவகிக்க மதத் தலைவர்களைத் தூண்டியதும் பைபிள்தான். இன்றும் பைபிள் மூலம் எழுச்சிப் பெறுகின்ற யூதர்களும் குர்ஆன் மூலம் எழுச்சிப் பெறுகின்ற முஸ்லீம்களும் மத்திய கிழக்கு நாடுகளில் போர்களை நடத்துகின்றனர்!

பல நேரங்களிலும் குழந்தைகள் நாம் சொல்வதை பின்பற்ற மாட்டார்கள். பெற்றோர் சினந்தோ அதட்டியோ சில வேளை களில் லேசாக அச்சுறுத்தியோதான் அவர்களுக்கு சொல்வதை பின்பற்றக் கூடிய இயல்பை உண்டாக்குவார்கள். குழந்தைகளை அடித்து நல்லவனாக ஆக்குவது சாத்தியம் அல்ல என்பதுதான் கற்றறிந்த அறிஞர்களின் கருத்து. அது எப்படியோ இருக்கட்டும், தங்கள் பேச்சைக் கேட்காத குழந்தைகளை கல்லெறிந்து கொல்ல வேண்டும் என்று சுயஉணர்வுடைய எவரேனும் கூறுவார்களா? ஆனால், கர்த்தருடைய சட்டம் அதற்கு எதிரானது அல்ல:

“தன் தகப்பன் சொல்லையும் தன் தாயின் சொல்லையும் கேளாமலும், அவர்களால் தண்டிக்கப்பட்டும், அவர்களுக்குக் கீழ்படியாமலும் போகிற அடங்காத துஷ்டப் பிள்ளை ஒருவனுக்கு இருந்தால், அவன் தகப்பனும் அவன் தாயும் அவனைப் பிடித்து, அவன் இருக்கும் பட்டணத்தின் மூப்பரிடத்துக்கும் அவ்விடத்து வாசலுக்கும் அவனைக் கொண்டுபோய், எங்கள் மகனாகிய இவன் அடங்காத துஷ்டனாயிருக்கிறான்; எங்கள் சொல்லைக் கேளான்; பெருந்தீனிக்காரனும் குடியனுமாயிருக்கிறான் என்று பட்டணத்தின் மூப்பரோடே சொல்லுவார்களாக. அப்பொழுது

அவன் சாகும்படி அந்தப் பட்டணத்து மனிதரெல்லாரும் அவன் மேல் கல்லெறியக் கடவர்கள்... (உபாகமம், 21:18-21).

இந்தச் சட்டம் எந்த அளவுக்கு காட்டுமிராண்டித்தனமானது என்பதை சாமானிய அறிவுடையவர்கள்கூட புரிந்து கொள்வார்கள். கர்த்தரின் இந்தத் தண்டனை முறையை நடைமுறைப் படுத்தத் தொடங் கினால் கிறித்தவர்களில் பலருக்கும் வாரிசுக்காக எவரும் எஞ்சியிருக்க மாட்டார்கள்.

54
பைபிளும் சமூகச் சிந்தனையும்

மனித மாமிசத்தை உண்பதைவிட காட்டுமிராண்டித்தன மான வேறு எதையேனும் பற்றி நாகரிக மனிதனால் சிந்திக்க முடியுமா? ஆப்பிரிக்காவிலும் பசிபிக் தீவுகளிலும் வாழ்ந்த சில முரட்டு கோத்திர வர்க்கத்தினர் பகைவர்களைக் கொன்று அவர்களுடைய மாமிசத்தை உண்டனர். கடவுள் கூறிய பைபிள் நேசிப்பவனைக் கொன்று தின்னும்படி அறிவுறுத்துகின்றது. கொடூரமான ஒரு தண்டனைமுறை என்ற நிலையில் கர்த்தர் பல நேரங்களிலும் நரமாமிச உணவை நடைமுறைப்படுத்தியதாக பைபிளில் காணப்படுகின்றது.

“உன் சத்துருக்கள் உன்னை முற்றிகைப் போட்டு நெருக்குங் காலத்தில், உன் தேவனாகிய கர்த்தர் உனக்குக் கொடுத்த உன் கர்ப்பக் கனியான உன் புத்திர புத்திரிகளின் மாம்சத்தைத் தின்பாய்... தன் இல்லாமையினாலேதான் தின்னும் தன் பிள்ளைகளின் மாம்சத்திலே, தன் சகோதரனுக்காகிலும், தன் மார்பில் இருக்கிற மனைவிக்காகிலும், தனக்கு மீந்திருக்கிற தன் மக்களில் ஒருவனுக்காகிலும் கொஞ்சமேனும் கொடாதபடி அவர்கள் மேல் வன்கண்ணாயிருப்பாய்” (உபாகமம், 28:53-55).

“... நான் அவர்களைத் தங்கள் குமாரரின் மாம்சத்தையும் தங்கள் குமாரத்திகளின் மாம்சத்தையும் தின்னப் பண்ணுவேன்; அவனவன் தனக்கு அடுத்தவனுடைய மாம்சத்தைத் தின்பான் என்று கர்த்தர் சொல்லுகிறார்...” (எரேமியா, 19:9).

ஏறத்தாழ இதே ரீதியில் லேவியராகமத்திலும் கர்த்தரின் உத்தரவு ஒன்றைக் காணலாம்:

“நானே உங்கள் பாவங்களினிமித்தம் உங்களை எழத்தனையாய்த் தண்டிப்பேன். உங்கள் குமாரரின் மாம்சத்தையும் உங்கள்

குமாரத்திகளின் மாம்சத்தையும் புசிப்பீர்கள்" *(லேவியராகமம், 26:28-29).*

பாலஸ்தீனப் பிரதேசத்துக்கு கானான் என்றும் பெயர் உண்டு. கானானியர், பெலிஸ்தியர், அமலேக்யர் முதலிய பிரிவினர்தான் அங்கேயுள்ள ஆதிவாசிகள். அவர்களைப் போரில் வென்று கொள்ளையடித்த பிறகுதான் யூதர்கள் அந்த நாட்டில் நிரந்தரமாகத் தங்கினார்கள்.

"சேனைகளின் கர்த்தர் சொல்லுகிறது என்னவென்றால், இஸ்ரவேல் எகிப்திலிருந்து வந்தபோது, அமலேக்கு அவர்களுக்கு வழி மறித்த செய்கையை மனதிலே வைத்திருக்கிறேன். இப்போதும் நீ போய், அமலேக்கை மடங்கடித்து, அவனுக்கு உண்டான எல்லாவற்றையும் சங்கரித்து, அவன்மேல் இரக்கம் வைக்காமல், புருஷனையும் ஸ்திரீகளையும் பிள்ளைகளையும் குழந்தைகளையும் மாடுகளையும் ஆடுகளையும் ஒட்டகங்களை யும் கழுதைகளையும் கொன்று போடக் கடவாய் என்கிறார்..." *(1 சாமுவேல், 15:-3).*

வேறொரு சூழ்நிலையின்போது கர்த்தர் கூறுகின்றார்:

"உன் தேவனாகிய கர்த்தர் உனக்குச் சுதந்திரமாகக் கொடுக் கிற ஏத்தியர், எமோரியர், கானானியர், பெரிசியர், ஏவியர், எபூசியர் என்னும் ஜனங்களின் பட்டணங்களிலே மாத்திரம் சுவாசமுள்ள தொன்றையும் உயிரோடே வைக்காமல், அவர்களை உன் தேவனாகிய கர்த்தர் உனக்குக் கட்டளையிட்டபடியே சங்காரம் பண்ணக் கடவாய்" *(உபாகமம், 20:16-17).*

இந்த பைபிள் வசனங்களைப் படித்து எழுச்சிப் பெற்ற அமெரிக்க ஆட்சியாளர்களுக்கு, ஹிரோஷிமாவிலும் நாகசாகியி லும் நிரபராதிகளான மக்கள்மீது அணுகுண்டைப் பொழிய தயக்கம் இருக்கவில்லை. பல ஆண்டுகளாக வியட்நாமில் மனித இரத்தத்தை வேட்டையாடியவர்களுக்கும் இந்த பைபிள்தான் வழிகாட்டியது.

பகைவர்களுடனான அணுகுமுறையில் மட்டும் அல்ல, தன் னுடைய ஆதரவாளர்களிடம்கூட மிகவும் கொடூரமானவனாக நடந்து கொள்கின்றவனாகவே பைபிளில் கடவுளைச் சித்திரித் திருக்கின்றனர். ஊரியாவை வஞ்சனையாகக் கொன்று அவனு டைய மனைவியைச் சொந்தமாக்கிக் கொண்டதற்காக தாவீதுக்கு அளித்த தண்'_னை கவனிக்கத்தக்கது:

"கர்த்தர் சொல்லுகிறது என்னவென்றால், இதோ, நான் உன் வீட்டிலே பொல்லாப்பை உன்மேல் எழும்பப் பண்ணி, உன் கண்கள் பார்க்க, உன் ஸ்திரீகளை எடுத்து, உனக்கு அடுத்தவனுக்குக் கொடுப்பேன்; அவன் இந்தச் சூரியனுடைய வெளிச்சத்திலே உன் ஸ்திரீகளோடே சயனிப்பான். நீ ஒளிப்பிடத்தில் அதைச் செய்தாய்; நானோ இந்தக் காரியத்தை இஸ்ரவேலர் எல்லோருக்கு முன்பாகவும், சூரியனுக்கு முன்பாகவும் செய்விப்பேன் என்றார்" (2 சாமுவேல், 12:11-12).

பைபிளைப் போல செக்ஸ் வன்முறைக்கும் ஆபாசத்துக்கும் மதிப்பளிக்கின்ற வேறொரு மத நூல் உலகத்தில் கிடையாது. பைபிளைப் பின்பற்றுகின்ற ஒருவன், இறந்துவிட்ட சகோதரனின் மனைவியுடன், அவளை திருமணம் செய்து கொள்ளாமலேயே உடலுறவு கொள்ளலாம். மாற்குவின் சுவிசேஷம் கூறுவதாவது:

"ஒருவனுடைய சகோதரன் சந்தானமில்லாமல் தன் மனைவியை விட்டு இறந்துபோனால், அவனுடைய சகோதரன் அவன் மனைவியை விவாகம் பண்ணி, தன் சகோதரனுக்குச் சந்தானம் உண்டாக்க வேண்டுமென்று மோசே எங்களுக்கு எழுதி வைத்திருக்கிறாரே. இப்படியிருக்க, ஏழு பேர் சகோதரர் இருந்தார்கள். மூத்தவன் ஒரு பெண்ணை விவாகம் பண்ணி, சந்தானமில்லாமல் இறந்து போனான். இரண்டாம் சகோதரன் அவளை விவாகம் பண்ணி, அவனும் சந்தானமில்லாமல் இறந்து போனான். மூன்றாம் சகோதரனும் அப்படியே ஆனான். ஏழு பேரும் அவளை விவாகம் பண்ணி, சந்தானமில்லாமல் இறந்து போனார்கள்" (மாற்கு, 12:19-22).

கடவுள் அளித்தது என்று சொல்லப்படுகின்ற உத்தரவுக்கிணங்கத் தான் இத்தகைய உடலுறவுகள் நடைபெற்று வந்தன. ஆதியாகமம் நூல் விவரிக்கின்ற கதை ஒன்றை இங்கே பார்ப்போம்:

"யூதாவின் மூத்த மகனாகிய ஏர் என்பவன் கர்த்தரின் பார்வைக்குப் பொல்லாதவனாய் இருந்ததினால், கர்த்தர் அவனை அழித்துப்போட்டார். அப்பொழுது யூதா ஓனானை நோக்கி, நீ உன் தமையன் மனைவியைச் சேர்ந்து, அவளை மைத்துனச் சுதந்திரமாய்ப் படைத்து, உன் தமையனுக்குச் சந்ததியை உண்டாக்கு என்றான். அந்தச் சந்ததி தன் சந்ததியாயிராதென்று ஓனான் அறிந்தபடியினாலே அவன் தன் தமையனுடைய மனைவியைச் சேரும் போது, தன் தமையனுக்குச் சந்ததி உண்டாகாத

படிக்குத் தன் விந்தைத் தரையிலே விழவிட்டுக் கெடுத்தான். அவன் செய்தது கர்த்தரின் பார்வைக்குப் பொல்லாத தாயிருந்ததி னால், அவனையும் அவர் அழித்துப் போட்டார்." (ஆதி யாகமம், *38:7-10*).

உடலுறவின்போது கடைசி நேரத்தில் சுக்லம் பெண்ணுறுப் பில் விழாமல் வெளியே விடுவது என்பது அங்கீகரிக்கப்பட்ட குடும்பக் கட்டுப்பாடு வழிகளில் ஒன்றாகும். கிறித்தவர்களில் பலரும் அவ்வாறு செய்வதுண்டு. ஆனால், அப்பாவியான ஓனானை இந்தக் காரியத்திற்காக கர்த்தர் கொன்றுவிட்டார். எப்படியிருந்தாலும் இன்று இத்தகைய ஒரு சாகசத்திற்கு கர்த்தர் முன்வரமாட்டார். பைபிளை நம்புகின்ற கிறித்தவர்களுக்கு சகோதரர்களின் மனைவியர் ஆசை நாயகிகள் அல்ல என்பதையே இது காட்டுகின்றது.

நம்முடைய காலகட்டத்தில் வாழ்கின்ற ஆபாச மனிதன்கூட மகனின் மனைவியரோடும் தன் மகள்களுடனும் உடலுறவு கொள்ள மாட்டான். ஆனால், பைபிளை நம்புகின்றவர்களுக்கு இவை இரண்டும் தப்பு அல்ல. முன்பு கூறிய ஓனானின் கதையையே எடுத்துக் கொள்வோம். சுக்லத்தை தரையில் விழச் செய்ததற்காக ஓனானைக் கர்த்தர் கொன்ற பிறகு ஏரின் மனைவி அவனுடைய தந்தையான யூதாவின் மூலம் கர்ப்பினி ஆனதாகக் காணப்படுகின்றது. மகனின் மனைவியிடம் வாரிசை உருவாக்கி யதற்காக யூதாவை தெய்வம் தண்டிக்கவில்லை.

இது மகனுடைய மனைவியின் காரியம் என்று வாதிடுகின்ற வர்கள் இருக்கக்கூடும். ஆனால், தன் மகள்கள் இருவரும் லோத்தின் மூலம் கருவுற்ற கதையும் ஆதியாகமம் நூலில் *(19:30-38)* விவரிக்கப்பட்டுள்ளது.

பைபிள் பழைய ஏற்பாடு வசனங்களை நம்புகின்றவர்கள் தான் யூதர்களென்ற போதிலும், இஸ்ரவேலிலுள்ள இன்றைய யூதர்களுக்கு கர்த்தரின் உத்தரவுகளிலுள்ள அதர்ம பக்கத்தைப் பார்க்க முடிகின்றது என்பது ஆரோக்கியமான ஓர் அடையாள மாகும். 1972 ஜனவரியில் கர்த்தரின் கட்டளையை அப்படியே ஏற்றுக் கொண்டு, வாரிசு இல்லாமல் இறந்த தன் சகோதரனின் மனைவியான ரிவாக்காவைத் திருமணம் செய்த 41 வயதான நிஸ்ஸிம் ஷராபியைச் சிறையில்தான் அடைத்தனர்.

தன் சகோதரன் மனைவியுடன் உடலுறவு கொள்வதை கடவுள் ஆதரித்த போதிலும், மகள்களைத் திருமணம் செய்து கொடுப்பதை அந்த அளவுக்கு ஆதரிக்கவில்லை.

"அவளை (மகளை) விவாகம் பண்ணிக் கொடுக்கிறவனும் நன்மை செய்கிறான்; கொடாமலிருக்கிறவனும் அதிக நன்மை செய்கிறான்" *(1 கொரிந்தியர், 7:38).*

ஒருவன் தன்னுடைய கன்னிகையான மகளுடன் தகாத முறையில் நடந்து கொண்டதாக நினைக்கின்றான் என்றால், கன்னிகைக்கு வயது கடந்துவிட்டால், அவன் அவனுடைய விருப்பத்தை நிறைவேற்றட்டும்; அதன் மூலம் பாவம் செய்வதில்லை என்கின்றது கொரிந்தியர் ஏழாம் அத்தியாயம். நம்முடைய கல்வி நிறுவனங்களில் பைபிளைக் கற்றுக் கொடுப்பதன் மூலம் இதைத்தான் பரப்ப வேண்டுமா?

தெய்வம் விபச்சாரத்தையும் தகாத உறவுகளையும் உற்சாகப் படுத்தியது. ஓசியா நான்காவது அத்தியாயத்தில் தெய்வம் தான் தேர்ந்தெடுத்த மக்களிடம் கூறியதாவது: "உங்கள் குமாரத்திகள் வேசித்தனம் செய்கிறதினிமித்தமும் உங்கள் மருமக்கள்மார் விபசாரம் செய்கிறதினிமித்தமும் நான் அவர்களைத் தண்டியாம லிருப்பேனோ?"

வெளியுலகில் நிர்வாணமாக நடப்பதை நாகரிக நாடுகள் அனைத்தும் குற்றச்செயலாக ஆக்கியிருக்கின்ற போதிலும் பெண்களைத் தண்டிப்பதற்கான கடவுளின் வழி அவர்களை பொது இடங்களில் நிர்வாணமாக நிறுத்துவதுதான். ஏசாயா மூன்றாவது அத்தியாயம் பின்வருமாறு கூறுகின்றது: "கர்த்தர் அவர்கள் மானத்தைக் குலைப்பார்" *(3:17).*

மீண்டும் உருவான எண்ணத்தின் விளைவாக படைக்கப் பட்ட பெண் கர்த்தரின் கருத்துப்படி ஆணின் காம நிறைவுக்காக உள்ள அசையும் சொத்து மட்டும் தான். அவனுக்கு போதுமான அளவு காம நிறைவை வழங்காவிட்டால் புறக்கணித்து விடலாம். உபாகமம் நூலின் 21 ஆவது அத்தியாயத்தில் தெய்வம் கூறுவ தாவது:

"... அவர்களைச் (போரின்போது) சிறைப் பிடித்து வந்து, சிறைகளில் ரூபவதியான ஒரு ஸ்திரீயைக் கண்டு, அவளை விவாகம் பண்ண விரும்பி, அவளை உன் வீட்டுக்குள் அழைத்துக் கொண்டு போவாயானால்... நீ அவளோடே சேர்ந்து, அவளுக்குப் புருஷனாயிரு; அவள் உனக்கு மனைவியாயிருப்பாள். அவள்மேல் உனக்குப் பிரியமில்லாமற் போனால் நீ அவளைப் பணத்திற்கு விற்காமல், அவளைத் தன் இஷ்டப்படி போகவிடலாம்" *(21:10-14).*

கானான் வாசிகளுக்கு எதிராக இஸ்ரவேலர்கள் நடத்திய எல்லா ஆக்கிரமிப்புப் போர்களிலும் பிடிக்கப்பட்ட கைதிகளில் உயிருடன் இருக்கின்ற எல்லா கன்னிகையரையும் பிடித்துக் கொண்டு வர வேண்டும் என்றும், தன்னுடைய பங்கை தனக்குத் தர வேண்டும் என்றும் கடவுள் வலியுறுத்தினார். எண்ணாகமம் 31ஆவது அத்தியாயத்தில் கடவுள் பின்வருமாறு உத்தரவிடு கின்றார்:

"குழந்தைகளில் எல்லா ஆண் பிள்ளைகளையும், புருஷ சம்யோகத்தை அறிந்த எல்லா ஸ்திரீகளையும் கொன்று போடுங் கள். ஸ்திரீகளில் புருஷ சம்யோகத்தை அறியாத எல்லாப் பெண் பிள்ளைகளையும் உங்களுக்காக உயிரோடே வையுங்கள்."

கடவுளின் உத்தரவை இஸ்ரவேலர்கள் அப்படியே பின் பற்றினார்கள். அவர்கள் முப்பத்து இரண்டாயிரம் கன்னிப் பெண் களைப் பிடித்துக் கொண்டு வந்தனர். அவர்களில் 32 கன்னி யரை கடவுளுக்கு அளித்தனர். ஆயிரம் கன்னிகைக்கு ஒரு கன்னிகை என்பது தான் கடவுளின் பங்கு. செக்ஸ் களியாட்டக் களத்தில் இந்த தெய்வங்களிலிருந்து கிறித்தவ தெய்வம் கொஞ்சமும் பின்வாங்கியிருக்கவில்லை. குளத்தில் குளித்த கோபிகைகளை மரத்தின் மீது ஏறி அமர்ந்து ஒளிந்து பார்த்த கிருஷ்ண பகவானைப் போலவே கர்த்தரும் தன் படைப்புகளின் நிர்வாண உடலைப் பார்த்து ஆனந்தமடைவதில் ஆர்வம் கொண்டவராக இருந்தார்.

ஹிட்லர் யூதர்களை கூட்டுக்கொலை செய்ததும் துரோகம் இழைத்ததுமான நடவடிக்கைகளையும் யாகியாகான் பாகிஸ் தானில் நடத்திய கூட்டுக் கொலைகளையும், எகிப்தியர்களுக்கும் கானான் வாசிகளுக்கும் எதிராக கர்த்தர் நிகழ்த்திய கூட்டுக் கொலைகளுடன் ஒப்பிட்டுப் பார்த்தால் அவை வெகு துச்சமானவையாகவே தெரிகின்றன.

இஸ்ரவேலர்களை விடுவிக்க ஹரோவா தயாராக இருந்த போதிலும் தெய்வம் அவனுடைய மனதை கடினமாக்கி விட்டது. ஒரு முறை அல்ல; பலமுறை! கருணைக்கடல் என்று சொல்லப் படுகின்ற இந்தக் கடவுள் எதற்காக வஞ்சனைகளைச் செய்தார்? நிரபராதிகளான பெண்களையும் குழந்தைகளையும் அவர்களு டைய வீட்டு விலங்குகளையும் கொல்லுவதற்கு தூண்டுகோலாக விளங்குகின்றார். அந்த வாயில்லா உயிரினங்கள் செய்த தவறுதான் என்ன?

பைபிள் காலத்தில் போர் விசாரணைக் குழு இருந்திருந்தால் நாகரிக மனிதன், பைபிளிலுள்ள தெய்வத்தை உலகம் கண்டவர் களிலேயே மிகப்பெரிய 'கிரிமினல் புள்ளி'யாக தண்டனை அளித்திருப்பான். ஆதியாகமம் நூலிலுள்ள பிரளயக் கதை உண்மையாக இருந்திருந்தால் கர்த்தர் பயங்கரமான குற்றவாளி யாக ஆகியிருப்பார். தனக்கு எதிராக எந்தத் தப்பையும் செய்யாத நிரபராதிகளான ஆண்களையும் பெண்களையும் குழந்தைகளையும் எதற்காகக் கொன்றார்? பூமியிலுள்ள விலங்குகளையும் தாவரங் களையும் எதற்காக அழித்தார்? அவருக்கு எதிராக அவை என்ன குற்றம்தான் செய்ய வாய்ப்பு உள்ளது? தானாகவே தோல்வியைத் தழுவியதற்கு அவர் எல்லோரையும், எல்லாவற்றையும் குற்றவாளி ஆக்குகின்றார்.

பெற்றோர்களையும் சகோதர – சகோதரிகளையும் வெறுப்ப தையும் குடும்பங்களில் கலகம் விளைவிப்பதையும் கற்பதற்காக தங்களுடைய குழந்தைகளைப் பள்ளிக்கூடம் அனுப்ப எது வேனும் நாகரிக சமுதாயம் அனுமதிக்குமா? அவர்களுக்கு கற்றுக் கொடுக்க வேண்டியது அமைதி வழியையா? வன்முறை வழியையா? மத்தேயு பத்தாவது அத்தியாயத்தில் யேசு கிறிஸ்து பின்வருமாறு கூறுகின்றார்:

"பூமியின் மேல் சமாதானத்தை அனுப்ப வந்தேன் என்று எண்ணாதிருங்கள்; சமாதானத்தையல்ல, பட்டயத்தையே அனுப்ப வந்தேன். எப்படியெனில், மகனுக்கும் தகப்பனுக்கும், மகளுக்கும் தாய்க்கும், மருமகளுக்கும் மாமிக்கும் பிரிவினையுண்டாக்க வந்தேன்".

லூக்கா 22 ஆவது அத்தியாயத்தில் யேசு தன் சீடர்களிடம், அவர்களுடைய அங்கிகளை விற்று வாள்களை வாங்குமாறு அறிவுரை வழங்கினார்.

நம்முடைய கல்வி நிறுவனங்களில் பைபிளைக் கற்றுக் கொடுப்பது முழுமையான ஆபத்தை விளைவிக்கும் என்பதால் அரசு அதைத் தடைசெய்ய வேண்டும். பைபிள் படிப்பை அனு மதித்தால் நமது இளைஞர்கள் கொலைகாரர்களாகவும் மானபங்கம் செய்கின்றவர்களாகவும் மனித மாமிசத்தை உண்பவர்களாகவும் தீய நடத்தையுடையவர்களாகவும் வளருவார்கள்.

நாகரிக மனிதன் மரண தண்டனையை ஒழித்துக் கொண்டிருக் கின்ற நிலையில் 'ஒரு கண்ணுக்கு இன்னொரு கண்' என்பதுதான் கடவுளின் சட்டம். கர்த்தரின் உத்தரவுப்படி ஒரு இலட்சத்து

எண்பதாயிரம் அசீரியர்களை ஓர் இரவிலேயே கொலை செய்ததாக இராஜாக்கள் 2 இல் 19ஆவது அத்தியாம் கூறுகின்றது. யேசு கிறித்துவுக்கு எந்தவொரு தப்பையும் செய்யாத ஓர் அத்தி மரத்தையே அழித்தார் என்றால், அவரிடமோ பிதாவான கர்த்தரிடமோ மனிதன் எந்த வகையான நீதியை எதிர்பார்க்க முடியும்? மனிதர்களுடையவும் விலங்குகளுடையவும் இரத்தத் தில் ஆனந்தமடைகின்ற ஒரு தெய்வத்தைவிட கொடியவனாக யார் இருப்பார்கள்?

கடவுளே தான்தான் பாவத்தைப் படைத்தவர் என்று ஒப்புக் கொள்கிற நிலையில், இந்த உலகத்திலுள்ள பாவங்களுக்காக சாத்தானையோ பிசாசையோ குற்றவாளியாக்குவது ஏன்? ஏசாயா 45 ஆவது அத்தியாயத்தில் தெய்வம் கூறுவதாவது:

"சமாதானத் தைப் படைத்து தீங்கையும் உண்டாக்குகிறவர் நானே; கர்த்தராகிய நானே இவைகளையெல்லாம் செய்கிறவர்."

பைபிள் ஆய்வில் புகழ்பெற்றவரான மார்ஷல் ஜே. கோவின் உலகில் புனித பைபிளைப்போல மனிதனை தீய வழியில் செலுத்தத் தூண்டுகின்ற வேறொரு நூல் இல்லை என்று கூறுகின்றார். பொய், சதி, திருட்டு, அடிமைமுறை, கொலை, வன்முறை, கூட்டுக் கொலை, தகாத உறவு, விபச்சாரம், ஓரினச் சேர்க்கை, நிர்வாணம், ஆபாசம், இணை சேர்தலில் ஆபாசம், அச்சுறுத்தல், துன்புறுத்தல் ஆகியவை பைபிள் ஆதரிக்கவும் சரியானது என்று வாதிடவும் செய்கின்ற குற்றச் செயல்களில் சில மட்டும்தான்.

ஞாயிற்றுக்கிழமை தேவாலய பிரார்த்தனையின் போது வாசிப்பதற்காக ஆபாசமோ அதர்மமோ சமூக முரண்பாடோ இல்லாத அறிவுக்குப் பொருந்தக்கூடிய பாகங்களை பைபிளில் கண்டுபிடித்துத் தேர்ந்தெடுப்பதற்காக சனிக்கிழமை நீண்ட நேரத்தை வீணடிக்க வேண்டிய நிலை ஏற்படுகின்றது என்று ரிபோர்மிஸ்ட் கிறித்தவப் புரோகிதர் ஒருவர் ஒருமுறை வெளிப் படையாகவே என்னிடம் ஒப்புக் கொண்டார்.

ஒரு சமூக வழிகாட்டி என்ற நிலையில் உலகிலேயே மிக அதிகமான ஆபத்தை விளைவிக்கின்ற நூல் பைபிள்தான். கிறித்தவ மத நூலான பைபிளிலுள்ள பாடங்களுக்கு இணங்க நடப்பதைவிட சிறைக்குச் செல்வதற்கான எளிய வழி வேறு இல்லை. இத்தகைய ஒரு நூல் இளைஞர்களின் கைகளில் சென்றடையாமல் நாம் பார்த்துக் கொள்ள வேண்டும்.

நம்முடைய கல்வி நிறுவனங்களில் பைபிளைக் கற்றுக் கொடுக்க வேண்டும் என்று கலகம் விளைவிக்கின்ற கிறித்தவர்கள் அந்தத் தேவைக்காகப் பிடிவாதம் பிடிப்பதற்கு முன்னால் அந்த நூலை ஒருமுறை படித்துப் பார்ப்பார்களா?

55

கிறித்துவின் அன்னை கன்னிகையா?

கிறித்துவின் அன்னையான மரியாள் நித்திய கன்னிகையாய் இருந்தார் என்பதுதான் கிறித்தவர்களின் நம்பிக்கை. ஆனால், பைபிள் அதனோடு ஒத்துப்போகவில்லை. எந்த ஓர் ஆணுடனும் உடலுறவில் ஈடுபடாத பெண்ணைத்தான் நாம் கன்னிகை என்று கூறுகின்றோம். அவர் வாழ்நாள் முழுவதும் ஆண் தொடர்பு இல்லாமல் வாழ்ந்திருந்தால் அவருக்கு குழந்தைகள் எவ்வாறு பிறக்கும்? கிறித்து பிறந்தது போல் பரிசுத்த ஆவியினால் அவர் மீண்டும் கர்ப்பிணியாகி குழந்தைகளைப் பெற்றெடுத்திருந்தால் அந்தக் குழந்தைகளும் அரைக் கடவுள்கள் ஆகியிருக்க வேண்டும்! ஆனால், கிறித்தவர்கள் அவர்களை அவ்வாறு கருதுவதாகக் காணப்படவில்லை.

கிறித்துவுக்கு சகோதரர்களும் சகோதரிகளும் இருந்தார்கள் என்பதை பின்வரும் பைபிள் வசனங்கள் நிரூபிக்கின்றன:

"இவன் (யேசு) தச்சனுடைய குமாரன் அல்லவா? இவன் தாய் மரியாள் என்பவள் அல்லவா? யாக்கோபு, யோசே, சீமோன், யூதா என்பவர்கள் இவனுக்குச் சகோதரர் அல்லவா? இவன் சகோதரிகளெல்லாரும் நம்மிடத்தில் இருக்கிறார்கள் அல்லவா?" *(மத்தேயு, 13:55-56).*

"இப்படி அவர் (யேசு) ஜனங்களோடே பேசுகையில் அவருடைய தாயாரும் சகோதரரும் அவரிடத்தில் பேச வேண்டுமென்று வெளியே நின்றார்கள்" *(மத்தேயு, 12:46)."*

"இவன் தச்சன் அல்லவா? மரியாளுடைய குமாரன் அல்லவா? யாக்கோபு யோசே யூதா சீமோன் என்பவர்களுக்குச சகோதரன் அல்லவா? இவன் சகோதரிகளும் இங்கே நம்மிடத்தில் இருக்கிறார்கள் அல்லவா?.... *(மாற்கு, 6:3).*

"அப்பொழுது அவருடைய (யேசுவின்) சகோதரரும் தாயாரும் வந்து வெளியே நின்று, அவரை அழைக்கும்படி அவரிடத்தில் ஆள் அனுப்பினார்கள்" *(மாற்கு, 3:31).*

"அதன் பின்பு அவரும் (யேசுவும்) அவருடைய தாயாரும் அவருடைய சகோதரரும் அவருடைய சீஷரும் கப்பர் நகூமுக்குப் போய், அங்கே சிலநாள் தங்கினார்கள்" *(யோவான், 2:12).*

"கர்த்தருடைய (யேசுவினுடைய) சகோதரனாகிய யாக் கோபைத் தவிர அப்போஸ்தலரில் வேறொருவரையும் நான் காணவில்லை" *(கலாத்தியர், 1:19).*

கிறித்துவுக்கு சகோதரர்களும் சகோதரிகளும் உண்டு என்று பைபிள் தெளிவுபடுத்தும் பொழுது கிறித்தவர்கள் மரியாளை கன்னிகை ஆக்குவது எதற்காக? அம்மன் வழிபாடு செய்த மக்கள் கிறித்தவ மதத்தில் சேர்ந்ததும் அவர்கள் தங்களுடைய அம்மன் மரபுகளை மரியாளில் சுமத்தினர். உடலுறவு கொள்வதை பாவம் என்று கருதிய அந்தகார (இருள்) யுகத்தைச் சேர்ந்த சன்னியாசிகள் அவர்மீது நித்திய கன்னிகைத் தன்மையைச் சுமத்தினர். அந்தக் கட்டத்தில் மேற்கூறிய பைபிள் வசனங்கள் அவர்களுக்குத் தடையாயின. ஒரு காலகட்டத்தில் பைபிளைப் படிப்பதற்கு மதத் தலைவர்கள் சாமானிய மக்களுக்கு அனுமதி அளிக்காததற்கான காரணங்கள் இதுவும் இதுபோன்ற வேறு சில காரியங்களும்தான்.

56

பரிணாம வாதமும் புரோகிதர்களும்

கி.மு. 4,004இல் கடவுள் மனிதனை களிமண்ணால் உருவாக்கியதாக பைபிள் கூறுகின்றது. பிரம்மாதான் படைப்புத் தொழிலை மேற்கொண்டார் என்று இந்துக்கள் நம்புகின்றனர். இதுபோன்ற ஒவ்வொரு கற்பிதக் கதைகள் எல்லா மதங்களுக்கும் இருந்தன. இவையெல்லாம் தவறானவையே என்று சாமானிய அறிவுடையவர்களுக்குக்கூட தெரிந்திருந்தபோதிலும், மனிதனு டைய தோற்றம் எப்படி நிகழ்ந்தது என்று சொல்ல 19 ஆம் நூற்றாண்டுக்கு முன்புவரை விஞ்ஞானிகளால் முடியவில்லை. சார்லஸ் டார்வின் *(1809-1882)* தான் அந்தக் களத்திற்கு ஒளியைப் பாய்ச்சினார். மிகச் சிறிய உயிரினங்களிலிருந்து படிப்படியாக பலகோடி நூற்றாண்டுகளில் பரிணாமம் அடைந்து உருவானது தான் இன்றைய மனிதன் என்று அவர் நிலைநாட்டினார். டார்வினின் இந்தக் கண்டுபிடிப்பைப்போல மனிதனின் அடித்தளத்தை ஆட்டம் காணவைத்த வேறொரு சம்பவம் நிகழ்ந்ததே இல்லை. இப்பொழுது பரிணாமக் கோட்பாடு பரவி

ஒரு நூற்றாண்டு கடந்துவிட்டது. அன்று முதல் புரோகிதர்கள் அதற்கு எதிராகப் போராடி வருகின்றனர். இன்று ரோமன் கத்தோலிக்க சபைகூட ஓரளவேனும் இதை அங்கீகரித்திருக்கின்றது. பைபிளிலுள்ள படைப்புக் கதை வெறும் உருவகக் கதையே என்றும் அது ஒரு வரலாற்று நிகழ்ச்சியின் தகவல்கள் அல்ல என்றும் கத்தோலிக்கப் புரோகிதர்கள்கூட சொல்லத் தொடங்கியிருக்கின்றனர். எனினும் சில புராட்டஸ்டன்ட் புரோகிதர்கள் அறிவியல் சிந்தனை இல்லாத மக்களை தடம் மாற வைக்க இன்றும் முயல்கின்றனர். கேரளத்திலிருந்து வெளிவருகின்ற ஒரு கிறித்தவ மாதிகையில் புரோகிதர் ஒருவர் பின்வருமாறு எழுதியிருக்கின்றார்:

"பரிணாமம் உண்டென்றால் அது ஒருபோதும் மனிதனுடன் முற்றுப்பெற வழியில்லை. மனிதனுக்கு மேலே எந்த ஓர் உயிரும் (Superman) காணப்படாத நிலையில் மனிதன் பரிணாமம் அடைவதில்லை என்பது தெளிவாகத் தெரிகின்றது. ஆறாயிரம் ஆண்டுகளுக்கு முன்பு உள்ள ஒரு காகத்தின் கூடுக்கோ பாம்பினுடைய புற்றுக்கோ வித்தியாசம் ஏற்பட்டது இல்லை. பாம்பும் காகமும் விலங்குகளும் எல்லாம் பல நூற்றாண்டுகளுக்கு முன்பு இருந்ததைப் போலவேதான் இன்றும் இருக்கின்றன. இவையெல்லாம் பரிணாமவாதம் தவறானது என்பதையே காட்டுகின்றது."

இந்தக் கட்டுரையை எழுதிய புரோகிதருக்கு பரிணாமக் கோட்பாடுகளைப் பற்றிய அடிப்படை அறிவுகூட இல்லை என்பதையே இது காட்டுகின்றது. பத்து இலட்சம் ஆண்டுகளுக்குப் பிறகு சொர்க்கத்திலிருந்தோ நரகத்திலிருந்தோ இந்தப் புரோகிதருக்கு திரும்பிவர முடியும் என்றால், இன்றைய மனிதனைவிட மிக அதிக பரிணாமம் அடைந்த மனிதர்களை அவருக்குப் பார்க்க முடியும். இலட்சக்கணக்கான ஆண்டுகளுக்கு முன்பு வாழ்ந்திருந்த மனிதனின் மண்டை ஓடுகளும் எலும்புக்கூடுகளும் கிடைக்கப் பெற்றுள்ளன. அவற்றைப் பரிசோதித்தால் ஆதிகால மனிதனை விட தற்கால மனிதன் அதிக முன்னேற்றம் அடைந்திருப்பதைத் தெரிந்து கொள்ள முடியும்.

பாம்பின் புற்றுக்கோ பறவைகளின் கூடுகளுக்கோ மாற்றம் உண்டாகவில்லை என்று சொல்வதற்கான ஆதாரங்கள் எதுவும் நம்மிடம் இல்லை. பாம்புகளுக்கோ பறவைகளுக்கோ மனிதர்களைப் போன்ற படைப்பு ரீதியான சிந்தனை இல்லாததனால்தான் அவற்றுக்குத் திடீரென்று மாற்றம் உண்டாகவில்லை. மனித

மூளையின் முன்பகுதி பிற உயிரினங்களின் மூளையைவிட அதிகமாக வளர்ச்சி அடைந்துள்ளது. திறமையான பணிகளைச் செய்ய அவனுக்கு உதவுவது அது தான்.

57
கடவுளை வென்ற பெண்கள்

அனைத்து மதங்களும் பெண்களுக்கு ஆண்களைவிட தாழ்வான தகுதியையே வழங்குகின்றன. மத்திய கிழக்கு நாடுகளில் தோன்றிய இஸ்லாம் மதம், யூத மதம், கிறித்தவ மதம் ஆகியவை இந்த விசயத்தில் தனிக் கவனம் செலுத்தியதைக் காணலாம். பெண்களை அடக்கி ஒடுக்கவும், அவர்களை ஆண்களின் சுகபோகக் கருவிகளாக்கி எந்தக் காலமும் நிலை நிறுத்தவும் தேவையான உத்தரவுகள் பழைய ஏற்பாட்டிலும் புதிய ஏற்பாட்டிலும் ஏராளமாகவே உள்ளன. மனிதனைப் படைக்கின்ற வேளையில் கடவுளின் முதல் திட்டத்தில் பெண் என்ற ஒரு நினைவு இல்லாமல்தான் இருந்தது என்பது ஆதியாகமம் நூல் மூலம் தெரியவருகின்றது. பிறகு ஒரு மறு ஆலோசனையின் விளைவாகவே முதல் பெண்ணான ஏவாள் படைக்கப்பட்டாள். பெண் சற்றுத் தாழ்ந்தவள் என்பதுதான் இந்தக் கதையின் உட்கருத் தும்கூட.

புனித பவுல் பெண்களைப் பற்றி கூறுவதாவது:

"புருஷன் ஸ்திரீக்காகச் சிருஷ்டிக்கப்பட்டவனல்ல, ஸ்திரீயே புருஷனுக்காகச் சிருஷ்டிக்கப்பட்டவள்" (1 கொரிந்தியர், 11:9).

"மனைவிகளே கர்த்தருக்குக் கீழ்ப்படிகிறதுபோல, உங்கள் சொந்தப் புருஷனுக்கும் கீழ்ப்படியுங்கள். கிறிஸ்து சபைக்குத் தலையாயிருக்கிறதுபோல, புருஷனும் மனைவிக்குத் தலையா யிருக்கிறான்; அவரே சரீரத்திற்கும் இரட்சகராயிருக்கிறார். ஆகையால், சபையானது கிறிஸ்துவுக்குக் கீழ்ப்படிகிறதுபோல மனைவிகளும் தங்கள் சொந்தப் புருஷர்களுக்கு எந்தக் காரியத்தி லேயும் கீழ்ப்படிந்திருக்க வேண்டும்" (எபேசியர், 5:22-24).

"மனைவிகளே, கர்த்தருக்கேற்கும்படி, உங்கள் புருஷருக்குக் கீழ்ப்படியுங்கள்" (கொலோசெயர், 3:18).

பேதுருவும் ஏறத்தாழ இதே கருத்தைக் கொண்டவராகவே காணப்பட்டார். அவர் கூறுகின்றார்:

".... மனைவிகளே, உங்கள் சொந்தப் புருஷர்களுக்குக் கீழ்ப் படிந்திருங்கள்" (1 பேதுரு, 3:1).

கிறித்துவின் சீடர்கள் கூறிய கருத்துகளே இவை. இனி சாட்சாத் கர்த்தராகிய கடவுள் என்ன கூறுகின்றார் என்று பார்ப்போம்:

"அவர் (கர்த்தர்) ஸ்திரீயை நோக்கி: நீ கர்ப்பவதியாயிருக்கும் போது உன் வேதனையை மிகவும் பெருகப் பண்ணுவேன்; வேதனையோடே பிள்ளை பெறுவாய்; உன் ஆசை உன் புருஷ னைப் பற்றியிருக்கும், அவன் உன்னை ஆண்டு கொள்ளுவான் என்றார்" (ஆதி யாகமம், 3:16).

பெண்களுக்கு கல்வி அளிப்பதையும் பைபிள் எதிர்த்தது. அவர்கள் பொது இடங்களில் பேசவோ ஆசிரியர் பணி செய்யவோ கிறித்தவ மதம் அனுமதி அளிக்கவில்லை. புனித பவுல் கூறுவதைப் பாருங்கள்:

"சபைகளில் உங்கள் ஸ்திரீகள் பேசாமலிருக்கக் கடவர்கள்; பேசும்படிக்கு அவர்களுக்கு உத்தரவில்லை; அவர்கள் அமர்ந் திருக்க வேண்டும்; வேதமும் அப்படியே சொல்லுகிறது. அவர்கள் ஒரு காரியத்தைக் கற்றுக்கொள்ள விரும்பினால், வீட்டிலே தங்கள் புருஷரிடத்தில் விசாரிக்கக் கடவர்கள்; ஸ்திரீகள் சபையிலே பேசுகிறது அயோக்கியமாயிருக்குமே" (1 கொரிந்தியர், 14:34-35).

ஸ்திரீயானவள் எல்லாவற்றிலும் அடக்கமுடையவளா யிருந்து, அமைதலோடு கற்றுக் கொள்ளக் கடவள். உபதேசம் பண்ணவும், புருஷன்மேல் அதிகாரஞ் செலுத்தவும் ஸ்திரீயானவ ளுக்கு நான் உத்தரவு கொடுக்கிறதில்லை; அவள்... பிள்ளைப் பேற்றினாலே இரட்சிக்கப்படுவாள்" (1 திமோத்தேயு, 2:11-15).

தலையில் முக்காடு இடாமல் பெண் எதையும் செய்யக் கூடாது என்றும் புனித பவுல் கூறுகின்றார்:

"ஜெபம் பண்ணுகிறபோதாவது, தீர்க்கதரிசனஞ் சொல்லுகிற போதாவது, தன் தலையை மூடிக் கொண்டிருக்கிற எந்தப் புருஷனும் தன் தலையைக் கனவீனப்படுத்துகிறான். ஜெபம் பண்ணுகிறபோதாவது, தீர்க்க தரிசனஞ் சொல்லுகிற போதாவது, தன் தலையை மூடிக் கொள்ளாதிருக்கிற எந்த ஸ்திரீயும் தன் தலையைக் கனவீனப்படுத்துகிறாள்... ஸ்திரீயானவள்

முக்காடிட்டுக் கொள்ளாவிட்டால் தலைமயிரையும் கத்தரித்துப் போடக் கடவள்; தலைமயிர் கத்தரிக்கப்படுகிறதும் சிரைக்கப் படுகிறதும் ஸ்திரீக்கு வெட்கமானால் முக்காடிட்டுக் கொண் டிருக்கக் கடவள். புருஷனானவன் தேவனுடைய சாயலும் மகிமையுமாயிருக்கிறபடியால், தன் தலையை மூடிக்கொள்ள வேண்டுவதில்லை" *(1 கொரிந்தியர், 11:4-7)*.

ஆணுடன் ஒப்பிடும்பொழுது இவ்வளவு தாழ்ந்த நிலையை பெண்ணுக்கு அளித்தது மட்டுமல்லாமல் அவள் ஏதேன் தோட்டத் திலிருந்து காய் பறித்து உண்டதற்காக சிறப்புத் தண்டனை ஒன்றையும் கடவுள் வழங்கியதாக பழைய ஏற்பாட்டில் காணப்படுகின்றது-'வேதனையோடே பிள்ளை பெறுவாய்'. ஆனால் இங்கே சாமானிய அறிவுடையவர்களுக்கு ஓர் அய்யம் எழலாம். ஏதேன் தோட்டத்தி லிருந்து காய்பறித்து உண்டது ஏவாள் அல்லவா. அதனால் அவரது குழந்தைகளான மானுடப் பெண்களுக்கு பிரசவ வலி கிடைத்தது என்று கருதலாம். ஆனால், பிற உயிரினங்களுக்கும் பிரசவ வலி ஏற்படுவது உண்டு. அது ஏவாள் செய்த பாவத்தால்தான் என்று கருத முடியுமா?

இவ்வாறு கடவுள் பெண்களுக்குப் பல முட்டுக்கட்டை களை இடவும், அவர்களை ஆளும் பொறுப்பை ஆண்களிடம் ஒப்படைக் கவும் செய்தபோதிலும், கிறித்தவர்கள் அதிகமாக உள்ள அய்ரோப்பிய நாடுகளிலுள்ள பெண்கள் அதைப் பொருட்படுத்தா மல் முன்னேறிக் கொண்டே செல்கின்றனர். கடவுளையே அவர்கள் வென்று விட்டனர்! வாழ்க்கையின் எல்லா நிலைகளி லும் ஆணுக்குச் சமமான இடத்தை அவர்கள் கோருகின்றனர். கணவரைத் தவிர வேறு எவர் மூலமும் கல்வி கற்கக் கூடாது என்று புனித பவுல் கூறிய போதிலும், அவர்கள் யார் மூலமும் அறிவைப் பெறவும் யாருக்கும் கற்றுக் கொடுக்கவும் செய்கின்றனர்! பொது இடங்களில் பேசக் கூடாது என்ற உத்தரவை அவர்கள் காற்றில் பறக்க விட்டதுடன், தேவாலயங்களில்கூட பேசவும் செய் கின்றனர்! ஆட்சியாளர்கள், வெளிநாட்டுப் பிரதிநிதிகள், நீதி பதிகள் என அவர்கள் ஆண்களையும் பெண்களையும் ஆளு கின்றனர். அதிகமாகச் சொல்வானேன்? 'விசுவாச பாதுகாவலர்' ஆன பிரிட்டிஷ் பேரரசரின் இடத்தைக் கூட ஒரு பெண் கைப்பற்றி விட்டார். கடவுளுக்கும் கடவுளின் அப்போஸ்தலனான புனித பவுலுக்கும் இது போன்ற ஒரு பதிலடி இனி கிடைப்பதற்கு இல்லை.

இப்படியிருந்தும்கூட, நம்முடைய சில விசுவாசிகள், பெண் களை அடிமைத் தளையிலிருந்து விடுவித்தது கிறித்தவ மதம் தான் என்று கூறுகின்றனர். கம்யூனிசக் கொள்கை பரவியதும் கிறித்து தான் கம்யூனிஸ்ட் கோட்பாட்டை முதலில் தோற்றுவித்தார் என்று சொல்லி கம்யூனிஸ்ட் கொள்கையைக்கூட சொந்தமாக்க முயலுகின்ற புரோகிதர்களுடைய தோல் தடிப்பை ஒப்புக் கொள்ளத்தான் வேண்டும். விபச்சாரத் தொழில் உலகமயமானால் தங்களுடைய ரட்சகனான கிறித்து வேசியின் மகன்தான் என்று வாதிடவும் இவர்கள் தயங்கமாட்டார்கள்.

58

லும்பா மதம்

"தடை செய்யப்பட்ட லும்பா மதத்தின் நிறுவனரான 'தெய்வத்தின் பெண் தூத'ரும் தலைவருமான ஆலிஸ் லென்ஷினாவை கிராம மக்கள் பிடித்து சாம்பியா காவல் துறையிடம் ஒப்படைத்திருக்கின்றனர். பரோட்சே ப்ரவிஸ்யாவில் ஏற்படுத்திய கட்டுப்பாடுகளிலிருந்து தப்பி வெளியே வந்த பொழுதுதான் அவர் பிடிபட்டார். சாம்பியாவை விட்டு வெளியேறிய இரண்டாயிரத்துக்கும் மேற்பட்ட ஆதரவாளர்கள் காங்கோவில் அவருக்கு உண்டு. அவர்களைச் சந்திப்பதற் காகத்தான் ஆலிஸ் லென்ஷினா புறப்பட்டார் என்று அரசு கருது கின்றது.

"1963-64 இல் அரசுக்கு எதிராக அவர் நடத்திய புரட்சியில் 700க்கும் மேற்பட்ட மக்கள் கொல்லப்பட்டனர். அதனால்தான் கிராம மக்கள் தப்பிச் செல்ல அவரை அனுமதிக்கவில்லை. அந்தக் காலகட்டத்தில் அவர் பல மாதங்களாக தலைமறைவாகத் திரிந்தார்; தன் ஆதரவாளர்களுக்கு எழுச்சி ஊட்டினார். அவர் சாம்பியாவின் வட பகுதியில் ஒரு போட்டி அரசை நிறுவினார். பாபிகளுக்கு அனுமதி இல்லாத 'புனித நாடு' தான் அந்த இடம் என்று அவர் சொன்னார். அரசு அலுவலர்களையும் பாபிகளின் பட்டியலில் சேர்த்திருந்ததால் அவர்களுக்கும் அங்கே புக அனுமதி கிட்டவில்லை. குழந்தைகளைப் பள்ளிக்கூடத்துக்கு அனுப்புகின்ற வழக்கத்தை லென்ஷினா தன்னுடைய 'புனித நாட்டில்' தடை செய்தார். பூமியிலுள்ள அறிவால் எந்தப் பலனும் இல்லை என்றும் சொர்க்கத்திற்குச் செல்வதற்காக வாழ்கின்றவர்கள் குழந்தை களைப் பள்ளிக்கூடத்திற்கு அனுப்ப வேண்டியது இல்லை என்றும்

அவர் தன் ஆதரவாளர்களிடம் சொன்னார். ஒரு சாதாரணக் குடும்பத்தில் பிறந்து வளர்ந்த இந்தப் பெண்ணுக்கு எழுதவோ படிக்கவோ தெரிந்திருக்கவில்லை.

"சாம்பியாவின் வட பகுதியில் சின்சால் என்ற இடத்தில் தான் லென்ஷினாவின் 'புனித நாட்டின்' தலைநகரம் அமைந்திருந்தது. ஆக்கிரமிப்பாளர்களான லும்பா மக்களை ஈர்ப்பதற்காக பிரதமர் டாக்டர் கவுண்டா பலமுறை சின்சாலுக்குச் சென்று லென்ஷினாவைச் சந்தித்துப் பேசினார். சில சைக்கிள்களை வாங்கித் தந்தால் தொண்டர்களை அனுப்பி, ஆங்காங்கே வாழ்கின்ற ஆதரவாளர்களிடம் அமைதியைக் கடைப்பிடிக்கும் படி வேண்டுகோள் விடுக்கலாம் என்று அவர் பிரதமரிடம் சொன்னார். அதை ஏற்று சாம்பியா அரசு நூற்றுக்கணக்கான சைக்கிள்களை வாங்கிக் கொடுத்தது. ஆனால், லும்பா மதத்தினர் போருக்குத் தயாராக இருக்க வேண்டும் என்ற உத்தரவைத்தான் அவர் அவற்றின் மூலமாக அனுப்பினார்.

"லென்ஷினா 'சொர்க்க ராஜ்ய'த்துக்குச் செல்வதற்கான பாஸ் — போர்ட்டுகளை விநியோகம் செய்தார். அந்தப் பாஸ் போர்ட்டைக் கையில் வைத்திருப்பவர்களுக்கு சொர்க்க ராஜ்யம் கிடைக்கும் என்று அவருடைய ஆதரவாளர்கள் நம்புகின்றனர்.

"இரவு நேரங்களில் மாநாடுகளை நடத்தி ஆதரவாளர்களிடம் போருக்குத் தயாராக இருக்குமாறு அவர் சொன்னார். சில மாநாடுகள் நடைபெறும் பொழுது லென்ஷினா போர் தேவதையை அழைத்து, தன்னுடைய மக்களிடம் பேச வேண்டும் என்று வேண்டுகோள் விடுத்தார். இந்த வேளையில் அவரது கணவர் சர்ச்சிலின் புகழ்பெற்ற போர் உரைகள் அடங்கிய ஒலிநாடாக்களை மேடையின் அடியில் மறைத்து வைத்து கேட்கச் செய்வது அவரது வழக்கம்.

"ஒருமுறை லென்ஷினா ஆதரவாளர்களுடன் மழையில் நனைந்து கொண்டு நின்றிருந்தார். அந்தக் கூட்டத்தில் நிற்கின்ற ஒருவர் வஞ்சகன் என்றும் ஒற்றன் என்றும் அவர் சொன்னார். திடீரென்று மின்னலுடன் இடி முழங்கியது. அந்தக் கூட்டத்தில் நின்ற ஒருவர் இறந்து விட்டார். இந்தச் செய்தி காட்டுத்தீ போல லும்பா மதத்தினரிடையே பரவியது.

"லும்பாக்களைக் கண்காணிப்பதற்காக அரசு சில இராணுவப் பிரிவுகளை அனுப்பியது. எதிர்பாராத ஒரு தருணத்தில் லும்பாக்கள் இராணுவத்தின் மீது தாக்குதல் தொடுத்தனர். வடக்கிலும் கிழக்கிலும் உள்ள மாநிலங்களிலுள்ள

மண்ணில் ஏராளமான மனிதத் தலைகள் உருண்டன. 'ஜெரிஹோ' என்ற போர் முழக்கத்துடன் லும்பா படை, பாதுகாப்புப் படையினரை நெருங்கிய பொழுது, பாஸ்போர்ட் இல்லாமலேயே சொர்க்கத்திற்குச் செல்ல முடியும் என்பதை அவர்கள் தெரிந்து கொண்டனர்.

"லென்ஷினாவின் இரண்டு ஆதரவாளர்கள் ஒரு மரத்தில் ஏறி நின்று, எலிசாவை நெருப்பு இரதத்தில் சொர்க்கத்தில் ஏற்றுக் கொண்டதைப் போல தங்களையும் ஏற்றுக் கொள்ள வேண்டும் என்று பிரார்த்தனை செய்தவாறு கீழே குதித்தனர். மரத்தின் அடியில் விழுந்து முதுகெலும்பு ஒடிந்து அவர்கள் இறந்தனர். லென்ஷினாவின் உபதேசங்களில் அவர்களுக்கு இருந்த ஆழ்ந்த நம்பிக்கையைத்தான் இது காட்டுகின்றது.

"தான் ஏற்கெனவே ஒருமுறை இறந்துவிட்டதாகவும் மக்களை சொர்க்கத்துக்கு அனுப்ப தயாராக்குவதற்காகவே கடவுள் தன்னை மீண்டும் பூமிக்கு அனுப்பினார் என்றும் லென்ஷினா சொன்னார். அவ்வாறுதான் அவர் செல்வாக்குப் பெற்றார்."

1967 டிசம்பர் 13ஆம் நாள் 'சிலோண் டெய்லி நியூஸ்' இதழில் வெளிவந்த ஒரு செய்தியில் காணப்பட்டவையே இந்தத் தகவல்கள். ஆலிஸ் லென்ஷினா, சுபுத், சாயிபாபா, மகரிஷி மகேஷ்யோகி, சாது சுந்தரசிங், ஜோசப் ஸ்மித் ஆகியோரைப் போன்ற கபட வேதாந்திகளோ மனநோயாளிகளோ உருவாக்கியவைதான் பெரும்பாலான மதங்கள். அவர்களுடைய ஆவேசமான உரைகளும் மாயாஜால வித்தைகளும் கண்கட்டு வித்தைகளும் பார்வையில் படும்பொழுது சஞ்சல மனம் படைத்த சாமானிய மக்கள் மலைத்துப்போய் ஆதரவாளர்களாகி விடுகின்றனர்.

59

மூடநம்பிக்கையாளரின் வினாக்களுக்கு விடைகள்

'சர்ச் ஆஃப் காட்' என்ற அமெரிக்க புராட்டஸ்டன்ட் சபையின் கேரளத்திலுள்ள கிளையின் அங்கமான ரெவ. பி. அய். ஆபிரகாம் (கானம்) என்பவர் எடத்துவா சி.வி. அச்சகத்தில் அச்சடித்து வெளியிட்ட குறுநூல் ஒன்று கேரளம் முழுவதும் பரவி வருகின்றது. 'பகுத்தறிவாளர்களுக்கு கடவுள் பக்தர்களின் சில

வினாக்கள்' என்பதே அந்தக் குறுநூலின் தலைப்பு. 18 வினாக்கள் வரிசையாக அதில் கொடுக்கப்பட்டுள்ளன. 'ஆத்மீக ரீதியிலான நிரந்தர செல்வங்களைப் பற்றி முழுமையாக வினா எழுப்பி, மானுட வாழ்க்கை எதிர்பாராததும் நிலையற்றதும்தான் என்றும் கருத்துரைத்து மனித மனங்களில் சிந்தனைக் குழப்பத்தின் நச்சு விதைகளை விதைக்கின்றவர்கள்தான் பகுத்தறிவாளர்கள்' என்று ஃபாதர் ஆபிரகாம் முன்னுரையில் குறிப்பிடுகின்றார். எவ்வளவு முன்யோசனையுடன் அவர் வினாக்களுடன் களம் இறங்கியிருக்கின்றார் என்பதை இந்த அறிவிப்பு வெளிப்படுத்துகின்றது. வினாக்களின் முடிவில் எழுப்பியிருக்கின்ற முழக்கத்தை இங்கே சுட்டிக்காட்டாமல் இருக்க வழியில்லை.

"இளமை ஆற்றலின் எழுச்சி அடங்கி விட்டது; குதித்துப் பாய்கின்ற உலகம் உன்னை பின்புறம் தள்ளிவிட்டது; இருளடைந்த சவக் குழி உன்னை விழுங்குவதற்கு முன்பு இந்த விலை மதிப்புமிக்க வேளையில் உலக ரட்சகனான யேசுவின் பாதங்களில் சரணடையுங்கள்." ஃபாதர் ஆபிரகாம் தொடர்ந்து கூறுவதாவது: "மரணத்திற்குப்பின் நியாயத் தீர்ப்பும் அதைத் தொடர்ந்து அழிவற்ற நிலையும் உண்டு. உன்னுடைய மித மிஞ்சிய அறிவை நம்பாமல், சர்வ வல்லமை படைத்த தெய்வத்தின் கரங்களை நம்பு. தெய்வம் உங்களுக்கு நல்ல புத்தியைக் கொடுக்கட்டும்."

தெய்வம் நல்ல புத்தியைக் கொடுப்பார் என்றால் ரெவ. ஆபிரகாம் எதற்காக இந்தக் குறுநூலுடன் புறப்பட்டார் என்பது தெரியவில்லை. மரணத்திற்குப்பின் நியாயத்தீர்ப்பும் அழிவற்ற நிலையும் உண்டு என்பதற்கான ஆதாரங்கள் யாவை? வெறும் பாட்டிக் கதைகளின் தொகுப்பான பைபிளில் சொல்லப்பட்டிருக்கின்றது என்பதைத் தவிர வேறு ஆதாரம் என்ன இருக்கின்றது? தன்னைத்தானே காப்பாற்றிக் கொள்ள இயலாமல் சிலுவையில் இறந்த சாதுவான கிறித்துவை உலக ரட்சகன் ஆக்குகின்ற முட்டாள் தனத்தை அறிவுடையவர்கள் எவரும் ஏற்றுக் கொள்ள மாட்டார்கள். இளமையின் எழுச்சியால்தான் மக்கள் பகுத்தறிவாளர்கள் ஆகின்றார்கள் என்ற சுட்டிக்காட்டலும் இதில் உண்டு. இளைஞர்களும் முதியவர்களும் பகுத்தறிவாளர்கள் கூட்டத்தில் உண்டு என்பது ஃபாதர் ஆபிரகாமுக்குத் தெரிந்திருக்கவில்லை என்று தோன்றுகின்றது. பகுத்தறிவாளர்கள் ஆவதற்கு இளமையோ முதுமையோ பிரச்சனையே அல்ல. எம்.சி. ஜோசப்,

நான் உள்பட எழுபதும் தொண்ணூறும் கடந்த எத்தனையோ முதியவர்கள் பகுத்தறிவாளர் இயக்கத்தில் இருக்கின்றோம்! எங்களில் எவருக்கும் மரணத்தையோ சவக் குழியையோ பற்றிய எந்தவித அச்சமும் இல்லை என்பதையும் தெரிவித்துக்கொள் கின்றோம்.

இனி ஃபாதர் ஆபிரகாமின் வினாக்களுக்கு விடை அளிக் கின்றேன்:

வினா 1: உங்களுடைய அடித்தளம் அறிவியல் அல்லவா. அறிவியலோ காரிய காரண நியாயத்தில் (Cause and effect theory) நிலை கொள்கின்றது. அப்படியென்றால் பிரபஞ்சத்தின் முதல் காரணம் எது?

விடை: ஆரம்பம் உள்ள ஒன்றுக்கே காரணம் தேவை. நேரம், இடைக்காலம் ஆகியவற்றைப் போலவே பிரபஞ்சத்துக் கும் ஆரம்பம் இல்லை. அதனால் அதற்கு ஒரு காரணமும் தேவை இல்லை. கடவுள் தான் பிரபஞ்சத்துக்குக் காரணமானவர் என்று கூறுகின்றவர்கள், அந்தக் கடவுளின் காரணம் என்ன என்பதையும் சொல்ல வேண்டும்.

வினா 2: சூரியன் முதலல்லவா உங்களுடைய படைப்பு மரபு ஆரம்பிக்கின்றது. சூரியன் எவ்வாறு உண்டானது?

விடை: இந்த வினாவே தவறானது. பிரபஞ்சத்தில் முதலில் உண்டானது சூரியன்தான் என்று எந்த விஞ்ஞானியும் சொல்வ தில்லை. அழிவற்ற அண்ட தடாகத்தில் சூரியன் துச்சமான ஒரு பொருள்தான். நம்முடைய சூரியனைவிட எத்தனையோ மடங்கு பெரியதான சூரியன்களும் (நட்சத்திரங்கள்) இருக்கின்றன. பூமியை முதல் நாள் படைத்த பிறகு நான்காவது நாள்தான் சூரியனையும் நட்சத்திரங்களையும் தெய்வம் படைத்தார் என்ற பைபிள் கதையை முட்டாள்களைத் தவிர மற்றவர்கள் நம்ப வழி இல்லை. சூரிய ஒளியினால் மட்டுமே வளருகின்ற செடிகளும் உண்டான பிறகுதான் சூரியன் உண்டானதாம்! அது மட்டுமா! சூரியன் படைக்கப்படுவதற்கு முன்பே ஒளி, காலை, மாலை ஆகியவையும் படைக்கப்பட்டன! சூரியன் உண்டாவதற்கு முன்பே இரவும் பகலும் உண்டாகியது என்ற பைபிள் கதையை மன நோயாளிகள்கூட ஏற்றுக்கொள்ள மாட்டார்கள்.

வினா 3: பொருள் ஆதியும் அந்தமும் இல்லாத சனாதனமாக இருக்கின்றது என்று நீங்கள் கூறுவது அறிவியல் அல்ல, இந்து மதக் கொள்கைதான் என்பது தெரியுமா?

விடை: பொருளையும் ஆற்றலையும் பற்றிய இயற்கை விதியில் எந்தவொரு பொருளுக்கும் (ஆற்றலும் அதில் அடங்கும்) துவக்கமோ முடிவோ இல்லை. இந்து மதம் இந்த அறிவியல் தத்துவத்தை ஏற்றுக் கொள்கின்றதா என்று எனக்குத் தெரிய வில்லை. ஏற்றுக் கொள்கின்றது என்றால் அந்த அளவில் மட்டும் இந்து மதத்தை அங்கீகரிக்க பகுத்தறிவாளர்கள் தயாராக இருக்கின்றார்கள்.

வினா 4: காரண காரியங்கள் இல்லாத சுயம்புவும் சனாதனவு மான பொருள் (Matter) உண்டென்று ஒப்புக் கொள்கின்ற நீங்கள், அத்தகைய ஒரு முதன்மையான ஆற்றல் (Leading Power) உண்டு என்று ஏன் ஒப்புக் கொள்ளக் கூடாது?

விடை: பிரபஞ்சத்தைக் கட்டுப்படுத்துகின்ற எந்த ஓர் ஆற்றலும் கிடையாது. ஆனால், இயற்கைக்கு அதற்கேயுரிய சில விதிமுறைகள் உண்டு. அதற்கேற்பதான் மாற்றங்கள் உண்டா கின்றன. ‘சுயம்பு’ என்று சொன்னால் தானாகவே தோன்றியது என்று பொருள். பொருளுக்கு ஆதி இல்லை என்று சொல்லும் பொழுது அது ‘சுயம்பு’ என்று எண்ணுவது அறிவின்மையாகும். ஒரு காக்கும் சக்தி பிரபஞ்சத்தைக் கட்டுப்படுத்துகின்றது என்றால் பெருமழை, மழையின்மை, கடல் கோள், எரிமலை வெடிப்பு, சூறாவளி ஆகியவற்றால் நிரபராதிகளான மக்களுக்கு துன்பங்கள் ஏற்பட்டிருக்காது.

வினா 5: பேரறிஞரான ஜார்ஜ் பெர்னாட்ஷா கூட பிரபஞ்ச தன்மைக்குப் பின்னால் உயிர் சக்தி (Life force) உண்டென்று சொல்லும் பொழுது, நீங்கள் கடவுள் மறுப்பை நடத்துவது ‘சொற்ப அறிவு ஆபத்தானது’ என்ற பிரமாணத்துக்கு ஏற்ப அல்லவா?

விடை: பெர்னாட்ஷாவைப் போன்ற அறிஞரான ஒருவர் நம்பினார் என்பதற்காக ஒரு தப்பு சரியாக வேண்டும் என்பது இல்லை. காந்தியடிகள் ராமாயணக் கதை மாந்தரான ராமன் தெய்வம்தான் என்று நம்பினார். ஃபாதர் ஆபிரகாமைவிட அறிவுடைய மனிதர்தான் காந்தியடிகள். அதனால் காந்தியடிகளின் அந்த மூட நம்பிக்கையை ஃபாதர் ஆபிரகாம் ஏற்றுக் கொள்வாரா?

வினா 6: பகுத்தறிவு என்றால் பொருத்தமானது என்பதல்லவா பொருள்! ஒரு காரியம் சேர வேண்டியதைப் போலவே சேர்க்கப் பட்டிருக்கின்றது என்று தீர்ப்பு வழங்க எந்த அடிப்படை பிரமாணம் உங்கள் கைகளில் இருக்கின்றது? ஏ.டி. கோவூரின் கருத்துகள் அல்லவா உங்களுடைய பைபிள்!

விடை: மத பக்தர்களைப் போல எவரேனும் கூறுவதற்கு பின்பாட்டு பாடுகின்றவர்கள் அல்ல பகுத்தறிவாளர்கள். பெர்னாட் ஷாவோ பெர்ட்ரன்ட் ரசலோ சொன்னார்கள் என்பதற்காக ஒரு காரியத்தை சரியானதுதான் என்று பகுத்தறிவாளர்கள் சொல்வது இல்லை. ஏ.டி. கோவூரோ வேறு எவரேனுமோ தப்பைச் சொன்னால் பகுத்தறிவாளர்கள் எதிர்ப்பார்கள். 'கோவூரின் கருத்துகள் அல்லவா உங்களுடைய பைபிள்' என்று சொல்கின்ற ஃபாதர் ஆபிரகாமுக்கு கோவூருக்கு முன்பு வாழ்ந்த ஜோசப் மக்காபே, வால்டயர், ரூசோ, தாமஸ் பெயின், காரல் மார்க்ஸ், ஏங்கல்ஸ் போன்ற பகுத்தறிவாளர்களைப் பற்றியோ இன்று வாழ்கின்ற பகுத்தறிவாளர்களான பெர்ட்ரண்ட் ரசல், ஹெக்டர் ஹோட்டன் ஆகியோரைப் பற்றியோ தெரிந்திருக்கவில்லை என்று நினைக்கின்றேன். யார் சொல்கின்றார்கள் என்பது பகுத்தறி வாளர்களுக்குப் பிரச்சனையே அல்ல; சொல்வது சரியானது தானா என்று மட்டுமே பார்ப்பார்கள்.

வினா 7: கோப்பர்நிக்கஸ், கலிலியோ ஆகியோர் பூமி உருண்டை வடிவிலானது என்று நிரூபிப்பதற்கு முன்பு அது சம்பந்தமாக அறிவியல் ஏற்றுக் கொண்டிருந்த முடிவு என்ன? அன்றுவரை அறிவியல் மூடநம்பிக்கையில் அல்லவா இருந்தது? உறவுநிலைக் கோட்பாட்டின் (Theory of Relativity) படி அய்ன்ஸ்டீன் அணுப் பிளவை (Atom split) நடத்துவதுவரை அணுவைப் பற்றி அறிவியல் மூடநம்பிக்கையில் ஆழ்ந்திருக்கவில்லையா? இன்றைய பல அறிவியல் முடிவுகளும் நாளைத் திருத்தி எழுதப்படாது என்று உங்களால் உறுதிகூற முடியுமா?

விடை: இந்த வினா இந்த மனிதனின் வாதங்களிலுள்ள அறியாமையை தெளிவுபடுத்துகின்றது. அறிவியல் கோட்பாடுகள் மாறிக் கொண்டிருக்கின்றன என்பதனால் மூடநம்பிக்கையுடன் வாழ்வது கூடுதல் பாதுகாப்பானது என்று அவர் கருதுகின்றார். பல இலட்சக்கணக்கான ஆண்டுகளாக மனிதர்கள் நம்பி வந்தார்கள் என்பதனால் மட்டுமே ஒரு கட்டுக்கதை அறிவியல் ஆகிவிடாது. முடிவுகள் சில வேளைகளில் தப்பாக இருக்கக் கூடும். தப்பு என்று தெரிந்துவிட்டால் உடனே அதைத் திருத்தவும் செய்யலாம். ஆனால், மெய்ம்மத்துக்கு மாற்றம் உண்டாவதில்லை. பூமி உருண்டை யானது என்று கலிலியோவும் கோப்பர் நிக்கசும் நிரூபித்ததும் பகுத்தறிவாளர்கள் அதை ஏற்றுக் கொண்டனர். அதைக் கண்டு பிடித்தவர்களைப் புரோகிதர்கள் சிறையில் அடைத்தனர். இந்த நிமிடம்வரை நம்பிக் கொண்டிருக்கின்ற ஒரு காரியம் தப்பானது

என்பது தெளிவானால் விஞ்ஞானிகளும் பகுத்தறிவாளர்களும் உடனே அதைத் திருத்திக் கொள்வார்கள். மத பக்தர்களோ பல நூற்றாண்டுகளுக்கு முன்பு காட்டுவாசி மனிதர்களுடைய கற்பனையில் உருக்கொண்ட கட்டுக்கதைகள் உண்மையானவையே என்று கண்மூடித்தனமாக நம்பவும் செய்கின்றனர்.

வினா 8: மானுட வாழ்க்கைக்கு உயிரியல் விஞ்ஞானம் மூலம் விளக்கம் அளிக்கின்ற உங்களுடைய பார்வையில் பெற்றோர்கள், சகோதர - சகோதரிகள் ஆகியோருக்கு உணர்வு பூர்வமான எதுவேனும் உறவு உண்டா?

விடை: உயிரியல் ஆய்வு மனிதனின் சமூக வாழ்க்கைக்கு எந்தத் தடையையும் உருவாக்குவதில்லை. சமூக வாழ்க்கை, நண்பர்கள் உறவு, அன்பு ஆகியவை எதுவும் சொர்க்கத்திலிருந்து எடுக்கப் பட்டவை அல்ல. பல ஆயிரம் ஆண்டுகால சமூக வாழ்க்கையிலிருந்து வார்த்தெடுக்கப்பட்டவையே சமூகச் சட்டங்கள். தந்தை - மகன் உறவோ தாய் - மகள் உறவோ இன்று போல இல்லாமலிருந்த ஒரு காலகட்டமும் இருந்தது என்ற விவரம் ஃபாதர் ஆபிரகாமுக்குத் தெரிந்திருக்கவில்லை என்றே நினைக்கத் தோன்றுகின்றது.

வினா 9: மரணத்தோடு முடிகின்ற கடன் கதைதான் வாழ்க்கையென்றால் பெர்சிய நாட்டுக் கவிஞரான ஓமர்கயாமைப் போல மது, மாது ஆகியவற்றுக்கல்லவா முக்கியத்துவம் கொடுக்க வேண்டும்? வாழ்க்கை அதோடு முடிகின்றதென்றால் மானுட விகாரங்களை முழுமையடையச் செய்ய அவனை அனுமதிப்பதல்லவா பகுத்தறிவு?

விடை: எந்தவொரு பகுத்தறிவாளரும் அவருடைய உடல் நலமும் வாழ்க்கையும் உணர்வுகளும் அழிவதையோ மக்கிப் போவதையோ விரும்புவதில்லை. அவனுக்கும் அவனுடைய சமூகத்துக்கும் ஒன்றுபோல சுகமான, பாதுகாப்பான வாழ்க்கையைத்தான் அவன் விரும்புகின்றான். அதற்காக இல்லாத கடவுளின் உதவியை அவன் நாடுவதில்லை.

வினா 10: மகனின் பிரிவால் அழுகின்ற தாயின் கண்ணீரையும் பணத்துக்காகத் திரைப்பட நடிகை வடிக்கின்ற போலிக் கண்ணீரையும் தனித்தனியாக உங்களுடைய ஆய்வுக் கூடத்தில் அளித்தால், உங்களுடைய அறிவியல் அவற்றில் என்ன வேறுபாட்டைக் கண்டுபிடிக்கும்? எங்களுடைய பார்வையில் வேறுபாடு உண்டு.

விடை: துயரம் கொண்ட ஒரு மனிதன் வடிக்கின்ற கண்ணீருக்கும் 'மேடையில் நடிகை ஒழுக விடுகின்ற கண்ணீருக்கும் உயிரியல் விஞ்ஞான ரீதியாக வேறுபாடுகள் ஏராளமாக உண்டு. உடலில் பல ரசாயன மாற்றங்களும் முதலாவதில் உண்டாகும். ஆனால், இரண்டாவதில் அந்த மாற்றம் தேவை இல்லை. மூளையிலுள்ள செல்களின் மின்சார இயக்கமும் உள் சுரப்பிகளில் சுரக்கின்ற ஹார்மோன்களும் பிறவும் துயரம், அன்பு, சினம் ஆகியவற்றுடன் தொடர்பு கொண்டுள்ளது. சிறப்புக் கருவிகளின் மூலம் கோபம், துயரம் ஆகியவற்றின் அளவைக்கூட கணக்கிட இன்று வழி இருக்கின்றது. எல்லா மானசீக இயக்கங்களும் மூளையின் மின்சார – ரசாயன இயக்கங்களின் பலன் தான். எந்த ஒரு தெய்வீக சக்திக்கும் அதனுடன் தொடர்பு இல்லை.

வினா 11: பரிணாமம் உண்டென்றால் அது மனிதனோடு முடிவடையாது அல்லவா. அப்படியென்றால் மனிதனுக்கு மேலே பரிணாமம் அடைந்து உண்டான ஒரு படைப்பைக் காட்டுங்கள். ஓர் அதீத மனிதன் (Superman) உண்டென்று சிந்தனையாளர்கள் கூறுவ துண்டு அல்லவா?

விடை: வினாவை எழுப்பிய புரோகிதருக்குப் பரிணாமக் கோட்பாடுகளைப் பற்றிய அடிப்படை அறிவுகூட இல்லை என்பதைத்தான் இந்த வினா நிரூபிக்கின்றது. இந்த மனிதனுக்கு பத்து லட்சம் ஆண்டுகளுக்குப்பிறகு சொர்க்கத்திலிருந்தோ நரகத்திலிருந்தோ (மரணத்திற்குப்பின் இத்தகைய ஏதோ இடங்களில் போவதாக அல்லவா புரோகிதர்கள் கற்றுக் கொடுக்கின்றனர்) திரும்பிவர முடியும் என்றால், இன்றைய மனிதனை விட கூடுதலாகப் பரிணாமம் பெற்ற உயிர்களைப் பார்க்க முடியும். இலட்சக்கணக்கான ஆண்டுகளுக்கு முன்பு வாழ்ந்த மனிதனின் மண்டை ஓடும் எலும்புகளும் கண்டுபிடிக்கப்பட்டுள்ளன. அதைப் பரிசோதித்தால் ஆதிகால மனிதனைவிட தற்கால மனிதன் அதிக முன்னேற்றம் அடைந்திருப்பதைத் தெரிந்து கொள்ளலாம்.

வினா 12: பிற உயிர்களைவிட மனிதனுக்கு சாமானிய வித்தியாசமா, குறிப்பிடத்தக்க வித்தியாசமா – எது இருக்கின்றது? சிரித்தல், உணவைப் பக்குவம் செய்தல், உடைஅணிதல், மொழி பேசுதல், இலக்கணத்தை உருவாக்குதல், கலை – இலக்கியங்களை வளர்த்தல், மரணத்திற்குப் பின் உள்ளவற்றை சிந்தித்தல் இவை மனிதனுக்கு மட்டுமே நிகழக் காரணம் என்ன?

விடை: பிற உயிர்களைவிட அவனுடைய மூளை வளர்ச்சி அடைந்திருப்பதால்தான்.

வினா 13: ஆறாயிரம் ஆண்டுகளுக்கு முன்னர் உள்ள காகத்தின் கூடுக்கோ பாம்பின் மாளத்துக்கோ இருந்ததைவிட அதிகமாக எதுவேனும் முன்னேற்றம் இன்று உண்டா? உண்டு என்றாலும் இல்லை என்றாலும் காரணம் என்ன?

விடை: பறவைகளுக்கும் பாம்புகளுக்கும் மனிதனைப் போல பிறவி ரீதியிலான சிந்தனை இல்லாததனால்தான் அவற்றுக்குத் திடீரென மாற்றம் உண்டாகவில்லை. மனிதனுடைய மூளையின் முன்பகுதி பிற உயிர்களின் மூளையைவிட அதிக வளர்ச்சி அடைந்துள்ளது. திறமையும் ஆற்றலும் தேவையாக உள்ள வேலைகளைச் செய்ய அவனுக்கு உதவுவது அதுதான்.

வினா 14: உடல் பரிணாமமும் மனப் பரிணாமமும் ஒரே கட்டத்திலல்லவா உருவாகியிருக்க வேண்டும். அப்படியானால் பார்வைக்கு மனித முகத்தோடு ஒற்றுமையுடைய குரங்கிடம் அறிவு வளர்ச்சி காணப்படாதது ஏன்? குரங்கைவிட யானைக்கும் பாம்புக்கும் அறிவு அதிகமாக இருப்பதற்கான காரணம் என்ன? குரங்கிலிருந்து பரிணாமம் அடைந்து மனித நிலையை எட்டிய ஒரு மனிதனைக் காட்ட முடியுமா?

விடை: குரங்கைவிட யானைக்கும் பாம்புக்கும் அதிக அறிவு இருக்கின்றது என்று சொல்ல இந்தப் புரோகிதருக்கு வெட்கம் உண்டாகாதது கஷ்டம்தான்! இந்த மடமையைப் பேச அவரைத் தூண்டியது ஏவாளிடம் பாம்பு பேசியது என்ற கட்டுக்கதைதான். பாம்பு பேசும் என்று இந்த மனிதர் நம்பு கின்றாரா? ஏவாளிடம் பாம்பு எந்த மொழியில் பேசியது என்று சொல்ல முடியுமா? 'தேவனாகிய கர்த்தர் உண்டாக்கின சகல காட்டு ஜீவன்களைப் பார்க்கிலும் சர்ப்பமானது தந்திர முள்ளதா யிருந்தது (ஆதியாகமம், 3:1) என்று பைபிள் கூறுகின்றது. பாவம்! இதை ஆபிரகாம் கண்மூடித்தனமாக நம்பிவிட்டார் – அவ்வளவு தான். உயிரியல் விஞ்ஞானம் இந்த நம்பிக்கைக்கு எதிராகவே இருக்கின்றது.

குரங்கிலிருந்துதான் மனிதன் தோன்றினான் என்று ஃபாதர் ஆபிரகாம் சொல்வதனோடு பரிணாமவாதிகள் ஒத்துப்போக வில்லை என்பதையும் இங்கே எடுத்துச் சொல்ல கடமைப் பட்டிருக்கின்றேன். மனிதக் குரங்கும் மனிதனும் ஒரே உயிர்

வர்க்கத்தின் பரிணாம நிலையில் உண்டான இரண்டு பிரிவுகள் தான் என்பது அவர்களுடைய கருத்து.

வினா 15: பொருள் வாதத்தை நம்புகின்ற நீங்கள் மனிதனிடமுள்ள ஆத்மீக மண்டலத்தை பொருள்மூலம் விளக்க முடியாத நிலை ஏற்பட்டதும் மனவியல் விஞ்ஞானத்தை தஞ்சம் அடைந்திருக்கின்றீர்கள் அல்லவா? மனதுக்கு ஒரு விளக்கம் சொல்ல முடியுமா? பூச்சிகளைவிட மனிதனுக்குள்ள முக்கியமான வேறுபாட்டுக்குக் காரணம் மனம் அல்ல, ஆத்மாதான் என்பதை ஏற்றுக் கொள்ளுங்கள்.

விடை: மனம் உடலுடன் தொடர்புடையது அல்ல என்பது தான் இந்தப் புரோகிதரின் கண்மூடித்தனமான நம்பிக்கை. மூளையிலுள்ள நியூரோன்களுடைய இயக்கம்தான் மனம். இந்த இயக்கம் மின்சார வேதி இயல்புடையதாகும். மூளை என்ற பொருள் இல்லாமல் மனம் என்ற ஒன்று உண்டாக வழி இல்லை. உடல் இல்லாமல் உயிரும் நிலை நிற்பது இல்லை. இந்தப் புரோகிதர் சொல்கின்ற ஆத்மாவுக்கு உடலோ மனமோ உண்டா? மூளையோ உடலோ இல்லாத ஆத்மாவுக்கு உயிர் எவ்வாறு உண்டாகும்? ஆத்மா என்று சொல்லப்படுவது யாது? அவ்வாறு ஒன்று உண்டு என்று நிரூபிக்க முடியுமா?

வினா 16: தோல்வியைத் தழுவிய கம்யூனிசத்தின் எழுச்சி அடங்கியதும் இளரத்தம் துடிக்கின்ற கல்லூரி மாணவர்களையும் பிறரையும் எழுச்சி கொள்ள வைத்து கம்யூனிசத்தில் சிக்க வைக்க திட்டமிட்டு உருவாக்கப்பட்டதல்லவா இன்றைய பகுத்தறிவு இயக்கம்?

வினா: பகுத்தறிவு இயக்கம் கம்யூனிஸ்ட் கட்சி அல்ல. கம்யூனிசத்தை நம்பாதவர்களும் இந்த இயக்கத்தில் அதிகமாக இருக்கின்றனர்.

விடை 17: எதிர்த்துப் பேசாமல் சகிப்புத் தன்மையுடன் இருப்பார்கள் என்று நீங்கள் உறுதியாக நம்புகின்ற பெந்தே கோஸ்துக்காரர்களையும் பிறரையும் தாறுமாறாக விமர்சிக்கின்ற திறமையை எருமேலிபேட்டையிலோ அதற்குச் சமமான இயக்க ரீதியிலான மாநாட்டுத் தலங்களிலோ நீங்கள் வெளிப்படுத்தாததற்கான காரணம் என்ன? நீங்கள் புத்திசாலிகள் என்பதாலா?

விடை: சபரிமலை அய்யப்பனைப் பற்றிய மூடநம்பிக்கைகளையும் எருமேலியில் நடைபெறும் பேட்டைத் துள்ளலையும்

பிறவற்றையும் பகுத்தறிவாளர்கள் எதிர்க்கவில்லை என்று சொல்வது முழுப்பொய்யாகும். சபரிமலை பக்தர்களும் மார்த்-தோமாகாரர்களும் பெந்தேகோஸ்துக்காரர்களும் ஒன்றுபோல மூடநம்பிக்கையாளர்கள்தான். நாங்கள் எல்லாவிதமான மூட நம்பிக்கைகளையும் எதிர்க்கின்றோம்.

வினா 18: டார்வினின் வாதப்படி குரங்கும் மனிதனும் இந்தப் பரிணாமச் சங்கிலியின் முன்னும் பின்னும் உள்ள இரண்டு கண்ணிகள் மட்டுமல்லவா. அப்படியென்றால் வயதான வானர பிதாவை அரையில் சங்கிலியால் பிணைத்து முற்றத்தில் நிற்கும் புளிய மரத்தில் கட்டி விட்டு, உங்களுடைய வயதான தந்தைக்கு வீட்டில் பட்டு மெத்தையும் பால் பாயாசமும் கொடுத்து போற்றுவது நியாயம்தானா?

விடை: பரிணாமக் கோட்பாட்டின் அனா, ஆவன்னா கூட தெரியாத ஒருவர்தான் இந்தப் புரோகிதர் என்பதையே இந்த வினா நிரூபிக்கின்றது. அந்தச் செய்தியைப் பற்றிய சாமானிய அறிவை அளிக்கின்ற பல நூல்களும் இன்று கிடைக்கின்றன. அவற்றில் எதுவேனும் ஒன்றைப் படித்துவிட்டு பரிணாமக் கோட்பாடு என்ன என்பதைத் தெரிந்து கொண்டிருந்தால் இத்தகைய பொருளற்ற ஒரு வினாவை எழுப்பியிருக்கமாட்டார்.

மேற்கூறிய பதினெட்டு வினாக்களும் இந்தப் புரோகிதரின் அறியாமையை விளம்பரம் செய்பவைதான். நவீன விஞ்ஞானத்தைப் பற்றிய எந்த அறிவும் இல்லாத இந்த மதவெறியனின் இத்தகைய வினாக்கள் விடையளிப்பதற்கு ஏற்றவையே அல்ல. எனினும் சாமானிய மக்களுக்குப் பயன்படும் என்று கருதித்தான் நான் விடைகளை எழுதினேன்.

60

மதம் – சன்மார்க்கத்தின் எதிரி

கொழும்புவிலுள்ள புத்திஸ்ட் மகளிர் கல்லூரிதான் களம். ஓர் ஆசிரியர் 'குச ஜாதகயா' என்ற புத்த மத நூலைப் பற்றி பாடம் நடத்திக் கொண்டிருந்தார். இந்தக் கதையின்படி புத்தர் தன்னுடைய பல பிறவிகளில் ஒன்றில் குசாவாகப் பிறந்திருந்தார். அன்று அவர் பபாவதி என்ற இளவரசியை மணம் முடித்திருந்த போதிலும் குழந்தைகள் பிறக்கவில்லை. தேவர்களுடைய

மன்னரான சக்ரனிடம் அழகான ஒரு கல் அரியணை உண்டு. தூவல்களால் செய்யப்பட்டதைப் போல அமருவதற்கு சுகமானதாக இருந்தது அது. பூமியில் யாரேனும் ஒரு நல்ல மனிதனுக்கு ஆபத்து ஏற்படும்பொழுது இந்த அரியணை சூடாகும். குசா• சில சிக்கல்களை எதிர்கொள்ள வேண்டிய நிலை ஏற்பட்டதும் சக்ரனின் அரியணை சூடானது. அவர் தெய்வீக ஞானத்தால் நிலைமையைப் புரிந்து கொண்டார். குசாவின் மனைவிக்கு ஒரு குழந்தையை வழங்க வேண்டும் என்று சக்ரன் முடிவெடுத்தார். முன்னறிவிப்பின்றி அவர் பூமிக்கு வந்தார். குசாவின் மனைவி பபாவதி அப்பொழுது ஆழ்ந்த தூக்கத்தில் இருந்தாள். சக்ரன் தன்னுடைய காலின் பெருவிரலை அவளுடைய தொப்புளில் வைத்தார். அதன் விளைவாக பபாவதி கர்ப்பிணியானாள்.

இந்தக் கதையைக் கேட்டுக் கொண்டிருந்த பன்னிரண்டு வயது சிறுமி எழுந்து, ‘தொப்புளில் பெருவிரலால் தொட்டால் பெண்கள் கருத்தரிப்பார்களா?’ என்று வினவினாள். இது பொருளற்ற ஒரு கட்டுக் கதைதான் என்று சொல்லி அந்த ஆசிரியர் தப்பினார்.

யோசேப்புக்கு திருமண நிச்சயம் செய்யப்பட்டிருந்த மரியாள் பரிசுத்த ஆவியான தெய்வத்தினால் கருவுற்றதன் விளைவாகவே கிறிஸ்து பிறந்தார் என்று பைபிள் கூறுகின்றது. ஆண் தொடர்பு இல்லாமல் இவ்வாறு பிறந்த பலரைப் பற்றி ஒவ்வொரு மதங்களும் கூறுகின்றன. பாயாசம் உண்டதன்மூலம் பிறந்தவர்களல்லவா ராம லட்சுமணர்கள்! சரதுஷ்ட்ரர் பிறந்ததும் ஆண் தொடர்பு இல்லாமல் தான். எகிப்து, பாபிலோனியா போன்ற பிரதேசங்களிலும் இத்கைய கதைகள் வழக்கத்தில் இருக்கின்றன.

மதப் பாடங்களின் மூலமாக மட்டும்தான் சன்மார்க்கத்தை நிலை நிறுத்த முடியும் என்றல்லவா மதக்காரர்கள் கூறுகின்றனர். ஆனால், குழந்தைகளுக்குக் கற்றுக் கொடுப்பதோ இத்தகைய கதைகளைத்தான்! பைபிள்படி ஆதாமும் ஏவாளும்தான் பூமியிலுள்ள முதல் மனிதர்கள். இவர்களுக்கு காயீன், ஆபேல் என்ற இரண்டு குழந்தைகள் பிறந்தனர். அவர்களில் ஆபேலை காயீன் கொன்றான். பிறகு பூமியில் மூன்று மனிதர்கள்தான் இருந்தனர் - ஆதாம், ஏவாள், காயீன். காயீன் ஏதேனுக்குக் கிழக்கே யுள்ள நோத் என்ற தேசத்தில் குடியிருந்து, தன் மனைவியை

அறிந்தான். அவனுடைய மனைவி யார்? உலகில் அன்று இருந்த ஒரே பெண் அவனுடைய அன்னை தான். அப்படியானால் அன்னையான ஏவாளைத்தான் அவன் தார மாக்கிக் கொண்டான் என்பது தெளிவாகத் தெரிகின்றதல்லவா. இந்தக் கதையைப் படிக்கின்ற குழந்தைகளுக்கு தாய் – மகன் உறவைப் பற்றி ஏற்படுகின்ற எண்ணத்தை ஊகித்தே அறிந்து கொள்ளலாம்.

தாவீதின் வம்சத்தில் பிறப்பதை பெரிய அனுக்கிரகமாகவே யூதர்கள் கருதுகின்றனர். கிறித்து தாவீதின் கோத்திரத்தில்தான் பிறந்தார் என்று நிலைநாட்ட சுவிசேஷக்காரர்கள் ஒன்றுக்கும் மேற்பட்ட வம்சாவளிப் பட்டியல்களைத் தயாராக்கி இருக்கின்றனர். அவ்வாறு முதன்மையானவனாக – புனிதனாகக் கருதப்படுகின்ற தாவீதின் கதை பைபிள் பழைய ஏற்பாட்டில் எழுதப்பட்டிருப்பவற்றிலிருந்து ஒன்றை இங்கே பார்ப்போம்:

"தாவீது ராஜா வயது சென்ற விர்த்தாப்பியனானபோது, வஸ்திரங்களினால் அவனை மூடினாலும் அவனுக்கு அனல் உண்டாகவில்லை. அப்பொழுது அவனுடைய ஊழியக்காரர் அவனை நோக்கி: ராஜா சமூகத்தில் நின்று, அவருக்குப் பணிவிடை செய்யவும், ராஜாவாகிய எங்கள் ஆண்டவனுக்கு அனல் உண்டாகும்படி உம்முடைய மடியிலே படுத்துக் கொள்ளவும் கன்னியாகிய ஒரு சிறு பெண்ணை ராஜாவாகிய எங்கள் ஆண்டவனுக்குத் தேடுவோம் என்று சொல்லி, இஸ்ரவேலின் எல்லையிலெல்லாம் அழகான ஒரு பெண்ணைத் தேடி, சூனேம் ஊராளாகிய அபிஷாகைக் கண்டு, அவளை ராஜாவினிடத்தில் கொண்டு வந்தார்கள்" (1 ராஜாக்கள், 1:1-3).

இந்தத் தாவீது ராஜா செய்த தீர – சாகசக் கதைகளுடைய கூட்டத்தில் பின்வருவதைப் போன்ற பல சம்பவங்களை பைபிளில் காணலாம்:

"ஒரு நாள் சாயங்காலத்தில் தாவீது தன் படுக்கையிலிருந்து எழுந்து, அரண்மனை உப்பிரிகையின்மேல் உலாத்திக் கொண்டிருக்கும் போது, ஸ்நானம் பண்ணுகிற ஒரு ஸ்திரீயை உப்பரிகையின் மேலிருந்து கண்டான்; அந்த ஸ்திரீ வெகு சவுந்தரவதியாயிருந்தாள். அப்பொழுது தாவீது, அந்த ஸ்திரீ யார் என்று விசாரிக்க ஆள் அனுப்பினான்; அவள் எலியாவின் குமாரத்தியும், ஏத்தியனான உரியாவின் மனைவியுமாகிய பத்சேபாள் என்றார்கள். அப்பொழுது தாவீது ஆள் அனுப்பி அவளை அழைத்து வரச் சொன்னான்; அவள் அவனிடத்தில் வந்தபோது அவளோடே சயனித்தான்" (2 சாமுவேல், 11:2-4).

தாவீது ராஜாவின் நம்பிக்கைக்குரிய படைவீரனாக இருந்தவன் தான் இந்தப் பெண்ணின் கணவனான உரியா. பத்சேபாளின் கர்ப்பத் துக்கு அவனையே பொறுப்பேற்க வைக்க முதலில் ராஜா முயன்றார். அது தோல்வியில் முடிவடைந்ததும் தான் உரியாவை வஞ்சகமாகக் கொன்று அந்தப் பெண்ணை மனைவியாக்கினார். இவர்கள் மூலம் தான் ஞானி என்று சொல்லப்படுகின்ற சாலமன் பிறந்தார்.

ஆபாசக் கதைகளை இங்கே சுட்டிக் காட்டுவதற்காக வாசகர்கள் மன்னிக்க வேண்டும். சன்மார்க்கத்தின் பெயரில் நமது குழந்தைகளுக்குக் கற்றுக் கொடுக்கின்ற கதைகள் இவைதான் என்பதை தெளிவுபடுத்துவதற்காகவே குறைவான ஆபாசம் கொண்ட கதைகளை இங்கே எடுத்துக் காட்டினேன் — அவ்வளவு தான்.

இந்து மதப் புராணங்களிலும் இத்தகைய ஆபாசக் கதைகளைக் காணலாம். சிவன், விஷ்ணு ஆகிய இந்துமதக் கடவுள்கள் உறவு கொண்டதன் காரணமாகத்தான் சாஸ்தா பிறந்தார்.

எந்தவிதக் கட்டுப்பாடும் இல்லாமல் இத்தகைய கதைகள் அடங்கிய புனித நூல்களை குழந்தைகளுக்குப் படிக்கக் கொடுக்கின்ற மதக்காரர்கள் சன்மார்க்கத்தைப் பற்றி பேசுவதை என்னால் புரிந்து கொள்ள முடியவில்லை.

61
பைபிள் முரண்பாடுகள்

கடவுள் வெளிப்படுத்திய தகவல்கள்தான் பைபிளில் உள்ளன என்று கிறித்தவர்கள் நம்புகின்றனர். அதனால்தான் ‘சத்திய வேத புத்தகம்’ என்று அதற்கு அவர்கள் பெயரிட்டிருக் கின்றனர். 66 நூல்கள் பைபிளில் அடங்கியிருக்கின்றன. அவற்றில் 39 நூல்கள் பழைய ஏற்பாட்டிலும் 27 நூல்கள் புதிய ஏற்பாட்டிலும் உள்ளன. இவற்றில் சொல்லப்பட்டுள்ள செய்திகள் அனைத்தும் கடவுள் தன்னுடைய பக்தர்களுக்கு வழங்கிய வெளிப்படுத்தின விசேஷமும் பரிசுத்த ஆவியின் ஏற்பாட்டால் எழுதப்பட்டவை யுமே என்று கிறித்தவ சபை கூறுகின்றது. “வேத வாக்கியங்க ளெல்லாம் தேவ ஆவியினால் அருளப்பட்டிருக்கிறது” (2 தீமோத்தேயு, 3:16) என்று புனித பவுலும், “வேதத்திலுள்ள எந்தத்

தீர்க்க தரிசனமும் சுய தோற்றமான பொருளையுடையதாய் இராதென்று நீங்கள் முந்தி அறிய வேண்டியது. தீர்க்க தரிசனமானது .... தேவனுடைய பரிசுத்த மனிதர்கள் பரிசுத்த ஆவியினாலே ஏவப்பட்டுப் பேசினார்கள்" *(2 பேதுரு, 1:20-21)* என்று பேதுருவும் கூறுகின்றனர். இவ்வாறு அனைத்தையும் அறிந்த தெய்வத்தின் தூண்டுகோலுக்கு ஏற்ப எழுதிய புதிய ஏற்பாட்டில், மனிதர்கள் எழுதுகின்ற நூல்களில் இருப்பதைப் போன்ற தப்புகள் வரக்கூடாது. ஆனால், பைபிளோ ஒன்றுக்கொன்று முரண்பாடான அறிவிப்புகளால் நிறைந்திருக்கின்றது.

இஸ்ரவேலர்களுடைய முதல் மன்னரான சாமுவேலின் வரலாறை விவரிக்கின்ற 'சாமுவேல்' என்ற நூல் பழைய ஏற்பாட்டிலுள்ள முக்கியமான நூல்களில் ஒன்றாகும். அதில் ஒரு பகுதியில் கூறப்படுவதாவது:

"சவுலின் குமாரத்தியாகிய மீகாளுக்கு மரணமடையும் நாள் மட்டும் பிள்ளை இல்லாதிருந்தது" *(2 சாமுவேல், 6:23).*

அதே நூலிலேயே இன்னொரு பகுதி பின்வருமாறு கூறுகின்றது:

"சவுலின் குமாரத்தியாகிய மீகாள்... பெற்ற அவளுடைய அய்ந்து குமாரரையும் பிடித்து..." *(2 சாமுவேல், 21:8).*

பழைய ஏற்பாட்டிலுள்ள ஆதியாகமம், யாத்திராகமம், லேவி யராகமம், எண்ணாகமம், உபாகமம் ஆகிய அய்ந்து நூல்களையும் மோசே எழுதினார் என்று நம்பப்படுகின்றது. அவற்றில் அய்ந்தாவதான உபாகமம் நூல் பின்வருமாறு தொடங்குகின்றது (ஆரம்பகால மலையாள பைபிளில்):

"உபாகமம் என்று பொதுவாகச் சொல்லப்படுகின்ற மோசேயின் அய்ந்தாவது புத்தகம்..."

மோசேதான் இந்த நூலை எழுதினார் என்றால் அதில் அவருடைய மரணச் செய்தியையும் பிறவற்றையும் சேர்க்க முடியாதல்லவா. உபாகமம் 34 ஆம் அத்தியாயம் 5-12 வசனங்களில் பின்வருமாறு காணப்படுகின்றது:

"அப்படியே கர்த்தரின் தாசனாகிய மோசே மோவாப் தேசமான அவ்விடத்திலே கர்த்தருடைய வார்த்தையின்படியே மரித்தான்; அவர் அவனை மோவாப் தேசத்திலுள்ள பெத்பேயோருக்கு எதிரான பள்ளத்தாக்கிலே அடக்கம் பண்ணினார். இந்நாள் வரைக்கும் ஒருவனும் அவன் பிரேதக் குழியை அறியான்.

மோசே மரிக்கிறபோது நூற்றிருபது வயதாயிருந்தான். அவன் கண் இருளடையவுமில்லை; அவன் பெலன் குறையவுமில்லை. இஸ்ரவேல் புத்திரர் மோவாபின் சமனான வெளிகளில் மோசேக்காக முப்பது நாள் அழுது கொண்டிருந்தார்கள்; மோசேக்காக அழுது துக்கங்கொண்டாடின நாட்கள் முடிந்தது... மோசேயைப் போல ஒரு தீர்க்கதரிசியும் இஸ்ரவேலில் அப்புறம் எழும்பினதில்லை என்று விளங்கும்."

மோசேதான் உபாகமம் நூலை எழுதினார் என்றால் அவர் எவ்வாறு தன்னுடைய மரணச் செய்தியையும் உடல் அடக்கத்தையும் பற்றி எழுதினார்? மரணமடைந்த மனிதனால் அவனது உடலை அடக்கம் செய்ய முடியும் என்று பக்தர்கள் கருதுகின்றார்களா? தன்னுடைய மரணத்திற்குப் பிறகு தன்னைவிட பெரிய தீர்க்கதரிசி உருவாகவில்லை என்று அவரால் எப்படிச் சொல்ல முடியும்?

பிற வசன நூல்களை எழுதிய பிறகு அய்தீகங்களின் அடிப்படையில் யாரோ எழுதியதுதான் இந்த நூல் என்தபறகான சான்றே இது.

"தேவனை ஒருவனும் ஒருக்காலும் கண்டதில்லை" *(யோவான், 1:18)*.

"நீங்கள் ஒருக்காலும் அவர் (பிதாவாகிய தேவன்) சத்தத்தைக் கேட்டதுமில்லை; அவர் ரூபத்தைக் கண்டதுமில்லை" *(யோவான், 5:37)*.

"நீ என் (தேவனின்) முகத்தைக் காணமாட்டாய்; ஒரு மனுஷனும் என்னைக் கண்டு உயிரோடிருக்கக் கூடாது..." *(யாத்திராகமம், 33:20)*.

தெய்வமும் தெய்வத்தின் பாகமும் சுதனாகிய கிறித்துவும் கூறியவைதான் மேற்கூறிய வசனங்கள். ஆனால், அதில் உண்மை எதுவும் இல்லை என்பதைப் பின்வரும் வசனங்கள் நிரூபிக்கின்றன:

"ஆண்டவரைப் பலிபீடத்தின்மேல் நிற்கக் கண்டேன்" *(ஆமோஸ், 9:1)*.

"அப்பொழுது யாக்கோபு: நான் தேவனை முகமுகமாய்க் கண்டேன், உயிர் தப்பிப் பிழைத்தேன் என்று சொல்லி... *(ஆதியாகமம், 32:30)*.

"ஒருவன் தன் சிநேகிதனோடே பேசுவதுபோல, கர்த்தர் மோசேயோடே முகமுகமாய்ப் பேசினார்" (*யாத்திராகமம், 33:11*).

"அப்பொழுது தேவனாகிய கர்த்தர் ஆதாமைக் கூப்பிட்டு: நீ எங்கே இருக்கிறாய் என்றார். அதற்கு அவன்: நான் தேவரீருடைய சத்தத்தைத் தோட்டத்திலே கேட்டு நான் நிர்வாணியாயிருப்பதினால் பயந்து, ஒளித்துக் கொண்டேன் என்றான்" (*ஆதியாகமம், 3:9-10*).

இதுபோன்ற ஒன்றுக்கொன்று முரணான அறிவிப்புகளால் நிரம்பியவைதான் கிறித்தவர்களுடைய 'சத்திய வேத புத்தகம்'. ஒரு பாட்டிக்கதை என்பதை மிஞ்சிய முக்கியத்துவம் எதையும் இதற்குக் கொடுப்பது சாத்தியம் அல்ல.

62

பைபிளில் நர மாமிச உணவு

நர (மனித) மாமிச உணவு மனித நேயமற்ற, சன்மார்க்கத்துக்கு முரண்பாடான ஓர் ஏற்பாடுதான் என்றே நாகரிக மனிதர்கள் கருதுகின்றனர். ஆனால், அதை தெய்வம் ஏற்றுக் கொள்ளவும் தேர்ந்தெடுக்கப்பட்ட தன்னுடைய மக்கள் அதைக் கடைபிடிக்கவும் வைத்தார் என்று பைபிள் வசனங்கள் நிருபிக்கின்றன.

"... உன் தேவனாகிய கர்த்தர் உனக்குக் கொடுத்த உன் கர்ப்பக் கனியான உன் புத்திர புத்திரிகளின் மாம்சத்தைத் தின்பாய்... உன்னிடத்தில் செருக்கும் சுக செல்வமும் உள்ள மனிதன் சகலத்தையும் இழந்து, தன் இல்லாமையினாலே தான் தின்னும் தன் பிள்ளைகளின் மாம்சத்திலே, தன் சகோதரனுக்காகிலும், தன் மார்பில் இருக்கிற மனைவிக்காகிலும், தனக்கு மீந்திருக்கிற தன் மக்களில் ஒருவனுக்காகிலும் கொஞ்சமேனும் கொடாதபடி அவர்கள் மேல் வன்கண்ணாயிருப்பான்.... உன் சத்துருக்கள் உன் வாசல்களில் உன்னை முற்றிகைப் போட்டு நெருக்குங் காலத்தில், சகலமும் குறைவுபடுவதினால், அவற்றை இரகசியமாய்த் தின்னுவான்" (*உபாகமம், 28:53-57*).

"வலதுபுறத்தில் பட்சித்தாலும் பசித்திருப்பார்கள்; இடதுபுறத்தில் தின்றாலும் திருப்தியடைவார்கள்; அவனவன் தன்தன் புயத்தின் மாம்சத்தைத் தின்பான்" (*ஏசாயா, 9:20*).

"உன்னை ஒடுக்கினவர்களுடைய மாம்சத்தை அவர்களுக்கே தின்னக் கொடுப்பேன்; மதுபானத்தால் வெறிகொள்வது போல், தங்களுடைய ரத்தத்தினால் வெறி கொள்வார்கள்; கர்த்தரும் யாக்கோபின் வல்லவருமாகிய நான் உன் இரட்சகரும் உன் மீட்பருமாயிருக்கிறதை மாம்சமான யாவரும் அறிந்து கொள்வார்களென்று கர்த்தர் சொல்லுகிறார்" (ஏசாயா, 49:26).

"உங்கள் குமாரரின் மாம்சத்தையும் உங்கள் குமாரத்திகளின் மாம்சத்தையும் புசிப்பீர்கள்" (லேவியராகமம், 26:29).

"…. நான் அவர்களைத் தங்கள் குமாரரின் மாம்சத்தையும் தங்கள் குமாரத்திகளின் மாம்சத்தையும் தின்னப் பண்ணுவேன்; அவனவன் தனக்கு அடுத்தவனுடைய மாம்சத்தைத் தின்பான்" (எரேமியா, 19:9).

"ஆதலால் உன் நடுவிலே பிதாக்கள் பிள்ளைகளைத் தின்பார்கள்; பிள்ளைகள் பிதாக்களைத் தின்பார்கள்" (எசேக்கியேல், 5:10).

"ராஜா பின்னையும் அவளைப் பார்த்து: உனக்கு என்ன வேண்டும் என்று கேட்டான்; அதற்கு அவள்: இந்த ஸ்திரீ என்னை நோக்கி: உன் மகளைத் தா, அவளை இன்று தின்போம்; நாளைக்கு என் மகளைத் தின்போம் என்றாள். அப்படியே என் மகளை ஆக்கித் தின்றோம்; மறுநாளில் நான் இவளை நோக்கி: நாம் உன் மகளைத் தின்ன அவளைத் தா என்றேன்; அவள் தன் மகளை ஒளித்து விட்டாள் என்றாள்" (2 இராஜாக்கள், 6:28-29).

63
தீமையின் உறைவிடமான தெய்வம்

தெய்வம் தீமையைப் படைப்பதில்லை என்றல்லவா பக்தர்கள் கூறுகின்றனர். சிலர் சகல நன்மையுடையவும் உருவமாகவே தெய்வத்தைப் பார்க்கின்றனர். எல்லாவற்றையும் படைத்தவர் தெய்வம் என்றால் தீமையைப் படைத்தவரும் தெய்வம்தான் என்றே கொள்ள வேண்டும். அந்த நிலையில் சகல தீமைகளுக்கும் உத்தரவாதி சாத்தானோ மனிதனோ அல்ல; தெய்வம்தான்.

தீமை தெய்வத்திடமிருந்துதான் புறப்படுகின்றது என்று பைபிளிலுள்ள சில வசனங்களே நிரூபிக்கின்றன:

"கர்த்தரால் விடப்பட்ட பொல்லாத ஆவி சவுலின் மேல் வந்தது" (1 சாமுவேல், 19:9).

"அபிமெலேக்கு இஸ்ரவேலை மூன்று வருஷம் அரசாண்ட பின்பு, அபிமெலேக்குக்கும் சீகேமின் பெரிய மனுஷருக்கும் நடுவே பொல்லாப்பு உண்டாக்கும் ஆவியைத் தேவன் வரப்பண்ணினார்" (நியாயாதிபதிகள், 9:22-23).

இங்கே தெய்வமே பொல்லாப்பு உண்டாக்குபவராகச் செயல்படுகின்றார்!

"மறுநாளிலே தேவனால் விடப்பட்ட பொல்லாத ஆவி சவுலின் மேல் இறங்கிற்று" (1 சாமுவேல், 18:10).

"கர்த்தருடைய ஆவி சவுலை விட்டு நீங்கினார்; கர்த்தரால் வரவிடப்பட்ட ஒரு பொல்லாத ஆவி அவனைக் கலங்கப்பண்ணிக் கொண்டிருந்தது. அப்பொழுது சவுலின் ஊழியக்காரர் அவனை நோக்கி: இதோ, தேவனால் விடப்பட்ட ஒரு பொல்லாத ஆவி உம்மைக் கலங்க பண்ணுகிறதே. சுரமண்டலம் வாசிக்கிறதில் தேறின ஒருவனைத் தேடும்படிக்கு, எங்கள் ஆண்டவனாகிய நீர் உமக்கு முன்பாக நிற்கிற உம்முடைய அடியாருக்குக் கட்டளையிடும்; அப்பொழுது தேவனால் விடப்பட்ட பொல்லாத ஆவி உம்மேல் இறங்குகையில், அவன் தன் கையினால் அதை வாசித்தால் உமக்குச் சவுக்கியமுண்டாகும் என்றார்கள் (1 சாமுவேல், 16:14-16).

தெய்வம் தீய ஆவியை அனுப்பி சவுலை வஞ்சித்தார்! அப்படி யென்றால், சாத்தானும் தெய்வமும் நட்புறவு பூண்டிருக்கின்றனர்!! ஆனால், தெய்வத்தையும் பிசாசையும் மனிதன் வென்றுவிட்டான். மந்திரம் உச்சரிப்பதைக் கேட்டால் தெய்வம் அனுப்பிய தீய ஆவி அவனை விட்டு விலகி விடுமாம்!

இத்தகைய பழமையான கற்பிதங்களால் நிறைந்தது தான் பைபிள்!

பிதா, சுதன், பரிசுத்த ஆவி என்று கிறித்தவர்களுடைய தெய்வத்துக்கு மூன்று நிலைகள் உண்டு. ஆனால், மூன்று தெய்வங்கள் உண்டு என்று சொன்னால் அவர்கள் ஒப்புக் கொள்வதில்லை. அந்த மூன்றும் சேர்ந்து ஒன்றுதான் என்று அவர்கள் கூறுவார்கள். இந்த வினோத நம்பிக்கையை அவர்கள் 'த்ரித்வம்' என்கின்றார்கள்.

தெய்வத்தைப் பற்றிய சில பைபிள் வசனங்களை உங்கள் கவனத்துக்காக எடுத்துக் காட்டுகின்றேன்:

"நானும் (கிறித்து) பிதாவும் ஒன்றாயிருக்கிறோம்" *(யோவான், 10:30).*

"கர்த்தருடைய தூதன் சொப்பனத்தில் அவனுக்கு (யோசேப்புக்கு)க் காணப்பட்டு; தாவீதின் குமாரனாகிய யோசேப்பே, உன் மனைவியாகிய மரியாளைச் சேர்த்துக் கொள்ள அய்யப்படாதே; அவளிடத்தில் உற்பத்தியாயிருக்கிறது பரிசுத்த ஆவியினால் உண்டானது" *(மத்தேயு, 1:20).*

தெய்வம் இங்கே தானாகவே உற்பத்தியை நடத்தியிருக்கின்றது!

"இயேசு அவர்களை நோக்கி: நான் என்னை அனுப்பினவருடைய சித்தத்தின்படி செய்து அவருடைய கிரியையை முடிப்பதே என்னுடைய போஜனமாயிருக்கிறது..." *(யோவான், 4:34).*

இன்னொரு தெய்வத்தால் அனுப்பப்பட்ட ஒரு தெய்வம்!

"நான் (கிறித்து) என் சுயமாய் ஒன்றுஞ் செய்கிறதில்லை... எனக்கு சித்தமானதை நான் தேடாமல், என்னை அனுப்பின பிதாவுக்கு சித்தமானதையே நான் தேடுகிறபடியால்..." *(யோவான், 5:30).*

தன் விருப்பப்படி எதையும் செய்ய இயலாத தெய்வத்தை நினைத்து இரக்கம் கொள்வோம்!

"(யேசு) சற்று அப்புறம் போய், முகங் குப்புற விழுந்து: என் பிதாவே, இந்தப் பாத்திரம் என்னைவிட்டு நீங்கக் கூடுமானால் நீங்கும்படிச் செய்யும்; ஆகிலும் என் சித்தத்தின் படியல்ல, உம்முடைய சித்தத்தின்படியே ஆகக்கடவது என்று ஜெபம் பண்ணினார்" *(மத்தேயு, 26:39).*

இன்னொரு தெய்வத்திடம் பிரார்த்தனை செய்கின்ற ஆதரவில்லாத தெய்வம்!

"உடனே ஆவியானவர் அவரை (யேசுவை) வனாந்தரத்திற்குப் போகும்படி ஏவினார். அவர் வனாந்திரத்திலே நாற்பது நாள் இருந்து, சாத்தானால் சோதிக்கப்பட்டு, அங்கே காட்டு மிருகங்களின் நடுவிலே சஞ்சரித்துக் கொண்டிருந்தார். தேவ தூதர்கள் அவருக்கு ஊழியஞ் செய்தார்கள்" *(மாற்கு, 1:12-13).*

தான் படைத்த காட்டு விலங்குகளின் நடுவில் ஆதரவில்லாத நிலையில் இருக்கின்ற கடவுளைத்தான் நாம் இங்கே

காண்கின்றோம்! தேவ தூதர்களின் உதவியால்தான் தெய்வம் நாள்களைக் கடத்திக் கொண்டிருந்தார்! தெய்வம் படைத்த சாத்தான் தெய்வத்தையே சோதிக்கவும் செய்கின்றது!

மறுபடியும், பிசாசு அவரை மிகவும் உயர்ந்த மலையின் மேல் கொண்டுபோய், உலகத்தின் சகல ராஜ்யங்களையும் அவற்றின் மகிமையையும் அவருக்குக் காண்பித்து..." (மத்தேயு, 4:8).

பாவம்! தெய்வத்தை பிசாசு உடனழைத்துக் கொண்டே திரி கின்றது! கோப்பர் நிக்கசும் கலிலியோவும் பிறப்பதற்கு முன்பே தெய்வம் பெத்லகேமில் பிறந்ததனால் பூமி உருண்டையானது என்பதையும் எவரெஸ்டின் மீது ஏறி நின்றால் கூட இந்தக் கோளத்தின் மறு பக்கத்தைப் பார்க்க முடியாது என்பதையும் தெய்வத்தால் அறிந்து கொள்ள முடியவில்லை!

"அந்த நாளையும் அந்த நாழிகையையும் என் பிதா ஒருவர் தவிர மற்றொருவனும் அறியான்; பரலோகத்திலுள்ள தூதர்களும் அறியார்கள்" (மத்தேயு, 24:25).

பிதாவான தெய்வமும் சுதனான தெய்வமும் சொர்க்கத் திலிருக்கும் பொழுதுகூட இரண்டு நபர்கள்தான் என்பதையே இது காட்டுகின்றது. பிதாவுக்குத் தெரிந்தது சுதனுக்குத் தெரியாது. யேசு கிறிஸ்து சர்வ வல்லமை வாய்ந்த தெய்வம் அல்ல என்பது இதிலிருந்து தெரிகின்றது. அறிவுடைய எந்த மனிதருக்கும் கிறித்தவர்களுடைய 'மும்மூர்த்தி'களை பைபிளில் கண்டுபிடிக்க முடியாது.

64
மோசே வரலாற்று மாந்தரா?

இஸ்ரவேல் மக்கள் நீண்ட காலம் எகிப்தில் வாழ்ந்தார்கள் என்றும் மோசேயின் தலைமையில் அவர்கள் அங்கிருந்து புறப்பட்டுச் சென்றார்கள் என்றும் கர்த்தரின் உத்தரவுபடி பாலும் தேனும் ஒழுகுகின்ற கானான் நாட்டை (பாலஸ்தீனம்) அவர்கள் கைப்பற்றினார்கள் என்றும் பைபிள் கூறுகின்றது. ஆதியாகமம், யாத்திராகமம், எண்ணாகமம், உபாகமம், லேவியராகமம், யோசுவா என ஆறு நூல்களில் இந்தக் கதை நீண்டு கிடக்கின்றது. அதன் சுருக்கம் பின்வருமாறு:

யாக்கோபு தன் இளைய மகனான யோசேப்பிடம் அதிக அன்பு கொண்டிருந்தார். அதனால் பொறாமை கொண்ட சகோதரர்கள் அவனைப் பிடித்துக் கட்டி விற்று விட்டனர். அவ்வாறுதான் யோசேப்பு எகிப்தை அடைந்தான். காலப்போக்கில் அவன் அங்கே அமைச்சராக ஆனான். அந்தக் காலகட்டத்தில் இஸ்ரவேலிலும் எகிப்திலும் பஞ்சம் உண்டானதால், தானியங்களை வாங்குவதற்காக அவனுடைய சகோதரர்கள் வந்தனர். அவர்களையும் தந்தையையும் யோசேப்பு எகிப்துக்கு அழைத்தான். தலைமுறை தலைமுறையாக நான்கரை நூற்றாண்டு காலம் இஸ்ரவேல் மக்கள் எகிப்தில் வாழ்ந்தனர். அவர்கள் பிரபவம் அடைந்தார்கள். அப்பொழுது எகிப்தியர்கள் அவர்களைக் கண்டு அஞ்சினர். இஸ்ரவேல் மக்களை வைத்து அவர்கள் அடிமை வேலைகளைச் செய்தனர். இந்தத் தாக்குதலால் திண்டாடிய அவர்கள் மோசேயின் தலைமையில் பாலும் தேனும் ஒழுகுகின்ற கானான் நாட்டுக்குப் புறப்பட்டனர். பல ஆண்டுகால பயணத்திற்குப் பின்பு அவர்கள் கானான் நாட்டை அடைந்தனர். அங்கே ஆட்சி புரிந்து வந்த சிற்றரசர்களையெல்லாம் வென்று அவர்கள் பாலஸ்தீனத்தில் நிரந்தரமாகத் தங்கிவிட்டனர். எகிப்திலிருந்து புறப்பட்ட இந்தப் பயணத்தின் இடையில்தான் கர்த்தர், மோசேயின் மூலமாக பத்து கட்டளைகளையும் பிற பல சட்டங்களையும் இஸ்ரவேல் மக்களுக்கு வழங்கினார். இதனிடையே நடைபெற்ற பல அற்புத நிகழ்வுகளைப் பற்றிய செய்திகளும் பைபிளில் உண்டு. உணவில்லாமல் துன்பப்பட்ட பொழுது தன் மக்களுக்காக தெய்வம் வானிலிருந்து உணவை கீழிறக்கிக் கொடுத்தது; அவர்கள் நடந்து செல்வதற்காக ஒருமுறை செங்கடலின் தண்ணீரை வற்ற வைத்தது – இதுபோன்ற பல செய்திகள்!

பைபிளில் காணப்பட்ட இந்தக் கதை வரலாற்று நிகழ்ச்சிதான் என்றே அண்மைக் காலம்வரை கருதினார்கள். ஆனால், தற்கால ஆய்வுகள் இது ஒரு கட்டுக்கதை என்பதை நிரூபித்துள்ளது. எகிப்தில் தங்கி இருந்ததற்கோ நீண்ட பயணத்துக்கோ வரலாற்றில் எந்தவிதச் சான்றும் இல்லை. நான்கரை நூற்றாண்டு காலம் இஸ்ரவேல் மக்கள் எகிப்தில் தங்கி இருந்திருந்தால், அங்கே நடைபெற்ற அகழ்வாராய்ச்சிகளில் அதற்கான ஏதுவேனும் தடயங்கள் கிடைத்திருக்க வேண்டுமே என்று எகிப்திய வரலாற்றறிஞர்கள் கூறுகின்றனர். அதுமட்டுமல்ல, எகிப்தில் எபிரேய நாகரிகத்தினுடையவோ இஸ்ரவேல் மக்களிடையில் எகிப்திய நாகரிகத்தினுடையவோ சாயல்கள்கூட காணப்பட

வில்லை. அதனால் ராமாயணம், மகாபாரதம், ஒடிசி, ஏனிட், இலியட் முதலிய இதிகாசங்களைப் போன்ற வெறும் கட்டுக் கதைகள்தான் பைபிளிலும் இருக்கின்றன என்றே அறிஞர்கள் கூறுகின்றனர். இன்றைய சில இடங்களின் பெயர்களை இந்தக் கதைகளில் காணலாம். அதனால்தான் இவை வரலாற்றுச் சம்பவங்கள் என்று தவறாக எண்ணி விடுகின்றனர்.

கர்த்தர் தங்களுக்கு வாக்குறுதி அளித்து தந்த நாடுதான் இது என்று சொல்லியே யூதர்கள் பாலஸ்தீனத்தை 1948 இல் கைப்பற்றினர். பல பெரிய சக்திகளின் உதவியுடன் அவர்கள் அங்கே ஒரு நாட்டை நிறுவினர். கி.மு. 1400 முதல் கி.பி. 135 வரை யூதர்கள் தெய்வத்தின் உத்தரவுபடி அங்கேதான் தங்கியிருந்தார்கள் என்றும் தெய்வத்தால் தேர்ந்தெடுக்கப்பட்ட மக்களுக்காக அவர் ஏற்பாடு செய்த இடம்தான் பாலஸ்தீனம் என்றும் அவர்கள் நம்புகின்றனர். உலகிலுள்ள பிற மக்களைவிட சிறந்தவர்களாக யூதர்களை தெய்வம் பார்ப்பது ஏன்? கானான் நாட்டை அவர்களுக்காகத் தேர்ந்தெடுத்துக் கொடுப்பதற்குக் காரணம் என்ன? இவை எதுவும் நமக்குத் தெரியாது. ஆனால், தேனும் பாலும் ஒழுகுகின்ற நாடு என்ற குறிப்பு கானான் நாட்டுக்கு எந்த வகையிலும் பொருந்தவே பொருந்தாது. உலகத்தில் அதைவிட செழுமை நிறைந்த நாடுகள் ஏராளமாக உள்ளன. அருகிலுள்ள அரபி நாடுகளில் ஒன்றாக இருந்திருந்தால்கூட பெட்ரோலால் செல்வந்த நிலைமையை எட்டியிருக்க முடியும். தெய்வத்துக்கு இந்தப் பார்வைக் குறைபாடு ஏற்பட்டது ஏன் என்ற அய்யம் நமக்கு எழலாம்.

கிறிஸ்தவப்தம் இரண்டாம் நூற்றாண்டுக்கு முன்பு தங்களுடைய முன்னோர்கள் வாழ்ந்த இடம் என்று சொல்லி ஒரு பிரதேசத்தை ஆக்கிரமித்து அடிபணிய வைப்பதில் என்ன நியாயம் இருக்கின்றது? இந்தியர்களில் பெரும் பகுதியினர் கி.மு. ஆயிரம் ஆண்டுக்கு முன்பு தெற்கு ரஷியாவிலிருந்து இங்கே குடியேறியவர்கள்தான். இதற்காக நாம் ரஷியாவின் அந்தப் பகுதிகளை உரிமை கொண்டாட முடியுமா?

தன்னம்பிக்கையை வளர்ப்பதற்காகவும் மக்களுக்கு எழுச்சியை ஊட்டுவதற்காகவும் பிற்காலத்தில் எழுதப்பட்டவை தான் பைபிளிலுள்ள முற்பகுதியில் காணப்படும் இந்தக் கதைகள். கவனமாக இதைப் படித்தால் அவர்களுடைய தெய்வமான கர்த்தர் எவ்வளவு கொடியவன், வஞ்சகன், வாக்குறுதியை மீறுபவன்

என்று எண்ணத் தோன்றும். இதிலுள்ள பல செய்திகளும் சாமானிய அறிவுக்குக்கூட ஒவ்வாதவை தான். சிலவற்றை மட்டும் இங்கே சுட்டிக் காட்டுகின்றேன்:

யோசேப்பு எகிப்தில் உணவுத்துறை அமைச்சராக இருந்தார் என்று பைபிள் கூறுகின்றது. அவர் சகோதரர்களிடம் தந்தையை அழைத்து வரும்படி சொல்லி அனுப்பினார். தெய்வம் கனவில் யாக்கோபுவுக்குக் காட்சியளித்துச் சொன்னார்:

"நான் தேவன், நான் உன் தகப்பனுடைய தேவன்; நீ எகிப்து தேசத்துக்குப் போகப் பயப்பட வேண்டாம்; அங்கே உன்னைப் பெரிய ஜாதியாக்குவேன்" *(ஆதியாகமம், 46:3).*

'பெரிய ஜாதியாக்குவேன்' என்றே கர்த்தர் சொன்னார். ஆனால், நிகழ்ந்தது என்ன என்பதைப் பற்றி பைபிள் கூறுவதையே பாருங்கள்.

"யோசேப்பை அறியாத புதிய ராஜன் ஒருவன் எகிப்தில் தோன்றினான்... அவர்களை (யூதர்களை)ச் சுமை சுமக்கிற வேலையினால் ஒடுக்கும்படிக்கு, அவர்கள்மேல் விசாரணைக் காரரை வைத்தார்கள்; அப்பொழுது அவர்கள் பார்வோனுக்காக பித்தோம், ராமசேன் என்னும் பண்டக சாலைப் பட்டணங்களைக் கட்டினார்கள்...... எகிப்தியர் இஸ்ரவேல் புத்திரரைக் கொடுமை யாய் வேலை வாங்கினார்கள். சாந்தும் செங்கல்லுமாகிய இவை களைச் செய்யும் வேலையினாலும், வயலில் செய்யும் சகலவித வேலையினாலும், அவர்களுக்கு அவர்கள் ஜீவனையும் கசப்பாக்கி னார்கள்" *(யாத்திராகமம், 1:8-14).*

யூதர்கள் எகிப்திலிருந்து கானான் நாட்டுக்குச் செல்ல நாற்பது ஆண்டுகள் பயணம் செய்ய வேண்டிய நிலை உண்டானது. அதனிடையில் செங்கடலைக் கடந்ததும் பாலை வனத்தில் அலைந்ததுமான செய்திகளை பைபிள் விவரிக்கின்றது. இதைப் படிப்பவர்களுக்கு அந்த நீண்ட பயணத்தின் துன்பம் அனுபவப்படாமல் இருக்காது. ஆனால், சூயஸ் கால்வாயின் இரு கரைகளிலும் இருக்கின்ற இரண்டு நாடுகள் தான் எகிப்தும் பாலஸ்தீனமும் என்ற செய்தியை பல நேரங்களிலும் நினைவு கூருவதே இல்லை. இந்தச் சிறிய தூரத்தைக் கடப்பதற்காக நாற்பது ஆண்டுகள் அவர்களை பாலைவனத்தில் தெய்வம் அலைய வைத்தது எதற்காக? யோசேப்பின் சகோதரர்கள் மிகக் குறுகிய காலகட்டத்திற்குள் பலமுறை அங்குமிங்கும் சென்று வந்தார்கள் என்பதையும் நினைவில் கொள்ளுங்கள். யாக்கோபு

வின் உடல் தகனத்துக்காக யோசேப்பும் பரிவாரங்களும் சென்று வந்ததும் இந்த இடத்தில்தான். ஆனால், சில நூற்றாண்டுகளுக்குப் பிறகு இந்தத் தூரத்தில் பயணம் செய்ய நாற்பது ஆண்டுகள் தேவைப்பட்டதாம்!

இஸ்ரவேல் மக்களை எகிப்திலிருந்து விடுவிப்பது அல்ல, எகிப்தியர்களைத் தண்டிப்பதுதான் கர்த்தரின் குறிக்கோள் என்று பைபிள் தெளிவாகவே கூறுகின்றது:

"அப்பொழுது கர்த்தர் மோசேயை நோக்கி: நீ எகிப்திலே திரும்பிப் போய்ச் சேர்ந்தபின், நான் உன் கையில் அளித்திருக்கிற அற்புதங்கள் யாவையும் பார்வோனுக்கு முன்பாகச் செய்யும்படி எச்சரிக்கையாயிரு; ஆகிலும் நான் அவன் இருதயத்தைக் கடினப்படுத்துவேன், அவன் ஜனத்தைப் போகவிடான்..." (யாத்திராகமம், 4:21).

இஸ்ரவேல் மக்களை போகவிடாமல் இருப்பதற்காக பார்வோனின் இதயத்தைக் கர்த்தர் கடினமாக்கியது எதற்காக? உண்மையில் பார்வோன் இஸ்ரவேல் மக்களுக்கு எதிராகச் செயல்பட்டது தன் விருப்பத்தினால் அல்ல. தொடர்ந்து வரும் பாகங்களில் அது தெளிவுபடுத்தப்பட்டது. சில பாகங்களை மட்டும் இங்கே எடுத்துக் காட்டுகின்றேன்:

"நான் (கர்த்தர்) பார்வோனின் இருதயத்தைக் கடினப்படுத்தி, எகிப்து தேசத்தில் என் அடையாளங்களையும் அற்புதங்களையும் மிகுதியாய் நடப்பிப்பேன். பார்வோன் உங்களுக்குச் செவி கொடுக்கமாட்டான்..." (யாத்திராகமம், 7:3-4).

கர்த்தரின் உத்தரவுபடி மோசே நதிகளிலுள்ள நீரை இரத்தமாக்கினார். மக்கள் சிரமப்பட்டனர்.

"கர்த்தர் சொல்லியிருந்தபடி பார்வோனின் இருதயம் கடினப் பட்டது; அவர்களுக்குச் செவி கொடாமற் போனான்" (யாத்திராகமம், 7:23).

தொடர்ந்து தெய்வத்தின் உத்தரவுபடி மோசே பல துரோகச் செயல்களையும் செய்தார். அப்பொழுது பார்வோனுக்கு துயரம் உண்டானது.

"அப்பொழுது பார்வோன் மோசேயையும் ஆரோனையும் தீவிரமாய் அழைப்பித்து: உங்கள் தேவனாகிய கர்த்தருக்கும் உங்களுக்கும் விரோதமாகப் பாவம் செய்தேன். இந்த ஒருமுறை மாத்திரம் நீ என் பாவத்தை மன்னிக்க வேண்டும்; உங்கள்

தேவனாகிய கர்த்தர் இந்தச் சாவை மாத்திரம் என்னை விட்டு விலக்க அவரை நோக்கி விண்ணப்பம் பண்ணுங்கள் என்றான்... கர்த்தரோ பார்வோனின் இருதயத்தைக் கடினப்படுத்தினார்; அவன் இஸ்ரவேல் புத்திரரைப் போகவிடவில்லை" (யாத்திராகமம், 10:16-20).

இங்கே உண்மையான குற்றவாளி யார்? கர்த்தரா, பார்வோனா? சாமானிய மக்களைவிட காட்டுமிராண்டித்தனமான இயல்பே கர்த்தரிடம் காணப்பட்டது என்பதற்கும் இந்த நூலின் பிற பாகங்களில் சான்றுகள் உள்ளன. கர்த்தரின் உத்தரவுபடிதான் மோசே தன்னுடைய மாமாவாகிய எத்திரோவின் வீட்டிலிருந்து பார்வோனின் அரசவைக்குச் சென்றார். ஆனால், செல்லுகின்ற வழியில் நிகழ்ந்த சம்பவத்தைப் பாருங்கள்:

"வழியிலே தங்கும் இடத்தில் கர்த்தர் அவனுக்கு எதிர்ப்பட்டு, அவனைக் கொல்லப் பார்த்தார். அப்பொழுது சிப்போராள் (மோசேயின் மனைவி) கருக்கான ஒரு கல்லை எடுத்து, தன் புத்திரனுடைய நுனித்தோலை அறுத்து, அதை அவன் கால்களுக்கு முன்பாக எறிந்து: நீர் எனக்கு இரத்த சம்பந்தமான புருஷன் என்றாள். பின்பு அவர் அவனை விட்டு விலகினார்" (யாத்திராகமம், 4:24-26).

மோசேயை கர்த்தர் கொல்ல முயன்றது எதற்காக? அவருடைய மனைவியை, தான் 'ரத்த சம்பந்தமான புருஷன்' என்று ஒப்புக்கொள்ள வைத்தார் என்றால் அதன் பொருள் என்ன? தன் தாசனைக் கொன்று அவன் மனைவியை மானபங்கம் செய்கின்ற இயல்பு மனிதனுக்குக் கூட பொருந்தாது. இனி நுனித்தோலை அறுத்த கதையைப் பாருங்கள். எல்லாவற்றையும் படைத்தவர் தெய்வம்தான் என்று சொல்லப்படுகின்றது. எனினும் ஆணுறுப்பின் நுனித்தோலை அறுத்தெறிய வேண்டும் என்று உத்தரவிடுகின்றார். அதை அறுப்பதனால் ஏற்படுகின்ற வலியை குழந்தைகளை அனுபவிக்கச் செய்வது எதற்காக? ஆண்குறியின் நுனித்தோலிடம் கர்த்தருக்கு தனி ஆசை இருந்ததோ என்ற அய்யம் பைபிளைப் படிக்கும்பொழுது எழும். சவுல் தன்னுடைய மகளுக்காகக் கேட்ட வரதட்சணை இருநூறு பெலிஸ்தியர்களின் நுனித்தோல்தான் என்பதையும் நினைவில் கொள்ளுங்கள்.

கர்த்தர் பார்வோனின் இதயத்தைக் கடினமாக்கியதால் அவர் இஸ்ரவேல் மக்களை விடவில்லை. அந்த நிலையில் மீண்டும் ஒரு தண்டனையை நடைமுறைப்படுத்துகின்றார்:

"…. எகிப்தியருடைய மிருக ஜீவன்கள் எல்லாம் செத்துப் போயிற்று; இஸ்ரவேல் புத்திரரின் மிருக ஜீவன்களில் ஒன்றாகிலும் சாகவில்லை" (யாத்திராகம், 9:6).

மீண்டும் 'கர்த்தர் பார்வோனின் இருதயத்தைக் கடினப்படுத்தினார்' (யாத்திராகமம், 9:12).

தொடர்ந்தும் தண்டனைதான்! இந்த முறை கல் மழையைப் பொழிய வைத்தார்.

"எகிப்து தேசம் எங்கும் மனிதரையும், மிருக ஜீவன்களையும், வெளியிலே இருந்தவைகள் எவைகளோ அவைகள் எல்லாவற்றையும் அந்தக் கல்மழை அழித்துப்போட்டது" (யாத்திராகமம், 9:25).

இதற்கு முன்பே எகிப்தியர்களுடைய அனைத்து விலங்குகளும் செத்துவிட்டன என்று சொன்னபிறகு, இப்பொழுது எவ்வாறு விலங்குகள் உண்டாயின?

இவ்வாறு பார்த்தால், நம்பத்தகாத - அறிவுக்குப் பொருந்தாத கதைகள்தான் மோசேயின் கதை முழுவதும் அடங்கியிருக்கின்றது. உண்மையில் இஸ்ரவேல் மக்களுக்கு இத்தகைய ஒரு குடியேற்றம் இங்கே சொல்லப்படுகின்ற காலகட்டத்தில் நிகழ்ந்திருக்கவில்லை. கி.மு. இரண்டாம் நூற்றாண்டில் பாபிலோனியர்கள் பாலஸ்தீனத்தை வென்று யூதர்கள் பலரை சிறைபிடித்து அழைத்துச் சென்றனர். இவ்வாறு பாபிலோனியாவில் குடியேற்றக் காரர்களாக ஆன யூதர்கள் அங்கிருந்து விடுதலை அடைவதற்காக முயன்றனர். இந்தக் காலகட்டத்தில் தான் பாபிலோனியப் புராணங்கள் இவர்களுக்கு அறிமுகமானது. அவற்றின் மூலம் எழுச்சியடைந்த சில யூத அறிஞர்கள் எழுதிய நூல்கள்தான் ஆதியாகமம், யாத்திராகமம், லேவியராகமம் ஆகியவை. இவர்களுடைய கற்பனைப் படைப்புதான் எகிப்து குடியேற்றமும் மோசேயும். பைபிளிலுள்ள ஆதியாகமக் கதைகளுக்கு பாபிலோனியப் புராணங்களுடன் உள்ள தொடர்பையும் அறிஞர்கள் சுட்டிக்காட்டியிருக்கின்றனர்.

65
சமாதானத்தின் தூதன்

தன்னைப்போலவே தன் அண்டை வீட்டுக் காரர்களையும் நேசிக்க வேண்டும் என்று உபதேசம் செய்தவர்தான் கிறிஸ்து. ஒரு கன்னத்தில் அடித்தால் மறு கன்னத்தையும் காட்ட வேண்டும் என்றும் அவர் சொன்னார். பைபிளிலுள்ள செய்திகளின்படி பார்த்தால் அவர் சமாதானத்தின் தூதன்தான். கிறிஸ்து பிறந்த வேளையில் தேவ தூதர்கள் 'பூமியில் சமாதானம் உண்டாகும்' என்று பாடியதாக பைபிளில் காணப்படுகின்றது (லூக்கா, 2:13-14). 'தேவ சமாதானம் உங்கள் இருதயங்களில் ஆளக் கடவது' (கொலோசெயர், 3:15) என்பதுதான் அப்போஸ்தலரின் வாழ்த்து.

இது எந்த அளவுக்கு நிகழ்ந்தது? கடந்த இரண்டாயிரம் ஆண்டுகால உலக வரலாறு இதற்கு விடை அளிக்கின்றது. கிறிஸ்து பிறந்ததன் மூலம் உலகத்துக்குச் சமாதானம் உண்டானது என்றால், கடந்த இருபது நூற்றாண்டுகளுக்குள் இந்த அளவுக்கு இரத்த ஆறு ஒழுகியிருக்குமா? கிறிஸ்து பிறந்தார் என்று அறிந்ததுமே ஏரோது குழந்தைகளைக் கொல்லத் தொடங்கினார் என்பது கதை. சமாதானத்தினுடைய தூதனின் மதத்தை ஏற்றுக் கொண்டிருந்தவர்கள் தான் பத்து, பதினொன்று நூற்றாண்டுகளில் சிலுவைப் போர்களை நடத்தினார்கள். இந்த மதத்தினர் தான் தெய்வத்தின் சிறப்பு படைப்பான மனிதர்களைக் கொல்ல ஹிரோஷிமாவிலும் நாகசாகியிலும் அணுகுண்டை பயன்படுத்தினார்கள்.

சமாதானத்தின் தூதன் என்று அடிக்கடி கிறித்தவர்கள் யேசுவைப் பற்றி கூறுவதுண்டு என்றாலும், அவர் தன்னைப் பற்றி கூறுவதையும் கவனிக்க வேண்டும்:

"பூமியின்மேல் சமாதானத்தை அனுப்ப வந்தேன் என்று எண்ணாதிருங்கள்; சமாதானத்தையல்ல, பட்டயத்தையே அனுப்ப வந்தேன். எப்படியெனில், மகனுக்கும் தகப்பனுக்கும், மகளுக்கும் தாய்க்கும், மருமகளுக்கும் மாமிக்கும் பிரிவினையுண்டாக்க வந்தேன். ஒரு மனுஷனுக்குச் சத்துருக்கள் அவன் வீட்டாரே" (மத்தேயு, 10: 34-36).

"நான் பூமியிலே சமாதானத்தை உண்டாக்க வந்தேன் என்று நினைக்கிறீர்களோ? சமாதானத்தையல்ல, பிரிவினையையே உண்டாக்க வந்தேன் என்று உங்களுக்குச் சொல்லுகிறேன். எப்படியெனில், இது முதல் ஒரே வீட்டிலே அய்ந்து பேர் பிரிந்திருப்பார்கள், இரண்டு பேருக்கு விரோதமாய் மூன்று பேரும் மூன்று பேருக்கு விரோதமாய் இரண்டு பேரும் பிரிந்திருப்பார்கள். தகப்பன் மகனுக்கும் மகன் தகப்பனுக்கும், தாய் மகளுக்கும் மகள் தாய்க்கும், மாமி மருமகளுக்கும் மருமகள் மாமிக்கும் விரோதமாய்ப் பிரிந்திருப்பார்கள்" (லூக்கா, 12:51-53).

உலகத்தில் நிகழ்ந்து கொண்டிருப்பது என்ன? கிறிஸ்து கூறியதைப் போன்ற பரவலான வன்முறையைத்தான் கிறித்தவ மதம் உலகத்திற்கு அளித்திருக்கின்றது; மாறாக, சமாதானத்தை அல்ல. ஒரு கிறித்தவன்கூட தன்னை அடித்தவனுக்கு மறு கன்னத்தை காட்டிக் கொடுக்கவும் மாட்டான்.

66
தெய்வத்தின் அமைச்சர்கள்

மிஸ்னான் ப்ளாநகன் என்ற ரோமன் கத்தோலிக்க ஆசிரியை 1965 பெப்ரவரி 26ஆம் நாள் வெளிவந்த 'ப்ரீ திங்கர்' பத்திரிகையில் பின்வருமாறு எழுதியிருக்கின்றார்:

"பதினான்கு வயது சிறுமியாக இருந்த காலகட்டத்தில் பாவ மன்னிப்புக் கோருவதற்காக அருகிலுள்ள சன்னியாச கிராமத்துக்கு நான் சென்றேன். பாவ மன்னிப்பு வேண்டிக் கொண்டிருந்த பொழுது புரோகிதன் தன் கையை என்னுடைய பிளவுசுக்குள் நுழைத்து, காம வேட்கையுடன் என் முலையைப் பிடித்தார். அவரைத் தட்டி நீக்கி விட்டு வெறுப்புடனும் வேதனையுடனும் நான் இடம் விட்டகன்றேன்."

இந்தப் பெண்ணுக்கு சிறுவயதில் பாவமன்னிப்புப் பெறுவதற்கான தூண்டுதல் எவ்வாறு கிடைத்தது? ரோமன் கத்தோலிக்கப் பெற்றோர்களுடைய மகளாகப் பிறக்கவும், ரோமன் கத்தோலிக்கப் பள்ளிக்கூடத்தில் படிக்கவும் செய்ததுதான் அதற்குக் காரணம். ரோமன் கத்தோலிக்க மதக் கோட்பாடுகளை சிறுவயதிலேயே அவளுக்குக் கற்றுக் கொடுத்தனர். தெய்வத்தின் பிரதிநிதியான புரோகிதனின் அருகில் சென்று செய்த பாவத்தைச்

சொன்னால் எல்லா பாவங்களுக்கும் பரிகாரம் கிடைத்துவிடும் என்று அவர்கள் அவளை நம்ப வைத்தார்கள். 'சர்வ வல்லமை உடையவரும் எங்கும் நிறைந்திருப்பவரு'மான தெய்வம் வாழும் இடம்தான் ஆசிரமம் என்றும் அவள் மனதில் திணிக்கப் பட்டிருந்தது.

புரோகிதனும் ஒரு சாதாரண மனிதன்தான் என்று தெரிந்திருந் தால் துணையில்லாமல் அவள் ஆசிரமத்துக்குச் செல்லவோ புரோகிதன் அருகில் தனியாக முழங்காலிடவோ செய்திருக்க மாட்டாள். பாவ பரிகாரம் அளிப்பதற்கான தெய்வீக ஆற்றல்க ளூடன் பூமியில் வாழ்கின்ற தெய்வப் பிரதிநிதிதான் புரோகிதன் என்று பிற கத்தோலிக்கர்களைப்போலவே அவளும் நம்பியிருந் தாள். எங்கும் நிறைந்த தெய்வத்தின் சான்னித்தியம் ஒரு குறிப் பிட்ட இடத்தில் உண்டு என்று சொல்வதிலுள்ள முரண்பாட்டைப் பற்றி அவள் சிந்தித்துப் பார்க்கவே இல்லை. "எல்லோரிடமும் சமமாக அன்பு செலுத்துகின்ற தெய்வத்துக்கு ஒரு சிறப்பு பிரதிநிதி உண்டாவது சரியல்ல' என்று புரிந்து கொள்வதற்கான பகுத்தறிவுச் சிந்தனையும் அவளிடம் உருவாகவில்லை. அய்யமோ பகுத் தறிவோ இல்லாமல் சபை கற்றுக் கொடுத்த மூடநம்பிக்கையை அவள் கண்மூடித்தனமாக ஏற்றுக் கொண்டிருந்தாள்.

எப்படியிருந்தாலும் சரி, இத்தகைய உபதேசங்களின் பொருளற்ற தன்மையை அந்தப் புரோகிதர் புரிந்து கொண்டிருந் தார் என்பது உறுதி. அந்த சன்னியாசக் கிராமத்தில் எது நிகழ்ந் தாலும் அதைப் பார்க்கும் திறமைக் கொண்ட ஒரு தெய்வம் இல்லை என்பது அந்தப் புரோகிதருக்குத் தெரிந்திருந்தது. தெய்வம் சர்வ வல்லமை உடையவரோ எங்கும் நிறைந்தவரோ அல்ல என்பதும் அவருக்குத் தெரிந்திருந்தது. அதனால்தான் அந்தச் சிறுமியின் முலையைப் பிடித்து கொஞ்சம் சுகம் அனுபவிக்கலாம் என்று அந்தப் புரோகிதர் முடிவெடுத்தார். பாவ மன்னிப்புக்காக ஏற்கெனவே அவர் அருகில் சென்ற பெண்கள் அனுகூலமாக நடந்து கொண்டது அவருக்கு இந்த விசயத்தில் தைரியத்தைக் கொடுத்தது என்றும் கருதலாம்.

புரோகிதனாக 'அபிஷேகம்' செய்யப்பட்டிருந்தாலும் பிற சாமானிய மனிதர்களைப்போலவே அந்தப் புரோகிதனுக்கும் ஆரோக்கியமான செக்ஸ் சுரப்பிகள் உண்டு. சாதாரணமாக புரோகிதர்கள் உயர் ரக உணவு வகைகளையே உண்பார்கள். அதனால் பிறரைவிட அவர்களுடைய செக்ஸ் சுரப்பிகள் நல்ல

நிலையிலேயே இயங்கும். அந்த இரத்தத் துடிப்புதான் அறிவில்லாத அந்தச் சிறுமியிடம் முறை தவறி நடந்து கொள்ள அவரைத் தூண்டியது. அருகில் வேறு எவரும் இல்லை என்ற உணர்வு அவருக்கு தைரியத்தை அளித்தது. தெய்வத்தின் மீதுள்ள அச்சத்தால் அல்ல, சமூகச் சட்டங்களால்தான் புரோகிதன்கூட நன்னடத்தையோடு வாழ முயலுகின்றான்.

பிற சில கிறித்தவ சபைகளில் இருப்பதைப்போல இந்தப் புரோகிதனையும் திருமணம் செய்துகொள்ள அனுமதித்திருந்தால் ஒரு நல்ல கணவனாகவும் நம்பிக்கைக்குரிய புரோகிதனாகவும் இருந் திருக்கக்கூடும்.

1965 இல் 'ப்ளிட்ஸ்' வாரிகையில் வெளிவந்த செய்தி ஒன்று பின்வருமாறு:

"கேரளத்திலுள்ள தவளக்காடு தேவாலயத்துடன் இணைந்த 'சேக்ரட் ஹார்ட் கான்வென்ட்'டில் ஜூன் 26ஆம் நாள் நள்ளிரவில் ரெவ. ஃபாதர் ஜோசப் வட்டக்காடு என்ற புரோகிதர் அய்யத்திற் கிடமான சூழலில் சுற்றிலும் பார்வையைச் சுழலவிட்டபடி பதுங்கிப் பதுங்கிச் சென்று கொண்டிருந்தார். இதையறிந்த கன்னிகாஸ்திரீகள் ஒன்று திரண்டு வந்து அவரை கான்வென்ட் வளாகத்திலிருந்து வெளியேற்றினர். புரோகித அங்கியை தன்னுடைய இரவுநேர விளையாட்டுகளுக்குத் திரையாக இந்தப் புரோகிதர் பயன்படுத்தி வந்தது இது முதல்முறை அல்ல என்று தெரிய வருகின்றது."

ஒரு செய்தியை போப்பாண்டவரிடம் வலிமையாக நான் சிபாரிசு செய்கின்றேன்: பிரம்மச்சரியத்தைக் கடைபிடிக்க வேண்டும் என்று சபை விரும்புகின்றது என்றால் – நடைமுறையில் அவ்வாறு நிகழ்வதில்லை என்றாலும் – மேலிருந்து கீழே வரையுள்ள எல்லா புரோகிதர்களுடையவும் வரி, பட்டம் கொடுப்பதற்கு முன்பு உடைத் தெறிய வேண்டும். அவ்வாறு புத்திசாலித்தனமான ஒரு போக்கை சபைத் தலைவர்கள் ஏற்றுக் கொண்டிருந்தால், ரெவ. ஃபாதர் ஜோசப் வட்டக்காடுக்கு நள்ளிரவில் காம வேட்கையைத் தணிக்க கான்வென்டுக்கு செல்ல வேண்டிய நிலை உருவாகியிருக்காது.

கான்வென்டுக்குள் நுழைய நள்ளிரவுவரை இந்தப் புரோகிதர் காத்திருந்தது ஏன் என்ற வினா இங்கே எஞ்சி நிற்கின்றது. தான் வணங்குகின்ற சர்வ வல்லமை வாய்ந்த தெய்வத்துக்கு இரவில் கண் தெரியாது என்று அவருக்குத் தெரிந்திருந்தது. தெய்வம்

தன்னுடைய சிறப்பு உருவத்தில்தான் மனிதனைப் படைத்தார் என்று பைபிள் கூறுகின்றது. அந்த மனிதனுக்கோ இருளில் எதையும் பார்க்க முடியாது. மனிதனின் உருவத்தைக் கொண்ட தெய்வத்துக்கும் வெளிச்சம் இல்லாமல் பார்க்க முடியாது என்பது உறுதிதானே.

இரவுநேர விளையாட்டுகளுக்கு புரோகித அங்கி ஒரு திரையாக இருந்தபோதிலும், செக்ஸ் சுரப்பிகளின் இயக்கத்தைத் தடுக்க அதற்கு ஆற்றல் இல்லை.

1965இல் 'இந்தியன் எக்ஸ்பிரசி'ல் வெளிவந்த செய்தி இது:

"14 வயதான ஒரு சிந்திச் சிறுமி புதுடில்லி மாஜிஸ்திரேட்டிடம் அளித்த வாக்குமூலத்தில், யோகி சைதன்யானந்தன், பிரபஞ்சத்தைப் படைத்த கிருஷ்ணன்தான் அவர் என்றும் தான் கோபிகையே என்றும் சொல்லி நம்பவைத்தார் என்று சொன்னாள்.

"கிருஷ்ண பகவானும் கோபிகையும் என்று சொல்வதன் பொருளோ நோக்கமோ பதினொன்று, பன்னிரண்டு வயதுகளில் தனக்குத் தெரிந்திருக்கவில்லை என்றும் அவள் சொன்னாள்.

"மகளாகத் தத்தெடுப்பதாகப் பொய்ச் சொல்லி, புது டில்லியிலுள்ள அவளுடைய வீட்டிலிருந்து அவளை யோகி புனேக்கு அழைத்துச் சென்றார். அவர்கள் அங்கே தங்கியிருந்த காலத்தில் ஒருமுறை அவர் அவளை மூர்க்கத்தனமாக அடித்தார். ஆறு மாதங்கள் புனேயில் தங்கியிருந்த பிறகு அவளை டில்லிக்கு அழைத்து வந்து மீண்டும் ஒருமுறை அவளை அடித்தார். பிற 'ரகசியங்களை'ப் போலவே இந்தச் செய்தியையும் ரகசியமாகப் பாதுகாக்க வேண்டும் என்றும் பாதுகாக்கத் தவறினால் அவளையும் குடும்பத்தினரையும் யோக மாயையால் ஒரு சேர அழித்து விடுவேன் என்றும் அவர் அவளை அச்சுறுத்தினார்.

"பல மன்னர்களுடையவும் மதகுரு என்று உரிமை கொண்டாடிய நாற்பது வயதான யோகி சைதன்யானந்தனை, உரிய வயது வராத சிறுமியை கடத்திக் கொண்டு சென்று மானபங்கம் செய்யவும் அடிக்கவும் செய்தார் என்ற குற்றத்திற்காக புது டில்லி காவல்துறையின் குற்றப் புலனாய்வுத் துறை கைது செய்தது. இந்தச் சிறுமியின் அக்காவை மானபங்கம் செய்தார் என்றும் இவரது பெயரில் வேறொரு வழக்கும் உள்ளது.

"அமெரிக்காவில் தயாரித்த விலை உயர்ந்த லிமசீன் காரில் தான் யோகி நீதிமன்றத்துக்கு வந்தார். மஞ்சள் நிறம் கொண்ட

விலை உயர்ந்த அங்கியை அவர் அணிந்திருந்தார். இந்த வழக்கு விசாரணையைப் பார்ப்பதற்காக நீதிமன்றத்தில் ஏராளமான மக்கள் குழுமியிருந்தனர்."

இங்கேயும் வரி உடைத்தலைத்தான் நான் சிபாரிசு செய்கின் றேன். நிரபராதிகளான சிறுமிகளுடையவும் சிறுவர்களுடையவும் (ஓரினச் சேர்க்கைக்கு சன்னியாசிகள் - புரோகிதர்களிடையில் பஞ்சமில்லை அல்லவா) பாதுகாப்புக்காக அனைத்துப் 'புனிதர் களுடையவும் வரி உடைக்க அரசு முன்வர வேண்டும்.

67
புனிதப் பசு

புனிதப் பசுக்களை கசாப்புக் கடைக்காரர்களிடம் இருந்து காப்பாற்றுவதற்காக மனிதக் குருதிகள் ஓடிய வரலாறுகளை இந்திய வரலாற்றில் காணலாம். அண்மையில் ஜனசங்கம் என்ற ஒரு வைதீக இந்துக் கட்சி, பசுவதையைத் தடை செய்ய வேண்டும் என்றும் அணு குண்டைத் தயாரிக்க வேண்டும் என்றும் கோரிக்கை களை முன்வைத்ததோடு அந்தப் பிரச்சனை மீண்டும் தலைதூக்கி இருக்கின்றது, சில நாள்களுக்கு முன்பு நிர்வாண சன்னியாசிகள் குழு ஒன்று இதே கோரிக்கைகளுக்காக டில்லியில் நாடாளுமன்றக் கட்டடத்துக்கு முன்னால் நடத்திய ஆர்ப்பாட்டத் துக்குப்பின் இது உலகின் கவனத்தையும் ஈர்த்திருக்கின்றது. வெளி நாடுகளில் வாழ்கின்ற இந்தியர்கள் பிறர் முன்னால் தலை நிமிர்ந்து நிற்க முடியாத சூழ்நிலையைத்தான் இந்தப் பசு போராட்டமும் நிர்வாணக் காட்சியும் வரவழைத்துக் கொடுத்திருக் கின்றது. இந்தியாவின் பெருமைக்கு உலக அளவில் இது பெரிய பாதிப்பை ஏற்படுத்தி இருக்கின்றது. ஆனால், எல்லா காலங்களி லும் இந்தியா பசுவதையை எதிர்த்து வந்ததா என்பதைப் பற்றி நாம் சிந்தித்துப் பார்க்க வேண்டும். பழமையான இந்துமத நூல்கள் என்ன கூறுகின்றன என்று பார்த்தால் இதற்கு விடை கூறிவிட முடியும்.

பிற சாதியினரைப் போலவே இந்தியாவிலுள்ள பிராமணர் களும் ஆரம்ப காலத்தில் பசு மாமிசத்தை உண்டு வந்தார்கள் என்பதற்கு தெளிவான ஆதாரங்கள் உள்ளன. பாண்டவர்கள் வனவாச காலத்தில் வேட்டையாடிக் கிடைக்கின்ற இறைச்சியி

லிருந்து பிராமணர்களுக்கு உணவு கொடுத்த பிறகுதான் தாங்கள் உணவு உண்டார்கள் என்று 'மகாபாரதம்' கூறுகின்றது. அந்த நூலிலேயே காணப்படுகின்ற தேவயானியின் கதையைப் படித்தால், பிராமணர்கள் இறைச்சி மட்டுமல்ல, மதுவையும் பருகினார்கள் என்பதைத் தெளிவாகத் தெரிந்துகொள்ள முடி கின்றது. 'ஆயிரக்கணக்கான பசுக்களைக் கொன்று பிராமணர் களுக்கு விருந்து அளித்ததுதான் ரந்தி தேவனின் யோகத்துக்குக் காரணம் என்று வன பர்வம் கூறுகின்றது. இந்த நூலிலேயே சாந்தி பர்வத்தில், விருந்துக்காகக் கொன்ற கால்நடைகளின் தோல் குழுமியிருந்த இடத்திலிருந்து ஊற்றெடுத்துதான் சர்மண்யா நதி (சம்பல் நதி) உற்பத்தியாகின்றது என்று சொல்லப்பட்டுள்ளது.

புத்த மதம் தோன்றிய பிறகுதான் இந்தியாவிலுள்ள பிராமணர்கள் மாமிச உணவைப் புறக்கணித்தனர். பசுவைக் கொல்வதற்கு முன்பு அவர்கள் 'கோமேதம்' என்ற ஒரு பூசையை நடத்தினர். முஸ்லீம்கள் பிரார்த்தனைக்குப் பிறகு கொல்வதைப் போலவே கோமேதம் நடத்திய பிறகுதான் பிராமணர்களும் பசுக்களைக் கொன்றனர்.

சித்திரக்கூட மலை அடிவாரத்தில் தங்கியிருந்தபொழுது காய வைத்திருந்த இறைச்சியை காகங்கள் கொத்தியெடுத்துக் கொண்டு செல்லாமல் இருப்பதற்காக சீதை காவல் இருந்தாள் என்று ராமாயணத்தில் காணப்படுகின்றது. இந்தியாவிலுள்ள ஆரியர்களின் பண்டைய வாழ்க்கை முறைகளைப் பற்றி புகழ் பெற்ற வரலாற்றறிஞரான ராகுலசாங்கிருத்தியாயன் கூறுவதாவது: "ஆரியர்களுடைய முக்கியமான தொழில் கால்நடைகளை வளர்ப்பதுதான். இது அவர்களுக்கு இறைச்சியையும் பாலையும் தோலையும் கொடுத்தது. இளம் பசுங் கன்றின் இறைச்சிதான் அவர்களுக்கு மிகவும் விருப்பமான உணவுப் பொருள்."

பிருகதாரண்யோபநிஷத்தின் ஆறாவது அத்தியாயத்தில் 18ஆம் சுலோகத்தில், எவருக்கேனும் புலமை மிக்க மகன் பிறக்க வேண்டுமென்றால் கணவன் – மனைவியர் உடலுறவில் ஈடுபடுவதற்கு முன்பு நெய்யில் வேகவைத்த மாட்டிறைச்சியை உண்ண வேண்டும் என்று கூறப்பட்டுள்ளது. ஒருமுறை வசிஷ்ட மகரிஷி, வால்மீகி மகரிஷியைச் சந்திக்கச் சென்றபொழுது அவர் பசுங்கன்றின் இறைச்சியால்தான் விருந்தோம்பல் நடத்தினார். விருந்தினருக்கு கோக்னன் (பசுவைக் கொல்பவன்) என்று சமஸ்கிருத மொழியில் பெயர் உண்டு. பண்டைக் காலத்தில் பசு

இறைச்சி மதிப்புக்குரிய உணவுப் பொருளாகக் கருதப்பட்டது என்றும் சிறப்பு விருந்தினர்கள் வரும்பொழுது பசுக்களைக் கொல்வார்கள் என்றும் இதிலிருந்து தெரிகின்றது.

ஒருமுறை சுவாமி விவேகானந்தர் மாட்டிறைச்சி உண்பதைப் பார்த்து ஒரு நண்பர், ‘இது கடவுளுக்கு விருப்பமில்லாதது’ என்றும் ‘கடவுளின் கோபத்துக்கு ஆளாவீர்கள்’ என்றும் கூறினார். “நான் சிறிதளவு இறைச்சி உண்பதால் கடவுளுக்கு கோபம் வரும் என்றால் அவர் கோபித்துக் கொள்ளட்டும்” என்று தான் சிரித்துக் கொண்டே சுவாமி விடையளித்தார்.

மாமன்னர் அசோகரின் அரண்மனையில் விலங்குகளையும் பறவைகளையும் தினமும் உணவுக்காகக் கொல்லுகின்ற வழக்கத்தை அவர் நிறுத்தினார். எனினும் சில மான்களையும் மயில்களையும் அவருடைய மரண காலம்வரை தினமும் கொன்றனர்.

புத்த மதத்தை இந்தியாவிலிருந்து விரட்டுவதற்காக பிராமண மதம், புத்தர் விஷ்ணுவின் அவதாரம் என்று அறிவிக்கவும் புத்தமதக் கோட்பாடான அகிம்சையை தங்களுடைய கோட்பாடாக ஏற்றுக் கொள்ளவும் செய்தது. அதற்கு முன்பு கோமேதம், அசுவமேதம், நரபலி போன்றவை இந்துக்களிடையில் சர்வ சாதாரணமாக வழக்கத்திலிருந்தன. கணவனின் சிதையில் மனைவியையும் எரிக்கின்ற சதி சம்பிரதாயம்கூட ஒருவகை நரபலிதான். கிறித்தவப்தம் 1829 இல் பிரிட்டிஷ் அரசுதான் இதைத் தடை செய்தது.

தற்பொழுது பசுவதையைத் தடை செய்ய வேண்டும் என்று கோரி போராட்டம் நடத்துவது இது முதல் முறை அல்ல. 1947 ஜூலை 25ஆம் நாள் காந்தியடிகள் வெளியிட்ட ஓர் அறிக்கையில் பின்வருமாறு காணப்படுகின்றது:

“பசுவதையைத் தடுக்க வேண்டும் என்று கோரி 50,000 அஞ்சல் அட்டைகளும் 30,000 கடிதங்களும் ஆயிரக்கணக்கான தந்திச் செய்திகளும் கிடைத்திருப்பதாக ராஜன் பாபு என்னிடம் அறிவித்தார். எனக்கு இன்று கிடைத்த தந்திச் செய்தி ஒன்றில் கான்பூரைச் சேர்ந்த ஓர் அறிஞர் இந்தப் பிரச்சனைக்காக மரணம்வரை உண்ணாவிரதம் இருக்க முடிவெடுத்திருப்பதாகக் காணப்படுகின்றது. இந்து மதம் பசுவதையைத் தடை செய்திருக்கின்றது என்றால், அது அந்த மதத்தின் ஆதரவாளர்களைத் தவிர பிற மானுட உயிர்களைப் பாதிக்காது. இந்தியா இந்துக்கள் மட்டுமே

உள்ள ஒரு நாடு அல்ல. முஸ்லீம்களுக்கும் கிறித்தவர்களுக்கும் பார்சிகளுக்கும் சீக்கியர்களுக்கும் இந்த நாட்டில் வாழ்கின்ற பிற எல்லா மக்களுக்கும் உரிமை உடையதுதான் இந்தியா. அந்த அனைத்து மக்களும் சேர்ந்து பசுவதையைத் தடை செய்ய வேண்டும் என்று சொன்னால் அவ்வாறு செய்யலாம். ஆனால் ஒரு காரியத்தை நினைவில் கொள்ள வேண்டும். பாகிஸ்தான் உருவ வழிபாட்டைத் தடை செய்தால் நாம் குறை கூறுவது சாத்தியம் அல்ல."

பிரிட்டிஷ்காரர்கள் வெளியேறியதும் ஓர் 'இந்துராஜ்' உண்டாக்க வேண்டும் என்று மத வெறியர்கள் விரும்பியிருந்த போதிலும் காந்தி, நேரு ஆகியோரின் உறுதியான நிலைப் பாட்டினால் அதற்கு முடியாத நிலை ஏற்பட்டுவிட்டது. 20ஆம் நூற்றாண்டில் வாழ்ந்த அந்த மா மனிதர், பசுவதை எதிர்ப்புப் போராட்டக்காரனால் கொல்லப்பட்டது இந்த உறுதியான நிலைப்பாட்டின் விளைவுதான். இந்த மத வெறியர்கள் பசுவின் உயிருக்குக் கொடுக்கின்ற மதிப்பைக்கூட காந்தியடிகளின் வாழ்க்கைக்குக் கொடுக்கவில்லை என்பதையும் நினைவில் கொள்ள வேண்டும்.

68

மரணத்திற்குப் பின் தந்தை ஆனவர்!

பாரிசிலுள்ள புகழ்பெற்ற சோர்போன் பல்கலைக்கழகத்தில் பணியாற்றும் உயிரியல் ஆய்வாளரான பேராசிரியர் ஜின் ரோஸ்ட்டண்டை சந்திக்கும் வாய்ப்பு ஒருமுறை எனக்குக் கிடைத்தது. அவருக்குக் கீழ் ஆய்வு நடத்துகின்ற கணவனை இழந்த பெண் ஒருவர், அவருடைய கணவர் இறந்த பத்து ஆண்டு களுக்குப் பின் அந்தக் கணவர் மூலமே ஆரோக்கியமான இரண்டு குழந்தைகளைப் பெற்றெடுத்த செய்தியை பேச்சினிடையே பேராசிரியர் ரோஸ்ட்டண்ட் என்னிடம் கூறினார். அந்தப் பெண் விஞ்ஞானியின் பெயரையோ பிற விவரங்களையோ அவர் வெளியிடவில்லை. அதனால்தான் நான் அவரை 'எக்ஸ்' என்று குறிப்பிடுகின்றேன்.

செயற்கை கருத்தரிப்புக்காக விலங்குகளின் விந்துவை பாது காப்பதற்கான தொழில் நுணுக்க வழிமுறைகளைப் பற்றி ஆய்வு நடத்திக் கொண்டிருந்தார் திருமதி எக்ஸ். பல்வேறு விலங்குகளின்

விந்துவைச் சேகரித்து அவர் ஆய்வகத்தில் சேகரித்து வைத்திருந்தார். வேடிக்கையாக அவர் தன் கணவனின் சுக்லத்தில் கொஞ்சம் எடுத்து 79° சென்டிகிரேட் குளிர்வித்து கிளிசரினில் பாதுகாத்து வைத்தார். அந்தச் சமயத்தில் ஒரு கார் விபத்தில் சிக்கி திரு. எக்ஸின் கணவர் குழந்தைகள் பிறப்பதற்கு முன்பே இறந்து விட்டார். ஆழ்ந்த வேதனையுடன் திருமதி எக்ஸ் ஆய்வைத் தொடர்ந்தார். சில ஆண்டுகள் கடந்ததும் அவரிடம் தாய் ஆக வேண்டும் என்ற ஆசை தலைத்தூக்கியது. அன்பு நிறைந்த கணவரைப் பற்றிய நினைவுகள் அவரை இன்னொரு திரு மணத்தைப் பற்றி எண்ணவே விடவில்லை. இந்தச் சூழ்நிலையில் இறந்துவிட்ட கணவரின் பாதுகாக்கப்பட்ட சுக்லத்தைப் பயன் படுத்தி கர்ப்பிணி ஆக அவர் முடிவெடுத்தார். இவ்வாறு கருவுற் றால் பரவுகின்ற வதந்திகளையும் எதிர்விளைவுகளையும் பற்றி சிந்தித்தபொழுது அவருக்குத் தயக்கம் உண்டானது. இந்தக் கட்டத்தில் திருமதி. எக்ஸ், அவருடைய பேராசிரியர் ஜின் ரோஸ்ட்டண்டின் அறிவுரையை நாடினார். இந்த விசயத்தில் அவர் திருமதி எக்சை உற்சாகப்படுத்தவும், தேவைப்பட்டால் பயன்படுத்திய சுக்லம் யாருடையது என்பதற்கான ஆதாரங்களை வெளிப்படுத்தலாம் என்று பொறுப்பேற்கவும் செய்தார்.

விஞ்ஞானியான திருமதி எக்ஸ், கிளிசரினில் பாதுகாத்து வைத்திருந்த கணவரின் விந்துவை ஊசி மூலம் செலுத்தினார். காலம் நிறைவடைந்ததும் தந்தையின் சாயல் கொண்ட ஒரு மகனைப் பெற்றெடுத்தார். இந்த வெற்றியினால் கிடைத்த ஊக்கத்தின் விளைவாக இரண்டாண்டுகளுக்குப் பின் மீண்டும் ஒருமுறை அவர் செயற்கையாகக் கருத்தரித்தார். அவ்வாறு அவர் கணவரின் மரணத்திற்குப் பின் பல ஆண்டுகளுக்குப் பின் ஆண் தொடர்பு இல்லாமலேயே இரண்டு குழந்தைகளின் அம்மா ஆனார். ரோமுலஸ், பிளேட்டோ, யேசு கிறிஸ்து, டயனீஷியஸ், பேர்சியஸ், போரஸ், மெர்க்குரி, செங்கிஸ்கான், குவட்சால் கோல்ட் (மெக்சிக்கன் கடவுள்) ஃபோஹி (மஞ்சு வம்ச நிறுவனர்), ராம லட்சுமணர்கள் ஆகியோரின் பிறப்பைப் பற்றி கூறுவதைப் போன்ற கட்டுக்கதை அல்ல இது.

ஆணின் சுக்லத்தைப் பாதுகாத்து வைப்பதற்கான தொழில் நுணுக்க வழிமுறைகள் அதிக வளர்ச்சி அடைந்திருப்பதால், எதிர் காலத்தில் ஓர் ஆணுக்கு அவனுடைய மரணத்திற்குப் பின்னர் பல நூற்றாண்டுகளுக்குப் பிறகும் குழந்தை பிறக்க வழி உண்டு என்று பேராசிரியர் ரோஸ்ட்டண்ட் கூறினார். அவருடைய உதவி

யாளரான பெண் விஞ்ஞானிக்கு 'கணவரை அறியாமல் பிறந்த' இரண்டு குழந்தைகள் ரோமன் கத்தோலிக்கச் சமுதாயத்தில்தான் வளர்கின்றார்கள் என்பது போப்பாண்டவருக்கு சிக்கலான பிரச்சனையாகும். செக்ஸ், சன்மார்க்கம் சம்பந்தமான விசயங்களில்கூட சிந்தனை செய்யும்படி தன்னுடைய குட்டி ஆடுகளை சிரமத்துக்குள்ளாக்கக் கூடாது என்பதல்லவா போப்பாண்டவரின் முடிவு. வர்க்க கலாச்சார அறிவியலின் வளர்ச்சியுடன் எதிர் காலத்தில் முக்கியத்துவம் பெறுகின்ற பின்வரும் பிரச்சனை களுக்குப் போப்பாண்டவர் அளிக்கின்ற விடைகள் என்னவாக இருக்கும் என்று அறிவது சுவையாக இருக்கும்.

1. இன்று இரத்த வங்கியிலிருந்து ரத்தம் எடுப்பதைப்போல சுக்ல வங்கியிலிருந்து சுக்லத்தை எடுத்து கருத்தரிக்க வைப்பது சன்மார்க்கத்துக்கு முரணானதா?

2. உடலியல் ரீதியாகவோ மனவியல் ரீதியாகவோ ஆன காரணங்களால் உடலுறவுக்கு வழியில்லாத கட்டங்களில் ஒரு பெண் அவளுடைய கணவனின் சுக்லத்தை ஊசிமூலம் ஏற்றி குழந்தைகளை உருவாக்குவது தப்பா?

3. கணவரின் சுக்லத்தை எடுத்து பாதுகாப்பதும் அவருடைய மரணத்திற்குப் பின் அந்த சுக்லத்தைப் பயன்படுத்தி கருவுறுவதும் சரியானதுதானா?

4. குழந்தைகள் இல்லாத ஓர் ஆண், குழந்தைகளைத் தத்தெடுப்பதற்குப் பதிலாக தன்னுடைய சுக்லத்தை அன்னியப் பெண்ணில் ஊசி மூலம் செலுத்தி குழந்தைகளைப் பெற இன்று முடியும். தன் மனைவிக்கு குழந்தைப்பெறும் திறன் இல்லை யென்றாலும் இவ்வாறு செய்யலாம். பிற வழிகளில் மகிழ்ச்சியான ஒரு தாம்பத்தியத்தைச் சிதைக்காமல் வாரிசுகளைப் பெற முயன்றால் அது பாவமாகுமா?

5. திருமதி எக்சுக்கு ஆண் தொடர்பு இல்லாமல் பிறந்த குழந் தைகள் சட்ட ரீதியானவைதானா? அவர்களுக்கு சட்டப்படி தந்தையின் சொத்தில் உரிமை கிடைக்குமா? திரு. எக்சின் வாரிசுகள் என அவர்கள் உரிமை கொண்டாட முடியுமா?

6. எல்லா மனிதர்களையும் கடவுள்தான் படைக்கின்றார் என்று மத பக்தர்கள் கூறுகின்றனர். அது உண்மையென்றால் திருமதி எக்சின் குழந்தைகளையும் கடவுள்தான் படைத்திருக்க வேண்டும். அப்படி யென்றால் மரணத்திற்குப்பின்பு நடைபெறும் கருத்தரிப்பும் கடவுளின் முன்பு பாவம் ஆகாது. பூமியில் கடவுளின்

வைசிராய் ஆன போப் பாண்டவருக்கும் மரணத்திற்குப் பின்னருள்ள சுக்லதானம் தீய வழி என்று சொல்ல தயக்கம் உண்டாகும். போப்பாண்டவரின் பார்வையில் குடும்பக் கட்டுப்பாடு 'மரண தோஷம்' ஆகும். எனினும் குடும்பக் கட்டுப்பாட்டைக் கடை பிடித்த கத்தோலிக்கர்களும் உண்டு. அத்தகைய 'மரண தோஷ'க் காரரான கத்தோலிக்கர் ஒருவரின் மரணத்திற்குப் பிறகு அவரு டைய மனைவி செயற்கை முறையில் கருத்தரித்தால் அது தப் பாகுமா?

7. வீடுகளில் வளர்க்கின்ற உயிரினங்களில், நல்ல இனங் களின் சுக்லத்தை ஊசி மூலம் செலுத்தி செயற்கை முறையில் கருத்தரிப்பு நடத்தி இனத்தைக் காப்பாற்றுவது இன்று சர்வ சாதாரணமாக நடைபெறுகின்றது. அதுபோன்று எல்லா நாடுகளிலும் விந்து வங்கி நிறுவவும் அரசியல் நிபுணர்கள், எழுத்தாளர்கள், கலைஞர்கள், விளையாட்டு வீரர்கள் என சிறப்பு இயல்புடையவர்களின் விந்துவைச் சேகரித்து, ஒத்த இயல்புடைய பெண்களில் ஊசி மூலம் செலுத்தினால், சிறந்த குழந்தைகளைப் பெறுவதற்கு அது காரணமாகக்கூடும். இவ்வாறு செய்வது சன்மார்க்கத்துக்கு முரணானதா?

8. அணுகுண்டுகளைப் பயன்படுத்தி நடத்துகின்ற போர் மூலம் ஏற்படுகின்ற கூட்டுக் கொலைப் பாதகங்களை வெல்ல இத்தகைய விந்து வங்கிகளை நிறுவுவது இன்றியமையாதது அல்லவா?

9. செயற்கைக் கருத்தரிப்புக்கு சட்ட ரீதியான அங்கீகாரம் வழங்கினால் விந்துவை வழங்கியவர் குழந்தையின் தந்தை என்ற நிலையில் நீதிமன்றச் சட்டப்படி குழந்தையைத் தன்னிடம் அழைத்துக் கொள்ள உரிமை உண்டா?

10. யாரென்று தெரியாத ஒரு மனிதரின் விந்துவைப் பயன் படுத்தி கருத்தரிப்பு நடைபெற்றால், அவ்வாறு பிறக்கின்ற குழந் தைக்கு தந்தை யார் என்பதை அறிய முடியாது. அதன் விளைவாக சட்டம், சமூகம், மதம் சம்பந்தமான விசயங்களில் அந்தக் குழந்தை பின்தள்ளப்படுமா?

11. ரோமன் கத்தோலிக்க சபையின் கொள்கைப்படி 'திரு மணங்கள் அனைத்தும் சொர்க்கத்தில்தான் நடைபெறுகின்றன'. ஒரு கத்தோலிக்கப் புரோகிதரின் தலைமையில் தேவாலயத்தில் நடத்தப்படுகின்ற திருமணத்திற்குப் பிறகு அந்தத் தம்பதிகளுக்குப் பிறக்கின்ற குழந்தைகளுக்கு மட்டுமே சட்டரீதியான வாரிசுரிமை

அளிக்கப்படுகின்றது. திருமதி எக்சைப்போல பல ரோமன் கத்தோலிக்கத் தம்பதிகளும் எதிர்காலத்தில் செயற்கை முறையில் கருத்தரிப்பு மேற்கொள்ள சாத்தியக்கூறுகள் உள்ளன. மாறிக் கொண்டிருக்கின்ற சூழ்நிலைகளுடன் சபையை அரவணைத்துக் கொண்டு செல்வதற்காக எதிர்காலத்தில் ஒரு போப்பாண்டவர், செயற்கை கருத்தரிப்பை சட்டரீதியாக ஆக்க வேண்டுமென்றால் அதை ரோமன் கத்தோலிக்க தேவாலயத்தில் வைத்து ஒரு புரோகிதனால் மேற்கொள்ள வேண்டும் என்று அறிவிப்பாரா? கத்தோலிக்கப் பெண்ணுக்கு ஊசி மூலம் செலுத்துகின்ற சுக்லம் கத்தோலிக்கர்களுடையதாகத்தான் இருக்க வேண்டும் என்றும் உத்தரவு பிறப்பிக்கப்படுமா?

12. இந்த முறையில் ஒரு கன்னிப்பெண் சுக்லத்தை ஊசி மூலம் புகுத்தி கருவுறவும் அவள் ஒரு மகனைப் பெற்றெடுக்கவும் செய்தால் 'ஆண் உறவு இல்லாமல் கன்னிப்பெண் கருவுற்று மகனை ஈன்றாள்' என்று சொல்லலாமா?

69
மனசாட்சியும் மதமும்

'நான் மனசாட்சிப்படிதான் நடந்து கொள்கின்றேன்' என்று சிலர் பெருமையுடன் கூறுவதை நான் கேட்டிருக்கின்றேன். ஒரு நல்ல மனிதனைப் பற்றி, 'அவர் மனசாட்சி உள்ளவர்' என்று சாதாரணமாகக் கூறுவதுண்டு. எதுவேனும் தீயச் செயலைச் செய்ய நினைக்கையில் 'செய்யாதே' என்று நமது மனதிலிருந்து ஏதோ ஒன்று நமக்கு அறிவுரை வழங்குவதாகவும் அனுபவப்படுவது உண்டு. இவ்வாறு அறிவுரை வழங்குகின்ற ஆற்றல் யாது? அது நமது ஆத்மாதான் என்று சிலர் கருதுகின்றனர். 'காவல் காக்கும் தேவதூதர்கள் தான் இவ்வாறு கூறுகின்றனர் என்று வேத பாட வகுப்புகளில் எங்களுக்குக் கற்றுத் தந்தார்கள். கடவுள்தான் மனதில் அமர்ந்து இவ்வாறு அறிவுரை வழங்குகின்றார் என்று எண்ணுகின்றவர்களும் உண்டு. 'மனசாட்சிக்கிணங்க நடக்க வேண்டும்' என்று எல்லா மதங்களும் உபதேசிக்கின்றன. அய்யப்ப சேவா சங்கத்தின் தலைவரும் குறிச்சி அதுராசிரமம் ஓமியோபதி கல்லூரியின் மேலாளரும் அகில இந்திய சாது சமாஜத்தின் தலைவர்களில் ஒருவருமான சுவாமி ஆதுரதாஸ், குளத்தூர் முழி இந்துமத மாநாட்டில் இதைத் திட்டவட்டமாகத் தெரிவித்தார்:

"மனதினுடைய அதாவது அந்தகரணத்தினுடைய குரல் கடவுளின் குரல்தான் என்பதையும் அதை மீறினால் கடவுளால் தண்டனை கிடைக்கும் என்பதையும் குழந்தைகளுக்கு கற்றுக் கொடுப்பது மதத்தின் வளர்ச்சிக்கு அவசியமானதாகும். உள்முக மாக தீமையை நோக்கிச் செல்கின்ற மனதைத் திடப்படுத்தி நன்மையை நோக்கிச் செலுத்த மதம் உதவுகின்றது."

1968 பெப்ரவரி 28ஆம் நாள் பத்திரிகைகளில் வெளிவந்தது தான் இந்த உரை. நம் மனதில் இருந்து பேசுவது கடவுள்தான் என்பதே ஆதுரதாசின் கருத்து. ஆனால், எனக்கு ஓர் அய்யம் எழுகின்றது. பிரபஞ்சம் முழுமைக்கும் ஒரேயொரு கடவுள்தான் உண்டு என்றல்லவா கருதப்படுகின்றது! அப்படியானால் அந்தக் கடவுள் எல்லோருடைய மனதிலும் அமர்ந்து ஒரே ரீதியில் அறிவுரை வழங்க வேண்டாமா? ஆனால், உலகத்தில் அவ்வாறு காணப்படவில்லை. ஒவ்வோர் இடத்தில் வாழ்பவர்களுக்கும் நன்மை-தீமைகளின் பலன் ஒவ்வொன்றாகும். காலகட்டத்திற்கு ஏற்பவும் மத வேறுபாடுகளுக்கு ஏற்பவும் நன்மை – தீமைகளைப் பற்றிய கற்பிதத்துக்கும் மனசாட்சியின் உபதேசத்துக்கும் வேறுபாடு உண்டாகின்றது. நமது நாட்டில் நாயர்கள் மருமக்கள் வழி கொண்டவர்கள். தந்தையின் உடன்பிறந்த சகோதரியின் மகள் ஒரு நாயர் இளைஞருக்கு முறைப்பெண்ணாவாள். அவளை மணம் புரியவோ அவளுடன் உடலுறவு கொள்ளவோ அவனுக்கு எந்த மனசாட்சி உறுத்தலும் உண்டாவதில்லை. மாறாக, கிறித்தவர் களுக்கோ, தந்தையின் சகோதரி மகள் சொந்த சகோதரியைப் போன்றவள் ஆவாள். அவளைப் பற்றி செக்ஸ் ரீதியாக எண்ணுவதே கிறித்தவனுக்குப் பாவமாகும். ஏதாவது பலவீனமான நேரத்தில் அவனுக்கு அத்தகைய எண்ணம் வந்தால் மனசாட்சி உடனே அது தப்பு என்று உபதேசம் செய்யும். இன்று ஒருவனுக்கு ஒருத்தி என்ற சம்பிரதாயம்தான் வழக்கத்தில் உள்ளது. மனைவியுள்ள ஒருவன் இன்னொரு பெண்ணைப் பற்றி செக்ஸ் ரீதியாக நினைத்துவிட்டால் அவனை மனசாட்சி தடுக்கும். ஆனால், பலதார முறை வழக்கத்திலிருந்த காலத்தில் இவ்வாறு மனசாட்சி அறிவுரை கூறியதா? பலதார மணத்தை ஏற்றுக் கொண்டிருந்தவர்கள் அனைவரும் மனசாட்சிக்கு எதிராக இயங்கியவர்களா? அப்படித்தான் என்று சொல்வதானால் ஆதுரதாஸ் கடவுளாகக் கருதுகின்ற கிருஷ்ணன்கூட மனசாட்சியை மீறி செயல்பட்டவர்தான் என்று எண்ண வேண்டிய நிலை உண்டாகும். விபச்சாரம் தப்பான செயல் என்று நாகரிக மனிதர்கள் கருதுகின்றனர். விபச்சாரம் செய்ய தூண்டுதல் உண்டாகும்

பொழுது அவனை மனசாட்சி தடுக்கும். ஆனால், கோயில்களில் தெய்வத்துக்காக தெய்வீக விபச்சாரம் நடத்திய தேவதாசிகளுக்கு அதற்கு எதிராக மனசாட்சியின் உத்தரவு கிடைத்திருக்காது. இவையெல்லாம் எதைக் காட்டுகின்றன? மனசாட்சி என்பது அந்தந்தக்கால சமூகச் சட்டங்களுடையவும் வளர்க்கப்படுகின்ற சூழ்நிலைகளுடையவும் அடிப்படையில் உண்டாகின்ற ஒரு 'தோன்றுதல்' மட்டும்தான். தப்பானது என்று நாம் கேட்டும் அறிந்தும் எண்ணியும் வைக்கின்ற காரியங்களைச் செய்யத் தொடங்கும் பொழுது நம் மனதில் அதற்கு எதிரான ஒரு சிந்தனை உண்டாகும். அதுதான் மனசாட்சி என்று சொல்லப்படுகின்றது.

மனசாட்சியின் உத்தரவுகளுக்கிணங்கி வாழ குழந்தைகளுக் குக் கற்றுக் கொடுக்க வேண்டியது மதத்தின் வளர்ச்சிக்குத் தேவையானது என்று ஆதரதாஸ் கூறுவது உண்மைதான். சாதி– மதச் சூழலில் வார்த்தெடுக்கப்பட்டதுதான் நமது மனசாட்சி. பண்டைக்கால எண்ணங்களாலும் மரபுகளாலும் நிறைந்ததே அது. காளி தேவியின் திருப்திக்காக ஒரு குழந்தையை பலியிட்ட தந்தை, தன்னுடைய மனசாட்சி சொன்னபடியே அதைச் செய்ததாக நீதிமன்றத்தில் தெரிவித்தார். மனதில் தோன்று வதற்கேற்பச் செய்தால் இத்தகைய பழைய ஆச்சாரங்களை நிலை நிறுத்தலாம். ஆதுரதாசைப் போன்ற சன்னியாசிகளுக்கு பக்தர் களை ஏமாற்றவும் செய்யலாம்.

அறிவுடைய மனிதனோ மனதில் தோன்றுவதை ஒரு போதும் பின்பற்றுவதில்லை. அறிவுபூர்வமாகச் சிந்தித்து, நன்கு ஆராய்ந்த பிறகு நல்லது என்று உணரப்படுவதைச் செய்வான். மத பக்தன் மனிதனின் அநாகரிக உணர்வுகளைத் தூண்டிவிட்டு ஆதாயம் அடையத்தான் முயலுவான். பகுத்தறிவாளனோ, அறிவு பூர்வமாகச் செயல்பட அவனைத் தூண்டுகின்றான்.

70
குருவாயூரப்பனின் அவலநிலை

"குருவாயூர் கோயிலில் தினமும் சீவேலி வழிபாட்டுக்காக வெளியே எழுந்தருளுகின்ற குருவாயூரப்பனின் தங்கக் கவசத்தில் உள்ள தங்கத்தால் செய்யப்பட்ட தலை ஆபரணம் இப்போது காணாமல் போயிருக்கின்றது.

"எவ்வாறு இது காணாமல் போனது என்பது தெரியவில்லை. ஒரு வாரத்துக்கு முன்பே காணாமல் போய்விட்டது என்றும் தகவலை யாரோ அதிகாரிகளின் கவனத்துக்குக் கொண்டு வந்தார்கள் என்றும் கூறப்படுகின்றது.

"இதனால் சில பணத்தினுடைய எடை கொண்ட தங்கம் காணாமல் போயிருப்பதில் பக்தர்கள் கவலையடையவில்லை. மாறாக, மந்திர தந்திர சிறப்புச் சடங்குகளால் ஒளி வீசிய குருவாயூரப்பனின் தங்கக் கவசத்துக்கு சேதம் உண்டாகி விட்டதே என்ற நிலையில்தான் இது பக்தர்களின் மனத் துயரத்திற்குக் காரணமாகிவிட்டது."

1969 மே 21ஆம் நாள் புதன் கிழமை 'மாத்ரு பூமி' ஏட்டில் அதிக முக்கியத்துவம் கொடுத்து வெளியிடப்பட்டிருந்த செய்தி இது. 'கடுவாயை கிடுவாய் பிடித்தது' என்று கேட்டிருக்கின்றேன். ஏறத்தாழ அதைப் போன்றுதான் இப்பொழுது நிகழ்ந்திருக்கின்றது. பக்தர்களுடைய எதுவேனும் பொருள்கள் திருடு போனால் அவர்கள் குருவாயூரப்பனுக்கு வழிபாடு செய்வது வழக்கம். திருடனைப் பிடித்துக் கொடுக்க வேண்டியதும் துப்பறிந்து சொல்வதும் குருவாயூரப்பனின் கடமையே என்று பக்தர்கள் நம்புகின்றனர். 'பகவானின் கருணை மழையினால் பல காரியங்களும் நிறைவேறியிருப்பதாக அவர்கள் கூறுவதும் உண்டு. குழந்தை இல்லாதவர்களுக்குக் குழந்தையும் ஏழைகளுக்குப் பணமும் நோயாளிகளுக்கு உடல் நலமும் துன்பமடைந் தவர்களுக்கு அமைதியும் அளிக்கின்ற கருணைக் கடலான அந்தப் பகவான்தான் கேரளத்திலுள்ள மிகப் பெரிய பணக்காரன்! திருமணம் செய்து கொள்ளவும் தற்கொலை செய்து கொள்ளவும் இன்று பலரும் தேர்ந்தெடுக்கின்ற இடமும் குருவாயூர்தான்!

'வல்லமை மிக்க' குருவாயூரப்பனின் கருவூலத்தை எவரேனும் கொள்ளையடித்திருந்தால் அதைப் பொருட்படுத்த வேண்டியதில்லை. ஆனால், மந்திர தந்திர சிறப்புச் சடங்குகளால் ஒளி வீசிய தலை ஆபரணம்தான் காணாமல் போயிருக்கின்றது. இந்தத் திருட்டைச் செய்தவர்கள் குருவாயூரப்பனைவிட வல்லமை மிக்க ஏதோ 'பகவா' னாகத்தான் இருக்க வேண்டும் என்று நான் நினைக்கிறேன். இல்லாவிட்டால் பகவான் அந்தத் திருடனைச் சாம்பலாக்கி இருப்பாரே!

குருவாயூரப்பனையும் பிற கடவுள்களையும் படைக்கவும் காக்கவும் செய்து வருகின்ற மனிதன்தான் இதைச் செய்திருக்க

வேண்டும் என்பதில் எனக்கு அய்யமே இல்லை. இந்தச் சிலையுடன் நெருக்கமாக இருக்கும் வாய்ப்புள்ளவர்களில் எவரேனும் தான் இந்தத் திருட்டைச் செய்திருக்க வேண்டும். அண்மைக் காலங்களில் இந்தியாவில் நடைபெற்ற பல சிலைத் திருட்டுகளின் பின்னணியில் இயங்கியவர்கள் கோயில் ஊழியர்கள்தான் என்பதும் நிரூபிக்கப்பட்டுள்ளது.

71
முதுமைக்கு எதிரான போராட்டம்

பெர்னாட் ஷா நிரந்தர இளமையைப் பற்றி பேசியிருக்கின்றார். இது வெறும் கற்பனை சொர்க்கம்தான். ஆனால், கற்பனைகளை யெல்லாம் உண்மையாக்கிக் கொண்டிருக்கிறது அறிவியல்.

முதுமைக்கு எதிரான போராட்டத்தில் விஞ்ஞானிகள் பலன் அளிக்கக்கூடிய புதிய வழிகளை இன்று ஏற்றுக் கொண்டே வருகின்றனர். அகால மரணத்தின் காரணங்களைத் தவிர்ப்பது தான் இன்றுவரை ஏற்றுக் கொண்டிருந்த தொழில் நுணுக்கம். விரைவிலேயே இதைவிட சிறப்பான தொழில் நுணுக்கம் நடைமுறைக்கு வரும். மரணத்துக்கும் நோய்க்கும் மனிதனை உட்படுத்துகின்ற செயல்களின் வேகத்தைக் குறைப்பதுதான் இந்த மார்க்கம்.

முதலாவது மார்க்கம் வளர்ந்து வரும் நாடுகளில் மிகவும் பலன் அளிப்பதாக நிரூபணமாகி உள்ளது. ஆயுள் காலத்தை 75க்கும் 90க்கும் இடையில் ஒரு குறிப்பிட்ட வயதுவரை கொண்டு சேர்க்கவே இந்த முறையால் முடிந்திருக்கின்றது. தொண்ணூற்றுக்கு மேல் எங்கேயோ மறைவான 'சுவர்' உள்ளது.

அலெக்ஸ் கம்பர்ட் என்ற பிரிட்டிஷ் விஞ்ஞானி கூறியதைப் போல, வயதைக் கட்டுப்படுத்துவது ஒரு கடிகாரம்தான். இந்தக் கடிகாரத்தை நிதானமாக்கி இளமையை நீண்டநாள் தக்க வைப்பது தான் புதிய மார்க்கம்.

வயது முதிர்தல் என்ற செயலின் வேகத்தைக் குறைக்க முடியும் என்று அணிலின் இனத்தைச் சேர்ந்த பிராணிகளிடம் நடத்திய ஆய்வுகள் நிரூபித்துள்ளன. இளமையோடு கூடிய நீண்ட ஆயுளை 20 முதல் 40 விழுக்காடு வரை அதிகரிக்கச் செய்ய உணவு

முறையின் மூலமாகவும் வேதி மாற்றத்தின் மூலமாகவும் முடிந்தது.

மனிதர்களிடம் இத்தகைய ஆய்வுகளை நடத்த இன்றுவரை முடியவில்லை. ஆய்வு 30 ஆண்டுகள்வரை நீளும். அதனால் இது ஆய்வாளர்களுக்கு ஏற்றுக் கொள்ளக் கூடியதாக தென்படவில்லை.

ஆய்வின் ஆற்றலால் இந்தப் பிரச்சனைகளைக் கடக்க முடிந் திருக்கின்றது. கடந்த அய்ந்தாண்டுகளில் நடைபெற்ற ஆய்வு களின் பலனாக நடைமுறைக்கு ஏற்ற மின்கல சோதனைகளை நடத்தி முதுமையடையும் கால அளவை அதிகரிக்கச் செய்ய விஞ்ஞானிகளுக்கு முடிந்தது. இந்தச் சுவையான கண்டுபிடிப்பு ஹிரோஷிமாவிலுள்ள மக்களிடம் நீண்டகாலமாக நடத்திய ஆய்வுகளின் விளைவே ஆகும்.

ஒன்றுக்கொன்று தொடர்பில்லாததும் ஓரளவு ஒற்றுமை உடையதுமான பலவகை உயிரினங்களில் மூன்று முதல் அய்ந்து ஆண்டுகால அளவில் நடத்திய ஆய்வுகள் இதற்கு ஓர் அடித் தளத்தை ஏற்படுத்திக் கொடுத்திருக்கின்றது. எல்லா ஆய்வுகளும் முழு வெற்றியைப் பெற்றுவிட்டால் அது ஒரு பெரிய வரலாற்று நிகழ்வாக இருக்கும்.

நரைதிரைகள் முதுமையின் குறிப்பிடத்தக்க அறிகுறிகள் அல்லவா. அவை மனித உடலில் பெரிய அளவில் வெளிப் படாமல் இருக்க இந்த ஆய்வுகள் ஓரளவுவரை உதவி புரிந்திருக் கின்றன. முதுமையின் தாக்கத்தைக் குறைக்க இது உதவுகின்றது.

விஞ்ஞானிகள் 80 வயதான ஒருவருக்கு சிகிச்சையளித்து நிரூபித்த சில விசயங்கள் கவனத்துக்குரியவை. சில குறிப்பிட்ட உடல் பாகங்களை அதிக ஆற்றலோடு இயங்க வைக்க அவர் களுக்கு முடிந்தது.

'கடிகாரக் கோட்பாட்டு'க் கிணங்க ஒரு குறிப்பிட்ட மாற்றத் தினுடைய சிகிச்சையின் விளைவாக அதுபோன்ற பிற மாற்றங் களுக்கு காலதாமதம் உண்டாக்க முடியும் என்று தெரிந்துவிட்டது. பல மாற்றங்களும் கடிகாரங்களுடைய பாகம் ஒன்றையொன்று தழுவியிருக்க வேண்டும் என்ற இயல்பைத்தான் நம்பியிருக் கின்றன.

அதிக முக்கியத்துவம் கொடுத்து இந்த விசயத்தைப் பற்றி நடத்தப் பட்டிருக்கின்ற ஆய்வு விரைவிலேயே வளர்ச்சி அடைந்த நாடுகளில் முழு வெற்றியை எட்டும் என்று எதிர்பார்க்கலாம்.

இனி பதினைந்தோ இருபதோ ஆண்டுகளில் இன்று காணப்படு கின்ற ரீதியிலுள்ள முதுமையின் அறிகுறிகள் மானுட இனத்தில் குறைவாகவே காணப்படும். அன்று கைப்பற்றுகின்ற அந்த ஆதாயம் நீண்ட ஆயுளில் இருபது விழுக்காட்டை அதிகரிக்கவும் செய்யக் கூடும்.

72

மத நாகரிகம்

மத நம்பிக்கை இல்லாதவர்கள் நன்னடத்தைக்கு எதிரானவர்கள் என்றும் நாகரிகமற்றவர்கள் என்றும் வைதீகர்கள் சொல்வதை சாதாரணமாகக் கேட்கலாம். ஆனால், எந்த நாட்டையும் ஆக்கிரமித்துக் கைப்பற்றுபவர்களுடையவும் விபச்சாரம் செய்பவர்களுடையவும் கணக்கை எடுத்தால் அவற்றில் 99 விழுக்காடும் தீவிர மதநம்பிக்கை உடையவர்கள்தான் என்பதைக் காண முடியும்.

தேவாலயங்களும் ஞாயிறு பாடசாலை (கிறித்தவர்களின் சண்டே ஸ்கூல்) களும்தான் பகுத்தறிவாளர்களுக்கு எதிராக இத்தகைய குற்றச் சாட்டுகளை எழுப்புகின்றனர். இவர்களுடைய 'அதிமகத்தான' நாகரிகம் என்ன என்பதை நிரூபிக்கின்ற சில செய்திகளை இங்கே பார்ப்போம்:

முறைகேடான நடவடிக்கையில் ஈடுபட்ட ஆசிரியர்

கோட்டயம், மார்ச் 10 - மோசமான நடத்தை கொண்ட ஒரு ஞாயிறு பாடசாலை ஆசிரியரைத் தாக்கியதைத் தொடர்ந்து உண்டான பதட்ட நிலைமை சபையைச் சேர்ந்தவர்கள் கத்தியால் குத்திக் கொள்ளவும், காயமடைந்து மருத்துவமனையில் சேர்ந்தவர்களுடைய பகையைத் தீர்க்கும் நடவடிக்கை மீண்டும் இரண்டு முறை வன்முறைக்குக் காரணமாகவும், அவ்வாறு மூன்று முறையும் மருத்துவமனையில் சேர்க்கப்பட்ட ஒருவர் பரிதாபமாக மரணமடையவும் செய்த ஒரு நிகழ்ச்சி மீனடத்தி லிருந்து தெரிவிக்கப்படுகின்றது.

சம்பவ இடத்தைச் சேர்ந்த பிரமுகரான துண்டியில் குஞ்ஞச்சன் என்று அழைக்கப்படுகின்ற அய்சக் (வயது 50) என்பவர்தான் இவ்வாறு கடந்த 6ஆம் நாள் மாலையில்

மூன்றாவது முறையாக படுகாயங்களுடன் கோட்டயம் மருத்துவக் கல்லூரி மருத்துவமனையில் சேர்க்கப்பட்டதைத் தொடர்ந்து, நேற்று பகல் ஒன்றரை மணியளவில் மரணமடைந்தார். மிக துச்சமான ஒரு பிரச்சனையில் ஆரம்பித்த வன்முறை, பழிவாங்கு தல் ஆகியவற்றின்பேரில் மூன்றாவது முறை தான் குஞ்ஞச்சன் இவ்வாறு மருத்துவமனையில் சேர்க்கப்பட்டார்.

ஏறத்தாழ நான்கு மாதங்களுக்கு முன்பு சம்பவம் நடைபெற்ற ஊரிலுள்ள யாக்கோபாய தேவாலயத்தின் ஞாயிறு பாடசாலை ஆசிரியர், அங்கே படிப்பதற்கு வந்த 14 வயது மாணவியை முறை கேடான நடவடிக்கைக்கு உள்ளாக்கினாராம். இதை அறிந்து சினம் கொண்ட மாணவியின் தந்தை மேற்படி ஆசிரியரை வழியில் சந்தித்து தாக்கினார். இதைப் பார்த்துக் கொண்டு நின்ற சூச்சன் என்றழைக்கப் படுகின்ற குர்யன் மேற்படி தந்தையை தட்டிக் கேட்டார். வாக்குவாதம் முற்றி கைகலப்பில் சென்று சேர்ந்தது. தகவல் அறிந்து குர்யனின் தந்தையான குஞ்ஞச்சன் சம்பவ இடத்துக்கு வந்ததும் கைகலப்பு கத்திக்குத்தாக மாறியது. இந்த நிகழ்வைத் தொடர்ந்து குஞ்ஞச்சனும் குர்யனும் குஞ்ஞச்சனின் இன்னொரு மகனான ராஜுவும் காயங்களுடன் மருத்துவமனையில் சேர்க்கப்பட்டனர்.

இதைத் தொடர்ந்து ஞாயிறு பாடசாலை ஆசிரியரை ஆதரிக்கின்ற ஓரணியும் எதிர்க்கின்ற ஓரணியும் உடனே உருவாயின. இந்தச் சம்பவங்களுக்குப் பிறகு ஒரு ஞாயிற்றுக் கிழமை குழந்தைகளின் வகுப்பு நடைபெற்றுக் கொண்டிருக்கும் பொழுது தங்கி (பெயர்) அங்கே சென்று, ஆசிரியரின் மோசமான நடவடிக்கைகளை எடுத்துச் சொல்லி மாணவர்களை வெளியேற்ற வும் செய்ததும் தேவாலய நிர்வாகிகளின் பகைமை தங்கியிடம் மட்டும் குவிந்தது. தகவல் அறிந்து கொண்ட தங்கி முன்னெச் சரிக்கையுடன் இருந்தார்.

மருத்துவமனையில் அனுமதிக்கப்பட்டிருந்த குஞ்ஞச்சனும் குர்யனும் ராஜுவும் வீட்டுக்கு வந்த 13ஆவது நாள் அவர்களுடைய வீட்டுக்கு முன்பாகக் கடந்து சென்ற தங்கியை தந்தையும் மகன்களும் சேர்ந்து தடுத்து நிறுத்தி தாக்கினார்கள். தங்கியின் கையில் ஏதோ ஆயுதம் இருந்தது. இந்தச் சம்பவத்தைத் தொடர்ந்து குஞ்ஞச்சனும் குர்யனும் தங்கியும் படுகாயங்களுடன் மருத்துவ மனையில் சேர்க்கப் பட்டனர்.

('தனி நிறம்', 1969 மார்ச் 11).

வைதீகரின் பொருந்தாத நடவடிக்கைகள்

கணியாபுரம், மார்ச் 18 - இரண்டு வைதீகர்களுடைய பொருந்தாத நடவடிக்கைகளையும் செய்கைகளையும் பற்றிய சில தகவல்கள் வெளியே வந்திருக்கின்றன.

ஏறத்தாழ ஒரு மாதத்துக்கு முன்பு முருக்கும்புழை பங்கின் பங்கு தந்தையும் வேறு சில பெண்களும் சேர்ந்து பொன்முடிக்குச் சென்றார்கள் என்றும் இந்தத் தகவல் அறிந்த சில முருக்கும்புழை வாசிகள் பங்கு தந்தையின் நன்னடத்தை இல்லாத செயல்களைப் பற்றி சுவரெழுத்துகள் மூலம் விளம்பரப்படுத்தவும் துண்டுச் சீட்டுகளை அச்சடித்துப் பரப்பவும் செய்தார்கள் என்றும் சொல்லப்படுகின்றது. இதனால் வருத்தம் கொண்ட முருக்கும்புழை பங்கு தந்தையும் முருக்கும் புழையைச் சேர்ந்த மணிமலப்பள்ளியின் பங்கு தந்தையும் சேர்ந்து ஊர் மக்களில் சிலருக்கு எதிராக காவல் துறையிடம் புகார் கொடுத்தனர். ஊர் மக்களில் சிலர் வீண் புரளியைக் கிளப்பினார்கள் என்பதே வைதீகர்களின் குற்றச்சாட்டு. இதைத் தொடர்ந்து ஊர் மக்களில் சிலர் வைதீகர்களுடன் முரண்பட்டார்கள் என்று சொல்லப்படுகின்றது. இதன் பேரில் அடிதடிகள் நடந்திருப்பதாகவும் தெரிய வருகின்றது.

வைதீகர்களின் களங்கம் கொண்ட நடவடிக்கைகளைப் பற்றி விமர்சனம் செய்கின்ற சில சொற்றொடர்கள் தேவாலயச் சுவர்களில் எழுதப்பட்டிருப்பதையும் காணலாம்.

('கேரள தேசம்', 1969 மார்ச் 20).

தேவாலயத்தில் தாக்குதல்

முருக்கும்புழை, மார்ச் 17 - தேவாலயத்தில் பிரார்த்தனை செய்வதற்காக வந்த மக்கள் இரண்டு பிரிவாகப் பிரிந்து ஆலய வளாகத்திலேயே மிகப் பயங்கரமான ஒரு தாக்குதலை நடத்தியதன் விளைவாக அடியும் இடியும் குத்தும்பட்டு பலரும் மருத்துவ மனையைத் தஞ்சம் அடைந்திருக்கின்றனர். இதன் விளைவாக தேவாலயத்தைப் பூட்டிவிட்டு வைதீகர்கள் தலைமறைவாகிவிட்ட சம்பவம் இங்கே நடைபெற்றிருக்கின்றது.

இங்கேயுள்ள புனித அகஸ்டின் தேவாலயத்தில்தான் இந்தக் கலவரம் நடைபெற்றது. தேவாலயத்துக்கு அருகிலுள்ள ஓர் இடத்தில் நடைபெற்ற தேங்காய்த் திருட்டும், தொலைவிலுள்ள

டி.பி.யில் சில வைதீகர்களும் வேறு சில இளம் பெண்களும் நடத்திய களியாட்டங்களும் பற்றி நடைபெற்ற விவாதங்கள் தான் இந்தக் கலவரத்துக்குக் காரணமானது. வைதீகர்களின் களியாட்டங்கள் 'தனி நிற'த்தில் வெளிவந்தது முதல் தேவாலயச் சுவர்களில் நிரபராதிகளான சிலரை விமர்சித்து சில ஆபாச பிரச்சாரங்களும் ஆபாச அறிக்கைகளும் எழுதிய சுவரொட்டிகள் ஒட்டப்பட்டிருந்தன. இதைப் பற்றி இந்தப் பங்கிலுள்ள மக்களிடையே வாக்கு வாதம் தினமும் நடைபெற்றுக் கொண்டிருக்கின்றது. இவற்றுடன் தேங்காய்த் திருட்டும் விவாதப் பொருளானது. விவாதம் கலவரமாக மாறியது. உருட்டுக்கட்டை, அரிவாள், பல வகையான கத்திகள் போன்ற பயங்கரமான ஆயுதங்களுடன் தான் மோதினார்கள்.

('தனி நிறம்', 1969 மார்ச் 18).

இந்த மூன்று செய்திகளும் பத்து நாள்களுக்குள் வெளி வந்தவை தான். இதைப் போன்ற பல செய்திகள் ஒன்றுக்குப் பின் ஒன்றாக பத்திரிகைகளில் வெளிவருவது உண்டு. பத்திரிகைகளில் வெளிவராத செய்திகள் அதிகம். இவையனைத்தும் தேவாலயம், புரோகிதர்கள், ஞாயிறு பாடசாலை ஆகியவை வளர்கின்ற நாகரிகத்தின் மாதிரிகள்தான். மதம் இல்லையென்றால் நாகரிகம் கடலில் ஆழ்ந்து போகும் என்று கூறுகின்றவர்களால் மதத்தினுடைய இந்த 'நாகரிக'த்தைப் பற்றி என்ன சொல்ல முடியும்?

73
கிறித்தவ மதத்தைப் புறக்கணித்த பேராயர்

கிறித்தவ மதத்தை நவீனப்படுத்துவதற்காக கேரளத்தில் கூட முயற்சிகள் மேற்கொள்ளப்படுகின்ற காலம் இது. புரோகித மேதாவித் தனத்துக்கு எதிராக உலகம் முழுவதும் சுழன்றடிக்கின்ற சூறாவளியில் இளகுகின்ற சபையை எவ்வாறேனும் நிலைநிறுத்தி விட வேண்டும் என்ற முயற்சியின் ஒரு பாகமே இது. உலக கத்தோலிக்கச் சபையின் தலைநகரமான இத்தாலியில் நாத்திகமும் கம்யூனிசமும் தினமும் ஆற்றல் பெற்றுக் கொண்டே இருக்கின்றது. 6 கோடி மக்கள் தொகையைக் கொண்ட இத்தாலியில் அண்மைக் காலத்தில் எடுத்த கணக்கெடுப்பின்போது ஒன்றேகால் கோடி மக்கள் தாங்கள் நாத்திகர்களே என்று உரிமை கொண்டாடினார்கள். இவர்களைத் தவிர இந்த விசயத்தில் அதிக ஆர்வம்

காட்டாத கடவுள் மறுப்பாளர்களும் இருக்கின்றனர். பல அய்ரோப்பிய நாடுகளிலுள்ள நிலைமையும் இதைவிட வித்தியாச மானது அல்ல. புரோகிதர்கள் அங்கியையும் அணிந்து சமூக சேவை செய்ய இறங்குவது அந்த இடங்களில் தினசரி நிகழ்ச்சிகளே என்பதை மேலை நாட்டுப் பத்திரிகைகளைப் படிப்பவர்கள் அறிவார்கள். திருமணம் புரிந்து கொள்வதற்காக சபையைத் துறந்த புரோகிதர்களும் ஏராளம்! அமெரிக்காவில் 1968இல் மட்டும் 2,200 ரோமன் கத்தோலிக்கப் புரோகிதர்கள் புரோகித நிலைமையைத் துறந்ததாக கிறித்தவர்களே நடத்துகின்ற 'நியூஸ் வீக்' (News Week, 1969 April 21) செய்தி வெளியிட்டிருந்தது. அடுத்த பத்து ஆண்டுகளுக்குள் அமெரிக்க கத்தோலிக்கச் சபையிலுள்ள 59,000 புரோகிதர்களில் பாதி பேர் சபையைவிட்டு விலக சாத்தியக்கூறுகள் உள்ளன என்றும் அது தொடர்ந்து கூறு கின்றது.

இவ்வாறு சபையை விட்டு விலகிய புரோகிதர்களில் பேரறிஞர்களும் சொற்பொழிவாளர்களும் உண்டு. ஆனால், ஒரு மெத்ரான் அங்கியைக் களைந்துவிட்டு களத்தில் இறங்குவது இது முதல் முறையாகும். அதுவும் ஒரு சாதாரண மெத்ரான் அல்ல. உலகப் புகழ்பெற்ற எழுத்தாளரும் பைபிள் அறிஞருமான பேராயர் டாக்டர் ஜேம்ஜ்பைக் என்பவர்தான் அந்தத் தீரர். 56 வயதான பைக் புரோகிதர் ஆகி 25 ஆண்டுகள் கடந்து விட்டன. அவர் மெத்ரானாகப் பொறுப்பேற்றே பதினைந்து ஆண்டுகள் ஆகின்றன. புரோட்டஸ்டன்ட் எப்பிஸ்கோப்பல் சபையின் கலிபோர்னியா பிரிவுக்குத் தலைவராக இருந்தார் அவர். 'நான் எதற்காக சபையைத் துறந்தேன்?' என்ற தலைப்பில் அமெரிக்காவிலிருந்து வெளி வருகின்ற 'லுக்' (Look) மாதிகையின் 1969 ஏப்ரல் இதழில் டாக்டர் பைக் கவனத்தை ஈர்க்கின்ற ஒரு கட்டுரையை எழுதியிருக் கின்றார். 'நியூஸ் வீக்', 'டைம்' போன்ற புகழ்பெற்ற வார இதழ்கள் பேராயர் பைக் சபையைத் துறந்த காரணத்தை விரிவாக எழுதி யிருந்தன. 'அமெரிக்கன் புரோட்டஸ்டன்ட் சபைகளுக்குக் கிடைத்த பேரிடி' என்றே 'லண்டன் டைம்ஸ்' பத்திரிகை இந்த நிகழ்ச்சியை சிறப்பித்துக் கூறியிருந்தது. 'மிரர்', 'கார்டியன்' முதலிய பத்திரிகைகளும் அதிக முக்கியத்துவம் கொடுத்து வெளி யிட்டிருந்த இந்தச் செய்தி ஒரு மலையாளப் பத்திரிகையில்கூட வெளிவரவில்லை.

டாக்டர் பைக் ஏராளமான கட்டுரைகளையும் நூல்களையும் எழுதியிருக்கின்றார். பல பல்கலைக்கழகங்களும் டாக்டரேட்

பட்டம் வழங்கி அவரைச் சிறப்பிக்க முயன்றன. ஆனால், அவற்றுக்கெல்லாம் அந்த மனிதர் இணங்கவில்லை. யேல் பல்கலைக்கழகத்தில் ஆய்வு செய்து இளம்பருவத்திலேயே பெற்ற டாக்டரேட் பட்டத்தைத் தவிர வேறு எதையும் ஏற்றுக் கொள்ள அவர் தயாராக இல்லை. இவ்வாறு தானமளிக்கும் பட்டங்கள் தூண்டிலில் கோர்த்த இரைகளே என்று அவர் கூறுகின்றார். மெத்ரான்களுடையவும் புரோகிதர்களுடையவும் தகுதியை உயர்த்துவதற்காக ஒவ்வொரு மதங்களும் வெறுமனே டாக்டரேட் விருதுகளை வழங்குவது உண்டு. ரோமில் வைத்து பட்டம் ஏற்கின்ற எல்லா மெத்ரான்களுக்கும் டாக்டர் தகுதியை போப் பாண்டவர் வழங்குவார் (இவ்வாறு டாக்டர் பட்டம் பெற்றவர்கள் தான் கேரளத்தில் உள்ள அனைத்து கத்தோலிக்க மெத்ரான்கள்). 1963இல் அமெரிக்காவிலுள்ள சீவானி பல்கலைக்கழகம் டாக்டர் ஜேம்ஸ் பைக்குக்கு டாக்டரேட் விருது வழங்கி சிறப்பிக்க முடிவெடுத்தது. அதை அறிந்ததும் பைக் அதனைப் புறக்கணித்து விட்டார். சீவானி பல்கலைக்கழக நிர்வாகிகள் — அவர்களில் பெரும்பாலோர் பேராயர்கள்தான் — வழங்குகின்ற டாக்டரேட்டுக்கு நான் எந்த மதிப்பும் கொடுக்கவில்லை என்று அவர் உறுதிபட கூறிவிட்டார். அது பல சபைத் தலைவர்களையும் சினம் கொள்ள வைத்தது.

வெள்ளையராக இருந்தபோதிலும் அமெரிக்காவில் நடைபெற்ற இனவெறிப் போக்கைக் கடுமையாக எதிர்த்தார் பேராயர் பைக். நீக்ரோக்களின் உரிமைப் போராட்டத்தக்கு ஆதரவு அளிக்காதவர்கள் கிறித்தவர்கள் என்ற பெயருக்கு தகுதி உடையவர்கள் அல்ல என்று 1947 இல் அவர் அறிவித்தார். அந்த அணுகுமுறை வெள்ளைக்காரப் புரோகிதர்களுக்குப் பிடிக்கவில்லை. உயர் பதவிகள் அளித்து ரெவ. பைக்கை ஈர்க்க அவர்கள் முயன்றனர்; ஆனால், முடியவில்லை. பேராயர் ஆகும் பொழுதாவது இந்தப் போராட்டத்தில் பைக் நடுநிலைமையைக் கடைபிடிப்பார் என்று பலரும் எண்ணினார்கள். அதுவும் பலனற்றுப் போய் விட்டது. 1965 இல் கிறிஸ்து 'கறுப்பு இனத்தைச் சேர்ந்தவர்' என்ற தலைப்பில் பேராயர் ஒரு குறுநூலை வெளியிட்டார். அதில் பின்வருமாறு குறிப்பிட்டிருந்தார்:

"பாலஸ்தீனத்தில் பிறந்த கிறிஸ்து உண்மையில் கறுப்பினத்தைச் சேர்ந்தவர்தான். அவருடைய சீடர்களில் ஒருவர்கூட வெள்ளைக்காரன் அல்ல. அய்ரோப்பாவிலும் அமெரிக்காவிலும் வாழ்கின்ற வெள்ளைக்காரர்கள் கறுப்பினத்தில் பிறந்த

கிறிஸ்துவை தெய்வமாக வழிபட்டு விட்டு, கறுப்பு நிறத்தவர்களுக்கு எதிராக வன்முறைகளைத் தூண்டுவது என்னால் புரிந்து கொள்வதற்குச் சிரமமான காரியமாக இருக்கின்றது. கிறிஸ்து மீண்டும் ஒருமுறை வந்தால் அமெரிக்காவிலுள்ள வெள்ளையர்களின் தேவாலயத்தினுள் செல்ல அவரை அனுமதிக்க மாட்டார்கள்."

வெள்ளைக்கார மெத்ரான்களை இது கொந்தளிக்க வைத்தது. அவர்கள் பேராயர் பைக்குக்கு எதிரான குற்றச்சாட்டுகளை எழுப்ப ஆரம்பித்தனர். ஒருமுறை மாநிலங்களிலுள்ள பேராயர்கள் அவருக்கு எதிராக சிலுவைப் போரையே ஆரம்பித்தனர். 1966இல் வீலிங்கில் கூடிய மெத்ரான்களின் மாநாடு, 'கடவுளான கிறிஸ்துவை கறுப்பினத்தவர் என்று சிறப்பித்து பேராயர் பைக் எழுதிய கட்டுரையைத் தணிக்கை செய்ய வேண்டும் என்று இந்த மாநாடு ஒரு மனதாகத் தீர்மானிக்கின்றது' என்ற தீர்மானத்தை நிறைவேற்றியது.

அறிஞரான பேராயர் பைக் படிப்படியாக கிறித்தவ மதத்தை விட்டு விலகினார். 1968இல் அவர் பேராயர் பதவியையும் சபையிலுள்ள அடிப்படை உறுப்பினர் என்ற தகுதியையும் ராஜினாமா செய்தார். டயானா கென்னடி என்ற 31 வயது மங்கையை 1968 டிசம்பர் 20 ஆம் நாள் அவர் மணம் புரிந்தார். இந்தத் தம்பதியரைக் கொல்ல பல முயற்சிகளும் அந்தக் காலகட்டத்தில் நடைபெற்றன. பைக் தம்பதிகள் அவற்றைக் கண்டு கலங்கவில்லை. கிறித்தவ மதத்தைத் துறக்கின்ற அமெரிக்கர்களுக்காக ஓர் அறக்கட்டளையை நிறுவ அவர்கள் முயன்றனர். மெத்ரான் பட்டத்தைத் துறந்தபோதிலும் சிலர் 'பேராயர் பைக்' என்றே அவரைக் குறிப்பிட்டு எழுதவும் பேசவும் செய்தனர். "தயவுசெய்து பழைய அந்தச் சொல்லைப் பயன்படுத்தி என்னைக் குறிப்பிட வேண்டாம்" என்றார் பைக். மேலும், "நீங்கள் என்னை ஜேம்ஸ் பைக் என்றே அழையுங்கள்; வலுக்கட்டாயமாக மதிப்பளிக்க வேண்டும் என்பவர்கள் 'டாக்டர் பைக்' என்று அழையுங்கள்" என்றார் அவர்.

கிறித்தவ மதத்தைப் பற்றிய டாக்டர் ஜேம்ஸ் பைக்கின் கருத்து கவனத்துக்குரியது. 1969 ஜூலை மாதம் அவர் வெளியிட்ட குறுநூல் ஒன்றில் பின்வருமாறு கூறுகின்றார்:

"நவீன கால மனிதர்களுக்கு கிறித்தவ மதத்துடன் எவ்வாறு பொருந்திப் போக முடியும் என்று எனக்குப் புரியவில்லை. இரண்

டாயிரம் ஆண்டுகளுக்கு முன்பு மத்திய கிழக்கு நாட்டில் வாழ்ந்த எழுத்தறிவில்லாத ஆட்டிடையர்களுடைய பழமையான பாவனைகளில் உருவானதுதான் அந்த மதம். நிரந்தரமாக ஓரிடத்திலும் வாழாமல் ஆடுமாடுகளுடன் அலைந்து திரிந்த அவர்களுக்கு தேவாலயங்களோ நிறுவனங்களோ இருக்கவில்லை. 'நல்ல இடைய'னாகவே அவர்கள் தெய்வத்தைக் கற்பிதம் செய்தனர். இடையனுக்குப் பால் கொடுக்கவும் தான் விரும்பும்போது கொல்லவும் செய்கின்ற ஆடுகளாக அவர்கள் தங்களைக் கற்பிதம் செய்து கொண்டனர். அமெரிக்காவிலுள்ள விவசாயிகள்கூட பழமையான இத்தகைய பாவனைகளுக்கு அடிமைகள் அல்ல. பெரிய தேவாலயங்களும் நிறுவனங்களும்தான் இன்று கிறித்தவ மதத்தின் அடித்தளம். அவை எதையும் அன்றைய இடையர்களுக்கு கற்பனை செய்து பார்க்கக் கூட இயன்றிருக்கவில்லை. அந்த ஆட்டிடையர்களின் மதத்தை இந்த விஞ்ஞான யுகத்தில் தூக்கிக் கொண்டு திரிகின்றவர்கள் மனநோயாளிகளோ முட்டாள்களோதான்."

1969 செப்டம்பர் மாதம் யுதியா பாலைவனத்தில் டாக்டர் பைக் காலமானார். கிறிஸ்துவின் அதிகாரபூர்வமான வாழ்க்கை வரலாறைத் தயாராக்குவதற்காகச் சென்ற பயணத்தின்போதுதான் பைக்கும் மனைவியும் இஸ்ரேலுக்குச் சென்றனர். செப்டம்பர் முதல் நாள் அவர்கள் ஒரு காரில் யுதியா பாலைவனத்துக்குத் திரும்பினார்கள். வழி தவறி மணல் காட்டில் அகப்பட்டுக் கொண்ட பைக் தம்பதிகள் காரைத் துறந்து நடந்தனர். சிறிது தூரம் நடந்ததும் 56 வயதான பைக்கின் கால்கள் தளர்ந்தன. இளம் பெண்ணான டயானா கணவரை அங்கேயே உட்கார வைத்து விட்டு உதவி நாடி முன்னேறிச் சென்றார். பத்து மணி நேரத்தில் அவர் மரணக் கடல் தீரத்தை அடைந்தார். அங்கே இஸ்ரேல் ஆட்சியாளர்களிடம் விவரத்தை அறிவித்தார். ராணுவ வீரர்கள் ஹெலிகாப்டரில் அங்கே சென்ற போதிலும் அங்கேயும் அவரைக் கண்டுபிடிக்க முடியவில்லை. ஒரு வாரத்திற்குப் பிறகு மரணக் கடலின் வடபகுதியில் செங்கல் குவியலின் இடையிலிருந்து பைக்கின் இறந்த உடல் கண்டுபிடிக்கப்பட்டது.

பாலைவனத்தில் வழி தப்பிச் சென்ற பைக் உணவோ தண்ணீரோ கிட்டாமல் இறந்தார் என்றே முதலில் செய்திகள் வெளிவந்தன. ஆனால், உத்தரவாதத் தன்மை நிறைந்த சில அமெரிக்கப் பத்திரிகைகள் இது திட்டமிட்ட கொலையே என்று செய்திகளை வெளியிட்டன. இஸ்ரேலில் இயங்குகின்ற சில

கிறித்தவ மிஷனரிமார் தப்பான தகவல் அளித்து பைக்கை வழி தப்பிச் செல்ல வைத்தார்கள் என்றும் பாலை வனத்தில் வைத்து அவர்கள் அவரைக் கொன்றார்கள் என்றும் அந்தப் பத்திரிகை யாளர்கள் அய்யம் கொள்கின்றனர். டயானாவும் பைக்கும் பிரிந்த இடத்தில் பல குகைகள் இருந்தன. அவற்றில் ஒன்றில் ஓய் வெடுக்காமல் செங்கல் குன்றுகளைக் கடந்து மரணக் கடலின் வட பகுதிவரை பைக் சென்றார் என்று சொன்னால் நம்ப வழியில்லை என்று அவர்கள் சுட்டிக் காட்டுகின்றனர். டயானா வையும் பைக்கையும் மணல் காட்டில் வைத்துக் கொல்ல முதலிலேயே திட்டமிடப் பட்டிருந்தது. அவர்கள் பின்னாலேயே எதிரிகள் கூட்டமும் வந்தது. காரைத் துறந்து நடந்த பைக் தம்பதிகளை அவர்கள் தேடிப் பிடித்த பொழுது, உதவி பெறுவதற்காக டயானா மரணக் கடல் தீரத்தை நோக்கி புறப்பட்டுச் சென்றிருந்தார். தனியாக பைக்கைக் கண்ட எதிரிகள் அவரைக் கடத்திக் கொண்டு மரணக் கடலின் வடபகுதிக்குச் சென் றார்கள். இஸ்ரேல் ராணுவ வீரர்கள் தேடி வந்தபொழுது அவர் பயன் படுத்திய உலக வரைபடத்தையும் கண் கண்ணாடி யையும் அவரது உடையின் கிழிந்த பகுதியையும்தான் கண்டார்கள்.

74

நன்மை செய்ய கடவுள் உதவி எதற்காக?

'அன்வேஷணம்' (ஆய்வு) பத்திரிகை ஆசிரியர்: கடவுள் என்ற கற்பிதத்தைப் பற்றி தங்களுடைய கருத்து என்ன?

கோவூர் : பொருள் சம்பந்தமான தெளிவு இல்லாத மனிதனின் சுய விருப்பம் சம்பந்தமான படைப்புதான் கடவுள்.

ஆசிரியர் : தாங்கள் கடவுளை நம்புகின்றீர்களா?

கோவூர் : பெரும்பாலான மக்களும் அவரவர்களுக்கே உரியதான கடவுள்களை நம்புகின்றனர்; பிற கடவுள்களை மறுக் கவும் செய்கின்றனர். கடவுள் பக்தர்களுக்கும் எனக்கும் இடையே ஒரேயொரு வித்தியாசம் உள்ளது. அவர்களு டைய தெய்வங்கள் அல்லாத ஒரு தெய்வத்தையும்கூட நான் மறுக்கின்றேன்.

ஆசிரியர் : ஒரே கடவுளில் நம்பிக்கை கொண்டவர்களும் அவர் களுடைய எதிரிகளும் இவர்களைத் தவிர ஒரே

மதத்திலும் அரசியல் கோட்பாட்டிலும் நம்பிக்கை கொண்டவர்களும் ஒரே கருத்தைக் கொண்டிருப்பது ஏன்?

கோவூர் : அவர்களுடைய நம்பிக்கைக்கு உண்மையின் தேவை இல்லை.

ஆசிரியர் : எல்லா ஆத்மாவும் ஒன்றுதான் என்றால், அதைப் பற்றிய அணுகுமுறையில் கருத்து வேறுபாடு ஏற்படுவது ஏன்?

கோவூர் : ஆத்மாவைப் பற்றிய கற்பிதம் கடவுள் கற்பிதத்தைப் போன்றே பொய்யானது. மனிதனுக்கு உடலும் மனமும் உயிரும் மட்டுமே உண்டு. மரவள்ளிக் கிழங்கிலும் மயிலிலும் போப்பாண்டவரிலும் இவ்வாறு அனைத்திலும் உயிர் ஒன்றுபோலவே இருக்கின்றது. ஆனால், அவற்றிலுள்ள மானசீக தர்மங்களுக்கு வித்தியாசம் உண்டு. சுவாசிக்கின்ற உடலில்லாத உயிருக்கும் மனதுக்கும் நிற்க இயலாது.

ஆசிரியர் : யார் முதலில் தோன்றினார்கள் — மனிதனா, கடவுளா?

கோவூர் : பிரபஞ்சத்தின் எந்த இடத்திலும் கடவுள் பிறந்ததைப் பற்றி சான்றுகளே இல்லை.

ஆசிரியர் : எல்லா பிரச்சனைகளுக்கும் பரிகாரத்தை பகுத்தறிவு வாதத்தால் சொல்ல முடியுமா?

கோவூர் : சொல்ல முடியும்.

ஆசிரியர் : மானுடப் பிறவியில் எதுவேனும் குறை இருப்பதாகத் தென்படுகின்றதா? ஒரு முழுமையான மனிதனை உருவாக்கி எடுக்க எதுவேனும் உத்தரவுகளோ கருத்துகளோ வழங்க முடியுமா? (மன ரீதியாகவும் உடல் ரீதியாகவும் ஆரோக்கியம் கொண்டு, தனி மனிதனுக்கும் சமூகத்துக்கும் எந்தத் தீங்கும் இழைக்காமல், மானுடத்துக்கும் பிற உயிர்களுக்கும் முடிந்த வரையில் சேவை செய்து நிறைவான வாழ்க்கை வாழ்பவன்தான் முழுமையான மனிதன் என்பதே என்னுடைய மதம்.)

கோவூர் : ஒரு முழுமையான மனிதனை உருவாக்குவதற்கு ஏற்ற வழிகளைச் சொல்லும் திறமை எனக்கு இல்லை.

ஆசிரியர் : கிறிஸ்துவும் காந்தியடிகளும் தங்களை கடவுளிடம் அர்ப்பணித்து மனித இனத்துக்காக சேவை செய்தார்

கள். லெனினோ கடவுள் நம்பிக்கை இல்லாதவராக சேவை செய்தார். நாம் யாரை பின்பற்ற வேண்டும்?

கோவூர் : கடவுளின் பெயரில் சக உயிர்களுக்கு சேவை செய்கின்றவர்கள் தன்னலம் உடையவர்கள்தான். அவர்கள் மரணத்திற்குப் பிறகு புகழை விரும்புகின்றனர். சக உயிர்களுக்கு சேவை செய்கின்ற கடவுள் மறுப்பாளர்கள்தான் மிகச் சிறந்தவர்கள்.

ஆசிரியர் : சமூகத்தில் இன்று காணப்படுகின்ற மூட நம்பிக்கைகளும் சமத்துவமின்மையும் சதிச் செயல்களும் ஒழிய தாங்கள் எதுவேனும் செயல் வடிவ அறிவுரைகளை வழங்க முடியுமா?

கோவூர் : முடியும்; அறிவு இன்றியமையாதது. அறியாமை தான் மூடநம்பிக்கையாளர்கள் தழைத்து வளருவதற்கான வளம் மிக்க நிலம்.

ஆசிரியர் : சமாதானமும் முற்போக்குச் சிந்தனையும் கொண்ட வாழ்க்கைக்கு பரவலாகக் கடைபிடிக்க வேண்டிய விதிமுறைகளைக் கூறமுடியுமா?

கோவூர் : பிறருக்கு நன்மை செய்யுங்கள். அதற்கு முடியவில்லை என்றால் எவருக்கும் தொல்லை விளைவிக்காமல் இருங்கள்.

— (பேராசிரியர் கோவூர் சென்னைக்கு வருகை தந்தபொழுது 'அன்வேஷணம்' ஆசிரியர் நடத்திய நேர்க் காணல் இது).

75

முழுமையடையாத விஞ்ஞானம்

பரிணாமத்தின் ஒரு கட்டத்தில் ஏறத்தாழ 30 இலட்சம் ஆண்டுகளுக்கு முன்புதான் மனிதன் தோன்றினான். அன்று அவன் வெறும் காட்டுமிராண்டியாகவே இருந்தான். வேட்டையாடியும் காய்கனிகளைச் சேகரித்தும் அவன் அன்று வாழ்ந்தான். இலட்சக்கணக்கான ஆண்டுகளில் தான் அவன் நாகரிகம் அடைந்தான். தீயைக் கண்டுபிடித்ததும் கருவிகளை உருவாக்க ஆரம்பித்ததும் அவனை வளர்ச்சிப் பாதையில் கொண்டு சென்றது. படிப்படியான ஆராய்ச்சியும் பரிசோதனைகளும் தான் மனிதனை இன்றைய நிலையை அடையச் செய்தது. எனினும்

பிரபஞ்ச விஞ்ஞானத்தில் மனிதன் இன்னும் குழந்தைப் பருவத்தைத் தாண்டவில்லை. விஞ்ஞானத்துக்கு இன்னும் பலவற்றையும் கண்டுபிடிக்க வேண்டியதிருக்கின்றது. கிறித்தவப்தம் (கி.பி.) அய்யாயிரம் ஆண்டில் வாழ்கின்ற மனிதன் நம்மை காட்டுமிராண்டிகளாகத்தான் பார்ப்பான். கி.பி. பத்தாயிரம் ஆண்டில் வாழ்கின்றவர்கள் அய்யாயிரம் ஆண்டில் வாழ்ந்தவர்களை நாகரிகம் அடையாதவர்களாகத்தான் கருதுவார்கள்.

இயற்கையை அதிகமாகப் புரிந்து கொள்ளவும் வெல்லவும் செய்வதுதான் அறிவியலின் குறிக்கோள். மதமோ, எல்லா விஞ்ஞானத்தையும் அடைந்து விட்டோம் என்று அகங்காரம் கொண்டு அலைகின்றது. இரண்டாயிரம் ஆண்டுகளுக்கு முன் வாழ்ந்த ஒருவர் சொன்னவை அனைத்தையும் ஆய்வு செய்யாமல் கண்களை மூடிக்கொண்டு விழுங்குவதற்கு அவர்களுக்குத் தயக்கமே இல்லை. பிறகு தப்புவதற்காக சில நொண்டிச் சாக்குகளைக் கூறுவார்கள்: 'விஞ்ஞானம் முழுமையடையாதது; விஞ்ஞானத்துக்குப் பிரபஞ்ச இரகசியம் முழுவதையும் தெரிந்து கொள்ள இயலவில்லை. அதனால் மதம் தான் சரியானது.'

ஒரு மதப் பிரசங்கி அண்மையில் எழுதிய கட்டுரையிலிருந்து ஒரு பகுதியை இங்கே கொடுக்கின்றேன்:

"பல ஆயிரம் கோடி நட்சத்திரமண்டல ஒளி வீதிகள் இன்று கண்டுபிடிக்கப்பட்டுள்ளன. அவற்றில் ஒன்றுதான் நமது ஒளி வீதி. நமது ஒளி வீதியில் பல ஆயிரம் கோடி நட்சத்திரங்கள் உள்ளன. அவற்றில் ஒன்றுதான் நமது சூரியன். நமது சூரியனின் ஒரு துணைக் கிரகம்தான் இந்த பூமி. நமது சூரியனின் 13 இலட்சத்தில் ஒரு பங்கு மட்டும்தான் இந்த பூமி. இந்த பூமியை ஒருமுறை சுற்றி வரவேண்டுமென்றால் இரண்டு கோடியே இருபது இலட்சம் மனிதர்களை கிழக்கு மேற்காக நீளவாக்கில் தொட்டாற்போல் படுக்க வைத்தால் மட்டுமே முடியும். அந்த அளவுக்குச் சிறியவன்தான் மனிதன். இந்தச் சிறிய மனிதனின் தலையில் திணித்திருக்கின்ற சிறிய மூளையினால் கோடானுகோடி கேலக்சிகளான ஒளி வீதிகளையும் அவற்றின் இயக்கங்களையும் தோற்றத்தையும் பிற செய்திகளையும் தவிர்த்து நிறுத்தி விடலாம் என்று ஆசை கொள்வது வெறும் துன்பம் தரக்கூடியது அல்லவா?

"இவ்வளவு பெரிய ஓர் இடத்தின் ஒரு மூலையில் அணுவாகக் கூட சித்திரிக்கின்ற தகுதியில்லாத மனிதன், தான் யார் என்றும் எங்கிருந்து வந்தான் என்றும் எங்கே போகின்றான்

என்றும் அவனுடைய அற்ப ஆயுளில் அறிய முடியுமா? முடியாது என்பதால்தான் அனைத்தையும் படைத்த கடவுள் அவனைப் பற்றியும் அவனுக்கு அப்பாற்பட்ட காரியங்களைப் பற்றியும் வெளிப்படுத்தினார். மேற்படி வெளிப்பாடுகளின் தொகுப்புதான் பைபிள். அதில் இந்த மனிதன் தன் ஆயுள் காலத்தில் அதை வளப்படுத்த தேவையானவற்றையெல்லாம் வெளிப்படுத்தித் தந்திருக்கின்றார்."

பிரபஞ்சத்தைப் பற்றிய முழு அறிவையும் பெற முடியாத தால் வெறும் பாட்டிக் கதைகளை நம்ப வேண்டும் என்பதே இவருடைய வாதம். ஆனால், இந்த உபதேசியின் கட்டுரையில் கூறுகின்ற பிரபஞ்ச இரகசியங்கள் அவர் கூறுகின்ற பைபிளில் இருப்பவை அல்ல. விஞ்ஞானிகள் கண்டுபிடித்தவை தான். அண்மைக் காலத்தில் கண்டுபிடித்த மிக முக்கியமான அறிவியல் கண்டுபிடிப்புகளில் சில இவைதான்: அணு சக்தி உற்பத்தி, பில்லியன் கணக்கிலான ஒளி ஆண்டுகளுக்கு அப்பாலுள்ள பிரபஞ்சத்தைப் பற்றிய அறிவைப் பெறுவதற்கு ஏற்ற ரேடியோ டெலஸ்கோப், செயற்கை கருத்தரிப்பு, கிரகங்களுக்குள் தகவல் பரிமாற்றம், விண்வெளிப் பயணம், விண்வெளியில் நடத்தல், சந்திரனில் விண்வெளிக் கலத்தைத் தரையிறக்கியது, சந்திரனில் புலப்படாத பக்கத்தை புகைப்படம் எடுத்து அதை பூமிக்கு அனுப் பியது, சந்திரனிலுள்ள மண்ணை ஆய்வு செய்தது, இதய மாற்று சிகிச்சை ஆகியவை.

இவற்றையெல்லாம் அறிவியல் ரீதியிலான பரிசோதனை களின் மூலமாகத்தான் மனிதன் கண்டுபிடித்தான். அனைத்தையும் அறிகின்ற ஆற்றல் பெற்ற தெய்வம் எந்த ஒரு பக்தனிடமும் இத்தகைய காரியங்களை வெளிப்படுத்தவில்லை. மனிதனின் இந்த அறிவியல் கண்டுபிடிப்புகளுக்குத் தேவையான அறிவியல் அறிவு எந்தவொரு மத நூலிலும் இல்லை. அதே வேளையில் மனிதனின் முன்னேற்றத்துக்கு அவை தடைகளையும் உருவாக்கு கின்றன. விஞ்ஞான ரீதியிலான ஆய்வினால் மூடநம்பிக்கை களை தனிப்படுத்தி புறக்கணித்துவிட்டு திறந்த கண்களுடன் நாம் ஏன் முன்னேறக் கூடாது?

பழமையை முழுமையாக இகழ்ந்து புறக்கணிக்கின்ற வழக்கம் பகுத்தறிவாளர்களிடம் இல்லை. பழமையானாலும் புதுமையானாலும் அவற்றை விஞ்ஞான அறிவின் சூளையில் பரிசோதனை செய்து உண்மையைப் பொய்யிலிருந்து பிரித்

தெடுப்பதைத்தான் பகுத்தறிவாளர்கள் செய்கின்றனர். நம்முடைய முன்னோர்களுடைய கண்டுபிடிப்புகளைத் தொடர்ந்துதான் நமது காலகட்டத்திலுள்ள கண்டுபிடிப்புகள் உண்டாயின. அவர்களுக்கு ஏற்பட்ட தப்புகளை இனி நாம் மீண்டும் செய்ய வேண்டிய அவசியம் இல்லை.

76

அனைத்தையும் ஆளுகின்ற தெய்வம்!

தெய்வம்தான் எல்லாவற்றையும் ஆளுகின்றார். அவருக்குத் தெரியாமல் ஒரு முடிகூட உதிர்வதில்லை என்றுதான் பக்தர்கள் கூறுகின்றனர். பின்வரும் செய்தியை நோக்கி இந்த பக்தர்கள் கவனத்தைத் திருப்ப நான் அழைக்கின்றேன்:

“பெருவில் பூகம்பத்தால் இறந்தவர்களின் எண்ணிக்கை 35,000 க்கும் குறையாது என்பது உறுதிப்பட்டிருக்கின்றது. ஆன்டீஸ் மலைப் பிரதேசத்தைச் சேர்ந்த யுன்காய் மாநிலத்தி லுள்ள நகரங்களிலும் சுற்றுப் புறங்களிலுமாக 34,000 பேர் மரணமடைந்திருக்கின்றனர். ஞாயிற்றுக்கிழமை ஏற்பட்ட பூகம்பத்தைத் தொடர்ந்து ஆரம்பித்த எரிமலை வெடிப்பினால் தான் இந்தக் கூட்டு மரணங்கள் உண்டாயின.

“இந்தச் செய்தியை அதிபரின் உத்வியாளரான அகஸ்டோ சிம்மேர்மான்தான் நேற்று வெளியிட்டார். பெருவில் ஏற்பட்ட பூகம்பங்களில் மிகப் பயங்கரமானதென்று எந்த நிலையிலும் சொல்லக் கூடிய ஞாயிற்றுக் கிழமையன்று நடந்த 40 வினாடி நேர பூகம்பத்தால் நிகழ்ந்த மரணம் 35,000 ஆக உயர்ந்துவிட்டது என்று அவர் கூறினார். ஹுவாம்ஸ் நகரத்திலும் பிற இடங்களிலுமாக ஆயிரம் பேர் இறந்த விவரம் முதலிலேயே அதிகாரபூர்வமாக அறிவிக்கப்பட்டிருந்தது. இடிந்துவிட்ட கட்டடங்களின் இடு பாடுகளினிடையிலும் பூமியில் ஏற்பட்ட பிளவுகளிலும் ஓய்வின்றி தேடுதல் பணியைச் செய்து கொண்டிருக்கின்ற பாதுகாப்புப் படை வீரர்களுக்கு நிமிடத்திற்கு நிமிடம் அதிகமான இறந்த உடல்கள் கிடைத்துக் கொண்டே இருக்கின்றன. வடபெருவின் பிற பகுதிகளில் இன்னல்பட்டுக் கொண்டிருக்கின்ற பாதுகாப்புப் படை வீரர்களை ஒரு பிரச்சனைகூட எதிர்கொண்டிருக்கின்றது – புதிய வெள்ளப் பெருக்கு. பூகம்பத்தைத் தொடர்ந்து ஆன்டீஸ்

மலையின் பனிச் சிகரங்கள் உடைந்து யுன்கானுகோ தடாகத்தில் விழுந்ததைத் தொடர்ந்து ஏற்பட்ட வெள்ளப்பெருக்கு யுன்காய் மாநிலத்திலுள்ள பல சிறு நகரங்களைப் பாதித்திருக்கின்றது. நிலநடுக்கம் தொடர்ந்து கொண்டே இருக்கின்றது. மக்களை அச்சம் கொள்ள வைக்கின்ற நிலையில் நூற்றுக்கும் மேற்பட்ட நில நடுக்கங்கள் அந்தப் பிரதேசத்தில் ஏற்பட்டுவிட்டன. உணவுப் பொருள்களையும் கூடாரம் அமைப்பதற்கான கருவிகளையும் துணிகளையும் மருந்துகளையும் சுமந்து கொண்டு கப்பல்கள் சிம்போட்டே துறைமுகத்தை நோக்கி விரைந்திருக்கின்றன. துயர் துடைக்கும் பணிகளுடைய தலைமை இடம்தான் சிம்போட்டே". (ராயிட்டர்).

1970 ஜூன் 4 ஆம் நாள் பத்திரிகைகளில் வெளிவந்த செய்தி இது. தென் அமெரிக்காவின் மேற்குப் பகுதியில் ஈக்வடாருக்கும் பொலீவியாவுக்கும் இடையில் அமைந்துள்ள நாடுதான் பெரு. 12,85,215 ச.கி.மீ. பரப்பளவு கொண்ட அந்த நாட்டில் ஒன்றேகால் கோடி மக்கள் வாழ்கின்றனர். அவர்களில் பெரும்பாலானவர்கள் ரோமன் கத்தோலிக்கர்கள்தான். இன்கா இனத்தைச் சேர்ந்த செவ்விந்தியர்கள் 13 ஆம் நூற்றாண்டில் உயர்ரக நாகரிகத்தை நிறுவியிருந்த நாடு அது. கி.பி. 16ஆம் நூற்றாண்டில் பிசாரோ என்ற கொடுங்கோலனான கத்தோலிக்க சர்வாதிகாரி அதை முழுமையாக அழித்தான். இன்காக்களின் தெய்வங்களையும் அவர்களுடைய கோயில்களையும் பிசாரோ இடித்துத் தரை மட்டமாக்கினான். அன்று முதல் இன்றுவரை ரோமன் கத்தோலிக் கர்களுடைய ஆட்சிதான் அங்கே நடைபெறுகின்றது. அதனால் தான் பூகம்பம் உண்டானது என்று சொல்ல நான் வரவில்லை. சர்வ வல்லமையுடைய தெய்வம் எல்லாவற்றையும் ஒழுங்காகவும் வரிசையாகவும் நடத்துகின்றது என்று பிரசங்கம் செய்கின்றவர்கள் தான் கத்தோலிக்கர்கள். பெருவில் ஏற்பட்ட பூகம்பமும் அதன் விளைவாக உண்டான அழிவுகளும் தெய்வத்தின் ஒழுங்கான பணியைத்தான் காட்டுகின்றதா? அப்படித்தான் என்றால் அந்தப் பூகம்பத்தில் இறந்த பிஞ்சுக் குழந்தைகள் உள்பட்டவுள்ள 35,000 பேரைக் கொன்றதில் தெய்வத்துக்குக் கிடைத்த மன நிறைவுதான் என்ன? 'கடைசி உணவைக்கூட உண்ண வாய்ப்புக் கொடுக் காமல்தான் கடவுள் அவர்களைக் கொன்றார் – கஷ்டம் தான்!

பெருவைப்போல பல இடங்களிலும் பூகம்பங்கள் நிகழ்வ துண்டு. சூரியனின் வெப்பத்தால் மரணமடைகின்றவர்களும்

உண்டு. இவையெல்லாம் எதிர்பாராத நிகழ்வுகள்தான்! படைத்து காத்து அழிக்கின்ற செயலைச் செய்கின்ற ஓர் ஆற்றல் உண்டென்றால் இவை எதுவும் நிகழக் கூடாதல்லவா!

77

கிரகணமும் வெடிச்சத்தமும்

“கிரகண நேரத்தில் சுற்றுச் சூழல் மாசுபடும் என்று சில உயிரினங்களுக்குக்கூட தெரியும் என்றே தென்படுகின்றது. அதனால் அந்த வேளையில் இந்துக்கள் உணவு உண்பது இல்லை. கிரகணம் முடிந்து குளித்தபிறகே அவர்கள் எதுவேனும் உண்பார்கள். மேலும், நாடு முழுவதும் மடல் அடித்து ஓசை எழுப்புவதும் வழக்கமாக இருந்தது. ஓசைகளுக்கு சுற்றுச் சூழலிலுள்ள நச்சு அணுக்களைக் கொல்லும் ஆற்றல் உண்டு என்றும், இடி இடிக்கும் பொழுது கோடானுகோடி நச்சு அணுக்கள் அழிவதுண்டு என்றும் இன்றைய விஞ்ஞானத்துக்குத் தெரியும். பழைய இந்துக்கள் மக்கள் கூட்டத்தால் மாசடைகின்ற கோயில் சுற்றுச்சூழலை தூய்மையாக்குவதற்காக வெடி வெடித்தார்கள் என்பதை அறிந்திருப்பதும் நல்லது.”

கிரகணத்தையும் வெடிச்சத்தத்தையும் பற்றிய இந்தப் புதிய விளக்கத்தை அளித்தவர் ஓர் இந்துமதப் பண்டிதர்.

இன்று, செப்டம்பர் 22 ஆம் நாள் நான் இந்தக் கட்டுரையை தட்டச்சு செய்வது கொழும்புவில் சூரிய கிரகண நேரத்தில்தான். தட்டச்சு செய்யும்பொழுது நான் சில பிஸ்கட்டுகளையும் தின்று கொண்டு இருக்கின்றேன். என் பக்கத்து வீட்டுக்காரர்கள் புத்த மதத்தையும் கிறித்தவ மதத்தையும் சேர்ந்தவர்கள். அவர்களில் எவரும் பச்சை மடலை எடுத்து தரையில் அடிக்கவில்லை. சூரிய கிரகண வேளையில் உண்டாகும் என்று கூறுகின்ற நச்சு அணுக்களின் தொல்லை எங்களில் எவருக்கும் அனுபவப் படவில்லை. சுற்றுச் சூழலில் நச்சு அணுக்களின் தொல்லை இந்துக்களுடைய வீட்டைச் சுற்றி மட்டும்தான் உருவாகுமா? பன்னிரண்டு ஆண்டுகளுக்கு முன்பு பத்து மணி அளவில் கொழும்புவில் முழு சூரிய கிரகணம் உண்டானது. அன்றும் நானோ என் அண்டை வீட்டுக்கார்ர்களோ உணவு உண்பதற்கு முன்பு குளிக்கவில்லை. எங்களுக்கு அன்றும் நச்சு அணுக்களின்

தொல்லை உண்டாகவில்லை. நாங்கள் இந்துக்கள் அல்லாததால் தான் தொல்லை உண்டாகவில்லையோ என்று அய்யம் கொள்கின்றேன்!

வெடிவெடிக்கும் பொழுதும் இடி இடிக்கும் பொழுதும் சுற்றுச் சூழல் தூய்மையாகும் என்பதுதான் அவருடைய இன்னொரு வாதம். இந்த மனிதன் கேரளத்தில் சுகாதாரத்துறை அமைச்சராக ஆனால் மருத்துவமனை வார்டுகளிலிருந்து நோய்க் கிருமிகளை அழிப்பதற்கு கிருமி நாசினிகளைப் பயன்படுத்துவதற் குப் பதிலாக தினமும் வெடி வெடிக்கச் செய்தார் என்ற நிலை உருவாகக் கூடும். இந்த மனிதருக்கு விநோதமான இந்த எண்ணங்கள் எங்கிருந்து கிடைத்தன? இடி இடிக்கும் பொழுது நோய்க் கிருமிகள் அழிவது மின்சாரப் பிரவாகத்தின் மூலம் உண்டாகின்ற சூட்டின் ஆதிக்கத்தால்தான் என்பதையும் ஓசை யால் அல்ல என்பதையும் அவர் தெரிந்து கொள்வது நல்லது. வயலருகில் நின்று நாதஸ்வரம் வாசித்தால் அதிக விளைச்சல் உண் டாகும் என்பது இந்த மனிதரின் இன்னொரு கோட்பாடு. வயல்களில் உரமிடுவதற்குப் பதிலாக சில நாதஸ்வர வித்வான் களை ஏற்பாடு செய்வது அதிக இலாபகரமாக இருக்கும் என்று தென்படுகின்றது! இத்தகைய மடமைகள்தான் கீழை நாட்டு அறிவியல் என்று சொல்லி பலரும் புலம்பிக் கொண்டு திரிகின்றனர்.

78

கடந்து சென்ற உலக அழிவு

உலக அழிவைப் பற்றி பலரும் பேசுவதைக் கேட்கத் தொடங்கி ஆண்டுகள் பலவாகிவிட்டன. 1962இல் எட்டு கிரக யோகம் உண்டாகும் பொழுது உலகம் அழியும் என்று முதலி லேயே சிலர் அறிவித்திருந்தனர். ஆனால், அன்று நிலநடுக்கமோ வெள்ளப் பெருக்கோ கூட ஏற்படவில்லை. 1969 பிப்ரவரி 20 ஆம் நாள் உலகம் அழியும் என்று இன்னொரு செய்தி இத்தாலியி லிருந்து வந்தது. அதிகாரபூர்வமான செய்தி முகமைகள் அளித்த அந்த அறிக்கை பின்வருமாறு:

"போல்சானோ (இத்தாலி), பெப்ரவரி 7 - பெப்ரவரி 20 ஆம் நாள் உலக அழிவு நிகழும் என்று 15ஆம் கிளமன்ட் 'பாப்பா' அறி வித்திருக்கின்றார். 'பாப்பா' ஆன தன்னுடையவும் 'வனிதா

பாப்பா' என்றழைக்கப்படுகின்ற மரியா ஸ்ட்டாப்ளருடையவும் அருமைச் சீடர்களைத் தவிர மற்ற அனைவரும் பெப்ரவரி 20 ஆம் நாள் அழிவார்கள் என்று இந்தப் பிரபல புரோகிதர் துல்லியமாகச் சொல்லியிருக்கின்றார். அங்கியைக் கழற்றி வைக்க வேண்டிய நிலைக்கு ஆளான முன்னாள் புரோகிதரே இவர். குறிப்பிட்ட நாள் நெருங்க நெருங்க பதட்டம் கொண்ட மக்கள் பதினைந்தாம் கிளமண்ட், 'வனிதா பாப்பா' ஆகியோரைச் சுற்றி குழுமிக் கொண்டே இருக்கின்றனர்."

பத்திரிகைகள் அனைத்தும் ஒரு விநோதமான செய்தி என்ற நிலையில் இதை வெளியிடவும் செய்தன. சில கிராம மக்கள் இதைப் பார்த்து அஞ்சினர். நான்கைந்து நாள்கள் கடந்ததும் இந்தப் பரபரப்பு அடங்கியது. இந்த அறிவிப்பை வெளியிட்ட முன்னாள் புரோகிதன் மனநிலை பாதிக்கப்பட்டவர். இதைப் போன்ற பல காட்சிகள் இதற்கு முன்பும் அவருக்குத் தோன்றியது உண்டு. 'நடைமுறைக்குத் தொடர்பு இல்லாத காட்சிகளைக் கூறுகின்றவர்' என்ற நிலையில்தான் கத்தோலிக்க சபை அவருடைய அங்கியைக் கழற்ற வைத்தது.

இந்தக் கத்தோலிக்கப் புரோகிதனைப் போல உலக அழிவைப் பற்றி சொன்ன பலர் கிறித்தவ மதத்தில் உண்டு. ரட்சகனான கிறிஸ்து, விசுவாசிகளை ரட்சிக்க மீண்டும் வருவார் என்றே கிறித்தவர்கள் நம்புகின்றனர். அந்த நாளும் நாழிகையும் யாது என்பது மட்டும்தான் அவர் களுக்குத் தெரிந்திருக்கவில்லை. தங்கள் வாழ்நாளின்போதே மீண்டும் வருவார் என்று அப்போஸ் தலர்கள் எண்ணினார்கள். அதனால் மனைவி உள்ளவர்கள் இல்லாதவர்களைப் போல வாழ வேண்டும் என்று அவர்கள் அறிவுரை கூறினார்கள். எவரேனும் மடையர்கள் அவ்வாறு வாழ்ந்திருக்கவும் கூடும்! எப்படியிருந்தாலும் சரி, கிறிஸ்து அன்று வரவில்லை; உலகம் அழியவும் இல்லை.

ஆயிரமாவது ஆண்டில் உலகம் அழியும் என்று புனித அகஸ்டின் *(353 – 430)* கூறினார். அன்றும் உலகம் அழியவில்லை. பின்னர் பல கால கட்டங்களிலும் உலகம் அழிவதைப் பற்றிய பேச்சுகள் எழுந்தன. அவற்றில் அதிக முக்கியத்துவம் வாய்ந்தது அல்லன் ஜி. வைட் என்ற அமெரிக்கப் பெண்ணின் பேச்சுதான். அவர் பைபிளைப் படித்து கிறிஸ்துவின் இரண்டாம் வருகையைப் பற்றிய அறிவிப்புகளை கூட்டிக் கழித்துப் பார்த்து ஒரு நாளைக் கண்டுபிடித்தார். அன்று கிறிஸ்து நடுவானில் காட்சியளிப்பார்

என்று அவர் சொன்னார். அதை நம்பி பலரும் காத்திருந்தனர். அந்த நாள் கடந்தும் எதுவும் நிகழாமலிருந்ததைக் கண்டதும் விசுவாசிகள் அவரிடம் வினவினர். அவர் மிகத் தந்திரமாக பின்வாங்கிவிட்டார். அன்று கிறிஸ்து சொர்க்கத்திலிருந்து இறங்கி நடுவானிலுள்ள புனித இடத்திலிருந்து மிகப் புனிதமான இடத்துக்கு ஏறிச் சென்றார் என்று அவர் விளக்கம் அளித்தார். பக்த கோடிகள் 'ஆமென்' என்றார்கள். வேறு என்ன செய்வார்கள்!

அல்லன் ஜி. வைட்டினைப் போலவே கிறிஸ்துவின் இரண்டாம் வருகைக்கும் உலக அழிவுக்கும் நாள் குறித்த ஒரு வித்வான் கேரளத்திலும் இருந்தார். 1861இல் கிறித்தவ மதத்தில் சேர்ந்த வித்வான் குட்டி என்ற பார்ப்பனர் 1875இல் 'யுயோமய மதம்' என்ற ஒரு புதிய மதத்தை நிறுவினார். இந்து — கிறித்தவ மதங்களின் சில நம்பிக்கைகளை இணைத்து அவர் மதத்துக்கு வடிவம் கொடுத்தார். கிறிஸ்துவின் இரண்டாம் வருகைக்கும் உலகம் அழிவதற்கும் அய்ந்தரை ஆண்டுகளே எஞ்சி இருக்கின்றன என்று வித்வான் குட்டிக்கு தரிசனம் கிடைத்தது. அவர் ஆவேசத்துடன் அந்த மதத்தைப் பரப்பினார். பலர் யுயோமய மதத்தில் இணைந்தனர். உலகம் அழிகின்ற அன்று நண்பகலில் இருள் சூழும் என்று அவர் சொன்னார். சிலர் அந்தப் பிரளய இருளில் பயன்படுத்துவதற்காக தீப்பந்தம் ஏற்றுவதற்கான ஏற்பாடுகள்வரை தயாராக்கி வைத்திருந்தனர். ஆனால், குறிப்பிட்ட நாளில் கிறிஸ்து வரவில்லை; உலகமும் அழியவில்லை. 'அய்ந்தரை வேதக்காரர்கள்' மக்கள் வித்வான் குட்டியின் மதத்தைப் பற்றி கிண்டலாகப் பேசினார்கள். இன்று பெயரளவுக்கே அந்த மதத்துக்கு ஆதரவாளர்கள் இருக்கின்றனர்.

துல்லியமாக நாளைக் குறிப்பிடாவிட்டாலும் கிறித்தவ மதப் பரப்புநர்கள் கிறித்துவின் இரண்டாம் வருகையைப் பற்றி சொல்ல மறப்பதில்லை. தெருவோரங்களில் நின்று உபதேசிகள் 'அவர் மீண்டும் வருகின்றார்' என்று இன்றும் பிரசங்கம் செய்து கொண்டே இருக்கின்றனர். 'வான் மேகங்களில் கம்பீரத்துடன்' தான் 'அவர்' வருவார் என்று பைபிள் கூறுகின்றது. அப்பொழுது பூமியிலுள்ள விசுவாசிகள் அனைவரையும் கண்களை இமைப்பதற்கு முன்பே உயிரோடு உயரே தூக்குவாராம்! 1932இல் கேரளத்தில் முதன்முதலாக விமானம் வந்த பொழுது சுவையான ஒரு சம்பவம் நிகழ்ந்தது. மூவாற்றுப்புழைக்கு அருகிலுள்ள ஓர் ஊரில் பிரசங்கம் செய்து கொண்டிருந்த ஓர் உபதேசி விமானத்தின் சத்தம் கேட்டதும் அது கிறிஸ்துவின் இரண்டாம் வருகையே என்று

எண்ணிவிட்டார். 'கர்த்தரே, என்னை எடுத்துக் கொள்ளுங்கள்' என்று பிரார்த்தனை செய்தார். வானை நோக்கி தன் உடல் உயரவில்லை என்பதைக் கண்டதும், 'என் கர்த்தரே, என்னை ஏன் கைவிட்டீர்?' என்று சொல்லி அழத் தொடங்கினார். இந்த உபதேசி மட்டுமல்ல, பிற பலரும் விமானத்தின் சத்தத்தைக் கேட்டு உலகம் அழியப் போகின்றது என்று கருதி அஞ்சினார்கள்!

அறியாமை நிறைந்தவர்களையும் மூட நம்பிக்கையாளர் களையும் தவிர வேறு எவரும் உலகம் அழிவதை எண்ணி கலங்குவதில்லை. எளிதில் அழிகின்ற தரத்தில் நமது பூமியின் அமைப்பு இல்லை. கோடானுகோடி ஆண்டுகள் கழியும்பொழுது சூரியன் அழிந்துவிடும் என்றும் பூமி மனிதன் வாழக்கூடிய தகுதி இல்லாததாக ஆகிவிடும் என்றும் விஞ்ஞானிகள் கூறுவதுண்டு. சூரிய மண்டலத்துக்கும் பால் வெளிக்கும் அப்பால் வேறு எதுவேனும் பிரபஞ்சங்களில் அன்று அவன் குடியேறி விடுவான்.

79
புனித சில்வாவின் புனித சுவிசேஷம்

மத்தேயு, மாற்கு, லூக்கா, யோவான் என்ற நான்கு பேர் எழுதிய சுவிசேஷங்கள் பைபிள் புதிய ஏற்பாட்டில் உள்ளன. இவை தவிர பைபிளில் அடங்காத பதினாறு சுவிசேஷங்களும் உள்ளன. ஆனால், அவற்றில் உட்படாத வேறொரு சுவிசேஷத் தின் கதையே இது. இலங்கையிலுள்ள 'மெதடிஸ்ட்' சர்ச்சின் தலைவரான எஸ். டி சில்வா எழுதியதே இது. இந்த நாட்டிலுள்ள கிறித்தவப் புரோகிதர்களிடையில் அவர் ஒரு முற்போக்கு வாதியாகவே அழைக்கப்படுகின்றார். பைபிளிலுள்ள 'கர்த்தரை' 'சொர்க்கத்தில் வாழ்கின்ற நமது பிதா'வாக அவர் சித்திரிக்கின்றார்; அவருக்கே உரிய ஒரு விளக்கத்தையும் அளிக்கின்றார்.

'விசுவாசத்தின் சிரம கட்டம்' என்ற பெயரில் ரெவ. சில்வா எழுதிய குறுநூலிலிருந்து முக்கியமான பகுதிகளை நான் இங்கே கொடுக்கின்றேன். அதற்குக் கீழே என்னுடைய குறிப்புகளையும் எழுதியிருக்கின்றேன்:

"நான் கடவுளை நம்புகின்றேன். ஏனென்றால் என் வாழ்க்கையில் தெய்வத்தின் இயக்கம் உண்டு. என் வாழ்க்கை யிலுள்ள பல சம்பவங்களும் கடவுள் கிருபையாலேயே நிகழ்

கின்றன. இன்றைய உலகத்தில் கடவுளின் கரங்கள் இயங்குவதை நான் புரிந்து கொண் டிருக்கின்றேன்."

விசுவாசியின் (பக்தனின்) வாழ்க்கையில் நிகழ்வதுபோல கடவுள் மறுப்பாளர்களின் வாழ்க்கையிலும் நிகழ்வதில்லையா? அந்த நிலையில் அது கடவுள் உண்டு என்பதற்கு எப்படிச் சான்றாக ஆகும்? கடவுளின் கரங்கள் பூமியில் இயங்குகின்றதற் கான சான்று யாது? காரணகாரிய உறவைப் பற்றி ஆய்வு செய்கின்ற விஞ்ஞானிக்கு கடவுளின் கரங்கள் இயங்குவதைக் காண முடியவில்லையே.

"ஒருவர் கடவுள் இல்லாமலேயே மகிழ்ச்சியாக வாழ் கின்றார் என்று சொன்னால், என்னுடைய பதில் கடவுள் இல்லை என்பதற்கு அது சான்றாக ஆகாது என்பதுதான்."

சற்று அதிகமான மக்கள் நம்புவதாலேயே அது உண்மையாக வேண்டும் என்பதில்லை அல்லவா!

"விண்வெளியில் எங்கேயோ கடவுள் இருக்கின்றார் என்றும் அந்தக் கடவுள் எல்லோருடைய ஆசைகளையும் வேண்டுகோள் களையும் கவனிக்கின்றார் என்றும் நான் எண்ணவில்லை."

இந்த விசயத்தில் பகுத்தறிவாளர்கள் சில்வாவுடன் ஒத்துப் போகின்றனர். 'சொர்க்கத்தில் வாழ்கின்ற எங்கள் பிதாவே!' என்று ஆரம்பிக்கின்ற பிரார்த்தனை இந்த நம்பிக்கைக்கு எதிரானது அல்லவா? 'மெதடிஸ்ட்' சபை இந்தக் கருத்தை ஏற்றுக் கொள் கின்றதா?

"வழிபாடு, பிரார்த்தனை, மதச் சடங்குகள் ஆகியவற்றால் தெய்வத்தை வெல்ல முடியும் என்று நான் நம்பவில்லை."

நாங்கள் ஒப்புக் கொள்கின்றோம். அப்படியென்றால் புரோ கிதர்கள் அனைவரையும் வீட்டுக்கு அனுப்பிவிடலாம்! பிரார்த்தனை, வழிபாடு, பூசை ஆகியவற்றின் மூலம் கடவுளை இன்பமடையச் செய்வதல்லவா அவர்களுடைய தொழில். மதச் சடங்குகளைச் செய்வதற்காக உருவாக்கப்பட்டுள்ள தேவாலயங் களை எதுவேனும் நாடகக் குழுவுக்கோ பள்ளிக் கூடத்துக்கோ கொடுத்துவிடலாம் அல்லவா! 'மெதடிஸ்ட்' சபை அதற்குத் தயாராகுமா?

"ஞானஸ்நானம் மூழ்க வைக்கப்பட்ட – மூழ்க வைக்கப்படாத குழந்தைகளிடையில் எதுவேனும் வேற்றுமை உண்டு என்று நான் நம்பவில்லை."

ரெவரென்ட் சில்வா அவருடைய தேவாலயத்திலாவது ஞானஸ்நானத்தை தடை செய்வார் என்று நாம் ஆறுதல் அடையலாம்.

"புது நன்மையை ஏற்றுக் கொண்ட கிறித்தவர்களுக்கு அதை ஏற்றுக் கொள்ளாத பிற மனிதர்களைவிட சிறப்பான எதிர்காலம் உண்டு என்று நான் கருதவில்லை."

நல்லது. இயன்றவரையில் மிக விரைவாகப் பயனற்ற புது நன்மைகளைத் தடை செய்யுங்கள்.

"பிரார்த்தனை செய்பவர்களின் நோயை மட்டுமே கடவுள் குணப்படுத்துவார் என்று நான் நம்பவில்லை. நோய்கள் அனைத்தையும் குணமாக்குபவர் கடவுள்தான்."

நோயைக் குணமாக்குவது கடவுள்தான் என்றால், நோயை வரவழைப்பதும் கடவுளாகத்தானே இருக்க வேண்டும்? அதைப் போல மரணத்தை வரவழைப்பதும் கடவுளாகத்தான் இருக்க வேண்டும். போப்பாண்டவர், பாதிரி யர்க்கீஸ் முதலிய மதத் தலைவர்களுக்கும் 'புனிதர்'களுக்கும் பிறருக்கும் நோயை வரவழைப்பதும் அவர்களை மரணத்துக்கு உள்ளாக்குவதும் கடவுளே அல்லவா. அந்த நிலையில் நோய் உண்டாகும்பொழுது அவர்கள் சிகிச்சை பெறுவது கடவுளுக்கு எதிரானது அல்லவா.

"மனிதர்களுக்கு சொர்க்கமும் நரகமும் விதிக்கப்பட்டிருப்பதாக நான் நம்பவில்லை."

அப்படியானால் சொர்க்க – நரகங்களின் பெயரில் மனிதர்கள் நேரத்தை வீணாக்குவது எதற்காக? அதைப் பற்றி பேசுகின்ற தொழிலை புரோகிதர்களுக்குத் தடை செய்யக் கூடாதா?

"தேவ கிருபை எதுவேனும் சபைக்கு மட்டுமே உரியது என்று நான் கருதவில்லை. அது எல்லோருக்கும் ஒன்று போலவே கிடைக் கின்றது."

அப்படியானால் கிறித்தவர்கள் எதற்காக மதத்தைப் பரப்பு கின்றனர்?

மனிதனின் மத சம்பந்தமான வாழ்க்கையில் தெய்வத்துக்குத் தனி ஈடுபாடு உண்டு என்று நான் நினைக்கவில்லை."

அப்படியென்றால் இனி மதம் எதற்காக?

"எந்தவொரு மனிதனுக்கும் தெய்வத்தை வருணிக்க முடியாது. கற்பனையில் கூட அவரைத் தரிசிக்க முடியாது."

இல்லாத ஒன்றை தரிசிக்கவோ வருணிக்கவோ எவராலும் முடியாது.

"இன்னொரு மனிதரை எதிர்கொள்வதைப் போலவே நான் கடவுளையும் எதிர்கொள்கிறேன். அதனால் அவர் ஒருவர் — மனிதர் — ஆவதில்லை."

இந்தக் கடைசிப் பகுதியை என்னால் புரிந்து கொள்ள முடிய வில்லை.

ஒரு மனிதனுக்கு உருவமற்ற கடவுளை எதிர்கொள்ள எவ்வாறு முடியும்? உருவமற்ற ஆற்றல்களுடன் பேசுவதாக எவரேனும் உரிமை கொண்டாடினால், அவருக்கு மனநோய் பாதிப்பு ஏற்பட்டிருக்கின்றது என்பதைப் புரிந்து கொள்ள வேண்டும்; உடனேயே மனநோய் மருத் துவரிடம் அழைத்துச் செல்லவும் வேண்டும்.

இறை தூதர்கள், அப்போஸ்தலர்கள் மூலமாக தேவ ஆவி வெளியிட்ட செய்திகள்தான் பைபிளில் இருக்கின்றன என்று 'மெதடிஸ்ட்' சபை கூறுகின்றது. ரெவ. டி. சில்வாவின் கருத்துகள் பலவும் அதற்கு எதிரானவையாக இருக்கின்றன. பிறகு எதற்காக அவர் 'மெதடிஸ்ட்' சபையில் தொடருகின்றார்? அய்ரோப்பாவி லிருந்து இறக்குமதி செய்த 'மெதடிஸ்ட்' மதத்தைவிட முற்போக்கானதுதான் ரெவ. டி சில்வாவின் புதிய மதம். ஆனால், பைபிள் கூறுகின்ற கடவுளை மறுக்கின்ற நிலையில், அவர் கூறுகின்ற தெய்வத்தை நிரூபிக்க வேண்டியது அவருடைய கடமை ஆகின்றது. சில்வா சொல்கின்ற உருவமற்ற கடவுள் உண்டு என்பதற்கு எந்த ஆதாரத்தை அவர் அளிக்க முடியும்? சுய மூட நம்பிக்கையைத் தவிர அதற்கு வேறு எதுவும் வேண்டாமா?

அறிவியல் உண்மைகளுக்கு முன்னால் நிற்கின்ற திறமை இல்லாத நிலைமை வந்ததும் மதத்தை நிலை நிறுத்துவதற்காகப் புரோகிதர்கள் ஏற்றுக்கொண்ட புதிய தந்திரங்களுடைய ஓர் எடுத்துக்காட்டு தான் டி சில்வாவின் சுவிசேஷம். முற்போக்கு கத்தோலிக்கர்களும் முற்போக்கு சுரியானிகளும் அந்தத் தந்திரத்தின் பிரிவினர்தான். ஆதியாகமக் கதையில் பொருளே இல்லை. கடவுள் வழிபாட்டை ஏற்றுக் கொள்வது இல்லை, பிரார்த்தனை யாசிப்பது அல்ல என்றெல்லாம் கூறுகின்ற முற்போக்குவாதிகளான புரோகிதர்களை ஆங்காங்கே காணலாம். ஆனால், அவர்கள் வழிபாடு செய்ய வேண்டாம் என்றோ பிரார்த்தனை வேண்டாம் என்றோ கூறுவதில்லை. ஆதியாகமக்

கதைகள் தப்பானவை என்று சொல்லும் பொழுதே, கிறித்துவின் சிலுவை மரணம் பாவ பரிகாரத்திற்காக என்று பிரசங்கமும் செய்வார்கள். ஆதாமின் கதை வரலாற்று உண்மை அல்ல என்று கூறுகின்ற கிறித்தவன், பாவத்தைப் பற்றி பேசினால், மனிதனிடம் பாபம் எப்படி உண்டானது என்பதைத் தெளிவுபடுத்த கடமைப்பட்டிருக்கின்றான். அதை அவன் செய்வதில்லை. புரோகித வேடம் ஒருவகையான 'வேடம்' என்பதுதான் இதன் பொருள்.

40

மதமும் பாலியல் உறவும்

இனத்தைப் பெருக்குவதற்கு இயற்கை கொடுத்திருக்கின்ற மார்க்கம்தான் செக்ஸ் உறவு. ஆனால், வாரிசை உருவாக்கும் ஆசையில் எந்த உயிரினமும் செக்ஸ் உறவில் ஈடுபடுவது இல்லை. பிறவி குணத்தால் அவ்வாறு செய்கின்றன — அவ்வளவு தான். விலங்குகளுக்கு சில குறிப்பிட்ட நேரங்களில் மட்டுமே செக்ஸ் ஆசை ஏற்படுகின்றது. ஆனால், மனிதனின் நிலை அது அல்ல. எல்லா காலத்திலும் இணை சேருகின்ற குணம் அவனுக்கு உண்டு. தம்பதியருக்கிடையேயான ஒற்றுமைக்கும் குடும்ப வாழ்க்கையின் கட்டுக்கோப்புக்கும் செக்ஸ் உறவு இருந்தே ஆக வேண்டும்.

ஆனால், மதங்களோ எல்லா காலகட்டத்திலும் செக்ஸ் உறவுகளில்கூட தலையை நுழைக்க முயன்றன. ரோமன் கத்தோலிக்க சபை இந்த விசயத்தில் முதலிடத்தில் நிற்கின்றது. செக்ஸ் உறவில் ஒரு குறிப்பிட்ட முறையை மட்டுமே அவர்கள் அனுமதித்தார்கள். பிற எதுவேனும் முறைகளை ஏற்றுக் கொண்டவர்களுக்கு அபராதமும் விதித்தார்கள். குறிப்பிட்ட ஒரு முறையில் செக்ஸ் உறவு மேற்கொண்டால் அதற்கு ஏழு ஆண்டுகள் பிராயச்சித்தம் செய்ய வேண்டும்.

ஞாயிறு, புதன், வெள்ளி ஆகிய நாள்களில் ஆண் — பெண் உறவு கொள்வதை சபை சட்டம் தடை செய்திருந்தது. ஈஸ்டருக்கு நாற்பது நாள்களுக்கு முன்பு முதல், கிறிஸ்துமசுக்கு நாற்பது நாள்களுக்கு முன்பு முதல், திருப்பலியில் பங்கு பெறுவதற்கு மூன்று நாள்களுக்கு முன்பு முதல் செக்ஸ் உறவைத் தவிர்க்க வேண்டும் என்று கத்தோலிக்க சபை உத்தரவிட்டிருந்தது.

1927 ஆகஸ்ட் 2 ஆம் நாள் வாடிகனிலிருந்து வெளியிட்ட கட்டளைகளில் விநோதமான ஓர் உத்தரவு இருந்தது. ஒரு கத்தோலிக்கக் கணவனின் இனப்பெருக்கத் திறனை ஒரு கத்தோலிக்க மருத்துவர் பரிசோதனை செய்ய வேண்டும் என்றால் செக்ஸ் உறவு முடிந்த உடனே மனைவியின் பிறப்புறுப்பு நாளத்திலிருந்து மட்டுமே ஆணின் விந்துவை எடுக்க வேண்டும். சுயஇன்பம் மூலமாக சுக்லத்தை எடுத்தால் கணவனும் மருத்துவரும் மரண தண்டனைக்குச் சமமான பாவத்தைச் செய்ததாகக் கருதப்பட்டது. இந்த வகையில் போப்பாண்டவர் முதல் காப்யார் வரை எல்லா கத்தோலிக்கர்களும் மரண தண்டனைக்குரிய பாவத்தை செய்தவர்கள்தான்.

கத்தோலிக்க சபையின் விநோதமான நிலைப்பாடு சிகிச்சை யளிக்கும் களத்திலும் நுழைவதுண்டு. எடுத்துக்காட்டாக ஒரு கரு பெண்ணின் சினைக்குழாயில் இடம் பிடித்துவிட்டால், தாயின் உயிருக்கு ஆபத்தென்றால்கூட அதை அங்கே வளர அனுமதிக்க வேண்டும். அதைத் தடை செய்வதற்கான வழிகளை மேற்கொள்ள கத்தோலிக்கச் சட்டம் அனுமதிக்கவில்லை.

சகோதரி மேரி ப்ரூக்கின் 'தெய்வீக வைத்தியரின் கையேட்' டில் கொடுக்கப்பட்டிருந்த உத்தரவு இதோ: "ஒரு குழந்தை இரண்டு தலைகளுடன் பிறந்தால், ஒரு தலை முழுமையாகவும் ஒவ்வொரு மார்பும் பாதியாகவும் ஞானஸ்நானம் செய்ய வேண்டும். ஒன்று இன்னொன்றைவிட தெளிவானதாக இருந் தால், தெளிவாக இருப்பது முழுமையாகவும் மற்றது பாதி அளவும் ஞானஸ்நானம் செய்ய வேண்டும்."

ஃபாதர் மாக்ஃபாடனின் 'செவிலியர்களுக்குரிய சிகிச்சை ரீதியிலான சன்மார்க்கத் தொகுப்பு' என்ற நூலில் பின்வருமாறு கூறப்பட்டுள்ளது:

"இரண்டு தலைகளையுடைய முரண்பாடான ஓர் உருவம் மரணமடையும் தறுவாயில் இருந்தால் ஒவ்வொரு தலையிலும் ஒரே வேளையில் தண்ணீர் ஊற்றி ஞானஸ்நானம் அளிக்க வேண்டும். பிரசவம் நடைபெறுவதற்கு முன்பே குழந்தை இறந்து விடும் என்று தென்பட்டால் ஊசி மூலம் கருப்பையில் வைத்தே ஞானஸ்நானம் செய்ய வேண்டும். ஒரு பெண்ணின் கரு கலைந்து விட்டால் கருவைக் கண்டுபிடிக்க முடியாவிட்டால் கெட்டியான இரத்தத்துக்கு ஞானஸ்நானம் செய்ய வேண்டும்."

பெரும்பாலும் எல்லா மதங்களிலும் இத்தகைய பொருளற்ற ஆச்சாரங்களும் நம்பிக்கைகளும் உள்ளன. இந்துக்களுக்கு கிறித்தவர்களைப் போல செக்ஸ் விசயங்களில் இத்தகைய கடுமையான கட்டுப்பாடுகளோ தடைகளோ இல்லை. செக்ஸ் வாழ்க்கையை அனுபவிக்கத்தான் இந்துமதம் சொல்கின்றது. ஆனால், அது எல்லை மீறிய போகபோக்கியத்தில் சென்று சேர்ந்ததுதான் பரிதாபம்! கடவுளை மகிழ்விப்பதற்காக விபச்சாரம் செய்யலாம் என்பதுவரை இந்துமத ஆச்சாரியார்கள் சொல்லிச் சென்றார்கள். அதன் விளைவாகத்தான் கோயில்களில் 'புனித வேசி'களை தங்க வைக்கின்ற வழக்கம் உருவானது. பதினாறாயிரத்து எட்டு மனைவியருடன் செக்ஸ் உறவு கொண்ட கிருஷ்ணன் வழிபாட்டு மாந்தரானான்! செக்ஸ் விளையாட்டுச் சிற்பங்கள் – ஓவியங்கள் ஆலயங்களில் இடம் பிடித்தன.

ஒருபுறம் கடுமையான செக்ஸ் கட்டுப்பாடு – செக்ஸ் உறவு பாபம் என்ற எண்ணத்தை உணர்த்துகின்ற கடுமையான மதத் தண்டனை – மறுபுறம் முழுமையான செக்ஸ் தாண்டவம்! இவை இரண்டுமே தவறானவை. செக்ஸ் வாழ்க்கை மனிதன் அனுபவிப்பதற்காக உள்ளதுதான். அறிவைப் பயன்படுத்தி அதிக கட்டுப்பாடுகளை உருவாக்க வேண்டிய பொறுப்பு மனிதனுடையதுதான். இந்த விசயத்தில் மதத்தைப் புகுத்துவது ஆபத்தானது. பல ஆயிரம் மன நோயாளிகளை உருவாக்க மட்டுமே அதனால் முடியும்.

81
கடவுள் கற்பனை

உலகம் முழுவதையும் படைத்து காப்பது கடவுள்தான் என்பதே சாமானிய மக்களின் நம்பிக்கை. அந்தக் கடவுள் சர்வ வல்லமை உடையவன் என்றும் எங்கும் நிறைந்தவன் என்றும் அனைத்தையும் அறிபவன் என்றும் கண்ணுக்குப் புலனாகாதவன் என்றும் மத பக்தர்கள் கூறுகின்றனர். ஆனால், எல்லா காலகட்டத்திலும் நிலவிய கடவுள் கற்பிதம் இது அல்ல. ஆதி மனிதன் காற்று, தீ, நீர், மலை, மரங்கள் முதலிய இயற்கை ஆற்றல்களை தெய்வமாக வழிபட்டான். வீர மாந்தர்கள், மரணமடைந்த முன்னோர்கள் ஆகியோரையும் வழிபட்ட காலமும் உண்டு. அறிவின் வளர்ச்சியால் கடவுள் கற்பிதத்துக்கும் மாற்றங்கள் வந்துகொண்டே இருக்கின்றன.

கடவுள்தான் பிரபஞ்சத்தைப் படைத்தார் என்று கூறுகின்ற வர்கள், பிரபஞ்சம் இல்லாமல் இருந்த ஒரு காலகட்டமும் இருந்தது என்று நம்புகின்றவர்கள்தான். அறிவியல் இதனோடு ஒத்துப் போவதில்லை. பொருள்கள் தோன்றவோ அழியவோ செய்வதில்லை என்றும் அவற்றுக்கு மாற்றங்கள் நிகழ்கின்றன என்றும்தான் அறிவியல் கூறுகின்றது. எப்பொழுதும் இருக்கின்ற பொருள்களுக்குப் படைப்பவர் தேவையில்லை அல்லவா. கடவுளை நம்புவதைப் போலவே இன்னொரு பெரும் பிரிவினர் சாத்தான் என்ற கற்பிதத்தையும் நம்பலானார்கள். இவை இரண்டும் அதிசயமும் அசாதாரணமுமான சில பிரதிபலிப்புகளினால் உருவானவைதான். அறியாமை, அச்சம், தன்னம்பிக்கை இன்மை இவற்றிலிருந்துதான் இந்தக் கற்பிதங்கள் தோன்றின. மனித வரலாற்றில் நாகரிகம் அடையாத நீண்ட காலகட்டத்தில் பாதித்த தொற்று நோய்களுடையவும் வறுமையினுடையவும் பொருந்தாத பருவக்கால நிலைமைகளுடையவும் நடுவில் சிக்கி உழன்ற ஆதி மனிதனின் மூளையில்தான் இத்தகைய மூடநம்பிக்கையின் விதைகள் முதன்முதலாக விதைக்கப்பட்டன.

தன்னைச் சுற்றிலும் நிகழ்கின்ற சம்பவங்கள் தன்னுடன் தொடர்பு கொண்டிருக்கின்றன என்றும் அத்தகைய சம்பவங்களின் பின்னணியிலுள்ள சக்திகளை தன்னுடைய நடவடிக்கைகள் சினம் கொள்ள வைக்கின்றன என்றும் பண்டைக்கால மனிதன் நம்பினான். சினத்தை நட்பாக மாற்றுவதற்காக அவன் புகழ் பாடுவதையும் பிரார்த்தனையையும் நம்பினான். அதுமட்டுமல்ல, தன்னுடைய திறமையின் பெரும் பகுதியைப் பயன்படுத்தி, தன் கற்பனையிலுள்ள கடவுளின் உருவத்தை கல்லையும் மரத்தையும் செதுக்கி உண்டாக்கினான். இந்த உருவங்களைப் பாதுகாப்பதற் காக அவன் முதலில் ஒரு குடிலைக் கட்டினான். பிறகு அது வழிபாட்டுத் தலமாகவோ கோயிலாகவோ பரிணமித்தது. பொம்மைகளுக்கு முன்னால் அவன் தலை குனிந்தான். பணத்தை வாரி இறைத்துச் செலவு செய்து கட்டிய கோயில்களின் மூலம் தனக்கும் தன் அன்புக்குரிய குடும்பத்துக்கும் பாதுகாப்புக் கிடைக்கும் என்றும் அவன் நம்பினான்.

பெரும்பான்மையினரின் அறியாமையிலிருந்து ஆதாயம் அடைய ஒரு பிரிவு உருவானது. தெய்வத்திடமிருந்து தங்களுக்கு நேரிடையாக செய்திகள் கிடைப்பதாக அவர்கள் உரிமை கொண்டாடினர். சரணடைந்த மக்களுக்கும் சொர்க்கத்தில் அரியணையில் அமர்ந்திருக்கும் கடவுளுக்கும் இடையில் அவர்

கள் நின்றனர். அவர்கள் கடவுளின் கொடியைப் பிடித்தார்கள். துன்பங்களை அனுபவிக்கின்ற மனிதனின் தேவைகளை கடவுளிடம் சேர்க்கலாம் என்று அவர்கள் சொன்னார்கள். இந்த வகையில் வஞ்சிக்கப்பட்ட மக்களுடைய உழைப்பால்தான் இவர்கள் வாழ்ந்தார்கள்.

சிலைகளின் முன்னால் தலைகுனிந்த பண்டைக்கால மனிதனைப் பற்றி வியப்படைகின்றவர்கள்தான் இன்றைய கிறித்தவர்கள். அதே நேரத்தில் தெய்வம் பக்தர்களுடைய பிரார்த்தனைகளைச் செவிமடுக்கவும் அவர்களைப் பாதுகாக்கவும் செய்கின்றது என்று சொல்வதற்கும் அவர்கள் தயங்கவில்லை.

தங்களுடைய பெற்றோர்கள் வாழவும் சாகவும் செய்த இடங்களிலேயே தாங்களும் வாழவும் சாகவும் வேண்டும் என்ற ஆசை முதியோருக்கு உண்டு. சிறு வயதில் வாழ்ந்த வீடுகளுக்கு மீண்டும் செல்ல வேண்டும் என்ற ஆர்வத்தை அவர்களிடம் காணலாம். மத நம்பிக்கையைப் பொறுத்தவரையிலும் இது சரியானதுதான். பெற்றோர்களுடைய மதத்தை தங்களுடைய மதமாக மக்கள் அங்கீகரிக்கின்றனர். ஆனால், என்னைப் பொறுத்தவரையில் என் அம்மாவின் மதம் எனக்கு ஏற்புடையது அல்ல. அம்மாவுக்கு புவியியல், வானியல், வேதாந்தம் ஆகிய வற்றிலிருந்த அறியாமையை நான் அப்படியே ஏற்றுக் கொள்ள வேண்டும் என்று கூறுவதைப் போன்றதே இது. தான் பெறக் கூடியதில் மிகவும் சிறந்தது எதுவோ அதைப் பெறுவதற்கு ஒவ்வொருவருக்கும் உரிமை உண்டு. அம்மாவின் மதத்துக்கு எது வேனும் முற்போக்குத் தன்மை உண்டாகியிருந்தால், அந்த முற்போக்குத் தன்மைதான் மகனுக்குக் கிடைக்க வேண்டும்; மாறாக, பழமையான நம்பிக்கைகள் அல்ல. தன் அன்னையின் மூட நம்பிக்கைகளையும் அறியாமையையும் அப்படியே நிலைநிறுத்துவது சரியல்ல. நாம் நம் பெற்றோர்களுடையவும் அவர்கள் அவர்களுடைய பெற்றோர்களுடையவும் நம்பிக்கைப் பிரமாணங்களை பின்பற்றுவதற்காக இருந்திருந்தால் சிந்தனை உலகத்தில் எந்தவித முன்னேற்றமும் ஏற்பட்டிருக்காது. அப்படி யிருந்திருந்தால் முதலில் உருவான மதம் இறுதிவரை நிலைத்து நிற்கவும், அனைத்து குழந்தைகளும் அவர்களுடைய அறியாமை நிறைந்த பெற்றோரைப் போலவே மரணமடையவும் செய்திருப் பார்கள்.

சாமானிய மனிதனைப் பொறுத்தவரையில் அவன் தன் நாட்டிலுள்ள மதத்தை ஏற்றுக் கொள்கின்றான். அதாவது அந்த

மதம் அவனைத் தத்தெடுக்கின்றது. வர்க்கச் சிறப்பின் அற்ப தன்மை, தன் நாடுதான் உயர்ந்தது என்ற ஆணவம், நாட்டுப்பற்று என்று அழைக்கப்படுகின்ற சிந்தனை என இவற்றால் அவன் ஆளப்படுகின்றான். அவன் சிந்திப்பதில்லை; நம்ப மட்டுமே செய்கின்றான். அவனுக்குப் பிற நாடுகளிலுள்ள மதங்களுடன் உறவு இல்லை. அவர்களுடைய தெய்வங்கள் அறியாமை மிக்க இராட்சச அவதாரங்களே என்று அவன் கருதுகின்றான். எல்லா நாடுகளிலும் உள்ள சாமானிய மக்களுக்கு முதன்முதலாகக் கற்றுக் கொடுப்பது அனைத்தையும் அறிந்த ஒரு கடவுள் உண்டு என்று தான். தொடர்ந்து ஏறத்தாழ பின்வரும் வகையிலான கொள்கைகள் திணிக்கப்படுகின்றன. தெய்வத்துக்கு தனக்கேயுரிய சட்டங்கள் உண்டு. இந்தச் சட்டங்களுக்கு இணங்க செயல்படுகின்றவர் களுக்குப் பிரதிபலன் வழங்கப்படும். நம்பிக்கை இல்லாதவர்கள் தண்டிக்கப்படுவார்கள். சில கொண்டாட்டங்களும் விழாக்களும் கடவுளுக்கு விருப்பமானவை. புரோகிதர்கள் அவருடைய பூமி யிலுள்ள பிரதிநிதிகள்தான்.

நமது நாட்டிலுள்ள சாமானியனான ஒரு கிறித்தவன் பிறந்தது துருக்கியாக இருந்திருந்தால் ஒரு முஸ்லீமாக ஆகி யிருப்பான். இந்தியா என்றால் இந்துவாக ஆகியிருப்பான். ஒரு சாமானிய முஸ்லீம் இங்கிலாந்தில் பிறந்து அங்கேயே கல்வி பயிலவும் செய்தால் அவன் முஸ்லீமாக இருக்க மாட்டான்.

சத்தியமான ஒரு மதம் மட்டும்தான் உண்டு என்றால் வழக்கத்திலுள்ள பல மதங்களில் சத்திய மதம் எது என்று முடிவெடுப்பது எவ்வாறு? அதற்கு ஒரே வழிதான் உண்டு. நாம் நடுநிலைமையுடன் எல்லா மதங்களையும் ஆராய வேண்டும். ஆராய்வதற்கான உரிமை, ஏற்கவோ மறுக்கவோ செய்வதற்கான தேவையைச் சுட்டுகின்றது. அவ்வாறு ஆய்வுக்கு உட்படுத்தும் பொழுது பலனை புக்கணிக்கக் கூடாது. ஆய்வு செய்வதற்கான உரிமை நமக்கு உண்டென்றால், பலனைப் பற்றிக் கூறுகின்ற தகுதியும் நமக்கு உண்டு.

கிறித்தவர்கள் பிற மதங்களை ஒரு வகையில் இல்லா விட்டால் இன்னொரு வகையில் ஆய்வு செய்திருக்கின்றனர். அவர்களுடைய கருத்துகள் சுதந்திரமாக வெளியிடப்பட்டும் இருக்கின்றன. அப்படி யென்றால், பிற அனைத்து மதங்களும் பொய்யானவையே என்று அவர்கள் அறிவித்தனர். பிற மதத்தினருடைய கடவுள்கள் வெறும் சிலைகள்தான் என்றும்

புரோகிதர்கள் கபட வேடதாரிகளே என்றும் அவர்கள் கூறினார் கள். அதனால்தான் குர் ஆன் படிப்பதை பயன்பாடு உள்ளதாக ஒரு கிறித்தவன் கருதாமல் இருக்கின்றான்போலும்! ஆயிரம் கிறித்தவர்களில் ஒருவர்கூட அந்த நூலின் ஒரு படி தனக்கு வேண்டும் என்று விரும்புவதில்லை. கிறித்தவர்கள் அனைவரும் குர் ஆன் ஒரு மக்கள் வஞ்சகனால் உருவாக்கப்பட்டது என்றே முழுமையாக நம்புகின்றனர். இங்கிலாந்தில் உள்ள பிரஸ்மிட்டீரி யர்களில் ஒருவர் கூட இந்தியாவிலுள்ள மத நிலைமையை ஆராய்ந்து அறிய வேண்டும் என்று நினைப்பதில்லை. பிராமணர் கள் நாடோடிகள் என்றும் அவர்களுடைய நூல்கள் பொய் மூட்டைகளே என்றும் அவர்கள் எண்ணுகின்றனர். புத்தரின் வாழ்க்கை வரலாற்றைப் படிப்பதற்காக நேரத்தை 'வீணாக்கு கின்ற' ஒரு மெதடிஸ்ட்கூட கிடையாது. கன்பியூஷசின் சன்மார்க்க தத்துவங்களைப் படித்து நேரத்தை வீணாக்க கத்தோலிக்கர்கள் விரும்புவதில்லை. எல்லா பிரிவுகளைச் சேர்ந்த கிறித்தவர்களும் ஒரு மதம்தான் சத்தியமானது என்றும் அது தங்களுடைய மதம்தான் என்றுமே எண்ணுகின்றனர். இந்தியர்களுடைய பிரார்த்தனைகளை கடவுள் காதில் போட்டுக் கொள்ளமாட்டார் என்றும் எகிப்து, கிரீஸ், ரோம் ஆகிய இடங்களிலுள்ள பீடங்களில் சமர்ப்பிக்கப்பட்ட எண்ணற்ற பலிகள் பயனற்றவையாக இருந்தன என்றும் கிறித்தவர்கள் நம்புகின்றனர். இந்த வலிமையான நாடுகள் அவர்களுடைய தெய்வங்களை வழிபட்டது பயனற்ற தாக இருந்தது என்றும், அவர்களுடைய புரோகிதர்கள் வஞ்சகர் களோ வஞ்சிக்கப்பட்டவர்களோ ஆக இருந்தார்கள் என்றும், அவர்களுடைய மத விழாக்கள் பொருளற்றவையாக இருந்தன என்றும், அவர்களுடைய துதிப்பாடல்களும் முறையீடுகளும் நன்றி வார்த்தைகளும் தெய்வத்தால் செவிமடுக்கப்படவில்லை என்றும் கிறித்தவர்கள் நம்புகின்றனர். அதற்கான காரணங்களை யும் அவர்கள் கூறுகின்றார்கள். கடவுள் தொற்றுநோய்களைத் தடுத்து நிறுத்தவில்லை; பூகம்பமும் வெள்ளப் பெருக்கும் எரிமலைகளும் சூறாவளியும் மனிதர்களுக்கு அழிவை ஏற்படுத் திக் கொண்டு உலா வந்தபொழுது, அவர்களுடைய தெய்வங்கள் அவற்றையெல்லாம் வெறுமனே பார்த்துக்கொண்டு நின்றன; உண்மையான தெய்வம் இவற்றையெல்லாம் பார்த்தும் கேட்டும் அவர்களையும் அவர்களுடைய தெய்வங்களையும் கேலி செய்து கொண்டிருந்தது என்று கிறித்தவர்கள் நம்புகின்றனர்.

மதங்களையோ தெய்வங்களையோ சார்ந்து இருப்பது அல்ல முன்னேற்றம் என்பதை நாமறிவோம். மண்ணின் இயல்பு, காலநிலை, வாணிபம், தொழில், கல்வியினால் ஏற்படுகின்ற மன வளர்ச்சி, சுதந்திரமான சிந்தனை ஆகியவற்றை சார்ந்துதான் முன்னேற்றம் உண்டா கின்றது. தேசிய வாழ்க்கையின் கண்திறந்த இந்த ஓவியத்தில் சிந்தனை ஆற்றல் உயர்ந்து வருவதையும் மூட நம்பிக்கைகள் உடைந்து படிவதையும் காணலாம். நல்ல மனிதர்களுக்கு மோசமான சில நம்பிக்கைப் பிரமாணங்கள் இருந்தன. அதைப் போலவே தீய மனிதர்களுக்கு நல்ல நம்பிக்கை கள் இருந்தன. நல்லவர்களான பல மானுட வர்க்கங்களும் தீமைக்காகப் போராடவும் மரணமடையவும் செய்தனர். மனித மூளை இத்தகைய முரண்பாடுகளுடைய ஆய்வுக் கூடங்களாகும். பல நேரங்களிலும் உணர்வு சிந்தனையின் முதலாளியாக ஆகக்கூடும். ஆனால், உண்மையைக் கண்டடைய விரும்பு கின்றவர்கள் ஒருபோதும் உணர்வுகளுக்கு அடிமையாகிவிடக் கூடாது.

ஒரே காற்றுதான் பல பொருள்களை பல பாதைகளில் செலுத்துகின்றது. அதைப் போலவே ஒரே நூலைப் படிக்கின்ற பல மனிதர்கள் பல நம்பிக்கைகளை எட்டவும் சொர்க்கத்துக்குச் செல்லக்கூடிய பல பாதைகளைக் கண்டடையவும் செய்கின்றனர். என்னுடைய திறமையின் பெரும்பகுதியைப் பயன்படுத்தி நான் பல நாடுகளுடைய மதங்களையும் பல பிரிவு மக்களுடைய நம்பிக்கைகளையும் ஆய்வு செய்திருக்கின்றேன். எல்லாம் ஒன்றுபோலவே தான் இருக்கின்றன. அனைத்தும் பக்தர்களுக்கு சொர்க்கத்தை வாக்குறுதி அளிக்கின்றன. அனைத்து மத நூல்களிலும் சில உண்மைகளையும் சில ஒளிக் கதிர்களையும் அன்பு, எதிர்பார்ப்பு ஆகியவற்றைப் பற்றிய சில சொற்களையும் காணலாம்.

தெய்வீகத் தூண்டுதலால் உருவாக்கப்பட்டவை என்று உரிமை கொண்டாடாத நூல்களை நான் மதிக்கின்றேன். புராண உலகத்திலுள்ள அனைத்து இறை தூதர்களிடமிருந்தும் கிடைப்பதைவிட அதிக ஆனந்தத்தை ஷேக்ஸ்பியரில் கண்டடை கின்ற தரத்தில் உள்ளதுதான் என்னுடைய மூளையின் இயல்பு. மனதின் பசியை நிறைவு செய்கின்ற வகையிலான சிந்தனைகள் உள்ளன. எல்லா மத நூல்களும் சேர்ந்து அளிக்கின்ற அறிவைவிட ஆயிரம் மடங்கு அதிகமான அறிவை நவீன விஞ்ஞானம் நமக்கு அளிக்கின்றது. இயற்கை ஆற்றல்களை உலகம் முழுமைக்கும்

உணவும் உடையும் அளிக்கின்ற கருவிகளாக மாற்றுகின்ற அறிவைப் பெறுவதுதான் இன்றைய தேவை.

நம்பிக்கை ஒரு பயிற்சி என்ற நிலையில் உண்மையைத் தவிர எல்லாவற்றையும் நம்புகின்றது. கல்வியறிவு இல்லாதவர்கள் சோதிடத்தை நம்புகின்றனர். பரந்த விண்வெளி அறிவியல் தத்துவங்களையும் ஒளியின் வேகத்தையும் சூரிய நடசத்திரங் களின் அளவையும் அவர்களுக்கு விளக்க யாரால் முடியும்? நான் அறிந்தவரையில் எல்லா மதங்களும் தெய்வீக ஆற்றலால் நிறுவப்பட்டவைதான். அவ்வாறே நிலை நிறுத்தவும் பரப்பவும் செய்யப்பட்டுள்ளன. கடவுளிடமிருந்து நேரிடையாகச் செய்திகள் கிடைத்தன என்றும் தங்களுக்கு தெய்வீக அதிகாரம் உண்டு என்றும் எல்லா மதப் புரோகிதர்களும் உரிமை கொண்டாடு கின்றனர். இத்தகைய செய்திகளுடையவும் அதிகாரங்களுடைய வும் தன்மையை நிரூபிப்பதற்காகத்தான் தெய்வீக அற்புதங்கள் உருவாக்கப்பட்டன. நாம் ஓர் இயற்கைக்கு அப்பாற்பட்ட ஆற்றலை நம்புகின்றோம் என்றால், எல்லா சம்பவங்களுக்கும் விளக்கம் அளிக்க அதற்கு இயல வேண்டும். பண்டைக் காலத்தில் மானுட அறிவுக்கு அறிமுகம் இல்லாத காரியங்களுக்கெல்லாம் இத்தகைய விளக்கங்கள் அளிக்கப்பட்டன. புரோகிதர்களும் இறை தூதர்களும்தான் அவற்றை செய்தார்கள். பின்னர், ஒன்று ஒரே சூழ்நிலையில் ஒரே விதத்தில்தான் நிகழும் என்பதை மனிதர்கள் புரிந்து கொண்டார்கள். அனைத்து மதங்களைப் பொறுத்தவரை யிலும் இது தான் உண்மை. பண்டைய எகிப்திலும் கிரீசிலும் ரோமிலும் மதங்கள் பொய்யானவையாகவே இருந்தன ஏன்பதை இன்றைய அறிவாளிகள் அறிவார்கள். அவற்றின் ஓய்வுத் தலங்க ளாக இருந்த அற்புதங்கள் தவறாக எண்ணப்பட்டவையே என்று கருதுகின்றனர். ஆனால், மத பக்தன் தன்னுடையதைத் தவிர பிற அனைத்து மதங்களிலும் உள்ள அற்புதச் செயல்களை நிந்தனைச் செய்கின்றான். பிறருடைய மதங்களில் உள்ள குற்றங்களைக் கண்டுபிடிக்கின்ற அதே கூர்ந்த நோக்குடன் தன் மதத்திலுள்ள குறைகளைக் கண்டுபிடிக்க மக்கள் தயாராவார்களா என்பதுதான் இங்கேயுள்ள பிரச்சனை. எல்லா மதங்களும் பொய்யானவையே.

கிறித்தவ மதத்தின் அடித்தளக் கற்களில் ஒன்று தேவ ஆவியால் எழுதப்பட்டது என்று கருதப்படுகின்ற பைபிள் தான். அதை எழுதிய நபர் வெறும் கருவியாக மட்டுமே இருந்தார் என்றே அவர்கள் கூறுகின்றனர். அதனால் அதில் காணப்படுபவை அனைத்தும் சத்தியமானவையே என்று அவர்கள் கூறுகின்றனர்.

முஸ்லீம்களும் ஏறத்தாழ இதைப் போன்றே உரிமைக்குரல் எழுப்புகின்றனர். அல்லாஹ்தான் குர் ஆனை உபதேசம் செய்தார் என்றும் அதில் தவறே கிடையாது என்றும் அவர்கள் வாதிடுவார்கள். மகரிஷிகள் எழுதிய புராணங்களிலும் உபநிஷத்துகளிலும் தப்பே கிடையாது என்றுதான் இந்துக்களும் கூறுகின்றனர். எல்லாம் கடவுள் சொன்னவை தான் என்றால் இவற்றுக்கு எவ்வாறு வேறுபாடுகள் உண்டாயின? அதைச் சிந்திக்க பக்தன் தயாராக மாட்டான்.

82

நடிகரின் அறைகூவல்

கொல்லத்திலிருந்து வெளிவருகின்ற 'மலையாள நாடு' என்ற பத்திரிகை மூடநம்பிக்கைகளைப் பரப்ப முழுமையாக முயலுகின்றது. அதில் வெளிவருகின்ற அறிவியலுக்கு ஒவ்வாத கட்டுரைகளுக்குப் பதில் எழுதி அனுப்பினால், எதுவேனும் சாக்குப்போக்குகள் சொல்லி அதை வெளியிடாமல் இருப்பதே அவர்களுடைய வழக்கம். வேறு காரணங்களைச் சொல்ல வழியில்லாத நிலை ஏற்பட்டால், 'அனுப்பியது கிடைக்கவில்லை' என்று சொல்லி அவர்கள் பின்வாங்கி விடுவார்கள். நடிகர்களில் ஒருவரான திக்குறிச்சி சுகுமாரன் நாயர் எனக்கு எதிராக எழுப்பிய அறைகூவல் விசயத்திலும் அதுதான் நிகழ்ந்தது. திக்குறிச்சி யின் கட்டுரைக்கு முக்கியத்துவம் கொடுத்து வெளியிட்ட அவர்கள், நான் அனுப்பிய பதிலை ஒவ்வொரு தடை வார்த்தைகள் சொல்லி வெளியிடாமலேயே இருந்து விட்டார்கள்.

எட்டு வயது முதல் தியானம் மூலமாகவும் ஆத்மீகப் பயிற்சிகள் மூலமாகவும் பிறர் உடலில் புகுகின்ற கூடுவிட்டு கூடு பாய்தல், நீரில் நடத்தல் போன்ற பல சித்திகளை கைவசமாக்கி இருப்பதாக தீக்குறிச்சி சுகுமாரன் நாயர் உரிமை கொண்டாடு கின்றார். புகழ்பெற்றவரான திக்குறிச்சி வெறும் வாதத்துக்காக இவ்வாறு சொல்லவில்லை என்றால், ஆத்மீகமோ இயற்கைக்கு அப்பாற்பட்டதோ ஆன ஆற்றல் தனக்கு உண்டு என்று கற்பனை யில் கண்டு நம்புகின்ற 'க்ரப்ட்டஸ்தேஷ்யா' என்ற மனநோய் அவருக்கு இருக்கின்றது என்று நினைக்க வேண்டியிருக்கின்றது. நடிப்பு வாழ்க்கையிலிருந்து ஓய்வெடுத்த பிறகு மீதியுள்ள காலம் முழுவதும் இத்தகைய ஆற்றல்களைப் பற்றி படிக்க வேண்டும்

என்று எண்ணியிருப்பதாகவும் அவர் கூறுகின்றார். இது உண்மை யென்றால் இந்த மனநோய் அவரைப் பாதித்திருக்கின்றது என்றே கொள்ள வேண்டும்.

தாராப்பூர் அணுசக்தி மய்யத்தின் பொறுப்பை வகிப்பவர் என்று சொல்லி ஒரு விஞ்ஞானி முன்பு ஒருமுறை எனக்கு கடிதம் ஒன்றை அனுப்பினார். இறந்தவர்களுடைய ஆவிகளுடன் தொடர்பு கொள்ளு கின்ற திறமை அவருக்கு உண்டு என்று அந்தக் கடிதத்தில் அவர் உரிமைக் கொண்டாடியிருந்தார். 'சாணக் கழிவி லிருந்து அணுசக்தியை நோக்கி' என்ற நூல் உள்பட பல நூல்களை அவர் எழுதியிருப்பதாகவும் அவர் குறிப்பிட்டிருந்தார். அந்தக் கடிதத்தைப் படித்த பிறகு நான் அனுப்பிய கடிதத்தின் முக்கிய பகுதிகள் பின்வருமாறு:

"நீங்கள் ஒரு விஞ்ஞானி என்றும் பல அறிவியல் நூல்களை எழுதியிருக்கின்றீர்கள் என்றும் அறிந்து மகிழ்ச்சி அடைகின்றேன். ஆனால், இறந்தவர்களுடைய ஆவிகளுடன் பேச முடியும் என்று அறிவிப்பது தங்களுடைய இன்றைய அறிவின் நிலைத்த தன்மையில் எனக்கு அய்யத்தை உண்டாக்குகின்றது."

எடுத்துக்காட்டுகளோடு அவர் தன்னுடைய வாதங்களை நிரூபிப்பதற்காக முயன்று மீண்டும் எனக்கு கடிதம் எழுதி அனுப்பி னார். அதன் சுருக்கம் இதுதான்:

"தாராப்பூர் ஆட்டமிக் ரியாக்டர் ஆரம்பகால முதலே சரியாக இயங்கவில்லை. பல விஞ்ஞானிகள் போராடி முயன்றும் அதன் பழுதுகளைத் தீர்க்க முடியவில்லை. கடைசியில் காலஞ்சென்ற டாக்டர் ஹோமி பாபாவின் ஆவியுடன் நான் தொடர்பு கொண்டேன். அவருடைய ஆவி மூலம் கிடைத்த உத்தரவுப்படி பழுதை நீக்கி இயங்க வைத்தோம்."

முதல் கடிதத்தைப் படித்தபொழுது எனக்கு எழுந்த கருத்தை மீண்டும் உறுதிப்படுத்தவே இந்தக் கடிதமும் பயன்பட்டது. அதையே நான் அவருக்கு அறிவிக்கவும் செய்தேன். பிறகு எனக்கு அவர் ஒரு குறுநூலை அனுப்பி வைத்தார். 'யோகா பயிற்சி, விஞ்ஞானம், மதம் ஆகிய ஊடகங்களிலும் உள்ள கருத்துப் பரிமாற்றம்' என்பதே அந்தக் குறுநூலின் பெயர். அதில் காலஞ்சென்ற பல விஞ்ஞானிகளுடைய ஆவிகளுடன் அவர் நடத்திய கருத்துப் பரிமாற்றக் கதைகள் இடம் பெற்றிருந்தன. தேவை ஏற்பட்டால் எந்தவொரு அணுவின் புயன்பாடும் இல்லாமல், எந்தவொரு நகரத்தின் நடுவிலும் நிறுவக்கூடிய

'ஆட்டமிக் ரியாக்ட'ரின் வடிவத்தை பாபாவின் ஆவி அவருக்குச் சொன்னது என்றும் அதில் காணப்பட்டது.

1975 ஏப்ரல் மாதம் தெய்வீக மறுப்பு நிகழ்ச்சிக்காக நான் மும்பை சென்றிருந்தேன். அப்பொழுது பாபா அணு ஆற்றல் ஆய்வு மய்யத்தின் இயக்குநர் ராஜா ராமண்ணா, இந்தியாவிலுள்ள சில முக்கியமான விஞ்ஞானிகளுடன் சேர்ந்து சிற்றுண்டி விருந்தில் கலந்து கொள்ள வேண்டும் என்று என்னை அழைத்தார். அங்கே வைத்து எனக்குக் கடிதம் அனுப்பிய விஞ்ஞானியைப் பற்றி நான் விசாரித் தேன். அப்பொழுது தான் அந்த விஞ்ஞானி அணுசக்தி மய்யத்தில் இல்லை என்றும் மனநோய் சிகிச்சைக்கு ஆளாகி இருக்கின்றார் என்றும் அறிந்தேன்.

எழுத்தறிவில்லாத மக்கள் அற்புத சித்திகளைப் பற்றி பேசும் பொழுது அறிவுடையவர்கள் அதை பொருட்படுத்துவது இல்லை. சில மூட நம்பிக்கையாளர்கள் அவர்களுக்குப் பின்னால் குழுமுவார்கள் – அவ்வளவுதான். ஆனால், அறிவுடையவர்களோ கல்விகற்றவர்களோ இத்தகைய நோய்க்கு ஆளானால், அது பலரையும் வழி தவற வைக்க காரணமாகிவிடும். பத்திரிகைகள் அவர்கள் எழுதுகின்ற மடமைகளை வெளியிடவும் கூடும். இவ்வாறு சமநிலைத் தவறியவர்கள்தான் மத பரப்புநர்களாகவும் மத நிறுவனர்களாகவும் ஆகின்றார்கள். அவர்களுடைய நோயைப் பற்றி அவர்களை உணர வைப்பதும் சிரமம். அவர்களுக்கு சிறிதளவு கற்பனை ஆற்றலும் இருந்தால் பெரிய நூல்களையும் எழுதக் கூடும். ஆரம்பத்தில் போதுமான அளவு சிகிச்சை அளிக்கா விட்டால் இத்தகையவர்கள் மிக மோசமான மனநோய்க்கு அடிமையாக சாத்தியக்கூறுகள் உள்ளன. தங்களை மனநோயாளி களாக முத்திரைக் குத்த முயல்கின்றார்கள் என்று சொல்லி சிகிச்சை அளிப்பவர்களை நோக்கிப் பாயவும் இவர்கள் தயங்குவது இல்லை. நோயாளியின் நெருங்கிய உறவினர்கள் மட்டுமே இந்த விசயத்தில் எதுவேனும் செய்ய முடியும்.

தெய்வீக மாந்தர்கள் என்று உரிமை கொண்டாடுகின்றவர் களுக்கு எதிராக நான் எழுப்பிய அறைகூவல்களுடைய எண்ணிக் கையைப் பற்றிதான் திக்குறிச்சிக்கு முரண்பாடு ஏற்படுகின்றது. பந்தயத் தொகையை ரூபாய் ஒரு இலட்சத்திலிருந்து அய்ந்து இலட்சமாக உயர்த்த வேண்டும் என்று அவர் கூறுகின்றார். அப்படியென்றால் தான் அவருடைய அற்புத ஆற்றல்களை வெளிப்படுத்துவார் போலும்! பின்வாங்குவதற்கான வழியைத் தேடுகின்றார் திக்குறிச்சி. அவருக்கு ரூபாய் ஒரு இலட்சம் ஒரு

பொருட்டாக இல்லாமல் இருக்கலாம். ஆனால், திக்குறிச்சியைப் போன்ற செல்வந்தன் அல்ல நான். என்னுடைய பொருளாதார நிலையை உறுதிப்படுத்திக் கொண்டுதான் நான் பரிசுத் தொகையை முடிவு செய்தேன். ஒரு கல்லூரி ஆசிரியருக்கு நடிகர்களைப் போலவோ குத்துச் சண்டை வீரர்களைப் போலவோ பணம் கிடைப்பதில்லை. முகம்மதலி குத்துச் சண்டைப் போட்டியில் பங்குபெறும் பொழுது பல இலட்சக்கணக்கான டாலர்கள் கிடைக் கின்றன! அவருக்கோ அய்ந்து இலட்சம் பெரிய தொகையாக இருக்காது. அதற்காக உண்மைக்கு நேராக கண்களை மூடலாமா?

இன்னொரு சுவையான மெய்ம்மமும், திக்குறிச்சியின் கட்டுரையில் காணப்படுகின்றது. நான் ரூ. ஒரு இலட்சத்துக்குப் பதிலாக ரூபாய் ஐந்து இலட்சத்தை முன்பணமாகச் செலுத்த வேண்டும் என்று கூறுகின்ற அவர் ரூபாய் ஐந்தாயிரத்தைத்தான் முன்பணமாகச் செலுத்து வாராம்! அறைகூவலை ஏற்றது என்னுடைய நிபந்தனைகளுக்கு இணங்கத்தான் என்றால், அந்த அடிப்படையிலேயே அதை எதிர் கொள்ளத் தயாராக வேண்டும். மாறாக, அவர் குறிப்பிடுகின்ற நிபந்தனைகளுக்கு இணங்க அறைகூவலை ஏற்க வேண்டியது இல்லை. அற்புதமானவை என்று சாமானிய மக்கள் கருதுவதும் 'தெய்வீக மாந்தர்கள் அவர்க ளுடைய தெய்வீக ஆற்றலால்தான் நிகழ்கின்றது என்று சொல்ல வும் செய்கின்ற இருபத்து மூன்று இனங்களை நான் என்னுடைய அறைகூவலில் உட்படுத்தி இருக்கின்றேன். திக்குறிச்சி கூறுவதைப் போல மனோதத்துவ ரீதியிலானதோ மன இயல்பை அடிப்படை யாகக் கொண்டதோ ஆன எதுவும் அவற்றில் இல்லை. ஹிப்னோட்டிக் உத்தரவுகள் மூலமாக மனதைக் கட்டுப்படுத்துவது எந்த அற்புதச் செயலும் அல்ல.

மனித மனதைக் கட்டுப்படுத்துவதில் ஹிப்னோட்டிக் உத்தரவு களுக்கு உள்ள திறன் எந்த அளவுக்கு இருக்கின்றது என்பதைக் காட்டு வதற்காக, இந்தியாவில் நடத்திய என்னுடைய நான்கு சுற்றுப் பயணங்களிலும் நான் ஒவ்வொரு ஹிப்னோட்டிஸ்டு களை உடன் அழைத்துச் சென்றேன். தன் விருப்பப்படி மேடை யில் ஏறி வருகின்றவர்களில் சிலர், ஹிப்னோட்டிசத்துக்கு ஆட்பட்டு ஹிப்னோட்டிஸ்ட்டின் உத்தரவுக் கிணங்க நடந்து கொள்வது ஹிப்னோட்டிஸ்ட்டுக்கு எதுவேனும் தெய்வீக ஆற்றல் இருப்பதால் அல்ல. அவ்வாறு கருதுவது மடத்தனம் ஆகும். திக்குறிச்சிக்கோ அவர் சொல்கின்ற தேவ கணங்களுக்கோ எது வேனும் இயற்கைக்கு அப்பாற்பட்ட ஆற்றல் இருக்கின்றது என்று

கருதுகின்றார் என்றால், என்னுடைய அறைகூவலில் உட்படுத்தி யிருக்கின்ற 23 அற்புத வித்தைகளில் எதுவேனும் ஒன்றை நிபந்தனைகளுக்கு இணங்க செய்துகாட்டி பரிசு பணத்தைப் பெற்றுக் கொள்ளட்டும்.

நிபந்தனைகளுக்கு இணங்க முன்பணத்தைச் செலுத்தி விட்டு, கடந்த பெப்ரவரி 12 ஆம் நாள் இலங்கைக்கு வந்து தண்ணீரின் மீது நடந்துகாட்டலாம் என்று சொன்ன சுவீடனைச் சேர்ந்த ஜெல்அய்ட் முன்பணத்தைத் துறந்து பரிசோதனையி லிருந்து விலகிக் கொண்டார். பணபலம் கொண்ட சில கபட தெய்வீக மாந்தர்கள் விலை மலிவான விளம்பரத்துக்காகவோ பிறரை ஏமாற்ற வேண்டும் என்ற எண்ணத்தாலோ அவர்களு டைய செல்வத்தின் ஒரு சிறு பகுதியை இழக்கத் தயங்குவதில்லை என்பதையே இது காட்டுகின்றது. என்னுடைய பரிசுத் தொகை யான ரூபாய் ஒரு இலட்சம் கொஞ்சமும் கவரக்கூடியதாகத் தோன்றாத திக்குறிச்சியைப் போன்ற செல்வந்தரான ஒருவரிட மிருந்து ரூ. 1000 அம் மட்டும் முன்பணமாக ஏற்றுக் கொள்வது சரியல்ல என்று நினைக்கின்றேன். காரணம், சுவீடனைச் சேர்ந்த ஜெல் அய்ட்டைப் போலவும் பெங்களூரைச் சேர்ந்த டாக்டர் வெங்கிட்ட ராவைப் போலவும் கடைசி நிமிடத்தில் திக்குறிச்சி யும் கடைசி நிமிடத்தில் எதுவேனும் முடமான நியாயங்களைச் சொல்லி போட்டியிலிருந்து பின்வாங்கக் கூடும். அவ்வாறு நிகழாமல் இருப்பதற்காக இவருடைய பந்தயத் தொகையையும் ஒரே அளவாக ஆக்குவதுதான் நல்லது. என்னுடைய அறை கூவலில் அடங்கிய 23 இனங்களில் எதையேனும் ஒன்றைச் செய்து காட்ட திக்குறிச்சிக்கு முடியும் என்றால், ஆயிரத்துக்கும் ஒரு இலட்சத்துக்கும் இடையிலுள்ள ஒரு தொகையை 'ஜனயுகம்' பத்திரிகை ஆசிரியர் காம்பிசேரியிடமோ எதுவேனும் வங்கியிலோ ஒப்படையுங்கள்; அதே அளவு தொகையை நான் செலுத்து கின்றேன். இருவரும் பந்தயத் தொகையைச் செலுத்தியதும், ஒப்புக் கொண்டபடி குறிப்பிட்ட நேரத்திலும் இடத்திலும் வைத்து போட்டியை நடத்தலாம். போட்டியில் திக்குறிச்சி வென்றால் இருவருடைய முன்பணத் தொகையும் அவருக்கே சொந்தமாகும். போட்டியின் விளைவு எதிர்மறையானால் முழுதொகையும் எனக்கு உரிமையாகிவிடும். இந்த அறை கூவல் என் மரணம்வரை நிலைத்து நிற்கும். அதனால் திக்குறிச்சி எப்பொழுது வேண்டு மானாலும் இந்தப் போட்டிக்குத் தயாராகலாம்.

(இந்தப் பந்தயத்துக்கு திக்குறிச்சி தயாராகவே இல்லை. அதற்குப் பதிலாக திக்குறிச்சி தனக்கேயுரிய ஆபாச வார்த்தை களைப் பயன்படுத்தி கோவூருக்குக் கடிதம் எழுதினார். – மொழி பெயர்ப்பாசிரியர்).

திக்குறிச்சி என் கட்டுரைக்குப் பதில் எழுதியிருந்ததைப் படித்ததும் எனக்கு வியப்பு மேலிட்டது. ஆபாச சொற்களாலும் பொய்களாலும் எதிர்த்தரப்பை வென்று விடலாம் என்று கருதுவது முழு மடமையாகும். 'அறிவு ரீதியிலான உண்மை தன்மை' உடைய எவருக்கும் இத்தகைய பிரச்சனைகளிலிருந்து பின் வாங்கவோ எதிர்த்தரப்பை ஆபாச வார்த்தைகளால் அர்ச்சனை செய்து தப்பவோ இயலாது.

எவருக்கும் இயற்கைக்கு அப்பாற்பட்ட ஆற்றல்கள் கிடையாது என்றும் அப்படியே எவரேனும் அத்தகைய திறமைகள் உண்டு என்று உரிமை கொண்டாடினால் அந்த நபர் ஒன்றில் மோசடிப் பேர்வழியாக இருப்பார்; அல்லது மனநோயாளியாக இருப்பார் என்றுதான் நான் சொன்னேன். ஆனால், திக்குறிச்சி அவர் மனநோயாளியோ மோசடிப் பேர்வழியோ அல்ல என்றும் அவருக்கு இயற்கைக்கு அப்பாற்பட்ட சில ஆற்றல் உண்டு என்றும் கூறுகின்றார். இவைதான் எங்களுக்கு இடையேயுள்ள முக்கியமான கருத்து வேறுபாடு. நிரந்தரமான தியானத்தாலும் சில தெய்வீக மாந்தர்களின் ஆசியாலும் தண்ணீரின் மீது நடக்கவும் காற்றில் சுதந்திரமாக மிதந்து நிற்கவும் கண்களுக்குப் புலனாகா மல் மறையவும் கூடுவிட்டு கூடு பாயவும் ஆன திறமைகள் எட்டு வயது முதலே தனக்குக் கிடைத்திருக்கின்றன என்று திக்குறிச்சி சொல்கின்றார். இவை எதுவும் உண்மை அல்ல என்றும் இத்தகைய எந்தத் திறமையும் அவரிடம் இல்லை என்றும் அவை உண்டு. என்று உரிமைக் கொண்டாடுகின்றாரென்றால் அவர் ஒரு கபட வேடதாரியாகவோ கிரிப்ட்டெஸ்தேஷ்யா 'என்ற மன நோயால் பாதிக்கப்பட்ட வராகவோதான் இருக்க வேண்டும் என்றும்தான் நான் முன்பும் சொன் னேன்; பொருளில் குளறுபடி இல்லாத வகையில் மீண்டும் மீண்டும் நான் கூறுவதும் அதைத் தான். என்னுடைய அறைகூவலை ஏற்கின்ற தைரியமும் உண்மை தன்மையும் திக்குறிச்சிக்கு உண்டென்றால் என் முடிவு சரியானது தான் என்பதை நிரூபிக்க் நான் தயாராக இருக்கின்றேன். ஆனால், பொய் வெளிச்சத்துக்கு வந்துவிடும் என்ற அச்சம் இருப்பதால் சாயிபாபாவைப் போல திக்குறிச்சியும் பரிசோதனைக்கு உட்படத் தயாராக இல்லை. அறிவார்ந்த உண்மை நிலையைக் கடைபிடிக்க

அவர் தயாராக இருக்கின்றாரென்றால், தனக்கு இருப்பதாக அவர் உரிமை கொண்டாடுகின்ற திறமைகளை வெளிப்படுத்தி பொது மக்களுக்கு உண்மையைத் தெரிவிக்கின்ற பொறுப்பு அவருக்கு இருக்கின்றது. அதற்குப் பதிலாக தன்னுடைய திறமைகளைப் பற்றி எழுதுவதாலோ பேசுவதாலோ பலன் இல்லை. இந்த சித்திகள் இருப்பதாக அவருக்குத் தென்படுகின்றது என்றால், முதலில் அவர் அவற்றைத் தானாகவே பரிசோதனை செய்து பார்க்கட்டும். பரிசோதனை செய்து பார்த்திருக்கின்றாரென்றால் எங்கே வைத்து என்பதைத் தெரிவித்தால் நல்லது.

அப்படியே பரிசோதனை செய்து பார்த்திராவிட்டால் இந்தத் திறமைகள் உண்டு என்று எப்பொழுது முதல் அவருக்குத் தென்பட்டது என்பதைத் தெரிந்து கொள்வது நல்லது. மன பாவனையிலுள்ள இந்த அற்புத சித்திகள் ஒருமுறையேனும் பரிசோதனைச் செய்து பார்க்கப் பட்டிருந்தால், நான் முன்பு கூறிய மனநோயின் விளைவாக உண்டான மனப்பிரமை தான் இவை என்பது அவருக்கு உணர்த்தப்பட்டிருக்கும். ‘டிஷ்ணரி ஆஃப் சைக்கோலஜி’ என்ற நூலில் கிரிப்ட்டெஸ்தேஷ்யாவைப் பற்றிய விளக்கம் இதுதான்: “தொலைதூர ஞானம், தொலை தூரப் பார்வை, அருள்வாக்கு சித்தி, ஆத்மீக சக்தி, சித்திகள் ஆகியவை தனக்கு உண்டு என்ற அசாதாரணமும் அடிப்படை அற்றதுமான எண்ணம்.”

திக்குறிச்சி அவருக்கு இருப்பதாக உரிமை கொண்டாடுகின்ற சித்திகளை வெளிப்படையாக செய்துகாட்ட தயாராகாததன் மூலம் அவர் ஒரு மனநோயாளி என்பதைவிட கபட வேடதாரி என்று எண்ணவே அதிக நியாயங்கள் காணப்படுகின்றன. அவர் பல கட்டங்களில் நடத்தியதாகச் சொல்லப்படுகின்ற அருள்வாக்குகளை மேற்கோள் காட்டி அருள்வாக்கு சித்தியை நிரூபிக்க அவர் முயலுகின்றார். ஆனால், வெற்று வேட்டாகிப்போன அருள் வாக்குகளில் ஒன்றைக்கூட அவர் எடுத்துக்காட்டவே இல்லை. இதிலிருந்து நூறு விழுக்காடு துல்லியமாக அருள்வாக்குச் சொல்ல, அவருக்குத் திறமை உண்டு என்றா புரிந்து கொள்ள வேண்டும்? அப்படியென்றால், குதிரைப் பந்தயங்கள், கால்பந்து போட்டிகள், லாட்டரிச் சீட்டு, சூதாட்டம் ஆகியவற்றின் முடிவுகளை முன்கூட்டியே கிரகித்து கோடிக்கணக்கான ரூபாயை அவர் சம்பாதித்திருக்கலாமே. மாறாக, நாடகங்கள் நடத்தியும் திரைப் படத்தில் நடித்தும்தான் அவர் பணம் சம்பாதித்தார். இத்தகைய வாதங்களை கண்ணை மூடிக்கொண்டு ஏற்றுக்

கொள்ளத் தயாராக இருக்கின்ற ஆயிரக்கணக்கான மக்கள் உண்டு என்ற நம்பிக்கை தான் இத்தகைய வாதங்களை எழுப்ப அவருக்குத் தைரியத்தைக் கொடுத்தது.

1927இல் நான் கோட்டயம் சி.எம்.எஸ். கல்லூரியில் ஆசிரியராக இருந்த காலகட்டத்தில்தான் என் மகன் டாக்டர் ஏரீஸ் கோவூர் பிறந்தார். சோதிடத்தில் எனக்கு சாமானிய அறிவு இருந்ததால் நானே என்னுடைய மகனின் ஜாதகத்தைத் தயாராக்கினேன். அவன் மேடம் லக்கனத்தில் பிறந்ததால்தான் நான் மேடம் என்ற பொருள் தரும் ஏரீஸ் என்ற பெயரை அவனுக்குச் சூட்டினேன். நான் தயாராக்கிய ஜாதகத்தின்படி அவனுக்கு சகோதர – சகோதரிகள் இருக்கக் கூடாது என்பதுதான் விதி. எனக்கோ, என் மனைவியின் மூலமோ வேறு வகையிலோ குழந்தைகள் பிறந்ததே இல்லை. ஆனால், இதைச் சொல்லி எனக்கு எதிர்காலத்தைக் கணிக்கும் சித்தி உண்டென்று நிரூபிக்க நான் முயலவில்லை. மாறாக, சோதிடம் வெறும் ஊக விளையாட்டு மட்டும்தான் என்ற எண்ணத்தை உறுதிப்படுத்த மட்டுமே அது உதவியது. காரணம், அதே ஜாதகத்திலுள்ள பிற பலன்களெல்லாம் தப்பாக ஆகவே செய்தன. தன்னுடைய சரியாக – தப்பாக ஆகிப்போன அருள்வாக்குகளை ஒப்பிட்டுப் பார்த்து ஆய்வு செய்திருந்தால் திக்குறிச்சிக்கு தன்னுடைய மானசீகக் குழப்பங்களைப் புரிந்து கொள்ள முடிந்திருக்கும். ஒரு பரிசோதனைக்கு உட்பட திக்குறிச்சி தயாரானால், அவருக்கு அருள் வாக்கு சொல்லும் ஆற்றல் இல்லை என்பதை நான் நிரூபிக்கின்றேன்.

அரை நிமிட நேரமாவது தகதகக்கின்ற தீக்கனலில் பொள்ளல் ஏற்படாமல் நிற்கும் ஆற்றல்கொண்ட மனிதருக்கு ரூபாய் ஒரு இலட்சம் அளிப்பேன் என்ற எனது அறைகூவலை விமர்சித்து திக்குறிச்சி கூறுவதாவது:

"இது சாத்தியமற்ற செயல் என்று எனக்குத் தென்படவில்லை. சபரிமலைப் பிரதேசத்தில் ஆழிக்குட்டி பூசை செய்யும் பொழுது கனல்களால் நிறைந்து கிடக்கின்ற நெருப்புக் குண்டத்தில் குதித்து நிற்கின்ற அய்யப்ப பக்தர்களை நான் பார்த்திருக்கின்றேன்."

மடமைகளை இவ்வாறு கூவிச் சொல்ல திக்குறிச்சிக்கு தயக்கம் ஏற்படாதது அவலம்தான்! தானே அதை சோதனை செய்து பார்த்திருந்தால் இது அவ்வளவு எளிதான காரியம் என்று அவர் சொல்லியிருக்கமாட்டார். எந்தவொரு அய்யப்ப பக்தருக்கும்

பொள்ளல் உண்டாகாமல் தீயில் நிற்க முடியாது. மாறாக, தீக் குண்டத்தின்மீது மிக வேகமாக எவரும் ஓடிப்போக முடியும். அதற்குத் தெய்வீக ஆற்றல் எதுவும் வேண்டாம். எவரேனும் நெருப்புக் குண்டத்தில் நின்றால் பொள்ளல் ஏற்படுவதுடன், வலியால் துடித்து ஓடவும் செய்வார்கள். சுயமாக ஹிப்னோட்டிக் தூக்கத்திற்கு ஆளான ஒருவன், சில வேளைகளில் தீயில் நின்று ஓடாமல் அங்கேயே விழுந்து இறந்துவிட்டான் என்ற நிலையும் உருவாகக் கூடும். சில ஆண்டுகளுக்கு முன்பு வியட்நாமிலுள்ள ரோமன் கத்தோலிக்கர்களான ஆட்சியாளர்களை எதிர்த்து சில புத்தமத சன்னியாசிகள் உடலில் பெட்ரோலை ஊற்றி தீ வைத்து தற்கொலை செய்து கொண்டார்கள். தமிழ் நாட்டில் சில இந்தி எதிர்ப்புப் போராளிகளும் இவ்வாறு செய்தார்கள். ஆவேசத்தால் வெறி கொண்ட நிலைமையில் தீ பொள்ளல் ஏற்பட்டதன் வலிகூட அவர்களுக்குத் தெரியவில்லை. தீயிலிருந்து ஓடி தப்ப வேண்டும் என்ற உயிரினங்களின் இயல்பான துடிப்பைக் கூட அவர்கள் இழந்திருந்தார்கள்.

சபரி மலையிலோ வேறு எதுவேனும் இடத்திலோ எவரும் தீயில் நிற்பது இல்லை; நிற்பது சாத்தியமும் அல்ல. அவர்களு டைய பாதங்கள் ஒரு நிமிடம்கூட தீயில் தொடாமல் அவர்கள் ஓடவோ குதிக்கவோ செய்து கொண்டிருப்பார்கள். அரை நிமிட நேரத்துக்குக் கூட எவரையும் தீயின் தாக்கத்திலிருந்து பாதுகாக்க எந்தவொரு கடவுளாலும் முடியாது.

திக்குறிச்சி அவருடைய நீண்ட கட்டுரையின் இன்னொரு பகுதியில் கூறுகின்றார்: "இல்லை என்று வாதிடுபவர்கள் தான் அதற்கான சான்றுகளை அளிக்க கடமைப்பட்டவர்கள்."

அறிவியலைப் பற்றியும் அறிவியல் விசயங்களைப் பற்றியும் திக்குறிச்சிக்கு இருக்கின்ற அறியாமைதான் இந்தச் சொற் றொடரில் நிழலாடுகின்றது. இல்லாத ஒன்றைப் பற்றி ஆதர வாகவோ எதிராகவோ விசாரிப்பது அறிவியலின் சம்பிரதாயம் அல்ல. ஒரு விசயத்தை அங்கீ கரிப்பதற்கு முன்புதான் அறிவுடைய வர்கள் அதை விசாரிக்கின்றனர். எதுவேனும் ஒன்று இருக்கின்றது என்று சொல்கின்றவர்கள்தான் அதற்கான ஆதாரங்களை முன்வைக்க வேண்டும். பண்டைக்கால மனிதர்கள் அவர்களால் அறிந்துகொள்ள முடியாத பலவற்றையும் அற்புதங்களாகக் கருதினார்கள். மழை, இடி, மின்னல், காற்று, தீ ஆகியவற்றை தேவர்களாக ஆக்கி அவர்கள் வழிபட்டது அதனால் தான். தற்கால

மனிதர்களைப் பொறுத்தவரை இயற்கையிலுள்ள எதுவுமே அற்புதங்கள் அல்ல. நம்மால் இன்றுவரை புரிந்து கொள்ள முடியாத பல விசயங்கள் உள்ளன. அவற்றைப் பற்றிய ஆய்வுகள் தொடருகின்றன. முன்பு அறிந்து கொள்ள முடியாதவையாக இருந்த பலவும் இன்று அறிய முடிந்தவையாக ஆகிவிட்டன. அதுபோல இன்று நம்மால் அறிந்து கொள்ள முடியாத பல இயற்கை இரகசியங்களும் பிற்காலத்தில் கண்டுபிடிக்கப்படும். திறந்த மனதுடன் கூடிய சுதந்திர சிந்தனையும் ஆராய்ச்சியும்தான் இந்த விசயத்தில் தேவை யானவை. காட்டுமிராண்டிகளான நமது முன்னோர்களின் பழைய அறிவில் உதித்த நம்பிக்கைகளையும் ஆச்சாரங்களையும் அப்படியே பின்பற்றுவது போற்றுவதற்குரியது அல்ல. கடவுளின் உதவியில்லாமல் தீயில் நடக்கவோ கையில் கற்பூரத்தைக் கொளுத்திப் பிடிக்கவோ முடியாது என்று சொல்வது அவருடைய அறியாமையால் தான்.

இந்தியாவில் நான் நடத்திய தெய்வீக அற்புத மறுப்பு நிகழ்ச்சிகளில் வேலூரைச் சேர்ந்த கே.பி. சுவாமிநாதன் என்ற மேஜிக் நிபுணரையும் பங்கு பெற வைத்தேன். சாயிபாபா, பண்டரிமலை சுவாமிகள் முதலிய கபட தெய்வீக மாந்தர்களுடன் தங்கியிருந்து அவர்களுடைய வித்தைகளைத் தெரிந்து கொண்டவர்தான் சுவாமிநாதன். நான் உரையாற்றிய பிறகு அவர் பாபாக்கள் காட்டுகின்ற அற்புதங்களையெல்லாம் மேடையில் செய்து காட்டுவார். அவற்றில் ஒன்று கையில் கற்பூரத்தை வைத்து தீ ஏற்றுவதுதான். உள்ளங்கையிலிருந்து வாய்க்குள் ஆக்கி மறைய வைப்பதையும் அவர் செய்வதுண்டு. இந்த மேஜிக்கை செய்து காட்டிய பிறகு அதன் இரகசியத்தையும் அவர் வெளிப்படையாகக் கூறுவார். கபட தெய்வீக மாந்தர்களுடைய தந்திர வித்தைகளால் சாமானிய மக்கள் ஏமாற வேண்டாம் என்று எண்ணித்தான் சுவாமிநாதன் அவ்வாறு செய்தார். கற்பூரம் போன்ற கரைகின்ற இயல்புடைய சில பொருள்கள் மிகக் குறைந்த வெப்ப நிலையில்கூட எரியும். எரிந்து கொண்டிருக்கின்ற கற்பூரத்தின் மேல் பகுதியில் இருப்பதைவிட மிகக் குறைந்த வெப்பநிலையே அடிப்பகுதியில் இருக்கும். திட நிலையிலிருந்து மிக வேகமாக சாம்பலாக ஆகின்ற நிலைக்கு மாறுவதால் கற்பூரத்தின் அடிப்பகுதியில் ஒருவகை மாற்றம் நடைபெறுகின்றது. அதனால் கையிலோ நாக்கிலோ கற்பூரத்தை வைத்துக் கொளுத்தினால் பொள்ளல் உண்டாகாது. நாக்கில் வைத்து கற்பூரத்தைக் கொளுத்துவதென்றால் சிறிது முன்னெச்சரிக்கையுடன் நடந்து

கொள்ள வேண்டும். கற்பூரத்தை நாக்கில் வைத்துக் கொளுத்து வதற்கு முன்பு உதடுகளை உமிழ்நீரால் ஈரப்படுத்த வேண்டும். முடிந்தவரையில் காற்றை உள்ளே இழுக்கவும் வேண்டும். கற்பூரம் எரிந்து கொண்டிருக்கும் பொழுது மெலிதாக வெளியே ஊதிக் கொண்டிருக்க வேண்டும். அப்பொழுது தீச்சுடர் வெளியே செல்லும். மாறாக, அந்த நேரத்தில் காற்றை உள்ளே இழுத்தால் பொள்ளல் உண்டாகும். சிறிது நேரத்திற்குப்பின் வாயைச் சட்டென்று மூடும்பொழுது தீ அணைந்துவிடும். இது எந்தத் தெய்வீக ஆற்றலும் தேவையில்லாத செயல்தான். அது திக்குறிச்சிக்குத் தெரியவில்லை – அவ்வளவுதான்.

கட்டுரையின் இன்னொரு பகுதியில் திக்குறிச்சி கூறுகின்றார்: "எல்லாவற்றுக்கும் மேலான எங்கும் நிறைந்து நிலைகொள்கின்ற ஒரு சக்தி – அதன் பெயர் தெய்வம் என்றோ சங்கிலி பைரவர் என்றோ இருக்கட்டும் – உண்டு என்று நம்ப இந்தக் கோவூர் இரண்யாட்சகனுக்கு சாத்தியம் இல்லைதான்."

மிகச் சரி. அறிவும் உயிரும் இல்லாத ஒன்றை – அதாவது சக்தியை – பலி, பிரார்த்தனை, வழிபாடு ஆகியவற்றின் மூலமாக இன்புறச் செய்கின்ற எதுவேனும் வகையிலான தனித்தன்மை உள்ள தெய்வமாக அங்கீகரிக்க என்னால் முடியாது. சக்தியைத் தேடி தேவாலயத்துக்கோ கோயிலுக்கோ செல்கின்ற மடமைத் தனமும் என்னிடம் இல்லை. சக்தியைப் பெறுவதற்காக மதப் புரோகிதர்களை நம்புவதற்குப் பதிலாக வெப்பம், ஒளி, மின்சாரம், ஈர்ப்புத் தன்மை, காந்த சக்தி ஆகியவற்றுக்கு வேறு வழிகளைத்தான் நான் நம்புகின்றேன். சக்திதான் கடவுள் என்று கருதுகின்றவர்கள், கற்கால மனிதர்களைப் போல சூரியனைத் தான் வழிபட வேண்டும். காரணம், பூமிக்குத் தேவையான ஆற்றலை வழங்குவது சூரியன்தான். ஆனால், இந்தச் சூரியன் எரிந்து ஒளிவீசிக் கொண்டிருக்கின்ற ஒரு கோளம் மட்டும் தான். அதற்கு மூளையோ சிந்தனைத் திறனோ எதுவும் கிடையாது.

தியானத்தின் மூலமாகவும் பிற சித்தர்களுடைய ஆசியாலும் தான் திக்குறிச்சிக்கு அற்புத சித்திகள் கிடைத்ததாக அவர் உரிமை கொண்டாடுகின்றார். அனைத்து மதவெறியர்களிடமும் இருக்கின்ற மூடநம்பிக்கையே இது. பதஞ்சலி போன்ற சிலருடைய பழைய நூல்கள்தான் இத்தகைய தப்பான எண்ணங் களை உருவாக்கின. அறிவும் புத்தியும் தியானம் மூலம் கிடைக்கும் என்றால் இந்தியாவிலுள்ள பள்ளிக் கூடங்களை எல்லாம் மூடிவிட்டு தியான மய்யங்களைத் தொடங்கினால்

போதும்! திக்குறிச்சியின் குழந்தைகளைக் கூட தியானப் பயிற்சிக்கு அனுப்புவதற்குப் பதிலாக அவர் பள்ளிக்கூடத் துக்குத்தான் அனுப்புகின்றார். தியானத்தின் மூலம் ஒருவகையான மோக உறக்கநிலை உண்டாகும். போதுமான அறிவியல் உணர்வு இல்லாதவர்கள் இத்தகைய நிலைமையில் உண்டாகும் 'தோன்றல்' களை உண்மை என்று எண்ணுவார்கள். புலன்களை மிஞ்சிய ஞானம், வெளிப்பாடு, பேரின்பம், பரமானந்தம் என்றெல்லாம் அவர்கள் இதைக் கூறுவார்கள். ராஜயோகம் மூலம் சிலர் சென்றடைவதாகச் சொல்கின்ற பரமானந்தமும் இதுதான். எல்.எஸ்.டி. அருந்தினாலும் இத்தகைய அனுபவங்கள் உண்டாகும். தியானத்தாலும் மந்திரங்களாலும் நோயாளிகளாக ஆன பலருக்கும் நான் சிகிச்சை அளித்திருக்கின்றேன். ராஜ யோகம், ஞான யோகம், பிராணயோகம், ஹம்சயோகம், காந்த யோகம், குண்டலினி யோகம் முதலிய பயிற்சிகளின் மூலமாகப் பல அற்புத சித்திகள் கிடைக்கும் என்று கண்மூடித்தனமாக நம்புகின்ற பலர் இருக்கின்றார்கள். இத்தகைய யோகப் பயிற்சிகளாலோ கற்பனைக் கடவுள்களின் ஆற்றலாலோ எந்த அற்புத சித்தியும் எவருக்கும் உண்டாவதில்லை.

மும்பையில் தண்ணீரின் மீது நடக்க முயன்று, தண்ணீரில் விழுந்த ஹடயோகி எல்.எஸ். ராவ், நான் பெங்களூருக்குச் சென்ற பொழுது என்னைச் சந்திப்பதற்காக நேரம் ஒதுக்க வேண்டும் என்று வேண்டுகோள் விடுத்தார். அவர் என்னைச் சந்திக்க வந்ததுமே, என் கொள்கைகள் அனைத்தையும் அங்கீகரிப்பதாகச் சொன்னார். அவர் தொடர்ந்து கூறியதாவது:

"கோவூர், தங்களுடைய கொள்கைகளுடன் 9,99,999 விழுக்காடு ஒத்துப் போகின்றேன். எவருக்கும் தெய்வீக ஆற்றல் கிடையாது என்ற தங்களுடைய கொள்கை உண்மைதான். நான் ஓரளவு பிரபலமான ஒரு ஹடயோகிதான். தண்ணீரின் மீது நடப்பதாக நான் அறிவித்த பொழுதே அதற்கு முடியாது என்பதும் எனக்குத் தெரிந்தே இருந்தது. ஓரளவு பணம் சம்பாதிக்கலாம் என்று எண்ணித்தான் நான் அதைச் செய்தேன். அதன் மூலம் எனக்கு ரூ. 27 இலட்சம் கிடைத்தது."

வெளிப்படையாக தண்ணீரின் மீது நடந்த ஹடயோகி எல்.எஸ். ராவைவிட திறமை மிகுந்தவர்தான் தான் என்று திக்குறிச்சிக்கு நிரூபிக்க முடியுமா?

திக்குறிச்சி அவருடைய கட்டுரையை பின்வருமாறு முடிக் கின்றார்:

"இந்தப் பந்தயத்தில் எனக்கு வெற்றி உறுதியாகக் கிடைக்கும் என்றும் ரூ. 5 இலட்சம் எனக்குக் கிடைக்கும் என்றும் முழுமையாக நான் நம்புகின்றேன்."

தண்ணீரின் மீது நடக்க முடியும் என்றும் காற்றில் நிற்க முடியும் என்றும் கண்களுக்குப் புலப்படாமல் மறைய முடியும் என்றும் திக்குறிச்சி நம்பக்கூடும். கிரப்ட்டஸ்தேஷ்யா என்ற மனநோய் பாதித்த அனைவருடைய நிலைமையும் இது தான். அவர் தானாகவே அனைத்தையும் பரிசோதனை செய்து பார்ப்பது நல்லது. பின்னர் அந்தத் திறமை உண்டென்று தென்பட்டால் ரூபாய் ஒரு இலட்சத்துக்கு மேற்படாத ஒரு தொகையைச் செலுத்தட்டும். அவ்வளவு தொகையை நானும் செலுத்துகின்றேன். அதற்குப் பிறகு பொது மேடையில் வைத்து பரிசோதனை நடத்தலாம். ஆபாச வார்த்தைகளைப் பேசுவதற்கான திறமையைக் காட்டுவதைவிட பரிசோதனையை எதிர்கொள்ள முன்வருவது தான் நல்லது. எதுவேனும் தந்திரம் செய்து தப்பலாம் என்று நினைத்தால் அவர் ஒரு கபட வேடதாரிதான் என்ற முடிவை எட்ட அது என்னைக் கட்டாயப்படுத்தும்.

(கோவூரின் இந்தக் கட்டுரைக்குப் பதிலளிக்கும் வகையில் மிக நீண்ட தொடர் கட்டுரையை திக்குறிச்சி எழுதினார். பகுத்தறிவாளர்களையும் கோவூரையும் எதிர்க்கின்ற தொகுப்பாகவே இருந்தது அது. கோவூர் குறிப்பிட்ட பரிசோதனைகளுக்கு ஒருபோதும் திக்குறிச்சி தயாராகவே இல்லை. அதற்குப் பதிலளித்து கோவூர் எழுதிய கடைசி கட்டுரைதான் இனி வரும் பகுதி. – மொழிபெயர்ப்பாளர்.)

திக்குறிச்சியின் ஒவ்வொரு கட்டுரைத் தொடர்களைப் படிக்கும் பொழுதும் அவர் வித்தைகளில் பயிற்சிப் பெற்றவரென்றாலும் ஆபாச வார்த்தைகளைப் புலம்புவதிலும் ஏசுவதிலும் மனநிறைவை அடைகின்ற ஒருவர்தான் அவர் என்ற எண்ணமே அதிகரித்துக் கொண்டு வருகின்றது. மரியாதைக்குரிய – அறிவார்ந்த வாத பிரதிவாதங்களில் ஈடுபடுவதற்கு ஏற்ற ஒருவர் அல்ல அவர். சித்திகள் உண்டு என்ற திக்குறிச்சியின் உரிமைக்குரல் வெறும் பொய்தான். என்னுடைய அறைகூவலை எதிர்கொள்ள ஒருபோதும் அவரால் முடியாது.

தலைகீழான அந்த மனிதரின் பழக்க வழக்கத்தைப் பற்றியோ அறிவற்ற தன்மையைப் பற்றியோ தெரிந்திருந்தால் நான் அவருடன் வாத - பிரதிவாதத்தில் ஈடுபட்டிருக்க மாட்டேன்.

எட்டு வயது முதல் சில அற்புத சித்திகள் தனக்கு உண்டு என்று திக்குறிச்சி உரிமை கொண்டாடினார். அது பொய் என்று நானும் சொன்னேன். ஆனால், இந்த விசயத்துடன் எந்தவிதத் தொடர்பும் இல்லாத பல காரியங்களை திக்குறிச்சியின் கட்டுரையில் காணலாம். விவாதச் செய்தியில் விடையளிக்க முடியாத நிலை ஏற்பட்டதும் காட்டிலும் புதரிலும் அடித்து கூக்குரல் எழுப்ப முயலுகின்றார் அந்தப் பெரிய மனிதர். தனிப்பட்ட முறையில் எதிர்ப்பதற்கு அவருக்கு எந்தத் தயக்கமும் இல்லை. 'புனர் ஜென்மம்' என்ற திரைப்படத்தைப் பற்றி திக்குறிச்சி கூறுவதைப் பாருங்கள்:

'புனர்ஜென்மம்' என்ற ஓர் உதவாக்கரை கதையை மஞ்ஞிலாஸ் திரைப்படமாக எடுத்தார். உலகத்தில் எங்கேயுமே இல்லாத ஒரு மனோதத்துவக் கதைதான் புனர் ஜென்மம் என்று நினைத்துத்தான் கோவூர் தலையை உயர்த்திப் பிடிக்கின்றார். ஓரளவு சிந்திக்கின்ற திறமையுடைய எவருக்கும் அதனுள்ளே மனோதத்துவமும் இல்லை மனநல அறிவியலும் இல்லை என்பது புரியும். மனோதத்துவ அறிவியலுக்கு முரணானவைதான் அதிலுள்ள ஒவ்வோர் அம்சமும். மனோதத்துவம் என்று சொல்லி எந்த மடமைகளைக் காட்டினாலும் அவற்றையெல்லாம் அய்ம்புலன்களை அடக்கி நின்று பொதுமக்கள் ஏற்றுக் கொள்வார்கள் என்பதுதான் கோவூர் திருமேனியின் கற்பனை."

'புனர்ஜென்மம்' என்ற திரைப்படத்திலுள்ள கதை இங்கே விவாதப் பொருளே அல்ல. தேவையில்லாமல் திக்குறிச்சி அதை இங்கே இழுத்துக் கொண்டு வருகின்றார். திக்குறிச்சி எழுதி இருப்பதைப் போல கற்பனைக் கதை அல்ல புனர்ஜென்மம். திரைப்படமாக எடுப்பதற்காக எழுதப்பட்டதும் அல்ல அது. அந்தக் கதையுடன் தொடர்புடையவர்கள் இன்றும் உயிருடன் வாழ்ந்து கொண்டுதான் இருக்கின்றார்கள். இனி மனோதத்துவத்தைப் பற்றி – அந்த விசயத்தில் திக்குறிச்சி முழு மூடன்தான் என்பதை அவருடைய கட்டுரைகளே நிரூபிக்கின்றன.

ஏராளமான தெய்வீகச் சித்திகளைப் பெற்றவர்கள் இந்தியாவில் உண்டு என்றாலும் தீவிர கடவுள் மறுப்பாளரான என்னுடைய அறைகூவலை ஏற்றுக் கொள்ள அவர்களில் எவரும் தயாராக இல்லை என்று இப்பொழுது திக்குறிச்சி கூறுகின்றார். திக்குறிச்சிக்கே சித்திகள் உண்டு என்பதும் பரிசோதனைக்குத் தயார் என்பதும் தான் முதல் வாதம். இப்பொழுது தெய்வீக ஆற்றல்

பிறரிடம் மாறிவிட்டது. சித்திகள் கொண்ட எவரேனும் உண்டு என்று நான் நினைக்கவில்லை. பரிசோதனைக்கு உட்பட வேண்டும் என்று சொன்னால் அவர்கள் அனைவரும் எதுவேனும் சாக்குப்போக்குச் சொல்லி பின்வாங்குவதைக் காணலாம். சித்தி என்று அப்பாவி மக்களைத் தடுமாற வைக்கின்ற மோசடி வேலை தான் அது என்பதே அதற்குக் காரணம். எட்டு வயது முதல் காற்றில் எந்தப் பிடிமானமும் இன்றி நிற்கவும் தண்ணீரின் மீது நடக்கவும் முடியும் என்று உரிமைக் கொண்டாடுகின்ற திக்குறிச்சி ஒரு தடவைகூட அவற்றை வெளிப்படையாகச் செய்துகாட்ட தயாராகமாட்டார். காரணம், அத்தகைய திறமைகள் உண்டு என்ற விதண்டா வாதம்தான் அவரிடம் இருப்பது. ஆபாசச் சொற்களை வாயில் வந்ததைப்போல கூவிச் சொல்கின்ற இந்த மனிதருக்கு, அறிவியல் ஆய்வுகளையோ அறிவியலையோ பற்றிய சாமானிய அறிவுகூட இல்லை. ஆபாச வார்த்தைகளைப் பேசி எதிர்தரப்பை மண்டியிட வைக்க ஒருவர் முயலுவது தோல்வி உணர்வினால் தான்.

83
இரத்தக் கலப்பால் மனித இனத்தை இணைத்தல்

புதிதாக சுதந்திரம் அடைந்த ஆசிய நாடுகளில் பலவும் எதிர் கொள்கின்ற ஒரு பிரச்சனைதான் மக்களிடையே திணிக்கப்பட்ட இன வெறி. இலங்கையில் தமிழர்களுக்கும் சிங்களர்களுக்கும் இடையில் நல்லுறவு இல்லை. ஒரு நாட்டின் குடிமக்களுக்குள் பல சமயங்களில் கலகம் ஏற்படுவது உண்டு. இந்தியாவில் இந்துக்களுக்கும் முஸ்லீம்களுக்கும் இடையில் பல நேரங்களிலும் கலவரம் நடைபெறுகின்றது. இந்துக்களிடையிலேயே பல்வேறு சாதியினருக்குள் கலவரங்கள் உண்டாவது உண்டு. மியான்மரில் புத்த மதத்தினருக்கும் முஸ்லீம்களுக்கும் இடையில் கலவரம் உண்டாவது வழக்கமான நிகழ்வுதான். ஆப்பிரிக்காவிலும் கோத்திரங்களும் மதங்களும் தங்களுக்குள் அடிக்கடி மோதிக் கொள்கின்றனர். மொழி, சாதி, மதம், கோத்திரம், வர்க்கம், நிறம், பணம் ஆகியவற்றின் பேரிலுள்ள இந்த வேற்றுமைகள் அனைத்தும் செயற்கையாக உருவாக்கப்பட்டவை; தேவையற்றவை.

அனைத்து மனிதர்களும் சமமானவர்கள். அப்படித்தான் பிறக்கின்றனர். பூமியில் பிறக்கின்ற எந்த மானுடக் குழந்தைக்கும் சமமான உரிமைகளும் வாய்ப்புகளும் இருக்க வேண்டும்.

வயதானவர்கள்தான் குழந்தைகளின் மூளையில் தீவிரவாதத்தைத் திணிக்கின்றனர். புதிதாகப் பிறக்கின்ற எந்தக் குழந்தைக்கும் மதமோ சாதியோ நாடோ மொழியோ கிடையாது. அந்தக் குழந்தையை இந்து என்றோ முஸ்லீம் என்றோ பவுத்தன் என்றோ மலையாளி என்றோ சிங்களன் என்றோ அழைப்பது சரியல்ல. இலங்கையில் புத்த மதத்தைச் சேர்ந்த தம்பதிக்குப் பிறந்ததனால் ஒரு குழந்தை புத்த மதத்தைச் சேர்ந்ததாக ஆகாது. அது ஒரு மானுடக் குழந்தை மட்டும்தான். அந்தக் குழந்தையை தமிழர் ஒருவர் தத்தெடுத்து வளர்த்தால் அவன் ஒரு இந்துத் தமிழனாக வளருவான். அவன் ஒரு மத வெறியனாக வளர்க்கப்பட்டால், இந்து மதத்துக்கும் தமிழ் மொழிக்குமாக, உண்மையான பெற்றோரின் மதத்துக்கும் மொழிக்கும் எதிராக அவன் போரிடவும் கூடும்.

புத்த மதத்தைச் சேர்ந்த ஒரு சிங்களப் பெண்ணும் ஒரு தமிழ் இந்துப் பெண்ணும் மருத்துவமனைக்கு பிரசவத்துக்காகச் செல்கின்றார்கள் என்று வைத்துக் கொள்வோம். ஒருநாள் அவர்கள் இருவரும் பிரசவிக்கின்றனர். மருத்துவமனையிலுள்ள பணியாளர்களின் கவனக் குறைவால் குழந்தைகளை மாற்றி படுக்க வைத்தால் என்ன நிகழும்? இரண்டு தாய்மார்களும் தன் குழந்தைதான் என்ற நம்பிக்கையுடன் அருகில் படுத்திருக்கின்ற குழந்தைக்கு தாய்ப்பால் புகட்டவும், பின்னர் வீட்டுக்குக் கொண்டு செல்லவும் செய்வார்கள். பெற்றோருடன் பிற குழந்தைகளுக்கு இருக்கின்ற அன்போடுதான் அவர்கள் வளருவார்கள். அவர்களின் உண்மையான பெற்றோர்களுடைய கலாச்சாரத்திலோ மதத்திலோ அவர்களுக்கு மமதை உண்டாவதில்லை. திருமண வயதை எட்டும் பொழுது அவர்கள் திருமணம் செய்து கொள்வார்கள். 1958 லும் 1977லும் உருவானதைப் போன்ற இனக் கலவரம் உண்டானால், அவர்கள் எந்த மதச் சூழலில் வளர்ந்தார்களோ அந்தக் கூட்டத்துடன் தான் அவர்கள் நிற்பார்கள்.

மனிதர்கள் தனித்தனி மதங்களாகவும் குமுகாயங்களாகவும் பிரிந்து வாழ்வதும் குழந்தைகளை அவ்வாறு வளர்ப்பதும் தப்பு. என்னுடைய தாத்தா ஒரு சுரியானி கிறித்தவர். அவருக்குத் தெரிந்த ஒரே மொழி மலையாளம்தான். ஆனால், என் தந்தையோ ஒரு

கிறித்தவப் புரோகிதராக விளங்கினார். மலையாளத்தைத் தவிர வேறு நான்கு மொழிகளும் அவருக்குத் தெரிந்திருந்தது. நான் கிறித்தவனோ வேறு எதுவேனும் மதத்தைச் சேர்ந்தவனோ அல்ல; நான் பகுத்தறி வாளன். மலையாளம் உள்பட அய்ந்து மொழிகள் எனக்குத் தெரியும். என் மகனுக்கும் ஒரு மதமும் கிடையாது. அவனுக்கு என்னுடையவும் முன்னோர்களுடையவும் தாய் மொழியான மலையாளம் தெரியாது. ஆனால், பல அய்ரோப்பிய மொழிகளை அவன் அறிவான். என் மகனின் குழந்தைகளுக்கும் மதம் இல்லை. மலையாளமோ ஆங்கிலமோ தெரிந்திராத அந்தக் குழந்தைகள் பிரஞ்சு மொழியைப் பேசுகின்றனர். நாங்கள் அனைவரும் கோவூர் குடும்பத்தவர்கள்தான்; ஒரே குடும்பத்தின் வாரிசுகள்தான். ஆனால், நானும் என் பெற்றோர்களும் மலை யாளத்தில் பேசியதற்காக என் சின்னஞ்சிறு குழந்தைகளும் மலை யாளம் படிக்க வேண்டும் என்று நான் கட்டாயப்படுத்தினால் அது மடமையாகும். என்னுடைய சின்னஞ்சிறு குழந்தைகள், அவர் களுடைய தாத்தா பேசிய மொழிகள் என்ற நிலையில் மலையாளத் துக்காகவோ தமிழுக்காகவோ வாதிடுவதும் சரியல்ல. இன்றைய பழமையான சமூக நோக்குக்கு இணங்கப் பார்த்தால் நான் எந்தச் சமூகத்தையும் சேர்ந்த நபர் அல்ல. என் மகனும் அவனுடைய குழந்தைகளும் மலையாளிகள் அல்ல. அவர்களுக்கு அந்த மொழியிலுள்ள ஒரு சொல்கூட தெரியாது. அவர்கள் கிறித்தவர்களோ பவுத்தர்களோ இந்துக்களோ அல்ல. பிரெஞ்சு மொழி பேசுவதால் அவர்களை பிரெஞ்சுக்காரர்கள் என்று அழைக்கலாமா? என் குடும்ப உறுப்பினர்களில் பலரும் பல்வேறு நாடுகளில்தான் பிறந்தார்கள். அவர்கள் பல மொழிகளைப் பேசுகின்றனர். எங்களை இணைக்கின்ற மதமும் கிடையாது. எனினும் நாங்கள் அனைவரும் மனிதர்கள்தான். எங்களிடம் இருப்பது மனிதத் தன்மைதான்.

மொழி, கருத்துப் பரிமாற்றத்துக்கான ஓர் ஊடகம் மட்டும்தான். பூமியின் பல பாகங்களில், வெவ்வேறு சூழ்நிலை களில், பல காலகட்டங்களில்தான் மொழிகள் தோன்றின. பல மொழிகளுக்குள் எழுத்திலும் சொற்களிலும் ஒற்றுமையைக் காணலாம். பிற மொழிகளிலிருந்து சொற்களை ஏற்றுக் கொள்ள எல்லா மொழிகளும் தயாராகவே இருக்கின்றன. ஒரு சிங்களக் கிராமத்தைச் சேர்ந்த விவசாயிக்கு அந்த மொழியிலுள்ள மிகக் குறைவான சொற்களே தெரிந்திருக்கக் கூடும். அவற்றில் வெளிநாட்டுச் சொற்கள் குறைவாகவே இருக்கும். அதே

வேளையில் ஒரு சிங்கள அறிஞருக்கு அந்தக் கிராம மனிதரை விட எத்தனையோ மடங்கு சிங்களச் சொற்கள் கூடுதலாகத் தெரிந்திருக்கும். அவருடைய மொழியில் அதிகமான வெளிநாட்டுச் சொற்களும் இடம் பெற்றிருக்கும். வெளிநாட்டுச் சொற்களைப் பயன்படுத்துவதால் அந்த அறிஞரின் மொழியைத் தடை செய்வதும் கிராம விவசாயியின் மொழியை ஏற்பதும் அறிவுடைமை ஆகுமா?

சில விசயங்களில் 'பின்பற்றுவது' தப்பு என்று சொல்லப்பட்ட போதிலும் வளர்ச்சி ஏற்பட வேண்டுமென்றால் பின்பற்றித்தான் ஆக வேண்டும். அதைப் போலவே கருத்துகளையும் சொற்களையும் கடன் வாங்காமல் இருக்கவும் வழியில்லை. குழந்தைகளாக இருக்கும் பொழுது நாம் பெற்றோரையும் பிற குடும்ப உறுப்பினர்களையும் பின்பற்றித்தான் கற்கின்றோம்.

தாய்மொழி என்று நாம் கூறுவதுகூட பின்பற்றுவதன் விளைவாகவே நமக்குக் கிடைக்கின்றது. குழந்தை வளர வளர பக்கத்தில் இருப்பவர்களையும் ஆசிரியர்களையும் பின்பற்றவும் அவர்களிடமிருந்து கற்றுக் கொள்ளவும் செய்கின்றது. பிற நாட்டவர்களிடமிருந்து கற்றுக் கொள்வதும் அவர்களிடமிருந்து கருத்துகளை ஏற்றுக் கொள்வதும் இதைப் போன்றது தான். வெளிநாட்டவரிடமிருந்து நாம் ஏற்றுக் கொண்டவற்றை யெல்லாம் புறக்கணித்து விட்டு, நமது முன்னோர்களுடைய கலாச்சாரத்திலேயே நிலைத்து நிற்க முடிவெடுத்தால், பழைய குகை வாழ்க்கைக்குத்தான் நாம் திரும்பிச் செல்ல வேண்டிய நிலை ஏற்படும். நூறு சொற்களுக்கு மேல் இல்லாத ஒரு பழைய மொழியைப் பேசி, விலங்குகளின் தோலாலோ இலைகளாலோ மரப்பட்டைகளாலோ ஆன உடைகளை அணிந்து, மந்திரவாதம் – காட்டு வாசி நடனம் ஆகிய வற்றுடனேயே வாழ வேண்டிய கட்டாயத்துக்கு உள்ளாவோம். சோதிடர்கள், கைரேகை பார்ப்பவர்கள், குறி சொல்பவர்கள் ஆகியோர் மூலம் நம்முடைய பிரச்சனைகளைத் தீர்ப்பதற்கு முயல வேண்டிய நிலைமை ஏற்படும். அப்பொழுது நவீன விஞ் ஞானத்தின் விளைவான மோட்டார் வாகனங்களையோ வானொலிப் பெட்டியையோ தொலைக்காட்சிப் பெட்டியையோ மருந்துகளையோ நாம் ஏற்றுக் கொள்ள முடியாத நிலை ஏற்படும். கலாச்சாரம், பழம் பெருமையின் பெயரைச் சொல்லி, அறிவியல், தொழில் நுணுக்கக் கல்வி ஆகியவற்றின் வசதிகளை தியாகம் செய்து,

காட்டுமிராண்டி காலத்தை நோக்கி பின்வாங்கிச் சென்று சிலை வழிபாடு, புனிதப் பொருள்கள் வழிபாடு, மந்திரவாதம், செய்வினை, காட்டுமிராண்டி நடனம் ஆகியவற்றை நடத்துவதை விட மடமையானது வேறு எதுவும் இல்லை.

சில பிறவிக் குணங்களைத் தவிர வேறு எதைப் பற்றியும் எதுவும் தெரியாமல்தான் நாம் பிறக்கின்றோம். கடையிலிருந்து புதியதாக வாங்குகின்ற பணப்பை (மணிபர்ஸ்) யைப் போன்றது தான் குழந்தைகளின் மூளை. பணப்பையில் ரூபாயைப் போடுவது போலத்தான் மூளையில் அறிவை இடுகின்றனர். போலி நாணயங்களையோ காலாவதியான நாணயங்களையோ பணப்பையில் இட்டால் அவற்றை மட்டும்தான் நம்மால் மீண்டும் எடுக்க முடியும். மனிதர்களுடைய விசயத்திலும் நடை பெறுவது இதுதான். காட்சி, கேள்வி, நுகர்தல், தொடு உணர்வு, சுவை ஆகிய அய்ந்து வழிகளின் மூலமாகத்தான் குழந்தை அறிவைப் பெறுகின்றது. பணப்பையிலிருந்து பணத்தை எடுத்தால் அது காலியாகும். ஆனால், மானுட மனதில் ஒருமுறை நிறைப்பதை முழுமையாக அதிலிருந்து மாற்ற முடியாது. அதிக அறிவு செல்லச் செல்ல அறிவு மண்டலம் விரிவடையும். மூளையின் செல்களுக்கு எதுவேனும் தீங்கு ஏற்படாவிட்டால் அவற்றுக்குக் குறைவே ஏற்படுவதில்லை.

பணப்பையில் போலி நாணயங்களை இடுவதைப் போன்றது தான் கடவுள், பிசாசு, சாத்தான், தேவ தூதர்கள், மந்திரவாதம், சோதிடம், கைரேகை சோதிடம், முகூர்த்தம், நல்லநேரம், சொர்க்கம், நரகம், மறுபிறவி ஆகியவற்றைப் பற்றிய செய்தி களைக் குழந்தைகளுக்கு வழங்குவது. பெரும்பாலான கீழை நாடுகளில் இருப்பதைப் போலவே இலங்கை மக்களிடையிலும் மொழி, மதம், சாதி, பணம் ஆகியவற்றைப் பற்றிய வேறுபாடுகள் நிலவுகின்றன. பெரியவர்கள் பிற மூடநம்பிக்கைகளுடன் இனவெறியையும் அவர்களுடைய தலையில் கட்டி வைக்கின்றனர். இலங்கையிலுள்ள சில அரசியல் தலைவர்கள் இனவெறியை மக்களிடையே பரப்ப முயல்வது வேதனையான செய்திதான். இந்தப் போக்கு தொடர்ந்தால் நாளை இந்தத் தீவு இனவெறி கலகங்களின் களமாக மாறிவிடும்.

(1977 இல் கோவூர் தெரிவித்த இந்த முன்னறிவிப்பை எவரும் பொருட்படுத்தவில்லை. ஆறு ஆண்டுகள் முடிவடை வதற்கு முன்பே இலங்கையில் தமிழர்களும் சிங்களர்களும் மோதி

ஆயிரக்கணக்கான மக்கள் பலியானார்கள். தொடர்ந்து இன்று வரை உள்ள நிலைமை நாம் அறிந்ததுதானே. — மொழிபெயர்ப் பாளர்.)

இரவில் படுக்கையில் சிறுநீர் கழிக்கின்ற இயல்புடைய பத்து வயது சிறுமியை சில நாள்களுக்கு முன்பு மனோத்துவ சிகிச்சைக்காக என்னிடம் அழைத்து வந்தார்கள். அவளுடைய பிரச்சனைகளை நான் ஆராய்ந்தபொழுது சில புதிய செய்திகள் வெளிவந்தன. நாற்பது குழந்தைகள் படிக்கின்ற ஒரு வகுப்பில் தான் அவள் படித்தாள். ஆனால், அவர்களில் எவருடனும் அவள் ஒத்துழைக்கவில்லை. காரணம், பிற குழந்தைகள் அனைவரும் அவளைவிட தாழ்த்தப்பட்ட சாதியைச் சேர்ந்தவர்களாக இருந்தனர்! அவர்களைப் பற்றி மிகவும் வெறுப்புடன் தான் பேசினாள். இந்த சிறுமிக்கு இவ்வளவு அதிகமான இனவெறி எவ்வாறு உண்டானது? பிற சாதியைச் சேர்ந்தவர்களிடமுள்ள வெறுப்பு பிறவி குணமாகக் கிடைத்தது அல்ல. உண்மையில் அவளும் பிற குழந்தைகளைப் போல தாழ்த்தப்பட்ட சாதியில்தான் பிறந்தாள். உயர் சாதியினர் என்று கருதப்பட்ட தம்பதியர் அவளை வளர்த்தார்கள் — அவ்வளவுதான்! அந்த வளர்ப்புத் தந்தையிட மிருந்தும் தாயிடம் இருந்தும் தான் அவளுக்கு இனவெறி கிடைத்தது.

வெவ்வேறு வர்க்கங்களையும் சமூகங்களையும் சேர்ந்தவர் களைத் திருமண உறவில் இணைப்பதுதான் இனவெறியை அழிப்பதற்கான மிகச் சிறந்த வழி. அவ்வாறு அரை நூற்றாண்டு கடந்து விட்டால் இனவெறி அழிந்து விடும். கலப்புத் திருமணத் தம்பதியருக்குப் பிறக்கின்ற குழந்தைகளுக்கு அந்த இரு சமூகத்திடமும் தனி ஈடுபாடு ஏற்படாது. அவ்வாறு இலங்கையில் ஏராளமான திருமணங்கள் நடைபெற்றால், அவற்றின் விளை வாகப் பிறக்கின்ற குழந்தைகள் இலங்கை குடிமகன்களாக இருப்பார்கள். அவர்களுக்கு நாட்டின் மீது பற்று இருக்கும்; ஆனால், குறிப்பிட்ட சமூகத்தோடு எந்த ஈடுபாடும் இருக்காது. மதங்களையும் சமூகங்களையும் ஒழிப்பதற்கான ஒரே வழி கலப்புத் திருமணம்தான். குடும்பக் கட்டுப்பாடு திட்டங்களைப் போலவே அரசு இதற்கும் முக்கியத்துவம் கொடுக்க வேண்டும்.

கலப்புத் திருமணங்கள் நடைபெற முடியாத, நடுங்க வைக்கின்ற காரியம் என்று கணிக்கப்படுகின்ற ஒரு நாட்டில் இதை எவ்வாறு நடைமுறைப்படுத்த முடியும் என்று தோன்றக் கூடும். குடும்பக் கட்டுப்பாடு விசயத்திலும் சில நாள்களுக்கு முன்பு இதே

நடுக்கம் இருந்தது. இன்று அது விலகிவிட்டது. மதத் தலைவர்களும் பிற்போக்குவாதிகளும் என்ன சொன்னாலும் தம்பதிகள் அவர்களுடைய தேவைக்காக குடும்பக் கட்டுப்பாடு மார்க்கங்களை ஏற்றுக் கொள்கின்றனர். இதைப் போன்றே சமூகத்தின் வலிமையான எதிர்ப்பையும் மீறி பல இளைஞர்கள் கலப்புத் திருமணங்களைச் செய்கின்றனர். நாடு, மானுட சமூகம் ஆகியவற்றின் முன்னேற்றத்தில் ஆர்வம் கொண்டவர்கள் கலப்புத் திருமணங்களை ஊக்கப்படுத்த வேண்டும்.

நாட்டின் எல்லா பகுதிகளிலும் கலப்புத் திருமணச் சடங்குகளை உருவாக்குவதும் இன்றியமையாத தேவையாகும். கலப்புத் திருமணம் செய்ய விரும்புகின்றவர்களுக்கு உதவவும் திருமணங்களை நடத்திக் கொடுக்கவும் இந்த அமைப்புகளால் முடியும். இத்தகைய சாதி — மத மறுப்புத் திருமணங்களில் அரசியல் தலைவர்களை வரவழைத்து உரையாற்ற வைப்பதும் நல்லதுதான். இவ்வாறு சமூகம் கலப்புத் திருமணங்களை ஊக்குவிக்கின்றது என்பதைப் பார்க்கும் பொழுது பிறரும் அதற்குத் தயாராவார்கள்.

கலப்புத் திருமணங்களின் மூலமாக நாடுகளுக்கிடையே நட்புறவைப் பேணவும் அரசுகள் தயாராக வேண்டும். உரிய தகுதிகள் இருந்தால் கலப்புத் திருமணம் செய்தவர்களுக்கும் அவர்களுடைய குழந்தைகளுக்கும் வேலை வாய்ப்பில் முன்னுரிமை வழங்க வேண்டும். நமது நாட்டைப் போல பல மொழியினரும் பல மதத்தினரும் சாதியினரும் உள்ள ஒரு நாட்டில் உண்மையான ஜனநாய கத்தை நடைமுறைப்படுத்த வேண்டும் என்றால் அரசு முழுமையான மத மறுப்புக் கொண்டதாக இருக்க வேண்டும். மதம் மனிதனுடைய தனிப்பட்ட பிரச்சனையாகும். எல்லோரிடம் இருந்தும் வரி வசூலித்துவிட்டு பெரும்பான்மை மதத்தினருக்காகவோ சிறுபான்மை மதத் தினருக்காகவோ செலவழிப்பது சரியல்ல. அவ்வாறு செய்தால் அது இனவெறி ஏற்படக் காரணமாக அமையும். அரசுப் பணிக்கு விண்ணப் பிக்கும் பொழுதும் குழந்தைகளை பள்ளிக் கூடத்தில் சேர்க்கும் பொழுதும் மதத்தை எழுத வேண்டும் என்று கோருவது தப்பாகும்; தேவையற்றதும் ஆகும்.

நடைமுறையிலுள்ள எந்தச் சமூக வழக்கத்தையும் மாற்றுகின்ற உத்தரவை பழமைவாதிகள் எதிர்ப்பார்கள். அத்தகையவர்களிடமிருந்து வருகின்ற எதிர்ப்பை எதிர்கொள்ளாமல் எந்த

மாற்றத்தையும் உண்டாக்க எவராலும் முடியாது. கலப்புத் திருமணங்களை ஊக்கப்படுத்தினாலும் அவர்கள் எதிர்ப்பார்கள். ஆனால், நாட்டின் ஒற்றுமைக்கான ஒரே வழி அது மட்டும்தான்.

மூடநம்பிக்கையாளர்களும் அறிவில்லாதவர்களுமான பெரும்பான்மையினர்தான் முன்னேற்றத்துக்குத் தடையாக இருக்கின்றார்கள். முதலாவதாகவும் முடிவாகவும் நாம் மனிதர்களாகவே இருப்போம். சாதியும் மதமும் வர்க்கமும் மனிதர்களைப் பாகுபடுத்துகின்றது. இரத்தக் கலப்பின் மூலமாக மனித இனத்தை இணையுங்கள் – அதுதான் முதன்மையான தேவை!

84
மரணத்தைத் தழுவிய – தழுவப் போகின்ற சில தெய்வங்கள்

பாரம்பரியங்களைக் கைவிடத் தயங்குகின்ற சில கல்வியாளர்கள், இந்தப் பிரபஞ்சத்தைக் கட்டுப்படுத்துகின்ற ஒரு பராசக்தியை மட்டுமே அவர்கள் நம்புவதாகக் கூறுவார்கள். வேறு சிலரோ, ஒரு 'சைதன்'யத்தை மட்டும் நம்புகின்றோம் என்பார்கள். இந்த இரு பிரிவினரும் கர்த்தர், அல்லாஹ், விஷ்ணு, சிவன், காளி, சாமுண்டி முதலிய தெய்வங்களை நம்பாதவர்கள்தான். "ரகுபதி ராகவ ராஜாராம், பதீத பாவன சீதாராம், ஈசுவர அல்லா தேரே நாம்" என்று காந்தியடிகள் பாடினார். அல்லாஹ்வும் ஈசுவரனும் ராகவனும் (விஷ்ணு) அவருடைய பார்வையில் ஒரே கடவுளின் வெவ்வேறு பெயர்கள்தான். ஆனால், அல்லாஹ்வின் ஆதரவாளர்களும் விஷ்ணுவின் ஆதரவாளர்களும் ஒருவரையொருவர் வெட்டிக் கொன்றதை அவரே பார்க்க வேண்டிய நிலை ஏற்பட்டது. அதுமட்டுமல்ல, அல்லாஹ்வை மதித்ததற்காக இராமனின் ஆதரவாளர்கள் அவரைச் சுட்டனர். எனினும், 'ஹே... ராம்' என்று சொல்லியபடிதான் அவர் இறுதி மூச்சை விட்டார்! எல்லா மதங்களையும் தெய்வங்களையும் ஒன்றுபோல நிலை நிறுத்தவும் போற்றவும் முயன்ற ஒருவருடைய தோல்வியே இது.

மானுட இனத்தின் வரலாறை ஆராய்ந்தால் ஆரம்ப காலத்தில் அவர்களுக்கு எந்தவொரு தெய்வமும் இருக்கவில்லை என்பது தெளிவாகப் புலனாகும். காலப்போக்கில் இயற்கை

படைப்புகளை விளக்க அவர்கள் முயன்றபொழுது விடை கிடைக்காத பல பிரச்சனைகள் ஏற்பட்டன. அறிய முடியாத அத்தகைய விசயங்களையெல்லாம் தெய்வீகம் என்று அவர்கள் கற்பிதம் செய்தனர். மனிதர்கள் அவர்களுக்குத் தெரிந்த பொருள் களுடையயவோ மனிதர்களுடையயவோ உருவத்தில் தேவி – தேவர்களைப் படைத்தனர். ஒவ்வொரு காலகட்டத்திலும் தோன்றிய கடவுள்களுடைய இயல்பு அந்தக் காலகட்டத்திலுள்ள மனிதர்களுடைய வாழ்க்கை முறையுடனும் இயல்புகளுடனும் பொருந்துவதாக இருந்தது. எடுத்துக்காட்டாக, வேட்டைக் காரர்களுடைய கடவுள், திறமையான ஒரு வேட்டைக்காரனாக இருப்பார். போர் வீரர்களுடைய கடவுளுக்கு அதாவது தேவிக்கு போர் திறமை உண்டாகும். இத்தகைய வாழ்க்கை முறைகளைத் துறக்கின்ற வேளையில் அவர்களுடைய கடவுளின் இயல்பிலும் மாற்றம் உண்டாகும்; அல்லது புதிய கடவுளைப் படைப்பார்கள். இதுதான் சாதாரணமான வழக்கம். போர்களும் இடமாற்றங்களும் பல நேரங்களில் கடவுள்களின் மரணத்திற்குக் காரணமாகி உள்ளன. வெற்றி பெற்றவரின் தெய்வம் அங்கீகரிக்கப்படவும் தோல்வியைத் தழுவியவரின் தெய்வம் புறக்கணிக்கப்படவும் செய்யும். இவ்வாறு பல்வேறு காலகட்டங்களில் இறந்த சில தெய்வங்களைப் பற்றிய செய்திகளை இங்கே கொடுக்கின்றேன். இவற்றில் பலவும் இன்றைய அல்லாஹ்வை விடவும் கர்த்தரை விடவும் விஷ்ணுவை விடவும் ஆற்றல் மிக்கவையாக இருந்தன. ஆனால், எவரும் இன்று இந்தத் தெய்வங்களை வழிபடுவது இல்லை. பண்டைய சிற்பங்களிலிருந்தும் பண்டைய நூல்களில் இருந்தும்தான் இவற்றைப் பற்றிய தகவல்கள் நமக்குக் கிடைக் கின்றன.

பால்

இன்று சிரியா என்று அழைக்கப்படுகின்ற நாட்டில் இரண் டாயிரம் ஆண்டுகளுக்கு முன்பு பரவலாக வழிபடப்பட்டு வந்த தேவன்தான் பால். ராஸ்ஷம்ரா என்ற இடத்தில் அகழ்வாராய்ச்சி நடத்தியபொழுது இந்தக் கடவுளைப் பற்றிய ஏராளமான தகவல்கள் ஆராய்ச்சியாளர்களுக்குக் கிடைத்தன. பூமியின் தலைவன், மேகங் களைச் செலுத்துகின்றவன் என பல சிறப்புகள் அளிக்கப்பட்ட இந்தத் தெய்வத்தை கானான் நாட்டவர்களும் வழிபட்டனர். மழை பொழிய வைப்பதும் விளைச்சலை உண்டாக்குவதும் பால்தான் என்று அவர்கள் நம்பினார்கள்.

ஒவ்வொரு கானான் நகரத்திலும் பாலின் கோயில்களும் சிலைகளும் இருந்தன. கோயில் முற்றத்தில் கடவுளின் சின்னமாக லிங்கங்களும் இருக்கை செய்யப்பட்டன. பால் கோயில்களில் விபச் சாரம் செய்வது கடவுளுக்கு விருப்பமானது என்பது கற்பிதம். அதனால் ஆண் விபச்சாரகர்களையும் பெண் விபச்சாரிகளையும் கோயிலில் தங்க வைத்திருந்தனர். குழந்தைகளைப் பலியிடுவது தான் பால் தேவனுக்கு விருப்பமான மதச்சடங்கு என்ற நம்பிக்கை நிலவியது. பைபிளில் பால் தேவனைப் பற்றிய ஏராளமான குறிப்புகள் உள்ளன. மோவாப்பியர், மிதியானைட்டுகள், கானானியர் முதலிய பலரும் பக்தியுடன் வழிபட்டு வந்த 'சர்வ வல்லமை உடையவ'னான கடவுள் பாலை இன்று உலகில் எவரும் வழிபடவில்லை. அருங்காட்சியகத்தில் அந்தக் கடவுள் சிலையை நாம் காணலாம்.

ஏல்

ராஸ்ஷம்ராவிலிருந்து தோண்டி எடுக்கப்பட்ட இன்னொரு கடவுள்தான் ஏல் (el). பாலின் மீதும் இந்தக் கடவுள் ஆதிக்கம் செலுத்தியது என்று களிமண் பலகைகளில் எழுதப்பட்டுள்ள கதைகளிலிருந்து தெரியவருகின்றது. பாலுக்கு ஒரு கோயில் கட்டுவதற்கு ஏல் தெய்வத்தின் மனைவி அதிருத்து மூலமாக அனுமதி பெற்றதாகக் காணப்படுகின்றது. யூதர்களுடைய யகோவா (கர்த்தர்) வின் இடத்திலிருந்த சர்வ வல்லமை உடையவன்தான் ஏல். பிற்காலத்தில் ஏல் தெய்வத்தின் பல இயல்புகளையும் சேர்த்துத்தான் யூதர்கள் யகோவாவைப் படைத்தனர். சங்கீதத்தில் (பைபிள்) யகோவாவுக்குரிய துதிகளாகக் காணப்படுகின்ற பல கவிதைகளும் உகாரிட்டிக் மொழியிலிருந்து ஹீப்ருவில் மொழி பெயர்த்து சேர்த்த ஏல் தெய்வத்துக்குரிய துதிப்பாடல்கள்தான். ஏலோகிம் என்று பைபிளில் தெய்வத்துக்கு ஒரு மறுபெயரைக் காணலாம். அது ஏல் தெய்வத்தின் இன்னொரு பெயர்தான். பிற்காலத்தில் ஏல் தெய்வத்துக்குரிய இடத்தில் யகோவா கொண்டு வரப்பட்டார்; ஏல் மறக்கப்பட்டார். ஏல் தெய்வ வழிபாடு ஏறத்தாழ 2500 ஆண்டுகளுக்கு முன்பு இவ்வாறு நின்று போயிருக்க வேண்டும்.

ஹெலியோபோலிசிலுள்ள ஒன்பது தெய்வங்கள்

உலகின் மிகப் பழமையான நாகரிக மய்யம்தான் எகிப்து. ஏறத்தாழ பத்தாயிரம் ஆண்டுகளுக்கு முன்பு உலகின் முதல் நாகரிகம் தோன்றியது அங்கேதான் என்று கருதப்படுகின்றது. நைல்

நதிக்கரையில் வெவ்வேறான நாடுகள்தான் முதலில் உருவாயின. அவையனைத்தும் ஒன்றாக இணைக்கப்பட்டன. அன்று முதல் தான் எகிப்து நாகரிகத்தின் வரலாறு கணக்கிடப்படுகின்றது. அந்தக் காலகட்டத்தில் எகிப்திலிருந்த முக்கியமான மத மய்யங் கள் ஹெலியோபோலிஸ், மெம்பிஸ், ஹெர்மோபோலிஸ் ஆகியவையாகும். இவற்றில் ஹெலியோபோலிசிலுள்ள எனிட் (ஒன்பது தெய்வங்கள்) மிகவும் புகழ்பெற்றவையாக இருந்தன. இந்த ஒன்பது தெய்வங்களைப் பற்றிய கதைகளால் சிறப்புற்று விளங்கின எகிப்திய புராணங்கள்.

அதும் (Atum) தான் ஹெலியோபோலிசிலுள்ள முதன்மை யான கடவுள். பெருங்கடல்களின் நடுவிலுள்ள தீவில்தான் அந்தக் கடவுள் தோன்றியதாம். அங்கே அவர் துப்பியதும் அதிலிருந்து வாயு தேவதையான ஷு தோன்றியது. கடவுளின் வாந்தியிலிருந்து ஈரப்பத தேவதையான தெப்னுத் தோன்றியது. பிறகு அவை அனைத்தும் சேர்ந்து பூமி தேவனான கேப்பையும் ஆகாய தேவதை யான நூத்தையும் படைத்தன. கேப்-நூத் ஆகியோரின் குழந்தைகள் தான் ஓசிரஸ், அய்சிஸ், சேத், நெப்திஸ் ஆகிய கடவுள்கள். இந்த ஒன்பது கடவுள்களும் எகிப்தில் பரவலாக வழிபடப்பட்டன. முதலில் கிரேக்கர்களுடையவும் பின்னர் ரோமானியர்களுடைய வும் ஆக்கிரமிப்பால் இந்தக் கடவுள்களின் வழிபாடுகள் குறைந்தன. ஏழாம் நூற்றாண்டில் முஸ்லீம்கள் எகிப்தை ஆக்கிரமித்து கீழடக்கியதும் இந்த ஒன்பது தெய்வங்களும் வரலாற்றில் பழைய காகிதங்களில் மறைந்தன.

மெம்பிசிலுள்ள தெய்வங்கள்

ஹெலியோபோலிசிற்குத் தெற்கே நைல் நதிக் கரையில் வாழ்ந்த மெம்பிசிலுள்ள மக்கள் ப்தா தான் சர்வ வல்லமையுடைய கடவுள் என்று கருதினார்கள். அவர் நவ்னதை தோற்றுவித்தார். நவ்னதின் மகனான அதுமை வளர்த்ததும் ப்தா தான். ஹெலியோ போலிசு மக்களுடைய சர்வ வல்லமையுடையவனின் தாத்தாதான் தங்களுடைய தெய்வம் என்பது இவர்களுடைய உரிமைக்குரல். நண் (கடல்), ஹஹ் (நிரந்தரம்), குக் (இருள்), அமுண் (வாயு) என பிற நர்ன்கு தெய்வங்களும் அவர்களுடைய மனைவியரான நான்கு தேவியரும் உள்பட வேறு எட்டு தெய்வங்களும் மெம்பிசுகாரர்களுக்கு இருந்தன. பின்னர் இந்தக் கடவுள்களின் வழிபாடு எகிப்து முழுவதும் பரவியது. ஆனால், இந்தக் கடவுள்களில் ஒன்றுகூட இன்று இல்லை.

ரே என்ற சூரிய தேவன்

எகிப்திலுள்ள புதிய அரச வம்சங்களின் காலத்தில் அங்கே மிகுந்த ஆற்றல் வாய்ந்த தெய்வமாக வழிபடப்பட்டு வந்தது ரே (Re) தான். முன்பு சர்வவல்லமை உடையவனாக வழிபடப்பட்டு வந்த 'அதும்'மின் குணநலன்களெல்லாம் இந்தக் கடவுளின் மீது சுமத்தப்பட்டன. மன்னர்கள் இந்தக் கடவுள் வழிபாட்டை பரப்ப முயன்றனர். மன்னர் இந்தக் கடவுளின் அவதாரம்தான் என்றும் நம்பப்பட்டது. பதினெட்டாவது அரச வம்ச காலத்தில் அக்னாத்தோன் என்ற மன்னர் 'அட்டென்' (Aten) என்ற ஒரு கடவுள் மட்டும்தான் உண்டு என்று அறிவிக்கவும் ஒரு கடவுள் வழிபாட்டை பரப்ப முயலவும் செய்தார். பிற கடவுள்களை வழிபட்டவர்களால் அதைச் சகித்துக் கொள்ள முடியவில்லை. அக்னாத்தோனுக்குப் பிறகு அட்டென் என்ற தெய்வம் மறக்கப் பட்டது.

ஓசிரஸ்

பைபிளிலுள்ள கிறிஸ்துவுடன் பல விசயங்களிலும் ஒற்றுமையுடைய எகிப்திய கடவுள்தான் ஓசிரஸ். அவரை சகோதரனான சேத் சதி செய்து கொன்றான்; உடலை நைல் நதியில் தள்ளி விட்டான். ஓசிரசின் மனைவியான அய்சிஸ் அந்த உடலைக் கண்டெடுத்துப் பாதுகாத்தாள். ஆணின் உறவு இல்லாமலேயே அய்சிஸ் கருவுற்று ஓசிரசைப் பெற்றெடுத்தாள். கடைசியில் இந்த ஓசிரஸ், தந்தையின் பகைவனைக் கொன்று பழி வாங்கினான். ஓசிரசும் அவருடைய தாயான அய்சிசும் தேவ மாதா – தேவ மகன் என்ற நிலையில் நீண்ட காலமாக எகிப்து முழுவதும் வழிபடப்பட்டனர். மரணத்திற்குப்பின் மனிதர்களுக்கு நியாயத் தீர்ப்பு வழங்குவது இந்தக் கடவுள்தான் என கருதப்பட்டது. ஓசிரசின் மரணத்தையும் உயிர்த்தெழுதலையும் மிகுந்த ஆச்சாரத்துடன் எகிப்தில் கொண்டாடினார்கள். ஆனால், இன்று அந்தக் கடவுளை நினைவு கூருகின்ற எவரும் உலகத்தில் இல்லை.

ஸ்யூசும் பிற கிரேக்க தெய்வங்களும்

ஹோமரும் ஹெசியோடும் புகழ்கின்ற சர்வ வல்லமை கொண்ட தெய்வம்தான் ஸ்யூஸ். 2500 ஆண்டுகளுக்கு முன்பு கிரேக்கர்கள் வழிபட்டுவந்த இந்தத் தெய்வத்தைப் பற்றிய

கதைகள் ஏராளமானவை. பண்டைக்கால பிதாவான கொரோணசை வென்று அரியணையைக் கைப்பற்றிய இந்தக் கடவுளின் மனைவி தான் ஹீரா (Hera). தன் மனைவி மூலமாகவும் பிற பெண்கள் மூலமாகவும் ஸ்யூசுக்கு பல குழந்தைகள் பிறந்தனர். அவையனைத்தும் தேவதைகளாக வழிபடப்படுகின்றன. ஒலிம்பஸ் மலை மீது வசித்ததாகக் கருதப்படுகின்ற அந்த சர்வ வல்லமை உடையவனையும் இன்று எவரும் வழிபடுவில்லை.

போசிடோண் (கடல் தெய்வம்), டெமெட்டர் (விவசாய தேவதை), அப்போலோண் (ஒளி), அர்த்தமிஸ் (வன தேவதை), அப் ரொடைட் (காம தேவி), ஹெர்மெஸ் (வணிக தேவதை), அதேனா (போர் தேவதை), ஹெபயிஸ்ட்டோஸ் (சிற்ப தேவதை), ஹெஸ்ட்டியா (குடும்ப தேவதை) என பல தெய்வங்களும் கிரீசில் இருந்தன. ரோமானியர்களின் ஆக்கிரமிப்பால் வலிமை குன்றிய கிரேக்கக் கடவுள்கள், கிறித்தவ மதத்தினுடையவும் இஸ்லாம் மதத்தினுடையவும் தாக்குதலால் அழிந்துவிட்டனர். பண்டைய வரலாறுகளில் ஆர்வம் உடையவர்களைத் தவிர வேறு எவரும் இந்தத் தேவதை களைப் பற்றி நினைவுகூருவதே இல்லை.

ரோமானியக் கடவுள்கள்

கிரேக்கப் பேரரசுகள் அழிந்துவந்த காலகட்டத்தில் இத்தாலியில் ரோமானியப் பேரரசு உருவாகிக் கொண்டிருந்தது. சில கிரேக்க தெய்வங்களுடைய பெயர்களை மாற்றி ரோமானியர் கள் அவர்களுடைய தெய்வங்களாக ஏற்றுக் கொண்டனர். கிரீசிலுள்ள ஸ்யூஸ், ஸ்யூஸ் பிட்டர் (தந்தையாகிய ஸ்யூஸ்) ஆனது. அதுதான் பின்னர் ஜூபிட்டர் ஆக மாறியது. கிரீசிலுள்ள ஹேராவின் இடத்தில் ரோமில் ஜூணோ வந்தது. ஆகாய தேவனான ஜூபிட்டர் சர்வவல்லமை உடையவனாகக் கருதப்பட்டது. கிரீசிலுள்ள அதேனாவின் இடத்தில் எட்ராஸ்க்கன் தேவியான மினர்வா ஆராதிக்கப்பட்டது. மார்ஸ் (போர் தேவதை), மெர்க்குரி (வணிக தேவதை), டயானா (வன தேவதை), பாக்கஸ் (காம தேவன்), ஜானூஸ் ஆகியவை ரோமானியர்களின் பிற முக்கியமான கட்வுள்கள். ரோமப் பேரரசு முழுவதும் இந்தக் கடவுள்களுக்குரிய கோயில்களும் கடவுள் சிலைகளும் இருந்தன. மக்கள் பக்தியுடன் இவர்களிடம் பிரார்த்தனை செய்யவும் அருளாசியை நாடவும் செய்தனர். காலப்போக்கில் இந்தக் கடவுள்கள் தகுதியை இழந்தன. இன்று பழைய ரோமானியக் கடவுள்கள் அனைத்தும் அருங்காட்சியகங்களில் இருக்கின்றன.

கெல்டிக் தெய்வங்கள்

ரோமானியத் தாக்குதலுக்கு முன்னர் இருந்த அய்ரோப்பா வைப் பற்றி சாமானிய மக்களுக்கு அதிகமாக எதுவும் தெரியாது. இரண்டாயிரம் ஆண்டுகளுக்கு முன்பு அவர்கள் காட்டுமிராண்டி களாக இருந்தார்கள் என்று சொல்லி நாம் அவர்களுடைய வரலாறைப் புறக் கணிப்பதுதான் வழக்கம். ஆனால், இன்றைய பிரான்சும் ஜெர்மனியும் அடங்கிய மத்திய அய்ரோப்பாவிலிருந்து நான்கு திசைகளுக்கும் படர்ந்து புகுந்த கெல்டிக் மக்கள் கிரேக்கர் களுக்கு முன்பே அய்ரோப்பாவில் பெரிய பேரரசை நிறுவி இருந்தனர். கி.மு. 290இல் அவர்கள் ரோம் நகரத்தைக்கூட வென்று கைப்பற்றினார்கள். இன்றைய துருக்கி வரை கெல்டிக்குகள் வசம் இருந்தது. கெல்டிக்குகளுடைய வலிமையை அழித்தவர் ஜூலியஸ் சீசர்தான்.

கெல்டிக் தெய்வங்களைப் பற்றிய பல தகவல்கள் அண்மைக் காலத்தில் கிடைத்திருக்கின்றன. அவற்றின் ஏராளமான சிலைகளும் கண்டுபிடிக்கப்பட்டுள்ளன. சில முக்கியமான கெல்டிக் தெய்வங்களைப் பற்றிய செய்திகள் இங்கே கொடுக்கப் பட்டுள்ளன:

1. பெலினஸ்: கெல்டிக்குகளின் சர்வ வல்லமை வாய்ந்த தெய்வம். மே முதல் நாள் இந்தத் தேவனை மகிழ்வடையச் செய்வதற்காக அவர்கள் நெருப்பு விழாவை நடத்தினர். வேல்ஸ் மக்களின் பெலிமவர், இந்தத் தெய்வத்தின் வேறோர் உருவம் தான்.

2. செர்னுன்னோஸ்: கொம்புடைய ஒரு தெய்வம்தான் இது. எல்லா உயிர்களையும் படைத்தவரான இந்தக் கடவுளின் உருவத்தில் தான் பிற்காலத்தில் மத்தியகால கிறித்தவ மதம் பிசாசைப் படைத்தது. செர்னுன்னோசை சாத்தானாகச் சித்திரித்து கிறித்தவ மிஷணரியினர் பிரச்சாரம் செய்தார்கள். கெல்டிக் கோயில்களை கிறித்தவ ஆலயங்களாக மாற்றிய பொழுது, ஒரு முறை வழிபடப்பட்ட இந்தச் சிலைகளை பிசாசுகள் என்ற நிலையில் ஆலயங்களில் வைத்துக் கொண்டார்கள்.

3. எபோணா: குதிரை வீரர்களின் குல தேவதையாக ஒரு கால கட்டத்தில் அய்ரோப்பா முழுவதும் இது வழிபடப்பட்டு வந்தது. குதிரை மீது அமர்ந்திருக்கின்ற எபோணா தேவியின் சிலைகளை அய்ரோப்பாவிலுள்ள அருங்காட்சியகங்களில் நான் பார்த்தேன். ஆனால், எவரும் இந்தத் தேவியை இன்று வழிபட வில்லை.

4. லுகுஸ்: அனைத்து கலைகளையும் படைத்து வளர்க்கின்ற கர்த்தா என்ற நிலையில் வழிபடப்பட்டு வந்த தெய்வம். ஜூலியஸ் சீசர் ரோமன் தேவதையான மெர்க்குரியுடன் இதை ஒப்பிட்டிருக்கின்றார். லியோண், லவுடண், லாவோண் (பிரான்ஸ்), லெய்டன் (ஆலந்து), லெயிக்னிட்டஸ் (போலந்து) ஆகிய தலப் பெயர்கள் இந்தப் பெயருடன் தொடர்புடையவை ஆகும். அந்த இடங்களில் பண்டைக் காலத்தில் லுகுஸ் தேவனின் கோயில்கள் இருந்தன. கிறித்தவர்கள் அவற்றை இடிக்கவும் தேவாலயங்களாக மாற்றவும் செய்தனர்.

5. நன்தோசுயெல்டா: நதி தேவதையாகவும் போர் தேவதை யாகவும் அய்ரோப்பாவில் வழிபட்டனர். சுசெல்லஸ் என்ற தேவனின் மனைவி. ஆனால், இன்று ஆராய்ச்சியாளர் களைத் தவிர வேறு எவருக்கும் இந்தத் தேவதையைப் பற்றி தெரியாது.

6. ஒக்மியோஸ்: அயர்லாந்து நாட்டு மக்கள் வழிபட்ட ஒக்மாவும் இந்தக் கடவுள்தான். இறந்தவர்களுடைய வழிகாட்டி யாக இவரைக் கருதினர். பல கவிஞர்கள் இந்தக் கடவுளின் பெருமையைப் பற்றி பாடியிருக்கின்றார்கள். ஆனால், அந்தக் கவிதைகள் மூலமாக அல்லாமல் வேறு எவருக்கும் இந்தக் கடவுளைப் பற்றி தெரியாது.

7. சுசெல்லஸ்: பண்டைய அயர்லாந்து நாட்டினருடைய டாக்டா வின் இன்னொரு வடிவம்தான் இந்தத் தேவன். சர்வ தேச நாயகன் இந்தத் தெய்வம் தான் என்று கருதப்பட்டது. இன்று சுசெல்லசை எவரும் நினைவு கூருவதே இல்லை.

8. டரணிஸ்: பிரான்சிலும் அயர்லாந்திலும் வாழ்ந்த மக்கள் இடி மின்னலின் தேவனாக டரணிசை வழிபட்டு வந்தனர். சிலர் ஜூபிட்டரின் இன்னொரு வடிவமாகவும் இந்தத் தேவனை எண்ணினார்கள். ஆனால், இன்று எவரும் இந்தத் தெய்வத்தை நினைவு கூருவதே இல்லை.

இவ்வாறு மரணமடைந்ததும் மறந்து போனதுமான எத்தனையோ தெய்வங்களின் கதைகளை இங்கே எடுத்துக் காட்ட முடியும்! எதுவேனும் மதக் களஞ்சியத்தை எடுத்துப் பார்த்தால், கடவுள்களைப் பற்றி அதில் கொடுக்கப்பட்டிருக்கின்ற விவரங்களைப் பார்க்கும்பொழுது நாம் மலைத்து விடுவோம். இனி, நாம் அறிமுகமாக சில கடவுள்களைப் பற்றி சிந்திப்போம்.

இந்தக் கடவுள்கள் பல மதத்தினருடையவை. ஒரு மதத்தைச் சேர்ந்தவர்களுக்குப் பிற மதத்தினருடைய கடவுள்களில் நம்பிக்கை இல்லை. சில மதங்களுக்கு ஒரு கடவுள்தான் உண்டு. ஆனால், பிற சில மதங்களுக்குப் பல கடவுள்கள் உண்டு. சில கடவுள்களுடைய செக்ஸ் சன்மார்க்கம் எந்தவொரு நாகரிக மனிதனாலும் ஏற்றுக் கொள்ள முடியாததாகும்.

பிரம்மா

இந்தியக் கடவுள்களான இந்து மும்மூர்த்திகளில் முதலாமவர் பிரம்மா. அவர்தான் பிரபஞ்சத்தைப் படைத்தாராம். பிரம்மாவின் மனைவியான சரசுவதி அவருடைய மகள் தான். அவருடைய பிறப்பைப் பற்றி வித்தியாசமான இரண்டு கதைகள் சரசுவதி புராணத்தில் விவரிக்கப்பட்டுள்ளன. பிரம்மா உயிராற்றலில் இருந்து அதாவது சுக்லத்திலிருந்து நேரிடையாக மகளைப். படைத்தார் என்பது ஒரு கதை. இன்னொரு கதை இது தான்: தேவ வேசியான ஊர்வசியைப் பார்க்கும்பொழுது பிரம்மா சுயஇன்பம் மேற்கொண்டு காம உணர்வை அடக்கி வந்தார். ஒவ்வொரு முறையும் வெளியேறிய சுக்லத்தை அவர் ஒரு குடத்தில் சேமித்து வைத்தார். அதிலிருந்து அகத்திய மகரிஷி தோன்றினார். சரசுவதியை அகத்தியர் படைத்தார். சரசுவதிக்கு அம்மா இல்லை.

பிரம்மாவின் மகளோ பேத்தியோ ஆன சரசுவதியைத் தான் பிரம்மா திருமணம் செய்தார்! கல்வியின் கடவுளும் சரசுவதிதான். அவளது அழகைப் பார்த்ததும் பிரம்மா காமவெறி கொண்டார். தந்தையின் ஆக்ரமிப்பிலிருந்து தப்ப நான்கு திசைகளிலுமுள்ள இடங்களுக்கு அவள் ஓடினாள். ஆனால், பிரம்மாவிடமிருந்து தப்ப அவளால் முடியவில்லை. கடைசியில் அவள் பிரம்மாவுக்கு இணங்கினாள். அவர்கள் கணவன் – மனைவியாக நூறு ஆண்டுகள் வாழ்ந்தார்களாம்! அவர்களுக்கு சுயம்பு மனு என்ற ஒரு மகனும் சத்ரூபா என்ற மகளும் பிறந்தார்கள். சுயம்பு மனு தன் சகோதரியான சதரூபாவைக் காதலித்தான். அவர்களுக்கு இரண்டு மகன்களும் இரண்டு மகள்களும் பிறந்தனர். தந்தை மகளுடன் செக்ஸ் உறவு கொள்ளுதல், சகோதர – சகோ தரிகள் தங்களுக்குள் திருமணம் செய்து கொள்ளுதல் – வெறும் காட்டுமிராண்டிகளுடைய வாழ்க்கை இது. இந்தக் கடவுளை பக்தர்கள் பின்பற்ற ஆரம்பித்தால் அவர்கள் சிறையில்தான் அடைக்கப்படுவார்கள்.

நன்னடத்தை இல்லாதவர்களுடைய குல தெய்வம்தான் பிரம்மா என்று நாம் சொல்லலாம். ஒரு காலத்தில் மிகவும் பிரபலமான கடவுளாக இருந்தார் இவர். இன்று மும்மூர்த்திகளில் ஒருவராகக் கருதப்பட்ட போதிலும் பெரும்பாலானவர்கள் இன்று பிரம்மாவை வழிபடுவதில்லை. பெரும்பகுதி மரணத் தறுவாயை எட்டிய கடவுள் கற்பிதம்தான் இது.

சிவன்

இந்துக் கடவுள்களில் இன்றும் உயர்ந்த இடத்திலுள்ள கடவுள் கற்பிதம்தான் சிவன். மும்மூர்த்திகளில் மூன்றாவது இடம் இந்தக் கடவுளுக்குத்தான். கங்கா, பார்வதி என்ற இரண்டு மனைவியர் இந்தக் கடவுளுக்கு உண்டு என்று நம்பப்படுகின்றது. சிவனும் பார்வதியும் யானையின் உருவத்தில் காட்டில் உறவு கொண்டதன் விளைவாகப் பிறந்த மகன்தான் துதிக்கை கொண்ட கணபதி என்ற நம்பிக்கை நிலவுகின்றது.

ஒருமுறை பார்வதி இல்லாமலிருந்த நேரத்தில் மதுரா என்ற பெண்ணுடன் சிவன் செக்ஸ் உறவில் ஈடுபட்டார். சிவனை வழிபடு வதற்காக கயிலாயத்துக்கு வந்தவள்தான் மதுரா. ஒரு பக்தையை பலாத்காரம் செய்ததற்காக கணவனை கண்டிப் பதற்குப் பதிலாக மதுராவை பார்வதி தவளையாகும்படி சபித்தாள். பன்னிரண்டு ஆண்டுகளுக்குப் பிறகு சாப விமோசனம் பெற்ற மதுரா, மண்டோதரி என்ற பெயரை ஏற்று இராவணனின் மனைவியானாள். மண்டோதரி தவளையாக இருந்தபொழுது அவளுடைய கருப்பையில் மோன நிலையில் கிடந்த சிவனின் விந்து மெல்ல வளர்ந்தது. கடைசியில் அவள் பிரசவித்தாள். அவ்வாறு தான் இந்திரஜித் பிறந்தான். இலங்கை மன்னனான இராவணனின் மகன் என்று கருதப்படுகின்ற இந்திரஜித், சிவனின் தகாத நடத்தையால் உருவான வாரிசு ஆகும்.

இந்திரன்

ரிக் வேத காலத்தில் மிகவும் வலிமையான ஒரு தெய்வமாக இந்திரன் கற்பிதம் செய்யப்பட்டிருந்தது. ஆரியர்கள் மிகுந்த பக்தியுடன் இந்திரனிடம் பிரார்த்திக்கவும் செய்தனர். ஆனால், இன்று அந்த இந்திரன், மும்மூர்த்திகளுக்குக் கீழேயுள்ள வெறும் ஒரு தேவர்களின் அரசன்தான்.

தேவர்களுடைய தலைவனான இந்திரன் மிகுந்த வலிமை உடையவன் என்று வேதங்களில் கூறப்பட்டுள்ளது. அவர்

பாண்டுவின் மனைவியான குந்தியுடன் தகாத உறவு கொண்டதன் விளைவாகப் பிறந்த வாரிசுதான் மகாபாரதத்தில் காணப்படும் வில்லாளி வீரனான அர்ச்சுனன். ஸ்ருதவதி என்ற ஒரு மனைவி இருந்தபோதிலும் பிறருடைய மனைவியருடன் விபச்சாரம் செய்வதில் இந்தக் கடவுளுக்கு எந்த வொரு தயக்கமும் இல்லை. ஒருநாள் தேவ சர்மாவின் மனைவியான ருசியை இந்திரன் பார்த்தான். காமப் பரவசம் அடைந்த அவன் அவளுடன் செக்ஸ் உறவு கொள்ள ஆசைப்பட்டான். ஆனால், ருசி, இந்திரனை ஏமாற்றம் அடையச் செய்து அனுப்பிவிட்டாள்.

இன்னொரு சமயத்தில் கவுதமனின் மனைவி அகலிகை யைக் கண்டதும் இந்திரனின் காம உணர்வு தலைதூக்கியது. கணவன் அங்கே இல்லாமலிருந்த வேளையில் இந்திரனுடன் அகலிகை உறவு கொண்டாள். இந்தச் சமயத்தில் அங்கே வந்த கவுதமன் இருவரையும் சபித்தார்.

ஒருமுறை வருணன் பெண் வடிவில் தேவலோகத்துக்குச் சென்றார். அந்த அழகியைக் கண்டதும் இந்திரனால் காமத்தை அடக்க முடியவில்லை. அது ஒரு பெண் என்ற நம்பிக்கையுடன் வருணனுடன் இந்திரன் செக்ஸ் உறவு கொண்டான். இந்த ஓரினச் சேர்க்கையின் விளைவாகத்தான் பாலி பிறந்தாராம்!

பண்டைக்கால மனிதர்களுடைய கற்பனையில் உருப்பெற்ற ஒரு பழமையான கடவுள் மரபுதான் இந்திரன். தற்கால மனிதனுக்கு இந்தக் கடவுளைப் பின்பற்ற வழியே இல்லை. இத்தகைய கதைகளைப் படிக்கின்ற ஒரு மத பக்தர் சமூக எதிரியாக ஆகிவிட்டால் அதில் வியப் படைய எதுவும் இல்லை.

கிருஷ்ணன்

இந்துக் கடவுள்களில் மிக அதிகமாக இன்று வழிபடப்படு கின்றவர் கிருஷ்ணன்தான். ஹரே கிருஷ்ணா இயக்கமும் பிறவும் கிருஷ்ணாகல்ட்டைப் (கிருஷ்ண மதம்) பரப்ப தீவிர முயற்சி எடுத்து வருகின்றன. இந்தத் தெய்வம் மகாவிஷ்ணுவின் ஒன்பதாவது அவதாரம் என்று நம்பப்படுகின்றது. மதுராவுக்கு அருகிலுள்ள ஆயர்பாடியில் பிற கோபாலர்களைப் போலவே கால்நடைகளை வளர்ப்பவராகத்தான் வளர்ந்தார் என்பது கதை. பிற்காலத்தில் மன்னரானபொழுது 16,008 பெண்களை இந்தக் கடவுள் மனைவியராக ஏற்றுக் கொண்டா ராம்! ஒரு மனைவியின் அருகில் ஒருநாள் என்று செலவழித்தால்கூட 44 ஆண்டுகளில்தான்

இத்தனை மனைவியரின் அருகில் நெருங்க ஒருவரால் முடியும். இதனிடையில் சில பெண்களின் இளமை கூட கடந்து விட்டிருக்கும். இவ்வளவு அதிகமான பெண்களை அவர்களுடைய மானுட உரிமைகளை மறுத்து சிறைக் கைதிகளாக்கி வைத்திருந்தார் என்பதே இதன் பொருள். இத்தனை பேர் இருந்தும் பிற பெண்களையும் சுதந்திரமாக நடமாட கிருஷ்ணன் அனுமதிக்கவில்லை. ஒருமுறை காளிந்தி நதியில் குளித்துக் கொண்டிருந்த பெண்களின் உடைகளைத் திருடி வைத்துக் கொண்டு அவர்களின் நிர்வாண கோலத்தைக் கண்டு இரசித்தது இந்தத் தெய்வம். ஒவ்வொருவரும் தண்ணீரிலிருந்து வெளியே வந்து பிரார்த்தனை செய்த பிறகு தான் உடைகளைக் கொடுத்தார்! இவ்வாறு இன்று ஒருவர் செய்தால் விளைவு என்னவாக இருக்கும்? கிருஷ்ணனின் கதைகள் தற்கால சமூகத்துக்கு எந்த நன்மையும் செய்யாது என்பது உறுதி.

பார்ப்பனர்கள் வைணவ மதத்தைப் பரப்புவதற்காக எழுதிய கட்டுக்கதைதான் மகாபாரதம். அதிலுள்ள கதை மாந்தரான கிருஷ்ணனும் வெறும் கற்பனைக் கதை மாந்தர்தான்.

இராமன்

மகாவிஷ்ணுவின் அவதாரங்களில் ஒன்றுதான் இராமன் என்பது நம்பிக்கை. இந்த இராமனும் வரலாற்று மாந்தர்தான் என்பதற்கான சான்றுகள் எதுவும் இல்லை. பரதன், சத்ருக்கனன், இலட்சுமணன் என்ற சகோதரர்களைப் போலவே இராமனும் ஆண் தொடர்பு இல்லாமல் பிறந்தவன்தான் என்பது கதை. மன்னர் தசரதனின் மூன்று மனைவியர்களும் பாயாசத்தைக் குடித்ததால் தான் கர்ப்பிணிகளானார்கள் என்றே பக்தர்கள் கூறுகின்றனர். சம்புகன் என்ற ஒரு சூத்திரன் தவம் செய்ததற்காக அவரை வெட்டிக் கொன்றார் இந்தக் கடவுள். காதலை ஏற்றுக் கொள்ளுமாறு வேண்டுகோள் விடுத்த பெண்ணின் அங்கத்தைத் துண்டித்தார். பதிவிரதையான மனைவியை அவள் கருவுற்றிருந்த நேரத்தில் புறக்கணித்து காட்டில் விட்டுவிட்டார். இத்தகைய ஒரு மன்னர் இன்று வாழ்ந்தால் மக்கள் தயவுதாட்சண்யமின்றி அவரை கீழே தள்ளி விடுவார்கள். ஆனால், இன்றும் சில கனவுலக மாந்தர்கள் 'இராம ராஜ்ய'த்துக்காக வாதிடுவதைக் கேட்கும் பொழுது நமக்கு வியப்பே ஏற்படுகின்றது.

கன்னி மரியாள்

அமலோத்பவம், தேவ மாதா, வியாகுல மாதா, புனித கன்னிகை என்றெல்லாம் சிறப்பித்து கிறித்தவர்கள் வழிபடுகின்ற ஒரு தேவிதான் கன்னி மரியாள் – அதாவது செயின்ட் மேரி. யேசு கிறிஸ்துவை இவர் ஆண் தொடர்பு இல்லாமல் ஈன்றெடுத்ததாக பைபிளில் காணப்படுகின்றது. கிறித்தவர்களுடைய ஒரே கடவுளின் மூன்றில் ஒன்றான யேசு கிறிஸ்துவை, மரியாளின் கர்ப்பத்தில் ஆக்கியது, தெய்வத்தின் இன்னொரு மூன்றில் ஒன்றான பரிசுத்த ஆவிதானாம்! இவ்வாறு பரிசுத்த ஆவி மரியாளில் உற்பத்தியைச் செய்தபோதிலும் குழந்தை யின் தந்தை ஆனது 'பிதா' என்ற இன்னொரு தெய்வம்தான். இவை யெல்லாம் புனித இரகசியங்கள் என்பதுதான் புரோகிதர்களுடைய விளக்கம்!

உண்மையில் நடைபெற்றது என்ன? உலகின் பல பகுதி களிலும் அம்மன் வழிபாடு மிகப் பழைய காலம் முதலே நிலவியது. பகவதி, காளி, பார்வதி, பத்ரா, சீதளா, அய்சிஸ், செமிராமிஸ், இஸ்தார், அதேனா, மினர்வா, ஜூனோ என பல தேவியர் ஒவ்வொரு நாட்டிலும் இருந்தனர். இவர்களில் பலரும் ஆண் தொடர்பு இல்லாமல் கருவுற்று, பிரசவித்தவர்கள்தான் என்பது கதை. அத்தகைய கதைகளுடைய கிறித்தவ நகல்தான் கன்னி மரியாள். தெய்வத்தை ஈன்றெடுத் தார் என்பதால் இவருக்கு தெய்வீகத் தன்மை எதுவும் இல்லை என்றும் அவரிடம் பிரார்த்தனை செய்யக் கூடாது என்றும் சில புரோட்டஸ் டன்டுகள் உபதேசம் செய்கின்றனர். ஆனால், ரோமன் கத்தோலிக்கர் களும் ஆர்த்தடோக்ஸ்காரர்களும் கன்னி மரியாளிடம் பிரார்த்தனை செய்யவும் வழிபாடுகளை நடத்தவும் செய்கின்றனர். மரணத்திற் குப் பின்பு இவர் உடலோடு சொர்க்கம் புகுந்ததாக நம்புகின்றவர் களும் உண்டு.

ஷீலாவதி

இந்துமதப் புராணங்களிலும் கிறித்தவ மதப் புராணங்களி லும் இருப்பதைப் போலவே பொருளற்ற – அபத்தமான பல கதைகள் புத்த மத நூல்களிலும் உள்ளன. அந்தக் கூட்டத்தில் ஒன்றுதான் இலங்கையிலுள்ள புத்த மதத்தினரிடையே பரவி யிருக்கின்ற ஷீலாவதியின் கதை. கன்னி மரியாளும் கோசலையும் பிறரும் கருவுற்றதைப் போலவே ஆண் தொடர்பு இல்லாமல் கருவுற்ற ஒரு பெண்தான் ஷீலாவதி என்பது புத்த மதப்

புராணங்களிலிருந்து தெரிகின்றது. ஒரு குழந்தை கூட பிறக்காமல் மிகுந்த மனவேதனையுடன் காலத்தைக் கடத்தினார் அவர். இதை அறிந்த சக்ர தேவன் ஓர் இரவு பூமிக்கு வந்தார். தூங்கிக் கொண்டிருந்த ஷீலாவதியின் தொப்புளில் அவருடைய கால் விரலால் தொட்டார். அதன் விளைவாக ஷீலாவதி கருவுற்று, பிரசவித்தார். இரவில் பெண்களுடைய படுக்கையறைகளுக்குச் செல்கின்ற 'சக்ர தேவர்கள் இன்றும் இருக்கின்றனர். ஆனால், சக்ர தேவனுடையவும் ஷீலாவதியினுடையவும் கதையை நம்புகின்றவர்கள்கூட இத்தகைய கருவுறுகின்ற கதைகளுக்கு இன்று அங்கீகாரம் அளிப்பதில்லை. எதுவேனும் ஒரு புத்தமதக்காரனின் மனைவி சக்ர தேவனால் கர்ப்பிணி யானார் என்று சொல்லி அவர்களுடைய தகாத உறவின் விளைவை புனிதமாக்க முயலுவதும் இல்லை. காரணம், இத்தகைய பாட்டிக் கதைகளுடைய காலம் கடந்து விட்டது.

சபரிமலை சாஸ்தாவ்

கேரளத்தின் கிழக்குப் பகுதியில் வனப்பகுதியிலுள்ள கோயில் தான் சபரிமலை. அங்கே ஆண்டுதோறும் மகர சங்கராந்தியன்று நடைபெறுகின்ற விழா ஆயிரக்கணக்கான மக்களைக் கவர்வது உண்டு. சபரிமலையின் சிறப்பு என்ன? அங்கே இருக்கை செய்யப்பட்டிருப்பது சாஸ்தாவ் என்ற தெய்வமாகும். இந்துப் புராணங்களில் சொல்லப்படாத ஒரு தெய்வம்தான் இது. இலங்கையைப் போலவே புத்த மதம் பரவியிருந்த ஒரு நாடு தான் கேரளா. ஆனால், பிற்காலத்தில் பார்ப் பனர்கள் அந்த மதத்தை முழுமையாக அழித்து விட்டனர். புத்தமதக் கோயில்கள் அனைத்தையும் அவர்கள் இந்துமதக் கோயில்களாக மாற்றினார்கள். அவ்வாறு மாற்றப்பட்ட புத்தமதக் கோயில்களில் ஒன்று தான் சபரிமலையில் இருப்பது. புத்தரின் மறுபெயர்களில் ஒன்றான 'சாஸ்தாவ்' என்ற பெயர் சபரிமலையில் இருக்கை செய்யப்பட்டிருப்பதற்கு வந்த காரணமும் அதுதான். சபரிமலையிலுள்ள சிலையின் அமைப்பும் அது புத்தருடைய சிலைதான் என்பதை நிரூபிக்கின்றது.

புத்த மதத்தை வென்று இந்து மதம் தென்னிந்தியாவில் அதிகாரத்தைக் கைப்பற்றியதும் புத்தரின் பெயரான சாஸ்தாவ் என்ற சொல்லுக்கு அவர்கள் புதிய பொருளைக் கொடுத்தனர். சாஸ்தாவ் தோன்றியதைப் பற்றி ஆபாசக் கதை ஒன்றை உருவாக்கிப் பரப்பினார்கள். அந்தக் கதையின் சுருக்கம் இதுதான்:

தேவர்களும் அசுரர்களும் சேர்ந்து அமுதத்தைப் பெறுவதற்காகப் பாற்கடலைக் கடைந்தனர். கடைசியில் அமுதம் கிடைத்ததும் அசுரர்கள் அதை எடுத்துக் கொண்டு சென்றனர். அதைப் பெறுவதற்காக விஷ்ணு, மோகினி வேடத்தில் அசுரர்களிடம் சென்றார்; அவர்களை ஏமாற்றி அமுதத்தை எடுத்துக் கொண்டு சென்று விட்டார். இதை அறிந்த சிவன், விஷ்ணுவிடம் மோகினி வேடத்தில் காட்சியளிக்கும்படி வேண்டினார். அவ்வாறு மோகினி வடிவம் பூண்ட விஷ்ணுவுடன் சிவன் செக்ஸ் உறவு கொண்டார். அதன் விளைவாக ஆணான விஷ்ணு கருவுற்றார். பிரசவ நேரமானதும் தொடையைப் பிளந்து கொண்டு குழந்தை வெளியே வந்தது. சிவனுக்கும் விஷ்ணுவுக்கும் இடையே நிகழ்ந்த ஓரினச் சேர்க்கையின் விளைவுதான் சாஸ்தாவ் என்ற கடவுள் என்று பக்தர்கள் கூறுகின்றனர். இந்தக் கதையை நம்புகின்றவர்களால் ஓரினச் சேர்க்கை தப்பான செயல் என்று எவ்வாறு சொல்ல முடியும்?

இந்த சாஸ்தாவுக்கு அவருடைய தந்தை என்று சொல்லப் படுகின்ற சிவனின் இயல்பை பக்தர்கள் கொடுத்திருக்கின்றனர். மாதவிடாய் வருகின்ற (கருவுறும் ஆற்றல் கொண்ட) பெண்களை சபரி மலைக் கோயிலில் புக அனுமதிப்பதில்லை. சிவனைப் போல சிவன் மகனும் பருவ வயது பெண்களைக் கண்டால் ஆக்ரமித்து விடுவாரோ என்ற அச்சம் கோயில் விதிமுறைகளை உண்டாக்கியவர்களுக்கு ஏற்பட்டிருக்கக் கூடும். எத்தனை பக்தர்கள் சபரிமலைக்குச் செல்கின்றனர் என்று சொன்னாலும் சாஸ்தாவின் பின்னணியிலுள்ள ஓரினச் சேர்க்கை கதை வெட்க கரமானது.

இந்தக் கோயிலைத் தொடர்புபடுத்திப் பல அற்புதக் கதைகளும் பரப்பப்பட்டுள்ளன. அவற்றில் ஒன்றுதான் மகர சங்கராந்தி அன்று அங்கே காட்சியளிப்பதாகக் கருதப்படுகின்ற தெய்வீகச் சுடர். என் சிறு வயதிலும் ஏராளமானோர் சபரி மலைக்குச் சென்றனர். காட்டிலுள்ள அந்தக் கோயில் திருவிதாங் கூர் மன்னர் ஸ்ரீமூலம் திருநாளின் காலத்தில் புதுப்பித்துக் கட்டப்பட்டது. என்னுடைய பிறந்த ஊரான திருவல்லாவுக்கு அருகிலுள்ள தழக்கரையைச் சேர்ந்த கொச்சும்மன் என்பவர்தான் அந்தக் கோயில் பணிகளின் ஒப்பந்தக்காரர். அவர் காலமானதும் வடக்கே தலய்க்கல் சக்கரியா கத்தனார் அந்தப் பணிகளை ஏற்றுக் கொண்டார். 1911இல் அந்தக் கோயிலின் பணிகள் முடிவடைந்தன.

அன்று கோயில் பணிக்காகச் சென்றிருந்தவர்களோ தீர்த்த யாத்திரை சென்றவர்களோ மகர ஜோதியைப் பற்றி பேச கேட்டதே இல்லை. பிறகு எவரோ உண்டாக்கியதுதான் இந்த ஏற்பாடு. 1970இல் பகுத்தறிவாளர் சங்கத்தினர் அதன் பின்னணி யிலுள்ள மோசடி வேலைகளை வெளிப்படுத்தவும் செய்தனர்.

பூரி ஜெகன்னாதர்

ஒரிசாவிலுள்ள பூரி, இந்தியாவிலுள்ள இந்துக்களுக்கு மிகவும் முக்கியத்துவம் வாய்ந்த தலமாகும். அங்கேயுள்ள ஜெகன்னாதர் கோயில் இலட்சக்கணக்கான பக்தர்களைக் கவர்ந் திழுக்கின்றது. சங்கராச்சாரியார் நிறுவியதாகச் சொல்லப்படுகின்ற நான்கு சங்கராச்சாரிய பீடங்களில் ஒன்று இங்கே உள்ளது.

பூரி ஜெகன்னாதர் கோயிலில் ஆண்டுதோறும் நடத்துகின்ற தேர்த் திருவிழா மிகவும் புகழ்பெற்றதாகும். இந்தக் கோயிலுக்குச் செல்கின்ற பக்தர்களுக்கு உணவு வழங்குவதற்காகவே ஒரு பெரிய தொகை செலவிடப்படுகின்றது. பூரி கோயிலில் இருப்பது சிவன்தான். இந்தியாவின் பிற பகுதிகளிலும் ஏராளமான சிவன் கோயில்கள் உள்ளன. அந்த இடங்களிலுள்ள சிவனும் பூரியிலுள்ள சிவனும் ஒன்றுதான். எனினும் பக்தர்கள் பூரியை நோக்கியே தீர்த்த யாத்திரை செல்கின்றனர். அதற்கான காரணம் என்ன? பூரி கோயிலை ஒரு முறையேனும் பார்த்திருப்பவர்களுக்கு அது தெரியாமல் இருந்திருக்காது. இந்தக் கோயிலுக்குள் நுழைகின்ற ஒருவரை முதன்முதலாகக் கவர்வது அங்கே செதுக்கப்பட்டுள்ள ஆபாச சிற்பங்கள்தான். வாத்சாயனரின் காமசூத்திரத்தில் விவரிக்கப்பட்டுள்ள 64 வகையான ரதி லீலைகள் அங்கே செதுக்கி வைக்கப்பட்டுள்ளன.

இந்தக் கோயிலில் இரவு பூஜை ஆரம்பிப்பது பத்து மணிக்குப் பிறகுதான்! அதுவும் திரைச் சீலைக்குப் பின்னால்!! கோயில் பணியாளர்களான 120 நடன மங்கைகள்தான் இந்தப் பூஜையை நடத்துகின்றனர். ஒவ்வோர் இரவிலும் ஒரு புதிய நடன மங்கை ஜெகன்னாதரின் முன்னால் நடனம் செய்ய வருகின்றார். உயிரில்லாத ஜெகன்னாதர் சிலையையும் வாத்தியக்காரனான பார்ப்பனப் புரோகிதனையும் தவிர வேறு எவரும் இந்தப் பூசையில் பங்கு பெறுவதில்லை. நடனம் உச்ச கட்டத்தை அடையும் பொழுது நாட்டிய மங்கை உடைகளையெல்லாம் களைந்து எறிவாள். 'ஓம் ஜெகன்னாதா, நான் உன் மனைவி, என்னை ஏற்றுக்

கொள் என்று சொல்லிக் கொண்டே அவள் தன்னை ஜெகன்னாதர் சிலைக்கு அர்ப்பணிப்பாள். உயிரற்ற கருங்கல்லா, ஜெகன்னாதரின் பிரதிநிதியாக அங்கே இருக்கின்ற பார்ப்பனப் புரோகிதனா இந்த அர்ப்பணத்தை ஏற்கின்றார்கள் என்பதைப் பற்றி பக்தர்கள் விசாரிப்பதே இல்லை.

ஜெகன்னாதரின் பணியிலிருந்து ஓய்வு பெறுகின்ற பெண்கள் வாழ வழியில்லாததால் பூரியிலுள்ள தெருக்களில் விபச்சாரம் செய்கின்றனர். அங்கே செல்கின்ற பக்தர்கள் தான் இந்தத் தேவதாசிகளின் வாடிக்கையாளர்கள். இந்தப் பெண்களில் பெரும்பான்மையினர் பாலியல் நோய்களால் பாதிக்கப்பட்டவர்கள் என்றும் அங்கே செல்கின்ற பக்தர்களின் மூலம் இந்தியாவின் பல பகுதிகளுக்கும் அவை விநியோகம் செய்யப்படுகின்றன என்றும் அண்மையில் கட்டுரை ஒன்றில் படித்தேன்.

கோணாரக்

பூரிக்கு அருகில் அமைந்துள்ள சூரிய கோயில்தான் கோணாரக். செக்ஸ் சிற்பங்களின் வரிசையில் உலகப் புகழ்பெற்ற கோயில்தான் இது. இந்தக் கோயில் சுவர்களில் செதுக்கப்பட்டுள்ள ரதி சிற்பங்களில் பெரும்பாலானவை செக்ஸ் காட்சிகள் தான். இந்தக் கோயில் சிற்பங்களைப் பார்க்க உலகின் எல்லா பாகங்களிலிருந்தும் ஏராளமான மக்கள் வருகின்றனர். திரைப் படங்களில் முத்தக் காட்சி கூடாது என்று கூறுகின்றவர்களுடைய நாகரிக தன்மையைப் புரிந்து கொள்ள வேண்டும் என்றால் கோணாரக்குக்குச் செல்ல வேண்டும். எந்த நீலப் படத்திலும் இதைவிட மிஞ்சிய காட்சிகளைக் காணமுடியாது.

இவ்வாறெல்லாம் இருந்தபோதிலும் கோணாரக் கோயில் இன்று அழிந்து வரும் நிலையில்தான் இருக்கின்றது. அங்கே பூசை எதுவும் கிடையாது. வெறும் பார்வையாளர்கள் மட்டும் தான் அங்கே வருகின்றனர். உயிருள்ள தேவதாசிகள் உள்ள கோயிலாக இருந்திருந் தால் இங்கேயும் பக்தர்கள் குழுமுவார்கள்.

காளி

கல்கத்தா நகரத்திலுள்ள மிகவும் முக்கியமான கோயில் தான் காளிகட்டில் இருப்பது. இரத்தம் ஒழுகுகின்ற நாக்குடன் நிற்கின்ற அங்கேயுள்ள சிலை அச்சமூட்டுவதாக உள்ளது. ஒரு காலத்தில் இந்தத் தேவியை மகிழ்வடையச் செய்வதற்காக அங்கே

மனிதர்களைக் கொன்று பலியிட்டனர். பின்னர் நரபலியைத் தடை செய்ததும் விலங்குகளைப் பலியிட்டனர். நான் கல்கத்தாவில் தங்கியிருந்த காலத்தில் பொழுதுபோக்காகப் பல நேரங்களில் அந்தக் கோயில் வளாகத்துக்குள் சென்றிருக்கின்றேன். காளிக்கு விருப்பமானது இரத்தம்தான் என்று பக்தர்கள் கூறுகின்றனர். இந்தக் கோயிலைச் சுற்றி ஏராளமான விபச்சார விடுதிகள் உள்ளன. காளிகட்டுக்குச் செல்கின்றவர்களுக்கு அதிகமாகக் கிடைப்பது அருள் அல்ல; பாலியல் நோய்கள்தான்!

காட்டுமிராண்டிக் காலத்தைச் சேர்ந்த ஏதோ அரண தேவதை தான் காளி. மனிதன் பழைய யுகங்களைப் பின்னால் தள்ளிவிட்ட போதிலும், அந்தக் காலத்தின் இத்தகைய அடையாளங்களை நிலைநிறுத்துவது வியப்பாகவே உள்ளது.

மரணமடைகின்ற தெய்வங்கள்

மேலே சொன்ன தெய்வங்களில் பலவும் இன்று இல்லை. பலவற்றுக்கும் பக்தர்கள் குறைந்து கொண்டே வருகின்றனர். சில வற்றுக்கு இன்றும் ஏராளமான பக்தர்கள் உண்டென்றாலும் அவையும் கால ஓட்டத்தில் மறைந்து போகும் என்பதில் அய்யம் இல்லை.

உண்மையில் இந்தக் கடவுள்களோ வேறு எதுவேனும் வகையான கடவுள்களோ எங்கும் கிடையாது. இவையனைத்தும் பண்டைக் காலத்தில் வாழ்ந்த சில விநோத எண்ணம் கொண்ட கலைஞர்களின் பாவனையில் உருவானவைதான். இன்றும் மனநிலை பாதிக்கப்பட்டவர்கள் புதிய தெய்வங்களைப் படைப்பது உண்டு. செக்ஸ் வாழ்வைப் போதுமான அளவு அனுபவித்திராத கலைஞர்கள்தான் கடவுள்களோடு தொடர் புடைய செக்ஸ் கதைகளையும் செக்ஸ் சிற்பங்களையும் உருவாக்கினார்கள். இந்தியாவிலுள்ள 'தெய்வ மனிதர்'களிடை யில் காணப்படுகின்ற செக்ஸ் தவறுகளுக்குக் காரணம், அவர் களுடைய கடவுள்களுடன் தொடர்புடைய இத்தகைய கதைகள் தான். சாயி பாபாவின் அமெரிக்க பக்தரான டால்ப்ரூக், பாபா அவரையும் புட்டபர்த்தியிலுள்ள வேறு சில இளைஞர்களையும் ஓரினச் சேர்க்கைக்கு இரையாக்க முயன்றதாக எழுதியிருக் கின்றார். பீட்டில்சின் உறுப்பினரான ஜான்லெனோன், மகரிஷி மகேஷ் யோகியின் பக்தராக இருந்தவர். அவரது கூட்டத்தைச் சேர்ந்த மியாஹாரோ என்ற பெண்ணை மகரிஷி பலாத்காரம்

செய்ய முயன்றதைத் தொடர்ந்து ஜான்லெனோனும் பிற சீடர்களும் அவருடைய ஆசிரமத்திலிருந்து வெளியேறினார்கள்.

ஆதிசங்கரர் என்று அழைக்கப்படுகின்ற சங்கராச்சாரியார் 'சர்வக்ஞ பீட'த்தில் ஏறச் சென்ற பொழுது எழுந்த ஒரு வினா அவரை குழப்பியதாக கதை ஒன்று உண்டு. செக்ஸ் சம்பந்தமான வினாவுக்கு அவரால் விடை சொல்ல முடியவில்லை. அவர் அங்கிருந்து சென்று 'பரகாய பிரவேசம்' (உயிரை பிறர் உடலில் புகச் செய்தல்) செய்து ஒரு பெண்ணுடன் செக்ஸ் உறவு பூண்டு அந்த அறிவைப் பெற்றார் என்பது கதை.

இத்தகைய கற்பனைக் கலந்த முட்டாள்தனமான கதைகளை இளம் பருவத்தில் குழந்தைகளுக்குக் கற்றுக் கொடுப்பது ஆபத்தானது. நம்முடைய பல தெய்வங்களுடையவும் செக்ஸ் வாழ்க்கையைப் பற்றிய கதைகள் குழந்தைகளை வழி தப்ப வைக்கும். தற்கால நன்னடத்தை விதிமுறைகளின்படி பார்த்தால் இந்தக் கடவுள்கள் வெறும் காட்டுமிராண்டிகள்தான். மதத்தின் பெயரால் இத்தகைய கதைகளைக் கற்றுக் கொடுப்பது சமூகத் துரோகம் ஆகும்.

உலகத்தில் ஒவ்வொரு காலகட்டத்தில் தோன்றிய பல தெய்வங்கள் இதற்குள்ளாகவே மரணத்தைத் தழுவி மண்ணோடு மண்ணாக மக்கிப் போய்விட்டார்கள். மரணத் தறுவாயில் இருக்கின்ற பிற தெய்வங்களும் விரைவில் மரணத்தைத் தழுவி நினைவலைகளில் மட்டுமே எஞ்சி நிற்பார்கள்.

85
ஈசுவரனும் அல்லாஹ்வும்

இந்துக்களுக்குப் பல கடவுள்கள் உண்டு. எனினும் அந்த மதத்தைச் சேர்ந்த முற்போக்குவாதிகள் என்று கருதப்படுகின்றவர்கள் ஒரு கடவுள் மட்டும்தான் உண்டு என்கின்றனர். அந்தக் கடவுளை ஈசுவரன் என்று அழைக்கின்றனர். ஈசுவரனின் அடியார்களுக்குப் பசு – காளை இறைச்சி தடை செய்யப்பட்டதாகும். ஒரு காளையையோ பசுவையோ கொல்வதும் அவற்றின் இறைச்சியை உண்பதும் பெரும் பாவம் என அவர்கள் கருது கின்றனர். ஒரு மனிதனைக் கொன்றால் இந்துக்கள் சகித்துக் கொள்வார்கள். ஆனால், பசுவைக் கொன்றால் அவர்கள் சகித்துக்

கொள்ள மாட்டார்கள். இந்துக்களுடைய ஈசுவரனும் பசுவதை செய்பவர்களை மன்னிப்பதில்லையாம்.

இந்த ஈசுவரனின் மறுபெயர்தான் அல்லாஹ் என்ற சொல் என்றல்லவா காந்தியடிகள் கூறியிருக்கின்றார். ஆனால், அல்லாஹ் வுக்கு பசுவைக் கொல்வதில் எதிர்ப்பு இல்லை என்பது மட்டு மல்ல, அது விருப்பமான செயலும் ஆகும். மெக்காவில் மத சம்பந்தமான தேவை களுக்காக இன்றும் பசுக்களைக் கொல்வது உண்டு. அல்லாஹ்வின் 'தூத'ரான முகம்மதுவே பசுக்களைக் கொன்றதாக அவருடைய வாழ்க்கை வரலாறில் காணலாம். ஆனால், அல்லாஹ் வெறுக்கின்ற ஒரு விசயம் ஈசுவரனுக்கு விருப்பமானதாக இருக்கின்றது. பன்றி என்ற சொல்லைக் கேட்டாலே அல்லாஹ்வுக்கு கோபம் வரும். மிக சுவையான இறைச்சிகளில் ஒன்றுதான் பன்றி இறைச்சி என்ற போதிலும் அல்லாஹ்வின் பக்தர்கள் அதைத் தொடுவதில்லை. ஈசுவரனின் பக்தர்களுக்கு பன்றியுடனோ பன்றி இறைச்சியுடனோ எதிர்ப்பு இல்லை. அது மட்டுமா? ஈசுவரன் ஒருமுறை பன்றியாகவே அவதரித்தார்! ஈசுவரனின் பல கோயில்களிலும் பன்றியின் உருவத்தில் அவரை வணங்குகின்றனர். மகாவிஷ்ணுவின் மூன்றாவது அவதாரம் வராகம் (பன்றி) அல்லவா. அப்படியிருக் கையில் ஈசுவரனின் ஆதரவாளர்களுக்கு எவ்வாறு பன்றியிடம் பகைமை உண்டாகும்?

ஈசுவரனுக்கும் அல்லாஹ்வுக்குமிடையில் வேறுபாடுகள் இன்னும் உண்டு. ஈசுவரனுக்கு அவருடைய சிலைகளைச் செய்து வைப்பது விருப்பத்திற்குரியதுதான். அல்லாஹ்வுக்கு பேரெதிர்ப்பு உடையதாகும் அது. அதனால்தான் அல்லாஹ்வின் ஆதரவாளர் கள் ஈசுவரனின் சிலைகளை அடித்து உடைத்தனர். ஈசுவரனிடம் இசையோடுதான் பிரார்த்தனை செய்கின்றனர். அல்லாஹ் அத்தகைய ஆடம்பரங்களை விரும்புவதில்லை.

எல்லா கடவுள்களும் ஒன்றுதான் என்றும் அந்த ஒரே கடவுளின் பல்வேறு பெயர்கள்தான் ஈசுவரன், அல்லாஹ், யகோவா (கர்த்தர்) என்றும் சொல்வதைப் போன்ற பொய்மை நிறைந்த ஒரு சித்தாந்தம் வேறும் இல்லை. ஒவ்வோர் இடங் களிலுமுள்ள கடவுள் உருவாக்கம் அனைத்தும் வித்தியாச மானவையாகவும் சில இடங்களில் ஒன்றுக் கொன்று முரண் பாடானவையாகவும் இருக்கின்றன. முஸ்லீம்களுடைய அல்லாஹ் வுக்கு மனைவியோ குழந்தைகளோ இல்லை. அவர் ஒருவர்தான்.

அனாதி காலந்தொட்டே அவர் தனிமையாகத்தான் இருக்கின்றார். கிறித்தவர்களுடைய தெய்வம் தனி ஒருவர்தான் என்ற போதிலும் அதில் மூன்று பேர் உண்டு. நான்கு பெண்களைத் திருமணம் செய்து ஒரே நேரத்தில் மனைவியராக்கிக் கொள்ளலாம் என்று அல்லாஹ் கூறியிருக்கின்றாராம். ஆனால், கிறித்தவர்களின் தெய்வமோ ஒரே வேளையில் ஒன்றுக்கு மேற்பட்ட திருமணங்களைச் செய்யக் கூடாது என்று வலியுறுத்துகின்றார். இந்துக்களுடைய எல்லா முக்கியமான கடவுள்களுக்கும் பல மனைவியர் உண்டு. ஆனால், அவர்களுடைய பெண் தெய்வங்களுக்கு ஒரு கணவர் வீதம் தான் உண்டு.

இந்தக் கடவுள்களைப் படைத்த மனிதர்களுடைய வாழ்க்கையைப் பற்றிய மனநிலையும் கலாச்சார நிலைப்பாடும் தான் அவர்களிடம் பிரதிபலிக்கின்றன. சொல்லக்கூடியது எல்லா தெய்வங்களும் ஒன்றுதான் என்பதல்ல. எல்லா கடவுள் உருவாக்கங்களும் ஒரே போன்ற மடமைத் தனமானவைதான் என்றுதான் சொல்ல வேண்டும்.

86
கடவுள் ஹக்கிம்ஜமால்

தர்மம் வீழ்ச்சியடையும்பொழுது யுகம்தோறும் பகவான் விஷ்ணு அதை மீண்டும் நிலைநாட்ட அவதரிப்பார் என்று பகவத் கீதையில் கூறப்பட்டுள்ளது. ஆனால், தர்மத்தை மீண்டும் நிலைநாட்டுவதற்காக மட்டுமல்ல, வயிற்றுப் பிழைப்புக்காகவும் இன்று அவதாரங்கள் உண்டாகின்றன. மத நம்பிக்கையோ மனநோயோ இதற்குக் காரணங்களாகின்றன. இந்தியாவில் மட்டுமல்ல, பிற பல இடங்களிலும் அவதாரங்கள் உண்டாகின்றனர். ஆனால், இங்கே கவனத்துக் குரிய ஒரு செய்தி என்னவென்றால், சீனா, சோவியத் ரஷியா, கிழக்கு அய்ரோப்பிய நாடுகள் ஆகிய இடங்களில் இத்தகைய அவதாரங்கள் உண்டாவதில்லை என்பதுதான்.

அண்மைக் காலம் வரை அவதாரங்களின் குத்தகைத் தலம் இந்தியாவாகத்தான் இருந்தது. இன்று அமெரிக்காவிலும் அவதாரங்கள் உண்டாகின்றன. பத்திரிகையில் வெளிவந்த ஒரு தெய்வத்தின் கதை பின்வருமாறு:

"ஹக்கிம் ஜமால் என்ற பெயரில் அழைக்கப்படுகின்ற நல்ல உடல் தகுதி கொண்ட நீக்ரோ 'நான்தான் கடவுள்' என்று உரிமை கொண்டாடிக் கொண்டு திரிந்தான். கேல் பென்சன் (Gale Benson) என்ற பணக்கார பிரட்டிஷ் இளம்பெண் இந்தக் கடவுளால் கவரப் பட்டு, இருவரும் கணவன் – மனைவி என்ற நிலையை ஏற்றுக் கொள்ளவும் செய்தனர். மனைவியின் உதவியால் கடவுள் தன்னைப் பற்றிய ஒரு நூலைத் தயாராக்கினான். அதை அமெரிக்காவில் வெளியிட வேண்டும் என்று எண்ணி நூல் வெளியீட்டாளர்களை அணுகிய பொழுது எவரும் அதை ஏற்கவில்லை. தென்னமெரிக்காவிலுள்ள பிரிட்டிஷ் கயானாவில் நூல் வெளியீட்டகம் ஒன்றைத் திறக்கப் போவதாகச் சொல்லி திரு. ஹெர்பர்ட் கிரார்டெட் என்பவரை கடவுளும் மனைவியும் அணுகினர். அவர் முதலாவதாக கடனாகக் கேட்ட 24,000 ரூபாயை கடவுளின் மனைவி கொடுக்கவில்லை. அந்தக் கால கட்டத்தில் கடவுளும் மனைவியும் கயானாவில் தான் தங்கியிருந்தனர். ஒரு நாள் (1971 டிசம்பர் மாதத்தில்) கடவுள் மனைவியான கேல் பென்சன் அவர் வசித்த வீட்டிலேயே கொலை செய்யப்பட்டுக் கிடந்ததைக் கண்டுபிடித்தனர். அவ்வாறு கடவுள் தன் மனை வியை இழந்தார்."

ஹக்கிம் ஜமாலின் பிற்காலக் கதையை ஓர் அமெரிக்கப் பத்திரிகை பின்வருமாறு வெளியிட்டிருந்தது:

"மனைவியைக் கொன்று பணத்தை அபகரிக்க முயன்றார் என்ற குற்றத்திற்காக கைது செய்யப்பட்ட ஹக்கிம் ஜமால் என்பவரை அய்யத்திற்கிடமின்றி குற்றம் நிரூபிக்கப்படாததைச் சுட்டிக்காட்டி நீதிமன்றம் விடுவித்தது. அவருடைய சீடர்கள் பெரும் ஆரவாரத்துடன் ஹக்கிமை வரவேற்றார்கள். சிறையி லிருந்து வெளியே வந்த சில நாள்களிலேயே ஹக்கிம் ஒரு நீக்ரோ இளம்பெண்ணை மணம் புரிந்தான். காலமான கேல் பென்சன் சொர்க்கத்திலிருந்து வழங்கிய உத்தரவுக் கிணங்கவே தான் புதிய திருமணம் செய்ததாக ஹக்கிம் சொன்னான். இன்றும் இந்தக் கடவுளுக்கு ஏராளமான ஆதரவாளர்கள் இருக்கின் றார்கள்."

87

தேவி ஆகின்றார் ராணி விக்டோரியா!

பிரிட்டிஷ் அரசியாக இருந்த விக்டோரியா *(1819-1901)* காலமாகி முக்கால் நூற்றாண்டு கடந்து விட்டது. இன்று உலகின் ஒரு பகுதியில் அவர் ஒரு தேவியாக வழிப்படப்படுகின்றார் என்பது சுவையான ஒரு செய்தியாகும். ஒரு பத்திரிகை பின்வருமாறு கூறுகின்றது:

"இன்றுவரை ஒரு தேவியாக அறியப்படாமலிருந்த புதிய தேவியிடம்தான் வட தாய்லாந்திலுள்ள பல ஆயிரம் மக்கள் இப்பொழுதும் பிரார்த்தனை செய்கின்றனர். 1901 ஜனவரி 22 ஆம் நாள் காலமான ஆங்கிலேய ராணியும் இந்தியப் பேரரசியும் ஆக விளங்கிய விக்டோரியா தான் அந்த தேவி. அந்த அரசியிடம் உடலளவிலுள்ள முழு உருவ பளிங்குச் சிலை சியாங்மாயி என்ற நகரத்திலுள்ள பிரிட்டிஷ் அரண்மனையின் உள்ளே உண்டு. அது அங்கே 1902 முதல் இருக்கின்றது. அந்த நாட்டைச் சேர்ந்த ஒரு திறமைசாலி ஏழு ஆண்டுகளுக்கு முன்பு அந்தச் சிலையின் புகைப்படத்தை எடுத்து அரசியை தேவியாக உருவாக்கம் செய்து அதை வழிபடவும் அதனிடம் பிரார்த்தனை செய்யவும் தொடங்கி னான். அவன் தன் முயற்சியால் இப்பொழுது பெரிய பணக்காரனாக ஆகிவிட்டான். அந்தச் செய்தி அங்கேயுள்ள சாமானிய மக்களிடையே பரவியது. உடல் நலமடைய, பணம் சம்பாதிக்க, குழந்தைகள் தேர்வில் வெற்றி பெற என்பவற்றுக் காகத்தான் ராணி விக்டோரியாவிடம் பிரார்த்தனை செய்கின்றனர். அவர்களில் பலருடைய ஆசைகளும் நிறைவேறுவது அந்தப் பிரார்த்தனையின் விளைவால்தான் என்று நம்புகின்றனர். இன்று இந்த நாட்டிலுள்ள மக்கள் தொகையில் பெரிய அளவு விழுக்காடு மக்கள் ராணி விக்டோரியாவின் பக்தர்களும் அவரிடம் பிரார்த் தனை செய்பவர்களும்தான்."

இதைப்போலத்தான் பல தேவி – தேவர்கள் உண்டா கின்றனர். எதிர்காலத்தில் காந்தியும் நேருவும் எல்லாம் தெய்வங்களாக மாட்டார்கள் என்பதை யார் கண்டார்கள்?

88

நோஸ்ட்ரதாமசின் தீர்க்கதரிசனங்கள்

எதுவேனும் ஒரு சம்பவம் நடைபெறுவதற்கு முன்பே அதைப் பற்றி முன்னறிவிப்புத் தருகின்றவர்கள்தான் தீர்க்கதரிசிகள் என்று அழைக்கப்படுகின்றனர். பொருளாதார ஆய்வுகளின் அடிப்படையில் வரப் போகின்ற பொருளாதார வீழ்ச்சியையோ பணவீக்கத்தையோ பற்றிக் கூறுகின்ற பொருளாதார நிபுணர்கள் இன்றும் உண்டு. வானிலை நிபுணர்கள் புயல், பூகம்பம், மழை ஆகியவற்றைப் பற்றி நமக்கு முன்னறிவிப்புத் தருகின்றனர். வரப்போகின்ற சமூக – அரசியல் மாற்றங்களைப் பற்றி அறிவுபூர்வமாகக் கணக்கிட்டுச் சொல்லக் கூடியவர்களும் உண்டு. இவர்கள் அனைவரும் தாங்கள் தீர்க்கதரிசிகள் என்று உரிமை கொண்டாடுவதில்லை. அறிவுபூர்வமான ஆய்வுகளை மேற் கொள்ளாமல் 'தெய்வீக' ஞானத்தால் நிகழப்போகின்ற காரியங் களைச் சொல்லக் கூடியவர்கள் உண்டு என்று மத நம்பிக்கை யாளர்கள் கூறுகின்றனர். அத்தகையவர்கள் சொன்ன தீர்க்க தரிசனங்கள் நிறைவேறியதைப் பற்றிக் கூறுகின்ற பல நூல்கள் கிறித்தவர்களுக்கு உண்டு. "தீர்க்கதரிசிகள் முதலிலேயே சொன்ன தைப் போல கிறிஸ்து, கன்னிகையிடம் பிறந்தார்; தீர்க்கதரிசனம் கூறுவதைப்போல யூதர்கள் ஒன்றிணைந்து கூடியிருக்கின்றனர்" என்றெல்லாம் அவர்கள் கூறுகின்றனர். பெருவில் பூகம்பம் ஏற்பட்டால் 'பூகம்பங்கள் உண்டாகும்' என்று பைபிளில் கூறப் பட்டிருக்கின்றது என்றும் தீர்க்கதரிசனம் சரியாக இருக்கின்றது என்றும் அவர்கள் கும்மாளமிடுவதைக் கேட்கலாம்.

எதுவேனும் சம்பவம் நடைபெற்ற பிறகு அந்தச் சம்பவம் நிகழும் என்று முன்பே சொல்லப்பட்டுள்ளது என்று சொல்கின்ற வழக்கம் பக்தர்களிடையில் நிலவுகின்றது. சரியாக இருந்தது என்று சொல்கின்ற பல தீர்க்கதரிசனங்களுடைய கதையும் அதுதான். சரியாக இல்லாத தீர்க்கதரிசனங்களை அவர்கள் மறந்து விடவும் செய்வார்கள். தீர்க்க தரிசிகளைப் பற்றி பைபிள் அறிஞரான ரெவ.ஏ.சி. கிளயிட்டன் பின்வருமாறு கூறுகின்றார்:

"கடவுளிடம் இரகசியமாகப் பேசவும் கடவுளின் உத்தரவுகளை மக்களிடம் அறிவிக்கவும் திறமையுடையவர்களாக இருந்தார்கள் தீர்க்கதரிசிகள்."

பல காலகட்டங்களிலும் இத்தகைய தீர்க்க தரிசிகள் வாழ்ந்திருந்ததாகக் காணலாம். தானியேல், ஏசாயா, எரேமியா, மீகா முதலிய பல தீர்க்கதரிசிகளுடைய கதைகள் பைபிள் பழைய ஏற்பாட்டில் உண்டு. புதிய ஏற்பாடு காலத்திலும் சில தீர்க்கதரிசிகள் இருந்தனர். முகம்மது நபி ஒரு தீர்க்கதரிசியே என்று முஸ்லீம்கள் கருதுகின்றனர். இவர்களைப் போன்ற ஒரு மத நிறுவனராக இல்லாவிட்டாலும் 16ஆம் நூற்றாண்டில் வாழ்ந்த நோஸ்ட்ரதாமசை தீர்க்கதரிசியாகவே பலரும் கருதுகின்றனர். இவரைப் பற்றி 1952 மார்ச் 22 ஆம் நாள் 'மலையாள மனோராமா' வில் கட்டுரை ஒன்று வெளிவந்தது. 1962 நவம்பர் 25 ஆம் நாள் அவர்கள் அதை மீண்டும் வெளியிட்டனர். நோஸ்ட்ரதாமசின் தீர்க்கதரிசனம் பலித்தது என்பதை நிரூபிப்பதற்காகவே இரண்டாவதாகவும் கட்டுரையை வெளியிட்டனர். அந்தத் தீர்க்கதரிசனங்கள் எந்த அளவுக்கு சரியாக இருந்தன என்பதை அறிந்து கொள்வதற்காக அந்தக் கட்டுரையின் முக்கியமான பகுதிகளை இங்கே கொடுக்கின்றேன்.

"இதை எழுதிய நானூறு ஆண்டுகளுக்குப் பின்பு கரடியும் கழுகும் ஒன்றையொன்று வெறுக்கவும் ஒன்றையொன்று போருக்கு அழைக்கவும் செய்யும். கழுகின் முயற்சி பெரிய அளவில் இருக்கும். அதனுடைய வாள் பனிக்கட்டியால் மூடப்பட்டிருக்கின்ற கரடியைத் தடுத்து நிறுத்தும்."

பிரெஞ்சு அறிவியலாளரான நோஸ்ட்ரதாமஸ் 1552 இல் எழுதிய தீர்க்கதரிசனத்தின் ஒரு பகுதிதான் மேலே கொடுக்கப் பட்டிருக்கின்றது. பல ஆண்டுகளாக இந்தக் 'கரடியும் கழுகும்' யார் என்றோ என்ன என்றோ மக்கள் அறிந்திருக்கவில்லை. ஆனால், அமெரிக்கக் கழுகைப் பற்றியும் ரஷியக் கரடியைப் பற்றியும் இன்று அனைவரும் அறிவார்கள். மேலே சொல்லப் பட்டுள்ள தீர்க்கதரிசனத்தில் வரும் 'வாள்' அமெரிக்காவின் அஞ்சத்தகுந்த அணுகுண்டுதான் என்று விளக்கம் அளிக்கப் படுகின்றது.

நோஸ்ட்ரதாமசின் தீர்க்கதரிசனத்துக்கு 1679இல் இத்தாலியப் பண்டிதரான பிட்ரோணி துஸ்க்கானா அளித்த விளக்கத்தில் 1940 இல் ஹிஸ்ட்டர் (ஹிட்லர்) போரை ஆரம்பிப்பார் என்றும் 1967 இல் மூன்றாம் உலகப் போர் முடிவடையும் என்றும் கூறப் பட்டுள்ளது. ஹிட்லரின் போர் முடிவடைந்துவிட்டது. அடுத்தது 1967 இல் முடிவடைகின்ற போர்தான். அதன் துவக்கம் எப்பொழுது என்பது தெரிவிக்கப்படவில்லை. கம்யூனிஸ்ட் ரஷ்யா

கிழக்கு அய்ரோப்பாவையும் சீனாவையும் வடகொரியாவையும் திபெத்தையும் சிங்கியாங்கையும் தங்கள் ஆதிக்கத்திற்குள்ளும் இரும்புத் திரைக்குள்ளும் ஆக்கிவிட்டது. தென்கிழக்கு ஆசியாவில் இந்தோசீனா, பர்மா, மலேயா, இந்தோனேசியா ஆகிய நாடுகளில் கம்யூனிஸ்டுகளின் அமைதிப் புரட்சி வெளிப்படையாகவும் மறைவாகவும் நடைபெறுகின்றது. இந்திய எல்லையில் அவர்கள் இப்பொழுது கை வைத்திருக்கின்றனர். கீழை நாட்டவர்கள் தயாராகின்ற பெரும்போரின் முன்னோடியாக இவற்றை மேலை நாட்டு சக்திகள் நம்புகின்றன. அதை எதிர் கொள்வதற்காக மேலை நாட்டவர்கள் அமெரிக்கக் கழுகின் ஊக்கத்திலும் உதவியிலும் தலைமையிலும் முயன்று வருகின்ற னர். அதை அமெரிக்காவின் பேரரசு மோகத்தினடைய கண்கூடான சாட்சியாக கம்யூனிஸ்டுகள் காண்கின்றனர்.

"சுதந்திர மனிதர்களை அடிமைகளாக ஆக்கி தனித்தன்மை யில்லாத பலி பொருள்களாக வளர்க்க விரும்புகின்ற கம்யூனிஸ்ட் சூழ்நிலைக்கு சுதந்திர உலகத்திலுள்ள இடம் குழந்தைப் பருவம்தான் என்று இந்தத் தீர்க்க தரிசனம் சுட்டிக் காட்டுகின்றது. 1967இல் அது முழுமையாக அழிக்கப்பட்டு விடும் என்றும் அன்று முதல் உலகுக்கு எந்தவொரு சக்தியின் போர் அச்சுறுத்தலோ அத்துமீறலோ உண்டாகாது என்றும் நிரந்தர அமைதி கிடைக்கும் என்றும் நோஸ்ட்ரதாமசின் தீர்க்க தரிசனத்தில் குறிப்பிடப் பட்டுள்ளது."

1967இல் கம்யூனிஸ்டு உலகம் அழிந்து விடும் என்றுதான் நோஸ்ட்ரதாமஸ் கூறினார் என்றே 'மலையாள மனோரமா' கூறு கின்றது. இந்தக் கட்டுரை வெளிவந்து இப்பொழுது (1977) பத்து ஆண்டுகள் கடந்துவிட்டன. இன்றுவரை மூன்றாவது உலகப் போர் நிகழவில்லை; கம்யூனிஸ்ட் உலகம் அழியவும் இல்லை.

நோஸ்ட்ரதாமசின் தீர்க்கதரிசனத்துக்கும் மனோரமாவின் விளக்கவுரைக்கும் என்ன மதிப்பு இருக்கின்றது என்பதைப் புரிந்து கொள்ள இந்த ஓர் எடுத்துக்காட்டு மட்டும் போதும். மக்களுடைய அந்தந்த நேர உணர்வுகளை வைத்து ஆதாயம் அடைவதற்காகப் பல பெரிய பத்திரிகைகள் அடிக்கடி இத்தகைய கட்டுரைகளை வெளியிடுவது வழக்கம். 1962 இல் இந்தியாவுக்கும் சீனாவுக்கும் இடையேயுள்ள உறவு பாதிக்கப்பட்ட நேரத்தில்தான் மனோரமா இதை வெளியிட்டது. அன்று சீனா தோல்வியடைய வேண்டும் என்பதே பலருடைய விருப்பமாகவும் இருந்தது. அதனால் இதை

மக்கள் ஆர்வத்துடன் வாசித்தனர். 1967இல் உலகப் போர் நடைபெறும் என்று சொல்லப் பட்டிருந்ததால்தான் நான் இதை வெட்டி வைத்திருந்தேன்.

நோஸ்ட்ரதாமசின் பிற தீர்க்கதரிசனங்களுடைய கதைகளும் இதைப் போன்றதுதான்.

89

பெண்ணாக அவதரித்த கிருஷ்ணன்

சாதாரணமாக ஆண் கடவுள்கள் ஆண் கடவுள்களாகவும், பெண் கடவுள்கள் பெண் கடவுள்களாகவும்தான் அவதரிப்பார்கள். பாலின மாற்றம் கடவுள்களுக்கு உண்டானதாகக் கேட்டது இல்லை. ஆனால், பாலின மாற்றங்கள் பெரிய செய்தியாக ஆகாததால் அண்மையில் கேரளத்தில் இத்தகைய நிகழ்ச்சி நடந்திருக்கக்கூடும் – கிருஷ்ணன் பெண்ணாக அவதரித்தார் என்பதே அது. 'மலையாள மனோரமா' பத்திரிகையில் வெளிவந்த செய்தி இது:

"சேற்றுவா 7-12-73. தான் சாட்சாத் கிருஷ்ணனின் அவதாரம் தான் என்றும் இந்தக் கலியுகக் கலகங்களிலிருந்து மானுட வர்க்கத் தைக் காப்பாற்றுவதற்காகத் தான் இந்த அவதாரத்தை இப்பொழுது எடுத்திருக்கின்றேன் என்றும் இங்கிருந்து ஆலா பிரதேசத்துக்குச் செல்கின்ற சாலைக்கு கிழக்கு திசையிலுள்ள ஒரு சிறிய வீட்டில் குடியிருக்கின்ற நடுத்தர வயது கொண்ட பெண் கூறுகின்றார். அங்கே சாலையோரத்தில் 'பூமரச் சுவட்டில் (பூமரத்தினடியில்) ஸ்ரீ கிருஷ்ணன்' என்ற ஒரு பெயர்ப் பலகை இப்பொழுது வைக்கப் பட்டிருக்கின்றது. இந்த அவதாரத்தை வைத்துப் பணம் சம்பாதிக்க லாம் என்று எண்ணி சில வேலை இல்லா பிரமுகர்கள் இவர் அருகில் குழுமியிருக்கின்றனர். இந்தப் பெண் எழுத்தறிவு மட்டுமே கொண்ட ஒரு பாமரப் பெண்தான். தினமும் வேலை செய்து பிழைக்கின்ற தொழிலாளர் குடும்பத்தின் உறுப்பினரும் மூன்று குழந்தைகளின் தாயாரும்தான் இந்தப் பெண். தான் கிருஷ்ணனின் அவதாரம் என்ற இந்தப் பெண்ணின் புலம்பலை முதலில் வீட்டாரும் ஊராரும் ஒரு மூலையில் ஒதுக்கிவிட்டனர். அவர் ஏதோ நோயால் பாதிக்கப்பட்டிருக்கின்றார் என்ற நிலையில் சிகிச்சை அளித்தனர். எனினும் அவருடைய 'அவதாரம்' என்ற புலம்பல் மாறவில்லை. அவ்வாறிருக்கையில் அந்தப் பெண்

வீட்டினுள்ளேயே ஒரு வாரக் காலம் உண்ணாவிரதத் தவம் இருந்தார். எட்டாவது நாள் அவர் அமர்ந்திருந்த அறையில் தனக்குத்தானே பூசை செய்யத் துவங்கினார். அவரைப் பார்க்க மக்கள் வர ஆரம்பித்தனர். அவ்வாறு வருகின்றவர்களுக்கு அவர்களுடைய எதிர்கால பலன்களைச் சொல்கின்றார்; நோய் குணமாவதகாக ஒரு மூலிகையைக் கொடுக்கின்றார். இப்பொழுது அவர் பேசுவது அனைத்தும் ஆன்மீக வெளிப்பாடுகள்தான். இவருடைய சித்திகளும் வெளிப்பாடுகளும் மனநோய்தான் என்று கூறுகின்றவர்களும், அப்படி அல்ல, உண்மையான தெய்வீகச் சித்திதான் என்று கூறுகின்றவர்களும் இல்லாமல் இல்லை.”

இந்தப் பெண் ஒரு மனநோயாளிதான் என்பது வெளிப்படையானது. அவருக்கு சிகிச்சை அளிப்பதற்குப் பதிலாக கடவுள் ஆக்குகின்ற கதைகளைப் பற்றி என்னதான் சொல்வது!

90

வட இந்தியக் கிறித்தவர்கள்

கேரளத்திலுள்ள சுரியானிக் கிறித்தவர்கள் பண்டைக் காலத்தில் அவர்கள் பிராமணர்களாக இருந்ததாக உரிமை கொண்டாடுகின்றார்கள். என் தந்தையும் அவ்வாறே உரிமை கொண்டாடினார். எனினும் பிராமணர்களுக்கு எதுவேனும் சிறப்பு உண்டு என்று அவர் ஒருபோதும் எண்ணவில்லை. சில சுரியானிக் காரர்கள் பிராமணப் பாரம்பரியத்தின் திரைக்குப் பின்னால் நின்று கொண்டு தீண்டாமையையும் சாதிச் சிறப்பையும் உரிமை கொண்டாடியதை தப்பு என்று அவர் சொன்னதை நான் கேட்டிருக்கின்றேன். இப்படியெல்லாம் இருந்தபோதிலும் சுரியானிக் கிறித்தவனாகப் பிறந்ததை எண்ணி சிறு வயதில் நானும் பெருமை கொண்டிருந்தேன். திருவல்லாவிலும் அண்டைப் பிரதேசங்களிலும் கிறித்தவர்களுக்கு இருந்த சவர்ண மனநிலை என்னை அறியாமலேயே என்னிடம் குடிபுகுந்திருக்கக் கூடும். ஆனால், படிப்பதற்காக கல்கத்தா சென்றபொழுது ‘தாமஸ்’ என்ற பெயரும் கிறித்தவ மதமும் என்னைத் தரம் தாழ்த்தியது. வங்காளத்திலுள்ள வைதீகர்கள் பொதுவாக கிறித்தவர்களை தாழ்ந்த சாதியினராகவே கணித்தனர். இது என்னை வியப்பில் ஆழ்த்திய ஒரு காரியம் ஆகும். இந்தியாவை ஆட்சி புரிந்தது கிறித்தவர்களான பிரிட்டீஷ்காரர்களாக இருந்தபோதிலும் வட இந்தியாவில் கிறித்தவர்களுக்கு எந்த மதிப்பும் இல்லை.

கேரளத்தைப் போல பொருளாதார ரீதியில் வட இந்தியக் கிறித்தவர்கள் உயர்வடையவில்லை. தாழ்ந்த சாதிகள் என்று கருதப் பட்டவர்களிலிருந்து மத மாற்றம் செய்யப்பட்ட இவர்கள் மத மாற்றத்துக்குப் பிறகும் தாழ்ந்த சாதியினராகவே தொடர்ந் தனர். மதமாற்றத்திற்கு முன்பு எந்த சாதியைச் சேர்ந்தவர்களாக இருந்தார்களோ அந்த சாதியினராகவே அவர்கள் தொடர்ந்தனர். வீடு, வேலை, கல்வி என மனிதனுக்குத் தேவையான பலவும் மிஷணரியினரிடமிருந்து அவர்களுக்குக் கிடைத்தது. ஆனால், அவற்றையெல்லாம் சரியாகப் பயன்படுத்திக் கொள்வதற்கான பயிற்சி அவர்களுக்குக் கிடைக்கவில்லை. வெளிநாட்டவர்களின் தயவால் வாழ்ந்த அவர்கள் ஒருபோதும் தன் காலில் நிற்கும் தகுதியை எட்டவே இல்லை.

கர்மயோகக் கோட்பாடு தாழ்த்தப்பட்ட இன மக்களுடைய மனதில் தாழ்வு மனப்பான்மையையே வளர்த்தது. அது தலைமுறை தலைமுறையாகப் படர்ந்து பற்றிக் கொண்டது. மதம் மாறினால் சாதி போய்விடும் என்று வெளிநாட்டவர்கள் பரப்பினார்கள். அதை நம்பி மதம் மாறியவர்கள் அந்த நம்பிக்கை தப்பானது என்பதைத் திடீரென்று புரிந்து கொண்டார்கள். முன்பு தன் நாட்டவர்களான சவர்ணர்களை வணங்கியவர்கள் புதிய ஒருவகையான சவர்ணர்களை (வெள்ளைக்காரர்கள்) வணங்க ஆரம்பித்தார்கள் – அவ்வளவுதான். மூடநம்பிக்கைகள், சுகாதாரம் இன்மை, தேவையற்ற பழக்க வழக்கங்கள் ஆகியவை அவர் களைப் பின்தொடர்ந்தன. அவற்றை மாற்ற மிஷணரியினர் கவனம் செலுத்தவில்லை. மானுட மனங்களை சுதந்திரம் அடைய வைக்க மிஷணரியினர் கவனம் செலுத்தவில்லை; அவர்களால் அதற்கு இயலவும் முடியாது.

மதம் மாறி கிறித்தவர்களாக ஆன வட இந்தியர்கள் குழந்தை களுக்கு நோய் வந்தால் அதைப் போக்க சரடை ஜெபித்துக் கட்டு வார்கள். பிசாசின் தொல்லை ஏற்படாமல் இருப்பதற்காக என்று சொல்லி ஏலசு அணிவார்கள். பழைய மந்திரவாதிகளின் இடம் குறைந்ததும் பாதிரிகள் என்ற புதிய மந்திரவாதிகள் அவர்களை வஞ்சிக்கின்றனர்.

நான் வங்காளத்தில் வாழ்ந்த காலத்தில் என் நண்பரான ஒரு வங்காளி கிறித்தவர்களுடைய வீட்டுக்குச் செல்வதை வழக்க மாகக் கொண்டிருந்தார். சனிக்கிழமை எண்ணெய் வாங்க அந்த வீட்டுக்காரர்கள் ஒருபோதும் தயாராவது இல்லை. அன்று

எண்ணெய் வாங்கினால் சனியால் பாதிக்கப்படுவோம் என்று அவர்கள் நம்பினார்கள். தும்மல் உண்டானால் அன்றைய பயணத்தை அவர்கள் ரத்து செய்தனர். எங்கேயாவது செல்வதற் காக அவர்கள் புறப்படும் பொழுது குறை குடத்துடன் ஒருவர் வருவதைப் பார்த்தாலும் பயணத்தை ரத்து செய்ய அவர்கள் தயங்கவில்லை. பால் குடித்தால் வெளியே செல்லக் கூடாது என்றும் அந்த வீட்டுக்காரார்கள் கண்டிப்புடன் கூறினார்கள். காவி உடையையோ ருத்ராட்ச மாலையையோ சூலத்தையோ கண்டால் வட இந்தியாவிலுள்ள கிறித்தவர்கள் கைகூப்பி வணங்குவார்கள்.

பணம் இருந்தால்கூட உணவு விடுதி, தேனீர் கடை, தங்கும் விடுதி ஆகியவற்றை அவர்கள் ஆரம்பிப்பதில்லை. காரணம், உயர்ந்த சாதியினர் அங்கே செல்வதில்லை — அவர்கள் தாழ்ந்த சாதியினர்தான்! கிராமங்களில் தீண்டாமை மிகக் கடுமையாக நிலவியது. குறைவான மக்கள் தொகைதான் பொருளாதாரப் பற்றாக்குறைக்கு இன்னொரு காரணம். அரசுப் பணிகளில் அதிகமான கிறித்தவர்களைப் பார்க்க முடிவதில்லை. தங்கள் சமுதாய இயக்கங்களில்தான் அவர்கள் அதிக ஈடுபாடு காட்டு கின்றனர். சமுதாய அமைப்பில் கிறித்தவர்கள் தாழ்த் தப்பட்டவர்க ளாகவே கணிக்கப்படுகின்றனர். யாராவது ஒரு கிறித்தவர், மருத்துவராகவோ பொறியாளராகவோ ஆனாலும் அவர்கள் கிறித்தவ நிறுவனங்களில் சேருவது தான் வழக்கம்.

பொருளாதார நிலையிலும் வடஇந்தியாவிலுள்ள கிறித்த வர்கள் மிகவும் பின்னால்தான் இருக்கின்றார்கள். மிகவும் தாழ்ந்த நிலையிலிருந்துதான் அவர்கள் மதமாற்றம் செய்யப்பட்டனர். பத்து விழுக்காடு மக்களுக்குக்கூட வாழ்க்கைக்குரிய வசதி வாய்ப்புகள் கிடையாது. பொறியியல், மருத்துவம் படிப்பதற்கு குழந்தைகளை அனுப்ப அவர்களுக்கு முடிவதில்லை. பொருளாதார நெருக்கடி யால் அதைப்பற்றி சிந்திக்கக்கூட அவர்களுக்கு முடியவில்லை. வறுமையுடன் தான் அவர்கள் பிறந்தார்கள்; அது தொடரவும் செய்கின்றது. நிலமோ வீடோ வாங்கவும் இந்த ஏழைகளுக்கு முடிவதில்லை. கிறித்தவர்கள் அனைவருமே எதுவேனும் வேலை கிடைக்க வேண்டும் என்றுதான் விரும்புகின்றார்கள். இடை மட்டத்திலான — தாழ்ந்த நிலையில் உள்ள வேலைகளைத்தான் அவர்கள் செய்கின்றனர். ஆசிரியர், செவிலியர், எழுத்தர் — இவைதான் அவர்களுக்குரிய மிக உயர்ந்த வேலைகள். பல குழந் தைகள் செவிலியர் படிப்புக்குச் செல்ல காரணம், பயிற்சிக் காலத்தில் உதவித் தொகை கிடைக்கும் என்பதுதான்.

பணம் இல்லாததால் அவர்கள் சொந்தமாக வியாபாரம் செய்வதில்லை. கோழி வளர்ப்பு, பன்றி வளர்ப்பு, செருப்பு தைத்தல் ஆகியவைதான் வடஇந்தியக் கிறித்தவர்களுடைய முக்கிய தொழில்கள். இவற்றை ஈனமான தொழிலாகவே இந்துக்கள் கருதுகின்றனர். கிறித்தவர்களாக ஆனபோதிலும் இந்தத் தொழில்களைச் செய்வதில் அவர்களுக்கு குற்ற உணர்வு உண்டு. கண்மூடி வழக்கங்களை முடிவுக்குக் கொண்டுவர கிறித்தவர்கள் விரும்புவதில்லை. தலைமுறை தலைமுறையாக அவர்கள் அவற்றைத் தொடர்கின்றனர்.

எவருக்கேனும் நோய் உண்டானால் அவர்கள் தலையின் அடியில் பைபிளை வைப்பார்கள். அந்த நூலைப் பார்த்தால் பிசாசுகளும் நோய்களும் விலகி விடும் என்பது அவர்களுடைய நம்பிக்கை. எவரேனும் சன்னியாசியோ பக்தனோ வீட்டுக்கு வந்தால் அவர்களுக்காகப் பிரார்த்தனை செய்யும்படி கூறுவார்கள். அதன் விளைவாக இறந்தவர்களின் ஆவிகள் வீட்டை விட்டுச் சென்றுவிடும் என்று அவர்கள் கருதுகின்றனர். இந்த 'சாது'க்கள் குழந்தைகளை ஆசீர்வதிக்கின்றனர். தண்ணீர் ஜெபித்துத் தரும்படியும் அவர்கள் வேண்டுகோள் விடுக்கின்றனர். இந்தத் தண்ணீரை பிறர்மீது தெளிக்கின்றனர். ஒருவருக்கு நோய் வந்தால் அவர்கள் பிரார்த்தனை செய்வார்கள். அதனால் நோய் குணமாகும் என்று அவர்கள் நம்புகின்றனர். எல்லா துன்பங்களுக்கும் பிரார்த்தனைதான் மருந்தாம். அங்கே கிறித்தவர்கள் இந்துக் களைப்போல குழந்தைகளின் தலையை மொட்டையடிக் கின்றனர். பிசாசுகளை எண்ணி அவர்கள் அதிகமாக அஞ்சு கின்றனர். சனிக்கிழமைகளில் அவர்கள் எதுவும் வாங்குவ தில்லை. அந்த நாள்களில் சிலர் உணவு கூட சமைப்பதில்லை. இந்தத் தினத்தன்று அவர்கள் மிக முக்கியமான வேலைகளைக் கூட செய்வதில்லை. அதனால் பொருளாதார ரீதியில் வீழ்ச்சி யடையவும் நேரத்தை வீணாக்கவும் செய்கின்றனர்.

எதுவேனும் வேலை செய்து பணம் சம்பாதிக்கின்ற கிறித்த வர்கள் கூட மிஷணரிமாரைப் பின்பற்றி மதப் பிரச்சாரத்துக்கு தாராளமாகப் பணம் செலவாக்குவதைக் காணலாம். புரோகிதர் களில் பலரும் ஒவ்வொரு காரணத்தைச் சொல்லி பணத்தை வெளிநாட்டிலிருந்து வரவழைத்து சுகபோக வாழ்க்கையை நடத்துகின்றவர்கள்தான். பல்வேறு கிறித்தவ மதப் பிரிவுகள் வங்காளத்திலும் பீகாரிலும் உருவாகக் காரணம் வெளியே இருந்து வருகின்ற பணம்தான் என்று 'யங் பெங்கால் மூவ்மென்ட்'டின்

தலைவரும் நாத்திகருமான டரோசியோ ஒருமுறை கூறினார். அது சரியான ஒரு மதிப்பீடுதான். என் பிறந்த ஊரான திருவல்லாவிலும் அண்டைப் பிரதேசங்களிலும் அமெரிக்காவில் உள்ள பல மிஷணரி பிரிவுகளுக்கும் மதங்களுக்கும் ஆதரவாளர்கள் உண்டு. வெளிநாட்டுப் பணத்தைப் பெறுவதற்கான ஒரு மார்க்கம்தான் அவர்களுக்கு மதம். வடஇந்தியாவிலுள்ள நிலைமையும் இதுதான். ஒருவர் புதிய ஒரு கிறித்தவ மதப் பிரிவுடன் களத்தில் இறங்கினால் அதற்குப் பொருள் ஏதோ ஒரு வெளிநாட்டு மதப் பிரிவு அவருக்குப் பொருளாதார உதவி செய்கின்றது என்பதுதான்.

இந்து மதத்திலுள்ள சாதி முறையை வடஇந்தியக் கிறித்தவர்கள் அப்படியே பின்பற்றுகின்றனர். பழைய சாதி வெறியை அவர்கள் நிலை நிறுத்துகின்றனர். குறும்பரிலிருந்து மதம் மாறியவர்கள் திருமண வேளையில் குறும்பக் கிறித்தவக் குடும்பங்களைத்தான் தேடுவார்கள். ஜாட்டுகளிலிருந்து மதம் மாறியவர்கள் தாழ்த்தப்பட்ட கிறித்தவக் குடும்பங்களிலிருந்து மணம் புரிவதில்லை. தன் சாதிப் பெயரை நிலை நிறுத்தவும் வட இந்தியக் கிறித்தவர்கள் முயலுகின்றனர். கேரளத்திலுள்ள கிறித்தவர்கள் அவர்களுக்குப் பொருள் புரியாத ஹீப்ரு பெயர் களையோ கிரேக்கப் பெயர்களையோதான் பெயர் சூட்டும்போது பயன்படுத்துகின்றனர். எடுத்துக்காட்டாக என்னுடைய பெயரையே எடுத்துக் கொள்வோம். ஆபிரகாம் என்ற பெயர் கேரளத்தில் பலருக்கு உண்டு. எவருக்கும் அதன் பொருள் தெரியாது. 'மக்கள் கூட்டத்தின் தந்தை' என்பதே அந்தச் சொல்லின் பொருள் என்று நான் நிகண்டுவைப் பார்த்து கண்டுபிடித்தேன். என் தந்தையின் பெயர் தோமஸ் (தோம்மா) என்பதாகும். இரட்டைப் பிறவி என்பதே அதன் பொருள். ஜெமினி (மிதுனம்) என்ற நட்சத்திர ராசியின் பெயரிலிருந்து உருவான ஒரு கிரேக்கப் பெயர். இவையனைத்தும் தெரிந்திருந்தால் எந்தவொரு கிறித்தவரும் இத்தகைய பெயர்களைச் சூட்டமாட்டார்கள். வடஇந்தியக் கிறித்தவர்களுக்கு இத்தகைய ஆபத்து ஏற்படவில்லை. அவர்கள் மதம் மாறியபோதும் பழைய இந்துப் பெயர்களையே தொடர்ந்தார் கள். அதனுடன் சாதியின் வால்களையும் பாதுகாத்துக் கொண்டார் கள். சாதியின் கிடுக்கிப் பிடியில்தான் அவர்கள் இன்றும் இருக்கின்றனர்.

சாதியிலிருந்தும் மதத்திலிருந்தும் மானசீகமான அடிமைத் தளையிலிருந்தும் விடுதலைப் பெறாமல் உண்மையான முன்னேற்றத்தைப் பெறுவது சாத்தியம் இல்லை. மதமாற்றம் வெறும் உடை மாற்றம் தான்.

91
நாத்திகப் புரட்சி

இந்தியாவில் நாத்திகத்தைப் பற்றி தப்பான பிரச்சாரம் நடந்து வந்தது. சரியான பொருளில் அவர்கள் அதைப் பயன்படுத்த வில்லை. உண்மையில் கடவுள் நம்பிக்கைதான் மனிதர்களை மடமையிலும் அறியாமையிலும் ஆழ்த்துகின்றது. அது மனிதர் களை தரம் தாழ்த்துகின்றது. தான் மேன்மையடைய வேண்டும் என்றோ சமூகத்தை மேன்மையடைய வைக்க வேண்டும் என்றோ உள்ள எண்ணத்தை கடவுள் நம்பிக்கை தடுக்கின்றது. அதே வேளையில் ஆன்மீக வாதத்தைப் பரப்புகின்றவர்களுடைய பொருளாதாரநிலை உயருகின்றது. தர்ம குருக்களும் உபதேசி களும் மக்களுக்கு உபதேசம் செய்கின்றனர்; தாம் பொருளாதார நிலையில் உயர்வடைகின்றனர். அவர்கள் உலக சுகங்களிலிருந்து விடுபட்டு நிற்கும்படி உபதேசம் செய்கின்றனர்; தாம் அதில் ஆனந்தம் அடையவும் செய்கின்றனர். தெய்வம் உண்டு என்று அவர்கள் பரப்புகின்றனர். ஆனால், கடவுள் நம்பிக்கை இல்லாத புரோகிதர்களும் உண்டு. புரோகிதர்களுக்கு தெய்வம் மக்களை வஞ்சிப்பதற்கான ஒரு கருவி மட்டும்தான். சாமானிய மக்களுக்கு அதை அறிய முடிவதில்லை. எல்லா மதங்களிலும் அத்தகைய சதிகாரர்கள் உரு வாகின்றனர். கடவுளைப் பற்றி எல்லாம் தெரியும் என்று அவர்கள் உரிமைக் கொண்டாடுகின்றனர். கடவுளின் பிரதிநிதிகள் தாங்கள்தான் என்றும் புரோகிதர்கள் உரிமை கொண்டாடுகின்றனர். தர்ம குரு, பாண்டா, மடாதிபதி, முல்லா, இமாம், பாதிரி, பண்டிட், பூசாரி என அனைவரும் இவர்களில் அடங்குவர். அவர்களுக்கு எத்தனை எத்தனை முகங்கள் உள்ளன! பல்வேறு மதங்களை அவர்கள் உண்டாக்குகின் றனர். அவர்கள் உயர்ந்த தகுதிகளை உரிமைக் கொண்டாடவும் ஆடம்பர வாழ்க்கை வாழவும் செய்கின்றனர். மறுபிறவியிலுள்ள சுகத்துக் காக இப்பொழுது தியாகம் செய்ய வேண்டும் என்று அவர்கள் உபதேசம் செய்கின்றனர்.

கடவுளிலும் மதத்திலும் நம்பிக்கையுடையவர்கள் இந்த வஞ்சகர்களின் வலையில் சிக்குகின்றனர். மக்கள் துன்பங்களை சகித்துக் கொள்கின்றனர். ஆனால், அவர்கள் சுகமாக வாழ்

கின்றனர். நாத்திகர்களுக்கோ தெளிவான மார்க்கம் உண்டு; எண்ணங்கள் தெளிவானவை. இந்த உலகத்துக்கு அப்பால் வேறோர் உலகம் உண்டு என்று அவர்கள் நம்புவது இல்லை; இந்தப் பிறப்புக்குப் பிறகு வேறொரு பிறப்பும் உண்டு என்று எண்ணுவதும் இல்லை. எனவே, இந்த வாழ்க்கை சுகமாக அமைய அவர்கள் விரும்புகின்றனர்.

நாத்திகர்களுக்கு அதிக சமூகச் சிந்தனைகள் உண்டு. அவர்கள் துயரத்தில் இருப்பவர்களின் கண்ணீரைத் துடைக்கின்றனர். ஆத்திகர்கள் சமூகத்தில் பிரச்சனைகளை உண்டாக்குகின்றனர். சமூகத்தினுடைய வும் தன்னுடையவும் நன்மைக்காக நாத்திகர்கள் செயலாற்றுவது பராசக்தியிடம் உள்ள நம்பிக்கையால் அல்ல. அச்சத்தாலோ வேறு எதுவேனும் காரணங்களாலோ நாத்திகர்கள் சேவைப் புரிவது இல்லை. அவர்கள் அதைச் செய்வது சமூகச் சிந்தனைகளில் நம்பிக்கை இருப்பதால்தான். மனிதனுக்கு பசி, தாகம் ஆகியவற்றைப் போலவே சன்மார்க்க உணர்வும் உண்டு. அது இயல்பானதுதான். அதிலிருந்து அவனுக்கு மகிழ்ச்சியும் மன நிறைவும் உண்டாகும். மதத்திலும் கடவுளிலும் உள்ள நம்பிக்கையால்தான் சன்மார்க்கம் உண்டாகின்றது என்று சொல்வது சரியல்ல. கடவுள் நம்பிக்கையும் மத நம்பிக்கையும் தான் லஞ்சம், ஊழல், தீய நடத்தை ஆகியவற்றை வளர்க்கின்றது. மெல்ல மெல்ல மூடநம்பிக்கைகள் விலகிக் கொண்டிருக்கின்றன. அனைத்து மனிதர்களும் கடவுளிடமும் மதத்திடமும் உள்ள நம்பிக்கையைத் துறந்து வெளியே வந்து கொண்டே இருக்கின்றனர். ஆனால், பிற நாடுகளைவிட இந்தியாவில் இது மெல்லத் தான் நடைபெறுகின்றது. காரணம், அறிவியல் சிந்தனை இங்கே அதிகம் வளரவில்லை. நமது விஞ்ஞானிகளுக்குக்கூட அது அறிமுகம் இல்லை. அதனால்தான் அவர்கள் அறிவில்லாதவர்களாகக் கருதப்படுகின்றனர்.

நாத்திகப் புரட்சி, மூட நம்பிக்கை உலகத்தை தகர்த்துக் கொண்டிருக்கின்றது. அது வெற்றிபெறும் பொழுது மட்டுமே அனைவரும் சமத்துவமாக வாழ்வதற்குரிய உரிமை உண்டாகும்.

92

அவதார வாதம்

அவதார வாதம் சமூகத்தையும் மனித இனத்தையும் மூட நம்பிக்கைகளில் கெட்டியாக நிலை நிறுத்துகின்றது. அனைத்து மதங்களிலும் கடவுள் உருவாக்கமும் புரோகிதமும் உண்டு. இந்துமதச் சடங்குகளில் இது மிக ஆழமாக வேரூன்றியிருக் கின்றது. எப்பொழுதேனும் மானுட சமூகம் ஆபத்தில் சிக்கும் பொழுது ஓர் அவதாரம் உண்டாகும் என்று அவர்கள் நம்பு கின்றனர். இது அவர்களுடைய மன பலத்தை நலிவடையச் செய் கின்றது; இடர்ப்பாடுகளை எதிர்கொள்வதற்கான திறமையை அவர்களுக்கு இல்லாமல் ஆக்குகின்றது. இந்து மதத்தில் எந்தவொரு தலைவரும் தான் தெய்வத்தைவிட தாழ்ந்தவன் என்று சொல்வது இல்லை. அவதாரம் என்றாலும் அவன் ஒரு சாமானிய மனிதன்தான். பிற மனிதர்களைப் பே ல இந்தத் தெய்வங்களும் பிறக்கவும் இறக்கவும் செய்கின்றனர். அவர்கள் தாங்கள் மனிதர் களைவிட உயர்ந்தவர்கள் என்று தமக்குத்தாமே எண்ணவும் செயலாற்றவும் செய்கின்றனர். அவர்கள் கடவுள்களாக வணங்கப் படுகின்றனர். அவர்கள் மீண்டும் அவதரிப்பார்கள் என்பதும் அவர்கள் மனிதர்களைக் காப்பார்கள் என்பதும் நம்பிக்கை.

அவதார வாதம் மக்களை மடையர்களாக்குகின்றது. கலியுகத்தில் இத்தகைய அவதாரங்கள் உண்டாவார்கள் என்று பரப்பப்பட்டிருக்கின்றது. இந்த அவதாரங்கள் ஒவ்வொன்றும் ஏராளமான பணத்தைச் சேகரிக்கின்றன. கீதையிலுள்ள ஒரு சுலோகத்தைச் சொல்லி கல்வியறிவு உடையவர்கள்கூட அவதாரக் கதையைக் கூறுகின்றனர். மதத்தின் தோல்வி எவ்வாறு நிகழ்ந்தது என்பதை எவரும் புரிந்து கொள்ள வில்லை. எல்லோரும் கலியுகம் வந்துவிட்டது என்று சொல்லி அமைதி அடைகின்றனர். மதம் அழிந்து விட்டிருக்கின்றது. விஷ்ணுவின் அவ தாரம் எப்பொழுது எங்கே உண்டாகும் என்று எவருக்கும் தெரியாது. ஆயினும் சிலர் தாங்கள் அவதாரம் என்று உரிமை கொண்டாடிய வண்ணம் பணம் சம்பாதிக்கின்றனர். அவர்கள் மக்களைக் கசக்கிப் பிழிந்து செல்வத்தைக் குவிக்கின்றனர். ஓரிடத்திலும் ஒரு தெய்வமும் அவதரித்தது இல்லை; அவதரிக்கப் போவதும் இல்லை. மனிதன்

தானாகவே தன்னுடைய பிரச்சனைகளை எதிர்கொள்ள வேண்டும். சமூகம்தான் அதற்கான ஊக்கத்தையும் உதவியையும் அளிக்கின்றது.

மூடநம்பிக்கைகளுக்கு என்றேனும் முடிவு வருமா? மக்கள் அவதாரங்களுக்காக காத்துக் கொண்டிருக்கின்றனர். அநீதியிடமிருந்தும் வன்கொடுமைகளிலிருந்தும் தப்ப அவர்கள் ஒரு போதும் முயல்வது இல்லை.

கடவுள் நம்பிக்கையைப் போல முக்கியமான இன்னொரு நம்பிக்கை உண்டு. மரணத்திற்குப் பின்பு பலன் கிடைக்கும் என்பது தான் அது. இங்கே விதைப்பதை அங்கே அறுவடை செய்வார்களாம்! இந்தக் கோட்பாடுகள் மனிதர்களை வஞ்சிக்கின்றன. என்ன நேர்ந் தாலும் நாம் முன்னோக்கிச் செல்ல வேண்டியிருக்கின்றது. 'தீய செயல்களைச் செய்யக் கூடாது, அநீதியை எதிர்க்கக் கூடாது' என்பதே அவர்களுடைய அறிவுரை. அமைதியாக எல்லாவற்றுக்கும் சாட்சியாக இருங்கள் என்று அவர்கள் கூறுகின்றார்கள். மனிதனிடமோ சமூகத்திடமோ வன்கொடுமையைக் காட்டுகின்றவர்களுக்குத் தண்டனை வழங்காமலிருக்கும் பொழுது அவர்கள் அதிலிருந்து பின்வாங்க மாட்டார்கள். மனிதன்தான் சமூகத்தைப் படைத்தான். சட்டத்தையும் அவன்தான் உண்டாக்கினான். அனைத்திலும் மிகப் பெரிய சட்டம் சக உயிர்களுக்குத் தொல்லை விளைவிக்கக் கூடாது என்பதுதான். எவரேனும் சட்டத்தை மீறினால் சமூகத்திற்குச் சிரமம் உண்டாகும். சமூகம் அதை எதிர்க்கும்.

இயற்கையின் அனைத்து இரகசியங்களும் மனிதனுக்குத் தெரியாது. அவை முழுவதையும் புரிந்துகொள்ள என்றாவது இயலும். மருத்துவத்தை எடுத்துக் கொள்ளுங்கள். மானுட உடலின் சிறிய பாகத்தைப் பற்றிக்கூட அவனுக்குத் தெரிந்திராத காலமும் இருந்தது. ஆனால், இன்றைய நிலைமை அதுவல்ல. கடவுளோ பிசாசுகளோ வரவழைத்து வைப்பவைதான் நோய்கள் என்று சிலர் கருதக்கூடும். இன்று நிலைமை மாறிவிட்டது. இறந்தவர்களைப் பிழைக்க வைப்பதற்கான முயற்சிகள் நடைபெற்று வருகின்றன. விண்வெளி ஆய்வின் மூலமாக பூமியைத் தவிர மனிதன் வாழ்வதற்கு ஏற்ற வேறு கிரகங்களும் உண்டு என்பது நிரூபணமாகி உள்ளது. மனிதர்களுடைய அறிவு அதிகரித்துக் கொண்டே வருகின்றது. அதனுடன் கடவுள் நம்பிக்கை குறைந்தும் வருகின்றது.

கடவுள் நம்பிக்கை மனிதர்களைப் பலவாகப் பிளவுபடுத்தி இருக்கின்றது. ஒவ்வொருவருடைய கண்டங்களிலும் நின்று கொண்டு பிறரை அவர்கள் எதிர்க்கின்றனர். எல்லா மதங்களுக்கும் பிற மதங்களுடன் வெறுப்புதான். எல்லா மதங்களும் தங்களுக்குள்ளேயே அடித்துக் கொண்டன. ஆனால், இந்த மதங்கள் எல்லாம் தமக்குள் ஒற்றுமையை உண்டாக்க இப்பொழுது முயலுகின்றன. அது நிறைவேறப் போவதில்லை. தான் பிறந்த மதம்தான் உயர்வானது என்று எல்லோரும் கருதுகின்றனர். தம் மதம்தான் உண்மையானது என்று ஒரு பக்கம் சொல்லும் பொழுது எவ்வாறு மத நல்லிணக்கம் உண்டாகும்?

வழிபாடும் பூசையும்தான் கடவுளை மகிழ்ச்சியடைய வைப்பதற்குப் பயன்படுத்துகின்ற வழிகள். இவற்றால் கடவுள் ஆனந்தம் அடைவாரா? பிரார்த்தனை செய்யாவிட்டால் கடவுள் எதுவேனும் செய்வாரா? கடவுள் அனைத்தையும் பார்க்கின்றார் என்றால் பிரார்த்தனை செய்வது எதற்காக? மரணத்திற்குப் பின்னர் உள்ள வாழ்க்கையைப் பற்றி அவர்கள் கூறுகின்றனர். உலக சுகங்களிலிருந்து சிலரை நீக்கி நிறுத்தவே இது பயன்படுகின்றது. உயிர்போன பிறகு வேறு உலகம் உண்டா? இல்லை. இந்த உலக சுகங்கள் அனைத்தையும் நாம் அடையலாம். வர இருக்கின்ற உலகத்துக்காக அநீதிகளைப் பின்பற்ற நாம் தயாராக இல்லை.

கடவுள் நம்பிக்கையின் விளைவாகவே கோயில்கள், தேவாலயங்கள் ஆகியவை நிலை நிற்கின்றன. இதற்காக மனிதன் செலவழிக்கின்ற பணத்துக்கும் நேரத்துக்கும் அளவே இல்லை. இந்த மதங்கள் மூடநம்பிக்கைகளும் அனாச்சாரங்களும் சமூக முரண்பாடுடைய கோட்பாடுகளும் நிறைந்தவை ஆகும். கோயில்களுக்காகச் செலவிட்ட பணத்தை கல்வி, மருத்துவம் ஆகியவற்றுக்காகச் செலவிட்டிருந்தால் அது மனிதனுக்குப் பயன் விளைவித்திருக்கும்; மானுட வளர்ச்சிக்கு உதவியிருக்கும்.

93
தெய்வீகப் பிறப்புகள்

கிறித்தவர்களுடைய கடவுளான யேசு கிறிஸ்து ஆண் தொடர்பு இல்லாமல் பிறந்தார் என்றுதான் அவர்கள் கூறுகின்றனர். எனினும் பரிசுத்த ஆவி என்ற ஆண் கடவுள் மரியாளுடன் உறவு கொண்டதாக பைபிளில் காணப்படுகின்றது. இப்படி

இருந்தபோதிலும் கிறித்தவர்கள், வேறு எந்தக் கடவுளும் இவ்வாறு தெய்வீகப் பிறப்பு எடுத்ததில்லை என்று கூறுகின்றனர். வெறும் பாயாசத்திலிருந்துதான் இராமனும் இலட்சுமணனும் பிற சகோதரர்களும் பிறந்ததாக இராமாயணம் கூறுகின்றது. இன்னும் சற்று அதிக இரசனைக்குரிய சில கற்பனைகளை மகாபாரதத்தில் காணலாம். உலகப் புகழ்பெற்ற அந்த இதிகாசத்திலுள்ள முக்கிய கதை மாந்தர்களின் பிறப்பு சம்பந்தமான கதைகளை நாம் ஆராய்வோம்.

வியாசர்

மகாபாரதம் தனி ஒருவரால் எழுதப்பட்டது என்பதை வரலாற் றாசிரியர்கள் ஒப்புக் கொள்வதில்லை. எனினும் பக்தர்கள் வியாசர் தான் அதை எழுதியதாகக் கூறுகின்றனர். எப்படி யிருந்தாலும் சரி, மகா பாரதத்திலுள்ள ஒரு முக்கியமான கதை மாந்தர்தான் வியாசர். அவர் பிறந்த கதையைப் பார்ப்போம்: உபரிசரவசு என்ற மன்னர் நீண்ட காலம் இந்திரனை நோக்கி தவம் இருந்தார். இந்திரன் ஒரு விமானத்தை அவருக்குப் பரிசாக வழங்கினார். இந்த விமானத்தில் பயணம் செய்வதில் பேரார்வம் கொண்டிருந்தார் அவர். ஒருமுறை கோலாஹலன் என்ற மலை சக்திமதி என்ற நதியை பாலியல் கொடுமை செய்தது. உபரிசரவசு அவளை மலையிடமிருந்து காப்பாற்றிய போதிலும், சக்திமதி மலையின் மூலம் கர்ப்பிணியாகி விட்டிருந்தாள். அதன்மூலம் பிறந்த காரிகா என்ற பெண் குழந்தையை உபரிசரவசுவே மணம் புரிந்தார். ஒருமுறை மன்னர் வேட்டைக்குச் சென்றார். காட்டுக்குச் சென்றதும் மன்னருக்கு காம உணர்வு உண்டானது. அவர் தன்னுடைய சுக்லத்தை எடுத்து ஒரு பருந்தின் மூலமாக மனைவிக்கு அனுப்பி வைத்தார். பருந்தின் கையிலிருந்து சுக்லம் யமுனை நதியில் விழுந்தது. அத்ரிகா என்ற மீன் அதை உண்டது. அது கர்ப்பிணியானது. அவ்வாறு மீன் பிரசவித்த பெண் குழந்தைதான் காளி — அதாவது மத்ஸ்யகந்தி. மகாபாரதம் எழுதிய வியாசரின் அன்னை உருவானது இவ்வாறுதான். இந்த மத்ஸ்யகந்தியின் மூலம் வியாசர் பிறந்ததற்குக் காரணமான சூழலும் மகா பாரதத்தில் விவரிக்கப்பட்டுள்ளது. சத்யவதி (மத்ஸ்யகந்தியின் இன்னொரு பெயர்) ஒருநாள் தந்தைக்காகப் படகை ஓட்டினாள். ஒருநாள் நதியைக் கடக்க வந்த பராசர மகரிஷி இந்த இளம்பெண்ணைக் கண்டார். தந்தையின் ஏற்பாட்டின்படி படகில் மகரிஷியை அக்கரையில் கொண்டுவிட அவள் முயன்று

கொண்டிருந்தாள். காம வெறி கொண்ட மகரிஷி படகிலேயே அவளுடன் உடலுறவு கொள்ள முயன்றார்.

"என்னுடைய கன்னித்தன்மை அழிந்துவிடும். அது மட்டுமல்ல, ஏராளமானோர் கரையில் நின்று பார்த்துக் கொண்டும் இருக்கின்றனர்" - அவள் மகரிஷியைத் தடுத்துக் கொண்டே சொன்னாள்.

உடனே பராசர மகரிஷி செயற்கையாகப் பனியை உண்டாக்கினார். அதனுள் வைத்து மத்ஸ்யகந்தியுடன் உறவு கொண்டார். அப்பொழுதே சத்யவதி கர்ப்பிணியானாள். பிரசவமும் உடனே நடைபெற்றது. அதுமட்டுமா? உடனே அந்தக் குழந்தை இளைஞனாகி, தவம் செய்யவும் தொடங்கியது. அவர்தான் வியாசர் என்பதுதான் கதை.

பிரம்மச்சாரியாக வாழ்ந்த மகரிஷிக்கு ஒரு பெண்ணைக் கண்டதும் காமம் தோன்றியதையும் அவர் அவளுடன் செக்ஸ் உறவு கொண்டதையும் புரிந்து கொள்ள முடிகின்றது. ஆனால், சினை முட்டையுடன் சேர்ந்து கருப்பைக்குச் சென்ற விந்துவால் வளர்ந்து வரவேண்டிய குழந்தை திடீரென்று வளருவது, உடனேயே பிரசவிப்பது, குழந்தை சட்டென்று இளைஞனாவது! இவை எதுவும் நடந்தவை அல்ல என்பதை நாமறிவோம். எழுத்தாளரின் மிதமிஞ்சிய கற்பனைதான் இவையனைத்தும். மரியாளின் தெய்வீக கர்ப்பக் கதையைவிட கொஞ்சமும் குறைந்ததல்ல இது.

இவ்வாறு அற்புதகரமாகப் பிறந்த வியாச மகரிஷி ஒருவருக் கொருவர் அடித்துக் கொண்ட இரண்டு பிரிவினருடைய பிதாமகனாக ஆன கதையும் இரசனைக்குரியது. வியாசரின் தாயான சத்யவதி பிறகு சாந்தனு என்ற மன்னரின் மனைவி யானாள். அந்தத் தாம்பத்தியத்தின் மூலம் பிறந்த சித்ராங்கதன், விசித்திர வீர்யன் ஆகிய இருவரும் குழந்தைகள் இல்லாமலேயே காலமானார்கள். அப்பொழுது அவர்களுடைய மனைவியரான அம்பிகா, அம்பாலிகா ஆகியோர் கருவுறுவதற்காக சத்யவதி அவளுடைய மூத்த மகனான வியாசரை அழைத்தாள். தாயின் உத்தரவுப்படி முதல் நாள் அம்பிகா வியாசரின் அறைக்குச் சென்றாள். சடைமுடி கொண்ட முனிவரைக் கண்டதும் அவள் கண்களை மூடிக் கொண்டாள். அவ்வாறு கண்களை மூடிக் கொண்டே செக்ஸ் உறவு கொண்டதால் அதன்மூலம் பிறந்த குழந்தை கண்பார்வையை இழந்தவனாகி விட்டானாம்!

கவுரவர்களுடைய தந்தையான திருதராஷ்டிரரின் பிறப்பு அப்படித்தான் நிகழ்ந்ததாம்! கண்களை மூடிக்கொண்டு உடலுறவு கொண்டால் குழந்தைகள் பார்வைத் திறனை இழப்பார்கள் என்று சொல்வது முட்டாள்தனமானது (பார்வையற்றவர்களின் குழந்தைகளுக்கும் பார்வைத் திறன் கிடைக்கும்).

இரண்டாவது நாள் சத்யவதி, அம்பாலிகாவை வியாசரின் அருகில் அனுப்பினாள். வியாசரின் ஆகார முரண்பாட்டைக் கண்டு அவள் வெளிறி விட்டாள். அதனால்தான் அம்பாலிகாவுக்குப் பிறந்த குழந்தைக்கு வெள்ளைப் பாண்டு (வெண் குஷ்டம்) பீடித்தது. அவர் தான் பாண்டவர்களின் தந்தையான பாண்டு! உடலியலைப் பற்றியோ மனவியலைப் பற்றியோ அதிக அறிவில்லாத காலத்தில் எழுதப்பட்ட ஒரு கதை என்ற நிலையில் இதைப் பார்த்தால் குழப்பம் இல்லை.

இறைச்சித் துண்டுகளிலிருந்து மனிதர்கள்

வியாசருக்கு அம்பிகாவிடம் பிறந்த திருதராஷ்டிரர் இளைஞரானதும் காந்தாரி என்ற இளம் பெண்ணை மணம் புரிந்தார். அவளுக்கு கவுரவர்கள் என்றழைக்கப்படுகின்ற 100 மகன்களும் ஒரு மகளும் பிறந்தார்கள் என்று மகாபாரதம் கூறுகின்றது. ஆனால், அந்த மகன்கள் பிறந்த கதை மிகவும் விசித்திரமானது. அந்தக் கதையின் சுருக்கம் இதுதான்: காந்தாரி கர்ப்பிணியானாள். இரண்டாண்டுகள் கடந்தும் பிரசவிக்கவில்லை. அப்பொழுது அவள் வலுக்கட்டாயமாக வயிறைப் பிளந்தாள். அவ்வாறு வெளியே வந்தது ஓர் இறைச்சித் துண்டாகும். வியாசர் அதை வெட்டி நறுக்கி 101 துண்டுகளாக்கி மண் குடங்களில் அடைத்தார். சில காலத்திற்குப் பிறகு மண் குடங்கள் உடைந்து நூறு மகன்களும் ஒரு மகளும் வெளியே வந்தனர்.

இவ்வளவு அற்புதகரமான கதையை எப்படியிருந்தாலும் கிறித்தவர்களால் சொல்ல முடியவில்லை. ஒரு பெண் பிரசவித்த மாமிசப் பிண்டத்தை வெட்டி நறுக்கி அதிலிருந்து 101 குழந்தைகளைப் பிறப்பிக்க முடிந்த ஒரே மகாபுருஷன் வியாசர் மட்டும் தான் என்றும் இந்தியா விஞ்ஞான ரீதியில் அந்த அளவுக்கு முன்னேறி இருந்தது என்றும் புகழ்ந்து பேசுகின்றவர்களும் ஏராளம். ராட்சசனைக் கொன்ற ஜாய்க்கின் கதை, ஈசோப் கதைகள், கிரேக்கப் புராணக் கதைகள் ஆகியவற்றைப் போன்ற ஒரு கட்டுக்கதைதான் இதுவும்.

குந்தியின் மகன்கள்

மகாபாரதத்திலுள்ள இன்னொரு முக்கியமான கதைமாந்தர் தான் குந்தி. வியாசரின் மகனான பாண்டுவின் மனைவி தான் அவர். பாண்டு செக்ஸ் உறவுகொள்ள இயலாத நிலையில் இருந்ததால் சூரியன், வாயு, எமதர்மன், இந்திரன் ஆகியோரின் மூலம் குழந்தைகளுக்குத் தாயானார் குந்தி. கன்னி மரியாளைப் போலவே திருமணத்திற்கு முன்பே குந்தி முதல் கர்ப்பம் தரித்தார். கன்னித் தன்மையை இழக்காமலிருப்பதற்காக அவர் மகனை காது வழியாகப் பெற்றெடுத்தார். கர்ணன் பிறந்தது அவ்வாறு தான். இது தெய்வீகப் பிறப்புகளின் வரிசையில் வரும் என்று கிறித்தவர்கள் ஒப்புக் கொள்ளமாட்டார்கள். கருப்பையில் கிடைக்கின்ற குழந்தை எவ்வாறு காதை அடையும்? செவி வழியாகப் பிரசவித்தால் அன்னையின் கேட்கும் திறன் பாதிக்கப்படாதா? உயிரற்ற நட்சத்திரமான சூரியன் எவ்வாறு கர்ப்பம் உண்டாக்கும்? பல மடங்கு பெரியதான சூரியன் எவ்வாறு பூமிக்கு வரும்? இப்படியெல்லாம் கிறித்தவர்களும் முஸ்லீம்களும் வினவுவார்கள். ஆனால், இந்துக்களில் பெரும்பகுதியினர் இந்தப் பாட்டிக் கதைகள் உண்மையே என்று நம்புகின்றனர்.

கிருபாச்சாரியார்

பாண்டவர்களுடையவும் கவுரவர்களுடையவும் தனுர் குரு (வில் வித்தையில் பயிற்சி அளித்தவர்) தான் கிருபாச்சாரியார் என்று மகாபாரதத்தில் காணப்படுகின்றது. இவரும் தெய்வீக முறையில்தான் பிறந்தார். சரத்வான் என்ற முனிவர் தெய்வீக ஆற்றலைப் பெறுவதற் காக தவம் செய்யத் தொடங்கினார். தவம் தீவிரமடைந்ததும் தேவர்கள் அஞ்சினர். சரத்வானின் தவத்துக்கு இடையூறு ஏற்படுத்துவதற்காக இந்திரன் ஜானபதி என்ற இளம் பெண்ணை அனுப்பினான். அவள் ஓர் ஆடையை மட்டும் அணிந்து கொண்டு முனிவரின் முன்னால் சென்றாள். அவளைக் கண்டதும் முனிவருக்கு சுக்லம் வெளியேறியது. அது சரஸ் தம்பத்தில் விழுந்து இரண்டாகப் பிளந்தது. அதிலிருந்து ஆண் குழந்தை ஒன்றும் பெண் குழந்தை ஒன்றும் உண்டாயின. அவர்களில் ஆண் குழந்தைதான் கிருபர் என்கின்றது மகாபாரதக் கதை.

நீண்ட காலம் பெண்களைப் பார்க்காமலிருந்த சரத்வான் திடீரென்று காமவிகாரம் கொண்ட ஒரு பெண்ணைக் கண்டதும்

சுக்லம் வெளியேறியதைப் புரிந்து கொள்ளலாம். ஆனால், அது சரஸ் தம்பத்தில் விழுந்து குழந்தை உண்டானதென்றால் அது பெரிய 'தெய்வீகப் பிறப்பு'தான். பெண்ணின் கருமுட்டையும் ஆணின் விந்துவும் இணைந்தால்தான் குழந்தை உண்டாகும். இங்கே அது நிகழவில்லை. சரஸ்தம்பம் தான் கருப்பையாக ஆனது.

மூங்கிலில் பிறந்த மனிதன்

கவுரவ – பாண்டவர்களுடைய இன்னொரு குருவான துரோணாச்சாரியார் பிறந்தது ஒரு மூங்கிலில் இருந்துதான்! அதனால்தான் துரோணர் (துரோணம் – மூங்கில்) என்ற பெயர் அவருக்கு வந்தது. இவ்வாறு மூங்கிலிலிருந்து அவர் பிறப்பதற்கு உண்டான கதையும் இரசனைக்குரியது. துரோணரின் தந்தையான பரத்வாஜன் ஒரு மகரிஷி யாவார். ஒருநாள் அவர் குளிப்பதற்காக கங்கையில் இறங்கியபொழுது கிருதாச்சி என்ற தேவருலகக் கன்னிகையைக் கண்டார். அவள் தப்பி யோட முயன்றபோதிலும் புல்லில் உடை சிக்கி கீழே விழுந்தாள். அழகியான அந்தத் தேவருலகக் கன்னிகையைக் கண்டதும் மகரிஷிக்கு சுக்லம் வெளியேறியது. வெளியேறிய சுக்லத்தை பரத்வாஜன் ஒரு மூங்கில் குழலில் அடைத்து வைத்தார். அதிலிருந்து உருவான குழந்தைதான் துரோணர்.

பருவ வயதுக்கு வந்த ஆண்களுக்கு பல காரணங்களால் சுக்லம் வெளியேறும். சிலர் சுயஇன்பம் மேற்கொள்வதால் சுக்லம் வெளியேறும். இவ்வாறு வெளியே வருகின்ற சுக்லத்தை மூங்கில் குழலில் அடைத்து வைத்தால் குழந்தைகள் உண்டாகும் என்றால் பெண்களுக்கு எவ்வளவு இடர்ப்பாடுகள் குறைந்துவிடும். பிரசவத்துக்கும் குழந்தை வளர்ப்புக்கும் செலவிடுகின்ற நேரத்தைப் பிற பல காரியங்களுக்குப் பயன்படுத்தவும் முடியும்.

தீயிலிருந்து பாஞ்சாலி

பாண்டவ சகோதரர்களுடைய பொது மனைவியாக ஆன பாஞ்சாலி மகாபாரதத்திலுள்ள முக்கியமான கதை மாந்தராவார். இவர் துருபதன் என்ற மன்னரின் மகள் என்று சொல்லப் படுகின்றது. குழந்தைகளில்லாமல் வருந்திய துருபதன் யாகம் நடத்தியபொழுது ஓர் ஆணும் பெண்ணும் அதிலிருந்து வந்தனர். அந்தப் பெண்தான் பிற்காலத்தில் பாஞ்சாலியாக ஆனாராம்!

குழந்தைகள் இல்லாதவர்கள் பரிசோதனை செய்து பார்க்க வேண்டிய ஒரு வித்தை இது! யாகம் நடத்தினால் அதிலுள்ள தீயிலிருந்து குழந்தைகள் எழுந்து வருவார்களாம்!

அகத்தியரும் வசிஷ்டரும்

இந்தியப் புராணங்களிலுள்ள மிக முக்கியமான இரண்டு கதை மாந்தர்கள்தான் அகத்தியர், வசிஷ்டர் ஆகியோர். அவர்கள் இருவரும் பிறந்ததும் தெய்வீகமாகத்தான். ஒரு நாள் ஊர்வசியைப் பார்த்ததும் வருண தேவனுக்கு காமவெறி உண்டானது. உடனே சுக்லம் வெளி யேறியது. அவர் அதை குடத்தில் பாதுகாப்பாக வைத்தார். மித்ர தேவனின் சுக்லமும் இவ்வாறு குடத்தில் வைக்கப்பட்டிருந்தது. அந்த இரண்டு குடங்களும் உடைந்து இரண்டு குழந்தைகள் பிறந்தனர். அவர்கள்தான் அகத்தியரும் வசிஷ்டரும்!

ஜராசந்தன்

புராணப் புகழ்பெற்ற ஜராசந்தனும் தெய்வீகப் பிறப்பு பெற்ற வராக மகாபாரதத்தில் காணப்படுகின்றது. ப்ருகத்ரதன் என்ற மன்னருக்கு நீண்ட காலமாக குழந்தைகள் பிறக்கவில்லை. நிராசையடைந்த ப்ருகத்ரதன் மனைவியருடன் கானகம் சென்றார். அங்கே இருந்த சண்ட கவுசிகன் என்ற முனிவர் மாம்பழம் ஒன்றை மன்னருக்குக் கொடுத் தார். முனிவரின் உத்தரவுபடி அவர் பழத்தை இரண்டாகப் பிளந்து மனைவியருக்குக் கொடுத்தார். பழத்தைத் தின்று அரசிமார் கர்ப்பிணிகளானார்கள். அவர்கள் பிரசவித்ததோ ஒரு குழந்தையின் இரு சமபங்கைத்தான். அரை அரை பகுதிகளாகப் பிறந்த இந்தக் குழந்தைகளை ஜரா என்ற இராட்சசி ஒன்றாக இணைத்து ஒரு குழந்தையாக ஆக்கினாள். இவ்வாறு ஜரா இணைத்ததால்தான் இவர் ஜராசந்தன் ஆனார்!

மாம்பழத்தைத் தின்று பெண் கர்ப்பிணி ஆகுதல்! அதுவும் பாதி வீதம் உண்டதால் பாதி வீதமுள்ள குழந்தைகள் பிறந்தனர். நான்கு பேர் மாம்பழத்தின் ஒவ்வொரு துண்டுகளைத் தின்றிருந்தால் நான்கு துண்டுகளாகப் பிறப்பு நடந்திருக்கும்.

இத்தகைய எத்தனை எத்தனையோ கதைகளை ஒவ்வொரு மதப் புராணங்களிலும் காணலாம். அந்தக் கால நாகரிகமில்லாத மனிதர்கள் அவர்களுடைய கற்பனையில் உருவாக்கிய வெறும் கதைகள்தான் இவையனைத்தும். இவை எதிலும் யதார்த்தம் இல்லை.

94
பகுத்தறிவாளர்களும் அரசியலும்

பகுத்தறிவாளர்களுடைய அரசியல் பார்வை என்ன என்று பல இடங்களில் வைத்து பலரும் வினவியிருக்கின்றனர். அண்மைக் காலங்களாக ஒரு விளக்கம் வேண்டும் என்று சொல்லி பலரும் எனக்கு கடிதங்களும் எழுதி அனுப்பினார்கள். அந்த நிலையில் இந்த விசயத்தைப் பற்றி பகுத்தறிவாளர்களுக்குரிய நிலைப்பாடு என்ன என்பதை விளக்க நான் விரும்புகின்றேன்.

வாழ்க்கையின் அனைத்து மட்டங்களிலும் பயன்படச் செய்யக்கூடிய ஒரு வாழ்க்கை தத்துவம்தான் பகுத்தறிவு வாதம். மதத்தையும் மூடநம்பிக்கைகளையும் எதிர்ப்பது மட்டுமல்ல சரியானப் பகுத்தறிவு வாதம். அதனுடன் சமூக — அரசியல் மாற்றங்களுக்காகப் பணியாற்றுவதும் அவசியமாகும். உலகத்திலுள்ள எந்தவொரு நாட்டின் சுதந்திரப் போராட்ட வரலாறை ஆராய்ந்தாலும், நூற்றுக்கணக்கான பகுத்தறிவாளர்கள் சுதந்திரம் கிடைப்பதற்காக தங்கள் உயிரை அர்ப்பணித்திருப்பதைக் காணலாம். அமெரிக்க விடுதலைப் போராட்டத்தின் முன்னணி போராளிதான் மகானான தாமஸ் பெயின். பிரெஞ்சுப் புரட்சிக்கும் அவர் ஒத்துழைப்பு அளித்திருந்தார். அண்மைக் காலத்தில் உலக அமைதிக்காக அயராது பாடுபட்ட ஒருவர்தான் பெர்ட்ரண்ட் ரசல். பகுத்தறிவாளரான ரசலின் கடின உழைப்பால்தான் மூன்றாம் உலகப்போர் நடைபெறவில்லை என்று லண்டன் டைம்ஸ் பத்திரிகை அண்மையில் எழுதியிருந்தது. கியூபாவை நோக்கித் திரும்பிய ரஷியக் கப்பலைத் தடுத்து நிறுத்த அமெரிக்கா முடிவெடுத்தபொழுது, யார் பெரியவர்கள் என்ற உயர் தகுதியை விட மானுட இனத்தின் நிலை நிற்புக்கு முக்கியத்துவம் அளித்து திரும்பிச் செல்ல வேண்டும் என்று ரசல், சோவியத் ரஷியாவிடம் வேண்டுகோள் விடுத்தார். அந்த வேண்டுகோளுக்கு மதிப்பு அளித்து ரஷியா கப்பலை திரும்ப அழைத்தது. 'ஆயுதம் ஏந்தாத பெரிய வெற்றி' என்றுதான் பலரும் அதைச் சிறப்பித்தனர். தமிழ்நாட்டில் பெரியார் ஈ.வெ. ராமசாமி பார்ப்பன மேதாவித் தனத்துக்கு எதிராக நடத்திய சாகச போராட்டத்தை எங்கும் மறந்திருக்க மாட்டார்கள்.

சாதி, மதம், வர்க்கம், மொழி, பாலினம் ஆகியவற்றின் அடிப்படையில் மனிதர்களைப் பாகுபடுத்துவது தப்பு என்று பகுத்தறிவாளர்கள் கருதுகின்றனர். உலகம் முழுவதும் உள்ள மனிதர்களுக்கு அமைதியும் மகிழ்ச்சியும் வாழ்க்கை வசதிகளும் உள்ள ஒரு சமூகச் சூழலைத்தான் பகுத்தறிவாளர்கள் தங்கள் குறிக்கோளாகக் கொண்டுள்ளனர். அத்தகைய ஒரு சமூகச் சூழலை உருவாக்குவதற்காகப் பணியாற்றுகின்ற அரசியல் கட்சிகள் உண்டென்றால் அதில் இணைந்து பகுத்தறிவாளர்கள் பணியாற்றலாம். ஆனால், எங்கே சென்றாலும் எந்தக் காலகட்டத்திலும் பகுத்தறிவாளர்களைச் செலுத்த வேண்டியது பகுத்தறிவு உணர்வுதான்.

இலங்கையில் ஏறத்தாழ ஒரு டஜனுக்கும் மேற்பட்ட கம்யூனிஸ்டுக் கட்சிகள் உண்டு; பிற கட்சிகளும் உள்ளன. அவர்களில் பலரும் என்னிடம் அவர்களுடைய கட்சியில் சேரும்படி சொல்லியிருக்கின்றார்கள். ஆனால், எதிலும் நான் சேரவில்லை. அரசியல் அதிகாரத்தில் எனக்கு ஆர்வம் இல்லை. இதுதான் நான் அரசியல் கட்சியில் சேராததற்குக் காரணம். நான் அப்படிப்பட்டவன் என்பதால் எல்லா பகுத்தறிவாளர்களும் அப்படித்தான் இருக்க வேண்டும் என்பது இல்லை. அரசியல் களத்தை சிந்திக்கும் திறனற்ற ஒரு கூட்டம் மக்களுக்கு விட்டுக் கொடுத்துவிட்டு, அறிவுடையவர்கள் விலகி நிற்க வேண்டும் என்று சொல்வதில் எந்தப் பயனும் இல்லை. அவரவர்களுக்கு நல்லது என்று தென்படுகின்ற அரசியல் கட்சியில் இணைந்து பணிபுரிய ஒவ்வொருவருக்கும் சுதந்திரம் உண்டாக வேண்டும். புதிய அரசியல் கட்சியைத் தோற்றுவித்து ஆட்சியைக் கைப்பற்ற முயலுவதிலும் தப்பு இல்லை.

இன்றைய சில அரசியல் கட்சிகள் மதத்திலிருப்பதைப் போல மாற்றப்படக் கூடாத கோட்பாடுகளில் பிடிவாதமாக நிற்பதாகத் தெரிகின்றது. நூறு ஆண்டுகளுக்கு முன்பு அன்றைய அய்ரோப்பாவின் சூழலில் மார்க்சும் ஏங்கல்சும் எழுதியவை அனைத்தையும் அப்படியே இலங்கையிலும் நடைமுறைப்படுத்த வேண்டும் என்று சொல்வதனோடு என்னால் ஒத்துப்போக முடியவில்லை. பைபிளிடம் கிறித்தவர்களும் குர் ஆனிடம் முஸ்லீம்களும் காட்டுகின்ற வழிபாட்டு மனப்பான்மையுடன் ஏறத்தாழ ஒத்துப்போகக் கூடிய வழிபாட்டைத்தான் கம்யூனிஸ்டுகள் மார்க்சின் நூல்களிடம் காட்டுகின்றனர். பைபிளினுடைய பல்வேறு விளக்கங்களின் பேரில் ஒவ்வொரு தனி மதப் பிரிவுகள்

உருவாவதைப் போலத்தான் இன்று சிறிய கம்யூனிஸ்ட் கட்சிகள் தோன்றிக் கொண்டே இருக்கின்றன. உத்தரவுகளுக்காக ரோமையோ அந்தோக்யாவையோ பீஜிங்கையோ பார்க்கின்றனர். அங்கேயிருந்து கிடைக்கின்ற உத்தரவுகளை எழுத்துக்கு எழுத்து அப்படியே கடைபிடிக்க முயலுகின்றனர். இவையனைத்தும் மதத்தின் இயல்புகள்தான். அதனால்தான் கத்தோலிக்க சபையும் கம்யூனிசமும் ஒரு நாணயத்தின் இரண்டு பக்கங்கள்தான் என்று சிலர் கருத்து வெளியிட்டனர். அதே வேளையில் தொழிலாளி களுடைய ஒற்றுமையை வளர்க்கவும் பிற காரியங்களிலும் கம்யூனிஸ்டுகள் செய்த சேவைகளை மறப்பதும் தப்பாகும். இயற்கை வாதத்தைப் பரப்புவதில் ஆரம்ப காலத்தில் கம்யூனிஸ்டுகள் முயன்றார்கள் என்பதும் நினைவில் கொள்ளத் தக்கது. ஆனால், அண்மைக் காலங்களில் மதத்துடன் நட்புறவு ஒப்பந்தம் செய்து கொண்டு நடைபோட அவர்கள் முயலுவதாகத் தெரிகின்றது. கம்யூனிஸ்டுகளின் தோல்விக்கான காரணங்களில் இதுவும் ஒன்று.

கத்தோலிக்கர்களும் இந்தியாவிலுள்ள பிராமணர்களும் முஸ்லீம் களும் சுதந்திர சிந்தனையாளர்களுக்கு எதிராக ஒவ்வொரு சூழல்களில் வன்முறைகளைக் கட்டவிழ்த்து விட்டிருக்கின்றனர். அவர்கள் ஆளுகின்ற நாடுகளில் அரசியல் விசயங்களில் கருத்து வேறுபாடு உள்ளவர்களைக் கருணையின்றி கொலை செய்திருக் கின்றனர். எந்தவிதமான கருத்துச் சுதந்திரத்தையும் கிறித்தவ — முஸ்லீம் நாடுகளில் அனுமதிப்பதில்லை. ஏறத்தாழ இதே நிலைமைதான் கம்யூனிஸ்டு நாடுகளிலும் காணப்படுகின்றன. ஸ்டாலினின் காலத்தில் அரசியல் எதிரிகளை ரஷியாவில் கொலை செய்தார்கள் என்பதை குருஷ்சேவின்* அறிக்கைகள் தெளிவாகவே காட்டுகின்றன. இத்தகைய கொலை பாதகங்களைப் பகுத்தறி வாளர்களால் ஏற்றுக் கொள்ள முடியாது. மானுட உரிமைகளுக்கும் கருத்து சுதந்திரத்துக்கும் பகுத்தறிவாளர்கள் எப்பொழுதும் மதிப்பளிக்கின்றனர்.

மானுட உரிமைகள் மறுக்கப்படாத, சமத்துவத்தை அடிப்படையாகக் கொண்ட ஒரு நிலைமையை கொண்டுவர வேண்டும் என்று தான் பகுத்தறிவாளர்கள் விரும்புகின்றனர். அத்தகைய ஒரு புதிய நிலைமையை நடைமுறைப்படுத்துகின்ற

---

* குருஷ்சேவின் திரிபுவாதம் பற்றி கோவூர் அதிகம் அறியவில்லையோ? - (ப.ர்)

விசயத்தில் பகுத்தறிவாளர்கள் அவர்களுடைய பங்கை நிச்சயமாக அளிப்பார்கள். தீவிர அரசியலில் ஈடுபடாத பகுத்தறிவாளர்களும் இந்த விசயத்தில் வேறுபாடானவர்கள் அல்ல.

95

மதமும் அறிவியலும்

அறிவியலின் வளர்ச்சி மானுட இனத்தை அதிகமாக முன்னோக்கிச் செலுத்தியிருக்கின்றது. மதத்தினுடைய முள்வேலியைத் தகர்த்து அறிவியல் மார்க்கத்தை ஏற்றுக் கொள்ள மனிதர்களைத் தூண்டியது அவர்களுடைய பகுத்தறிவு உணர்வுதான். அறிவியல், தொழில் நுணுக்கக் கல்வி ஆகியவற்றின் வளர்ச்சியில் மதத்தின் உரிமை வாதங்கள் பலவும் தகர்ந்துவிட்டன. எனினும் பழைய ஆச்சாரங்களை விரும்புகின்ற சிலர், மக்கள் பின்பற்றி வந்த மூடநம்பிக்கைகளுக்கு எதுவேனும் வகையில் அறிவியல் தாக்கம் உண்டென்று நிரூபிக்க முயலுவதைக் காணலாம். வேறு சிலரோ, இந்த அறிவியல் கண்டுபிடிப்புகள் அனைத்தும் முன்பே இருந்தன என்று நிலைநாட்டப் பார்க்கின்றனர். வேறொரு பிரிவினர் அறிவியல் கோட்பாடுகளை வளைத்தொடித்து மதத்தை நியாயப் படுத்த முயலுகின்றனர். இன்றுவரை மனிதர்கள் கண்டு பிடித்திருக்கின்ற எல்லா அறிவுகளும் வேதங்களின் மூலமாகத் தான் என்று நிலைநிறுத்தவே அவர்கள் முயலுகின்றனர்.

19 ஆம் நூற்றாண்டில் வட இந்தியாவில் உருவான 'ஆரிய சமாஜம்' இந்துக்களின் மத நூலான வேதங்களுக்கு அதிக முக்கியத்துவம் கொடுக்கின்றது. உலகத்துக்கு இன்று வரை கிடைத்திருக்கின்ற அனைத்து அறிவியல் தகவல்களும் வேதங்களில் உள்ளவையே என்று அவர்கள் வாதிடுகின்றனர். மேலை நாடுகளில் கடந்த இரண்டு நூற்றாண்டுகளுக்குள் நடைபெற்ற அனைத்து கண்டுபிடிப்புகளும் இந்தியாவிலிருந்து கொண்டு சென்ற நூல்களிலிருந்து கிடைத்த தகவல்களின் அடிப்படையில் உண்டானவையே என்று இவர்களுடைய கொள்கை பரப்புநர்கள் சிலர் கூறுகின்றனர். மேலை நாட்டவர்கள் இந்திய நூல்களிலிருந்து அதை 'காப்பி' யடித்தார்கள் என்றே அவர்கள் கூறுகின்றனர். இது உண்மையென்றால் மேலை நாட்டவர்கள் வருவதற்கு முன்பே தொடர்வண்டியும் மகிழுந்தும் எல்லாம் இங்கே

தயாரிக்கப்பட்டிருக்க வேண்டுமே. திரைப்பட அரங்குகளும் புகைப்பட நிலையங்களும் மின்சார மோட்டார்களும் இங்கே காணப்பட்டிருக்க வேண்டுமே. நமது நூல்களில் அவை இருந்தும் நாம் மனப்பூர்வமாகவே அந்த வசதிகள் எதுவும் வேண்டாம் என்று வைத்திருந்தோம் என்பதா இவர்களுடைய வாதம்?

இராமாயணத்தில் விமானத்தைப் பற்றி சொல்லப்பட்டிருக்கின்றது என்றும் அதனால் பண்டைய இந்தியாவில் விமானம் இருந்தது என்றும் நினைக்கின்ற மூடர்கள் உண்டு. பறவைகள் வானில் பறப்பதைக் கண்ட மனிதனுக்கு எப்பொழுதும் பறக்கின்ற ஆசை இருந்தது. அந்த ஆசையை அவர்கள் கவிதையில் அடக்கினர். அதை மிஞ்சிய முக்கியத்துவம் எதுவும் இராமாயணச் செய்திகளில் இல்லை. இராமாயணத்தைப் போலவே பண்டைய கிரேக்க நூல்களிலும் ரோமன் நூல்களிலும் வான் வழியாகப் பறந்து செல்கின்ற வாகனங்களைப் பற்றி சொல்லப்பட்டிருக்கின்றது என்ற விவரம் இவர்களுக்குத் தெரியவில்லை. அவர்களுடைய கவிஞர் ஒருவர் இப்படி கற்பனை செய்ததால் விமானம் அங்கேதான் உருவாக்கப்பட்டது என்று சொல்கின்ற மடமை கிரேக்கர்களிடமும் ரோமானியர்களிடமும் இல்லை.

அனைத்து அறிவியல் கோட்பாடுகளும் வேதங்களில் உண்டு என்று வாதிடுகின்றவர்கள் ஒரு செய்தியை நினைவு கூருவதில்லை. தினமும் வேதங்களைப் படிக்கவும் மீண்டும் மீண்டும் சொல்லவும் செய்கின்ற நம்பூதிரிகள் பொதுவாக பிறரைவிட அறிவில் குறைந்தவர்கள்தான். நம்பூதிரிகளின் மடமைகளைப் பற்றி ஏராளமான கதைகளை இன்றும் கேரளத்தில் கேட்கலாம். தொலைபேசி, தொலைக்காட்சி, ராக்கெட், ஒலிப் பதிவுக் கருவி, நிழற்படக் கருவி, இசைத் தட்டு, குளிர் சாதனப் பெட்டி, தையல்யந்திரம், வானொலிப் பெட்டி, அச்சகம், மோட்டார் சைக்கிள், ஸ்கூட்டர் என மனிதனுக்குத் தேவையான பல பொருள்கள் உள்ளன. அவற்றில் ஒன்றையேனும் வேதியர்கள் என்று உரிமை கொண்டாடுகின்ற நம்பூதிரிகள் உருவாக்கி இருக்கின்றார்களா?

இத்தகைய செய்திகளில் தேவையற்ற பிடிவாதத்தைக் காட்டா விட்டாலும் பழைய ஆச்சாரங்களை அப்படியே பின்பற்ற முயலுகின்ற கூட்டத்தினர் உண்டு. அந்த ஆச்சாரங்களுக்கும் மூட நம்பிக்கை களுக்கும் எந்த வகையிலாவது நியாயம் கற்பிப்பதே அவர்கள் செயல். சில எடுத்துக்காட்டுகளை இங்கே பார்ப்போம்.

உருவ வழிபாடு

கல்லாலோ மரத்தாலோ உலோகத்தாலோ கடவுள் சிலைகளைச் செய்து இருக்கை செய்து வழிபடுவதைத்தான் உருவ வழிபாடு என்று கூறுகின்றனர். சாதாரண மத பக்தர்கள்கூட சிலைக்கு எதுவேனும் ஆற்றல் உண்டு என்று நினைப்பதில்லை. கல்லுக்கு பாயாசத்தைக் கொடுத்தால் அது உண்பதில்லை. உயிரில்லாத அந்தப் பொருளிடம் பிரார்த்தனை செய்தால் அது பதில் அளிப்பதும் இல்லை. இது அனைவருக்கும் தெரியும் என்றாலும் பலரும் சிலையின் முன்பு சென்று வணங்குகின்றனர். இது ஏன் என்று வினவினால், கடவுளின் சான்னித்யம் சிலையில் உண்டு என்று சிலர் கூறுவார்கள். கல்லை அல்ல, அதிலுள்ள தெய்வத்தைத்தான் வழிபடுகின்றோம் என்றும் அவர்கள் சொல்வார்கள். கல்லில் கடவுள் உண்டு என்பதற்கு ஆதாரம் என்ன இருக்கின்றது என்று வினவினால், அவர்களுக்கு விடை சொல்ல வழியில்லை.

சீர்திருத்தவாதிகளான சிலர் உருவ வழிபாட்டுக்குப் புதிய விளக்கம் கண்டுபிடித்திருக்கின்றனர். சிலை கல்லாகவோ மரமாகவோ உலோகமாகவோ இருந்தாலும் அதற்கு ஆற்றல் உண்டாகும் என்பதே அவர்களுடையவாதம். அவர்களுடைய வாதத்தின் சுருக்கம் இதுதான்: 'மக்கள் வாக்களித்து ஒருவரை பிரதமராகவோ குடியரசுத் தலைவராகவோ ஆக்குகின்றனர். அதுவரை இல்லாமலிருந்த ஆற்றல் தேர்தல் மூலமாக அவர்களுக்குக் கிடைக்கின்றன. அவ்வாறு நாம் கொடுத்த ஆற்றலால் அவர்கள் நம்மை ஆளுகின்றனர். இதைப்போல இலட்சக் கணக்கான மக்களுடைய பிரார்த்தனையாலும் வழிபாடுகளாலும் சிலைக்கு ஆற்றல் கிடைக்கும்'. அதிக கேலிக்குரிய — விசித்திர மான வாதமே இது. உயிரும் அறிவுமுடைய ஒரு மனிதனிடம் நிச்சயிக்கப்பட்ட சட்டங்களுக்கு ஆட்பட்டு அதிகாரத்தை ஒப்படைக்கும் முறை தான் தேர்தல். ஆனால், எவருக்கேனும் அல்லது எதற்கேனும் வாக்களித்தால் ஆற்றல் கிடைப்பதில்லை. ஒரு யானைக்கு மக்களனைவரும் சேர்ந்து வாக்களித்தால் யானைக்கு மனிதனின் ஆற்றல் கிடைத்து, குடியரசுத் தலைவராக ஆக முடியுமா? ஒரு தண்ணீர் பாம்பைப் பிடித்து குடத்தில் இட்டுவிட்டு எல்லோரும் சேர்ந்து வாக்களித்தால் அதற்கு அந்தப் பொறுப்பை வகிக்க இயலுமா? உயிருடைய தண்ணீர் பாம்பாலும் யானையாலும் ஏற்க முடியாத காரியத்தைச் செய்ய உயிரில்லாத

கல்லுக்கு எப்படி முடியும்? இனி, கல்லுக்கு அத்தகைய ஆற்றல் கிடைத்திருக்கின்றது என்றே கருதுவோம். அப்படியென்றால் நமக்குக் கொஞ்சம் அரிசியையோ கோதுமையையோ உண்டாக்கித் தரச் சொன்னாலோ...? கட்டாரகம்மன் கோயிலிலோ குருவாயூர் கோயிலிலோ உள்ள சிலைக்கு ஓர் அவுன்ஸ் அரிசியைக்கூட உற்பத்திச் செய்ய முடியாது.

கங்கா ஸ்நானம்

கங்கை நதியில் குளித்தால் பாவங்களிலிருந்து விடுதலை கிடைக்கும் என்பது சிலருடைய நம்பிக்கை. கங்கை நதியிலுள்ள அழுக்குத் தண்ணீரை எடுத்துக் கொண்டு சென்று குளிப்பதை சிலர் புண்ணியமாகக் கருதுகின்றனர். இதைப் பற்றி வினவினால் சிலர் கூறுகின்ற விடை ரசனைக்குரியதாக இருக்கின்றது: கங்கை நதி இமய மலையிலிருந்து வருகின்றது. பல மூலிகை மருந்துகள் அந்த நீரில் கரைந்து சேர்ந்திருக்கின்றன. சில மேலைநாட்டு விஞ்ஞானிகள் கங்கை நீருக்கு நோயைத் தீர்க்கும் ஆற்றல் உண்டு என்று சொல்லியிருக்கின்றார்கள் என்றும் அவர்கள் வாதிடுகின்றனர். பெரும்பாலும் எல்லா நதிகளும் மலைகளிலிருந்துதான் உற்பத்தியாகின்றன. இந்த விசயத்தில் கங்கைக்கு தனிச் சிறப்பு எதுவும் இல்லை. அதிலுள்ள தண்ணீருக்கு மருத்துவக் குணம் இல்லை என்பது மட்டுமல்ல, இரு பக்கங்களிலிருந்தும் ஒழுகி வருகின்ற சாக்கடை நீர் கலந்து மிகவும் அழுக்குடையதாக ஆகியிருக்கின்றது அது. யாராவது ஒரு மத பக்தனான மூடன் கங்கை நீர் அமுதம்போல இருக்கின்றது என்றோ நோயைத் தீர்க்கும் ஆற்றல் உடையது என்றோ கூறியிருந்தால் (உண்டு என்பதற்கு ஆதாரம் இல்லை) அதில் பொருள் எதுவும் இல்லை. கங்கை நீரை எடுத்து ஆய்வகத்தில் பரிசோதித்துப் பார்த்தால் அதன் தன்மை தெரியவரும். நான் பல இடங்களிலுமுள்ள கங்கை நீரை பரிசோதனைக்கு உட்படுத்தி இருக்கின்றேன். மற்ற நதிகளுடன் ஒப்பிடும்பொழுது அழுக்கு அதிகமாக உள்ள நதி கங்கைதான் என்பது எனக்குத் தெரிய வந்தது. பாரம்பரியமாக கங்கை நதியின் புனிதத்தில் நம்பிக்கை கொண்டிருந்தவர்கள் அதற்கான நியாயத்தைக் கண்டுபிடித்தார்கள் — அவ்வளவுதான்.

தாயத்து

சில மந்திரங்களை எழுதி சிறிய வெள்ளிக் குழலிலோ செம்புக் குழலிலோ அடைத்து கையிலோ அரையிலோ கட்டிக் கொண்டு நடக்கின்ற வழக்கம் இந்தியாவிலும் இலங்கையிலும்

அதிகமாக உண்டு. இதை கட்டிக் கொண்டு நடப்பது மந்திரத்திட முள்ள கண்மூடித்தனமான நம்பிக்கையால்தான். ஆனால், சமூகம் கேலி செய்யுமோ என்ற அச்சத்தால் அவர்கள் அதைச் சொல்வ தில்லை. செம்புக்கு உடலிலுள்ள மின்சாரத்தைக் கட்டுப்படுத்தும் ஆற்றல் உள்ளதால் தான் செம்பாலான தாயத்தைக் கட்டுவதாக அவர்கள் கூறுவார்கள். சாமானிய மக்களுக்கு மின்சாரத்தையும் செம்பின் செயல்பாடுகளையும் பற்றிய அறிவு இல்லா ததால் அது உண்மைதான் என்று நினைப்பார்கள். தங்கத்தாலான தாயத்தைக் கட்டுபவர்கள், தங்கத்துக்கு மனித உடலில் ஆதிக்கம் செலுத்தும் திறன் உண்டு என்கின்றனர். இவை எதுவும் அறிவியல் அல்ல; வெறும் மூடநம்பிக்கைகள்தான். செம்பையோ தங்கத்தையோ அணிந்தால் நோய் வராமல் இருக்குமென்றால் மருத்துவமனை களை நிறுவ வேண்டியதில்லையே.

சாணம் தெளித்தல்

என்னுடைய சிறு வயதில் திருவல்லாவிலுள்ள செல்வந்தர் களுடைய வீடுகளின் தரைகூட சாணத்தால் மெழுகப்பட்டிருந்தது. சிலர் தரையில் செங்கல்லை அடுக்கியிருந்ததும் என் நினைவு களில் நிழலாடுகின்றது. சிமெண்டும் மொசைக்கும் மார்பிளும் பிறகுதான் புழக்கத்துக்கு வந்தன. எனினும் இன்றும் கிராமங்களி லுள்ள சாமானிய மக்கள் சாணத்தால்தான் தரையை மெழுகு கின்றனர். முற்றத்தில் காலையில் சாணம் தெளிக்கின்ற வழக்கம் இந்துக்களுடையவும் சவர்ண கிறித்தவர்களுடையவும் வீடுகளில் காணப்பட்டன. இன்றும் சில வீடுகளில் காலையில் முற்றத்தில் சாணம் தெளிக்கின்ற வழக்கம் உண்டு. எதற்காக இவ்வாறு செய்கின்றீர்கள் என்று வினவினால், முற்றம் சுத்தமாக இருப்பதற் காகத் தான் என்ற விடையே கிடைக்கும். கோபூசைதான் இந்தச் சாணம் தெளித்தலில் மறைந்திருக்கின்றது. சாணத்துக்கு சுத்தப்படுத்தும் ஆற்றல் உண்டு என்பது தான் பாரம்பரிய வாதிகளின் கருத்து. மிகவும் விலை குறைந்த முதல் தர கிருமி நாசினிகள் சந்தையில் கிடைக்கும். அதை ஊற்றி தண்ணீரால் தரையைக் கழுவவோ, அதைத் தரையில் தெளிக்கவோ செய்வதுதான் நல்லது. பசுவின் சாணத்தில் பலவகையான ஈக்கள் முட்டையிடும் வாய்ப்பு உண்டு. நோய்க் கிருமிகளுக்கு வளருவதற்கு சாதகமான பொருள்களில் ஒன்றுதான் சாணம். அதனால் நோய்க்கிருமிகளிடமிருந்து தப்ப சாணம் தெளிப்பதில் அர்த்தம் இல்லை.

குத்துவிளக்கும் மெழுகுவர்த்தியும்

இன்று பலவகையான மின்சார விளக்குகளைத்தான் நாம் பயன் படுத்துகின்றோம். முன்பு இந்தியாவில் அந்தத் தகுதியில் எண்ணெய்த் திரிகளைத்தான் பயன்படுத்தினர். தேங்காய் எண்ணெய், நல்லெண்ணெய், நெய், மரோட்டி எண்ணெய் ஆகியவற்றைப் பயன்படுத்தி மக்கள் விளக்குகளை ஏற்றி வந்தனர். மண்ணெண்ணெயின் கண்டுபிடிப்பு கடந்த நூற்றாண்டுதான். அது விளக்குகளின் களத்தில் பெரிய மாற்றங்களை உண்டாக்கியது. மண்ணெண்ணெய் பிற எண்ணெய்களைவிட விலை குறைவாக வும் ஏற்றுவதற்கு எளிதாகவும் இருந்தது. அதனால் அது சட்டென்று பயன்பாட்டுக்கு வந்தது. அன்றுவரை எண்ணெய் திரியை ஏற்றிப் பழகியவர்களுக்கு அதை மாற்ற மனம் இடம் கொடுக்கவில்லை. மத சம்பந்தமான காரியங்களுக்கு அவர்கள் பழைய வகையான விளக்குகளையே பயன்படுத்தினர். பூசை யறையில் பல இடங்களிலும் இத்தகைய குத்துவிளக்குகளில் எண்ணெயை ஊற்றித் தான் ஏற்றுகின்றனர். கோயில்களிலும் இந்த வழக்கம்தான் நிலவுகின்றது. சில வீடுகளில் மாலை வேளையில் குத்து விளக்கை ஏற்றிய பிறகே மின் விளக்கை எரிய விடுகின்றனர்.

எண்ணெய் விளக்கை ஏற்றுவதன் தேவை என்ன என்று விசாரித்தால் அவர்கள் கூறுவது என்ன தெரியுமா? தேங்காய் எண்ணெய் திரியை ஏற்றும் பொழுது சுற்றுச்சூழல் தூய்மை அடையும் என்பது தான். எந்தத் திரியை ஏற்றினாலும் அதன் சூடு பரவியிருக்கின்ற இடத்தில் நோய்க் கிருமிகள் உண்டென்றால் இறந்துவிடும். மின்சார பல்பை ஏற்றினாலும் அது நிகழும். தேங்காய் எண்ணெய் திரியின் ஒளி செல்கின்ற இடங்களிலுள்ள மருத்துவமனைகளில் எல்லா அறைகளிலும் தேங்காய் எண்ணெய் திரியை ஏற்றினால் போதுமே! தேங்காய் எண்ணெய் திரியை பூசை அறைகளிலும் கோயில்களிலும் ஏற்றுவது கடவுள்களுக்கு எதுவேனும் நோய் இருப்பதாலா?

இந்துக்கள் தேங்காய் எண்ணெய் திரியை ஏற்றுவதைப் போல கிறித்தவர்கள் மெழுகுவர்த்திகளை ஏற்றுகின்றனர். அய்ரோப்பாவிலும் மத்திய கிழக்கு நாடுகளிலும் மண்ணெண் ணெய் பயன்பாட்டுக்கு வருவதற்கு முன்பு அங்கேயுள்ள மக்கள் மெழுகுவர்த்திகளைத்தான் பயன்படுத்தினார்கள். கண்மூடித்தன மாக அந்த ஆச்சாரம் அவர்களிடம் தொடர்ந்து வருகின்றது. இன்று

மெழுகுவர்த்தி மதச் சடங்குகளில் தவிர்க்க முடியாத ஒரு பொருளாக மாறியிருக்கின்றது. மெழுகுவர்த்தியை ஏற்றி வைக்காமல் பிரார்த்தனை செய்தால் கடவுள், பக்தனை எப்படி பார்ப்பார்? பகல் வேளையில் கூட மெழுகுவர்த்தியின் உதவி யுடன் தான் கிறித்தவர்கள் வழிபாடு நடத்துகின்றனர். இத்தகைய மடமைகளை நியாயப்படுத்த அவர்கள் எதுவேனும் காரணத்தைக் கண்டுபிடிக்கவும் செய்வார்கள்.

ருத்திராட்சம்

ஜெபமாலையை அணிந்து கொண்டு நடக்கின்ற சடங்கு வழக்கம் பண்டைக் காலம் முதலே வழக்கத்தில் உண்டு. மீண்டும் மீண்டும் மந்திரங்களையோ பிரார்த்தனைகளையோ சொல்வதற் காகத்தான் அதைப் பயன்படுத்தினார்கள். பல வகையான பொருள்களால் ஜெப மாலைகளை தயாரித்தனர். பல வகையான காய்களையும் விதைகளையும் இதற்காகப் பயன்படுத்தினார்கள். இந்தக் கூட்டத்தைச் சேர்ந்த ருத்திராட்சம் (Globe Amaranth) இந்திய சன்னியாசிகளால் அதிகமாக அணியப்படுகின்றது. சன்னியாசி களைப் பின்பற்றி பிற பக்தர்களும் அதை அணியத் தொடங்கி யிருக்கின்றனர். அண்மையில் ருத்திராட்ச மாலையைக் கழுத்தில் அணிந்து கொண்டு நடந்த ஒருவரிடம் நான், 'எதற்காக இதை அணிகின்றீர்கள்?' என்று வினவினேன். அவர் அளித்த விடை சொந்த விசயமாக இருந்தது. அவருடைய பிறப்புறுப்பின் திறன் குறையாமலிருப்பதற்காக வைத்தியர் ஒருவர் சொன்னதாம் இது. அவருக்கு முன்பு அந்த உடல்ரீதியான குறைபாடு இருந்ததா என்று நான் வினவினேன். முதுமையடையும்பொழுது உண்டாகா மல் இருப்பதற்கான முன்னெச்சரிக்கைதான் அது என்பதுதான் அவரது பதில். காதலியின் ஆசையைத் தக்கவைப்பதற்காக ருத்திராட்சத்தை அணிந்து கொண்டு நடந்த ஓர் இளைஞனையும் நானறிவேன். இவ்வாறு ஒவ்வொருவரும் ஒவ்வொன்று சொன்னாலும் உண்மை அதுவல்ல. நில கண்டாக்ஷம் என்பதுதான் இதன் சமஸ்கிருதப் பெயர். ருத்திராட்சம் அணிந்தால் பேய்த் தொல்லைகள் உண்டாவதில்லை என்ற மூடநம்பிக்கையும் நிலவியது. அந்த மூடநம்பிக்கைதான் இதை அணிய பலரையும் தூண்டியது. என் சிறுவயதில் பேய்த் தொல்லை உண்டாகாமல் இருப்பதற்காக ருத்திராட்சத்தை அணிந்துகொண்டு நடந்த பலரையும் நான் பார்த்திருக்கின்றேன். அதை வெளிப்படையாகச் சொல்லத் தயங்குகின்றவர்கள்தான் ருத்திராட்சத்தைக் கழுத்தில் அணிந்தால் ஏற்படுகின்ற நன்மைகளைப் பற்றி கூறுகின்றனர்.

சந்தனம் பூசுதல்

ருத்திராட்சம் அணிவதைப் போன்ற இன்னொரு மத சம்பந்தமான செயல்தான் சந்தனம் பூசுவது. தென்னிந்தியாவிலுள்ள வைணவ மதத்தினர்தான் அதைப் பரப்பினார்கள். சந்தனம் உடல் நலத்துக்கு நல்லது என்றும் அதை நிரந்தரமாகப் பூசினால் நீண்ட ஆயுள் உண்டாகும் என்றும் மூடநம்பிக்கையாளர்கள் கூறுகின்றனர். இதிலும் எந்தப் பொருளும் இல்லை.

96
கண்டகச் சனி

கிரகங்களுக்கு உயிர் இல்லை என்பதும் சில இயற்கை விதி முறைகளுக்கு இணங்க இவை சூரியனைச் சுற்றி வருகின்றன என்பதும் இன்று குழந்தைகளுக்குக்கூடத் தெரியும். நம்முடைய சூரியனைச் சுற்றி வருகின்ற கிரகங்களில் ஒன்று தான் சனி. சூரிய மண்டலத்திலுள்ள கிரகங்களில் சுக்ரனுக்கு அடுத்ததாக மிகப் பெரிய கிரகம்தான் அது. சூரியனிலிருந்து 142,83,00,000 கிலோ மீட்டர் தொலைவில் இது இருக்கின்றது. நம்முடைய 29 $\frac{1}{2}$ வருடங்களில்தான் சனி சூரியனை ஒரு முறை சுற்றி வருகின்றது. ஹைட்ரஜன், ஹீலியம், அமோனியா, மீதேன் ஆகிய வாயுக்கள் நிறைந்ததுதான் சனிக்கிரகம். பத்து சந்திரன்கள் இந்தக் கிரகத்தைச் சுற்றி வருகின்றன. சனியைச் சுற்றிக் காணப்படுகின்ற ஒளி வளையம்தான் அந்தக் கிரகத்தின் மிகப் பெரிய சிறப்பு.

சூரிய தேவனுக்கு சாயா என்ற பெண்ணில் பிறந்த மகன் தான் சனி என்று கற்பிதம் செய்யப்பட்டுள்ளது. அவர்தான் பின்னர் கிரகமாக மாறினார் என்று பக்தர்கள் கருதுகின்றனர். ஏனோ இந்தத் தேவனை எண்ணி மக்கள் அஞ்சுகின்றனர். சனி பாதித்து விட்டது என்று சொன்னால் துன்பக் காலம் வந்துவிட்டது என்பது பொருள் வட இந்தியாவில் சனி தேவனை ஏராளமான மக்கள் வழிபடுவது உண்டு. கறுப்பு நிறமுடைய டப்பாவை வெட்டிச் செய்த சனியின் உருவத்துடன் சனிக்கிழமைகளில் 'சனி பக்தர்கள்' வீடுகளுக்குச் சென்று பணம் வசூலிப்பார்கள். சனி பாதிப்பதை நினைத்து தென்னிந்தியாவில் உள்ளவர்கள் அஞ்சுகின்றனர். ஆனால், ரோமானியர்கள் சனியை (Saturn) விளைச்சல், செழுமை ஆகியவற்றின் தேவனாகவே உருவாக்கம் செய்திருந்தனர். எட்ரஸ்கன்களிடமிருந்து தான் ரோமானியர்கள் சாட்டேர்ன்

தேவனின் வழிபாட்டை எடுத்துக் கொண்டார்களாம். எல்லா ஆண்டும் டிசம்பர் 17ஆம் நாள் முதல் ஏழு நாள்கள் ரோமானியர்கள் சாட்டேர்ணேலியா என்ற ஒரு விழாவை நடத்தி வந்தார்கள். இந்தக் காலகட்டத்தில் பள்ளிக் கூடங்களுக்கும் கல்லூரிகளுக்கும் விடுமுறை விடப்பட்டன. எந்தவொரு குற்றவாளியையும் இந்தச் சமயத்தில் தண்டிக்கக் கூடாது என்பது சட்டம். அடிமைகளும் உடமையாளர்களும் இந்தக் கால அளவில் நெருங்கிப் பழகினர். பல கிறித்தவ ஆச்சாரங்களும் சாட்டேர்ணேலியா விழாவிலிருந்து எடுக்கப்பட்டவை தான். அந்தக் காலகட்டத்தில் பன்றிக் குட்டிகளை ரோமானியர்கள் சனி தேவனுக்குப் பலியிட்டனர்.

யூதர்களுக்கும் சனிக்கிழமை முக்கியமான நாளாக விளங்கியது. அவர்கள் சாபத் நாளாக சனிக்கிழமையைக் கடை பிடித்தனர். அவர்களுக்கும் அது ஒரு சிறப்பு நாளாகும். இவ்வாறு வளமையின் தேவனாக வீற்றிருந்த சனி தேவன் எவ்வாறு இந்தியாவில் தீய தேவதையாக ஆனது என்பது தெரியவில்லை. எப்படியிருந்தாலும் சரி, சனியின் பாதிப்பை மாற்றவும் சனியின் தொல்லை உண்டாகாமல் இருக்கவும் இந்தியாவில் ஏராளமான முயற்சிகள் நடைபெறுகின்றன. பலர் இதை ஒரு மோசடி வேலையாகக் கொண்டு நடக்கின்றனர். பின்வரும் பத்திரிகைச் செய்தியே இதற்கு எடுத்துக் காட்டு:

"கொச்சி மட்டாஞ்சேரி புதிய சாலையில் கிருஷ்ண சுவாமி கோயிலுக்கு அருகில் வசிக்கும் வித்தன்தாஸ் மோன்ஜி என்ற குஜராத்தி மட்டாஞ்சேரி பசாரிலுள்ள ஒரு கயிறு வியாபாரி ஆவார். வித்தன்தாஸ் மோன்ஜியின் வீட்டுக்கு கடந்த ஜூலை மாதம் ராஜஸ்தானைச் சேர்ந்த போலோ ராம் மஹாரம் என்ற சன்னியாசியும் அவருடைய சீடரும் சென்றனர். மட்டாஞ்சேரி குஜராத்தி தர்ம சபையிலிருந்து வருகின்றோம் என்று அறிமுகம் செய்து கொண்டு இவர்கள் வித்தன் தாசின் வீட்டுக்குள் புகுந்தனர். சன்னியாசி, வித்தன்தாசின் 'பலன்'களை ஒவ்வொன்றாகச் சொல்லத் தொடங்கினார். கடைசியில், இப்பொழுது கண்டகச் சனி நடைபெறுகின்றது என்றும் இதற்கான தேவி பூசை செய்ய வேண்டும் என்றும் சொன்னார். எப்படியிருந்தாலும் சரி, சனியை விரட்ட வித்தன்தாஸ் முடிவெடுத்தார். இதற்குப் பிறகு தேவி பூசை செய்ய தனியறை தயாரானது. வீட்டிலிருக்கின்ற தங்க நகைகளை யும் கரன்சி நோட்டுகளையும் பூசையில் வைக்க வேண்டும் என்று சன்னியாசி உத்தரவிட்டார். இதற்கிணங்க வீட்டிலிருந்த 125

தோலா தங்க நகைகளையும் ஆறாயிரம் ரூபாயையும் ஒரு சிவப்பு நிறப் பட்டில் பொதிந்து தேவி பூசையில் வைப்பதற்காக சன்னியாசியிடம் ஒப்படைத்தார் வித்தன்தாஸ். பூசை கம்பீரமாக நடைபெற்றது. நகைகளையும் ரூபாயையும் பொதிந்து கொடுத்த பட்டுத் துணியை சன்னியாசி திருப்பி வித்தன்தாசிடம் ஒப்படைத்தார். ஆனால், அந்தப் பொட்டலத்தைப் பாதுகாப்பாக அலமாரியில் வைக்க வேண்டும் என்றும் நிறைவு பூசையை கன்னியா குமரியில் நடத்தி விட்டு தான் திரும்பி வந்த பிறகுதான் பொட்டலத்தை அவிழ்க்க வேண்டும் என்றும் உத்தரவிட்டார் சன்னியாசி. 17-8-1973 அன்று சன்னியாசியும் சீடனும் கன்னியா குமரிக்குப் புறப்பட்டனர். வித்தன்தாஸ், சன்னியாசி திரும்பி வருவதை எதிர்பார்த்திருந்தார். நேற்று வித்தன்தாசின் மைத்துனர் விருந்தினராக வந்தார். பேசிக் கொண்டிருக்கும் பொழுது தேவி பூசை நடத்திய விவரத்தைச் சொன்னார் வித்தன்தாஸ். இதில் முழு நம்பிக்கையில்லாத மைத்துனர் பொட்டலத்தை அவிழ்த்துப் பார்க்கும்படி வற்புறுத்தினார். பொட்டலத்தை அவிழ்த்தனர். பிளாஸ்டிக் வளையல்கள், பஞ்சு, அரைகிலோ கட்டி, நாயைக் கட்டுகின்ற இரண்டு சங்கிலி, ரூபாயின் அளவில் வெட்டிய காகிதக் கட்டுகள் ஆகியவைதான் அந்தப் பொட்டலத்தில் இருந்தன. இவற்றைப் பார்த்து வித்தன்தாஸ் மயக்கமடைந்தார். நேற்று மட்டாஞ்சேரி காவல் நிலையத்தில் வித்தன்தாஸ் புகார் கொடுத்தார். மொத்தம் ரூ. 49,750 மதிப்புடைய நகை — பணம் அபகரிக்கப்பட்டுவிட்டது. காவல் துறை தீவிர விசாரணையை ஆரம்பித்திருக்கின்றது."

இந்த வகையான ஏராளமான மோசடிகளுக்கு பக்தர்கள் எல்லா காலமும் இரையாகின்றனர். மதத்தின் வேடத்தில் திருடன் வந்தாலும் கொள்ளைக்காரன் வந்தாலும் கண்களை மூடிக் கொண்டு அங்கீகரிக்கின்ற இயல்புதான் மதங்களிடம் காணப்படுகின்றது.

சனி கிரகம் மட்டுமல்ல, எந்தக் கிரகத்துக்கும் எவரையும் எதுவும் செய்ய முடியாது என்பதை அறிந்தவர்கள் இத்தகைய ஏமாற்று வேலைகளில் சிக்குவதில்லை.

97
பொய்யாகிப்போன தீர்க்கதரிசனங்கள் மீறப்பட்ட வாக்குறுதிகள்

அண்மைக் காலத்தில் கிறித்தவர்கள் பைபிளின் முக்கியத் துவத்தை நிலைநாட்டுவதற்காகப் பல தந்திரங்களையும் கையாளுகின்றனர். பைபிள் ஒரு மதநூல்தான் என்றும் அறிவியல் முடிவுகளுடன் அதை ஒப்பிடுவது சரியல்ல என்றும் பக்தர்களில் சிலர் வாதிடுகின்றனர். ஆதியாகமம் நூலில் சொல்லப்பட்டுள்ள உற்பத்திக் கதை மறைமுக உருவத்தில் உள்ளதுதான் என்றும் அது அதே ரீதியில் நிகழவில்லை என்றும் அவர்கள் சொல்கின்றனர். அதே வேளையில் வேறு சிலர் பரிணாம வாதத்தை எதிர்க்கவும் பைபிளிலுள்ள உற்பத்திக் கதையை அந்தப்படியே சரியானது தான் என்று வாதிடவும் செய்கின்றனர். இனி வேறொரு கூட்டத்தினர் உண்டு. பைபிளில் கூறப்பட்டுள்ள தீர்க்கதரிசனங்கள் அனைத்தும் ஓர் எழுத்துகூட பிசகாமல் அப்படியே நிறைவேறி இருக்கின்றது என்று அவர்கள் கூறுகின்றனர். தீர்க்கதரிசனத்தின் ஒளியில் பிற்கால சம்பவங்களை மதிப்பிட அவர்கள் முயலுகின்றனர். எவ்வாறேனும் பைபிளின் தலைமை நிலையை நிலைநிறுத்த வேண்டும் என்று மட்டுமே அவர்கள் விரும்புகின்றனர். பைபிளி லுள்ள சன்மார்க்கம், முரண்பாடு என பலவற்றைப் பற்றியும் நான் முன்பே விவாதித்திருக்கின்றேன். இங்கே அதிலுள்ள தீர்க்க தரிசனங்களில் சிலவற்றை ஆய்வுக்கு உட்படுத்துவோம்.

தப்பாகிப் போன முதல் தீர்க்க தரிசனம்

ஆறு நாள்களில் தெய்வம் பிரபஞ்சத்தையும் அதிலுள்ள சர்வ சராச்சரங்களையும் படைத்த பிறகு ஆதாமையும் ஏவாளையும் ஏதேன் தோட்டத்தில் தங்க வைத்தார். பின்னர் தெய்வம் (கர்த்தர்) கூறினார்:

"நீ தோட்டத்திலுள்ள சகல விருட்சத்தின் கனியையும் புசிக்கவே புசிக்கலாம். ஆனாலும் நன்மை தீமை அறியத்தக்க விருட்சத்தின் கனியைப் புசிக்க வேண்டாம்; அதை நீ புசிக்கும் நாளில் சாகவே சாவாய்...." (ஆதியாகமம், 2:16-17).

இந்தத் தீர்க்கதரிசனத்திலுள்ள இயலாமையையும் அறியாமையையும் இங்கே விவாதிக்க வேண்டியதில்லை. பைபிள் கதைகள் உண்மையானவையே என்று கொண்டால், தெய்வத்தின் இந்தத் தீர்க்க தரிசனம் மிக விரைவிலேயே பொய்யாகிப் போனதைக் காணலாம். ஆதியாகமம் மூன்றாம் அதிகாரத்தில் தொடர்ந்து சொல்லப்படுவது ஆதாமும் ஏவாளும் விலக்கப்பட்ட அந்தக் கனியை உண்ட செய்தி தான். அதைத் தின்ற அன்று அவர்கள் சாகவில்லை. அது மட்டுமா? பைபிள் தொடர்ந்து பின்வருமாறு கூறுகின்றது:

"ஆதாம் சேத்தைப் பெற்றபின், எண்ணூறு வருஷம் உயிரோடிருந்து, குமாரரையும் குமாரத்திகளையும் பெற்றான். ஆதாம் உயிரோடிருந்த நாளெல்லாம் தொளாயிரத்து முப்பது வருஷம்..." (ஆதி யாகமம், 5: 4-5).

பாம்பின் உணவு

"தேவனாகிய கர்த்தர் உண்டாக்கின சகல காட்டு ஜீவன்களைப் பார்க்கிலும் சர்ப்பமானது தந்திரமுள்ளதாயிருந்தது" (ஆதியாகமம், 3:1) என்று சொல்லியவண்ணம்தான் ஆதியாகமம் நூலின் மூன்றாவது அதிகாரம் ஆரம்பிக்கின்றது. இது முழு அபத்த அறிவிப்பாகும். பாம்பைவிட அறிவுடைய எத்தனையோ உயிரினங்கள் உலகில் உள்ளன. பலவகையான குரங்குகள், நாய்கள் ஆகியவற்றின் அறிவுடன் ஒப்பிட்டால் பாம்புகள் அறிவு விசயத்தில் எவ்வளவு பின்னுக்கு இருக்கின்றது என்பதை சாமானிய மக்கள்கூட அறிவார்கள். அது எப்படியோ இருக்கட்டும், பாம்புக்குப் பேசும் திறன் உண்டு என்று சொல்வதும் முழு மடமை தான். எனினும் பைபிளில் பாம்பு பேசிய தாகக் காணப்படுகின்றது. அது எந்த மொழியில் பேசியதோ....! எதுவானாலும் சரி, கடவுளின் கட்டளையை மீறும்படி பாம்பு சொன்னது. அதற்கிணங்க ஆதாமும் ஏவாளும் செயல்பட்டனர். இதற்காக பாம்புக்கு கடவுள் சாபம் கொடுப்பதைப் பாருங்கள்:

"அப்பொழுது தேவனாகிய கர்த்தர் சர்ப்பத்தைப் பார்த்து: நீ இதைச் செய்தபடியால் சகல நாட்டு மிருகங்களிலும் சகல காட்டு மிருகங்களிலும் சபிக்கப்பட்டிருப்பாய். நீ உன் வயிற்றினால் நகர்ந்து உயிரோடிருக்கும் நாளெல்லாம் மண்ணைத் தின்பாய்..." (ஆதியாகமம், 3:14).

இதைப் படித்தால் பாம்புகள் அதற்கு முன்பு ஊர்ந்து செல்லாமல் தான் இருந்தனவோ என்று நினைக்கத் தோன்றும்! ஆனால், கடவுளின் உத்தரவை எந்தப் பாம்பும் பின்பற்றுவ தில்லை. 'மண்ணைத் தின்பாய்' என்பதுதான் கடவுளின் உத்தரவு. பாம்பின் உணவு மண்தான் என்பது வெறும் மூடநம்பிக்கைதான். தவளை, எலி போன்ற சிறிய உயிரினங்கள் தான் பாம்பின் உணவு.

சாலமனின் அரியணை

மன்னர் தாவீதிடம் தீர்க்கதரிசி நாத்தான் மூலமாக கர்த்தர் கூறினார்: "…. உன் நாட்கள் நிறைவேறும் போது, நான் உனக்குப் பின்பு உன் புத்தரரில் ஒருவனாகிய உன் சந்ததியை எழும்பப் பண்ணி, அவன் ராஜ்யத்தை நிலைப்படுத்துவேன். அவன் எனக்கு ஓர் ஆலயத்தைக் கட்டுவான்; அவன் சிங்காசனத்தை என்றைக்கும் நிலைக்கப் பண்ணுவேன்" *(1 நாளாகமம், 17:11-12).*

தாவீதின் மகனான சாலமன் கர்த்தருக்கு ஆலயம் கட்டினான் என்பது உண்மைதான். ஆனால், சாலமனின் அரியணை இன்று எங்கே? சாலமனின் மகன்களே தங்களுக்குள் மோதிக் கொண்டனர். நாடு சின்னாபின்னமானது. கிரீசை அலெக்சாண்டர் தாக்கிய காலத்தில் அது கிரேக்கப் பேரரசின் ஒரு பகுதியானது. கிரேக்கப் பேரரசின் அழிவுக்குப் பிறகு பாலஸ்தீனம் ரோமானியப் பேரரசுக்குள் ஆனது. பின்னர் அந்தப் பிரதேசம் முஸ்லீம் ஆட்சியின்கீழ் வந்தது. 1948 இல் யூதர்களுடைய நாடான இஸ்ரேல் மீண்டும் உருவான போதிலும் அங்கே ஜனநாயக ஆட்சிதான் நடைபெற்றது. மன்னர் கால அரியணைகள் எதுவும் அங்கே இல்லை. 2,300 ஆண்டுகளுக்கும் மேலாக அடிமைகளாக வாழ வேண்டிய கட்டாயத்துக்கு உள்ளானார்கள் யூதர்கள். 'என்றைக்கும் நிலைக்கப் பண்ணிய' அரியணையின் கதி என்ன ஆனது?

டமாஸ்கசைப் பற்றிய தீர்க்கதரிசனம்

தற்கால சிரியாவின் தலைநகரம்தான் டமாஸ்கஸ் நகரம். ஏறத்தாழ 4,000 ஆண்டு பழமையான ஒரு நகரம்தான் அது. இந்த நகரத்தைப் பற்றி பைபிள் கூறுவதாவது:

"தமஸ்குவின் பாரம். இதோ, தமஸ்குவானது நகரமாயிராமல் தள்ளப்பட்டு, பாழான மண்மேடாகும். ஆரோவேரின் பட்டணங் கள் பாழாய் விடப்பட்டு, மந்தைகளின் வெளியாயிருக்கும்;

மிரட்டுவாரில்லாமல் அவை அங்கே படுத்துக்கொள்ளும்" *(ஏசாயா 17:1-2)*.

இந்தத் தீர்க்கதரிசனத்தைச் சொல்லி 2,500 ஆண்டுகளுக்கும் மேலாகிவிட்டன. இன்றும் டமாஸ்கஸ் (தமஸ்கு) நகரம் நிலைத்திருக்கின்றது. பல போர்களையும் இயற்கைச் சீற்றங்களையும் அந்த நகரம் எதிர்கொண்ட போதிலும் அந்த நகரம் இன்று சிரியாவின் தலை நகரமாகும். கிறித்தவர்களுடைய பாதிரியர்க்கீசுகளில் ஒருவருடைய இருப்பிடம்கூட டமாஸ்கசில்தான் இருக்கின்றது.

நைல் நதி வற்றிப்போகும்!

வட ஆப்பிரிக்காவிலுள்ள நைல் நதி அதிகமான நீளம் கொண்ட நதியாகும். பூமத்திய ரேகைக்கு அருகிலிருந்து உற்பத்தியாகி 6,695 கி.மீ. கடந்து மெடிட்டரேனியன் கடலில் கலக்கின்ற இந்த நதி உகாண்டா, எத்தியோப்பியா, சூடான், எகிப்து ஆகிய நாடுகளிலுள்ள இலட்சக்கணக்கான ஹெக்டேர் நிலத்தில் பாசன வசதியைச் செய்து கொடுக்கின்றது. உலகின் முதல் நாகரிகம் தோன்றியதும் நைல் நதிக் கரையில்தான் என்பதும் நினைவுகூரத்தக்கது. இந்த நதியைப் பற்றி பைபிள் கூறும் தீர்க்கதரிசனத்தைப் பாருங்கள்:

"எகிப்தின் பாரம். இதோ, கர்த்தர் வேகமான மேகத்தின் மேல் ஏறி எகிப்துக்கு வருவார்; அப்பொழுது எகிப்தின் விக்கிரகங்கள் அவருக்கு முன்பாகக் குலுங்கும், எகிப்தின் இருதயம் தனக்குள்ளே கரைந்து போகும்.... (நைல்) நதியும் வற்றி வறண்டுபோம்; கொறுக்கையும் நாணலும் வாடும். நதியோரத்திலும் நதிமுகத்திலும் இருக்கிற மடலுள்ள செடிகளும், நதியருகே விதைக்கப்பட்ட யாவும் உலர்ந்து போம்..." *(ஏசாயா, 19:1-7)*.

ஏசாயாவின் தீர்க்க தரிசனம் நடந்து கிறித்தவர்களுடைய கணக்குப்படி ஏறத்தாழ 2,700 ஆண்டுகள் ஆகிவிட்டன. ஆனால், நைல் நதி இன்றுவரை வற்றவில்லை. அண்மையில் அஸ்வான் என்ற இடத்தில் அணை கட்டி, அதிலுள்ள தண்ணீரை பயன்தரும் வகையில் பயன்படுத்தவும் செய்கின்றனர்.

ஜெருசலேம் நகரம்

பாலஸ்தீனத்திலுள்ள முக்கியமான நகரங்களில் ஒன்று தான் ஜெருசலேம். ஜோர்டானின் கையிலிருந்து சில ஆண்டுகளுக்கு

முன்பு இஸ்ரேல் இந்த நகரத்தைக் கைப்பற்றியது. யூத மன்னர்களுடைய காலத்தில் அவர்களுடைய தலைநகரமாக இருந்தது இது. பல தாக்குதல்களுக்கு உள்ளான நகரம் இது. பல சமயங்களில் இது முழுமையாக அழிக்கப்பட்டிருக்கின்றது. ஆனால், பைபிள் அந்த நகரத்தைப் பற்றிச் சொல்கின்ற தீர்க்கதரிசனம் வேறு ஒன்றுதான்:

"....உன் கண்கள் எருசலேமை அமரிக்கையான தாபரமாக வும், பெயர்க்கப்படாத கூடாரமாகவும் காணும்: இனி அதன் முளைகள் என்றைக்கும் பிடுங்கப்படுவதும் இல்லை, அதன் கயிறுகளில் ஒன்றும் அறுந்து போவதும் இல்லை" (ஏசாயா, 33:20).

சிதேக்கியாவின் மரணம்

யூதர்களுடைய மன்னரான சிதேக்கியா (கி.மு. 597-586) பாபி லோன் பேரரசரான நெபுக்கத்நேசரின் சமகாலத்தவர் ஆவார். அவரிடம் தீர்க்கதரிசி எரேமியா கூறியது பின்வருமாறு பைபிளில் குறிப்பிடப்பட்டுள்ளது:

"ஆகிலும் யூதாவின் ராஜாவாகிய சிதேக்கியாவே, கர்த்தருடைய வார்த்தையைக் கேள்; உன்னைக் குறித்து கர்த்தர் சொல்லுகிறது என்ன வென்றால்: நீ பட்டயத்தாலே சாவதில்லை; சமாதானத்தோடே சாவாய். உனக்கு முன்னிருந்த ராஜாக்களாகிய உன் பிதாக்களினிமித்தம் கந்த வர்க்கங்களைக் கொளுத்தி னதுபோல உன்னிமித்தமும் கொளுத்தி, அய்யோ! ஆண்டவனே, என்று சொல்லி உனக்காகப் புலம்புவார்கள்; இது நான் சொன்ன வார்த்தையென்று கர்த்தர் உரைத்தார் என்று சொல் என்றார்" (எரேமியா, 34:4-5).

கர்த்தரின் இந்தத் தீர்க்கதரிசனம் எவ்வாறு நிறைவேறியது என்று தீர்க்கதரிசி எரேமியாவே கூறுகின்றார்:

"அவன் ராஜ்யபாரம் பண்ணும் ஒன்பதாம் வருஷம் பத்தாம் மாதம் பத்தாந் தேதியிலே பாபிலோன் ராஜாவாகிய நேபுகாத்நேச் சரும், அவனுடைய எல்லா இராணுவமும் எருசலேமுக்கு விரோதமாய் வந்து, அதற்கு எதிராகப் பாளயமிறங்கி, சுற்றிலும் அதற்கு எதிராகக் கொத்தளங்களைக் கட்டினார்கள். அப்படியே சிதேக்கியா ராஜாவின் பதினோராம் வருஷமட்டும் நகரம் முற்றிக்கை போடப்பட்டிருந்தது. நாலாம் மாதம் ஒன்பதாம் தேதியிலே பஞ்சம் நகரத்திலே அதிகரித்து, தேசத்தின் ஜனத்துக்கு ஆகாரமில்லாமல் போயிற்று. நகரத்தின் மதில் இடிக்கப்பட்டது;

அப்பொழுது கல்தேயர் நகரத்தைச் சூழ்ந்திருக்கையில், யுத்த மனுஷர் எல்லாரும் இராத்திரி காலத்தில் ஓடி, ராஜாவுடைய தோட்டத்தின் வழியே இரண்டு மதில்களுக்கும் நடுவான வாசலால் நகரத்திலிருந்து புறப்பட்டு, வயல் வெளியின் வழியே போய் விட்டார்கள். ஆனாலும் கல்தேயருடைய இராணுவத்தார், ராஜாவைப் பின்தொடர்ந்து, எரிகோவின் சமனான பூமியில் சிதேக்கியாவைக் கிட்டினார்கள்; அப்பொழுது அவனுடைய இராணுவத்தார் எல்லாரும் அவனை விட்டுச் சிதறிப் போயிருந் தார்கள். அவர்கள் ராஜாவைப் பிடித்து, அவனை ஆமோத் தேசத்தின் ஊராகிய ரிப்லாவுக்குப் பாபிலோன் ராஜாவாகிய நேபுகாத்நேச்சரிடத்துக்குக் கொண்டு போனார்கள்; அங்கே இவனுக்கு நியாயத் தீர்ப்புக் கொடுத்தான். பின்பு பாபிலோன் ராஜா சிதேக்கியாவின் குமாரரை அவன் கண்களுக்கு முன்பாக வெட்டினான்; யூதாவின் பிரபுக்களெல்லாரையும் ரிப்லாவிலே வெட்டினான். சிதேக்கியாவின் கண்களைக் குருடாக்கி, அவனுக்கு இரண்டு விலங்குகளைப் போடுவித்தான்; பின்பு பாபிலோன் ராஜா அவனை பாபிலோனுக்குக் கொண்டு போய், அவன் மரணமடையும் நாள் மட்டும் அவனைக் காவல் வீட்டில் அடைத்து வைத்தான்" (எரேமியா, 52:4-11).

இவ்வாறு இறுதிக்காலம் வரை துக்கம் கொண்டவனாக நேபுகாத்நேச்சரின் சிறையில் கிடந்து மரணத்தைத் தழுவிய சிதேக்கியாவிடம் கடவுள், 'சமாதானத்துடன் சாவாய்' என்றது! சிறைக் கைதியான சிதேக்கியாவின் மரணத்திற்குப் பிறகு அவருக் காக நறுமணப் பொருள்களை எரிக்கவோ 'அய்யோ, ஆண்டவனே!' என்று சொல்லி புலம்பவோ சாத்தியம் இல்லையே.

முரண்பாடான தீர்க்கதரிசனங்கள்

கி.மு. 608 முதல் 597 வரை யூத நாட்டை ஆட்சி புரிந்த யோயாக்கீம் என்ற மன்னரைப் பற்றி அவருடைய சமகாலத்தவ ரான தீர்க்கதரிசி எரேமியா கூறுவதாவது:

"யூதாவின் ராஜாவாகிய யோயாக்கீமைக் குறித்து: தாவீதின் சிங்காசனத்தின்மேல் உட்காரும்படி அவன் வம்சத்தில் ஒருவனும் இரான்; அவனுடைய பிரேதமோவென்றால், பகலின் உஷ்ணத் துக்கும் இரவின் குளிருக்கும் எறிந்து விடப்பட்டுக் கிடக்கும். நான் அவனிடத்திலும், அவன் சந்ததியினிடத்திலும், அவன் பிரபுக் களினிடத்திலும் அவர்கள் அக்கிரமத்தை விசாரித்து, அவன்

மேலும் எருசலேமின் குடிகள் மேலும், யூதா மனுஷர் மேலும், நான் அவர்களுக்குச் சொன்னதும், அவர்கள் கேளாமற் போனதுமான தீங்கனைத்தையும் வரப் பண்ணுவேன் என்று கர்த்தர் சொல்லுகிறார்...." *(எரேமியா, 36:30-31).*

யோயாக்கீமுக்குப் பின் தாவீதின் அரியணையில் அமர எவரும் இருக்க மாட்டார்கள் என்ற இந்தத் தீர்க்கதரிசனம் தப்பாகி விட்டது என்பது பைபிளின் வேறொரு பகுதியின் மூலம் தெரிய வருகின்றது.

"யோயாக்கீம் தன் பிதாக்களோடே நித்திரையடைந்த பின், அவன் குமாரனாகிய யோயாக்கீன் அவன் ஸ்தானத்தில் ராஜாவானான்" *(2 இராஜாக்கள், 24:6).*

யோயாக்கீன், எகோனியா என்றும் அழைக்கப்பட்டார் *(1 நாளாகமம், 3:16).* இந்த எகோனியாவின் ஆண் வாரிசு பரம்பரையில் தான் சுவிசேஷகனான மத்தேயு, யேசுவை உட்படுத்துகின்றார். எகோனியா, தாவீதின் அரியணையில் அமர்ந்ததில்லை என்று சொன்னால், கிறித்து தாவீதின் பரம்பரையில் வந்தவர் என்ற வாதம் பொய்யாகி விடும்.

யோயாக்கீமின் மரணத்தைப் பற்றிய தீர்க்கதரிசனம் இது தான்:

"ஒரு கழுதை புதைக்கப்படுகிற வண்ணமாய் அவன் எருசலேமின் வாசல்களுக்கு வெளியே இழுத்தெறிந்து புதைக்கப் படுவான்" *(எரேமியா, 22:19).*

ஆனால், யோயாக்கீம் தன் பிதாக்களுடன் நித்திரை அடைந்ததாக (2 இராஜாக்கள், 24:6) இன்னொரு பகுதி கூறுகின்றது. எரேமியா சொன்ன துயர முடிவு அவருக்கு நிகழவில்லை.

வாக்குறுதியை மீறுதல்

பைபிள் புதிய ஏற்பாடு கூறுவது உண்மையென்றால், உயிர்த்தெழுந்த யேசு உலகில் நியாயத் தீர்ப்பு வழங்க விரைவாக வந்திருக்க வேண்டும். கிறித்துவின் இரண்டாவது வருகையைப் பற்றிய சில குறிப்புகளைப் பார்ப்போம்:

"மெய்யாகவே மெய்யாகவே உங்களுக்குச் சொல்லுகிறேன். மரித்தோர் தேவகுமாரனுடைய சத்தத்தைக் கேட்குங் காலம் வரும். அது இப்பொழுதே வந்திருக்கிறது; அதைக் கேட்கிறவர்கள் பிழைப்பார்கள்... பிரேதக் குழிகளிலுள்ள அனைவரும் அவருடைய சத்தத்தைக் கேட்குங் காலம் வரும்" *(யோவான், 5:24-28).*

"அவர் அவர்களை நோக்கி: இங்கே நிற்கின்றவர்களில் சிலர் தேவனோடே ராஜ்யம் பலத்தோடே வருவதைக் காணுமுன், மரணத்தை ருசி பார்ப்பதில்லையென்று மெய்யாகவே உங்களுக்குச் சொல்லுகிறேன் என்றார்" (மாற்கு, 9:1).

அந்தக் காலகட்டத்தில் வாழ்ந்தவர்கள் இறந்தார்கள் என்பது மட்டுமல்ல, 19 நூற்றாண்டுகள்கூட கடந்துவிட்டன. எனினும் 'தேவ ராஜ்யம்' வரவில்லை. யேசு கிறிஸ்துவும் திரும்பி வரவில்லை. அவர் மீண்டும் வருவார் என்று சொல்லி முட்டாள் கள் நேரத்தை வீணாக்குகின்றனர்.

98

இலங்கையில் கிறிஸ்துவின் தலையிலுள்ள முள்

ஏறத்தாழ இரண்டாயிரம் ஆண்டுகளுக்கு முன்பு ரோமானியர் கள் சிலுவையில் அறைந்து கொன்றதாக நம்பப் படுகின்ற யேசுவின் உடலை மூடிவைத்தது என்று உரிமை கொண்டாடு கின்ற ஒரு துணி இத்தாலியிலுள்ள ட்யூரின் நகர தேவாலயத்தில் பாதுகாத்து வைக்கப்பட்டிருக்கின்றது. அதன்பேரில் அந்தத் தேவாலயமும் ரோமன் கத்தோலிக்க சபையும் ஏராளமான பணத்தைச் சம்பாதித்துவிட்டது; இன்றும் பணம் சம்பாதித்துக் கொண்டிருக்கின்றது. இத்தாலியிலுள்ள வேறொரு தேவாலயத்தில் கிறித்துவின் நுனித்தோலை உலர வைத்து வைத்திருக்கின்றனர். அந்தக் கடவுள் வெளியேற்றிய மலம், சிறுநீர், சுக்லம் ஆகிய வற்றை எடுத்து சீடர்கள் பாதுகாத்து வைத்திருந்தனர் என்றும் ஆனால் அதைக் கண்டுபிடிக்க முடியவில்லை என்றும் சொல்லி என்றேனும் எதுவேனும் தேவாலயத்தினரோ புரோகிதர்களோ களத்தில் இறங்கமாட்டார்கள் என்பது என்ன நிச்சயம்! எதுவானாலும் சரி, இலங்கையிலுள்ள குடகாமா ரோமன் கத்தோலிக்க தேவாலயத் தினருக்குக் கிடைத்தது, கிறித்துவை சிலுவையில் அறைந்த பொழுது தலையில் வைத்த முள் கிரீடத்திலுள்ள ஒரு முள் தான்! அதன் பெயரில் அங்கே அற்புதச் செயல்கள் நடைபெற ஆரம்பித் திருக்கின்றன. இந்தத் தகவலை என் கவனத்துக்குக் கொண்டு வரும் பொருட்டு பல கடிதங்களை எழுதி அனுப்பினார்கள். 1976 ஏப்ரல் 12ஆம் நாள் 'மித்ரன்' என்ற

தமிழ்ப் பத்திரிகையில் ஏ. தம்பியப்பன், ஜெ. பெர்னாண்டோ ஆகியோர் குடகாமாவில் நிகழும் அற்புதங்களைப் பற்றி எழுதிய கட்டுரையையும் சிலர் என் கவனத்துக்குக் கொண்டு வந்தனர். மூடநம்பிக்கை கொண்ட கல்வியாளர்கள், எழுத்தறிவற்ற பாமர மக்களைவிட சமூகத்துக்கு அதிகமான ஆபத்தை விளைவிப் பார்கள் என்பது இந்தக் கட்டுரையின் மூலம் தெரிகின்றது. எழுத்தறிவற்ற மூடநம்பிக்கையுடைய மக்களுக்கு அவர்களுடைய வீட்டைச் சுற்றி மட்டும்தான் மூடநம்பிக்கையை பரப்ப முடியும். ஆனால், மூடநம்பிக்கையுடைய கல்வியாளர்களின் கதை அதுவல்ல. அவர்கள் நூல்கள், கட்டுரைகள் ஆகியவற்றின் மூலமாக மூடநம்பிக்கைகளைப் பரப்புவார்கள். குடகாமாவில் நடைபெறும் அற்புதங்களைப் பற்றி கட்டுரை எழுதிய இருவரும் மானுட மனஇயலைப் பற்றி எதுவும் தெரியாதவர்கள்தான் என்பது அந்தக் கட்டுரையின் மூலமே நிரூபணமாகின்றது. ஃபாதர் ஜெயமாணேயின் அனுக்கிரகம், பூசை, பிரார்த்தனை அவருடைய கையிலுள்ள புனித முள் ஆகியவைதான் அவர்களுடைய விஷயங்கள். ஆப்பிரிக்காவிலும் பசிபிக் தீவுகளிலும் உள்ள மந்திரவாதிகளையும் வுடு ஆச்சாரங்களையும் பற்றி அவர்கள் அறிந்திருந்தால் குடகாமாவில் நடப்பவற்றில் எந்த அற்புதத்தையும் அவர்கள் கண்டிருக்க மாட்டார்கள்.

கண்மூடித்தனமாக நம்பிக்கை கொள்வதற்கு முன்பு காலையோ கையையோ இழந்த ஒருவரை அங்கே அழைத்துக் கொண்டு சென்று குடகாமாவிலுள்ள புனித முள்ளின் ஆற்றலால் அது வளர்ந்து வருமா என்று அவர்கள் பரிசோதித்துப் பார்த்திருக்க லாமே. ஒடிந்துபோன காலையோ கையையோ ஓர் அங்குல மேனும் வளர வைக்க குடகாமாவிலுள்ள கடவுளுக்கோ அவருடைய அன்னையான கன்னி மரியாளுக்கோ முடிந்தது என்றால் அவர்களுடைய தெய்வீக ஆற்றலை நம்புவதில் பொருள் இருந்திருக்கும். கங்கை நதியின் நீர் என்று சொல்லி கொட்டாரக் கரா தொடர்வண்டி நிலையத்திலுள்ள தண்ணீரை திரு வல்லாவி லுள்ள என் அண்டை வீட்டாருக்குக் கொடுத்ததைப் பற்றி நான் முன்பே எழுதி இருக்கின்றேன். கங்கை நீர் என்று தவறாக எண்ணிப் பயன்படுத்தியவர்களுக்கு சில தெய்வீக அனுபவங்கள் உண்டாயின. அது மனம் சம்பந்தப்பட்ட ஒரு செயலாகும். குடகாமா தேவாலயத்தில் இருப்பதாகச் சொல்லப்படுகின்ற முள்ளை அகற்றிவிட்டு, காட்டிலுள்ள ஒரு முள்ளை அங்கே கொண்டுவந்து வைத்து, கிறிஸ்துவின் தலையில் வைத்த முள்

கிரீடத்திலுள்ள முள்தான் இது என்று சொன்னாலும் இப்பொழுது நடைபெறுகின்ற ‘அற்புதங்கள்’ அனைத்தும் நடக்கும். வெறும் பசுவின் சாணத்தை எரித்து உண்டாக்குகின்ற சாம்பலை சாயிபாபா கொடுக்கும் பொழுது அதற்குத் தெய்வீக ஆற்றல் உண்டு என்று இலங்கையிலும் இந்தியாவிலும் பலர் கருதுகின்றனர். தலாய்லாமா வெளியேற்றுகின்ற கழிவுகளுக்கு தெய்வீக ஆற்றல் உண்டு என்று திபெத்தியர்கள் நம்புகின்றனர். அவருடைய மலத்தை சிறு உருண்டைகளாக உருட்டிக் காய வைத்து அவர்கள் விற்கவும் செய்தனர். அதை அரைத்துக் கலக்கிக் குடித்தால் எத்தகைய நோயும் குணமாகிவிடும் என்றும் அவர்கள் நம்பினார்கள். தலாய்லாமா அதிகாரத்திலிருந்து வெளியேற்றப்பட்டு இந்தியாவில் தஞ்சம் அடைந்தபொழுது அவருடைய மலத்துக்கு இருந்த தெய்வீக ஆற்றல் போய்விட்டது. இந்தியாவில் அந்தப் புனித மலத்தை சந்தைப்படுத்த எந்த வாய்ப்பும் இல்லை. இந்தியாவிலுள்ள இந்துக்கள் பசுவின் மலத்தில் புனிதத் தன்மையைக் காண்பார்களே தவிர, தலாய்லாமாவின் மலத்தில் அதைக் காணமாட்டார்கள்.

ஒரு நூற்றாண்டுக்கு முன்பு கேரளத்திலுள்ள செங்கண்ணூர் தேவி கோயிலிலுள்ள பார்ப்பனப் புரோகிதருக்கு கோயில் வருமானத்தை அதிகரிப்பதற்காக ஒரு தந்திரம் தோன்றியது. கோயில் பக்தர்களான மக்களின் மூலமாக ஒரு கதையை அவர் பரப்பினார். கோயிலிலுள்ள தேவி சிலைக்கு மாதவிடாய் உண்டாகும் என்பதே அது. மாதவிடாய் ரத்தம் புரட்டிய சிறிய துண்டுத் துணிகளை அவர் பக்தர்களுக்குக் கொடுத்தார். அது பூசாரி மனைவியின் மாதவிடாய் துணிகள் என்பது தெரியாமல் பக்தர்கள் அவற்றை வாங்கிக் கொண்டு சென்று நீரில் அலசிக் குடித்தார்கள். அதன் விளைவாகவும் பலருடைய நோய்கள் நீங்கின! புனிதப் பொருள் என்று கருதப்படுகின்ற எதற்கும் – பசுவின் மலமோ மனிதனின் மலமோ மாதவிடாய் ரத்தமோ சிவலிங்கமோ புனித நீரோ எதுவாகவோ இருக்கட்டும் – இத்தகைய உளவியல் சம்பந்தமான ஆதிக்கத்தைச் செலுத்த முடியும். ஃபாதர் ஜெயமாணேவுக்கு பிசாசுகளை அழிக்கின்ற திறமை உண்டாம். அதற்கு அவர் தன்னுடைய கிறித்தவ மந்திரங்களை (பிரார்த்தனையை)த்தான் பயன்படுத்துகின்றார். இந்தப் புரோகிதருக்கும் கிராமத்திலுள்ள மந்திரவாதிக்கும் இடையேயுள்ள ஒரே வித்தியாசம் அவர்கள் அணியும் உடைதான். ஒருவர் நீளமான அங்கியை அணிகின்றார் என்றால் மற்றவர் நீளமான ஜிப்பாவை அணிகின்றார். கிறித்தவப் புரோகிதர்

களும் இந்துப் பூசாரிகளும் முஸ்லீம் தங்ஙள்களும் புத்தமதப் பிட்சுக்களும் கபுராலாக்களும் பயன்படுத்துகின்ற தந்திரம் ஒன்றேதான்.

பிசாசுத் தொல்லை, ஆவித் தொல்லை என்றெல்லாம் சொல்வதில் ஒன்றில்கூட உண்மையில்லை. அண்மையில் 'சண்டே அப்சர்வர்' பத்திரிகையில் குளோசோலேலியா, க்ரெப்ட்டெஸ்தெஷ்யா முதலிய மன நோய்கள் பாதித்த சிலரிட மிருந்து இல்லாத பூதங்களை சில கிறித்தவ மந்திரவாதிகள் வெளியேற்றியதைப் பற்றி ஒரு தொடர் கட்டுரை வெளிவந்திருந் தது. ஆறு மனநோயாளிகளில் பலரும் சிறு வயது முதலே பேய் பிசாசு உண்டு என்ற நம்பிக்கையில் வளர்ந்தவர்கள் தான். பெந்தேகோஸ்துக்காரர்களால் மூளைச் சலவை செய்யப்பட்ட வர்களும் அவர்களில் உண்டு. அவர்கள் 'மறுபாஷை' பேசுவதாக தப்பாக எண்ணிக் கொண்டார்கள்.

பண்டைய மனிதனின் மத நம்பிக்கையைப் பொதுவாக 'அனிமிசம்' (Animism) என்பார்கள். உயிருள்ளதும் இல்லாததுமான எல்லா பொருள்களுக்கும் ஆத்மா உண்டென்று அவர்கள் நம்பி னார்கள். மலைகள், நதிகள், கடல்கள், சூரியன், சந்திரன், நட்சத் திரங்கள், சிலைகள் ஆகியவற்றுக்கு தெய்வீக ஆற்றல் உண்டு என்று நினைப்பதற்கான காரணம் அதுதான். இன்றும் நாகரிகமடையாத மக்கள் இத்தகைய பொருள்களை வணங்கு கின்றனர். சற்று அதிக வளர்ச்சியடைந்த காட்டுவாசிகள் ஒவ்வொரு மதங்களை உண்டாக்கினர். அவர்களுடைய கடவுள் உருவாக்கங்களுக்கும் சில மாற்றங்கள் உண்டாயின. ஆரம்ப காலத்திலுள்ள பிரபலமான மதங்களும் கடவுள்களும் இன்று இல்லை. எகிப்து, மெசப்படோமியா, ரோம், கிரீஸ், சைனா, அசீரியா, மெக்சிக்கோ, பேர்சியா, கால்தியா ஆகிய இடங் களிலுள்ள பல கடவுள்களை லண்டன், பாரீஸ், ரோம், கெய்ரோ, அலெக்சான்டிரியா முதலிய இடங்களிலுள்ள அருங்காட்சியகங் களில் நான் பார்த்திருக்கின்றேன். கடந்த காலத்திலுள்ள அந்தக் கடவுள்களைப் போல இன்றைய கடவுள்களும் நாளை அருங் காட்சியகங்களில் மாற்றப்படுவார்கள் என்ற விசயத்தில் அய்யம் இல்லை.

உயிரில்லாதவை உள்பட எல்லா பொருள்களுக்கும் ஆத்மா உண்டு என்பதே அனிமிஸ்டுகளின் நம்பிக்கை. பின்னர் அது மாறியது. அடுத்த கட்டத்தில் உயிருள்ள எல்லாவற்றுக்கும் ஆத்மா

உண்டு என்ற நம்பிக்கைதான் நடைமுறைக்கு வந்தது. இந்து மதத்தைச் சேர்ந்த ஒரு பிரிவினர் இன்றும் இந்த நம்பிக்கையைக் கொண்டுள்ளனர். யூத மதம், கிறித்தவ மதம், இஸ்லாம் மதம் போன்ற மத்திய கிழக்கு நாடுகளில் உருவான மதங்களுடைய நம்பிக்கை மனிதனுக்கு மட்டுமே ஆத்மா உண்டு என்பதுதான். ஆனால், 2,500 ஆண்டுகளுக்கு முன்பு இந்து மதத்திலுள்ள மூட நம்பிக்கைகளுக்கு எதிராக குரல் எழுப்பிய புத்தர், மனிதனுக் குக்கூட ஆத்மா கிடையாது என்ற கொள்கை உடையவராக இருந்தார். இந்தக் கருத்துடன் தற்கால அறிவியலும் ஒத்துப் போகின்றது. ஆனால், புத்தரின் மரணத்திற்குப் பிறகு இந்து மதத் திலுள்ள பல மூடநம்பிக்கைகளுடன் ஆத்மா, மறுபிறவி ஆகியவற்றின் மீதுள்ள நம்பிக்கைகளும் புத்த மதத்திற்குள் புகுந்தது. படைப்பிலோ படைப்பாளியிலோ நம்பிக்கையில்லாத முழுமையான நாத்திகரான புத்தரின் ஆதரவாளர்கள் என்று உரிமை கொண்டாடிக்கொண்டு சிலர் கடவுளையும் பிசாசையும் பற்றி எழுதினார்கள். இவர்கள்தான் புத்தர் பிறந்த நாட்டில் புத்த மதத்தை தகர்த்தெறிந்தனர்.

உயிருள்ள ஒரு பொருளின் மரணத்திற்குப் பிறகு ஆத்மாவாக ஆக எஞ்சி நிற்கின்ற எதுவேனும் உண்டா என்று நாம் பரிசோதிப்போம். உயிரின் இயல்பையும் தோற்றத்தையும் பற்றிய தகவல்கள் சிறிதேனும் தெரியாமல் இதைப் புரிந்து கொள்வது கடினம்.

பல்வேறு மத நூல்களில் கொடுக்கப்பட்டுள்ள படைப்புக் கதைகள் திணிக்கப்பட்ட மூளையுடன்தான் நம்மில் பலரும் வளர்ந்தது. பூமியையும் தாவரங்களையும் படைத்த பிறகுதான் தெய்வம் சூரிய சந்திரர்களையும் நட்சத்திரங்களையும் படைத்தது என்றுதான் கிறித்தவர்களுடையவும் யூதர்களுடையவும் முஸ்லீம் களுடையவும் மத நூல்களில் காணப்படுகின்றது. வானியல், தாவரவியல் ஆகியவற்றின் அடிப்படையில் சிந்தித்தால் இது அடிப்படையற்ற ஒரு நம்பிக்கை என்பதைப் புரிந்து கொள்ளலாம். ஆதாம் என்ற முதல் மனிதனைப் படைத்தபொழுது ஒரு பெண்ணையும் படைக்க தெய்வம் மறந்துவிட்டது. தனக்கு ஒரு மனைவி இல்லை என்று ஆதாம் புகார் கூறிய பொழுதுதான் உணர்வுபெற்று அவர் ஏவாளைப் படைத்தார். ஒரு பெரிய ஆமைதான் உலகத்தைத் தாங்கி நிறுத்தியிருக்கின்றது என்று வேறொரு மதத்திலுள்ள புனித நூலில் காணப்படுகின்றது. பெரிய ஒரு பாம்புதான் உலகத்தைத் தாங்கிக் கொண்டு நிற்கின்றது என்ற நம்பிக்கையும் உண்டு.

பிரபஞ்சத்தின் உண்மையான இயல்பைப் பற்றி மத நூல் களுடைய ஆசிரியர்களுக்கு எதுவும் தெரிந்திருக்கவில்லை. அவர்கள் அனைவரும் பூமி தட்டையானது என்றே எண்ணினார் கள். பிரபஞ்சத்தின் மய்யப் பகுதி பூமிதான் என்று அவர்கள் நம்பினார்கள். பூமி உருண்டை வடிவம் கொண்டது என்று முதலில் பரப்பிய கியர்தானோ ப்ரூணோவை ரோமன் கத்தோலிக்கர் உயிரோடு எரித்துக் கொன்றனர். பூமி அசையாமல் நிற்கின்றது என்றும் சூரியன் அதைச் சுற்றிக் கொண் டிருக்கின்றது என்றும் உள்ள பைபிள் வசனத்திற்குப் பொருந்தாத அறிக்கையை வெளியிட்டார் என்ற குற்றத்திற்காக கலிலியோவை அவர்கள் சிறையில் அடைத்தனர். பிரபஞ்சத்தைப் பற்றிய நமது நவீன விஞ்ஞானம் முழுவதும் கிடைத்தது அறிவியல் ஆராய்ச்சியின் பலனாகத்தான்; எந்தவொரு மதத்தின் திருஎழுத்துகளிலிருந்தும் அல்ல.

சூரியனைச் சுற்றி வருகின்ற இந்தக் கிரகங்களைப் போல பூமியும் நானூறோ அய்ந்நூறோ கோடி ஆண்டுகளுக்கு முன்பு விண்வெளியிலுள்ள சில பொருள்கள் கூட்டுச் சேர்ந்ததன் விளைவாக தோன்றியது தான் என்று விண்வெளி ஆராய்ச்சியாளர் கள் கூறுகின்றார்கள். பின்னர் சுற்றுச் சூழலும் பருவகால நிலைமையும் அனுகூலமாக வந்ததும் இரசாயன மாற்றங்களின் விளைவாக உயிர் உண்டானது. மீதேன், அமோனியா, தண்ணீர் ஆகியவற்றின் ஒன்றிணைந்த ஆற்றலும் எரி மலையின் ஆற்றலும் இணைந்ததும் உயிரின் மூலக்கூறுகள் (molecule) அங்கே தோன்றின. உகந்த சூழலைச் செயற்கையாக உருவாக்கி அதில் உயிரின் மூலக்கூறுகளை உருவாக்க இந்திய வம்சாவளியைச் சேர்ந்த ஹர்கோவிந்த குரானாவுக்கும் சிரில் பொன்னம் பெருவாவுக்கும் முடிந்தது. சுவாசம் என்றழைக்கப்படுகின்ற ஆக்சிடைசேஷன் மூலமாக மெதுவாக ஆற்றலை உற்பத்திச் செய்கின்ற கட்டத்துக்கு இந்த மூலக் கூறுகளைப் பின்னர் வளர்த்தெடுக்க முடிந்தது. சுவாசத்தை நடத்துகின்ற இத்தகைய உயிர்ப் பொருளின் மூலக்கூறைத்தான் நாம் உயிர் என்று கூறுகின்றோம். உயிரை உற்பத்திச் செய்யவும் சுவாசம் நடத்தவும் செய்யும்பொழுது அது உயிருள்ள பொருளாகின்றது.

மிகப் பழமையான காலத்தில் உலகில் உருவான உயிர்ப் பொருளின் மூலக்கூறுகளிலிருந்து முதலில் ஓரணு உயிரிகள் தோன்றின. கோடானுகோடி ஆண்டுகால பரிணாமத்தால்தான் இன்றைய உயிரினங்கள் உண்டாயின.

விண்வெளியில் உயிரினங்கள் இருப்பதற்கான சாத்தியக் கூறுகள் உள்ள இலட்சக்கணக்கான கிரகங்கள் உண்டு என்று புகழ்பெற்ற விண்வெளி விஞ்ஞானியான ஹார்லோ ஷாப்லி கூறுகின்றார். ஒருவேளை சில கிரகங்களில் மனிதனைவிட அறிவுடைய உயிர்களும் இருக்கக்கூடும் என்றும் அவர் கூறு கின்றார். உயிரினங்கள் வாழ்வதற்கு ஏற்ற சூழல் கொண்ட பிற பல கிரகங்கள் இருக்கின்றன என்பதால்தான் அவர் இவ்வாறு கூறுகின்றார். எங்கிருந்தாவது வால் நட்சத்திரங்கள் வழியாகவோ நட்சத்திரங்கள் வழியாகவோதான் பூமியில் உயிர்கள் தோன்றின என்று சில வானியல் நிபுணர்கள் கூறுகின்றனர்.

உயிர் நிலை நிற்பதற்கு ஏற்ற சூழ்நிலை சந்திரனில் இல்லாத தனால், சந்திரனுக்குச் சென்ற விண்வெளிப் பயணிகள் உயிருக்கு ஆதாரமான மூன்று பொருள்களைக் கொண்டு சென்றனர். 1. உயிருள்ள பொருள் (மாமிச வடிவான புரோட்டோபிளாசம்), 2. நீர், உணவு வடிவிலான சத்தான பொருள், 3. ஆக்சிஜன். இவற்றில் முதலில் காணப்படுவது அவர்களுடைய உடலிலேயே உள்ளதுதான். பிற இரண்டையும் பாத்திரங்களில் வைத்துக் கொண்டு சென்றனர். உயிருக்கு ஆதாரமான இந்த மூன்று பொருள்களில் எதுவேனும் ஒன்று இல்லாமலானால் அவர்களுக்கு பூமியில் உயிருடன் வந்து சேர முடியாது.

உயிர்களின் திசுக்களில் குளுக்கோஸ், கொழுப்பு, புரோட்டீன் என்ற உருவங்களில் காணப்படுகின்ற சத்துப் பொருள் கள் சுவாசம் மூலமாக உற்பத்திச் செய்கின்ற ஆற்றல் (Energy) தான் உயிர். திசுக்களில் நடைபெறுகின்ற இரசாயன மாற்றத்தின் விளைவுதான் அது. ஒரு மெழுகுவர்த்தியின் ஒளிரும் தன்மையைப் போன்ற வேதி மாற்றமே அது. இவற்றுக்கிடையே உள்ள ஒரே வேறுபாடு அந்த வேதி மாற்றத்தின் வேகம் மட்டும்தான். எரி பொருள் எரிவதைப் போல வேகமாக ஓர் உயிரினத்தில் இந்த ஆக்சிடேஷன் நடைபெற்றால் ஏற்படுகின்ற வெப்பத்தால் உயிர் அழிந்து விடும்.

மெழுகுவர்த்தியிலுள்ள பொருள்கள் எரிந்து தீரும்வரை எந்த நேரத்திலும் அதை அணைக்கவோ மீண்டும் ஏற்றவோ செய்யலாம். அதைப் போலவே ஓர் உயிருள்ள பொருளின் புரோட்டோ பிளாசம் எரிந்து தீரும்வரை எந்த நேரத்திலும் இறந்த பொருளுக்கு உயிரூட்ட முடியும். 1963 இல் அமெரிக்க திரைப்பட நடிகரான பீட்டர் செல்லேர்ஸ் ஏழுமுறை இறந்தார். ஒரு மருத்துவ

பேஸ்மேக்கரின் உதவியுடன்தான் ஒவ்வொரு முறையும் அவருக்கு உயிரூட்டப்பட்டது. ஏழாவது முறையாக உயிரூட்டப்பட்ட பின் பீட்டர் செல்லேர்ஸ் பல ஆண்டுகள் உயிர் வாழவும் இரண்டு குழந்தைகளுக்குத் தந்தையாக ஆகவும் செய்தார். ஒரு மெழுகு வர்த்தி அணைந்தபின் தீச்சுடர் விலகிச் சென்றுவிட்டது என்றும் ஏற்றியதும் அது திரும்பி வந்தது என்றும் நாம் சொல்வதில்லை. பீட்டர் செல்லேர்ஸ் ஒவ்வொரு முறையும் இறந்த பொழுது அவருடைய உயிர் விலகிச் சென்றுவிட்டது என்றும் பின்னர் அது திரும்பி வந்தது என்றும் கூறுவது பொருளற்றது.

1978 ஏப்ரல் 24ஆம் நாள் வெஸ்லி கல்லூரியின் மூத்த மாணவரான அரோடி சி.பாலை பொது மருத்துவமனையில் சேர்த்தனர். குளியலறையில் விழுந்ததால் மயக்க நிலையில் அவர் இருந்தார். மூளையில் ஏற்பட்ட ரத்தக் கசிவுதான் மயக்க நிலைக்குக் காரணம் என்று நரம்பியல் மருத்துவ சிகிச்சை நிபுணர் கண்டுபிடித்தார். மூளைச் சாவு ஏற்பட்டதால் மூளையிலிருந்து இதயத்துக்கும் சிறுநீரகத்துக்கும் அனுப்புகின்ற மின் தொடர்புகளும் நின்றன. செயற்கை சுவாசமும் குளுக்கோசும் ஏற்றப்பட்டன. எனினும் இரண்டு நாள்களுக்கு அரோடியின் உயிரைத் தக்க வைத்தனர்.

மரணமடைந்த அரோடிக்கு செயற்கை சுவாசத்தையும் குளுக்கோசையும் வழங்கியதால் வெளியே சென்ற உயிர் திரும்பி வந்தது என்று சொல்லலாமா? அல்லது அரோடி இரண்டாவதாகவும் பிறந் தாரா? இறந்த ஒருவருடைய உடலுக்கு சுவாசம் மூலமாக மீண்டும் உயிர் பெற முடியும். திசுக்களிலுள்ள புரோட்டோ பிளாசம் அழுகிப் போனால் ஒருபோதும் அது சாத்தியம் இல்லை.

'சிலோண் சண்டே அப்சர்வர்' பத்திரிகை இப்பொழுது நிரந்தரமாக பேய்க் கதைகளையும் மூட நம்பிக்கை சம்பந்தமான கட்டுரைகளையும் வெளியிடுகின்றது. இந்தப் பத்திரிகையில் வெளிவந்த ஒரு கட்டுரையில் ஃபாதர் மாத்யூ பெயிரிசுக்கு பில்லி சூனியத்தைக் கண்டு பிடிக்கின்ற வியத்தகு திறமை உண்டு என்று கூறப்படுகின்றது. தெய்வீக ஆற்றல் உண்டு என்று அவர் உரிமை கொண்டாடுகின்றாரென்றால், நேரிய வழிகளால் நான் அவரைப் பரிசோதனை செய்கின்றேன். மூடி முத்திரையிடப்பட்ட உறையில் நான் வைத்திருக்கின்ற ரூபாயின் வரிசை எண்ணை அவர் சொல்வாரென்றால் என் பந்தயத் தொகையான ரூபாய் ஒரு இலட்சத்தை அவருக்குக் கொடுக்கின்றேன். உலகில் எவருக்கும் தெய்வீகப் பார்வையோ தெய்வீக ஆற்றலோ கிடையாது.

சூனியத்தை எடுக்கின்ற திறன் அவருக்கு இருக்கின்றது என் கின்றார் என்றால், பிற கற்றாடியாக்களையும் மந்திரவாதி களையும் போல மக்களை வஞ்சிப்பதற்கான தந்திரங்கள் அவருக்குத் தெரியும் என்பதுதான் பொருள். இது தந்திரம் இல்லையென்றால் தைரியமாக என்னுடைய பரிசோதனையை எதிர்கொள்ள வரவேண்டும் என்று நான் ஃபாதர் மாத்யூ பெயிரிசுக்கு அறைகூவல் விடுக்கின்றேன்.

'சண்டே அப்சர்வரி'ன் சில கட்டுரை ஆசிரியர்கள், ஆவிகளை விரட்டுகின்ற அற்புதமான ஆற்றல் சிலுவைக்கு உண்டு என்கின்றனர். அவர்கள் பேய் பாதித்தவரின் நெற்றியில் சிலுவையை வைக்கவோ வரையவோ செய்யும் பொழுது நோயாளிக்கு வெப்பம் உண்டாவது போல் தென்படுமாம்! இது மனோதத்துவ ரீதியிலான ஓர் அனுபவம் தான். குடகாமா தேவாலயத்திலுள்ள புனித முள்ளுக்கும் சிலுவைக்கும் இந்துக்க ளுடைய பசுவின் சாணத்துக்கும் தலாய்லாமாவின் மலத்துக்கும் செங்கண்ணூர் கோயிலிலுள்ள நம்பூதிரிகளின் மனைவியி னுடைய மாதவிடாய் துணிக்கும் ஒரே 'புனிதம்' தான் உள்ளது.

புத்தரின் அவதாரம்தான் தலாய்லாமா என்று கண்மூடித் தனமாக நம்புவதால்தான், மனிதனான தலாய்லாமாவின் மலத்துக்கு புனிதத் தன்மை உண்டு என்று திபேத்திய மக்களை நம்ப வைக்க புரோகிதர்களால் முடிந்தது. கிறித்தவர்கள் தெய்வம் என்று நம்புகின்ற கிறிஸ்துவை சிலுவையில் அறைந்து கொன்றார் கள் என்று சொல்வதால்தான் சிலுவையை தெய்வீகப் பொருளாக அவர்கள் கருதுகின்றனர். மாறாக, யேசுவை சுட்டுக் கொன்றிருந் தால் அவர்கள் துப்பாக்கியை வழி பட்டிருப்பார்கள்! அப்பொழுது கிறித்தவ மந்திரவாதிகள் கழுத்தில் கைத்துப்பாக்கியையும் கட்டித் தொங்க விட்டுக் கொண்டு நடக்கின்ற கட்டாயத்துக்கு உள்ளாகி இருப்பார்கள்.

குடகாமா தேவாலயத்தில் இருக்கின்ற புனித முள் கிறித்துவின் தலையில் வைக்கப்பட்டிருந்த முள்ளின் துண்டுதான் என்று நிரூபிக்க தம்பியப்பனும் பொன்னாண்டோவும் அவர்களு டைய கட்டுரையில் நன்றாகவே முயன்றிருக்கின்றார்கள். சிகிச்சைக்காக குடகாமாவுக்கு அழைத்துச் செல்லப்பட்ட பல நோயாளிகளையும் மனநோயாளிகளையும் பிறகு என்னிடத்தில் கொண்டு வந்தார்கள். இவர்களில் பலருடைய நிலைமையும் பரிதாபத்துக்குரியதாக இருந்தது. அறிவியல் ரீதியான ஹிப்னோட்டிக்

சிகிச்சையால் சாதிக்கக் கூடியது எதுவும் இத்தகைய செப்படி வித்தைகளால் சாதிக்கப்படாது என்பதையே இது காட்டுகின்றது. இந்த முள்ளின் கதை, இந்தியாவைச் சேர்ந்த டாக்டர் பகவந்தம் என்ற சாயிபாபா பக்தனின் சீக்கோ வாட்ச் கதையைப் போல முழுமையான மோசடிதான். ஃபாதர் ஜெயமானேவிடமிருந்து பின் வரும் வினாக்களுக்கு விடைகாண குடகாமா முள்ளின் பக்தர்கள் முயல வேண்டும்.

1. முள்ளைக் கொண்டு வந்தார் என்று சொல்கின்ற ஃபாதர் ஜன்னாகோன் எப்பொழுது இந்தத் தீவுக்கு வந்தார்?

2. வந்தபொழுது துறைமுகத்திலோ விமான நிலையத்திலோ இந்த முள்ளின் கதையை பதிவு செய்திருந்தாரா?

3. இந்த முள்ளைக் கொண்டு வந்த செய்தி அன்றைய கத்தோலிக்கப் பத்திரிகைகளிலேனும் வெளிவந்திருக்கின்றதா?

4. இது கத்தோலிக்கர்கள் பார்வைக்காக வைக்கப்பட்டதா? எதுவேனும் நிகழ்ச்சிகளில் பார்வைக்கு வைக்க இது கொண்டு செல்லப்பட்டதா?

5. ஃபாதர் ஜெயமானேயின் கையில் இது வந்து சேர்ந்த நாள் எது?

6. ஃபாதர் ஜன்னாகோனுக்கு இந்தப் புனித முள் யார் மூலம் கிடைத்தது? அவருடைய பெயரும் முகவரியும் யாது?

7. இந்த முள்ளை எடுத்த முள் கிரீடம் இப்பொழுது எங்கே இருக்கின்றது? அது கிறிஸ்துவின் தலையில் வைத்த முள் கிரீடம்தான் என்பதற்கு சான்று யாது?

மூன்று ஆணிகளைப் பயன்படுத்திதான் யேசுவை சிலுவையில் அறைந்தார்கள் என்பது அய்தீகம். ஆனால், பல ரோமன் கத்தோலிக்க ஆலயங்களில் பல இரும்பாணிகள் இன்று தெய்வீகச் சின்னங்களாக வைத்துப் போற்றப்படுகின்றன. எல்லா ஆண்களிடமும் உள்ளதைப் போல ஒரு நுனித்தோல் தான் யேசுவுக்கும் இருந்திருக்கும். இத்தாலியிலுள்ள புனித நுனித்தோல் உள்பட அய்ரோப்பாவில் பல தேவாலயங்களில் பல நுனித்தோல்கள் பாதுகாக்கப்படுகின்றன. அவை ஒவ்வொன்றின் மூலமும் பலருக்கும் நோய்கள் குணமாகி இருக்கின்றன என்பது செய்தி.

கடந்த அரை நூற்றாண்டுக்குள் 'பேய்கள் வசிக்கும்' பல வீடுகளுக்கு நான் சென்றிருக்கின்றேன். சாத்தான் தொல்லை, பேய்ப்பிடி

என்றெல்லாம் சொல்லப்படுகின்ற பல சம்பவங்களை நான் விசாரித்திருக்கின்றேன். மனப்பூர்வமாக குழப்பம் உண்டாக்க முயலுபவர்கள் அல்லது மனநோயாளிகள்தான் இவற்றுக்குப் பின்னணியாகச் செயல்பட்டார்கள் என்பதை என்னால் அறிய முடிந்தது. பேய்களையோ பூதங்களையோ பிசாசுகளையோ கடவுள்களையோ ஓரிடத்திலும் எனக்குப் பார்க்க முடிந்ததில்லை. இவற்றில் எதுவேனும் ஒன்று உண்டு என்பதற்கான ஓர் ஆதாரத் தைக் காட்டக்கூட எவருக்கும் முடியவில்லை.

மனிதர்களைக் கொல்கின்ற அற்புதகரமான ஆற்றல் சூனியத் திற்கு உண்டு என்று ஃபாதர் மாத்யூஸ் பெயிரிஸ் கூறுகின்றார். மூன்று முறை இலங்கையிலிருந்து வெளிவரும் தமிழ், ஆங்கிலம், சிங்களம் பத்திரிகைகள் மூலமாக நான் மந்திரவாதிகளையும் சூனியம் வைப்பவர்களையும் அறைகூவல் விடுத்து அழைத்தேன். குறிப்பிட்ட நேரத்தில் மந்திரத்தைப் பயன்படுத்தி என்னைக் கொல்ல வேண்டும் என்பது தான் அந்த அறைகூவல். ஒவ்வொரு முறையும் செம்பிலும் வெள்ளியிலும் தங்கத்திலும் ஆன தகடுகளில் எழுதிய மந்திரங்கள் எனக்குக் கிடைத்தன. ஆனால், அப்பொழுதெல்லாம் நான் சாகவில்லை. பிற மனிதர்களைப் போல நான் மரணமடையும் பொழுது ஃபாதர் மாத்யூவும் பிற மந்திரவாதிகளும் அவர்களுடைய மந்திரவாதத்தால்தான் நான் இறந்தேன் என்று சில நேரங்களில் சொல்லவும் கூடும். சாதாரண சம்பவங்களைப் பற்றி எதிர்மறையான விளக்கம் அளிக்கவும் மக்களை தவறான பாதையில் செலுத்தி வஞ்சிக்கவும் செய்வதைத் தவிர, இவர்களுக்கு வேறு எதையும் செய்ய முடியாது.

99

உயிரும் மனமும்

சில உயிரினங்களுக்கு உடலையும் உயிரையும் தவிர மனம் என்ற மூன்றாவது கட்டமும் உண்டு. உயிரும் மனமும் வெவ் வேறானவை; அவை உண்டாக்குகின்ற வேதி செயல்பாடுகள் வித்தியாசமானவை. ஆனால், உடலிலுள்ள தனிவகை திசுக்கள் தான் அவற்றை படைக்கின்றன. தம்பியப்பனையும் பொன்னாண் டோவையும் போன்றவர்களுக்கு அது தெரியாது. உயிரை எல்லா உயிரினங்களிலும் காணலாம். நியூரோன்கள் என்றழைக்கப் படுகின்ற ஒருவகை செல்கள் வளர்ச்சியடைந்துள்ள உயர்ந்த

உயிரினங்களில் மட்டும்தான் மனம் உண்டு. மனிதன் முதல் மரம் வரை எல்லா உயிர் உள்ள பொருள்களுக்கும் உயிர் ஒன்று போன்றதுதான். ஆனால், நரம்பு மண்டலத்தின் வளர்ச்சிக்கேற்ப பரிணாமத்தின் விளைவாக வளர்ச்சியடைந்த உயிரினங்களில் மனதின் வளர்ச்சி வித்தியாசமான அமைப்புகளில் உள்ளது. உருளைக் கிழங்கு, முட்டை, மரம், பாக்டீரியா ஆகியவற்றுக் கெல்லாம் உயிர் இருந்தபோதிலும் மனம் இல்லை. அதே வேளையில் எலி, பூனை, மனிதன், யானை ஆகியவற்றுக் கெல்லாம் மனம் உண்டு.

சுவாசம் மூலமான உயிராற்றலின் உற்பத்தி நிற்பதைத் தான் நாம் மரணம் என்கின்றோம். எளிய எரிபொருள் இல்லாமல் தீச்சுடர் உண்டாவதில்லை; சுவாசிப்பதற்கான உடல் இல்லாமல் உயிர் நிலை நிற்பது சாத்தியமில்லை. உடலின் மரணத்திற்குப் பிறகு உயிர் நிலைத்து நிற்கும் என்றும், உடலில்லாமல் அந்த உயிர் (ஆத்மா) உடலுடனும் உடையுடனும் சிலருக்குக் காட்சி அளிக்கும் என்றும், சிலருடைய உடலில் புகும் என்றும் சொல்வது வெறும் கற்பித நம்பிக்கைகளின் விளைவுதான். ஒருவர் கடிகாரத்துக்கு சாவி கொடுத்துவிட்டால் அவருடைய உயிரின் ஒரு பகுதி கடிகாரத்தில் இயங்குகின்றது என்று சொல்வது சரியல்ல. கடிகாரத்திற்கு சாவி கொடுத்த பிறகு ஒருவர் மாரடைப்பால் இறந்து விட்டால், அறிவுடைய எவரும் இறந்தவரின் உயிர் கடிகாரத்தில் இயங்குகின்றது என்று சொல்ல மாட்டார்கள். ஓர் உயிர்ப் பொருளுக்கு வெளியே நிலைநிற்க உயிரால் முடியாது.

மனதைப் பற்றி தொடர்ந்து நாம் பார்ப்போம். பெரும் பான்மையான மதத்தினரும் உயிர்தான் மனம் என்று கருது கின்றனர். அதனால்தான் அவர்கள் மனித உயிரின் புனிதத்தைப் பற்றிப் பேசுகின்றனர். திசுக்களின் சுவாசத்தின் உற்பத்திதான் உயிர். ஆனால், மனமோ, நியூரோன்களில் நடைபெறுகின்ற உடல் — வேதிச் செயலின் உற்பத்தி தான். பரிணாமத்தின் ஏணியில் நாம் கீழ்நோக்கிச் சென்றால் மனதின் இயல்பு குறைந்து வருவதைக் காணலாம். மனிதன், மாமரம், குரங்கு ஆகியவற்றின் உயிர்கள் ஒரே போன்றவைதான். ஓர் ஒரணு உயிர் — அது தாவரமாகவோ விலங்காகவோ இருக்கட்டும் — அதற்கு நியூரோனோ நரம்பு மண்டலமோ இல்லாவிட்டால்கூட அதற்கு அடிப்படையான ஓர் உணர்வு உண்டு. சூழ்நிலை மாற்றங்களுக்கு ஏற்ப அவை நடந்துகொள்கின்றன. முதுகெலும்பு உடைய உயிரினங்களின் மனம், கோடிக்கணக்கான நியூரோன்களால்

உருவானதும், முதுகெலும்பில்லாத உயிரினங்களின் மனதை விட வளர்ச்சி அடைந்ததும் ஆகும். பூமி என்ற நமது கிரகத்திலுள்ள உயிரினங்களில் அதிக வளர்ச்சியடைந்த மூளை உடையது மனிதன்தான். இங்கேயுள்ள பிற உயிரினங்களுக்கு இல்லாத திறமைகள் மனித மூளைக்கு உண்டு. ஆக்கபூர்வமாகச் சிந்திக்கவும் கருத்துப் பரிமாற்றம் நடத்தவுமான திறமையே அது. பேச்சு, எழுத்து, சைகை ஆகியவற்றின் மூலமாக அவர்கள் பிறருடன் கருத்துப் பரிமாற்றம் செய்கின்றனர். இந்த மானசீக நிலைப்பாடுகளுக்குக் காரணம் நியூரோன்களில் நடைபெறுகின்ற உடல் - வேதிமாற்றச் செயல்கள்தான். நோபல் பரிசு பெற்ற வால்டர் ஹெஸ்சும் பேராசிரியர் டெல்ஹாடோவும் நடத்திய ஆராய்ச்சிகளின் விளைவாக காதல், வெறுப்பு, கோபம், பேய்த் தொல்லை முதலிய உணர்வுகள் மூளையில் உண்டாவது சில மின்சார தாக்கங்களின் மூலமாகத்தான் என்பது நிரூபணமாகி உள்ளது. நியூரோன்களில் நடைபெறுகின்ற மின்சார – இரசாயன இயக்கங்களின் உற்பத்திதான் மனம் என்றிருக்க, மனதுக்கு மரணத்தை வெல்ல முடியும் என்றோ மூளை பழுதுபட்டாலும் நிலைநிற்குமென்றோ மூளைக்கு அப்பால் ஒரு மனம் உண்டு என்று சொல்வதோ அறிவுடைமை ஆகாது.

உயிருக்கோ மனதுக்கோ உடலின் மரணத்திற்குப் பிறகு நிலைத்திருக்க முடியாது. உடல் இல்லாத ஆவிகளோ பூதங்களோ ஆத்மாக்களோ எவ்வாறு உண்டாகும்? மரணமடைந்த முன்னோர் களுக்காகப் படையலிடுவது உயிரில்லாத சிலைகளுக்கு படைய லிடுவதைப்போல மடமைதான். உடலில்லாத எதற்கும் பேசவோ வாயிலில் மோதவோ கல்லெறியவோ யார் முன்பும் காட்சி அளிக்கவோ முடியாது.

புத்த மதம் தவிர பிற மதங்கள் அனைத்தும் நம்புகின்ற ஆத்மா என்பது யாது? எவரும் அதனுடைய தெளிவான விளக்கத்தை அளித்தது இல்லை. சிலர் அதை உயிராகக் காண் கின்றனர். அவர்கள் இதயத்தில்தான் அது இருக்கின்றது என் கின்றனர். கடின இதயம் கொண்டவன், மென்மையான இதயம் கொண்டவன், இதயத்தில் வைக்கவும், திரு இருதயம் முதலிய சொற்கள் உருவானதே இத்தகைய மூடநம்பிக்கைகளி லிருந்துதான்.

ஆத்மா இதயத்தில்தான் இருக்கின்றதென்றால், இதய மாற்று அறுவை சிகிச்சைக்குப் பிறகு வேறொரு மனிதனாக

அல்லவா பழைய உடலில் காட்சியளிப்பான்! தலையில்தான் உயிர் இருக்கின்றது என்று வேறு சிலர் கூறுகின்றனர். அதுவும் உண்மையல்ல. சில இன சிறிய உயிரினங்களின் தலையை மாற்றினாலும் அது சிறிது நேரம் கூட உயிருடன் இருக்கும். ஆத்மா இல்லாமல் அதற்குச் சற்றுநேரம் உயிருடன் இருக்க முடியும். அதனால் ஆத்மா இல்லாமலும் வாழமுடியும் என்பது தெரிகின்றது. உடல் முழுவதும் ஆத்மா பரவியிருக்கின்றது என்று சொன்னால், ஒரு கையை இழந்தவரின் ஆத்மாவுக்கும் ஊனம் உண்டாக வேண்டுமல்லவா? பிற சில அய்யங்களுக்கும் அவர்கள் விடையளிக்க வேண்டும்.

1. தோல் வழியாகவோ சிறிய துளைகள் வழியாகவோ சுவாசம் செய்கின்ற தாழ்ந்த வகை உயிரினங்களைப் பல துண்டுக ளாக ஆக்கினால் அவற்றில் ஒவ்வொரு துண்டும் ஒவ்வொரு புதிய உயிரினமாக ஆவதைக் காணலாம். அப்படியானால் தாய் தாவரத்தின் ஆத்மாவில் ஒரு பகுதி மட்டும்தான் புதிய உயிரிக்கு இருக்குமா?

2. மனிதர்களிலும் விலங்குகளிலும் புதிய தலைமுறைக்கு பிறவி கொடுப்பது உடலுறவு மூலமாக அல்லவா. தந்தையின் உடலிலுள்ள ஓரணுவும் தாயின் உடலிலுள்ள ஓரணுவும் சேர்ந்து தான் புதிய குழந்தை உருவாகின்றது. தந்தையின் ஆத்மாவினு டைய துண்டுகள்தான் புதிய ஆத்மாவாக ஆகின்றதா? அல்லது உடலுறவு மேற்கொள்ளும்போது ஆத்மா வெளியிலிருந்து அன்னையின் பிறப்புறுப்பிலுள்ள துளை வழியாக கருப்பையை அடைகின்றதா? அப்படித்தான் என்றால் விந்துவினுடையவும் பெண்ணின் கருமுட்டையினுடையவும் பங்கு யாது? கருப்பைக்கு வெளியே சோதனைக் குழாயில் ஆண் – பெண் விந்துவையும் கருமுட்டையையும் இணைத்தால் ஆத்மா சோதனைக் குழாயில் புகுமா?

3. கருப்பைக்குள்ளே இணைந்த விந்துவும் கருமுட்டையும் எதுவேனும் காரணத்தால் இரண்டாகவோ மூன்றாகவோ பிரிந்தால் அத்தனைக் குழந்தைகள் உருவாவது வழக்கம். இவ்வாறு இரண்டோ மூன்றோ குழந்தைகள் உருவானால் அவர்கள் அனைவருக்குமாக ஓர் ஆத்மாதான் உண்டு என்று சொல்லலாமா? இவர்களுக்கெல்லாம் சேர்ந்து ஓர் ஆத்மாதான் உண்டு என்றால் எல்லோரும் ஒரே நேரத்தில் மரணமடைய வேண்டும் அல்லவா! அவ்வாறு நிகழாதது ஏன்?

4. மரண வேளையில் உடலை விட்டு வெளியேறுவதுதான் ஆத்மா என்றால், மரணத்திற்குப் பின் சில ஆண்டுகள் கடந்து செயற்கையாக உடலுக்கு உயிரைக் கொடுக்கும் பொழுது ஆத்மா திரும்பி வருமா? உடல் அழுகாமல் பல ஆண்டுகளாகப் பாதுகாத்து வைக்கின்ற கிரயோஜனி முறை இன்று வழக்கத்தில் உள்ளது. சில நிறுவனங்கள் பிணங்களை அழுகாமல் பாதுகாக்கின்ற பணிகளையே செய்கின்றன. அத்தகைய உடல்களுக்கு உயிர் கொடுக்க முடிகின்ற காலத்தில் மீண்டும் பிழைக்க வைக்கத்தான் அவர்கள் அவற்றைப் பாதுகாக்கின்றனர். இத்தகைய பிணங்கள் உயிர்ப் பெறுகின்ற நேரத்தில் பழைய ஆத்மா வேறோர் உடலில் இருந்தால் அந்த உடலையும் புறக்கணித்து விடுமா?

5. சில குறிப்பிட்ட சூழ்நிலைகளில் வேறு சிலருடைய உடலிலிருந்து வெட்டியெடுத்த பாகங்களை உடலில் இணைப்பது உண்டு. மாற்று இதயம், சிறுநீரக மாற்று சிகிச்சை ஆகியவை அவற்றில் அடங்கும். இவ்வாறு அகற்றப்படுகின்ற உடல் பாகங்களுடன் ஆத்மா வின் அதே அளவு பாகம் மாற்றப்படுமா?

ஆத்மாக்களோ ஆவிகளோ இல்லையென்றால், சிலருக்கு பேய்த் தொல்லையும் ஆவித் தொல்லையும் உண்டாவது எப்படி? அவை உண்டு என்ற தப்பான கற்பனையில் வளர்க்கப்பட்டவர்களுக்கு, மன நோய் உண்டாகும் பொழுது அவர்களுடைய ஆழ்மனதிலுள்ள தப்பான கற்பனைகளுக்கிணங்க அவர்கள் இயங்குவதுதான் அது. இதை முன்பே பல கட்டுரைகளிலும் நான் சுட்டிக் காட்டியிருக்கின்றேன். ஹிப்னோசிஸ் மூலம் அவர்களுடைய மனதிலுள்ள தப்பான கற்பனைகளை அகற்றி இத்தகைய நூற்றுக்கணக்கான நோயாளிகளை நான் குணப்படுத்தி இருக்கின்றேன்.

கடந்த உலகப் போரின்போது அக்மி மனையிலுள்ள ஒரு பெண்ணுக்கு சிகிச்சை அளிப்பதற்கான வாய்ப்பு எனக்குக் கிடைத்தது. உயிருடன் இருந்த அவரது கணவர் இறந்ததாக தப்பான ஒரு தந்தி அவருக்குக் கிடைத்தது. கணவரின் பிரிவால் வேறோர் ஆணின் மூலம் அவள் கர்ப்பிணியும் ஆனாள். இத்தகைய ஒரு சூழ்நிலையில் குற்ற உணர்வு அவளைத் தாக்கியது. கணவரின் ஆவி பாதித்த நிலையில் அவளுக்குப் பல மந்திரவாதிகளும் சிகிச்சை அளித்தனர். சில காலத்திற்குப் பின் அவளுடைய கணவர் உயிருடன் திரும்பி வந்தார். உயிருடன் இருக்கின்ற ஒருவருடைய ஆவி இன்னொருவரை பாதிக்காது என்பது

எல்லோருக்கும் தெரியும். அந்தப் பெண்ணின் மனதிலிருந்த மாயப் பிரமைகளும் கற்பித நம்பிக்கைகளும்தான் கணவரின் ஆவியாகத் தென்பட்டது. இத்தகைய சம்பவங்களில் மந்திர தந்திரங்கள், பிரார்த்தனை, வாத்தியமேளம் ஆகியவற்றுக்கும் ஹிப்னோட்டிக் சூழலை உருவாக்க ஓரளவுக்கு இயலும். சில சிறிய மானசீகப் பிரச்சினைகளைத் தீர்க்கவும் இதன்மூலம் இயலும். மந்திரவாதிகளும் புரோகிதர்களும் சில சிறிய மன நோய்களைக் குணப்படுத்தினார்கள் என்று கூறுவதற்கான காரணம் இதுதான்.

100
யாக்கோபாயர்களின் தரிசனக் கதை

1970 ஜூன் 17 ஆம் நாள் 'மலையாள மனோரமா'வில் வெளி வந்த ஒரு செய்தி பின்வருமாறு:

"கோட்டயம், ஜூன் 16 — கடந்த மாத இறுதியில் லெபனானி லுள்ள மார் அத்தானாசியோஸ் மெத்ராபோலித்தா, மஞ்ஞுனிக் கரையிலுள்ள மார் அப்ரேம் அபூதிரம்பானுக்கு அனுப்பிய ஒரு கடிதத்தில் பின்வரும் செய்தி இருப்பதாக ரம்பாச்சன் தெரிவிக் கின்றார். சில நாள் களுக்கு முன்பு பெய்ரூட்டிலுள்ள சிரியன் பத்ராசன தேவாலயத்தின் கலசத்திலுள்ள சிலுவையை கன்னிமரி யாள் தழுவிக் கொண்டிருந்ததை பலர் பார்த்தார்கள். லெபனானி லிருந்து வெளிவரும் பத்திரிகைகளும் வானொலியும் இந்தச் செய்தியைப் பரப்பின; பல ஆயிரக்கணக்கான மக்கள் இந்த அற்புத நிகழ்வை தரிசிக்கவும் செய்தனர். கடந்த ஆண்டு கெய்ரோ விலுள்ள ஈகுப்தாய தேவாலயத்தில் காட்சியளித்த அதே சாயலி லும் ஒளியிலும்தான் இந்த அற்புதத் தரிசனம் உண்டாயிற்று."

இந்தச் செய்தி பத்திரிகையாளர்களுக்கு நம்பத் தகுந்ததாகத் தென்படவில்லை என்று தெரிகின்றது. அதனால்தான், 'அபூதிரம் பானுக்கு அனுப்பிய ஒரு கடிதத்தில் பின்வரும் செய்தி இருப்பதாக ரம்பாச்சன் தெரிவிக்கின்றார்' என்று எழுதிச் சேர்த்தார்கள். லெபனானில் காட்சியளித்த கன்னி மரியாளின் உருவம் கெய்ரோவில் காட்சியளித்தது தான் என்று மெத்ரான் கூறு கின்றாரல்லவா. கெய்ரோ, தரிசனத்தை லெபனான் மெத்ரான் பார்த்தாரா? அல்லது இதன் புகைப்படத்தை எடுத்திருந்தார்களா? இல்லை என்றால் இரண்டும் ஒரே உருவம்தான் என்பது எப்படித்

தெரியும்? இத்தகைய தரிசனங்கள் புகைப்படங்களாகக் கிடைக் குமா? கிடைக்க வேண்டும் என்றால் மரியாளின் உடல் தேவாலயத்தின் மேலே இருக்க வேண்டும். அப்படியென்றால் ஆத்மாவுக்கு உடல் உண்டா?

மரியாள் எதற்காக தேவாலயத்தின் மேலே இருக்கின்ற சிலுவையை அணைக்கின்றார் என்பது தெரியவில்லை. மகனை அறைந்து கொன்ற சிலுவையிடம் அன்னைக்கு அவ்வளவுக்கு ஆசை உண்டா? அப்படித்தான் என்றால் கிறித்துவைக் கொன்ற வர்களின் கூட்டத்தில் மரியாளும் இருந்திருக்க வேண்டும். பெய்ரூட்டிலுள்ள தேவாலயத்தின் மேலே என்ன காரணத்தால் மரியாள் வந்தார் என்பதை மெத்ரான் தெரிவிக்கவில்லை.

முன்பு லூர்தில் இதைப்போன்ற ஒரு தரிசனக் கதை நிகழ்ந்தது. அங்கே தீர்த்த யாத்திரை கேந்திரத்தை உண்டாக்கி பணத்தைச் சுருட்டுவதே அவர்களுடைய குறிக்கோள். அதே குறிக்கோள்தான் பெய்ரூட் மெத்ரானுக்கும் இருக்கின்றது என்பது தெளிவாகவே தெரிகின்றது. கேரளத்திலிருந்து சில தீர்த்த யாத்திரைக்காரர்களையும் அதன் மூலம் சிறிது பணத்தையும் சம்பாதிப்பதே அவருடைய தேவை.

101
கருணைக் கொலை

குணப்படுத்த முடியாது என்று உறுதியான காயமோ நோயோ ஏற்பட்ட ஓர் உயிரினத்தை வலியிலிருந்து விடுவிக்க கருணையோடு கொல்வதைத்தான் கருணைக் கொலை என்கின்றனர். விலங்குகளின் விசயத்தில் இதை நடைமுறைப் படுத்துவது அனுமதிக்கப்பட்டிருந்தாலும் மனிதர்களின் விசயத் தில் அதைத் தடை செய்திருக்கின்றனர். யூத மதம், கிறித்தவ மதம், இஸ்லாம் மதம் ஆகியவை தப்பாகப் பரப்புகின்ற கதைகள்தான் இதற்குக் காரணம்.

வாழ்வுக்கும் சாவுக்குமிடையே போராடிக் கொண்டிருந்த புற்று நோயால் பாதிக்கப்பட்ட ஒருவருக்கு மருத்துவர் ஒருவர் ஆக்சிஜன் கொடுப்பதை நான் பார்த்தேன். இறந்து கொண்டிருக் கின்ற அந்த நோயாளி சில மணிநேரங்கள் அதிகமாகப் போராட்டத்தைத் தொடர்வதற்குத் தூண்டுகின்ற கொடுமையைப்

புரிந்துகொள்ள அவருக்கு முடியாதது அந்த மனிதனின் மத நம்பிக்கையால் இருக்கலாம். ஆக்சிஜன் கொடுப்பதற்குப் பதிலாக தூக்க மாத்திரையைக் கூடுதலாக அளித்திருந்தால் எவ்வளவோ நல்லதாக இருந்திருக்கும்.

இன்னொரு சமயத்தில் அறிவு குறைந்த ஒரு மருத்துவரும் குடிகாரனான அவருடைய மகனும் (அவரும் மருத்துவர்தான்) சேர்ந்து மூச்சுக் குழாயில் புற்றுநோயால் பாதிக்கப்பட்ட ஒரு பெண்ணுக்கு குளுக்கோஸ் செலுத்தி, சுய உணர்வு வர வைத்து, அதில் ஆனந்தம் அடைந்ததை நான் கண்டேன். என் வளர்ப்பு நாயிடம் கூட அத்தகைய குரூரத்தைக் காட்டுவதை விரும்ப மாட்டேன் என்று நான் அவர்களிடம் சொன்னேன். நோயாளியான பெண்ணுக்கு மரணம் வரை சுயஉணர்வு கிடைப்பதற்காகச் செயல்படுவதற்கு மத நம்பிக்கைதான் அவர்களைத் தூண்டியது.

இறுதிக் காலம் நெருங்கிய நோயாளி வலியில்லாமல் கடைசி மணித்துளிகளைக் கழிக்க வேண்டும் என்றுதான் புற்றுநோய் சிறப்பு மருத்துவர் விரும்பினார். சட்டம் அனுமதித் திருந்தால் அதைச் செய்திருப்பேன் என்று அவர் சொன்னார். மத நம்பிக்கை கொண்ட இரண்டு மருத்துவர்கள் இடையில் புகுந்து தன் நோயாளிக்கு கடைசி நிமிடத்தில் இடையூறு விளைவிப்பார் கள் என்பது அவருக்குத் தெரிந்திருக்க வில்லை.

எண்பது வயதான என் சிறுநீரகம் புற்றுநோயால் பாதிக்கப் பட்டிருக்கின்றது. அதன் விளைவாக அடிக்கடி சிறுநீருடன் இரத்தமும் வெளியேறுகின்றது. வயது முதிர்ந்த எனக்கு அறுவை சிகிச்சையோ ரேடியோ தெரப்பியோ வெற்றியைத் தராது என்று மருத்துவர்கள் கூறுகின்றனர். சில மாதங்களோ வாரங்களோ – ஆண்டுகள் அல்ல – உயிருடன் இருப்பதற்காக அவர்கள் என்னுடைய இரத்தத்தை மாற்றவும் கைம்மோ தெரப்பி (இரசாயன மருந்துகளாலான சிகிச்சை) செய்யவும் செய்கின்றனர். அதில் அவர்கள் ஓரளவு வெற்றி பெற்றார்கள் என்று சொல்லலாம். குறைந்த அளவிலேனும் என்னுடைய சாதாரண பணிகளைச் செய்ய அவை எனக்கு உதவுகின்றன.

நான் படுக்கையில் விழவும் எனக்கும் என் சக தோழர்களுக் கும் பயன்படாமலும் ஆனேனானால் என் வாழ்க்கையை அனாவசியமாக நீட்டிக்க என் மருத்துவர்களை நான் அனுமதிக்க மாட்டேன். நான் வேண்டுகோள் விடுத்தால்கூட வலியை

அனுபவிக்கின்ற என்னை அதிலிருந்து நிரந்தரமாக விடுவிக்க இன்றைய சட்டம் அனுமதிப்பதில்லை.

மோசடிப் பேர்வழியான சாயிபாபா கொடுக்கின்ற விபூதியை உண்பதாலோ மொரார்ஜி தேசாய் சொல்கின்ற மாட்டின் சிறுநீரைக் குடிப்பதாலோ புற்றுநோய் குணமாகாது என்று என்னுடைய பகுத்தறிவு உணர்வு எனக்குப் புரிய வைக்கின்றது. வரப்போகின்ற அந்தத் துன்பத்திலிருந்து தப்ப ஒரேயொரு வழிதான் எனக்குத் தென்படுகின்றது. என்னுடைய சில உயிர் நண்பர்கள் மறுபிறவி உண்டென்று அறியாமையால் நம்புகின்றார்கள்; அதற்கு எந்த ஆதாரம் இல்லாத போதும் அப்படித்தான் நம்புகின்றார்கள். நான் முழுமையாகப் படுக்கையில் விழும் பொழுது சில தூக்க மாத்திரைகளைத் தந்து என் வலிக்கு முற்றுப் புள்ளி வைக்க எனக்கு உதவ வேண்டும் என்று நான் அவர்களிடம் வேண்டுகின்றேன். பழைய ஒரு சட்டத்தை மீறுவதாக இருந்தாலும் அவர்களைப் பொறுத்தவரை சேவை மனப்பான்மையுடைய செயல் என்பதால் அதற்காக வருந்த வேண்டிய அவசியம் இல்லை. அவர்களுடைய நம்பிக்கையின்படி புற்றுநோயால் பாதிக்கப்பட்ட என் உடலுக்குப் பதிலாக புதிய உடல் கிடைக்க அவர்கள் எனக்கு உதவுவதாகவே அமையும். காந்தியடிகள்கூட பழைய சட்டங்களை தன் சக உயிர்களுக்காக மீறத் தயாராகி இருக்கின்றார்.

மரணம் நெருங்கிய வேளையில் கருணைக் கொலை செய்து நோயாளியை வலியிலிருந்து விடுவிப்பதற்குப் புதிய சட்டத்தை மீற வேண்டியதிருக்கின்றது. என் நண்பர்களான பகுத்தறிவாளர்கள் அதைச் செய்ய வேண்டுமென்று நான் அவர்களிடம் வேண்டுகோள் விடுக்கின்றேன்.

102
அழுகின்ற புனிதன்

எதுவேனும் அற்புதங்களைக் காட்டி மூடநம்பிக்கை கொண்ட மக்களிடமிருந்து பணத்தைத் தட்டியெடுப்பதில் ரோமன் கத்தோலிக்கர்களுக்கு உள்ள திறமை பெரும் புகழ் பெற்றுள்ளது. அண்மையில் பிற கிறித்தவ சபைகளும் இந்த விசயத்தில் முன்வந்திருக்கின்றன. அதற்கு ஓர் எடுத்துக்காட்டுதான் புளோரிடாவிலுள்ள கிரீக் ஆர்த்தடோக்ஸ் தேவாலயம். 1969 டிசம்பரில் பத்திரிகையில் வெளிவந்த செய்தி பின்வருமாறு:

"டார்போன் ஸ்ப்ரிங்க்ஸ் (புளோரிடா) டிசம்பர் 22. இங்கேயுள்ள ஒரு கிரீக் ஆர்த்தடோக்ஸ் தேவாலயத்தில் இருக்கை செய்யப்பட்டுள்ள புனித நிக்கோலசின் உருவம் கடந்த ஒரு வாரமாகக் கண்ணீர் வடித்துக் கொண்டே இருக்கின்றது.

"நம்ப முடியாததாகத் தென்படக்கூடும். அவ்வாறுதான் தேவாலயத்தின் பங்குத் தந்தை கலாரியோட்டுசும் எண்ணினார். ஆனால், காற்றுப் புகாத பெட்டியில் அடைத்து வைத்துப் பாதுகாக்கப்படுகின்ற மேற்படி உருவம் வடித்துக் கொண்டிருக்கின்ற கண்ணீர்த் துளிகள் இரசாயன ஆய்வுக்கு உட்படுத்தப்பட்டாலும் என்னவென்று தெளிவாகத் தெரியாது என்று ஒரு வேதியியல் நிபுணர் உறுதிப்படக் கூறியதும் ஃபாதர் கலாரியோட் மலைத்து விட்டார். இது தெய்வீகம்தான் என்று அவர் இப்பொழுதும் நம்புகின்றார்.

"இன்று மத்பகாவுக்கு அருகிலுள்ள புனித நிக்கோலசின் வேறோர் உருவமும் அழத் துவங்கியதும் இந்த அற்புதச் செய்தி 500 மைல் தொலைவிலுள்ள மியாமியில் இருந்துகூட ஆயிரக் கணக்கான மக்களை ஈர்க்கத் தொடங்கிவிட்டது.

(23-12-1969, 'கேரளதேசம்')

அமெரிக்க அய்க்கிய நாடுகளின் தென் பகுதியில் அட்லாண்டிக் பெருங்கடலில் சற்றுத் தொலைவிலுள்ள தீவுதான் புளோரிடா. அங்கேயுள்ள பினிலாஸ் மாவட்டத்தின் வடபகுதியில் மெக்சிக்கன் கடற்கரைக்கு அருகில்தான் டார்போன்ஸ்ப்ரிங்ஸ் அமைந்துள்ளது. 6,768 பேர் மட்டுமே அங்கே வாழ்கின்றனர். டார்போன் மீன் (Tarpon Atlanticus) என்றழைக்கப்படுகின்ற மீன் அதிகமாக இருக்கும் இடம் இதுதான். மலைகளும் பள்ளத்தாக்குகளும் தடாகங்களும் நிறைந்த இந்த இடம் ஒரு சுற்றுலா தலமும் ஆகும். அங்கே அழுகின்ற புனிதனின் சிலை இருப்பது ஆர்த்தடோஸ் தேவாலயத்தில்தானாம்! முன்பு ஸ்பெயினின் ஆட்சியின்கீழ் இருந்த இந்தப் பிரதேசத்தில் ரோமன் கத்தோலிக்கர்கள் அதிகமாக வாழ்கின்றனர். லூர்தையும் பாத்திமாவையும் பிறரையும் படைத்து அவர்கள் பணம் சம்பாதிப்பது ஆர்த்தடோக்ஸ் பிரிவினருக்கும் தூண்டுகோலாக இருந்திருக்கக் கூடும். அதனால்தான் அவர்கள் அழுகின்ற பொம்மையின் கதையை உருவாக்கினார்கள். பொம்மை அழுவதாகச் சொல்லி கத்தனார் (கப்பியார் – மணி அடிப்பவர்) கொடுத்த கண்ணீரைத்தான் இரசாயனப் பரிசோத

னைக்கு உட்படுத்தினார்கள். உண்மையில் பொம்மையிலிருந்து கண்ணீர் வருவதா, அல்லது கத்தனாரோ வேறு எவருமோ அவ்வப்பொழுது கண்ணீரையோ தண்ணீரையோ ஊற்றுவதா இது என்றுதான் பரிசோதனை செய்ய வேண்டும். அத்தகைய ஒரு பரிசோதனைக்கு தேவாலய நிர்வாகிகள் தயாராக மாட்டார்கள். இந்தக் கதையைப் பரப்பி, மக்களை ஈர்த்துவிட்டால் பிறகு இந்த 'மெனக்கெட்ட' பணியைத் தொடர வேண்டாம். பணம் தாராளமாக வந்து குவியும். லூர்திலும் பாத்திமாவிலும் எல்லாம் நடைபெறுவது இதுதான்.

103

புனிதர்களும் இத்தாலியும்

"உலகத்தில் மிக அதிகமான புனிதர்கள் உள்ளது கத்தோலிக்க சபையில்தான். அந்தப் புனிதர்களில் பெரும்பகுதியினர் இத்தாலியைச் சேர்ந்தவர்கள்தான். புதிய கணக்குப்படி பதிவு செய்யப்பட்ட 1848 புனிதர்களில் இத்தாலியைச் சேர்ந்தவர்கள் 626 பேர். மொத்த புனிதர்களில் 1044 பேர் முன்பு சாதாரண புரோகிதர்களாக இருந்தனர். 15 பேர் முன்னால் கர்தினால்கள், 14 பேர் முதலில் திருமணம் செய்து விட்டு பிறகு சன்னியாசம் ஏற்ற பெண்கள். புனிதர்களில் இரண்டாவது இடம் பிரான்சுக்குத்தான். கடந்த ஆயிரம் ஆண்டுகால கணக்குகளை ஆய்வு செய்த பிறகுதான் இந்த சர்வே அறிக்கையை வாடிகன் தயாராக்கி வெளியிட்டது."

1974 இல் வாடிகன் வெளியிட்ட ஓர் அறிக்கையைப் பற்றிய பத்திரிகைச் செய்தி இது. இன்றுவரை பதிவு செய்த புனிதர்களில் பெரும்பான்மையினர் இத்தாலியர்கள்தானாம்! உலகிலுள்ள பிற நாடுகளைவிட இத்தாலியர்களுக்கு எதுவேனும் மகத்துவம் உள்ளதால் அங்கே 'புனிதர்'கள் அதிகரிக்கவில்லை. 'புனித'த்தை விற்று காசு சம்பாதிக்கப் படித்திருக்கின்ற மிகப் பெரிய வியாபாரியான போப்பாண்டவரின் தலைமை இடம்தான் இத்தாலி. அங்கே புனிதர்கள் அதிகமாக உருவானால் பிற நாடுகளிலிருந்து இத்தாலியிலுள்ள தேவாலயங்களுக்குப் பணம் வந்து குவியும்.

இந்தியாவில் முதல் நூற்றாண்டு முதல் கிறித்தவர்கள் இருந்தார்கள் என்றல்லவா உரிமை கொண்டாடுகின்றார்கள்.

ஆனால், ஒரேயொரு ‘புனிதர்’ கூட இங்கே உருவாகவில்லை. இங்கே புனிதர்கள் உண்டானால் இத்தாலிக்குச் செல்லும் புனிதப் பயணம் குறைகின்ற சாத்தியம் உண்டு என்பது போப்பாண்டவருக் குத் தெரியும்.

104

கர்த்தரின் அவதாரம்

கிறித்தவர்களின் ‘ஒரே கடவுளி’ல் மூன்று பேர் உண்டல்லவா. அவர்களில் ஒருவரான பரிசுத்த ஆவி பாலஸ்தீனத்தைச் சேர்ந்த ஆசாரியான யோசேப்பின் மனைவியுடன் உடலுறவு கொள்ளவும் அதன் விளைவாக இரண்டாவது தெய்வம் அவரது கர்ப்பத்தில் உருவாகவும் செய்தது என்பதுதான் கிறித்தவர்களுடைய நம்பிக்கை. அந்த வகையில் யேசுவின் தந்தை பரிசுத்த ஆவிதான் என்றாலும் ‘பிதா’ என்றழைக்கப்படுகின்ற இன்னொரு கடவுளும் அவர் களுக்கு உண்டு. இந்தப் பிதாவாகிய தெய்வத்துக்கு பைபிள் பழைய ஏற்பாட்டில் கொடுக்கப்பட்டிருக்கின்ற பெயர் கர்த்தர் (யகோவா) என்பதுதான். இவர் அடிக்கடி பக்தர்களுக்கு காட்சி யளிக்கவும் அறிவுரை வழங்கவும் செய்வாரென்றாலும் அவதரிப் பதற்காக நேரத்தை வீணாக்கவில்லை. ஆனால், அண்மையில் அவர் அய்ரோப்பாவில் அவதரித்தாராம்! நெதர்லாந்தின் தலை நகரமான ஆம்ஸ்டர்டாம் நகரம்தான் கர்த்தர் திரு அவதாரம் செய்வதற்காகத் தேர்ந்தெடுத்த இடம். 1972 செப்டம்பர் மாதம் அசோசியேட்டட் பிரஸ் வெளியிட்ட செய்தி ஒன்று பின்வருமாறு:

“தங்களுடைய குற்றகரமான புறக்கணிப்பால் ஒரு வயது டைய தங்கள் ஆண் குழந்தையின் மரணத்துக்கு காரணமானார்கள் என்ற கிரிமினல் குற்றத்துக்காக ஹிவேழ்ஸ் என்ற பெயருடைய தொழிலாளர் தம்பதியருக்கு நீதிமன்றம் ஒரு மாத சிறைத் தண்டனையை அளித்திருக்கின்றது. குழந்தை நிமோனியா நோயால் பாதிக்கப்பட்டது. பெற்றோர் குழந்தைக்கு சிகிச்சை அளிக்கவே இல்லை. அந்தக் குழந்தை மரணத்தையும் தழுவியது.

“‘நவீன யகோவா’வின் அவதாரம்தான் தான் என்று உரிமை கொண்டாடுகின்ற லியூ (Lew) என்ற பெயர் கொண்ட ஆன்மீகத் தலைவரின் சீடர்கள் கூட்டத்தைச் சேர்ந்தவர்கள் தான் தண்டனைப் பெற்ற இந்தத் தொழிலாளர் தம்பதியர். நவீன கர்த்தரின் (யகோவா) சபையினருடைய (லியூவின் சீடர்களுடைய)

எண்ணிக்கை இன்று அறுநூறையும் கடந்துவிட்டது. நோயை வரவழைப்பதும் குணப்படுத்துவதும் தெய்வம்தான். உங்கள் வீட்டில் சிகிச்சைக்காக ஒரு மருத்துவரை அனுமதித்தால் நீங்கள் சாத்தானைத்தான் அனுமதிக்கின்றீர்கள். இதுதான் அந்தக் கிளை மதத்தின் நம்பிக்கைப் பிரமாணங்களில் முக்கியமான ஒன்று.

"நீதிமன்றத்தில் தன் வழக்கு நடந்து கொண்டிருக்கும் பொழுது ஹிவேழ்ஸ் குற்றவாளிக் கூண்டில் நின்று கொண்டு நீதிபதியை 'பிசாசு' என்று பலமுறை உரத்தக் குரலில் அழைத்தும் 'நீதிபதியின் வாய்வழியாகப் பேசுவது பிசாசுதான்' என்று சொல்லிக் கொண்டும் இருந்தான்.

"இந்தப் புதிய கிளை மதத்தின் நிறுவனரும் தெய்வீகனு மான லியூ ஒரு மீன் வியாபாரி. ஆதரவாளர்கள் அனைவரும் அவரிடமிருந்துதான் மீன் வாங்கி சில்லறை வியாபாரம் செய்கின்றனர். பிறரை விட குறைந்த விலையிலேயே லியூ மீன்களை விற்பனை செய்கின்றார். மீன் வாங்குகின்றவர்கள் ஒவ்வொருவருடைய தலையிலும் கைவைத்து லியூ அனுக்கிரகம் செய்கின்றார்; மீன் வாங்குகின்றவர்கள் லியூவின் கையில் முத்தமிட்டு விட்டுச் செல்கின்றனர். அதன் விளைவாக அவர் களுடைய சில்லறை விற்பனை விரைவாக நடைபெறுகின்றது என்பது அவர்களுடைய அனுபவமாம். லியூ, அவரது ஆதரவாளர் கள் ஆகி யோரின் மீன் வியாபாரம் வளர்ச்சி அடைந்திருக்கின்றது என்றே அவர்கள் கூறுகின்றனர். பிறரைவிட உண்மையானவர்க ளாகவும் குறைந்த லாபத்தில் மீனை விற்கின்றவர்களாகவும் இருப்பதுதான் அதற்குக் காரணம்."

புதிய யகோவா சபையின் நிறுவனரான லியூ, மீன் வியாபாரி அல்லவா. கிறித்துவின் சீடர்கள் அனைவரும் மீன் வியாபாரிகள் தான் என்று பைபிளில் காணப்படுகின்றது. உலகத்தைப் படைத்தவர் யகோவாதானாம். அந்தப் படைப்பாளி ஆம்ஸ்டர்டா மில் ஒரு மீன் வியாபாரியாக அவதரிக்க வேண்டியதன் தேவை என்ன என்று இந்த யகோவாவிடம் வினவினார். அதற்கு லியூ என்ற யகோவா அளித்த பதில் ரசனையானது:

"நான் மனிதர்களை சுதந்திரமாகப் படைத்தேன். அவர்களை மேன்மையடைய வைக்க இனி அவர்களில் ஒருவருக்குத்தான் முடியும். அதுதான் மனிதனாக நான் அவதரிப்பதற்குக் காரணம்."

அய்ரோப்பாவிலுள்ள நாகரிகம் மிக்க நகரமான ஆம்ஸ்டர் டாமில்தான் இந்த விசித்திரமான தெய்வம் அவதரித்திருக்கின்றது.

பைபிள் உண்மையான செய்திகள் அடங்கிய நூல் என்று நம்புகின்ற ஒரு மனநோயாளிதான் லியூ என்பதில் அய்யம் எதுவும் இல்லை. இத்தகையவர்கள் உண்மையாகவே சிகிச்சைப் பெற வேண்டியவர்கள் தான். அவர்கள் தாங்களாகவே ஆபத்தில் சிக்குகின்றார்கள் என்பது மட்டுமல்ல, பிறரையும் இவர்கள் ஆபத்தில் சிக்க வைக்கின்றனர். நோயை உண்டாக்குவது தெய்வம்தான் என்றும் அதனால் சிகிச்சை அளிக்கக் கூடாது என்று சொல்வதையும் பரப்புவதையும் குற்றச்செயல் என்று அறிவிக்கின்ற ஒரு சட்டத்தை உருவாக்குவது தனி மனித சுதந்திரத்தில் தலையிடுவது ஆகும் என்று அஞ்சித்தான் பல நாகரிக அரசுகளும் அத்தகைய சட்டத்தை உருவாக்கத் துணியவில்லை.

105
பகுத்தறிவாளர் ஜவகர்லால் நேரு

எந்த வகையிலும் ஒரு தேர்ந்த பகுத்தறிவாளர்தான் இந்தியாவின் பிரதமராக இருந்த ஜவகர்லால் நேரு. எல்லா விசயங்களிலும் பரந்த நோக்கும் முற்போக்குச் சிந்தனையும் கொண்டிருந்த அவர் ஒருமுறை கூட மதத்துடன் நட்பு ஒப்பந்தம் செய்து கொள்ளவில்லை. 1963 செப்டம்பரில் லாலா லஜபதி ராயைப் பற்றி அவர் ஆற்றிய உரையின் சில பகுதிகளை இங்கே கொடுக்கின்றேன்:

"நாட்டில் சிந்தனைத் திறனின் பொதுவான நிலை மிகவும் குறைவாகக் காணப்படுவது என்னை வேதனைக்கு உள்ளாக்கு கின்றது. இந்தியா பல பெரிய போர்களை நடத்தவும் வெற்றி பெறவும் ஆற்றல் மிக்க மனிதர்களை உருவாக்கவும் செய்திருக் கின்றது என்றாலும், நாட்டிலுள்ள சிந்தனைத் திறனின் பொதுவான நிலைமை இப்பொழுதும் மோசமாகவே இருக் கின்றது. பழைய கோஷங்களுடையவும் பழைய கொள்கை களுடையவும் பொருள் என்ன என்பது தெரியாமல் நம்மில் பலரும் இன்றும் அவற்றைப் பின்பற்றுகின்றனர். ஜனநாயக சமூகத்திலுள்ள மக்கள் பணியாற்றாவிட்டால் அந்த சமூகத்துக்கு வளர்வதற்கான சாத்தியம் இல்லை.

"இந்தியாவில் எழுதப்படுகின்ற நூல்கள் இரண்டாம் தரத்தையும் மூன்றாம் தரத்தையும் சேர்ந்தவை. எதுவேனும் ஒரு

நாட்டிலுள்ள எதுவேனும் ஒரு நூல் வெளியீட்டகத்துடன் அந்தக் காலத்திலுள்ள ஓர் இந்திய நூலை ஒப்பிட்டுப் பாருங்கள். அப்பொழுது அதன் வித்தியாசத்தைக் காணலாம்.

"இந்தியாவிலுள்ள நூல் வெளியீட்டகங்கள் சிந்தனைச் சுடர்கள் அல்ல என்பதுதான் வெட்கக் கேடு. மக்களை சிந்திக்கத் தூண்டுகின்ற அமைப்புகளைவிட அதிகமாக கண்காட்சி பாவனைதான் இந்தியாவில் இருக்கின்றது.

"லாலா லஜபதிராயின் வாழ்க்கை வரலாறை வெளியிடும் திட்டம் செயற்குழுவுக்கு உண்டல்லவா. இந்திய வாழ்க்கை வரலாறு நூல்கள் உண்மை உணர்வு உள்ளவையோ படிக்க ரசனை உள்ளவையோ அல்ல. ஒருவருடைய வாழ்க்கை வரலாறை நாம் எழுதும் பொழுது அவர் மானுட நிலைக்கு அப்பால் இருப்பவர் என்ற ரீதியில் தான் எழுதுகின்றோம்.

"இந்தியாவில் நிறுவியிருக்கின்ற மகான்களுடைய பெரும் பான்மையான பல சிலைகளும் தரம்தாழ்ந்தவைான். தேசியத் தலைவர்களுடைய நினைவை இந்த ரீதியில் போற்றுவது என்ற கொள்கையை நான் எதிர்க்கின்ற வண்ணம் அந்த அளவுக்கு தரம் தாழ்ந்த ரீதியில்தான் அவை அமைக்கப்பட்டுள்ளன. அந்தச் சிலைகளைப் பாருங்கள்; அவை பயங்கரமாக இருக்கின்றன. யாருக்காக அந்தச் சிலை நிறுவப்பட்டுள்ளது? அவருடன் எந்த ஒற்றுமையும் பலபொழுதும் அந்தச் சிலைக்கு இருப்பதில்லை. ஒரு சிலையை நிறுவுவதற்கு முன்பு நிபுணர்கள் குழுவின் அங்கீகாரத்தை வாங்கியிருக்க வேண்டும். லாலா லஜ்பத் ராயின் அழகிய படங்களை வாங்கி விநியோகம் செய்ய வேண்டும். எட்டணாவுக்கு அங்காடியில் கிடைக்கின்ற தரமற்ற படங்களை வாங்கி லாலா லஜ்பதிராயின் நினைவு மண்டபத்தில் தொங்க விடுவது நல்லதல்ல. சமூக முறைகளுக்கு எதிராகப் போராடிய முன்னணிப் போராளிகளில் ஒருவர்தான் லாலா லஜ்பதிராய். அதனால் அவருடைய நூற்றாண்டு விழா குழு ஏற்பாடு செய்கின்ற நிகழ்ச்சிகளுக்கு சமூக ரீதியிலான ஓர் உள்ளடக்கம் இருக்க வேண்டும்."

ஜவகர்லால் நேருவின் சுயசரிதையில் மதத்தைப் பற்றி சொல்லப் பட்டுள்ள சில கருத்துகளையும் இங்கே சேர்ப்பது பொருத்தமாக இருக்கும் என்று நினைக்கின்றேன்:

"இந்தியா பிற எல்லாவற்றுக்கும் மேலாக மதம் சார்ந்த ஒரு நாடு என்றல்லவா எண்ணப்படுகின்றது. இந்துக்களும், முஸ்லீம்களும், சீக்கியர்களும் பிறரும் அவரவர் மதத்தைப் பற்றி பெருமை கொள்ளவும் தலையை முட்டி மோதி அவற்றின் உண்மைக்கு சாட்சியாக இருக்கவும் செய்கின்றனர். இந்தியா விலும் பிற நாடுகளிலும் மதம் என்று அதாவது அமைப்பு ரீதியிலான மதம் என்றேனும் அழைக்கப்படுவது என்னுள் வெட்கத்தையும் வெறுப்பையும் நிறைத்திருக்கின்றது. அடிக்கடி நான் அதை மறுக்கவும் அதை அடித்துத் துடைத்து அகற்ற விரும்பவும் செய்திருக்கின்றேன்.

"மதம், அதன் கடந்த காலம் எதுவாக இருந்தாலும் சரி, இன்று பெரும்பாலும் உண்மையான உட்பொருள் எதுவும் இல்லாத ஒரு வெற்று உருவம்தான். ஜி.கே. ஜெஸ்ட்டர்ட்டன் அதை (தன்னுடைய சுவிசேஷகர்களுக்குள்ள மதத்தை அல்ல, பிறவற்றைத்தான்) தொல்பொருள் எச்சங்களோடு உவமைப் படுத்தியிருக்கின்றார் — உயிருடைய பொருள்கள் எல்லாம் முழுமையாக மறைந்துவிட்ட போதிலும், வித்தியாசமான பொருளால் முழுமையாவதால் தன் வடிவத்தை நிலை நிறுத்திச் செல்கின்ற உயிரினத்தினுடையவோ உயிர்ப் பொருளுடையவோ பாகமல்லவா தொல்பொருள் எச்சங்கள். அதாவது மதிப்பு மிக்க எதுவோ இன்னும் எஞ்சியிருக்கும் வரையில் அது பிற ஆதரவான விசயங்களால் ஆதாரங்களாக இருக்கின்றன.

"அது மேலைநாட்டு மதங்களைப் போலவே நம்முடைய கீழை நாட்டு மதங்களிலும் நிகழ்ந்திருப்பதாகத் தெரிகின்றது."

('ஆத்மகத', பக். 441-442).

சுயசரிதையில் நேரு 'மதம் என்றால் என்ன?' என்ற ஓர் அத்தியாயத்தையே எழுதியிருக்கின்றார். 'இந்தியாவைக் கண்டடைதல்' என்ற நூலிலும் அந்தந்த சந்தர்ப்பங்களில் அவர் மதத்தை நிரூபணம் செய்திருக்கின்றார். நேருவின் 'Glimpses of World History' என்ற நூலில் இயற்கைவாதப் பார்வையில்தான் அவர் உலக வரலாற்றை விளக்கியிருக்கின்றார். எல்லா சந்தர்ப்பங் களிலும் மதத்தையும் பிற மூடநம்பிக்கைகளையும் அப்பட்டமாக வெளிப்படுத்தவும் அவர் தயங்கவில்லை.

இப்படியெல்லாம் இருந்தபோதிலும் நேரு காலமான பொழுது மதரீதியான சடங்குகளுடன்தான் இந்திய அரசு அவரது உடலை எரித்தது. நேருவின் சக தோழர்களில் பலரும் மூட நம்பிக்கை உடையவர்களாக இருந்ததுதான் அதற்குக் காரணம்.

106

மனைவியை விற்கின்றவர்கள்

கீழை நாடுகளில் பெண்களுக்கு எந்தவித சுதந்திரத்தையும் வழங்குவதில்லை என்று மேலை நாட்டவர்கள் நம்மைக் குறை கூறுவது உண்டு. அய்ரோப்பாவிலும் அமெரிக்காவிலும் இன்று பெண்கள் எடுத்துக் கொள்கின்ற சுதந்திரத்தைப் பார்க்கும் பொழுது அது சரிதான் என்று நமக்குத் தோன்றும். ஆனால், பதினெட்டாம் நூற்றாண்டுவரை பல அய்ரோப்பிய நாடுகளிலும் பெண்களுக்கு சொத்து சம்பாதிக்கின்ற உரிமை இருக்கவில்லை. 1900 ஆண்டுவரை வட அய்ரோப்பாவிலுள்ள பல நாடுகளிலும் பெண்களுக்கு வாக்குரிமை அனுமதிக்கப்படவில்லை. 1917இல் தான் ரஷியாவிலும் கனடாவிலும் வாக்களிக்கும் தகுதியுடையவர்களாக அவர்களை அங்கீகரித்தனர். 1928 இல்தான் பிரிட்டனில் உள்ள பெண்களுக்கு அந்த உரிமை கிடைத்தது என்பதை நாம் நினைவில் கொள்ள வேண்டும். 1960இல் தான் கனடாவில் ஆண் – பெண் சமத்துவம் சட்டரீதியாக அங்கீகரிக்கப்பட்டது. இந்திய அரசியல் சட்டம் நிறைவேறி பத்து ஆண்டுகளுக்குப் பிறகுதான் அந்த சம்பவம் நடைபெற்றது என்பதையும் நாம் நினைவில் கொள்ள வேண்டும்.

இரண்டாம் உலகப் போருக்கு சற்று முன்புவரை இங்கிலாந்தைச் சேர்ந்த பெண்களின் நிலைமை மிகவும் மோசமாகவே இருந்தது. மனைவியரை விலைக்கு விற்கும் உரிமை அங்கே ஆண்களுக்கு இருந்ததாம். வரலாற்று ஆய்வாளரான கிறிஸ்டினா ஹோல் (Christina Hole) கூறுவதாவது:

“பொதுவாக அங்கீகரிக்கப்பட்ட சில சட்டங்களின்படி ஆணுக்கு அவனுடைய மனைவியை விற்க சட்ட ரீதியான உரிமை இருந்தது. இந்த விசயத்தில் விற்கப்படுகின்ற பெண்ணின் அனுமதியும் வேண்டும் – அவ்வளவுதான். இப்படி நடைபெற்றதற்கான தெளிவான சான்றுகள் உள்ளன. விற்பதற்கு சரடால் அவள் கழுத்தைக் கட்டி சந்தைக்குக் கொண்டுவர வேண்டும். ஒரு ஷில்லிங்கைவிட குறைந்த விலைக்கு விற்பனை செய்ய அனுமதி இல்லை. இந்த நிபந்தனைகளைக் கடை

பிடித்தால் விற்பனை நடக்கும்; அது விவாக ரத்தாகவும் ஆகிவிடும். அன்று முதல் அவள் விலைக்கு வாங்கியவனின் சட்ட ரீதியான மனைவியாகவும் ஆகிவிடுவாள். இதற்குப் பிறகு முதல் கணவனுக்கு வேறு திருமணம் செய்யவும் சுதந்திரம் இருந்தது."

18, 19 நூற்றாண்டுகளில் இத்தகைய பல மனைவி விற்பனைகள் நடந்திருக்கின்றன. கணவன் – மனைவியிடையே நடைபெறும் சண்டை, கணவனின் வறுமை ஆகியவைதான் மனைவியை விற்க அவர்களைத் தூண்டின. இவ்வாறு ஒரு முறை விற்கப்படுகின்ற மனைவிக்கு, கணவனின் சொத்தில் எந்தவித உரிமையையும் கோர உரிமை இருக்கவில்லை. 1831இல் இங்கிலாந்திலுள்ள லங்காஷயரில் ஒருவன் மனைவியை, மூன்று ஷில்லிங் 6 பென்ஸ் நாணயம் ஒரு கேலன் பீர் ஆகியவற்றை பெற்றுக் கொண்டு இன்னொருவனுக்கு விற்றான். மறுநாளே வேறொருவன் மூலம், முன்னாள் மனைவியின் கடனுக்குத் தான் பொறுப்பாளி அல்ல என்று மணியடித்து நகரம் முழுவதும் அறிவித்தான்.

ஒரு நியூபவுண்ட்லன்ட் பட்டியும் 20 ஷில்லிங்கும் பெற்றுக் கொண்டு விவசாயி ஒருவன் கார்லிஸ் சந்தையில் தன் மனைவியை விற்ற விவரம் 1832 'ஆனுவல் ரிக்கார்ட்டி'ல் குறிப்பிடப்பட்டிருக்கின்றது. அந்த ஆண்டு ஏப்ரல் மாதம் தான் அந்த சம்பவம் நடைபெற்றது. கழுத்தில் வைக்கோல் கயிறால் வளையம் இட்டு சந்தையில் ஒரு நாற்காலியில் அவளை அவன் அமர வைத்தான். மூன்றாண்டுகால தாம்பத்திய வாழ்க்கையில் அவள் தன்னை குரூரமாகத் தாக்கினாள் என்றும் தினமும் அவள் பெரிய தலைவலியாக நடந்து கொண்டாள் என்றும் அவன் அருகில் எழுதிவைத்தான். (வாங்குகின்றவர்களை வஞ்சிக்கக் கூடாதல்லவா!) எனினும் அந்தப் பெண்ணை வாங்க ஒருவன் தயாரானான்.

1858 இல் அழகிய ஓர் இளம்பெண்ணை அவள் கணவன் ஒரு பீர் கடை உரிமையாளருக்கு விற்றான். விற்பதற்கு ஒரு நிபந்தனையை மட்டுமே அவள் முன்வைத்தாள். பாரம்பரிய முறையிலான கயிறு வளையத்தை கழுத்தில் இடக்கூடாது என்பதே அந்த நிபந்தனை. ஆனால், கழுத்தில் வளையத்தை இடாவிட்டால் விற்பனை சட்டரீதியிலானதாக ஆகாது. அதனால் கறுப்பு ரிப்பனால் செய்த வளையத்தை அவன் அவளுடைய கழுத்தில் கட்டினான்.

மேற்கூறிய சம்பவம் நடந்து கால் நூற்றாண்டுக்குப் பிறகு ரசனைக்குரிய நிகழ்ச்சி ஒன்று லண்டனிலுள்ள கவுண்டி நீதிமன்றத்தில் நடைபெற்றது. ஒரு பெண்ணின் மீது விபச்சாரக் குற்றம் சுமத்தி காவல் துறையினர் கைது செய்தனர். கண வனல்லாத ஓர் ஆணுடன் அவள் தங்கியிருந்து விபச்சாரம் செய்தாள் என்பதுதான் குற்றச்சாட்டு. அந்தப் பெண் குற்றத்தை மறுத்தாள். முதல் கணவனிடமிருந்து இரண்டாவது நபர் சட்ட ரீதியாகத்தான் தன்னை விலைக்கு வாங்கினார் என்பது அவளு டைய வாதம். ஒரு விலைப் பத்திரத்தையும் அவள் நீதிமன்றத்தில் சமர்ப்பித்தாள். நீதிமன்றம் அவளை விடுதலை செய்தது.

இருபதாம் நூற்றாண்டிலும்...!

இத்தகைய மனைவி விற்பனை முதல் உலகப்போருக்கும் இரண்டாம் உலகப் போருக்கும் இடைப்பட்ட காலத்தில் வட அய்ரோப்பாவில் நடைபெற்றது. புகழ்பெற்ற நூலாசிரியரான ஏ.ஆர். ரைட் (A.R. Wright) அவற்றில் பலவற்றைப் பற்றியும் எழுதியிருக்கின்றார். அவையனைத்தும் ஆங்கில நீதிமன்றங்களி லுள்ள பதிவேடுகளில் பதிந்தவைதான். 1928 மே மாதம் மாமோத்ஷயரி லுள்ள நீதிமன்றத்தில் ஒருவர் அளித்த வாக்குமூலத்தில், அவர் ஒரு பவுன் விலைக்கு மனைவியை விற்றதாகச் சொன்னார். அவளுக்குப் பிறந்த குழந்தையை அவர் விட்டுக் கொடுக்க வில்லை. இந்த வியாபாரம் சம்பந்தமாகவும் ஒரு விலைப் பத்திரம் கொடுத்தனர். விட்னி சந்தையில் 1913இல் நடை பெற்ற மனைவி விற்பனையைப் பற்றி ஆக்ஸ்போர்டுஷயரைச் சேர்ந்த புகழ்பெற்ற பிரமுகர் ஒருவரும் விரிவாக எழுதியிருக்கின்றார்.

அய்ம்பது ஆண்டுகளுக்கு முன்புவரை இங்கிலாந்தில் வழக்கத்திலிருந்த இந்த மனைவி விற்பனை சட்ட ரீதியானதாக இருந்ததா? இல்லை என்று தான் சட்ட நிபுணர்கள் கூறுகின்றனர். ஆனால், சமூக அங்கீகாரம் உள்ள சடங்காக அது பல நூற்றாண்டு கள் அங்கே வழக்கத்திலிருந்தது. பண்டைக் காலத்தில் நிலவிய ஏதோ ஆச்சாரத்தின் மோசமான விளைவே இது என்று சமூகச் சிந்தனையாளர்கள் கூறுகின்றனர். மணமகளின் தந்தைக்கு அல்லது பாதுகாவலருக்கு மணமகன் வரதட்சணை கொடுக்கின்ற வழக்கம் ஆங்க்லோ - சாக்சன் காலகட்டத்தில் பிரிட்டனில் நடைமுறையிலிருந்தது. அதன் பின்விளைவுதான் இது என்று கூறுகின்றவர்களும் உண்டு. வரதட்சணை முறையின் வேறோர்

உருவமே இது என்று கருதுகின்றவர்களும் இல்லாமல் இல்லை. எப்படியிருந்தாலும் சரி, கழுத்தில் கயிறு கட்டி, பெண்களை சந்தைக்குக் கொண்டு சென்று விற்கின்ற வழக்கம் அரை நூற்றாண்டுக்கு முன்பு வரை நாகரிக நாடான இங்கிலாந்தில் வழக்கத்தில் இருந்தது என்பது உண்மையே!

இதற்கு அவர்களுக்குத் தைரியத்தையும் ஊக்கத்தையும் கொடுத்தது பைபிள்தான் என்பதை மறப்பதற்கு வழி இல்லை. தெய்வம் ஆணின் தேவைக்காகவே பெண்ணைப் படைத்தார் என்றல்லவா பைபிள் பாடம் புகட்டுகின்றது!

107
அறைகூவல்களின் கதை

பதிமூன்று ஆண்டுகளுக்கு முன்புதான் தெய்வீக ஆற்றல் உண்டு என்று நிரூபிக்கின்றவர்களுக்கு அறைகூவல் விடுக்க ஆரம்பித்தேன். அதற்கு தனிப்பட்ட காரணமும் இருந்தது. பணியிலிருந்து ஓய்வு பெறும்வரை எனக்கு களத்தில் இறங்கி பகுத்தறிவு வாதத்தைப் பரப்ப வாய்ப்பு இருக்கவில்லை. அவ்வாறு செய்திருந்தால் வேலையை இழந்திருப்பேன். அதனால் ஓய்வு பெற்ற பிறகு எனது மீதி வாழ்க்கையை பகுத்தறிவைப் பரப்புவதற் காகச் செலவிடலாம் என்று நான் முடிவெடுத்தேன். பகுத்தறிவு சம்பந்தமான கட்டுரைகளை எழுதவும் உரை யாற்றவும் ஆரம்பித்த பொழுது, என்னைவிட கல்வித் தகுதி அதிகம் பெற்றவர்கள் என்று நடிக்கின்ற சிலர் மதப் பிரச்சாரம் செய்து கொண்டிருப்பதைப் பார்த்தேன். விருதுகள், அறிவியல் நிறுவனங்கள் ஆகியவற்றின் பின்புலத்துடன்தான் அவர்கள் அவ்வாறு செய்து வந்தார்கள். இவர்களுக்கு ஒரு பாடம் கற்றுக் கொடுப்பதற்காக அறைகூவல் விடுக்க வேண்டும் என்று நான் நினைத்தேன். அவர்கள் கூறுவதில் உண்மை உண்டென்றால் அதை நிரூபித்து என்னுடைய பந்தயத் தொகையை வாங்கட்டும் என்பதே எனது எண்ணம். எனது அறைகூவல்கள் பத்திரிகைகளில் வெளிவந்ததும் மதப் புரோகிதர்கள், கற்றாடியாக்கள், சோதிடர்கள், கைரேகை பார்ப்பவர்கள், ஆத்மீக வாதிகள், பிரசன்னம் பார்ப்பவர்கள், ஆழ்நிலை தியானம் பயிற்றுவிப்பவர்கள், ஆவியுலக முகவர்கள் என எல்லாவகையான இயற்கைக்கு அப்பாற்பட்ட ஆதரவாளர்களிட மிருந்தும் எதிர்ப்பென்னும் பிரளயமே உயர்ந்து வந்தது. சிலர்,

அவர்களுடைய மந்திரவாதத்தால் என்னைக் கொல்லப் போவ தாகச் சொன்னார்கள். ஆவிக்ளை ஏவி எனக்கு சதி செய்யப் போவ தாக ஆவியுலக முகவர்கள் என்னை மிரட்டினார்கள். வேறு சிலர், இரவு நேரங்களில் நிர்வாணமாக கல்லறைத் தோட்டத்துக்குள் அவர்களைப் பின்பற்றிச் சென்று, மந்திர சக்தி கொண்ட ஒரு திரவத்தைக் குடித்தால் எனக்கு ஆவிகளைக் காட்டலாம் என்றார்கள்.

பெரிய தொகையை முன்வைத்து அறைகூவல் விடுக்கும் பொழுது, விலை மலிவான பிரச்சாரத்துக்காகப் பணத்தை எறிந்து வீணாக்குகின்ற வகையிலான செல்வந்தனே நான் என்ற தவறான எண்ணம் பொதுமக்கள் மத்தியில் ஏற்படும் என்று எனக்குத் தெரிந்தே இருந்தது. மானுட ஆற்றலை மிஞ்சிய சக்தி கொண்ட ஒரேயொரு மனிதனேனும் இந்த உலகத்தில் இருந்தால் என் அறைகூவல்களின் விளைவாக முதுமைக் காலத்தில் ஆதரவற் றோர் இல்லத்தில்தான் வாழவேண்டிய நிலைமை ஏற்படும் என்பதையும் நான் நன்கு அறிந்திருந்தேன். ஆனால், அன்றும் இன்றும் இந்தப் பந்தயங்களால் ஒரு பைசாவைக்கூட இழக்க வேண்டிய நிலை வராது என்பதில் எனக்கு முழுநம்பிக்கை உண்டு. அதனால்தான் எனது அனைத்து அறைகூவல்களையும் என் மரணம் வரை தொடர்ந்து கொண்டிருக்க நான் முடிவெடுத் திருக்கின்றேன். என் மகனும் அவனுடைய பொருளாதார நிலைமை அனுமதிக்கும்வரை இந்த அறைகூவல்களைத் தொடர வேண்டும் என்பதே எனது ஆசை.

என் முதல் அறைகூவல் 1963 ஜூன் மாதம்தான் வெளியிடப் பட்டது. ஓர் உறையில் முத்திரையிட்டு பாதுகாப்பாக வைத்திருக் கின்ற கரன்சி தாளின் வரிசை எண்ணை சரியாகச் சொல்கின்ற வருக்கு, அவர் எவ்வளவுதான் மானுட நிலைக்கு அப்பாற்பட்ட ஆற்றல்கள் உடையவராக இருந்தாலும், இரு தரப்புக்கும் சமமான பாத்தியதை உள்ள விதத்தில் ரூ. 1000 முதல் ரூ. 25,000 வரை நான் பந்தயத் தொகையை முன்வைத்தேன். பிறர் நினைப்பதை அறிகின்ற ஞானம் இருப்பதாக உரிமை கொண்டாடுகின்றவர் களுக்காக அவர்கள் பக்கத்து அறையில் அமர்ந்து மனதைப் படிப் பதற்கு வாய்ப்பு அளித்து, ஒரு நீதிபதியிடம் ரூபாயின் வரிசை எண்ணைக்காட்டவும் நான் தயாரானேன். ஈ.எஸ்.பி. (Extrasensory perception)யின் முகவர்களில் ஒருவரான டியூக் பல்கலைக் கழகத்தைச் சேர்ந்த டாக்டர் ஜே.பி. ரைனை நான் தனிப்பட்ட

முறையில் அழைத்தேன். வெளிநாடுகளிலுள்ள மந்திரவாதிகள் கொழும்புக்கு வந்து அவர்கள் பயணச் செலவு போக பெரிய தொகையை மிச்சம்பிடிக்க வேண்டும் என்பதற்காக 1965 ஜனவரியில் நான் பந்தயத் தொகையை ரூ. 75,000 ஆக அதிகரித்தேன்.

1966 இல் இந்த நாட்டிலுள்ள (இலங்கை) சில மந்திரவாதிகள், தங்களுக்கு முத்திரையிடப்பட்ட உறையிலுள்ள ரூபாயின் எண்ணை படிக்கின்ற ஆற்றல் உண்டு என்றும், ஆனால் பந்தயத் தொகை தங்களால் தாங்கக் கூடியதாக இல்லை என்றும் சொன்னார்கள். அவர்களுடைய பொருளாதாரத் திறனை எதிர்கொள்வதற்காக நான் மிகக் குறைந்த பந்தயத் தொகையான ரூ. 1000 அய் ரூ. 75 ஆகக் குறைத்தேன். ஆத்மீகவாதிகளிடம் நான் வேறோர் அறைகூவலை விடுத்தேன் – ஓர் ஆவியையோ பிசாசையோ புகைப்படம் எடுக்கின்ற வகையில் காட்டித் தந்தால் ரூ. 5000 கொடுப்பேன் என்பதுதான் அது.

சோதிடம் வெறும் சூதாட்டம் தான் என்பதை நிரூபிப்பதற்காக, பத்து பேருடைய பிறந்த இடங்களின் ரேகை, அட்ச ரேகை உள்பட துல்லியமான பிறந்த நேரத்தை அளிக்கின்றேன் என்றும் அவர்கள் ஆணா பெண்ணா, மரணமடைந்திருந்தால் மரண நேரம் ஆகியவற்றைக் கூறுகின்ற ஒவ்வொருவருக்கும் ரூ. 1000 வீதம் கொடுக்கின்றேன் என்றும் ஐந்து விழுக்காடு தப்பு நிகழ்ந்து விட்டால்கூட அதை ஒப்புக் கொள்ள தயார் என்றும் நான் சொன்னேன். கைரேகை பார்ப்பவர்களிடம், அந்தப் பத்து பேருடைய கைரேகை அடையாளத்தை பிறந்த தேதிக்குப் பதிலாகக் கொடுக்கின்றேன் என்று நான் கூறினேன். இலவச விளம்பரத்தை மட்டும் இலட்சியமாகக் கொண்டு பத்திரிகைகள் மூலமாக வருகின்ற கபட வேடதாரிகளின் படையெடுப்பைத் தடுப்பதற்காக, தோல்வியைத் தழுவுகின்ற ஒவ்வொருவரும் ரூ. 75 வீதம் தர வேண்டும் என்றும் அறிவித்தேன்.

தங்கள் வாழ்க்கையில் நிகழும் ஒவ்வொரு காரியத்தையும் சோதிடர்களிடம் ஆலோசித்து மட்டுமே செய்கின்ற இந்துக்களுடைய நாடுதான் இந்தியா என்பதால், இந்தியாவிலிருந்து வெளிவரும் இரண்டு பத்திரிகைகள் எனக்காக இந்த ஆய்வை நடத்துகின்ற பொறுப்பை ஏற்றன. என் அறைகூவல்கள் அடங்கிய துண்டுச் சீட்டுகளை பி.வி. ராமன் உள்பட பல சோதிடர்களுக்கும் அனுப்பினார்கள். ஆனால், இன்றுவரை உலகத்தின் எந்தவொரு

மூலையிலிருந்தும் ஒரேயொரு சோதிடருக்கேனும் என்னுடைய பந்தயத் தொகையான ரூ. 75அய் செலுத்திவிட்டு முன்வர தைரியம் உண்டாகவில்லை.

இந்த நாட்டிலுள்ள அனைத்து மந்திரவாதிகளுக்கும் தமிழ், ஆங்கிலம், சிங்களம் பத்திரிகைகளின் வாயிலாக முன்னதாகவே குறிப்பிடப்பட்டகால அளவுக்குள் அவர்களுடைய மந்திர சக்தியால் என்னைக் கொல்லும்படி நான் அறைகூவல் விடுத்தேன். ஒவ்வொரு முறையும் எனக்கு ஏராளமான மந்திரத் தகடுகள் அஞ்சல் மூலமாகக் கிடைத்தன. இன்றுவரை எனக்கு அறிமுகம் இல்லாத பெயர்களில் அய்ம்பது மந்திரத் தகடுகள் கிடைத்திருக்கின்றன. அவற்றில் சில செம்புத் தகடுகள், சில வெள்ளித் தகடுகள், மற்றவை ஓலையும் காகிதங்களும்! இலங்கையின் அனைத்துப் பகுதிகளையும் சேர்ந்த மந்திரவாதிகளுடைய இந்த மந்திரத் தகடுகள் கிடைத்த பிறகும் நான் இன்றும் மகிழ்ச்சியுடனும் உடல் நலத்துடனும் வாழ்ந்து வருகின்றேன். கடைசியில் பிற மனிதர்களைப் போல நானும் மரணமடையும் பொழுது இந்தக் கடப நாடகக்காரர்கள், அவர்களுடைய மந்திரத் தகடுகளின் செயல்பாடுகளால்தான் நான் இறந்தேன் என்றும் சொல்லவும் கூடும்!

1970 இல் 'கட்டாரகமா பக்தர்கள் சங்க'த்தின் தலைவருக்குப் பதிலளிக்கையில், பொள்ளல் எதுவும் உண்டாகாமல் முப்பது விநாடிகள் தீயில் நிற்கின்றவர்களுக்கு ரூபாய் ஒரு இலட்சத்தைப் பரிசாக வழங்குவதாக நான் பொறுப்பேற்றேன். போட்டிக்காக வருகின்றவர்கள் திருப்பிக் கிடைக்கக் கூடிய முன்பணமாக ரூ. 1000 செலுத்த வேண்டும் என்றும் நான் சொன்னேன்.

வேண்டுகோள் விடுத்த தொகையை முன்பணமாகச் செலுத்தி என்னுடைய அறைகூவலை ஏற்க மானுட நிலைக்கு மிஞ்சிய ஆற்றல் கொண்டவர்கள் என்று உரிமை கொண்டாடிக் கொண்டிருந்த எவரும் முன்வரவில்லை. ஆனால், தங்களால் தேவையான தொகையைச் செலுத்துகின்ற திறன் இல்லாததால் தான் முன்வரவில்லை என்று சிலர் சொன்னார்கள். அதே வேளையில் அமானுட ஆற்றல் உடையவர்கள்தான் தாங்கள் என்று அவர்கள் அப்பொழுதும் உரிமை கொண்டாடினார்கள். வேண்டுகோள் விடுத்த தொகையைச் செலுத்த தயாராக இல்லாத அவர்களைப் பொருட்படுத்த வேண்டியதில்லை என்றாலும் கூட அவர்களுடைய ஆற்றலை பொதுமக்கள் முன்னிலையில் வெளிப்

படுத்துமாறு நான் அழைத்தேன். இருவரைத் தவிர வேறு எவரும் என் சோதனையை எதிர்கொள்ள முன்வரவில்லை. எல்லோரும் கடைசிக் கட்டத்தில் பின்வாங்கவே செய்தார்கள்.

சாயிபாபா, பண்டாரிமலை சுவாமிகள், நீலகண்ட சுவாமிகள் போன்ற செப்படி வித்தைக்காரர்கள் தங்களுக்கு கடவுளின் சக்தியால் திருநீறையும் லிங்கத்தையும் வெட்ட வெளியிலிருந்து வரவழைக்க முடியும் என்று உரிமை கொண்டாடுவதால், அவர்களை இலங்கையிலும் இந்தியாவிலும் உள்ள ஏராளமான முட்டாள்கள் கடவுளின் அவதார மாந்தர்கள் என்று கருதி வழிபடுகின்றனர். இவர்களுடைய அமானுட சித்திகளைப் பற்றி பல கட்டுரைகள் பத்திரிகைகளில் வெளிவந்ததனால், நான் அவர்களுடைய உடலை சோதனையிட்ட பிறகு வெட்டவெளியி லிருந்து எதையேனும் பொருளை எடுத்துத் தருமாறு கோரி நான் அவர்களுக்கு அறைகூவல் விடுத்தேன். என்னைப் போன்ற ஒரு 'புனிதமில்லாத மனிதன்' அவர்களுடைய 'புனித உடல்களைத்' தொடுவதில் அவர்களுக்கு எதுவேனும் தடை உண்டென்றால், நான் அவர்களிடம் காட்டுகின்ற ரூபாயின் நகலை வெட்ட வெளியிலிருந்து எடுத்துத் தந்தால் நான் மன நிறைவு கொள்வேன் என்றும் அறிவித்தேன். இந்தியப் பத்திரிகைகள் மூலமாகவும் நேரிடையாக பதிவுத்தபால் கடிதங்கள் அனுப்பியும் நான் இந்த அறைகூவலை அவர்களுக்குத் தெரிவித்த போதிலும் பகவான்கள் என்று சொல்லப்படுகின்ற அந்த மூன்று பேரிடமிருந்தும் எந்தப் பதிலும் கிடைக்கவே இல்லை.

மறுபிறவி வாதத்துக்கு அறிவியல் ரீதியான சான்றுகள் உண் டென்று காட்டுவதற்காகப் பயன்படுத்துகின்ற வலிமையான சான்றுகளில் ஒன்று, முற்பிறவி என்று சொல்லப்படுகின்ற காலத்தைப் பற்றி சிலர் கூறுகின்ற சில சம்பவங்களைச் சுட்டிக் காட்டுவதுதான். 'ஹிப்னோட்டிக் இளைப்பாறுதல்' மூலம் பவுதிக, உடல்ரீதியான மாற்றங்களுக்கான சாத்தியக் கூறுகள் உள்ளன என்று காலஞ்சென்ற பேராசிரியர் கே.என். ஜெய திலகனைப் போன்றவர்கள்கூடச் சொன்னார்கள்.

அறிவுக்குப் பொருந்தாத இந்த வாதத்தின் அபத்தத்தை நிரூபிப்பதற்காக ஒத்த இயல்புகளைக் கொண்டு இரட்டைக் குழந்தைகளை தனித்தனியாக அவர்களுடைய பிறப்புக்கு முன்னருள்ள நிலைக்கு ஹிப்னோட்டிசம் மூலம் அழைத்துச் செல்லவும், அவர்கள் மூலம் சமத்துவமான அவர்களுடைய

முற்பிறவியைப் பற்றி சமத்துவமான தகவல்களைப் பெறவும் வேண்டும் என்று நான் ஹிப்னோட்டிசம் செய்பவர்களுக்கு அறைகூவல் விடுத்தேன். இரு பக்கத்துக்கும் பாதகமான விதத்தில் ரூ. 75 முதல் ரூ. 75,000 வரை பந்தயத் தொகைக்கும் வாக்குறுதி அளிக்கப்பட்டது.

ஹிப்னோட்டிக் இளைப்பாறுதல் மூலம் உடலில் மாற்றங்களை வரவழைக்கலாம் என்று சொன்னவர்களுக்கு, பிரசவம் நெருங்கிய ஒரு பெண்ணை ஹிப்னோட்டிசத்துக்கு உட்படுத்தி அவளுடைய கர்ப்ப நிலைக்கு முன்பு இருந்த நிலைமைக்கு அழைத்துச் செல்லும்படியும் கருப்பையின் உள்ளே உள்ள கருவை மறைய வைக்க வேண்டும் என்றும் நான் அறைகூவல் விடுத்தேன். ஹிப்னோட்டிசத்துக்கு ஆட்பட்டவர்களை முற்பிறவி நினைவுக்குக் கொண்டுவரலாம் என்றவர்களிடமும் நான் இதே அறைகூவலையே முன்வைத்தேன்.

ரெவ. வளகெதாரா இன்டஸ்மன தெரோ என்ற புத்த துறவி, என்னுடைய அறைகூவலுக்கு பதிலளிக்கின்ற வகையில், ஓர் ஆவியை புகைப்படம் எடுப்பதற்காகத் தோன்ற வைக்கலாம் என்று இலங்கையிலுள்ள பத்திரிகை ஒன்றின் மூலமாக அறிவித்தார். அதே பத்திரிகையின் மூலமாகவே நான் அதை ஏற்றுக் கொண்டேன். பதில் அனுப்பிய போதிலும் பிறகு அவரிடமிருந்து எந்த ஓசையும் எழவில்லை.

எனது கையில் ஓர் ஆவியைத் தோன்ற வைக்கலாம் என்றும் கண்ணாடியில் ஒரு பிசாசைக் காட்டித் தரலாம் என்றும் நான் அமர்ந்திருக்கின்ற நாற்காலியிலேயே என்னை அசைவற்று இருக்க வைக்க முடியும் என்றும் அவருடைய ஆதிக்கத்தின் கீழ் உள்ள ஆவிகளின் மூலம் என்னுடைய பங்களாவிலுள்ள மரச் சாமான்கள் முழுவதையும் அடித்து உடைத்துவிடுவோம் என்றும் பனா துறையைச் சேர்ந்த மந்திரவாதி நன்திரீஸ் டி சில்வா 'சிலுமினா' பத்திரிகையின் மூலமாக உரிமை கொண்டாடினார். 'சிலுமினா' பத்திரிகை ஆசிரியரும் நன்திரீஸ் டி சில்வாவும் சேர்ந்து அவருடைய சித்திகளை வெளிப்படுத்துவதற்காக பல நாள்களை நிச்சயித்தபோதிலும் அவர் ஒருபோதும் முன்வரவே இல்லை.

1969 இல் வடவ லயினிலிருந்து தான் ஒரு மந்திரவாதி என்று உரிமை கொண்டாடிய டாக்டர் எம்.எச்.எம். நசீம் என்பவர் பின்வரும் கடிதத்தை எனக்கு எழுதினார்:

"ஆவிகள் உண்டென்று நிரூபிப்பதற்காக 'போய' நாள்களைத் தவிர வேறு எதுவேனும் ஒரு நாளில் சூரியனின் மறைவுக்கும் உதயத்துக்கும் இடையிலுள்ள நேரத்தில் ஆவிகளைக் காட்டித்தர நான் தயார். இந்த அறைகூவல் உங்களுடைய பகுத்தறிவாளர் சங்க உறுப்பினர்களுக்கு மட்டுமே பாதிப்பை உண்டாக்கும். பொதுவான காட்சியாக இருக்காது. வெளிச்சமே இல்லாத ஓர் அறைக்குள் உங்களில் எவரேனும் ஒரு விளக்கையோ மெழுகுவர்த்தியையோ ஏற்றி வைத்துவிட்டு சாவியால் அறையைப் பூட்டிவிட்டு வெளியே வரவேண்டும். எல்லோரும் (நான் உள்பட) பூட்டப்பட்ட அறையின் வெளியே நிற்போம். அய்ந்து நிமிடத்திற்குள் பூட்டப்பட்ட கதவு தானாகவே திறக்கும். அதேநேரத்தில் விளக்கோ மெழுகுவர்த்தியோ அணைந்து விடும். பத்து நிமிடங்கள் கடந்ததும் விளக்கோ மெழுகுவர்த்தியோ மீண்டும் தானாகவே எரியும்; கதவு தானாகவே பூட்டப்படும். மாடியின் மீது விலை மதிப்புமிக்க விளக்குத் தொங்கிக் கொண்டிருந்தால் அதனை காலியாகக் கிடக்கின்ற அறையில் கீழ்நோக்கி விழ வைக்க என்னால் முடியும். உங்களுக்கு விருப்பம் உண்டென்றால் மூன்று வார காலத் துக்கு முன்பு தெரிவிக்கும்படி வேண்டுகின்றேன்."

சில நீதிபதிகள், பத்திரிகையாளர்கள் முன்னிலையில் தன்னுடைய ஆற்றலைக் காட்டுவதற்காக 1969 நவம்பர் 22 ஆம் நாள் என் வீட்டுக்கு வருமாறு நான் டாக்டர் நசீமை பதிவு தபால் மூலம் அழைத்தேன். அவர் அதை ஏற்றுக் கொள்ளவும் செய்தார்.

குறிப்பிட்ட நாளில் மேற்படி மந்திரவாதி வராமல் இருந்ததைப் பற்றி 'டைம்ஸ் ஆஃப் சிலோண்', 'ஏ வாக் ஓவர் ஃபார் மிஸ்டர் கோவூர்' என்ற தலைப்பில் பின்வருமாறு எழுதியது:

"அவர் வரவே இல்லை; அதனால் நாங்கள் பார்க்கவும் இல்லை. அதனால் புகழ்பெற்ற பகுத்தறிவாளரான ஆபிரகாம் கோவூருக்கு ஒரு 'வாக் ஓவர்' கிடைத்திருக்கின்றது. அவர் – வாட்டங்கலாவைச் சேர்ந்த ஒரு டாக்டர், ஆவிகள் இருப்பதை நிரூபிப்பதற்காக டாக்டர் கோவூரின் அறைகூவலை ஏற்கத் தயாராகி கடைசியாக முன்வந்தவராவார். திரு. கோவூருடன் நடைபெற்ற கடிதப் போக்குவரத்தின் பலனாக சனிக்கிழமை இரவு 7க்கும் 9க்கும் இடையில் கோவூரின் வீட்டில் வைத்தே சம்பவத்தை நிகழ்த்த ஒப்புக் கொண்டிருந்தார். சம்பவத்தைப்

பார்க்க ஆர்வத்துடன் நாங்கள் காத்திருந்தோம். ஒரு மெதடிஸ்ட் புரோகிதரும் இரண்டு பல்கலைக்கழக உறுப்பினர்களும் இரண்டு பத்திரிகைச் செய்தியாளர்களும் எங்களுடன் இருந்தார்கள்."

1969 ஜனவரியில் 'டைம்ஸ்' வார பதிப்பில் பெயர் வெளியிடாத ஒருவர், நான் கெலனியா புத்தமதக் கோயிலுக்குச் சென்றால் எனக்கு கடவுள் ஆற்றலையும் அதிசய நிகழ்வுகளையும் காட்டித் தரலாம் என்று அறைகூவல் விடுத்து எழுதியிருந்ததைப் பார்த்தேன். மேற்படி அறைகூவல் விடுத்த நபர் யார் என்பதைத் தெரிவித்தால் அவருடைய அறைகூவலை ஏற்கத் தயார் என்று நானும் அறிவித்தேன்.

அவர் யார் என்பதை அறிவிக்காமலும் கோயில் நிர்வாகிகளின் அனுமதி இல்லாமலும் மார்ச் 2 ஆம் நாள் காலை எட்டு மணிக்கு கெலனியா கோயிலிலுள்ள மகர தோரணங்களுக்குக் கீழ் 'தெய்வத்தின் நாமத்தில்' தான் வருவதாக அவர் தகவலைப் பரப்பினார்.

கண்களுக்குத் தெரியாத கடவுளுடையவும் ஆவிகளுடையவும் ஆற்றலை வெளிப்படுத்த 'தெய்வத்தின் நாமத்தில் வருகின்ற' அந்த அறைகூவல் விடுத்தவனைப் பார்ப்பதற்காக அன்று காலையில் கோயிலுக்கு ஏராளமான மக்கள் வந்திருந்தனர். ஆனால், அவர் காட்சியளிக்கவே இல்லை. அதற்குப் பிறகு நடத்திய விசாரணையில் பெயர் வெளியிடாமல் அறைகூவல் விடுத்தவன் திரைப்படத் தயாரிப்பாளரும் இயக்குநருமாக பிற்காலத்தில் ஆன அய்ரோப்பியர் ஒருவரின் மெய்க்காவலராக இருந்தவன் என்றும் போதைப் பொருள்களை உண்டு மன நோயாளியாக ஆனவன் என்றும் அறிய முடிந்தது.

கெகல்லியிலிருந்து கே. பிடியாவும் போரலஸ் கயாவிலிருந்து கேயேத்தும் கெலனியாவைச் சேர்ந்த எஸ். வெங்கயிலன் பர்க்கும் விண்வெளியைப் பற்றிய என்னுடைய ஆய்வை எதிர்கொள்ள வருவதாக ஒப்புக் கொண்டிருந்த போதிலும் குறிப்பிட்ட நாள்களில் அவர்கள் வந்து சேரவே இல்லை.

தன்னுடைய வீட்டில் வைத்து தன் குழந்தையின் புகைப் படத்தை பலரும் எடுத்தபொழுது குழந்தையின் இருபுறத்திலும் ஒரு நாகப் பாம்பும் வாளும் தெரிந்ததாக அபகொலாவாயிலிருந்து ராணவாகே என்பார் 'சிலுமினா' மூலம் தெரிவித்தார்.

அந்தக் குழந்தையின் புகைப்படத்தை எடுப்பதற்காக கொழும்புக்கு அழைத்து வரும்படி அதே பத்திரிகையின் மூலமாக

நான் ரண வாகேவுக்கு அழைப்பு விடுத்தேன். குழந்தையைக் கொழும்புவுக்கு அழைத்து வருவதற்கு ஆகின்ற எல்லா செலவுகளுக்கும் நானே பொறுப்பு ஏற்றும் எந்தப் பதிலும் பிறகு வரவே இல்லை. கடைசியில் இலங்கை பகுத்தறிவாளர் சங்கத்தைச் சேர்ந்த இரண்டு உறுப்பினர்கள் அந்த அதிசயக் குழந்தையின் புகைப்படத்தை எடுப்பதற்காக புகைப்படம் எடுக்கும் கருவியுடன் கொழும்புக்குச் சென்றனர். ஆனால், குழந்தையைப் பார்ப்பதற்குக் கூட அவர்களுக்கு அனுமதி வழங்கப்படவில்லை. அவையனைத்தும் மக்கள் தன் வீட்டுக்குப் பெரும் காணிக்கையுடன் வர வேண்டும் என்பதற்காக, அதற்காக மக்களை ஈர்ப்பதற்காக ரணவாகே மேற்கொண்ட பெரிய மோசடி வேலைதான் என்று அண்டை வீட்டு மக்கள் பகுத்தறிவாளர் சங்க உறுப்பினர்களிடம் சொன்னார்கள்.

பாதுல்லாவைச் சேர்ந்த மின் பொறியாளர் எஸ். திருநாவுக்கரசுவின் வேண்டுகோளுக்கு இணங்க, பண்டாரவலாவிலுள்ள ஒரு சாயி பாபா பக்தன் தன்னுடைய அற்புத சித்திகளை சங்க உறுப்பினர்கள் முன்பு செய்து காட்டுவதற்கு வாய்ப்பு அளிப்பதற்காக 1970 ஜூலை 11 ஆம் நாள் இலங்கை பகுத்தறிவாளர் சங்கத்தின் கூட்டம் கூட்டப்பட்டது. மேற்படி 'சுவாமி', திருநாவுக்கரசுவுடன் சேர்ந்து கொழும்புவுக்கு வருவதாகச் சொல்லியிருந்த போதிலும் முதல் நாள் இரவே தன்னுடைய பெண் சீடருடன் தலைமறைவாகிவிட்டார்.

அவர் ஏராளமான பார்வையாளர்களை ஏமாற்றமடைய வைத்த போதிலும், எங்களுடைய சங்க உறுப்பினரும் மாந்திரிக வித்தைகளைக் கற்றவரும் இலங்கை மேஜிக் வட்டத்தின் ஓர் உறுப்பினருமான டி. டபிள்யூ. சந்திர சேனன், சாயிபாபா தந்திரங்களில் பலவற்றைச் செய்துகாட்டி பார்வையாளர்களை ரசிக்க வைத்தார். அன்று சந்திர சேனன் வெளிப்படுத்திய விபூதியின் அளவு, சாதாரணமாக சாயிபாபா பக்தர்களுக்கு முன்னால் வரவழைத்துக் கொடுக்கின்ற விபூதியைவிட மிக அதிகமாக இருந்தது என்று அந்த நிகழ்ச்சியைப் பார்த்த சாயி பாபாவின் பக்தர் ஒருவர் கூறினார்.

கண்டியில் பாங்க் ஆஃப் சிலோணில் குமாஸ்தாவாகப் பணியாற்றுவதாகச் சொன்ன கணேசுவரன் என்பவர், தன்னுடைய மந்திர வலிமையால் என்னுடைய சுண்டு விரலில் காயம் உண்டாக்க முடியும் என்று தொலைபேசி மூலமாக என்னிடம்

அறிவித்தார். பகுத்தறிவாளர் சங்கக் கூட்டத்தில் வைத்து அவ்வாறு செய்வதற்கு நான் அவரை அழைத்தேன். வருவதாகவும் மந்திர சக்தியை வெளிப்படுத்துவதாகவும் அவர் ஒப்புக்கொண்ட போதிலும் வரவே இல்லை.

மூடி முத்திரையிடப்பட்ட உறையினுள் வைக்கப்பட்டிருக் கின்ற கரன்சியின் எண்களைப் படிக்கும் திறமை தனக்கு உண்டு என்று டி. டபிள்யூ. அண்ட் ஓ.பி. ஆபீஸ் ஜெனரல் ஷேரியில் (கொழும்பு) பணி யாற்றுகின்ற சி.சி.சி. குணசீலன் என்பவர் 'சிலோண் டெய்லி நியூஸ்' மூலமாகச் சொன்னார். குறிப்பிட்ட நாளில் அவரும் வரவே இல்லை. கரன்சியின் எண்களைச் சொல்ல முடியும் என்று 'ரவிரஸ்' என்ற பத்திரிகையின் மூலமாக வம்புச் செய்த இன்னொருவர் மிரிகானாவைச் சேர்ந்த ஞானஸ்ரீ தெரோ என்ற புத்த சன்னியாசி ஆவார். பலமுறை வேண்டுகோள் விடுத் தும் அவரும் பின்வாங்கவே செய்தார். மூடி முத்திரையிடப்பட்ட கரன்சியின் எண்களைச் சொல்லும் திறமை உண்டு என்று உரிமை கொண்டாடிய பலியாற்றத்தைச் சேர்ந்த மந்திரவாதி ஆர்தர் ஜனதாஸ் என்பவரும் கடைசி நிமிடத்தில் காணாமல் போய் விட்டார்.

கெலனியாவிலிருந்து எம். மொகோத்தியும் மகா புலங்களா மாவிலிருந்து லியோணல் கவுமேண்டும் தாங்கள் எரிகின்ற தீயில் முப்பது விநாடிகள் பொள்ளல் ஏற்படாமல் நிற்கலாம் என்று என்னுடைய அறைகூவல்களுக்குப் பதிலளிக்கின்ற வகையில் பத்திரிகைகளின் மூலமாக அறிவித்தனர். நம்பிக்கை ஏற்படு வதற்கு ஆதாரமாக ரூ. 1000 அய் முன்பணமாகச் செலுத்தும்படி நான் மொகோத்தியிடம் சொன்னேன். பிறகு அவரைப் பார்க்கவே முடியவில்லை. லியோணல் கவுமேண்ட் முன்பணம் செலுத்த தன்னிடம் பணம் இல்லை என்று சொன்னதால், அவருடைய உரிமை வாதத்தின் பரிசோதனையை தேழ்ஸ்ட்டண் கல்லூரி மைதானத்தில் இலவசமாக நடத்த நான் ஒப்புக் கொண்டேன். தேழ்ஸ்ட்டன் கல்லூரி மைதானத்தில் பரிசோதனை நடத்த கல்வித்துறை அளித்த அனுமதியை வாபஸ் பெற்றுக் கொண்ட தால், பரிசோதனை நடைபெறும் இடத்தை ஜி.சி.எஸ்.யூ. வின் தலைமையிடத்துக்கு மாற்றினோம். ஆனால், கவுமேண்ட் வரவே இல்லை.

துறைமுகம் பகுதியில் சாலையோரத்தில் அமர்ந்து கைரேகைப் பார்த்துப் பலன் சொல்வதன் மூலமாக கவுமேண்ட்

அதிகமாகச் சம்பாதிப்பதாக நான்கு மாதங்களுக்கு முன்பு நான் அறிந்தேன். கோவூரின் அறை கூவலை ஏற்று வெற்றி பெற்ற ஒரே மனிதன் தான்தான் என்று சொல்லி ஏராளமான மக்களை அவர் ஈர்த்து விட்டிருந்தார். அதற்கு ஆதாரமாக என் பங்களாவில் என் முன்னால் அமர்ந்து ஒப்பந்தத்தில் கையொப்பம் இடுவதாக 'சவாசா' வில் வெளியிட்ட புகைப்படத்தை அவர் காட்டவும் செய்தார். நிரபராதிகளும் அறியாமை நிறைந்தவர்களுமான மக்களைத் தொடர்ந்து சதி செய்வதிலிருந்து அவரைத் தடுப்பதற் காக, *1971* அக்டோபர் *15*ஆம் நாள் என்னிடம் வந்து அவருக்கு இருப்பதாக உரிமைக் கொண்டாடுகின்ற ஆற்றலை வெளிப் படுத்தும்படி நான் அவருக்கு கடிதம் ஒன்றை பதிவுத் தபால் மூலம் அனுப்பினேன். ஆனால், அறைகூவலை எதிர் கொள்ள அவர் முன்வரவில்லை.

கடைசியாக, கேரளத்திலிருந்து கோவிந்த கணகன் என்பவர் என்னுடைய அறைகூவலை ஏற்பதாக பத்திரிகைகளில் அறிக்கை வெளியிட்டார். நான் உடனே அதைப் பற்றிய தகவல்களைத் திரட்ட ஏற்பாடு செய்தேன். விசாரணையில் அத்தகைய ஒருவர் இல்லை என்பது தெரிய வந்தது. சில மாதங்களுக்குப் பிறகு எம்.பி. நாராயணப்பிள்ளை, அவர்தான் கோவிந்த கணகன் என்ற பெயரில் எழுதியதாக 'மலையாள நாடு' வாரிகையில் எழுதினார். *1000* ரூபாயை எனது பிரதிநிதியிடம் செலுத்திவிட்டு பரிசோதனைக்கு உட்படும்படி நான் பத்திரிகைகளின் வாயிலாக நாராயணப் பிள்ளைக்கு வேண்டுகோள் விடுத்தேன். ஆனால், அவர் அதற்குத் தயாராகவே இல்லை. 1976 டிசம்பர் 28ஆம் நாள் நான் கொல்லத்தில் ஓய்வெடுத்துக் கொண்டிருந்தபொழுது, நாராயணப் பிள்ளையின் பிரதிநிதி என்று அறிமுகப்படுத்திக்கொண்டு ஒருவர் என்னைச் சந்தித்தார். இந்தியன் கரன்சியில் ரூ. ஒரு இலட்சம் என்னால் கொடுக்க முடிந்தால் மட்டுமே அவர் அறைகூவலை ஏற்பார் என்று சொன்னார். இலங்கைக் குடிமகனான எனக்கு ஒரு இலட்சம் இந்திய ரூபாயை கொடுக்க முடியாது என்றும் அந்தக் காரணத்தைச் சொல்லி பின்வாங்கி விடலாம் என்றும் அவர் திட்டமிட்டிருந்தார். ஆனால், நான் பந்தயத்தில் தோற்றால் எனக்காக ரூபாய் ஒரு இலட்சத்தைக் கொடுப்பதாக கேரள மின்துறை அமைச்சர் எம்.என். கோவிந்தன் நாயர் அந்த இடத்திலேயே பொறுப்பை ஏற்றார். நாராயணப் பிள்ளையின் பிரதிநிதியை பிறகு பார்க்கவே முடியவில்லை.

ஏறத்தாழ இந்த வேளையில்தான் திருப்புணித்துறை ராமன் நம்பூதிரி என்ற பெயரில் துண்டுச் சீட்டுகள் வெளியிடப்பட்டன. சோட்டாணிக்கரை தேவியின் உதவியோடு 'கலியுக இராவணனான கோவூரை' வெற்றி கொள்வதாக அந்தத் துண்டுச் சீட்டுகளில் கூறப்பட்டிருந்தன. கோட்டயத்தில் வைத்து 1976 டிசம்பர் 31ஆம் நாள் என்னை மேற்படி நம்பூதிரி எதிர்கொள்வார் என்று பத்திரிகைகளில் செய்தி வெளியானது. நான் மகிழ்ச்சியுடன் காத்திருந்தேன். கடைசியாகத்தான் அறிந்தேன், அப்படி ஒரு நம்பூதிரியே இல்லை என்று!

எப்படியிருந்தாலும் சரி, ஒரு செய்தியை நான் தெளிவு படுத்த முடியும். தெய்வீக ஆற்றல் உண்டென்று நிரூபிக்கின்றவர்களுடனான என்னுடைய அறைகூவல் இன்றும் நடைமுறையில் தான் இருக்கின்றது. என் மரணம்வரை அது தொடரவும் செய்யும்.

□

குறிப்புகளுக்காக